பிரபஞ்சன்

சாரங்கபாணி வைத்திலிங்கம் என்ற இயற்பெயர் கொண்ட பிரபஞ்சன், புதுச்சேரியில் 1945ஆம் ஆண்டு, ஏப்ரல் 27இல் பிறந்தார். மனைவி பிரமிளா ராணி, பிள்ளைகள் கௌதமன், கௌரி சங்கர், சதீஷ் ஆகியோர். இவர் சென்னையிலும் புதுச்சேரியிலுமாக வாழ்ந்திருக்கிறார்.

1961ஆம் ஆண்டு எழுதத் தொடங்கிய பிரபஞ்சன், இதுவரை 213 சிறுகதைகள், 21 நாவல்கள், 5 குறுநாவல்கள், 9 கட்டுரைத் தொகுதிகள், 3 நாடகங்கள் எழுதியிருக்கிறார்.

1995ஆம் ஆண்டு, தனது வானம் வசப்படும் நாவலுக்காக சாகித்ய அகாதெமி பரிசும், புதுச்சேரி அரசு, தமிழக அரசுப் பரிசுகள் இரு முறையும், இலக்கியச் சிந்தனை, கோவை கஸ்தூரி ரங்கம்மான் விருது, மேற்கு வங்க பாரதிய பாஷா பரிக்ஷத் பரிசு, தினத்தந்தி ஆதித்தனார் விருது, திருச்சி எஸ்.ஆர்.வி பள்ளியின் வாழ்நாள் சாதனையாளர் விருது, கவிஞர் கண்ணதாசன் விருது, பபாசி விருது முதலான பல பரிசுகள், விருதுகளைப் பெற்றவர்.

பிரபஞ்சன் எழுத்துலகில் நுழைந்து 55 ஆண்டுகள் ஆனதைக் கொண்டாடும் விதமாக, 2017ஆம் ஆண்டு, சென்னையில் 'பிரபஞ்சன்-55' என்ற விழா எடுத்து, வாசகர்கள் சார்பில் ரூ.12.5 லட்சம் நிதி வழங்கப்பட்டது. தொடர்ந்து புதுச்சேரி அரசும் விழா எடுத்து ரூ.10 லட்சம் நிதி வழங்கி கௌரவப்படுத்தியது. 'பிரபஞ்சன்-55' நிகழ்வில், இவரின் மொத்த சிறுகதைகளையும், மூன்று பெரும் தொகுதிகளாக டிஸ்கவரி புக் பேலஸ் தனது சிறப்பு வெளியீடாக வெளியிட்டது.

2018ஆம் ஆண்டு டிசம்பர் 21ஆம் தேதி மறைந்த பிரபஞ்சன் அவர்களின் உடலுக்கு, இருபத்தியொரு குண்டுகள் முழங்க முழு அரசு மரியாதை கொடுத்து புதுச்சேரி அரசு அடக்கம் செய்தது. தமிழ் எழுத்தாளர் ஒருவர்க்கு, இப்படியான அரசு மரியாதை கிடைப்பது அபூர்வம். அது பிரபஞ்சனுக்கு வாய்த்தது.

வானம் வசப்படும்

(1995-ம் ஆண்டுக்கான சாகித்ய அகாதெமி விருதுபெற்ற நாவல்)

பிரபஞ்சன்

டிஸ்கவரி பப்ளிகேஷன்ஸ்
எண்: 9, பிளாட் எண்: 1080A, ரோஹிணி பிளாட்ஸ்
முனுசாமி சாலை, கே.கே.நகர் மேற்கு,
சென்னை – 600 078. பேச: 99404 46650

வெளியீட்டு எண்: 0284

வானம் வசப்படும் (நாவல்)
பிரபஞ்சன்
பிரபஞ்சன் அறக்கட்டளை©

Vaanam Vasappadum (Novel)
Author: Prapanchan

Prapanchan Arakkattalai©

1st Edition : Dec - 2019 | 2nd Edition : Sep - 2023
Pages: 520
ISBN: 978-81-943465-6-2

Rs. 560

Publisher • Sales Rights

Discovery Publications
No. 9, Plot,1080A, Rohini Flats,
Munusamy Salai,
K.K.Nagar West, Chennai - 78.
Tamilnadu, India.
Mobile: +91 99404 46650

Discovery Book Palace (P) Ltd
No. 1055-B, Munusamy Salai,
K.K.Nagar West,
Chennai-600 078.
Ph: (044) 4855 7525
Mobile: +91 87545 07070

discoverybookpalace@gmail.com / www.discoverybookpalace.com

இந்த நூலில் பிரசுரமாகியுள்ள எந்த ஒரு பகுதியையும் எழுத்துபூர்வமான முன்அனுமதி பெறாமல் எடுத்தாள்வதோ, மறுபிரசுரம் செய்வதோ, மொழியாக்கம் செய்வதோ, ஊடகங்களில் மறுபதிப்புச் செய்வதோ, காப்புரிமைச் சட்டப்படி தடை செய்யப்பட்டுள்ளது. இந்த நூலிலிருந்து சில பகுதிகளை மேற்கோள்காட்டி நூல்அறிமுகம் செய்யலாம்.

உங்கள் மொபைல் போனிலிருந்து ஸ்கேன் செய்து 'டிஸ்கவரி புக் பேலஸ்' மொபைல் ஆப்பை டவுன்லோடு செய்து, புத்தகங்களை வாங்குங்கள்.

பிரபஞ்சன் அவர்களின் அனைத்துப் படைப்புகளின் காப்புரிமையும், பிரபஞ்சன் அவர்களால் டிஸ்கவரி புக் பேலஸ் நிறுவனத்திற்கு வழங்கப்பட்டுள்ளது. அவரின் நூல்கள் மூலம் பெறப்படும் ராயல்ட்டி தொகை, பிரபஞ்சன் அறக்கட்டளை மூலம், அவரின் பெயரில் நடைபெறும் இலக்கியச் செயல்பாட்டிற்கு பயன்படுத்தப்படும்.

பதிப்புரை

பிரபஞ்சம் என்று நினைத்தவுடன், கற்பனைக்கெட்டாத பால் வெளியெங்கும் மனம் சஞ்சரிப்பது போலவே, எழுத்தாளர் பிரபஞ்சன் என்ற பெயர் மனதின் அடுக்குகளில் சிறகடித்து, நினைவுகளின் வழியாக எங்கும் நிரம்பித் ததும்புவதைச் சொல்லில் பதிவாக்கிட முடியாது.

2007ஆம் ஆண்டு, சென்னை தேவநேயப் பாவாணர் அரங்கில் 'முணுமுணுப்பு' என்ற எனது சிறுகதைத் தொகுப்பினை வெளியிட்டுப் பேசிய பிரபஞ்சன் அவர்களோடு அப்போதிருந்து எனக்குத் தொடர்பிருந்தது. என்றாலும், அவருடன் நெருங்கி, நட்புடன் பழகிய நாட்கள், சில ஆண்டுகள்தான். குறிப்பாக கே.கே.நகரில் அவர் தங்கியிருந்த நாட்களில், அடிக்கடி சந்திக்கும் வாய்ப்புக் கிடைத்தது. அந்த மூன்று ஆண்டுகளும் பிரபஞ்சனுடனான உறவு, என் நினைவுகளில் அழுத்தமாகப் பதிந்துள்ளது. அவர், இயல்பாகத் தொலைபேசியில் அழைத்தும், தனக்குத் தேவையான புத்தகங்களைக் கேட்டும், மாலைநேரச் சந்திப்புகளில் தேநீர் அருந்தியும், டிஸ்கவரியின் செயல்பாடுகள் குறித்து விசாரித்தும்... என நெருங்கிய நண்பராகப் பழகினார். தனது வசீகரத்தால் மனிதர்களுக்கு உற்சாகம் அளித்து, ஆர்ப்பரித்துக் கொட்டும் பேரருவியின் பிரமாண்டம் என்பது, சற்று விலகி நின்று பார்க்கும்போதுதான் தெரியும். பிரபஞ்சன், மறைந்து ஓராண்டுகூட நிறைவுபெறாத இந்தக் காலகட்டத்தில் பேரருவி தரும் பிரமாண்டத்தையே அவர் எனக்குள் உருவாக்கியிருக்கிறார்.

இன்று, தனக்கான எதிர்கால பிம்பத்தைத் தானே செதுக்குகிற தமிழ் படைப்புலகின் அவலச் சூழலில், பிரபஞ்சன் பற்றிய பிம்பம் அவருடைய வாசகர்களும், சமூகமும் சேர்ந்து உருவாக்கியதாகும். இதுதான் அவருக்கான, அவரது படைப்புகளுக்கான சமூக

அங்கீகாரமாக இருக்க முடியும். அந்தவகையில் பிரபஞ்சனின் எழுத்து மேதைமையைத் தமிழ்கூறும் நல்லுலகம் கொண்டாடிக் கொண்டிருக்கிறது.

பிரபஞ்சன் அவர்களை, டிஸ்கவரி புக் பேலஸ் ஒருபோதும் வணிக நோக்கோடு அனுகியதில்லை. ஒரு எழுத்தாளரை அவர் வாழும் காலத்திலேயே கொண்டாட வேண்டும் என்ற அறம் சார்ந்த அக்கறையோடுதான் அவர் பின்னால் ஒருங்கிணைந்து நின்று, "பிரபஞ்சன் 55" என்ற பெரிய விழாக் கொண்டாடினோம். அந்த நிகழ்ச்சி, நவீன இலக்கிய வரலாற்றில் முக்கியமானது. அந்த நம்பிக்கையில்தான் அவர், "பிரபஞ்சன் அறக்கட்டளை" என்ற அமைப்பை நிறுவித் தொடர்ந்து செயல்படுவதற்கான எங்களது வேண்டுகோளை ஏற்றதோடு, அறக்கட்டளை செயல்பாட்டிற்காக அவருடைய படைப்புகளின் முழுமையான காப்புரிமையை டிஸ்கவரி புக் பேலஸ் நிறுவனத்திற்கு உள்ளன்போடு அளித்துள்ளார்.

டிஸ்கவரி புக் பேலஸ் பதிப்பகத்தின் செயல்பாடுகள்மீது நம்பிக்கை கொண்டவரும், பிரபஞ்சனின் இறுதிக்காலத்தின்போது, சாட்சியாக முழுமையாக உடனிருந்தவருமான "பிரபஞ்சன் அறக்கட்டளை"யின் தலைவர் தோழர் பி.என்.எஸ். பாண்டியன் அவர்களுக்கும், பிரபஞ்சனின் அன்பு மகன்கள் திரு.கௌதம், திரு.சதீஷ் ஆகியோருக்கும் இந்நேரத்தில் நன்றியைத் தெரிவிக்கக் கடமைப்பட்டிருக்கிறேன். நம் காலத்தின் நாயகனாக எழுத்தின்மூலம் சமூக அக்கறையுடன் செயல்பட்ட படைப்பாளர் பிரபஞ்சன் எழுதியுள்ள படைப்புகளைப் பிரசுரிப்பதில், டிஸ்கவரி புக் பேலஸ் பதிப்பகம் பெருமை அடைகிறது.

என்றும் தோழமையுடன்

மு.வேடியப்பன்

15/12/2019

வரலாறு விடுதலை செய்யும்

ஒரு ஊரிலே ஒரு ராஜா என்றுதான் நமக்குக் கதைகள் கற்பிக்கப்பட்டன. ராஜாவைச் சுற்றித்தான் உலகம். ராஜா என்கிற மையப் புள்ளியில் இருந்துதான் ஒரு காலத்து வாழ்க்கை அமைந்திருந்தது. ராஜாக்கள் என்போர், அரண்மனைகள் கட்டி அந்தப்புரத்தில் வாழ்ந்தார்கள். மக்கள் என்போர், தமக்கு வரி கட்டப் பிறப்பிக்கப்பட்டுள்ள உயிர்கள் என்று மட்டும் ராஜாக்கள் கருதினார்கள். பின் வந்த விவசாய வர்க்கமும், புரோகித வர்க்கமும் காலனி துரைமார்களும்கூட அப்படித்தான் கருதினார்கள்.

எவ்வளவு மோசமாக இருந்தாலும், நாம் குடி அரசில் வாழ்கிறோம். அநீதிமயமான வாழ்க்கைக்குள் நமக்கு மூச்சு முட்டினாலும், நீதிமன்றம் என்று ஒன்று இருக்கிறது என்பது எவ்வளவு பெருத்த ஆறுதல். எவ்வளவு பெரிய இடத்து ஆள்களையும், (அவர்கள் அமைச்சர்களாகவும் இருக்கிறார்கள்) பெண்களையும் சிறைக்குள் தள்ள நம் நீதிமன்றங்கள் தயாராகவே இருக்கின்றன. ஆனால், எத்தனை பேருக்குத் தண்டனை கிடைக்கிறது. ஆகப் பெரிய மனிதர்களையும் நீதிக் குள்ளாக்கும் அமைப்புகள் மக்களுக்குக் கிடைத்திருக்கின்றன என்பது குடி அரசின் பேறுகள் என்பதை மறுக்கமுடியாது தானே?

ஜனநாயகம் என்ற ஒன்று, இருபதாம் நூற்றாண்டு நமக்களித்த மாபெரும் பேறு என்றே நான் கருதுகிறேன். சோழ அரசர்கள், வீதிக்கு உலா வரும்போதெல்லாம் ஏழு பருவப் பெண்களும் அவர்களை வேடிக்கை பார்ப்பது அல்லாமலும் மன்னர்களைக் காதலிக்கிற சீழ்பிடித்த இலக்கியம், இன்று வெளிப்படையாகத் தோன்றவில்லை என்பது எத்தனை பெரிய ஆறுதல்.

ஆனால் ரகசியத்தில் இந்த தொழும் மனோபாவம் நீடிக்கவே செய்கிறது. ஆட்சியாளர்களைத் தொழுவது என்பது அறிவாளிகளின் முழு நேர வேலைப்பட்டியலில் முதல் வரியில் இருக்கிறது. ஒரு பெரிய பதவியில் இருக்கிற ஒருவரைப் பற்றி, ஒரு கவிஞர், 'எனக்குத் தமிழ் கற்றுக் கொடுத்ததே அவர் எழுத்து' என்றார். எனக்கு ஆச்சரியமாக இருந்தது. முதல் வகுப்பில் இருந்து பத்து வகுப்பு வரை அவரது தமிழாசிரியர்கள் அவருக்கு எதைத்தான் கற்றுக்கொடுத்தார்கள்?

காலனியாதிக்கம் நேரிடையாக அகன்ற பிறகும், மறைமுகமாக அது நீடிக்கவே செய்கிறது. ஆதிக்க சக்திகளைப் புகழ்பாடிப் பசப்பும் போக்கும் அதற்கு எதிரான ஒரு மக்கள் சார் போக்கும் இலக்கியத்துக்கு வந்திருக்கின்றன. இந்த மக்கள் சார்போக்கையே உலக வரலாற்று ஆசிரியர்கள், வரலாறு என்கிறார்கள்.

இன்று மக்களின் காலால் உலகம் நடக்கிறது. நேற்றுவரை வரலாற்றுக் கதைகளில் விதந்து பேசப்பட்ட அரசர்கள், அரசிகள், அவர்கள் காதல்கள், கடத்தல்கள் எல்லாம் காலாவதியாகிக் கொண்டிருக்கின்றன. நியாயமாகவே, ஒடுக்கப்பட்டவர்கள், உழைப்பாளர்கள், அரவாணிகள், பாலியல் தொழிலாளர்கள், ஒருபால் காதலர்கள் எல்லோரும் இலக்கியத்துக்குள் வர வேண்டிய ஜனநாயகத் தன்மை உலக அளவில் இலக்கியப் படுத்தல்களாக மாறிக் கொண்டிருக்கிறது. உண்மையில் மக்கள் என்ற சொல் முழு அர்த்தத்தில் அண்மையில்தான் புரிந்து செயல்படுத்தப்படுகிறது.

வரலாறு என்பது, பழமை பற்றியது அல்ல. அது ஒரு வகை விஞ்ஞானம். ஏன், கடந்த காலத்தை, இறந்த காலத்தை மெனக்கெட்டு ஆராயவேண்டும்? ஏன் என்றால், வரலாறு, எப்போதும் நிகழ்காலத்துக்கும் வரும் காலத்துக்கும் சொல்வதற்கு நிறைய செய்திகளை வைத்துக்கொண்டு காத்திருக்கிறது. நேற்று பெட்டிக்குள் போட்டு வைத்த பொருளை இன்று எடுப்பது போல, அது இன்றைய பயன்பாட்டுக்காகக் காத்துக்கொண்டிருக்கிறது. எனக்கு, இன்றைய மனித முகத்தை இருநூறு ஆண்டுகளுக்கு முந்தைய வரலாற்றில் பார்க்க முடிகிறது.

வரலாறு என்பது, ராஜராஜனுக்குப் பிறகு ராஜேந்திரன் என்கிற பிறப்புப் பட்டியல் அல்ல. அல்லது அவர்கள் கட்டிய கோவில்கள், வெட்டிய தலைகளின் பட்டியல் அல்ல. மாறாக, வரலாறு என்பது, ஒரு காலத்தின் மனோபாவம். ஒரு குறிப்பிட்ட காலம் பற்றிய, மற்றும் மனோபாவம் பற்றிய புரிதல்களின் தொகுப்பு அது.

வரலாறு என்பது இரண்டு முரண்களை எதிர் எதிராக நிறுத்துவது அல்ல. ஆரியம் x திராவிடம், சிவப்பு x கறுப்பு, வெள்ளை x கறுப்பு, முதலாக எதிர் எதிர் நிலைகளில் உண்மைகளை நிறுத்தி சார்பு எடுப்பது அல்ல. சமூக உறவு என்கிற நிகழ்வில், இயல்பாகவே நிகழும் கொண்டு கொடுத்தல் பற்றிய விளக்கமும் அறிவு கொளுத்தலுமே வரலாறாக இருக்கிறது. காலம் காலமாக, வெவ்வேறு ரூபங்களில் தொடர்ந்து நடக்கும் விடுதலைப் போராட்ட உணர்வுகளை மேல் எடுத்துச்சொல்வதும் வரலாற்றின் கடமையாக இருக்கிறது. எந்தச் சூழலின் கையில் சாட்டை இருந்தது என்பதையும் பம்பரம் யாராக இருந்தார்கள் என்பதையும் வரலாறு அக்கறை கொள்கிறது. புறாவுக்குத் தன் சதையை அறுத்துக் கொடுத்த பரம்பரையாக்கும் எங்கள் பரம்பரை என்பதற்கோ, தப்பாகக் கதவைத் தட்டிய தவறுக்காகக் கையை வெட்டிக் கொண்ட கனவான் எங்கள் பரம்பரை என்று புராணங்களை உருவாக்கிக் கொள்வதற்கோ, நாங்கள் ஆண்ட பரம்பரையாக்கும் என்று பொய்ப் புகழ் சூட்டிக்கொள்வதற்கோ, வரலாற்றைப் பூனைக் குட்டியாக்கிக் கொள்ளும் போக்கு – அபாயகரமான போக்கு– சமீப காலங்களில் தோன்றி இருப்பதற்கும் எதிராகவே சரியாக அமைக்கப்பட்ட வரலாறு தன்னை நிலை நிறுத்தி இருக்கிறது. சாதி, மத, இனப் புகழ் பரப்பும் பரப்புச் செயலூக்கி அல்ல வரலாறு. ஆள்வோர், ஸ்தாபனங்கள், விரும்புபவைகளைக் கருத்தில் கொண்டு எழுதப்படுபவையும் அல்ல, வரலாறு. ஆட்சியாளர்களால் கைது செய்யப்பட்டு, சிறைப்பட்ட ஒரு வீரன் சொன்னது, இப்போது நினைவுக்கு வருகிறது.

‘வரலாறு என்னை விடுதலை செய்யும்.’

வரலாற்றின் பணி என்னவாக இருக்கும் என்பதற்கு மேற் சொன்ன வாக்கியம் அழகிய புரிதலாக இருக்கும்.

தோழமையுடன்,
பிரபஞ்சன்

1

வெளிச்சம் இன்னும் சற்று நேரத்தில் வந்துவிடும்.

வாசலைப் பார்த்தார் ஆனந்தரங்கர். இருட்டைப் பிசைந்து நீர் ஊற்றி மெழுகியது போல கருத்திருந்தது வாசல். உள்ளே வலப்பக்கத்து பூஜை அறையிலிருந்து, மெல்லிசாக வெள்ளை மஸ்லின் துணியை விரித்தாற்போல, சாம்பராணிப் புகை பரவிக் கூடத்துக்கு வந்தது. அத்துடன் முத்துக்கொட்டை, வேம்பு, எண்ணெய், கடலை எண்ணெய், நெய் கலந்து எரித்த விளக்கிலிருந்து எழுந்த நெய் மணம் சுகமாய்ப் பரவியது. பிரான்சிலிருந்து தருவிக்கப்பட்ட ஆளுயரக் கடிகாரத்தில் மணி நாலு ஐம்பது ஆகியிருந்தது. ஆனந்தரங்கர் ஸ்நானம் முடித்து, பூஜை புனஸ்கார நியமங்களையும் முடித்து, வர்த்தகர்களுக்குரிய நீண்ட வெள்ளை அங்கியும், இடைக் கச்சையில் செருகப்பட்ட வாளும், தலைப்பாகையும் அணிந்து கூடத்து ஊஞ்சலின் மேல் மான்தோல் விரித்து அமர்ந்திருந்தார்.

மங்கைத்தாய் அம்மாள், பின்கட்டையும் கூடத்தையும் இணைக்கும் கதவை ஒட்டி நின்று தலையை நீட்டிக் கணவரை அவதானித்தாள். அவள் அதற்குள் ஸ்நானம் முடித்திருந்ததைத் தோளில் புரண்டு விழுந்த ஈரக் கூந்தலும், அதன் காரணமாய் நனைந்திருந்த ரவிக்கையும் உணர்த்துமாறிருந்தன. அக்னி நாக்கு மாதிரி நெற்றியில் மெல்லிய சூரணம் இட்டிருந்தாள். மாலை ஆகாசநிறத்தில் ரவிக்கையும் அணிந்திருந்தாள். தொண்டையைச் செருமிக்கொண்டு அம்மாள் சொன்னாள்.

"புது குவர்னரை வரவேற்கப் போக வேணும் என்று வார்த்தை வந்ததே!"

"ஆச்சு... புறப்பட்டாச்சு. பாப்பாள் வாயால் சொல்லிக் கேழ்க்க வேணுமென்று காத்திருக்கேன்."

அம்மாள் சரேலென்று பூஜை அறையை ஒட்டிய குழந்தை படுக்கை அறைக்குச் சென்று, போர்வைக்குள் முடங்கிக் கிடந்து சுகமாகத் தூங்கிக்கொண்டிருந்த எட்டு வயசுக் குழந்தை பாப்பாளை எழுப்பினாள்.

"பாவம் குழந்தை. தை மாசக் குளிரில் தூங்கறது. எழுப்பத்தான் வேணுமா?"

"எழுந்தாச்சு."

பாப்பாள் ஒரு பூனைக் குட்டி மாதிரி சரேலென்று பாய்ந்து கிணற்றடிக்கு ஓடினாள். சில நிமிஷங்களில் திரும்பினாள். அடுத்த கணம் பூஜை அறையிலிருந்து பாப்பாவின் இளநீர்க் குரல் எழுந்தது.

"அமலனாதி பிரான்
அடியார்க்கு என்னை ஆள்படுத்த விமலன்
விண்ணவர்கோன்
விரையார் பொழில் வேங்கடன் நிமலன் நின்மலன்
நீதிவானவன் நீள்மதி அரங்கத்தம்மான் திருக் கமலபாதம்
வந்து என்
கண்ணின் உள்ளன ஒக்கின்றதே..."

நனைந்த மனசுடன் ஆனந்தரங்கர் எழுந்தார். இது அவருக்கு நித்தியப் பழக்கம். பாப்பாள் வாய்ப் பாசுரத்துள் நனைந்து புறப்பட்டால்தான் அவருக்கு ஆனந்தப்படும்.

"தோசை வார்த்திருக்கன். ரெண்டாகிலும் சாப்பிட்டிருக்க லாமே... பழையதும் இருக்கு. இத்தனை காலங்கார்த்தாலே பழையது உடம்புக்கு ஆகாதே... விருப்பப்படி அமையட்டும்."

"இருக்கட்டும்... வந்து பண்ணிக்கலாம். பாப்பாள் பாட்டு நிரம்பிடுச்சு. வர்ரேன்."

"நல்லதாகட்டும்."

மேஜை மேல் இருந்த தங்கப் பிடி வைத்த கைத்தடியை எடுத்துக்கொண்டார். நடை வளைவில் விட்டிருந்த செருப்பை அணிந்துகொண்டார். தெரு வாசலுக்கு வந்து நின்றார். தம்பி திருவேங்கடம் பல்லக்கின் அருகில் அண்ணனுக்காகக் காத்து நின்றிருந்தார். சகோதரர்கள் அருகருகே நிற்கையில், மோதிர விரலும் சுண்டு விரலும் போலும் இருந்தார்கள்.

“பல்லக்குத் தூக்கிகள் தயார்தானா?”

“தயார் அண்ணா.”

“பனியில் நிற்காதே. அண்ணியிடம் சொல்லி வெந்நீர் போட்டுக் குளி. அமுது பண்ணு. வந்திடறேன்.”

“உத்தாரம் அண்ணா.”

பல்லக்குத் தூக்கிகள் சற்று எட்டே, ஆனந்தரங்கர் பார்வை படும் தூரத்தில் நின்று அங்கேயே குனிந்து மண்ணைத் தொட்டு நமஸ்காரம் செய்துகொண்டார்கள். வீட்டுக்கு எதிர் இருந்த கிறிஸ்தவக் கோயிலில் விளக்குகளும் வர்த்தியும் ஏற்றப்பட்டிருந்தன. ஞாயிற்றுக்கிழமை காலை பூஜைக்குத் தயாராகிக்கொண்டிருந்தது கோயில். காற்றில் மணத்தைப் பரப்பியபடி கோயிலுக்குள் பிரவேசித்துக்கொண்டிருந்தனர் ஓரிரண்டு தமிழர்கள்.

பல்லக்கு மேல் எழுந்தது. முன்பக்கத்துத் தூக்கிகள் இருவரில் முதல்வன் ‘ஏழுமலையான் தாங்கு’ என்று கூவினான். அடுத்திருந்த இரண்டாமவன் ‘வரதராசா தாங்கு’ என்று குரல் கொடுத்தான். பின்னால் இருந்த இருவரில் ஒருவன் ‘கிருஷ்ணசாமி தாங்கு’ என்று கத்தினான். நாலாமவன் ‘ராமமூர்த்தி தாங்கு’ என்று முணுமுணுத்தான். பல்லக்கு சென்னைப் பட்டணத்து வாசல் தெரு வண்டை வந்ததும், இடது புறமாகத் திரும்ப வரதராசப் பெருமாள் கோயில் கோபுரத்தைப் பார்த்ததும் ‘பெருமாளே... தாயாரே’ என்று வந்தித்துக் கொண்டார். வானம் ராட்சஸர்களின் மனம் போலும் இருண்டிருக்க, இருண்மை அழித்து மானுடர்களுக்கு மயர்வற மதிநலம் அருளப் பண்ண வந்த நாராயணரின் கிரீடம் போலும் அக்கோயில் கோபுரம் இருந்தது. ஆனந்தரங்கருக்கு அதை எப்போது பார்த்தாலும் அவ்வித எண்ணமே தோன்றும்படியாக இருந்தது.

புதுச்சேரிப் பட்டணத்துக்குப் புதுசாய்த் துரைத்தனம் பண்ண வந்திருக்கும் குவர்னர் துரை துய்ப்ளெக்ஸ் அவர்கள், உண்மையில் நேற்றே கடற்கரைக்கு வந்துவிட்டார். நேற்று காலை பத்து மணி அளவாகத்தானே வங்கத்திலிருந்து ஒரு கப்பல் ஓடி வந்து துறை பிடித்து ஒன்பது பீரங்கி போட்டான். அந்தக் கப்பலில் இருந்து கரைக்குச் சேதி வந்தது. அது என்னவெனில், ‘இந்தக் கப்பல் உடனே கூட நாலு கப்பல் வங்கத்திலிருந்து புறப்பட்டோம். அதிலே ஒரு கப்பலில் துரை வருகிறார். அந்த மூன்று கப்பலும் இன்றைக்குக் காணுமோ நாளைக்குக் காணுமோ’ என்று சொல்லி இருந்தது.

சாயங்கால அளவில் துரையின் கப்பல் வந்து துறை பிடித்தது. கப்பல்காரர்கள் கோட்டையை நோக்கிச் சம்பிரதாய நிமித்தம் இருபத்தோரு குண்டுகள் போட்டார்கள். கோட்டைக்காரர்களும்

இருபத்தோரு குண்டுகள் முழக்கி குவர்னர் துரை அவர்களின் வருகைக்கு சந்தோஷம் செய்தார்கள். துரையிடமிருந்து செய்தி வந்தது. கடல் உறப்பாய் இருக்கிறபடியால் நாளை காலமேதான் கரை தொடுவதாகச் சொல்லியிருந்தார்.

ஆனந்தரங்கர் கோட்டைக்குள் புகுந்து கடற்கரை வந்து பல்லக்கை விட்டு இறங்கினார். ஏற்கெனவே அங்கு ஒரு பெரும் கூட்டம் குழுமியிருந்தது. உயர் ஆலோசனைச் சபை உறுப்பினர்கள், குவர்னர் துரைக்கு தெழதேவாக (துணை குவர்னர்) இருக்கும் முசே துலோராம், வர்த்தகரும், நாணய சாலை ஒப்பந்தக்காரரும் ஆன சுங்கு சேஷாசல செட்டி, துபாஷ் கனகராய முதலியார், சாவடி முத்தையா பிள்ளை ஒரு புறமும், சற்றுத் தள்ளி சாதித் தலைவர் களான மகா நாட்டார்கள் ஒரு புறமும் நிற்க, கும்பெனிப் பணியில் இருக்கும் வெள்ளைக்கார சோல்தா(சிப்பாய்)க்கள், நாட்டுச் சிப்பாய்கள் அணி வகுத்துப் பாதை இரு புறமும் நின்றார்கள். ரொம்பவும் ஒதுங்கியபடி மீனவர்கள் நாலு கூடை மீன்களை வைத்துக்கொண்டு நின்றார்கள். கடற்கரை மண்ணில் தாசிகள், மிகுந்த கவர்ச்சியுடன் ஒப்பனை செய்துகொண்டும், தாம்பூலச் சாறு காரணமாக உதட்டை அதி சிவப்பாக்கிக்கொண்டும், தலை நிறையச் சூடிய கசங்கல் மல்லிகைச் சரங்கள் கிளர்ச்சியான மணத்தை வீசவுமாக வெள்ளைக்காரத் துரைமார்களைக் கடை விழிகளால் நோக்கிக்கொண்டிருந்தார்கள். நாயன, மத்தளக்காரர்கள் கடலையே விழித்துப் பார்த்தவாறு சமைந்து போய் நின்றிருந்தார்கள்.

படகு ஒன்று துரை மற்றும் அவரைச் சேர்ந்த மனுஷர்களை ஏற்றிக்கொண்டு மிதந்து கரை நோக்கி வந்துகொண்டிருந்தது. கப்பலை விட்டுப் பிரியும் படகு ஏதோ கட்டறுத்துக்கொண்டு ஓடி வரும் கன்றுக் குட்டியை நினைவூட்டியது. நாள்தோறும் பயிலும் மாணவன் அறிவு நாளுக்கு நாள் வளர்வதுபோல, படகும் கண்ணுக்குப் பெரியதாய்த் தெளிவதாயிற்று. குவர்னர் துரை முசே ழோ சேப் பிரான்சுவா துய்ப்ளெக்ஸ் முதலில் படகை விட்டு இறங்கினார். பிறகு தன் மனைவி மதாம் ழான் துய்ப்ளெக்ஸ் இறங்கக் கை கொடுத்து உதவி செய்தார். அவளை அடுத்து அவளுடைய ஐந்து குழந்தைகளும் ஒருவர் பின் ஒருவராகக் கீழே இறங்கினார்கள். அவர்களை அடுத்து துய்ப்ளெக்ஸின் மாமியாரும், ழானின் தாயுமாகிய ரோஸ் அல்பேர் இறங்கினாள்.

கோட்டையில் முழங்கின இருபத்தொரு குண்டுகளும் நிலத்தை ஒடுங்கச் செய்தன. துய்ப்ளெக்சைப் பலரும் முன்னரே அறிந்திருந் தார்கள். துய்ப்ளெக்சும் புதுச்சேரியில் கும்பெனி ஆலோசகராகவும், குமாஸ்தாவாகவும் பணிபுரிந்திருந்த காரணத்தால், எல்லோரையும்

அறிந்திருந்தார். முதலில் துலோராம் வணங்கிக் கை கொடுத்தார். துபாஷ் பெத்ரோ கனகராய முதலியார் பொன் இழைத்து, வைரக் கற்களால் பதித்த சாலுவை ஒன்றைக் குவர்னருக்குத் தந்தார்.

"முதலியார் திரேகம் நீரிழிவு நோயால் கஸ்தி அடைந்தீராமே. இப்போ சுகம்தானா?" என்றார் குவர்னர் துரை, கனகராயரிடத்தில்.

"கர்த்தர் கருணையால் இப்போ சௌக்யமாக இருக்கிறேன்... தங்கள் தயவு."

குவர்னர் கண்களில் ஆனந்தரங்கர் பட்டுவிட்டார்.

"ரங்கப்பா...சௌக்யம்தானா?" என்றவர் தம் மதாமிடம் திரும்பி, "நம் ரங்கப்பாவை நினைவு இருக்கிறதா?" என்றார்.

"நைனியப் பிள்ளை மைத்துனர்தானே, தெரிகிறது" என்றாள் மதாம்.

"எல்லாம் பிரபுவின் தயவு. பெருமாள் அருளும், பிரபுவின் தயவும் அன்றோ என்னைக் காப்பாற்றுகிற பிரஸாதங்கள்" என்றார் ஆனந்தரங்கர்.

"ரங்கப்பன் மகா மதுரமாகப் பேசுவதில் சமர்த்தர். மிகுந்த நம்பிக்கைக்குப் பாத்திரமாகிற மனுஷர்."

"தெரியுமே. வாக்கு சாதுர்யம் இல்லையானால் இந்தச் சின்ன வயசில் இவ்வளவு பணம் சம்பாதித்திருப்பாரா?" என்றாள் மூான் சிரித்துக்கொண்டே.

ஆனந்தரங்கருக்கு சுருக்கென்றது. இதுவென்ன இந்தச் சுப வேளையில், பூஜை அறையில் பிசாசு நுழைந்தது போன்ற பேச்சு! என்று இருந்தது. எனினும் சொன்னார்:

"சுவாமி கிருபையில் தந்தையைப் போல இருந்து எமக்கு ஆதரவு காட்டினீர். இப்போது தாயுமானவராகவும் திரும்பி உள்ளீர். சந்திரனைச் சுற்றின நட்சத்திரக் கூட்டம் மாதிரி பிரகாச மான பிள்ளைகளோடும் சூழ்ந்திருக்கிறீர். பொங்கல் நாளை அடுத்த நாலாம் நாள் புதுச்சேரிப் பட்டணம் வந்து சேர்ந்தீர். இப்போ அசுபதி நட்சத்திரம், மகர லக்கினத்தில் மண்ணில் கால் வைத்தீர். இரும்புச் சங்கிலிக் கண்ணிகள் ஒன்றுடன் ஒன்று சேரும் போது சலேர் பிலேர் என்று சப்தம் இடுவது மாதிரி மகா யோக்யத்தோடும், மகா ஆரவாரத்தோடும் குபேரனைப் போல வாழப் போகிறீர் பாரும்."

குவர்னர் துரை ஆனந்தமாய்ப் போனார். அதற்குள் நகரத்துத் தட்டார்மார்கள் துரைகளைச் சேவித்துக்கொண்டு துரைசானிக்குத்

தங்க மாலை ஒன்றைப் பரிசாகத் தந்தார்கள். மதாம், நகையைப் பார்த்ததும்தான் முதல் முறையாக முகம் மலர்ந்தாள். அதற்குள் செம்படவர்கள் நாலு கூடை மீன்களைக் குவர்னர் முன் வைத்துச் சேவித்துக்கொண்டார்கள்.

"ஆஹா... என்ன பொருத்தம். மகர லக்கினத்தில் வந்தவருக்கு மகர சமுத்ரமே பரிசு வாருது பாரும். ஆர்க்காட்டுத் துலுக்கருக்கு மகரம் தானே அதிகார சன்னது. பிரபுவுக்கு மகா பிரபாவம் வரப் போகிறது என்பதற்கு இதுவே அத்தாட்சி" என்றார் ஆனந்தரங்கர்.

துபாஷ் முதலியார், தாசிகள் இருக்கும் திக்கைப் பார்த்து, "யாரடி அங்கே? அந்தத் தேவடியார்களை ஆடச் சொல். மேளக்காரனை வாசிக்கச் சொல்" என்று உத்தாரம் சொன்னார். திடுமென நாயனம், ஜெண்டை உறுமி ஒலிக்க, ஜல்ஜல் என்று தாசிகள் ஆடிக்கொண்டே துரைக்கு முன்பு வந்து சலாம் செய்து கொண்டார்கள்.

சிறிது நாழிகை தாசி ஆட்டம் பார்த்திருந்துவிட்டு துரை, பாதிரிகளின் வழிகாட்டலுடன் கோயிலுக்குப் போனார். பூஜை முடித்து வெளிவந்த குவர்னர் துரை பல்லக்கு, குதிரை எது வொன்றையும் மறுத்துக் கால்நடையாகவே தம் மாளிகை நோக்கி நடந்தார். வழி நெடுக தென்னை மட்டைகளும், வாழையும் நாட்டித் தெருவை அலங்காரம் செய்திருந்தார்கள்.

குவர்னர் துரை துய்ப்ளெக்சின் மனத்தில் பல்வேறு எண்ணங் கள், யோசனைகள் வந்து போயின. இருபத்து மூன்று வயசில், சிகரங்களைத் தொட்டு அதன் மேல் ஏறி நிற்பது போன்ற கனவுகளுடன் கால் வைத்த பூமி இது. இங்குதானே ழானை அவர் அறிந்தது? வெள்ளைக்காரப் பெண்களில் ழானுக்கு நிகர்த்தி அழகி ஒருத்தியும் இல்லை என்றல்லவா அந்தக் காலத்தில் பிரபலமாய் இருந்தது. ழானை மணக்க எத்தனை பேர் முன் நின்றனர். கடைசியில் வேன்சானுக்குப் பதினோரு குழந்தைகள் பெற்று, அவனும் இறந்து, பதின்மூன்று வருஷக் காத்திருத்தலுக்குப் பிறகு அல்லவா அவர் அவளைக் கல்யாணம் செய்து கொண்டு இந்த மண்ணுக்குத் திரும்பியிருக்கிறார்.

அவர் அருகில் நடந்து வந்த ழான் கேட்டாள்.

"முசேவுக்கு என்ன யோசனையாய் இருக்கிறது?"

"உன்னைத்தான் யோசிக்கிறேன், ழான் இந்தக் கடற்கரையில் அல்லவோ உன்னை நான் முதன்முதலில் கண்டது. இந்தக் கடற்கரையில் இருக்கும் ஒரு தென்னந்தோப்பில் வைத்தல்லவோ உன்னை நான் அறிந்தது, ஸ்பர்சித்தது?"

மூான், வைர மோதிரம் போன்றிருக்கும் பற்கள் தெரியாமல் சிரித்தாள். அவர் கைகளுடன் தன் கைகளை இணைத்துக் கொண்டாள்.

பெண்கள் எடுக்கும் வகிடு மாதிரி நேராகவும், நேர்த்தியாகவும் அமைந்திருந்தன புதுச்சேரிப் பட்டணத்து வீதிகள். ஒழுங்கான பல் வரிசை மாதிரி அமைந்திருந்தன வீடுகள்.

"மூான்... இந்தப் பட்டணம் உனக்குப் பிடித்திருக்கிறதா?"

"என்ன பேச்சு ழோசேப்? இது நான் பிறந்த ஊரல்லவா? இந்த ஊரின் வளர்ச்சியை ஒவ்வொரு செங்கல்லாக அல்லவா நான் பார்த்திருக்கிறேன். என் அப்பாவின் நன்மரணம் இங்குதானே நிகழ்ந்தது. என் யவ்வனம் இங்குதானே கழிந்தது?"

"இதை நான் ஏற்பதற்கில்லை."

"எதை, ழோசேப்?"

"உன் யவ்வனம் கழிந்துவிட்டது என்பதை."

பின்னால் மரியாதைக்குச் சற்று தொலைவு விட்டு நடந்து வந்துகொண்டிருந்த அதிகாரிகளுக்கு, மதாம் குவர்னரின் உரத்த ஜலதரங்கம் மாதிரியான சிரிப்பு புருவத்தை உயரச் செய்தது.

"பாதிரி உன்னிடம் தனியாக என்ன பேச்சுப் பேசினார்?"

"நீ பொறாமைப்பட வேண்டிய பேச்சல்ல!"

இப்போது குவர்னர் துரை சிரித்துக் களித்தார்.

அம்மாள் சொன்னாள்:

"நான்தான் கிறிஸ்து மதத்தை உத்தாரணம் செய்ய வேண்டும் என்று கேட்டுக்கொண்டார். அதற்கென்ன ஆகட்டும் என்றேன்."

துரை தமது திருமாளிகை அண்டைக்கு வந்தார். சற்று தூரத்தில் இருந்த வேதபுரீஸ்வரர் கோயிலில் இருந்து வந்த கண்டாமணியின் நாதம் அவர் கவனத்தைக் கவர்ந்தது. திரும்பி,

"ரங்கப்பா!" என்றழைத்தார்.

"பிரபு."

"அது வேதபுரீஸ்வர் கோயில்தானே?"

"ஆம். துரை அவர்களே."

"அது இன்னுமா இருக்கிறது?"

துரை தம் மாளிகைக்குள் நுழைந்தார்.

ஆனந்தரங்கர் மனம் சஞ்சலம் உற்றது.

2

குவர்னர் துரை துய்ப்ளெக்ஸ் அவர்களும், மதாம் துய்ப்ளெக்சும் குவர்னர் மாளிகைக்கு முன்வாயிலில், அகன்ற கூடத்தில் மேசை போட்டு, கபே அருந்திக்கொண்டிருந்தார்கள். பால் கலவாத பிரெஞ்ச் கபே, குவர்னருக்கு மிகுந்த பிடித்த பானமாகும். அவர்கள் உட்கார்ந்த இடத்திலிருந்து கடல் தெரியும்படிக்கு இருந்தது. குவர்னர் மாளிகையையும், துணிக் கிடங்குகள், ஆயுதக் கிடங்கு, பலசரக்குக் கிடங்குகள், சோல்தாக்கள் இருப்பிடம் ஆகியவற்றை உள்ளடக்கிய சேன் லூய் கோட்டை மதில் சுவரும் இருந்த இடத்திலிருந்தே துரை பார்க்கத்தக்கதாய் இருந்தன.

குவர்னர் மிகுந்த சந்தோஷத்தில் இருந்தார். பாலில் சற்றே குங்குமம் பெய்த நிறம் குவர்னருடையது. பாலில் குங்குமத்தைப் போட்டுக் காய்ச்சிய நிறம் மதாமுடையது. புதுச்சேரி வெய்யிலில் பிறந்து அலைந்து லேசாய்க் கறுத்திருந்தாள் ழான். சந்தோஷத்தால் குவர்னர் மேலும் சிவந்திருந்தார். தில்லி பாதுஷாவே குவர்னரின் சன்னத்தை அங்கீகரித்து அவருக்கு நவாப் அந்தஸ்தும், நவாப்புக்கான கொடியையும் அனுப்பியிருந்தார் என்றால், அது சொல்லுந்தரமா? ஆனந்தம் அடைய குவர்னருக்குச் சகல சுதந்திரமும் உண்டே!

"நவாப் சாகேப்... இன்னும் ஒரு குவளை கபே சாப்பிடுகிறீர்களா?"

குவர்னர், ழானின் அந்த விளிப்பில் புளகாங்கிதம் உற்றார்.

"உன் விருப்பம்போல் கண்ணே!" என்றார்.

ழான், ஆவி பறந்த சீனப் பீங்கான் பாத்திரத்தை வெள்ளைத் துணிகொண்டு போர்த்தி வெகு நாகரிகமாகவே குவர்னருக்குக் கபேவைப் பெய்தாள்.

"ழான்... இன்னிக்குக் காலமே, நம்முடைய ஆப்தரும், சினேகிதருமான சந்தர் சாகிப்பின் பாரியாளைச் சந்திக்க வேணும் என்பதாகச் சொன்னாயே... உனக்குப் புறப்பாட்டுக்கு நேரமாகவில்லையா?"

"இருக்கட்டும். ராஜாவாகி விட்ட என் ழோசேப் இனி அடிக்கடி காணவும், கேழ்க்கவும், பேசவும் அருமையாகி விடுவார், அல்லவா? ஆதலினால் கிடைக்கும் நேரத்தை அருகில் இருந்து சுகப்பட வேணும் என்று ஆசை."

“ராஜாவா?”

துய்ப்ளெக்சின் புருவங்கள் உயர்ந்தன.

“நவாப் சன்னத்து, ராஜாவுக்குச் சமம் என்றுதானே ரங்கப்பர் சொன்னார்.”

“ரங்கப்பரா? அவர் நம்மீது மெய்யான அன்புடையவர் அல்லவோ? அந்தப் பிரீதி காரணமாக அப்படிச் சொன்னார் போலும்.”

ரங்கப்பர் நேற்று காலை அப்படித்தான் துய்ப்ளெக்சை விளித்தார். நேற்று, இதுபோன்ற கபே அருந்தும் சமயத்துக்குத்தான் ரங்கப்பர், குவர்னர் முன் பிரவேசித்தார். அப்போது செய்தி அறிந்து ஆலோசனைச் சபையாரும், சின்ன குவர்னர் துரையும் குவர்னரைக் குழுமியிருந்தார்கள். அப்போது பிரவேசித்த ஆனந்தரங்கர், “கர்நாடக ராஜாவுக்கு நமஸ்காரம்” என்றார். அது கேட்டு எல்லோரும் சந்தோஷித்தார்கள்.

“ரங்கப்பன் நம்மை மிகவும் உசத்திப்புட்டார்” என்றார் குவர்னர்.

“உசத்துவது என்ன? உசந்திருக்கிற இமய பர்வதத்தை அண்ணாந்துதானே பார்க்க வேண்டியது.”

“ரங்கப்பர்... நல்ல நேரத்தில் வந்துள்ளீர். தில்லி பாதுஷா அவர்கள் பெரிய மனசுபட்டு தானே அனுப்பயிருக்கிற பிருதுவை வாங்கி வருவதற்கான சம்பிரதாயம் என்னவென்று சொல்லும். நீர் சம்பிரதாய விவகாரங்கள் அறிந்தவராயிற்றே.”

“ஏதோ கைப்பிடி அளவு. துரை ஆக்ஞாபிப்பதால் சொல்லு கிறேன். பிரபு, சன்னத்தைக் கொண்டு வந்தவர்கள் தங்கி யிருக்கும்படியான ஒழுகரைக்கே போக வேண்டிய அவசியம் இல்லை. பிரபு, வழுதாவூரில் வாயிலில் இருந்தால் போதுமானது. சின்ன துரை அவர்களும், மற்றுமுள்ள ஆலோசனைச் சபையாரும் ஒழுகரைக்கே போய் பிருதுவை எதிர்கொள்ள வேண்டியது. போகும்போது யானைகள் இரண்டும், பெரிய யானை ஒன்றும், குதிரை வீரர்கள் ஐநூறு பேரும் போக வேண்டியது. பாதுஷா அவர்கள் அனுப்பியிருக்கும் நவாப் கொடியைப் பெரிய யானை வைத்துக்கொண்டு முன்னால் வர வேண்டியது. நவாப்புகளுக்கு என்று இருப்பதான நவாப்பு மேளம் என்று சொல்கிற டக்கா மேளம் இரண்டு யானைகளில் வர வேண்டியது. சிறு கொடிகளைப் பன்னிரண்டு பேர் பிடித்துக் கொண்டு வர வேண்டியது. தாசி ஆட்டம் ரொம்ப அவசியம்.”

குவர்னர் ஒப்புக்கொண்டார். அப்படித்தான் நடந்தது. துய்ப்ளெக்ஸ் பல்லக்கில் அமர்ந்து வர அவருக்கு முன்னதாக பெரிய யானையில் பாதுஷா அளித்த கொடி ஊர்வலம் வந்தது.

கொடி முக்கோண வடிவில் அமைந்திருந்தது. பிரான்ஸ் தேசத்துக் கொடியின் நிறம் வெண்மை. ஆகையால், வெள்ளை நிறமாயும் இருந்தது அது. நடுவே, பொன் நிறத்தில் அமைந்த சூரியன் ஜொலித்தது. சூரிய மஞ்சள் அசல் பொன் துகள்களால் ஆனது. துணியோ, 'ஷீத் மதாபி' என்னும் உயர்வகைத் துணியால் ஆனது. கொடியைக் கோட்டையின் மேலண்டை வாசலிலே மேலாக, வச்சு நித்தியம் மாலைக் காலத்தில் வாத்தியம் வாசிக்க வேண்டியது என்று நிர்ணயம் செய்தார்கள்...

குவர்னர் துரை கபேயைக் குடித்து முடித்திருந்தார். ழான் எதையோ தீவிரமாக யோசித்துக்கொண்டிருந்தாள்.

"ழான்... என்ன யோசனை?"

"ழோசேப்... மலபார் ஜனங்களை வெல்லுவது ரொம்பச் சுலபம். அவர்கள் மிகுந்த வெள்ளையானவர்கள். ராஜ விசுவாசம் உள்ளவர்கள். ராஜாக்களை கடவுள் அவதாரமாகவே காண்பார்கள். இப்போது உனக்குக் கிடைத்திருக்கிற நவாப் அந்தஸ்து காரணமாக, அவர்கள் பார்வையில் நீ ராஜாதான்."

"இந்த மலபார்கள் நம்மை ஒப்புக்கொண்டால் என்ன, அல்லாட்டி என்ன?"

"அப்படிச் சொல்லாதே. ஜனங்களை வென்று விட்டால் அப்புறம் அனைத்தையும் சுலபமாக ஜெயிக்கலாம்."

பாதுஷாவின் பிருது வந்திருந்த அந்த மாலையே, மதாம் துய்ப் ளெக்சைப் பார்க்க அத்தர் பேகம் தன் மருமகளும், மகன் ராஜா சாகிப்பின் மனைவியுமான ஆமினாவோடு வந்திருந்தாள். இருவரும் கன்னங்கரிய பர்தாவோடும் ஆறு சேடிப் பெண்கள் துணையோடும் வந்திருந்தார்கள்.

குவர்னர் மாளிகையின் பின்கட்டு வழியாக அத்தர் பிரவேசித் தாள். வயசான துபாஷ் கனகராய முதலியார் அந்தச் சந்திப்புக்கு ஏற்பாடு செய்திருந்தார். மதாம் துய்ப்ளெக்ஸ் அத்தரை எதிர் கொண்டு அழைத்துக்கொண்டு தம் தனி அறைக்குச் சென்றாள். ஆண்கள் பார்வையில் படாமல் பல்லக்கில் வந்து சேர்ந்தார்கள் அவர்கள்.

ழானின் தனியறை அரசியல் காரியங்களுக்கென அவளால் வடிவமைக்கப்பட்டிருந்தது. பிரான்ஸ் தேசத்து வழக்கப்படியான

பஞ்சு மெத்தை தைத்த நாற்காலி மேஜைகளை அவள் ஜாக்கிரதையாகத் தவிர்த்துக்கொண்டிருந்தாள். அவளைப் பேட்டிக்கு வரும் யாருக்குமே அவள் ஒரு ராணியாகவே காட்சி அளிக்க விரும்பினாள். அறை முழுக்க நைசுவகைத் துணி போர்த்தின திண்டு போட்டிருந்தது. தலையணைகள் அழகான பூ வேலையும் தங்கச் சரிகை வேலையும் இணைந்த வகையில் இருந்தன. அறைக்கு நடுவே ஒரு சின்னஞ்சிறு முக்காலியில், தமிழர் வீடுகளில் உள்ளது போன்ற வெற்றிலைப் பாக்குச் சுண்ணாம்பு வைக்கப்பட்டிருந்தது. அவர்கள் அறைக்குள் நுழையும் போது மல்லிகை வாசமும், பன்னீர் மணமும் அவர்கள் உணரும்படியாய் இருந்தன. திண்டைச் சுட்டி, 'அமருங்கள்' என வேண்டிக் கொண்டாள் ழான்.

அத்தரும் ஆமினாவும் அமர்ந்தார்கள். அவர்களுக்கு முன் ழான், சம்மணமிட்டு அமர்ந்தாள். கதவுப் பக்கம் நோக்கின அத்தரின் குறிப்பறிந்து இரு சேடிப் பெண்கள், ஆளுக்கொரு பெரிய மூடின தட்டங்களை எடுத்து வந்து ழானின் முன் வைத்து வணங்கி வெளியேறினார்கள். கதவு சாத்தப்பெற்றது. அத்தரும், ஆமினாவும் தங்கள் பர்தாக்களை நீக்கினார்கள். திடுமென அவ்வறை விளக்கேற்றினாற்போல ஒளிர்ந்தது. அத்தரும் ஆமீனாவும் அணிந்திருந்த வைரமும் பச்சையும் புஷ்பராகமும் ழானின் கண்களைக் கூசச் செய்தது மட்டுமின்றி, சட்டென ஒரு வறுமை உணர்வையும் அவளுக்கு ஏற்படுத்தின. அதனினும் அந்த இரு ஆர்க்காட்டு நவாப்புப் பெண்களின் நிறமும் ஒளியும் இளமையும் கூட அவளை வசம் இழக்கச் செய்தன.

"புதுச்சேரி துரைத்தனத்தாருக்கு இந்த ஏழையின் சின்ன அன்பளிப்பு" என்றபடி தட்டங்களின் மீதிருந்த சிவப்புப் பட்டுத் துணியை விலக்கினாள் அத்தர். அகன்ற தட்டத்தின் நடுவிடம் நிரம்பியபடி தங்கப் பகோடாக்களும், அதன் மேல் வெள்ளை ஒளி உமிழும் வைர வளையல்கள் இரண்டும் வைக்கப்பட்டிருந்தன. இன்னொரு தட்டத்தில், பொன் சரிகை இழைத்த சீரொப்பாக்கள் (நவாபு உடைகள்) இருந்தன.

"ஆர்க்காட்டு அரச வம்சத்தார் தந்த பரிசை மனப்பூர்வமாக ஏற்கிறேன். இது அரசிகள் நம் மீது வைத்திருக்கும் பட்சத்தையே காட்டுகிறது."

"அப்படிச் சொல்ல வேண்டாமே. நாங்கள் தங்கள் அடைக்கலப் பொருள்கள். அரச வம்சத்தில் பிறந்தென்ன? எமக்குத் துரைதானே காத்து ரட்சிக்கும் தயாளராக இருக்கிறார். முன்னால் இருந்த குவர்னர் துரை துய்மா அவர்கள் எங்களைக் கண்ணுக்குள் வைத்தல்லவோ காத்தார். இப்போது எங்களுக்கு அம்மையும் வாப்பாவுமாக நீங்கள் அனுக்கிரகம் செய்ய வேணும்."

“இது பேகம் சொல்ல வேணுமோ? குவர்னர் துரைகூட இது பற்றி நேற்று என்னுடன் பேசிக்கொண்டிருந்தார். துலுக்கப் பெண் ஆச்சுதே, எப்படிப் பார்க்கலாகும்! அம்மாள் விரல் நகத்துக்கும்கூட கிலேசம் வராமல் பாதுகாப்போம் என்று என்னைப் பேகத்துடன் சொல்லச் சொன்னார். எங்கள் பிரான்ஸ் அரசர் – அரசர் நீடூழி வாழட்டும் – கோமகனின் கௌரவமிக்க விருந்தாளி ஆச்சுதே நீங்கள்.”

“எல்லாம் தங்கள் கருணை. அல்லாஹ் உங்களுக்கும் குவர்னர் துரைக்கும் சகல சம்பத்தும் அருள்வாராக இருக்கட்டும்.”

பூானின் கவனம் ஆமினாவின்மேல் சென்றது. “இவள் என் மருமகள். என் மகன் ராஜா சாகிப்பின் பாரியாள். என்னைப் பார்க்கவும் துரைசானியைக் கண்டு வந்தனம் சொல்லிக் கொள்ளவும் நேற்று வந்தாள்.”

ஆமினாவின் கண்களைப் பார்க்கையில் மான் குட்டியைப் பார்ப்பது போலவே இருந்தது. தன் மகளை ஒத்த சிறு பெண். அவள் மேல் பூானுக்கு இரக்கம் சுரந்தது. சதாரா சிறையில் இருக்கும் புருஷன் சந்தா சாகிப்பை இழந்து பிரெஞ்சு அரசின் ஆதரவில் வாழும் அத்தர். ஆர்க்காட்டு நவாப்பியத்தை எப்படி யாகிலும் பிடித்துவிடத் துடித்தலையும் கணவனைப் பிரிந்திருக்கும் ஆமினா. பூான், அத்தரைப் பார்த்துச் சொன்னாள்.

“நவாப் சந்தா சாகிப்பிடம் இருந்து தகவல் வந்து கொண்டிருக் கிறதா?”

“நான்தான் முயற்சி செய்துகொண்டு அதைப் பெறுகிறேன். அவர் ஒரு முறை சிறையிலிருந்து தப்பிக்கும் எத்தனம் செய்தார். மராத்தியருக்கு அது தெரிய வரவே, கட்டுக்காவல் பலமாகி விட்டது. நான்தான் நிறைய, செலவு செய்து அவர் சௌக்கியம் அறிய வேண்டி உள்ளது. மராத்தியர்கள் அவரைச் சுகமாகத்தான் வைத்திருக்கிறார்கள். என்றாலும், சிங்கத்தைக் கூண்டுக்குள் அடைத்து எவ்வளவு தீனி போட்டு என்ன? சுயேட்சை அல்லவோ, சுகம்?”

“உள்ளது.”

பூானின் அந்தரங்கப் பணிப்பெண் பிலோமி மூன்று சீனப் பீங்கான் தட்டங்களில் தீனி கொண்டுவந்தாள். இரண்டு துண்டங்கள் கோதுமை ரொட்டியும், இறைச்சிப் பூரணம் வைத்த உருண்டை இரண்டும், பப்பாளிப் பழக்கீற்று இரண்டும் ஒவ்வொரு தட்டத்திலும் இருந்தன.

“தயை செய்து இதுகளை எடுத்துக்கொண்டு எங்களைக் கௌரவிக்க வேணும்!”

“ஆஹா” என்றபடி அவர்கள் பட்சணத்தைப் புசித்தார்கள். புசித்தபடி அத்தர் சொன்னாள்:

“மராத்தியன் ஒருவனை நம் கையாள் ஆக்கி வைத்திருக்கிறேன். விட்டோ பண்டிதன் என்பது அவன் பெயராகும். மாசா மாசம் அவன் தகவல் அனுப்பிக்கொண்டிருக்கிறான். காசுதான் கூடுதலாகக் கேட்கிறான். மற்றபடிக்கு நம்பகமானவன்.”

மூனின் அரசியல் மூளை சுறுசுறுப்பாயிற்று.

“காசு பொருட்டல்ல... நம்ம ஆள் அங்கு இருப்பது அவசியம். அவன் மூலம் அடிக்கடி தகவல் பெறுங்கள். நமக்குத் தேவை யானதை நமக்குச் சொல்லிக்கொள்ளுங்கள்.”

“நல்லது.”

மூான் பேச்சில் ஈடுபட முடியாதபடிக்குச் சங்கடத்தில் இருந்தாள். அது எதற்காகவோவெனில், அத்தர் மற்றும் அமீனாவின் அதிசயிக்கத்தக்க தோற்றத்தால். அத்தர், கழுத்துப் பச்சை நரம்பு தெரியும் சீம்பால் நிறத்தில் இருந்தாள். காதில் தொங்கின கம்மல் களும், கழுத்தில் தொங்கின வைரம் பொருந்தியதும் கோட்டைப் பொன் உருக்கிச் செய்த பொற் சரடுகளும், முன்கை தொடங்கி முழங்கை மட்டுக்கு விளங்கின வளைகளும், பொன் சிலம்பும் அனைத்தும் சேர்ந்து மூனைச் சிறுமைக்கு உள்ளாக்கின. மருமகளைப் பக்கத்தில் வைத்திருந்தாலும், அவள் என்னமோ மூனினும் இளமையாகத் தெரிந்தாள். திடுமென மூனுக்கு, அத்தர், மாசி மாதத்து நிலா போலவும், அவள் பக்கத்தில் இருந்த அவள் மருமகள் மூன்றாம் பிறையெனவும் ஒரு நினைப்புத் தோன்ற, அதுவே அவளைக் கஸ்திக்குள்ளாக்கிற்று.

அறை இருட்டிக்கொண்டு வந்ததின் பொருட்டுச் சரவிளக்கும், மெழுகுத் திரிகளும் ஏற்றப்பட்டன. அத்தரினதும் ஆமினாவினதும் அணிகலன்களிலிருந்த நீலமும் பச்சையும் வெள்ளையுமாக ஒளிச் சிதறல்கள் எழுந்து மூனின் கண்களைக் கூசச் செய்தன.

“நல்லது... துரைசானி அம்மாள் உத்தாரம் கொடுத்தால் நாங்கள் புறப்பட்டுக்கொள்கிறோம்.”

“செய்யுங்கள். இந்தப் பெண் என்ன பேசா மடந்தையா? பேச வராதா?” என்று ஆமினா குறித்து ஆச்சர்யம் தெரிவித்தாள் மூன்.

“அவளுக்கா பேச வராது என்கிறீர்கள்? புது இடத்தில் கூச்சப் படுகிறாள். வாயைத் திறந்தால், குவர்னர் தோட்டத்து ஊற்றுத் தண்ணீர் மாதிரிப் பேசிக்கொண்டே இருப்பாள். அவள் புருஷனைக் கேட்டுப் பாருங்கள், அவனல்லவோ காது புளிக்க அவள் பேச்சைக் கேட்டுக்கொண்டிருப்பவன்.”

அவர்கள் எழுந்தார்கள்.

“கர்த்தருக்குச் சம்மதமானால் நாம் அடிக்கடி சந்திப்போம்” என்று உபசாரம் சொன்னாள் மூான்.

இரண்டு பல்லக்கில் அவர்கள் ஏறிக் கொண்டு அவர்கள் தங்கியிருக்கும் மீரா பள்ளி வெளியை நோக்கிச் சென்றார்கள்.

காலை ஒன்பது மணிக்கு எழுந்திருந்த குவர்னர் துரை உடுத்திக் கொண்டு பேட்டி அறைக்கு வந்து அமர்ந்தார்கள். பெரிய துபாஷ் பெத்ரோ கனகராய முதலியார் வெற்றிலை பல கட்டுகள், பலம் பாக்குகள், குடுவைச் சுண்ணாம்பு, புஷ்பம், பன்னீர் சீசாக்கள் சகிதம் வந்திருந்தார். முன்னமே பேட்டி அறைக்கு வந்திருந்த ஆனந்தரங்கப் பிள்ளையும் அருகில் இருந்தார்.

“பெத்ரோ, என்ன விசேஷம்?” என்று வினவினார் குவர்னர்.

“மங்கள காரியம். என் தங்கச்சி மகன் ஆச்சாரப்பனுக்குக் கல்யாணம் நிச்சயம் பண்ணியிருக்கிறது. பெண், என் சம்சாரம் உடன் பிறந்தான் குமாரத்திதான். குவர்னர் பிரபு மதாமோடு கிருபை பண்ணி எழுந்தருளி விச்சுக்கொண்டு வாழ்த்த வேண்டியது.”

“அதுக்கென்ன, வந்தாப் போச்சு.”

பெத்ரோ முதலியார், மதாம் துய்ப்ளெக்சையும் சென்று கண்டுகொண்டார். மதாமிடம் போகும்போது பட்டுப் பீதாம்பரம் இரண்டு கட்டும், கட்டு வெற்றிலையும் பாக்கும் புஷ்பமும் கொண்டுபோயிருந்தார்.

“வாருங்கோ முதலியார், உட்காருங்கோ” என்று மலர்ந்த முகமாக மூான், முதலியாரை வரவேற்றாள். பட்டு வஸ்திரத்தைக் கண்டதும் அம்மாள் முகம் அதிகமும் விரிந்தது. முதலியார் தாழ்மையாகச் சொல்லிக்கொண்டார்.

“ஆகவே, என் தங்கச்சி மகன் கலியாணத்துக்கு, மதாம் பெரிய மனசு பண்ணி, துரையை முன்னிட்டுக் கொண்டு வந்து எங்கள் குடியை கௌரவிக்க வேண்டியது” என்று பிரார்த்தித்துக் கொண்டார்.

“கட்டாயம் வருகிறேன். துரையும் வருவார். நம்மோட துபாஷ் மாத்திரம் அல்லவே நீங்கள். கிறிஸ்தவரும் ஆச்சுதே. அந்தப்படிக்கு நாங்கள் கட்டாயம் வருவோம்.”

“எல்லாம் புண்ணியவதி, தங்கள் தயவு!”

“ஒரு காரியம் உங்களிடம் சொல்லி எச்சரிக்கை பண்ணி வைக்க வேணும் என்று நினைத்திருந்தேன். அது ரங்கப்பன் சமாச்சாரம்தான். ரங்கப்பன், துரையை நைச்சியம் பண்ணி

வச்சிருக்கான். உங்களுக்கு அடுத்து துபாஷ் பதவியை அபகரித்துக் கொள்ள வேணுமென்று ரங்கப்பன் அலைகிறான். அது விஷயம் நீங்கள் மிகுந்த ஜாக்ரதையாக இருக்க வேண்டியது. துரை, அவன்மேல் பட்சம் கொண்டிருக்கிறார் என்று நினைக்காதேயுங்கள். அதுவாயிற்று என் பொறுப்பு. துரையின் மனசைக் கலைப்பது என் பொறுப்பு...."

இருபத்தொரு வருஷங்கள் துபாஷ் பதவியில் இருந்து சகல சம்பிரமங்களையும் அனுபவித்திருந்த போதும், கனகராய முதலியார், மூான் சொன்ன சேதி கேட்டுத் துணுக்குற்றுத்தான் போனார். உத்தியோகம் போயே போய்விட்டது என்பதாக அவர் நினைத்துவிட்டார். எனவே சொன்னார்:

"கர்த்தரின் கிருபையும், மதாம் அவர்களின் ஆசீர்வாதமும் இருந்தால் எந்த அசுபம் என்னை நெருங்கும்? எவன் குடியைக் கெடுக்கலாம், எவன் கழுத்தை வாங்கிப் போடலாம் என்று பாக்கு வெற்றிலை போட்டுக்கொண்டு சாத்தான்கள் என்னைச் சுற்றி யல்லவோ அலைகிறார்கள். தேவ கிருபையும், தங்கள் பட்சமும்தான் என்னைக் காக்க வேண்டும்."

"முதலியார் கவலை ஒழிக்க வேண்டும். நான் இருக்கச்சே என்னை மீறி என்ன நடந்துவிடும்? உம்மிடம் ஒன்று சொல்ல வேண்டும் என்று இருந்தேன். நல்ல தட்டாரை நம்மிடத்துக்கு அனுப்ப வேண்டுமே. நமக்கு ஒரு மாட்டல் செய்ய வேண்டி இருக்கிறதே!"

"மாட்டல்தானே செய்தால் போச்சு. என்ன கல் வைக்கலாம்?"

"துரை புஷ்பராகம் வச்சுப் பண்ண வேணும் என்று சொல்லிக்கொண்டிருந்தார்."

"உங்களுக்கெதுக்கு வீண் சிரமம். மாட்டல் ஒரு விஷயமாகுமா? நானே என் தட்டானைக் கொண்டு பண்ணுவித்துத் தருகிறேன். நான் உண்பதோ தங்கள் உப்பு. குடிப்பதோ நீங்கள் சிந்தின தண்ணீர்."

கலியாணத்துக்குத் துரையும் மதாமும் வந்திருந்தார்கள். தெருவில் போடப்பட்டிருந்த பந்தலில் அரை நாழிகை இருந்து பாக்கு வெற்றிலை தாம்பூலம் பெற்றார்கள். அப்புறம் மணப் பெண்ணையும் பிள்ளையையும் உள்ளே சென்று வாழ்த்திச் சிலுவைக் குறியிட்டு ஆசீர்வாதம் பண்ணினார்கள். முதலியார் குவர்னர் தம்பதிகளைத் தனி அறைக்கு அழைத்துச் சென்று அமர வைத்து குவர்னருக்கு ஆயிரம் பகோடாக்களும், மதாமுக்கு ஐநூறு பகோடாக்களும், அத்துடன் புஷ்பராக மாட்டலும்கூட வைத்துக் கொடுத்தார்.

குவர்னர் தம்பதிகள் பரம சந்தோஷத்துடன் விடைபெற்றுப் போனார்கள்.

3

ஆனந்தரங்கப் பிள்ளை காலமே எட்டு மணிக்கெல்லாம் குவர்னர் துரை வீட்டண்டைக்கு வந்து சேர்ந்தார். குவர்னர் துரை துய்ப்ளெக்ஸ், கபே குடித்துத் திருமாளிகை முகப்பண்டை நாற்காலி போட்டு அமர்ந்திருந்தார். பெப்ருவரி மாசத்து வெய்யில், துரையை வியர்க்கச் செய்துவிட்டது. அவருக்குப் பின்னாலிருந்து ஒரு சேவகன் விசிறியால் வீசி உஷ்ணத்தை ஒருபடி குறைத்துக் கொண்டிருந்தான்.

இன்றைக்கு மணியக்காரன் வந்தவாசி ரங்கப் பிள்ளையை விசாரிக்க வேண்டியிருந்தது. அவனையும், அவனோடு சாவடியில் காவலில் வைக்கப்பட்டிருந்த நெல்லுக்கார கண்ணப்ப முதலி, வழிச்சாரிச் சேவகன் மூவரையும் அழைத்துவரச் சாவடி முத்தையா பிள்ளை போயிருந்தார்.

“துரை அவர்களுக்கு மாசி மாசத்து வெய்யிலையும் தாங்க முடியவில்லையே. கத்தரி வெய்யில் துண்டித்துப் போடுமே... எங்ஙனம் சகிக்கப் போகிறார்?”

“ஆமாம் ரங்கப்பா. பத்துப் பன்னிரண்டு வருஷங்கள் இந்தத் தேசத்தில் உத்தியோகம் பார்த்திருக்கிறேன். இன்னும் இந்த வெய்யிலுக்கு உடம்பு தோதுப்படவில்லை. பார், ழான், இங்கேயே பிறந்து வளர்ந்தவள், அவளேகூட சிரமப்படுகிறாள்....”

“பிரபு அவர்களுடைய பெண்ஜாதி மதாமோடு தோட்டத்துப் பக்கம் வந்து சற்று நேரம் சிரமபரிகாரம் செய்து கொண்டால், உடம்புக்கு சொஸ்தமாய் இருக்குமே.”

குவர்னர் துரை அந்த யோசனையை ஏற்றுக்கொண்டார்.

“நாளைக்குக் காலமே உம்முடைய சாவடிக்கு வருகிறோம். காலாப்பட்டுக்கும் வருகை தருவோம். ஏற்பாடு செய்யும்.”

“ஆகா. உம்முடைய மனசு.”

“மூசே துலோராம் மற்றுமுண்டான செமிசேல்காரர்கள், இஷ்டமான பேர் நம்முடன் வரலாம் என்று சொல்லிவிடுங்கள்.”

“ஆகா. உம்முடைய மனசு.”

இரண்டு பிரெஞ்சுக்கார சோல்தாதுகள் வந்து சலாம் அடித்து நிற்கவும், முத்தையா பிள்ளையைத் தொடர்ந்து கிடங்கில் இருந்த வர்கள் வந்து சேர்ந்தார்கள். அனைவரும் இடுப்புக்குக் கீழாக வணங்கி நிமிர்ந்தார்கள். வழிச்சாரிச் சேவகன் துரையைப் பார்த்துச் சொன்னான்:

“சாமி... துரை... அன்னைக்கு இந்த வெள்ளாழ மன்னப்ப முதலி நெல்லு கொண்டு கவுனிக்கு வரச்சே, எத்தனை சட்டை (மூட்டை) என்று நான் கேட்டேன். அதுக்கு அவன் இருந்து கொண்டு 122 சட்டை என்று சொன்னான். கவுனியிலே வச்சு எண்ணிப் பார்க்கச்சே 120 சட்டைதான் இருந்தது. இது ஏதடா சூதாய் இருக்குதே என்று நான் கேட்ட இடத்து, விடடா என்று மன்னப்ப முதலி நாராசம் பாராசமான வார்த்தைகளை என் மேல் போட்டதுக்கு இந்த மணியக்கார வந்தவாசி ரங்கப்பிள்ளை வாயை யும் மற்றதும் திறக்காமல் இருந்தானே, அது வயணம் என்னவென்று கேளுங்கள் சாமி, துரை அவர்களே. நான் பொய், புனைசுருட்டு பண்ணுகிறவன் அல்லனே. என் நேரத்தை (காரியத்தை) சின்ன துபாஷ் பிள்ளைவாள் அறிவாரே....”

நாட்டு மாம்பழம் போலச் சிவந்து போனார் குவர்னர். அவர் மணியக்கார வந்தவாசி ரங்கப் பிள்ளையைப் பார்த்து “வெள்ளாழ மன்னப்ப முதலியோடு சேர்ந்துகொண்டு அதிகச் சட்டை கணக்குப் பண்ணி எழுதி கும்பெனியில் இருந்து நீ திருடுகிறதினால் அல்லவோ, அந்த முதலி சேவகனைத் திட்டும் போது நீ விசாரியாது இருந்தாய். உன்னைக் காது அறுத்து, நாய் முத்திரை குத்தி, கோட் டைக்கு வெளியிலே துரத்துகிறேன் பார்” என்று சத்தம் போட்டார். இந்திய வெய்யிலும், திருட்டும் அவர் உடலில் வியர்வை வழிந் தோடச் செய்து அவரை எரிச்சல் படுத்தியது.

வந்தவாசி ரங்கப்பிள்ளை துரையின் காலில் விழுந்தான்.

“பிரபுவே, நான் அறியாது செய்த பிழையை மன்னித்தருளுங் கள். மனசில் வஞ்சகம் வைத்துச் செய்தது அல்ல. ‘மன்னப்ப முதலி, கவுனியாண்டை, சேவகனிடத்தில் என்ன வயணம் சொன்னான் என்பது’ நான் அறிந்தது அல்ல. காலம் காலமாக நெல் அளக்கிற மனுஷர், யோக்யவான் என்று நினைத்துச் செய்ததே அல்லாமல் வேறல்ல. நெஞ்சில் வஞ்சத்தோடு இதைச் செய்திருந்தேன் என்றால், என் வயித்துக் குழந்தை வாந்தியிலே போவட்டும். கடைசிக் குழந்தை கழிசலிலே போவட்டும். இடுப்புக் குழந்தை இழுப்பு வந்து சாகட்டும்” என்று மணியம் வந்தவாசி பிள்ளை கண்ணீர் வழியச் சொன்னார்.

குழந்தையைச் சொன்னது ஆனந்தரங்கரை நெகிழப் பண்ணியது. துரையோ, “இந்த பிள்ளையையும் முதலியையும் காதுகளை அறுத்து கணக்கு முத்திரை போட்டு கோட்டைக்கு வெளியே துரத்துங்கள்” என்று உத்தாரம் பண்ணினார்.

ஆனந்தரங்கர் மெதுவாகச் சொல்லத் தொடங்கினார்.

“பிரபு கேழ்க்கச் சம்மதியானால் சொல்லுகிறேன். ஜனங் களுக்குத் தகப்பனார்போல் இருக்கப்பட்டவர் தாங்கள். ஒரு முறை

இந்த வந்தவாசியானுக்கு மன்னிப்பு அளிக்க வேணும். நாளதுவரை ஒரு குத்தமும் செய்யாத பிராணி இவன். நெல்லுக்கார முதலியை ஒப்பந்தத்தை ரத்து பண்ணினால் போதுமானது."

சட்டென்று வானத்தில் மேகம் திரண்டு, நுங்கு நீர் மாதிரிக் காற்று வீசியது. வெயிலும் மட்டுப்பட்டது. குவர்னர் துரை சாந்தப்பட்டார்.

"இந்த முறை மன்னிப்பு. பிள்ளை சொன்னதால் விட்டேன்" என்றார் துரை.

நெல்லுக்காரனின் கும்பெனி ஒப்பந்தம் ரத்து செய்யப்பட்டுத் துரத்தப்பட்டான். ஆனால், இந்தத் திருட்டை பெத்திசம் போட்டுத் தெரியப்படுத்தின முருவப்பிள்ளை அழைக்கப்பட்டார்.

"ஆனால், இந்த முருவப் பிள்ளை பதக்கு வாங்கி மரக்காலாய் விற்கிற பேர்வழியாச்சுதே. எந்தத் திரிசமனும் செய்ய அஞ்சாத பாவியாயிற்றே. எந்நேரமும் யாராவது நல்ல மனுஷர்களுக்கு எதிராகப் பெத்திசம் (விண்ணப்பம்) போட்டு உறக்கம் கெடுக்கிற ஆள் ஆச்சுதே" என்றார் பிள்ளை, குவர்னர் துரையிடம்.

"அதனால் என்ன ரங்கப்பா, நமக்கு உளவு சொல்கிற ஆள்களே வேணும். அவன் நம்மண்டை இருந்தால், மத்த திரிசமன்காரர்கள் பயப்படுவார்கள்தானே...."

முருவப் பிள்ளைக்குச் சாவடி மணியம் உத்தியோகம் தரப் பட்டது.

சொன்னபடிக்குக் காலமே நாலரை மணிக்குக் குவர்னர் துரை மதாமோடு சாவடிக்குப் புறப்பட்டு விட்டார். நவாபுக்குரிய சம்பிரமங்களை ஆனந்தரங்கர் இரவெல்லாம் கண் விழித்துச் செய்திருந்தார். புதுச்சேரி லூய் கோட்டையின் சென்னப் பட்டணத்து வாசல்படி தொடங்கி, காலாப்பட்டு வரைக்கும் வழி நெடுக, வீதியின் இரு புறமும் தென்னை மட்டைகள் நட்டு, குருத்தோலைகள் தோரணம் நாட்டி, தெருவெல்லாம் நாணல் பரப்பிக் குளிர்ச்சி செய்திருந்தார்.

குவர்னர் துரை துய்ப்ளெக்ஸ் அவர்கள் மதாம் சகிதம் பல்லக்கில் வந்தார். சின்ன துரையும் பல்லக்கில் வர, மற்ற பேர் குதிரையில் தொடர்ந்தார்கள். மரங்கள் பாதையில் படுத்துக் கொண்டது போல, அவற்றின் நிழல் இருந்தது. மரங்களின் நிழல்கள் மறைக்காத மீதத் தெருவில், நிலா வெளிச்சம் மெழுகியிருந்தது. கறுப்பு மண் குடத்தைச் சுற்றிய மல்லிகைச் சரம் மாதிரி கருமையும் வெண்மையுமாய் உலகம் சில்லிட்டுக் கிடந்தது. குவர்னர் துரை அனுபவித்துக்கொண்டே வருவதை, அவர் அருகே குதிரை மீது

ஆரோகணித்து வந்துகொண்டிருந்த ஆனந்தரங்கர் அவதானித்து மனம் சந்தோஷித்தார். வாத்தியக்காரர்கள் எதையோ வாசித்துக் கொண்டே முன்னே நடந்தார்கள். அவர்களைத் தொடர்ந்து ஆடிக்கொண்டும் ஆடி ஓய்ந்தும் தேவடியார் கூட்டம் நடந்தது. அவர்களின் ஜிகினா வைத்துத் தைத்த ஆடை அலங்காரம், அந்த வைகறை வேளைக்கு விசித்திரக் கலவையைத் தந்துகொண்டிருந்தது.

ஊர்வலம், பிள்ளை அவர்களின் சாவடியைக் கடந்து காலாப்பேட்டையை அடைந்தது. துரையின் பரிவாரம் அமர் வதற்கென்று பந்தல் போட்டிருந்தது. விசாலமான கல்யாணத் தட்டைப் பந்தல். பந்தலின் மேற்புறத்தை மறைத்து வெள்ளைச் சீலைகள் போர்த்தப்பட்டிருந்தன. தட்டுமுட்டுச் சாமான்காரர்கள் முன்னாலே ஓடிவந்து துரைமார்களுக்கு நாற்காலி மேசைகள் போட்டிருந்தார்கள். மகாநாட்டார்கள் வந்து அஞ்ஞூ வராகன் நசர் வைத்து துரையைப் பேட்டி பண்ணிக் கொண்டார்கள். மீனவர்கள் வாளிப்பான வஞ்சனை, வௌவால், உள்ளங்கை அகல காரா, மண் வாசம் வீசும் குரவை என்று நானாவகை தினுசுகளையும் கொண்டு வந்து துரைக்குத் தந்து நசர் பண்ணிக்கொண்டார்கள்.

“பிரபுவினிடத்தில் ஏதேனும் பிரார்த்தனை பண்ணிக் கொள்ள வேணுமெனில் செய்யுங்கோள்” என்றார் ஆனந்தரங்கப் பிள்ளை, மகா நாட்டார்களைப் பார்த்து.

“ராஜாவே, வழுதாவூர் தில்லேதாரன் அமீர் சத்து என்கிறவன், தம்முடைய மனுஷர்களை அனுப்பி எங்கள் மனுஷர்களைப் பிடிக்கிறதும், கட்டி அடிக்கிறதும், வலைகளை அறுக்கிறதும், எங்கள் சொத்துப் பத்துகளைச் சின்னாபின்னப்படுத்துகிறதுமாய் இருக்கிறான். அவன் ஒட்டாரத்தை ராசாவானவர் நிமிஷத்தில் அடக்கிப் போட வேணும்.”

துரை அவர்கள் சின்ன துரையின் பக்கம் திரும்பி, “ஏதேது... இந்த அமீர் சத்து இந்த அக்குறுமம் பண்ணுகிறான். அவனைச் சரியாய்க் கண்டித்துப் போடுங்கோள்” என்றார்.

ஒரு மணிநேர அளவுக்குக் காலாப்பட்டில் இருந்த துரை பரிவாரம் திரும்பப் பிள்ளைச் சாவடிக்கே திரும்பிற்று. அங்கு கூடாரம் போட்டு மேசை நாற்காலி போட்டு மதுச்சாராயம் முதலான தினுசுகள் வயணயாம் வைக்கப்பட்டிருந்தன. தித்திப்பு மேசைகள் போட்டு அதைச் சுற்றிலும் துய்ப்ளெக்சும், மூானும், சின்ன துரையும் மற்றுமுள்ள கோன்சேல்காரர்களும் அமர்ந்தார்கள். மூான் ஒவ்வொரு குப்பியிலும் வேனை (ஒயின்) ஊற்றி, அவைகள் ஒன்றுக்கொன்று தம்முள் சமமாக இருக்கின்றனவா என்பதைப் பரீட்சித்துப் பார்த்து, பின்பு கனவான்களிடம் “தயவு செய்து பானம் பருகிக் களைப்பாற்றிக் கொள்ளுங்கள்” என்றாள்.

துய்ப்ளெக்ஸ், தமக்கு அருகே நின்றுகொண்டிருக்கும் ஆனந்த ரங்கரைப் பார்த்தார்.

"ரங்கப்பா, நீரும் வந்து உட்காரலாமே. நம்மோடு மதுபானம் செய்து, நம்மைக் கௌரவிப்பீரோ மாட்டீரோ?"

"எல்லாம் தங்கள் அன்பு. நான் இப்படி நின்றும் இருந்தும், எல்லோரையும் உபசரிக்க வேணுமே!"

"உள்ளது. கொஞ்சம் பானம் பண்ணுவீரே?"

"அடியேன் மதுபானம் பண்ணுகிறதில்லை. என்னை க்ஷமிக்க வேணும்."

"ஹிந்துக்கள் மது அருந்துவதை ஒரு பாவமாகக் கருது கிறார்கள்...." என்றாள் ழான். இகழ்ச்சி தோன்ற அவள் சொல்வ தாக ஆனந்தரங்கருக்குப் பட்டது.

"கிறிஸ்துவர்களில் கனகராய முதலியார் மது அருந்து வதில்லையே!" என்றார் பிள்ளை. துய்ப்ளெக்ஸ் தலையிட்டுச் சொன்னார்:

"நீர் மதுவை விலக்கியது எதனால்? பரவசமானதொரு அனுபவத்தை ஏன் இழக்க நினைக்கிறீர், ரங்கப்பா?"

"சாராயத்தைக் குடித்துப் பரவசம் கொள்ள வேண்டியது என்ன? மனசுக்குள் எப்போதும் மது பொங்கி வழிந்து கொண்டிருக் கையில், பரவசம் தானாய் ஊற்றெடுக்குமே!"

துரை, அதன் பின்னர் அமைதி அடைந்து போனார்.

எல்லோரும் மதுக் குப்பியை உயர்த்திப் பிடித்து 'பிரான்ஸ் அரசர் நீடூழி வாழ்க' என்று மொழிந்தார்கள். ழான், 'துய்ப்ளெக்ஸ் நவாபு ஆரோக்யம் பெருகட்டும்' என்றாள். எல்லோரும் ஆரவாரித்தபடி மதுவைப் பருகினார்கள். முறுமுறுத்த முறுக்கும், நெய்யில் வதக்கிய இறைச்சியும், மீன் வறுவலும், ரொட்டித் துண்டங்களும், கபேவும் தித்திப்பு மேசை மேல் அடுக்கி வைக்கப்பட்டிருந்தன. அவ்விடத்தில் இருந்து கடல் காணத்தக்கதாய் இருந்தது. ஒரு கருப்புத் திமிங்கலம் படுத்துக் கிடக்கிற மாதிரி இருந்தது கடல். அலைகள் அதன் வெள்ளைச் செதில்கள். கடலின் தலும்பல், அதன் வால் வீச்சு...

மது தீரத் தீரக் குப்பியை நிறைத்துக்கொண்டிருந்தாள் ழான்.

துய்ப்ளெக்சின் கண்கள், லேசாகச் சிவந்து கொண்டிருந்தன. மதுவின் ஊக்கத்தால் சற்றே கலங்கவும் செய்தன. அவர் கோபா வேசத்தோடு சொன்னார்:

"மலபார்க் கடலில் ஆங்கிலேயர்களின் கப்பல் ஒன்று கூட நிற்கக் கூடாது. வங்கக் கடலில் நமது கப்பல்கள் மட்டுமே

ஆட்சி பண்ண வேணும். நமது தாயகமான பிரான்ஸ் தேசத்துக்கு, இந்தியாவில் பெரும் பூமியைச் சம்பாதித்துத் தருவேன். நமது மரியாதைக்குரிய புதுச்சேரியின் முதல் குவர்னர் பிரான் சுவா மர்த்தேன் – மோட்சத்தில் அவர் ஆன்மா நிலைபெற்றுச் சந்தோஷமடையட்டும் – இந்தப் பூமியைக் கைப்படுத்தி அழகு செய்தார். நமது நண்பர், முந்தைய குவர்னர் துய்மா, காரைக் காலைப் புதுச்சேரியுடன் சேர்த்தார். நாம் இதை விடவும் அகன்ற பூமியை நம் தாயகத்தின் பெயரோடு சேர்ப்போம்."

உன்மத்த நிலையில் குவர்னர் இவ்வாறு சொன்னவுடன், அவ்விடத்தில் ஒரு வகை ஆவேசம் உருவாயிற்று. சின்ன துரை இருந்து கொண்டு "குவர்னர் தான் சொன்னதைச் சாதிப்பார். நாங்கள் துணை நிற்போம்" என்றார்.

துய்ப்ளெக்ஸ் மேலும் ஒரு குப்பியை நிறைத்துக் கொண்டார்.

"தக்காணத்து நிஜாமும், ஆர்க்காட்டு நவாப் சப்தர் அலிகானும் நம்மோடு பட்சமாகத்தானே இருக்கிறார்கள். நாமும் அவர்களோடு சினேகிதத்தை உறுதி பண்ணிக்கொள்வோம். கூடவே நாடுகளைச் சேர்த்துக்கொள்ளும் நம் திட்டத்தையும் செயல்படுத்த வேணும். நவாபுகளும் சரியே, சமஸ்தான அதிபதிகளும் சரியே, பாளையக் காரர்களும் சரியே. அவர்கள் எண்ணிக்கையில் பெரிய படை வைத்திருந்தாலும், அந்தப் படைகளுக்குச் சரியான பயிற்சியோ, தேவையான கட்டுப்பாடோ, கடித்துப்போட்ட நக அளவுக்கும் இல்லை. ஆகவே சின்னஞ்சிறு படை பலம் கொண்ட நம்மை அவர்கள் அண்டியே தீர வேணும். போர் என்று வந்துவிட்டால், நம்மை அவர்கள் ஜெயிப்பது துர்லபம்...."

துய்ப்ளெக்ஸ் சற்று நேரம் யோசித்தபடி இருந்தார். பிறகு தொடர்ந்தார்:

"பிரான்சுவா மர்த்தேன் போன்ற தொடக்க கால குவர்னருக்கு ஏற்பட்ட கடமைக்கும் நமக்கும் வித்தியாசம் இருக்கிறது. மீனவக் குப்பமாக இருந்த இந்த பூமியைப் புதுச்சேரிப் பட்டணமாக மாற்றி அமைத்ததே அவர்களுடைய சாதிப்பு. நமக்கு அது போதாது. நமது மேன்மைமிகு மன்னர்பிரான்–அரசர் நீடூழி வாழட்டும் – நமக்கு இட்டருளிய கட்டளைகள் மூன்று. வியாபாரம் பண்ணிப் பணத்தைச் சம்பாதித்தல், காட்டுமிராண்டிகளாகவும், மகா அறிவீனர்களாகவும் இருக்கிற இந்தப் பிரதேசத்து மலபார்களை ஞானமடையச் செய்தல், நமது ஜொலிப்புக்கு இடையூறாய் இருக்கக்கூடிய அதிபதிகளோடு போர் செய்தல் ஆகிய அரசரது கட்டளையை நாம் நிறைவேற்றியே தீர வேண்டியது...."

குவர்னர் துரை துய்ப்ளெக்ஸ் அவர்கள் தித்திப்பு மேசைக்கு முன்னால் அமர்ந்த போதும், மதுச் சாராயம் குடித்த போதும்,

தீனிக்கு அமர்ந்த போதும் பீரங்கிகள் போடப்பட்டன. தோரணங்கள் கட்டி, பந்தல்கள் போட்டு சாயங்காலம் மட்டுக்கும் வெகு சம்பிரமமாய் மகா வேடிக்கையாயிருந்தது.

குவர்னர் துரை துய்ப்ளெக்ஸ் அவர்களின் பூமிக் கனவு பலிக்கத் தொடங்கினதை அறிந்தார் ஆனந்தரங்கப் பிள்ளை. ஏழு வயது தொடங்கி, அப்பாவின் விரல்களைப் பிடித்தபடி அரசியல் சூத்திர தாரிகளின் அசைவுகளை வேடிக்கை பார்த்த அனுபவம் அவருக்கு உண்டுதானே? குவர்னர் துரை அண்டையில் பிள்ளை தன் கருத்தை வெளிப்படுத்தினார்.

"துரையை நவாபுவாக்கக் காலம் நிச்சயித்துவிட்டது, பிரானே!"

"பிள்ளை, என்ன சொல்கிறீர்?"

"ஆர்க்காட்டிலிருந்தும், வேலூரிலிருந்தும் நம் மனுஷர்கள் எழுதியனுப்பி வச்ச காயிதங்கள் இப்போதானே வந்து சேர்ந்தன. அதிலே எழுதி வந்திருக்கிற வயணங்களை ஆலோசித்துச் சொன்னேன்."

"ரங்கப்பா, விவரத்தைச் சொல்லும்."

"ஆர்க்காட்டு நவாப்பைக் கொன்று போட்டுவிட்டான், மூர்தீஸ் அலிகான்."

"அப்படி ஆச்சுதா."

"துரையே, அப்படி ஆச்சுது. நவாப் சப்தர் அலிகான், வேலூர் கோட்டைக்கு கில்லேதாரனாக இருக்கும் மூர்திஸ் அலியண்டைக்குப் போயிருக்கிறார். நவாபுக்கு அந்த மூர்தீஸ் அலி என்ன உறவாக வேணும் என்பது துரை அறிவாரே. நவாபின் பெரியப்பா மகன். ஆதலினாலே, தம்பி. அப்புறம் நவாபின் உடன் பிறந்தாளைக் கல்யாணம் கட்டியிருப்பவன். ஆதலினாலே மைத்துனன். ஆகவே சாட்சாத் மைத்துனனாகியும், அண்ணன் தம்பியுமாயும் இருக்கிற குலத் துரோகி, மூர்தீஸ் அலிகான், நவாபுவைச் சொந்தம் பாராட்டிக்கொண்டு வந்து தங்கி இருந்த இடத்தில் கொன்று போட்டானே... அந்த மனுஷர் ராத்திரியில் படுத்து நித்திரை போன இடத்தில், தம்மோட மனுஷர்களை விட்டு வெட்டிப் போட்டான்."

குவர்னர் துரைக்குச் சப்தர்அலி செத்துப் போனது விசனத்தைத் தூண்டுவதாய் இல்லை. அவர் கேட்டார்:

"அடுத்தபடியாக நவாப்பாக யார் வருவது?"

"நவாபின் மகன் முகமது சையிது கான் என்பான் இருக்கின்றானே?"

"ஆனால் அவன் சிறுவன் அல்லவோ?"

"சிங்கத்தின் குட்டி, சிங்கம் அல்லவோ, துரை பெருமானே."

"அவனுக்கு வயது ஏழோ, எட்டோ?"

"ஏழாகிறது!"

துரை மிகுந்த யோசனைக்குள்ளாகி, நடந்தபடியாய் இருந்தார்.

"அந்தச் சிறுவன் பரிபக்குவம் அடையும் வரைக்கும், ஆட்சியதிகாரம் செலுத்துவோர் யாராய் இருப்பர்?"

"பெருமானே, அது நிஜாம் எண்ணத்தின் வசம் உள்ளது. அவர் யாரை நியமனம் செய்கிறாரோ, அவர்."

அந்நேரம், மூான் அவ்விடத்தில் பிரவேசித்தாள். துரை மற்றும் பிள்ளை ஆகியோரின் முக பாவத்தை அவதானித்து அவள் கேட்டாள்.

"ஏதோ முக்கிய சமாசாரம் சம்பாஷிக்கிறாற் போல உள்ளதே."

குவர்னர் துரை அவளுக்கு விளங்கச் சொன்னார்.

"அவசியம் அன்றி மூர்திஸ் அலி ஒரு கொலையை எதற் காகச் செய்ய வேணும்? அவன் நவாப்பாக ஆசைப்படுகிறவனாய் இருக்கும்."

"உள்ளது. மதாம் துரை சரியாகவே சொல்கிறார்" என்றார் பிள்ளை.

"ஜனங்கள் கொலைபாவம் செய்த ஒருவனை ஒப்புக் கொள்வார்களா, ரங்கப்பா?"

ஜனங்கள் மூர்திஸ் அலியை ஒப்புக்கொள்ளத்தான் இல்லை.

4

ஆனந்தரங்கப் பிள்ளை தம் திருமாளிகையின் பிற்சாரியில் இருந்த நந்தவனத்தில் சாய்மனையில் அமர்ந்திருந்தார். மேலே, கிள்ளிப் போட்ட கட்டை விரல் நகம் மாதிரி மூன்றாம் பிறை, சோளப் பொரி மாதிரி நட்சத்திரங்கள். பாப்பா பாடும் பாசுரம் மாதிரி நனைந்த தென்றல் அவரை ஸ்பரிசித்துக் கொண்டிருந்தது. பக்கத்தில் மங்கை அம்மாள் அமர்ந்து பிள்ளையவர்களுக்குத் தாம்பூலம் தயார் பண்ணிக்கொண்டிருந்தார்.

பிள்ளையின் நாள் ஒழுங்குகளில் மதியக் குட்டித் தூக்கமும், இரவுத் தாம்பூலமும் தவறாது கடைப்பிடிக்கப்படுபவை. அரசாங்க

அலுவல் மிகுதியாகிற போது மதியத் தூக்கம் போகும். ஆனால் ராத்திரித் தாம்பூலப் பழக்கம் போவதில்லை பிள்ளைக்கு. அதை மங்கலப் பொருளென்றே கொண்டாடுவார் பிள்ளை. தாம்பூல ரசத்தினால் கிருமி, கபம், தாகம், பல்நோய், விடாய் முதலான தோஷங்கள் நீங்கும் என்பார். பசி, பெண்கள் உறவு, நாவரிசை, நுண்ணறிவு, சுக்ல விருத்தி, தரும குணம், அழகு ஆகியன மேவும் என்பார். தாம்பூலம் தரிக்கையில் முதலில் பாக்கை உட்கொள்ள மாட்டார். ஏனெனில் பாக்கில் அதி துவர்ப்பு, சொக்கு, மூர்ச்சை, புழு, பசைப்பு இவை இருக்கக்கூடும். ஆகவே, அம்மாள் முதலில் ஒரு கொழுந்தை எடுத்துத் தன் தொடையின் மேல் வைத்து நன்கு சீராட்டித் துடைத்து, சுண்ணாம்பு தடவுமுன் காம்பு, ஒளி, நீண்ட நரம்பு, பின்புறத் தோல் இவைகளை நீக்கித் தருவாள். அதை மென்று சாரத்தைத் துப்பி அப்புறம் களிப் பாக்கைப் போட்டுக்கொள்வார். பாக்கே களிப்பு தருவது. ஆகவே அது களிப் பாக்கு. அதுவும், இளம் பிஞ்சு, அதிக முதிர்ச்சி, மிகப் புதிது அல்லாததாகப் பார்த்துப் பயன் கொள்வார். அம்மாள், ஒவ்வொரு பிடியாக ஊட்டுவது போல, ஒவ்வொரு வெற்றிலைக் கொழுந்தாகத் தருவாள். தாம்பூலத்தில் முதல் சுரக்கும் வாய் நீர் நஞ்சு. ஆகவே அதை உமிழ்வார். இரண்டாவது மிகபித்தம். ஆகவே அதையும் வெள்ளிக் காளாஞ்சியில் துப்பிவிடுவார். மூன்றாவது அமிர்தம். அதை உட்கொள்வார்.

பொன்னும் மஞ்சளும் கலந்து அரைத்தாற் போன்ற, பெயர் பெற்ற வில்லியனூர் வெற்றிலைக் கொழுந்துகளைத் தின்று முடித்த பிள்ளை, "போதும்" என்று அம்மாளிடம் கையசைத்தார். அம்மாள் எங்கோ பராக்கு பார்ப்பது போல் இருந்து பேசினார். "அவ் விடத்தில் ஒன்று கேழ்க்க வேணும் என்று இருந்தேன்."

"அருமையாகக் கேழ்க்கலாமே."

"மேல வீட்டுப் பிள்ளையவர்களின் சம்சாரம் இன்று மதியம் வந்திருந்தாள்."

"ஆர்? செங்கமலமா? அவள் மசக்கைக்கு மாங்காய் வேணு மென்று, நம் சாவடித் தோப்பில் இருந்து போச்சுதே, அந்த அம்மாளா? திரேகம், இப்போ சீராக இருக்கிறதாமா?"

"பெருமாள் புண்ணியத்தில் பரம சௌக்கியமாக இருக்காள். அவள்தான் சொல்லிக்கொண்டிருந்தாள், குவர்னர் துரை பெண் ஜாதி மகா சௌந்தர்யவதியாமே...."

"அந்த மாதிரிதான் பார்த்தவர்கள் சொல்கிறார்கள். குவர்னர் துரை பெண்ஜாதியை எனக்குச் சிறு வயசிலேயே தெரியும். இங்கே

நோயாளிக் கிடங்கிலே தொக்தேராக (மருத்துவர்) இருந்தவரோட பெண் அந்த அம்மாள். அவளோட முதல் புருஷன் வேன்சானும் நமக்குச் சினேகம்மாகத்தான் இருந்தார். வேன்சான் காலம் போன பின்னாலே, நம் குவர்னர் பெருமான் அந்த அம்மாளைக் கலியாணம் பண்ணிக் கொண்டார். இப்போகூட அந்த அம்மாள் முழுகாமல் இருக்கிற மாதிரி தோணுகிறது. வயிறு சரிந்து திரட்சியாய்க் காணுது. ரெட்டைப் பிள்ளையாக இருக்கலாமோ என்று படுகிறது. இது அந்த அம்மாளுக்குப் பதினொன்றாவது குழந்தையோ, பனி ரெண்டோ, நம் குவர்னருக்கு இது முதல் குழந்தை...."

மங்கையம்மாள், தாம்பூல இதழ்களுக்கொப்ப முகம் சிவந்து போனாள். "அந்த அம்மாள் குணம் எப்படி?"

"நல்ல பெண்ஜாதி. புருஷனுக்கு ரொம்பத் தெம்பாக இருக்கிற மனுஷி. பிற மனுஷாள் மேல் மட்டு மரியாதை இருக்கிறவளாகக் காணலை. என்மேல் என்ன காரணத்தாலோ அவளுக்கு மதிப்பு அற்றுப் போச்சு. அதனால் என்ன? எஜமான் அருள் நமக்குச் சம்பூரணமாய் இருக்கிறச்சே, எஜமானுடைய கைத்தடி நம்மை என்ன பண்ணும்?"

"அது உள்ளது. குவர்னர் பெண்ஜாதி, பெரிய துபாஷ் கனக ராய முதலியாரை ஆதரிக்கிறதாகச் சொல்கிறார்களே...."

பிள்ளை அந்த மங்கின நிலாவொளியில் தம் மனையாளை ஆச்சரியத்துடன் நோக்கினார்.

"அவ்விடத்தில் அது என்ன பார்வை?"

"அரசாங்கக் காற்று அடுக்களை உள்ளுக்கும் வந்துடுச்சே என்றுதான்."

"நான் சொன்னதுக்குப் பதில் இல்லை."

"பெரிய துபாஷ் கிறிஸ்துவர். அந்த அம்மாளும் கிறிஸ்துவச்சி. அவர்கள் மதம் அவர்களை இணைக்கிறது போலும்."

"ஆனால், மற்ற மனுஷாளைப் பிரிக்கிறதே." பிள்ளை பெருமை தோன்ற தன் மனையாளைப் பார்த்தார். "நம் பாக்கு மண்டியில், மூட்டை அதிகம் கண்டிருப்பதாகக் கணக்குப் பிள்ளை சொல்லிக் கொண்டிருந்தாரே...."

"ஆமாம் மங்கை, வழுதாவூரிலே இருக்கப்பட்ட மீர் ஆசாத் என்கிற பேர்வழியினால் இந்தத் தொல்லை ஆச்சு. நம் முத்தியா பிள்ளை அவன் எல்லைக்குப் போய் விறகு அறுத்துக்கொண்டு வந்தபடியினால் இவ்விடத்தில் இழுக்கு வந்தது. அந்த மீர் ஆசாத் வழுதாவூரிலும், வில்லியனூரிலும், மனுஷர்களைப் போட்டு, புடவை மறிக்கிறதும், வெற்றிலைக் கட்டுகளை அழிக்கிறதுமாய் இருக்கிறான்.

வெற்றிலை வரத்து நின்னு போனால், பாக்கை மட்டும் எவர் வாங்குவார்?"

"அது உள்ளது. தினை போட்டா தினை முளைக்கும். வினை போட்டா வினை தானே முளைக்கும்" என்றாள் மங்கையம்மாள்.

பானுகிரஹி அலங்காரத்துக்கு அமர்ந்தாள்.

குவர்னர் துரை துய்ப்ளெக்ஸ் அவர்கள் ஒழுகரையில் ஒரு மாச காலம் தாமதித்த பிறகு, இன்று சாயங்காலம் புதுச்சேரிக்குத் திரும்புகிறார். ஒழுகரையில் தண்ணீர் மிகவும் விசேஷம் என்பதாலும், மதரம்பிள்ளை ஆண்டிருப்பதாலும் அவர்கள் இந்த மாறுதலை ஏற்றார்கள். ஊர் திரும்புகிற குவர்னர் துரையை வழுதாவூர் வாசலில் தாசிகள் ஆட்டத்தோடு எதிர்கொள்ள வேண்டுமே.

"அடி நீலவேணி, சமயம் ஆகிறதே, சூரிய நிழல் நடுவாசலைத் தொட்டு விட்டது பார். இன்னும் அலங்காரத்துக்கு அமராமல் இருந்தால் எப்படி?" என்று தன் சேடியைக் கூவி அழைத்தாள்.

"இதோ வந்து விட்டேன் அம்மா..." என்றபடி நீலவேணி தலைவாரியோடும், தைலத் தூக்கோடும் வந்தாள்.

பானுகிரஹியை முக்காலில் அமர வைத்து, அவள் பின்னாக மனைப்பலகையில் அமர்ந்தாள் நீலவேணி.

பானுவின் குழலை அவிழ்த்தாள். அது மடைப்பள்ளிப் புகையைப் போல அவிழ்ந்து தரையில் புரண்டது. தைல தாரை ஸ்நானம் காரணமாக, அக்கூந்தலில் இருந்து எழுந்த மணம் அறையை நிரப்பி வாசலிலும் வழிந்தது. பானுவின் உச்சந்தலையில் தைலம் பிரயோகித்து நன்கு அறக்கித் தேய்த்து விட்டாள். தலைவாரியினால் சீவி, சிணுக்கெடுத்து, கூந்தலை மேல் தூக்கி முடிந்து கொண்டை இட்டாள்.

"கொண்டையை நன்கு இறுக்கிக் கட்டடி நீலவேணி. ஆட்டத்தின் நடுவில் அவிழ்ந்து தொங்கப் போகிறது."

"அவிழ்ந்தால் என்னம்மா... அதைத் தாங்கி முடித்துவிடத் திருவேங்கடம் பிள்ளை துடித்துக் கொண்டிருக்கிறாரே..."

"சின்ன துபாஷ் பிள்ளை சகோதரரா? போடி! அவர் கலை ரசிகர். அவரை வேறு மாதிரி அளக்காதே."

"ரசிகர் எதை ரசிக்கிறார் என்பது அந்தப் பெருமானுக்கே வெளிச்சம்."

பானு பேச்சை வளர்க்க விரும்பவில்லை. மாலை வேகமாக வந்து கொண்டிருக்கிறதே.

அடுத்ததாக, நீலவேணி பானுவின் முகத்துக்கு முத்து வெள்ளையும் செந்தூரமும் தடவி முகம் தயாரித்தாள். பல்வேறு மூலிகைகள் கொண்டு தயாரித்த மையினால் கண்களைத் திருத்தினாள். பானுவின் கண்கள், கூரிய முனைகளைக் கொண்ட இலைகளைப் போன்றவை. மை, அக்கண்களைத் திருத்தம் செய்தது. கருங்கரும்பை ஒடித்து வைத்தாற்போல் புருவம் எழுதினாள். புருவத்துக்கு மேல் கருமையும் வெண்மையுமாகப் புள்ளிகள் இட்டு, இரண்டு அடுக்குப் புருவங்களோ என்கிற பிரமையை ஏற்படுத்தினாள். கூர்த்த மூக்கைக் கௌரவிப்பது போன்று மூக்குத்தியையும், அங்கிருந்து வியப்புக் குறி மாதிரி தொங்கும் முத்துப் புல்லாக்கும் பூட்டினாள். இயல்பாகவே சிவந்த உதடுகள் பானுவுக்கு. வெற்றிலைச் சாற்றில் அது ரத்தச் சிவப்பாகியது. சிவப்புச் சீனப் பட்டில் பொற்சரிகை வைத்துத் தைத்த ரவிக்கையை அணிவித்தாள். அதே வண்ணத்தில் முழங்காலைத் தொடும் நீள சிவப்புப் பாவாடையும் இடையில் கட்டினாள். நாக்கு மீன்களைப் போன்று சப்பையும் வெண்மையுமான பாதங்களில் செம்பஞ்சுக் குழம்பால் சித்திர வேலைகள் செய்தாள். பானு ஆடிப் பார்த்துத் தன் முடியைத் திருத்திக்கொண்டாள். மந்தையை விட்டு ஒதுங்கி வந்த காராட்டைப் போல் கூந்தலில் இருந்து பிரிந்து வந்த ஒற்றை முடி, காதோரம் ஒரு வாய்க்காலைப் போல வளைந்து நின்று பானுவின் முகத்துக்குச் சோபையை ஏற்படுத்திற்று.

அலங்காரம் முடிகையில் காத்தவராயன் வந்து பானுவின் பின்புறமாக நின்று 'எக்கா' என்றான். ஆடியின் வழியாகப் பின்புறம் நிற்பவனைக் கவனித்த பானு, "என்னடா காத்து" என்றாள்.

"நீ ஆயத்தமாயிட்டாயான்னு பார்த்துக்கிட்டு வரச் சொன்னாங்க?"

"ஆரு?"

"சாவடி முத்தியா பிள்ளைதான். ஆயத்தமாயிட்டியானா, புறப்பட்டு வழுதாவூர் வாசலுக்கு வந்துடுவியாம். சுருக்கா வரணுமாம். குவர்னரு ராசா அந்திக்கு முன்னால் வந்துடுவாகளாம். வெரசா, வெரசா...."

ஆடியை வைத்துவிட்டுத் திரும்பினாள் பானு. அப்போதுதான் அந்தத் திருக்கோலத்தைக் கவனித்தாள். காத்து, பச்சை சரிகை போட்ட உத்தரீயமும், வேஷ்டியுமாக நின்றான்.

"அட சவாசு... தூக்கி அடிக்கிறியே... ஏதுரா இந்தப் புது உருமாலும், வேஷ்டியும்? மாப்பிள்ளை கணக்கா நிக்கறியே...."

"போக்கா.. சின்னவரு கொடுத்தாங்க...."

"பொத்தக் கோவணம் கட்டிக்கிட்டுத் திரிஞ்ச பயலுக்கு வந்த வாழ்வைப் பாருங்கம்மா" என்றாள் நீலவேணி.

"போடி கொசுரு... நான் ஒண்ணும் பொத்தக் கோவணம் கட்டிக்கட்டுத் திரியலை. பொன்னியம்மா மவனாக்கும், பேசறியே."

"ஆமா...பெரிய பொன்னியம்மா... ரா சோறு விடிஞ்சா பழைய சாதம்..."

பானு இடைமறித்தாள். "நீலா... அடுத்த பத்து, பதினைஞ்சு வருஷத்துக்கப்புறம் நாமும் பழைய சோறுதாண்டி."

பானுவுக்கு முந்திய தலைமைத் தாசியாக இருந்தவள் பொன்னி. தில்லை ஸ்தானத்துப் புலவர் ஒருவர் அவளைப் பற்றிப் பாட்டே பாடியதாக ஒரு பேச்சு, தாசிகள் உலகத்தில் நிலவியது. 'மண்ணைப் பிடித்துப் பாண்டங்கள் செய்த பிரம்மன் ஒரு மாறு தலுக்காய், பொன்னைக் கடைந்து ஒரு பொம்மை செய்தனன் கண்ணும் மூக்கும் வைத்துப் பெண்ணெனவே' என்று அந்தப் புலவர் பாடியதாகச் சொல்வார்கள். அரசாங்கத்துக்குத் தலைமைத் தாசியாகவும், வேதபுரீஸ்வரர் கோயில் ஆட்டக்காரியாகவும் பொன்னி இருந்தாள். அரியாங்குப்பத்து ஆற்றுப் படுகையில் அவளுக்கு ஏராளமான நஞ்சை இருந்தது. அவிஷ்பாக்கத்து ஆறு முகத்தா நாயக்கர், மங்கலப் பேட்டை மாதவ சாம்பசிவ ஐயர், செயல்பாக்கம் சிரஞ்சீவி செட்டி போன்ற மகா மனுஷர்கள் தயவும் அவளுக்குப் பூரணமாக இருந்தது. ஆறுகள் கடலை நோக்கிச் செல்வது போல, செயலான மனிதர்கள் பொன்னியின் இல்லத் துக்குப் போக வர இருந்தார்கள். அப்படிப் போய் வருவதில் அந்தஸ்தைக்கூட அவர்கள் கண்டார்கள். பொன்னியோடு தொடர் புடையவர்கள் என்பதே செல்வாக்கைக் கூட்டுவிப்பதாய் இருந்தது. அரியாங்குப்பத்து மணல் மேட்டண்டை பொன்னி இல்லத்தை அமைத்துக்கொண்டிருந்தாள். ஒரு மண் ரஸ்தா அவள் வீட்டை நோக்கிச் சென்றது. வண்டிச் சகடைகள் அரைத்து அரைத்துப் பாதையின் நடுவே வாய்க்கால் வெட்டியது போன்ற குழி விழுந் திருந்தது. பண்ணையார்கள், உயர்தரத்து அரசாங்க அதிகாரிகள் தங்கள் பெட்டி வண்டிகளில் காசி ராமேஸ்வரம் போவது போலப் பொன்னியின் வீடு நோக்கிச் செல்கிற வண்டிச் சக்கரங்களின் 'கிறீச்'சொலி இரவு முழுக்க சுவர்க் கோழிகளின் ரீங்காரத்துக்குச் சுருதி கூட்டுவதாய் இருக்கும். ராத்திரி நேரத்து மாட்டுக் கண்களின் தீப்பந்த ஒளி, நரகத்தைத் தேடிப் போகும் பைசாசங்கள் ஏந்திய விளக்கு மாதிரிக் காணும். பொன்னி எட்டுத் திக்கும் விட்டெறிய வாழ்ந்தாள். ஆனை ஏறி அரசாண்ட மன்னர் வாழ்வே வீழ்கையில், மேனி விற்று ஜீவிக்கும் சொகுசு எத்தனை காலம்? திடுமென ஆறுமுகத்தா நாயக்கருக்கு சொறி நோய் வந்தது. அது மேகமாய் இருக்கும் என்றார் மலையாள வைத்தியர். வெள்ளை கண்டது அவருக்கு. நோய் எதுவானாலும், அது வந்த வழியைக் குறித்து

யாருக்கும் சந்தேகம் இல்லை. செய்தி பரவியது. பெரிய மனுஷர்கள் திகைத்தார்கள். எதற்கும் இருக்கட்டும் என்று ரத்த சுத்தி சூரணம், மேக கண்ட லேகியம் என்று சாப்பிட்டு வைத்தார்கள். ராஜ பாட்டையை விட்டு விலகிய அந்த மண் ரஸ்தாவில், வண்டிச் சகடைகளின் சப்தம் இப்போது கேட்பது இல்லை. பாதை ஓரத்து நாயுருவிச் செடிகள் படர்ந்து, வண்டிச் சகடைப் பள்ளத்தை நிரப்பியது. பொன்னிக்கு ஒரு குழந்தை கூடப் பிறந்தது. ஐயர் மடியிலும், நாயக்கர் தோளிலும், செட்டியார் போஷிப்பிலும் வளர்ந்தது. என்ன செல்வம் இருந்தென்ன? காத்தானின் சக்திதான் இல்லாமல் போகட்டும். அரைக் கிறுக்கு என்ற பெயரையாவது எடுக்காமல் இருந்திருக்கலாமே. வீட்டிலிருக்கும் பத்தினிகள் சாபம் என்றார்கள்.

"காத்தா... அம்மா எப்படி இருக்காங்க?" என்று கவலையுடன் விசாரித்தாள் பானு.

"வர பௌர்ணமி தாண்டாதாங்க" என்று விட்டு, தமாஷ் சொல்பவனைப் போலச் சிரித்தான் காத்தான்.

"நிலா வளர்ச்சியும், தாசி வளப்பமும் ஒண்ணுதானே. எல்லார்க்கும் பௌர்ணமி வரும். கூடவே அமாவாசையும் இருக்கும்" என்றாள் நீலவேணி.

"காத்தா... நாயனக்காரரும் தவுல்காரரும் புறப்பட்டாச்சா."

"ஆச்சுக்கா. இன்னேரம் அந்த ரெண்டு பயல்களும் வழுதாவூர் வாசற்படிக்குப் போய்ச் சேர்ந்திருப்பாங்களே...."

நீலவேணி கழுத்து மணியாரம், முப்பட்டைச் சங்கிலி, பச்சை பதித்த வைர ஹாரம் முதலானவைகளைக் கொண்டு வந்து பானுவின் கழுத்தில் பூட்டினாள். பின்னர் காற்சலங்கையைக் கொண்டு வந்து கைகளிலும் வாங்கி முகத்தில் வைத்துக் கண்களை மூடிச் சில கணங்கள் தொழுது கொண்டாள். 'கூத்தப் பெருமானே பிசிறு தட்டாமல் பாட்டு மேவட்டும். தாளம் தப்பாமல் கால் ஆடட்டும். காப்பு, காப்பு, கடவுளே காப்பு' என்று முணுமுணுத்துக் கொண்டு அச்சலங்கைகளை நீலாவிடம் தந்தாள். நீலா குனிந்து அவற்றைப் பானுவின் கால்களில் கட்டிவிட்டாள். இரண்டடி நடந்தாள். சலங்கைகள் சலேர் பிலேர் எனக் கொஞ்சின.

"சலங்கை சிரிக்குதம்மா..." என்றாள் நீலா.

பானு அதைக் கவனியாது, காத்தானைப் பார்த்து "ஏதேனும் சேதி இருக்காடா...? தவங்கி தவங்கி நிக்கறியே..." என்று யோசனையுடன் கேட்டாள்.

மறந்திருந்தவன், திடுமென நினைத்துக்கொண்டவனாக, "ஆமக்கா.. சின்னவரு உன்னைப் பார்க்கணும்னாரு...போன

பிரபஞ்சன் ○ 39

வெள்ளிக்கிழமை நீ சிவன் கோயிலுக்கு வருவேன்னு காத்திருந் தாராம். நீ வரல்லியாம். இன்னிக்காவது நாளைக்காவது அவரை நீ பார்ப்பியாம்" என்றாள்.

"பரவாயில்லையே. தொழில் படிஞ்சு போச்சே காத்தானுக்கு..." என்று செயற்கையாக ஆச்சரியப்பட்டாள் நீலவேணி.

"சரி நீ போ..." என்று அவனுக்கு விடை கொடுத்தாள் பானு.

"சின்னவரு பதிலு கேப்பாரே... நான் என்ன சொல்லட்டும்?"

பானு யோசிக்கத் தொடங்குகையில், அவளை முந்திக் கொண்டு நீலவேணி சொன்னாள்:

"வேம்பு இனிச்சதுன்னா, வெள்ளரிக்காய் பூத்ததுன்னா, தாம்பு கிளைச்சுதுன்னா, தாழம்பூ காய்ச்சதுன்னா, குயிலு வெளுத்ததுன்னா, கொக்கு கறுப்பாச்சுதுன்னா, வெயிலு குளுந்ததுன்னா வந்திடுவா பானுவம்மான்னு சொல்லுடா... போடா சுண்டைக்காய்..."

காத்தான் அவர்கள் இருவரையும் திரும்பித் திரும்பிப் பார்த்த வாறே நடையை விட்டுக் கீழ் இறங்கினான்.

அந்தி மயங்குகிற நேரத்தில் குவர்னர் துரை துய்ப்ளெக்ஸ் அவர்கள் ஒழுகரையிலிருந்து வழுதாவூர் வாசலுக்கு வந்து சேர்ந்தார். அவரு டைய நிறை மாசக் கர்ப்பிணியாக இருந்த மதாம் ஷேன், சின்ன துரை, மற்றுமுண்டான கோன்சேல்மார்களும், சொலுதாதுகள், படை வீரர்கள் அனைவரும் வந்து சேர்ந்தார்கள்.

"வாத்தியக்காரனை வாசிக்கச் சொல்லு" என்று உத்தர விட்டார் சின்ன துபாஷ் ஆனந்தரங்கர். கொம்பூதி திடும் என இடிப்பது போல முழங்க, பிரெஞ்சு பாண்டு வாத்தியக்காரர்கள் அவர்கள் நாட்டு சங்கீதத்தை இசைத்தார்கள்.

"யாரடி, அந்தத் தாசிப் பெண்டுகளை ஆடச் சொல்!"

கணீரென நாயனமும், தவிலும், தப்பட்டையும், உறுமி மேளமும் முழங்க, தாசிகள் ஒரு சுற்று ஆடி முடித்தார்கள். குவர்னர் துரை, சில நிமிஷங்கள் ஓய்வெடுக்கும் பொருட்டும், கபே அருந்தும் பொருட்டும் வண்ணப் பந்தலின் கீழே போடப் பெற்ற தித்திப்பு மேசையில் அமர்ந்தார்கள். பானு, குவர்னர், சின்னதுரை, ஆனந்த ரங்கர் ஆகியோரைத் தொழுதுகொண்டு ஆடத் தொடங்கினாள். சலங்கையோடு அவள் குரல் மேலோங்கியது.

"அம்மா அசோதா உங்கள்
அன்புப் பிள்ளை செய்யும் தொல்லை
சொல்லப் போமா... எம்மால்
தள்ளப் போமா...

தண்ணி எடுக்கப் பானை தூக்கிப் போகையில்
முன்னே வந்து வழி மறிக்குறான் – விடியலுக்கு
முன்னம் குளத்தில் முழுகிக் குளிக்கையில் – மரத்தின்
பின்னால் நின்று எட்டிப் பார்க்கிறான்.
சுற்றும் முற்றும் பார்த்து ஆடை திருத்தினால் – அவன்
சற்றும் லஜ்ஜை இன்றி எதிரே வருகிறான் – வெட்கம்
பிடுங்கித் திங்க நாங்கள் மார்பை மறைக்கையில்
வெடுக்கெனக் கையைத் தொட்டே இழுக்கிறான்."

பானுவின் தேனில் நனைந்த குரலும், சிருங்காரம் சொட்டச் சொட்ட அவள் பாடின விதமும் அங்கிருந்தோரைக் கிறங்க அடித்தன. பாடியபடியும், ஆடியபடியும் சுற்றி வந்தவள், ஆனந்த ரங்கரின் அருகில் வந்து மெல்லப் பாவம் பிடித்து ஆடத் தொடங்கி னாள்.

"வேங்கடன் செய்யும் விபரீதம் எங்களுக்கு
வேதனை தருகுதம்மா – உங்கள் கால்களைத்
தாங்கினோம்; தயவாய் எங்களைக் கடாட்சியும்
தாயான அசோதையே..."

குவர்னர் துரை அவர்கள், தீனி தின்றுவிட்டு எழுந்தார். கோட்டையில் மரியாதை நிமித்தம் குண்டு முழங்கின. துரைகள் பல்லக்கில் அமர, வேறு ஒரு பல்லக்கில் மூான் ஏறி அமர்ந்தாள். ஊர்வலம் புறப்பட்டது.

ஆனந்தரங்கர், ஊர்வலத்தில் சற்றுப் பின்தங்கினார்.

முத்தியா பிள்ளையின் ஆள் ஒருவனை அழைத்து "பானு கிரஹிதாசியை நான் சொன்னதாகச் சொல்லி அழைத்து வா" என்று கட்டளையிட்டார். சில கணங்களுக்குள் பானு அவர் முன் வந்து நின்றாள்.

"கும்பிடறேன் சாமி."

"உம்... திருவேங்கடம் ரொம்பத் தொந்தரவு செய்கிறானா, பெண்ணே... பாட்டில் வைத்துப் பாடினாயே...."

"க்ஷமிக்க வேணும், சாமி."

"அது உண்மைதானே?"

"சத்தியம் ஐயா..."

"கவலைப்படாதே, நான் கவனிச்சுக்கொள்கிறேன்."

"கும்பிடறேன், சாமி."

பானு கலக்கமற்ற மனதுடன் அகன்றாள்.

5

புரட்டாசி மாதம் புதவார நாள், மத்தியானம் பனிரண்டு அடிச்சு அரை மணிக்கு மகாராஜஸ்ரீ துய்ப்ளெக்ஸ் துரையவர்கள் பெண் ஜாதி மூான் அம்மைக்கு புத்திரேஸச்சமாய் ஆண் குழந்தை பிறந்தது. பிறந்த உடனே துறையிலே இருக்கிற கப்பல்கள் பேரிலே, கப்ப லுக்குக் கப்பல் 21 பீரங்கி போட்டார்கள். கோவிலிலே கண்டாமணி அரை நாளிகை மட்டும் அதிர அதிர முழங்கியது. பாக்கு மண்டி யிலே பெட்டியடிப் பிள்ளையண்டை அமர்ந்து கொள்முதல், வித்துமுதல், கணக்கு வழக்கு, செலவு சில்லறை பார்த்துக்கொண்டி ருந்த ஆனந்தரங்கருக்குக் கோட்டைக் காவலில் இருந்த சிப்பாய் குளத்தையன் வந்து சேதி சொன்னான். பிள்ளை, பெட்டியைத் திறந்து ஆர்க்காடு நவாப் ஒரு ரூபாய் பணத்தை எடுத்து அவனுக்கு இனாமாகத் தந்தார்.

“கடவுள் கிருபையாலே தாயும் சேயும் சுகமாக இருக்கிறீர்களா?” என்று விசாரித்தார் பிள்ளை.

“பரம சௌக்யம்.”

“நமக்கு மனசு ரொம்ப விசாரமாச்சுது. பூஞ்சை திரேகம் அந்த அம்மாக்கு. அதிலே பாரியான வயிறு கண்டிருந்தது. எப்படிப் பெத்துப் பிழைக்கப் போகிறாளோ என்று இருந்தது.”

“பத்தும் பன்னிரண்டும் பெற்றவளுக்கு மேலொண்ணு பெறுவதில் என்ன கஷ்டம் இருக்கப் போகிறது?” என்றார் பெட்டி யடிப் பிள்ளை.

“அல்லடா. அப்படி அல்ல. தூங்குவது நம் கையில், எழுந் திருப்பது அவன் கையில்ன்னு சொலவடை உண்டு தானே?”

“அது உள்ளது.”

பிள்ளை, பல்லக்கில் ஏறி வீடு சேர்ந்தார். காலணிகளை நடையில் அவிழ்த்து விட்டார். அகன்ற முற்றத்து மேற்கு ஓரமாகத் தகதகவெனப் புளி போட்டு விளக்கின பித்தளை அண்டாவில் இருந்த நீரைச் சேந்தித் தயாராக நின்றாள் மங்கை.

“பாப்பாள் எங்கே?”

“தம்பியோடு கோட்டை தண்ணீர் மண்டபத்துக்கு விநோதம் பார்க்கப் போயிருக்காள்.”

“திருவேங்கடம் சாப்பிட்டானா?”

“ஆச்சு, சாப்பிட்டுத்தான் இரண்டு பேரும் புறப்பட்டார்கள்.”

“அவனை நான் பார்க்க வேண்டும் என்று வந்தால் சொல்லு.”

“ஆகட்டும்.”

எப்பொழுதும் கை கால் கழுவிக்கொண்டு பிள்ளை, மடைப்புறம் இருக்கும் பின்பக்கம் செல்பவர், மெத்தைக்குப் படி ஏறினார்.

“இலை போட்டாச்சுதே” என்றாள் மங்கை அம்மாள்.

“அப்புறமாகப் பசியாறலாம். சித்தே மச்சுக்கு வாயேன்.”

அம்மை, பிள்ளையைத் தொடர்ந்து மச்சுக்கு வந்தாள்.

“சாப்பாட்டுக்கு விருந்தாளிகள் யார் யார் வந்தது?”

“செங்கழுநீர்ப் பட்டியிலிருந்து சித்தப்பா வந்தாங்கள். சாப்பிட்டுச் சற்று சிரமபரிஹாரம் பண்ணிக்கொள்கிறார். அப்புறம் சுங்க செட்டியார் ஆள் ஒருத்தர் ஒட்டியாணம் புதிசு பண்ணிக் கொண்டு வந்தார். அவரும் சாப்பிட்டுப் போனார். வேங்கடம்மாள் பேட்டை பட்டர்கள் பிரசாதம் கொண்டு வந்தார்கள். அவர் களுக்குத் தனியாக பிச்சைவையரைக் கூப்பிட்டு சாதம் பண்ணிப் போடச் சொன்னேன்.”

“அவாளுக்குத் தட்சணை தந்தாயா?”

“ஆச்சு.”

அவர்கள் மச்சுக்கு வந்து சேர்ந்தார்கள்.

“அது சரி ஒட்டியாணம் வந்தது என்கிறாய், அதை அணிந்து என்னிடம் காண்பிக்க வேணாமோ?”

“போங்கள்.”

அந்த அம்மாள் பராக்கு பார்ப்பது போல தெருவை எட்டிப் பார்த்தாள்.

“ஒரு சந்தோஷச் சமாச்சாரம்.”

“கேழ்க்கச் சித்தம்.”

“நம் துரை பெருமானுக்கு ஆண் குழந்தை பிறந்திருக்கே.”

“சுபம். சுபம். நானும் கவலைப்பட்டுக்கொண்டு கிடந்தேன். சந்தோஷச் செய்தி சொன்னீர்கள். சாயங்காலமே ஆஞ்சநேயருக்கு வடைமாலை சாத்தும்படி பண்ணிடுவோம்.”

“பேஷாகச் செய்யேன். துரைசானிக்கு என்ன வழங்கலாம். அந்த யோசனைக்குத்தான் கூப்பிட்டேன்.”

அம்மாள், யானைத் தந்த நுனி மாதிரி இருக்கும் தன் சுட்டு விரலைத் தன் இதழ்களில் குறுக்காக வைத்து யோசித்தாள். அப்புறமாய்ச் சொன்னாள்:

"குவர்னர் துரைப் பெருமாள் பெண்ஜாதிக்கு நம்மூர் பட்டு என்றால் ரொம்ப இஷ்டம் என்று அவ்விடத்தில் வார்த்தை வந்ததே. நல்ல அரக்குப் பட்டு பத்து கெசமும், மங்கள காரிய மானபடியினாலே, வைரம் இழைத்த வங்கிவளை ஒரு ஜோடியும் வழங்கலாமே. அதோடு குழந்தைக்குப் பொன் அரைஞாண் கொடுத்திடலாமே. நம் பாப்பாளுக்கு போட்டு அவிழ்த்தது இருக்கிறதுதானே. பிரான்சு ஜனங்களுக்கு அரைஞாண் எங்கே தெரியப் போகிறது. அதைக் கொடுத்தால் பரிமளிக்கும்."

"நானும் அப்படியேதான் நினைச்சுது."

"பிள்ளை பெற்றவள்தான் சாப்பிடாமல் இருப்பாள். நீங்கள் என்னத்துக்குச் சாப்பிடாமல் இருக்கிறது?"

பிள்ளை சிரித்தார்.

"ஆள் அனுப்பி, நம் பெட்டியடிப் பிள்ளையை அழைத்து, பட்டையும் ஆபரணங்களையும் கொடுத்தனுப்பு, மங்கை. நான் முன்னால் கோட்டைக்குப் போகிறேன்."

பிள்ளை மீண்டும் வந்து தம் பல்லக்கில் ஏறிப் புறப்பட்டார். கோட்டையை நெருங்குகையில் என்னமோ அசுப சூசகம் அவருக்குத் தென்படலாயிற்று. பிள்ளை துணுக்குற்றார். குவர்னர் பெருமானுக்குக் குழந்தை பிறந்தது எவ்வளவு சந்தோஷத் துக்குண்டான விஷயம். கோட்டைக் காவலர், அலுவலர்கள் என்று யார் முகத்திலும் ஏன் மகிழ்ச்சியில்லை? ஏன் பார்வையைத் தவிர்க்கிறார்கள்? குவர்னர் பெருமான் மாளிகை முன் பல்லக்கை விட்டிறங்கிய பிள்ளையின் அருகில் வந்து நின்றார் பெட்டியடிப் பிள்ளை.

"ஐயா, ஒரு விபரீதம்."

"என்ன?"

"குவர்னருக்குப் பிறந்த பிள்ளை சுவாமி பாதம் சேர்ந்து போச்சுது."

பிள்ளை மௌனமாகச் சில நிமிஷங்கள் நின்றார்.

"சரி...நீ போ... மங்கைக்குச் செய்தியைச் சொல்லிடு."

குவர்னர் திருமாளிகையில் சின்ன துரை முதலான பெரிய தரத்து அதிகாரிகள் குழுமி இருந்தார்கள். எல்லோர் முகங்களிலும் துக்கம் இருந்தது. குவர்னர் துரை துய்ப்ளெக்ஸ் அவர்கள் எழுதுகிற கபினேத் அறையில், மேசைக்குப் பக்கத்தில் கன்னத்தில் கையை ஊன்றி அமர்ந்திருந்தார். குவர்னர் துரையைப் பிள்ளை முந்தின தினம்கூடப் பார்த்துப் பேசி விடைபெற்றிருந்தார். கேளிக்கை,

நகைச்சுவைகளிலும் ஆர்வம் மிகுந்த மனிதராகவும், கோடை மழை மாதிரி எதிர்பாராத நேரத்தில் அருள் சுரப்பவராகவும், சித்திரை வெய்யில் மாதிரித் திடுமெனக் காய்பவராகவும், சுறுசுறுப்பும், செய லூக்கமும் நிறைந்த கன்றுக்குட்டி போன்றவராகவும் காணப்பட்ட குவர்னர் துரை பெருமான், ஒரு நாழிகை நேரத்துக்குள் இப்படிப் பறித்துப் போட்ட குவளை மாதிரி வாடிவிடக் கூடுமா? பத்து வயது ஒரு நாளில் கூடியவரைப்போல அவர் முதுமை அடைந் திருந்தார். வறண்ட ஆற்றுப் படுகையைப் போல, அவர் நெற்றியில் சுருக்கம் கண்டிருந்தது. வியாகூலத்தில் உறைந்து போனவராக அவர் காணப்பட்டார்.

பிள்ளை குவர்னரின் அருகில் போய் நின்றார். குவர்னர் தலை நிமிர்ந்து பார்த்தார். கண்கள் சிவந்து சற்றே கலங்கின. சட்டென்று தன்னை அடக்கிக்கொண்டார்.

"வா, ரங்கப்பா" என்றார் குவர்னர் துரை.

"குவர்னர் எல்லாம் அறிந்தவர்கள். கடலை நிகர்த்த படிப்பைக் கரை கண்டவர்கள். பெரியவர்கள் தாண்ட முடியாத வாய்க் காலைக் குழந்தைகள் தாண்ட முயல்வது போல, அடியேன் தங்களுக்கு ஆறுதல் சொல்வதாவது? என்றாலும், என் கடமை அல்லவோ. மன ரணத்தை சொஸ்தப்படுத்திக் கொள்ளுங்கள். கடவுள் கொடுத்ததை அவரே திரும்ப வாங்கிக் கொண்டார். கடவுள் தாம் பிரியமாக நேசிப்பதைத் திரும்பத் தாமே எடுத்துக் கொள்வார் என்பதைத் தாம் அறியீரோ? தாங்களே விசாரத்தில் மூழ்கிப் போனால் மதாம் அம்மாளை யார் தேற்றி எழுப்புவது? சட்டென்று எழுந்து பிரகாசிக்க மாட்டீரோ?" என்று நிதானமாகப் பேசத் தொடங்கினார், பிள்ளை.

"விளங்குகிறது, ரங்கப்பா. என்றாலும் மனம் கடிகார நாக்கு மாதிரி அசைந்துகொண்டும் அரற்றிக்கொண்டும் இருக்கிறதே."

"அப்படித்தான் இருக்கும். புத்திர சோகமாச்சுதே. சோகங் களில் தலைமையான ஒன்றல்லவோ. ஆனாலும் அசக்தர்களான மனுஷர்களாகிய நாம் என்ன செய்யக் கூடும்? மனம் சாந்தமடை யுங்கள். மதாம் அம்மாளைத் தற்சமயத்தில் நாம் பார்ப்பது உசிதம். அறைக்குப் போய் கண்டுகொள்கிறேன்."

துய்ப்ளெக்ஸ் சம்மதம் கொடுத்தார். கபினேத்தைக் கடந்து தோட்டத்துக்கு முன்வளைவில் குழந்தையின் திரு உடலைப் பார் வைக்கு வைத்திருந்தார்கள். பெரிய துபாஷ் கனகராய முதலியார் மதாமின் அருகில் நின்றிருந்தார். மதாம் ழான், பஞ்சு மூட்டையை அவிழ்த்துக் கொட்டினாற்போல, உருக்குலைந்திருந்தாள். துக்கத்தின் விளிம்பாகிய விரக்தியில் இருப்பவள் போலும் காணப்பட்டாள்.

அவள் அருகில் அவளின் இரு மகள்களும் அம்மாவுக்கு ஆதரவு சொல்லியபடி நின்றிருந்தார்கள்.

"மதாம் அம்மாள், மனசை ஆற்றிக் கொள்ளுங்கள். தாங்கள் அதி விவேகக்காரராயிற்றே. கடவுள் நமக்கெல்லாம் மேலான பரம்பொருள் அல்லவா? நம் விருப்பு வெறுப்புகளை அவரன்றோ தீர்மானிக்கிறார்? சுக, கஸ்திகளைச் சமமாகப் பாவியுங்கள். துக்கத்தைக் கொடுத்த கடவுள் துக்க நிவாரணத்தையும் கூடவே அளிக்கிறார்" என்று பிள்ளை, மதாம் கேழ்க்கிற விதமாகச் சொன்னார்.

மூான் நிமிர்ந்து, பிள்ளையைப் பார்த்தாள். உதடுகள் சற்றே கோணின. நாசி விடைத்தது. அவள் கண்களில் இருந்தும் இரு சொட்டுக் கண்ணீர், கன்னத்தில் உருண்டு வழிந்தது.

"ரங்கப்பன், கடவுள் அருள் வடிவானவர் என்றால், எனக்கு இந்தக் கஸ்தியை எதன் பொருட்டுக் கொடுத்திருக்கிறார்? என் அன்பான துய்ப்ளெக்சுக்குத் தர வேண்டும் என நான் ஆசை ஆசையாய் எண்ணின பரிசுப் பொருளை இவ்விதம் தட்டிப் பறித்தமைக்கு என்ன காரணம்? நானோ, என் குழந்தையோதான் என்ன பாவம் செய்தோம்?"

"ஆண்டவனின் அனந்தகோடி விளையாட்டுகளில் இதுவும் ஒன்று. அதன் பொருளை ஞானிகளே அறியத் திகைக்கும் போது, நாம் எம்மாத்திரம்? காரண, காரிய விசேஷங்கள் அற்று எதுவும் இயங்குவதில்லை. மனசை சொஸ்தப்படுத்திக் கொள்ளுங்கள்."

அறைக்கு நடுவாகக் குழந்தையைக் கிடத்தி இருந்தார்கள். அந்தக் குழந்தை இருந்த காத்திரம் ஒரு வருஷத்துப் பிள்ளை போல் இருந்தது. அதை மங்கள மேஸ்திரி அளந்து பார்த்து, 'சாதி அடியாலே, இரண்டரை அடி இருக்கிறது' என்றான். எத்தனையோ பிரசவங்களையும் பிள்ளைகளையும் கண்ட மேஸ்திரி, இத்தனை காத்திரமும், இத்தனை நீளமும் ஒரு பிள்ளையும் பிறக்கக் கண்டதில்லை என்று சொன்னான். இப்படி ஒரு அசுரப் பிள்ளையைத் தந்த கடவுள், ஆயுள் பாகத்தில் அதை அற்பாயுசாக வைத்த ரகசியம்தான் என்ன என்கிற கேள்வி பிள்ளையின் மனத்தில் மட்டுமல்ல. அங்கிருந்த பலரின் மனசிலும் எழுந்து தளும்பிக்கொண்டுதான் இருந்தது.

ஆனந்தரங்கரைப் பார்த்துப் பேசிப் போக நாகாபரணப் பண்டிதர் வந்திருந்தார். பண்டிதர், காசிக்கும் ராமேசுவரத்துக்கும் க்ஷேத்ராடனம் செய்து திரும்பியிருந்தார். அந்திப் பொழுதில் அவர் பிள்ளையின் திருமாளிகைக்கு வந்து சேர்ந்தார்.

"பண்டித சாமி, சந்தி ஜபம் இங்கனேயே பண்ணலாமே!" என்று வேண்டிக்கொண்டாள் மங்கை. பண்டிதரும் சம்மதித்து

அங்ஙனமே தம் சந்தி பூஜையைச் செய்யத் தொடங்கினார். அதற்குள் ஆள் விட்டனுப்பிப் பிள்ளைக்கும் சேதி சொல்லச் சொன்னாள் மங்கை. பாக்கு மண்டியிலிருந்து சீக்கிரமே பிள்ளையும் வீடு வந்து சேர்ந்தார். நெடுநாள் பிரிந்திருந்த சிநேகிதரைக் காண்பதில் பிள்ளைக்கு மகிழ்ச்சியுண்டாயிற்று. மங்கை க்ஷேத்ராடனம் செய்த புண்ணியர் கால்களில் விழுந்து நமஸ்காரம் செய்துகொண்டாள். இரவு போஜனம் முடித்துக் கொண்டு அவர்கள் மச்சுக்குப் போனார்கள். இவர்கள் வசதி கருதி, மச்சில் பாயும், தலையணைகளும் போடப்பட்டிருந்தன. வெற்றிலைச் செல்லம் நிரப்பி வைக்கப்பட்டிருந்தது. நிலா ஒய்யாரமாக வீசிக்கொண்டிருந்தது. பிள்ளை கேட்டார்:

“பயணம் எல்லாம் சுகம்தானே?”

“பரம சுகம். மனசு நிரம்பிக் கிடக்கிறது.”

“ஆத்மலாபம்னு சொல்றது இதைத்தானே. அது சரி, என்ன என்ன விநோதங்களைப் பார்த்தீர்?”

“விநோதம்னு எனக்கு ஒண்ணும் தோணலை. எல்லாம், எல்லாத்திலேயும் என்னைத்தான் பார்த்தேன்.”

வெற்றிலையைத் துடைத்து நரம்பெடுத்து வாயில் போட்டுக் கொண்டார் பிள்ளை. அப்புறம் சொன்னார்:

“சத்யம்தான். எல்லாத்திலேயும் தன்னைப் பார்க்கிறதுதான் லாபம். இந்த லாபத்துக்குத்தான் அத்தனை தொழிலையும் செய்து பார்க்க வேண்டியிருக்கு.”

பண்டிதர் அதை ஒப்புக்கொள்பவர் போல அமைதியாக இருந்தார். பிறகு விசாரித்தார்.

“ஆர்க்காடு விவகாரம்தான் ஒரே அமளி துமளியாக இருக்கிறதே....”

“உள்ளது. எல்லாம் அரியாசன விளையாட்டுதான். எல்லார்க்கும் ராஜா ஆக வேணும் என்கிற ஆசை. ஆர்க்காட்டு நவாபுக்கு மேலூர் கோட்டையிலிருக்கும் மூசாத் அலியென்கிறவன் ஒரு மருமகன். சந்தா சாயுபு மாதிரி அவனும் ஒரு பெண்ணைக் கட்டியிருக்கான். சந்தா சாயுபுதான் மராத்தியரிடம் சிக்கி சதாரா சிறையில் இருக்கிறார். நவாப் சப்தர் அலியைக் கொலை பண்ணிப் போட்டார்கள். ஆட்சி பண்ண அரசன் வேண்டுமே. மீசையுள்ளவன் எல்லாம் தாசில் பண்ண வேணும் என்கிறான். இந்த மூர்சாத், யானைகளையும், குதிரைகளையும் சேர்த்து வச்சுக் கொண்டு சண்டைக்கு இறங்கியிருக்கிறான். இந்த மனுஷர்கள் சண்டை பண்ணட்டும். ஆனால் ஜனங்களை ஹிம்சை பண்ணு

கிறார்களே, அதைத்தான் பார்க்கச் சகிக்கவில்லை. குதிரைக் காரர்கள் கிராமங்களையெல்லாம் கொள்ளையிட்டு அடித்துப் பறித்துத் தானிய தவசம், உடமை உப்பந்தி, தட்ட முட்டுகள் சகலமும் கொள்ளையிட்டது மட்டுமல்லாமல், ஊருக்குள் நெருப்பைப் போட்டு வீடு வாசல்கள் எல்லாம் கொளுத்தி, நிர்தூளி பண்ணி சுத்த சூனியமாக்கிப் போட்டார்கள். திருடன் வந்தால் வீட்டில் விளக்குமாறு மட்டிலாவது மிஞ்சும். தீ வந்தால் என்ன மிஞ்சும்? வழுதாவூர் கோட்டையிலே இருக்கிற குதிரைக்காரர் புறப்பட்டு அருகாமையிலிருக்கிற பள்ளிப்பட்டுகளிலும், கிராமங்கள் குப்பம் குடிகாடு சகலமும் கொள்ளையிட்டு நிர்தூளி பண்ணிப் போட்டார்கள். கொள்ளையடிப்பதில் ஒருத்தனுக்கு ஒருத்தன் சளைத்தவன் இல்லை. ஆக மொத்தத்தில் எல்லாருமே கொள்ளைக் காரர்கள்தாம், பண்டிதரே!"

"ஜனங்களை இவர்கள் என்னதான் நினைத்தார்கள்?"

"வரி கட்டவும், அவர்கள் தின்னப் பயிரிடவும் ஆன ஜடப் பொருளாக நினைக்கிறார்கள்."

சற்று நேரம் அமைதியாக இருந்து பிள்ளை தொடர்ந்தார்:

"இப்படி நாலாவிதமும் இராச்சியமும் கெட்டு, இராச்சியங் களில் உண்டான ஜனங்கள் எல்லாரும் ரொம்பவும் கெட்டு நொந்து சர்வசோபாரமும் தோற்று, கட்டத் துணியும் குடிக்கக் கஞ்சியும் இல்லாமல் ஒருத்தர் போன வழி ஒருத்தர் போகாமல் முகாமிட்ட வாக்கிலே அலைஞ்சு போனார்கள். முன்னாலே மராட்டியர் கலகத் திலே கூட இப்படி அநியாயமில்லை. அப்போவானாலும் அவரவர் பறி கொடுத்தது போக கொஞ்ச நஞ்சம் வைத்திருந்தார்கள். இப்போ ஜனங்களிடம் உயிர் மட்டும்தான் மிஞ்சியிருக்கிறது."

"பெரிய துபாஷ் கனகராய முதலியாரைப் பிடித்துக் கொண்டு ரொம்பத் தொந்தரை செய்தார்களாமே."

"ஆமாம். பாவம், பெரிய மனுஷ்யர். வாயில் நுரை தள்ளி விட்டது."

மங்கை அம்மாள் தட்டில் வைத்த மலைப்பழமும், சுண்டக் காய்ச்சிய பாலும் கொண்டு வந்து அவர்கள் முன் வைத்தார். பால் சிவந்திருந்தது. சீனாக் கல்கண்டும், பனை வெல்லமும், கொஞ்சம் குங்குமப்பூ, கொஞ்சம் கிராம்புத் தூள், கொஞ்சம் ஏலம், இரண்டு இழைப்பு இழைத்த கடுக்காய் மசியல், துளி கற்பூரம் ஆகியவை போட்டு சுண்டக் காய்ச்சிய பசும்பால், பாயாசமாகிப் போய்ப் பருக மிகுந்த ருசியாக இருந்தது.

"பெரியவருக்கு நேர்ந்த துன்பம் கொஞ்சமில்லை. நேற்று சாயங்காலம் நாலு மணிக்கு வழுதாவூரிலேயிருந்து அசரத்து உசேன் சாயுபு அவர்கள் தம்பி மகமது ஜமால் சாயுபு ஐநூறு குதிரையுடனே

ஒழுகரையிலே வந்த இறங்கி துரை அவர்களுக்கு கபுறு சொல்லி அனுப்பியிருந்தார்கள். அதன் பேரிலே இவ்விடத்திலேயிருந்து கனகராய முதலியாரை அனுப்பி வைத்தார்கள், கண்டு பேசி வரச் சொல்லி. அவரும் பயணப்பட்டு ஒழுகரைக்குப் போய் ஜமால் முகம்மதுவைக் கண்டு பேசி அனுப்பி வைத்துக் கொண்டு வரச்சே, எல்லப்பன் சாவடியண்டையிலே நாற்பது ஐம்பது குதிரைக்காரர், துலுக்கர் இறங்கியிருந்தவர்கள் கனகராய முதலியாரை வழி மறித் தார்கள். மறித்தமட்டிலே, பல்லக்கை நிறுத்திய உடனே அங்கே யிருந்த குதிரைக்காரர் எல்லோரும் வந்து சுற்றிக்கொண்டு, அதிலே ஒருத்தன் முதலியாரின் மடியைப் பிடித்துக்கொண்டு, சேனை அலாக்கு பண்ணினார்கள். அது எதினாலே என்றால், அந்த வீரர்கள் முன்னாலே சந்தா சாயுபு அவர்கள் பேரிலே சம்பளம் வர வேண்டியிருந்தது. அது நிமித்தமாய், சந்தா சாயுபு எழுதிக் கொடுத்த கடுதாசியை வைத்துக்கொண்டு அந்தக் கடுதாசியை கனகராய முதலியார் முன்னே போட்டு, சந்தா சாயுபு அவர்களின் பெண்ஜாதி குடும்பம் உங்களூரிலே இருக்கிறதே. புதுச்சேரிக்கு துரைத்தனம் நீயாமே, இந்தக் கடுதாசியை எடுத்துக் கொண்டு உண்டான பணத்தை நீர் எங்களுக்குக் கொடுத்து விட்டு அப்புறம் நீர் போய் அவர்கள் கையிலே வாங்கிக் கொள்ளும் என்கிறதாய். அந்த மட்டில் விடுகிறது இல்லை என்கிறதாய் ஒருத்தன் மடியைப் பிடித்துக்கொண்டு, ஒருத்தன் கட்டாரியை உருவப் போனவுடனே, முதலியாருக்கு நிர்ஜீவனாய்ப் போய், உத்தரவு கொடுக்கிறதுக்கு நாவெழாமல், தத்துத் தப்பித் தக்கவென்று தடுமாறிப் போய், நாவிலே, வாயிலே, பல்லிலே தண்ணியில்லாமல் சித்தப் பிரமை போலே பல்லக்கிலே உட்கார்ந்திருந்த இடத்திலே இருந்து போனார். அப்படியிருக்கச்சே, உசேன் சாயுபு மருமகன் இந்த சமாசாரம் கேட்டுக் குதிரை போட்டுக்கொண்டு ஓடி வந்து கனகராய முதலி யாரை மல்லுக்கட்டிக் கொண்டிருக்கிற துலுக்கரை, சமாதானம் பண்ணி, அவர்களுக்கு ரொம்பவும் உடன்படிக்கை சொல்லிவிட்டு மெல்லென முதலியாரை அப்புறப்படுத்தி விட்டான். முதலியார் கெட்டேன் பிழைத்தேன் என்று ஒரு நிப்பிரமமாய் கெஷனியிலே வந்து விழுந்தார்.”

“பாவம். சர்க்கரை நோயாளிக்கு இந்தக் கெதி நேர்ந்ததே.”

நிலா, உக்ரமாகச் சஞ்சாரம் பண்ணி உலகைத் தன் சோபையில் நனைத்துக்கொண்டிருந்தது. பண்டிதர் கேட்டார்:

“குவர்னர் துரை மனம் தேறி விட்டாரா?”

“காலம் என்கிற மருத்துவச்சி, எல்லாக் காயங்களுக்கும் கட்டுப் போட்டுச் சொஸ்தமாக்கிக்கொள்வாள்.”

“அது உள்ளது” என்றார் பண்டிதர்.

6

தேவனாம் பட்டணத்திலே இருக்கும் சேன் தாவூது கோட்டை யிலேயே துரைத்தனத்துக்குப் புதிதாய் ஏற்பட்டிருக்கும் மேஸ்தர் மானுசன் அவர்கள், சென்னைப் பட்டணத்திலேயிருந்து புதுச்சேரி வழியாகப் பேகிறதாக ஆனந்தரங்கருக்குச் சேதி எழுதி வந்தது. பிள்ளை, கூடலூர் தேவனாம் பட்டணத்திலேயும், ஆர்க்காட்டி லேயும் தினப்படி அரசியல் விவரங்கள் எழுதி அனுப்பத் தம் சொந்தப் பொறுப்பில் ஆள்களை நியமனம் செய்திருந்தார். அந்தப்படிக்கு தேவனாம் பட்டணத்து ஆளான பாலுப்பிள்ளை மேற்படி தகவலை எழுதி அனுப்பியிருந்தார். மேஸ்தர் மானுசன் உடன் அவர் துபாஷி கிருஷ்ண நாயகரும், அவர் தம்பி முத்தாலு நாயகரும் புறப்பட்டுப் பயணம் வருவதாக அதில் கண்டிருந்தது. காலமே ஏழு மணி அளவுக்குப் புதுச்சேரி மேற்கு வாசலை அவர்கள் கடந்தார்கள். மேற்கு வாசலண்டை ஆனந்தரங்கப் பிள்ளை, தேவனாம் பட்டணக் குவர்னருக்கு வரவேற்பு அளிததார். புதுச்சேரியின் புகழ் பெற்ற நீலச்சாயம் தோய்த்த துணி ஒரு கட்டும், அரசுக்குப் பட்டு ஒரு செகலாத்தும் இங்கிலீஷ் குவர்னருக்கு அவர் பரிசளித்தார். துபாஷ் பெரியவருக்கும், சின்னவருக்கும் முறையே பரிசுகள் வழங்கப்பட்டன.

“தேவனாம் பட்டணத்துக் குவர்னர் துரை அவர்கள், துரைத் தனம் நடத்தப் போவது அங்குள்ள குடி படை மகாஜெனங்களுக்கு மகா சந்தோஷமாச்சுது. ஏற்கனவே, அந்தப் பொறுப்பில் இருந்து காலம் பண்ணிப் போன மேஸ்தர் ஆல்பிரட் அவர்கள் ஆட்சி யிலே ஜெனங்கள் தாயார் பராமரிப்பிலிருக்கும் குழந்தை குட்டிகள் மாதிரியன்றோ இருந்தார்கள். இப்போ தாங்கள் போகிறீர்கள். இந்திர லோகத்திலே இருக்கப்பட்டதான அமராவதிப் பட்டணத்து மனுஷர்கள் மாதிரி அன்றோ தேவனாம் பட்டணத்துக்காரர்கள் இருக்கப் போகிறார்கள்?” என்று பிள்ளை கூறிய முகமன் கேட்டு இங்கிலீஷ் குவர்னருக்கு மகா சந்தோஷமாச்சுது. ஆகவே அவர் சொன்னார்: “பிரெஞ்சுக்காரர்களுக்கு நீர் கிடைச்சது மாதிரி, எங்களுக்கு ஒருத்தர் கிடைக்கும் பட்சம், நீர் சொல்வதென்ன, அதற்கு மேலேயே நடக்கும். எங்கள் வசம் இருக்கும் மனுஷர்களா யினும் சரியே, ஆர்க்காட்டு சமஸ்தானத்துப் பூமியிலாயினும் சரியே, ஆனந்தரங்கரை ஒத்த சதுரப்பாடு உடையவர் ஒருத்தராயினும் இல்லையே...”

“எல்லாம் தங்கள் அன்பு.”

“குவர்னருடன், முத்திருசப் பிள்ளை சாவடி மட்டுக்கும் ஆனந்தரங்கர், அவர் மனுஷர் ஏகாம்பரமய்யர் ஆகியோர் குதிரை

போட்டுக்கொண்டு பின்னமே சென்றார்கள். முத்திருசப் பிள்ளைச் சாவடியில் மேஸ்தர் மானுசன் வகையறாவுக்குத் தங்கும் இடமும், தீனி பண்ணும் இடமும் சௌகர்யப்பட்டு வைத்திருந்தது. குவர்னர் பயணக் களைப்புக்கு ஓய்வு எடுத்தார். நீள நீளமான உருட்டைத் திண்டில் குவர்னர் சாய்ந்து கொண்டு புகை பண்ணினார்கள். ஆனந்தரங்கர், கொஞ்சம் கொஞ்சமாகத் தாம் வந்த அரசியல் நோக்கத்தை எடுத்துரைத்தார்.

"குவர்னர் துரை அறியாத லோக சமாச்சாரம் ஏதும் இல்லை. ஆனாலும் பெரியோர்கள் தமக்கிருக்கும் ஏராளமான விவகாரங் களிலே சின்ன விஷயங்களை மறந்து போகும்படி ஆகி விடுகிறது. எம் போன்ற சிறியவர்கள் ஞாபகப்படுத்தலாமோ என்றும் இருக்கிறது."

"உமக்கே உரிய தன்னடக்கம் காரணமாக அது மாதிரி பேசுகிறீர். ரங்கப்பர் நினைத்ததைச் சொல்லலாம்."

"வேறென்ன? இங்கிலீசுக்காரராகிய தாமும், பிரெஞ்சுக்காரர் களும், தாய், சேய் போல் இப்போது இருக்கிறோம். அது போலவே எப்போதும் இருந்துகொண்டால், ரெண்டு பேருமே பிழைத்துப் போவோம். எங்கள் குவர்னர் மகாராஜ ஸ்ரீ, நவாபு துய்ப்ளெக்ஸ் துரைகள் அவர்களும்கூட இந்த மாதிரிதான் எண்ணுகிறார்கள். வியாபாரம் பண்ணி, நாலு காசு பண்ண வந்த இடத்தில், நாம் என்னத்துக்கு அடித்துக்கொள்கிறது? என்னத்துக்கு ஜெனம் கிடந்து திண்டாடுகிறது என்றெல்லாம் எங்கள் துரை பெருமான் அவர்கள் சொல்கிறார்கள்.

"வாஸ்தவமான பேச்சு. எனக்கும்கூட பிரெஞ்சுக்காரர்களும், நாங்களும் அடித்துக்கொண்டு சண்டை பிடிப்பதில் லாபம் ஒன்றிருப்பதாகத் தோணவில்லை. நஷ்டம் என்று வந்தால் அது இருவருக்கும்தானே. என்றாலும், எனக்கு மேலே ரெண்டு பேர்கள் இருக்கிறார்கள். ஒருத்தர் சென்னப் பட்டணத்துக் குவர்னர் அவர்கள். அவருக்கு மேலே, பிரித்தனில் இருக்கப்பட்ட மேன்மை தங்கின மன்னர் அவர்கள். அரசர் நீடூழி வாழட்டும். அவர்கள் எடுக்கிற முடிவு அல்லவா இது? தங்கள் குவர்னர் துய்ப்ளெக்ஸ் – அவருக்கு என் வணக்கத்தைச் சொல்லுங்கள் – எங்கள் சென்னப் பட்டணத்துக் குவர்னருக்கு இது பற்றி எழுதலாமே."

"எல்லாம் தங்கள் மனசு."

ஆனந்தரங்கருக்கு ஒரு விஷயம் ஊர்ஜிதமாயிற்று. தேவனாம் பட்டணத்துக்குக் குவர்னருக்குச் சண்டை போடுவதில் ஆர்வம் இல்லை என்பது. அடுத்தது, அதிகாரத்துக்கும், மேல் உள்ள எஜமானர்களுக்கும் கட்டுப்பட்டு நடக்கிற மனுஷர் என்பது.

தேவனாம் பட்டணத்துக்கும், புதுச்சேரிக்கும் ரெண்டு நாழிகை பயண தூரமே இருக்கிறபடியால், அந்தப் பிரதேசத்துக்கு ஆட்சி பண்ண வருகிற குவர்னர்களின் மனசறிவது கட்டாயமாகிறது.

மேஸ்தர் மானுசன் சற்று சிரமபரிகாரம் பண்ணட்டும் என்று அவரைத் தனிமையில் விட்டுப்போட்டு, பிள்ளையும் கிருஷ்ண நாயகரும், தம்பி முத்தாலு நாயகரும் வெளிப்புறக் கூடத்துக்கு வந்தார்கள். ரத்ன ஜமுக்காளம் விரித்து, நடுவாக வெற்றிலைச் செல்லம் வைக்கப்பட்டிருந்தது. செல்லத்தைச் சுற்றி அம்மூவரும் அமர்ந்தார்கள். சற்றுத் தள்ளி ஏகாம்பரமய்யர் இருந்தார்.

“அப்புறம் பிள்ளைவாள் சொல்லுங்கள். பிழைப்பு செள கரியமாய் இருக்கிறது இல்லையா” எனக் கேட்டார் பெரிய நாயகர்.

“ஆகா! பிழைப்புக்கு என்ன? தேவைப்படிக்குக் கடவுள் கொடுக் கிறார். மற்றபடிக்கு, குவர்னர் பெருமான் துய்ப்ளெக்ஸ் அவர்களின் கருணையும் கூடவே இருக்கிறது. நமக்கென்ன ஆனந்தம்தான்.”

“பிள்ளையின் பிரக்யாதிதான் எட்டுத் திசையும் விட்டெறி கிறதே. குவர்னர் துரை துய்ப்ளெக்ஸ் அவர்கள் உம்மேல் மகா நம்பிக்கை வைத்திருக்கிறதாகவும், துபாஷ் கனகராய முதலியாரைக் கூடக் கலவாமல், உம்மைக் கலந்து பல காரியங்களைச் செய்கிறதாகவும் பேச்சு வந்ததே.”

“அப்படியெல்லாம் ஒன்றுமில்லை, நாயகர்வாள். பெரியவர் முதலியார் நீரிழிவு நோய்ப்பட்டுக் கிடக்கிறார். அவ்வளவுதான். பொன் வைக்கிற இடத்தில் பூ வைக்கிறதில்லையா. அது மாதிரி தான் குவர்னருக்கு நாம். நாமெல்லாம் வெறும் வால்தான்.”

பிள்ளை வெகு ஜாக்ரதை ஆனார். இது மாதிரியான இடங்களில், வெகு மிதமாகப் பேச வேண்டும் என்பதை அவர் அறிவார். தாம் பேசுகிற ஒவ்வொரு வார்த்தையும் சகல மேல் மக்களிடமும் போகும் என்பதை அவர் அறிவார். தமக்குத் தம் அரசியல் மரியாதை உள்ளது என்பதைப் புலப்படுத்துவதோடு, தனக்கு மேம்பட்ட பெரிய சக்திகள் உள்ளதையும் அவர் தெரிவிக்க வேண்டியிருந்தது.

“பெரியோர்கள் எப்படிப் பேச வேண்டுமோ அப்படிப் பேசுகிறீர். முற்றிய நெல் தலை குனிந்து வணங்கியும், பிள்ளை நெல் நிமிர்ந்திருக்கிறதையும் நாம் அறிவோம் தானே. இருக்கட்டும். மராத்தியர் சிறையில் இருக்கும் சந்தா சாயுபு அவர்களை துய்ப்ளெக்ஸ் துரை முயற்சி செய்து மீட்கப் போகிறார் என்று செய்தி வந்திருக்கிறதே. அது வாஸ்தவம் தானா?”

அப்படி ஒரு யோசனை மூனுக்கு இருப்பதைப் பிள்ளை அறிவார். துய்ப்ளெக்ஸ் பிரபு அதனை ஒத்துக்கொண்டதாகத் தகவல் இல்லை. ஆகவே பிள்ளை சொன்னார்:

“ஆர்க்காட்டு நவாப் வமிசத்தாரும், காலம் பண்ணிய நவாபின் மருமகப் பிள்ளையுமான சந்தா சாயுபு அவர்களின் பெண்ஜாதி புதுச்சேரியில் இருக்கிறாள் என்பதைத் தாங்கள் அறிந்திருப்பீர்கள். ஒருக்கால், அந்த அம்மாள் தம் புருஷனின் விடுதலைக்கு ஏற்பாடு செய்வாளாக இருக்கும்.”

“பிள்ளை கேழ்க்க வேண்டும் என்று இருந்தேன். குவர்னர் துரையின் பெண்ஜாதி மூான் அம்மாள், உம் மீது க்ஷூத்திரமாக இருக்கிறாளாமே, அப்படியென்ற சேதி வந்தது. நிஜம்தானா?”

“கோழி மிதிச்சுக் குஞ்சு முடமாகுமா, நாயகர்வாள். அந்த அம்மாள் எனக்கு அம்மை போன்றவள். என் மீது அந்த அம்மாளுக்கு வருத்தம் இருக்கலாம். அது குரு, சிஷ்யனைப் பற்றி நினைப்பது போல. இன்னும் சிஷ்யன் நன்றாக அப்பியாசம் பண்ணலாமே என்று நினைக்கிற வருத்தம். மற்றபடிக்கு மனஸ்தாபம் எல்லாம் இல்லை.”

“பிள்ளைவாள் மகா விவேகியன்றோ? பெரிய மனுஷாளை விரோதித்துக் கொள்ள மாட்டார்” என்றார் சின்ன நாயகர். பிள்ளைக்கு விவாதப் போக்கை மாற்ற வேண்டும் எனத் தோன்றியது. ஆகவே அவர் சொன்னார்:

“துபாஷிகள் இருவரும், என் குடிசைக்கு எழுந்தருளி, என்னைக் கௌரவிக்க வேணும். அடுத்த முறையாகிலும், புதுச்சேரிப் பக்கம் வருகிற போது ஏழையின் குடிசைக்குத் தாங்கள் எழுந்தருள வேணும்.”

“ஆகா, தங்கள் கிருகத்துக்கு நாங்கள் வருதல் எங்களுக்கல்லவா கௌரவம்! பொன் மலையைச் சேர்ந்த காகமும் பொன்னே போல் தோன்றும் என்று பெரியோர்கள் சொல்வார்கள் அன்றோ!”

மதியம் குவர்னர் பெருமானுக்கும், துபாஷிகளுக்கும் பிள்ளை விருந்தளித்தார். உணவுண்டு கொண்டிருக்கையில் பெரிய துபாஷ் குவர்னரிடத்தில் பிரேரேபித்தார்:

“குவர்னர் அவர்கள் ருசித்த மாம்பழக் கீற்றுகள் சுவையாய் இருந்தனவன்றோ?”

“ஆகா! மதுரமாக இருந்தது.”

“அது பிள்ளைவாளுக்குச் சொந்தமான வேங்கடம்மாள் பேட்டை மாந்தோப்பில் இருந்து கொணர்ந்த பழங்கள்.”

“பிள்ளைக்கு அவ்விடத்திலும் சொத்து பத்துகள் இருக்கின்றனவா?”

“நிறைய உண்டு பிரபு. வேங்கடம்மாள் பேட்டையில் பிள்ளைவாள், ஒரு குளம் வெட்டுவித்துக் கொண்டிருக்கிறார். பெரிய குளம். கல்

பாவி, சுற்றுப்பட்டில் பத்து ஊர்களுக்குப் படியளக்கும் ஜலமுள்ள குளம். எப்போதும் பிள்ளை வியாபாரியாக இருந்தும், ஜனங்களுக்கு நல்லது பண்ணுவதிலும் சமர்த்தர்."

இளைய துபாஷ் நாயகர் தொடர்ந்தார்.

"பிரெஞ்சு துபாஷ் ஆர்க்காட்டு எல்லைக்குள்பட்ட பிரதேசத்தில் குளம் வெட்டுவிக்கிறார் என்றால், அவரது விசால புத்தியே அதற்குக் காரணம்."

பிள்ளை கூச்சத்தால் நெளிந்தார்.

"நாமல்லவே நடத்துவிப்பது... அந்தப் பெருமாள் நடத்திக் கொள்கிறார். நாமெல்லாம் வெறும் கருவி மாத்திரம் அல்லவோ" என்றார் பிள்ளை. "அது உள்ளது" என்றார்கள் நாயகர்கள்.

பிள்ளையும், ஐயரும் இரவு சிங்கர்கோயிலில் தங்கித் தரிசனம் பண்ணிக்கொண்டு காலமே வில்லியனூருக்கும் போய் சுவாமி தரிசனம் பண்ணிக்கொண்டு, மதியம் அங்கேயே சாப்பிட்டு ஒழுகரை வழியாகப் புதுச்சேரிக்கு வந்து சேர்ந்தார்கள். வந்ததும், அவசரம் அவசரமாகக் குளியலை முடித்துக்கொண்டு பிள்ளை தனியாகத் துய்ப்ளெக்சின் திருமாளிகைக்குப் போனார். பிரபுவும் மதாமும் உப்பரிகையில் இருந்துகொண்டு காற்றாடிக் கொண்டிருப்பதாகச் சொன்னார்கள். நேராக உப்பரிகைக்கே சென்றார். கடலைப் பார்த்தபடி, இரண்டு நாற்காலிகளில் துரையும், துரைசானியும் அமர்ந்திருந்தார்கள். உடம்பில் காற்று படும் பொருட்டு துரை அவர்கள் மெல்லிய வெள்ளைச் சட்டையும், அரைக்கால் சட்டையும் அணிந்திருந்தார்கள். மதாம் ழான், மெல்லிய வெள்ளைத் துகிலில் அங்கி போன்ற ஆடை அணிந்திருந்தாள். ஆச்சர்யமாகத் தமிழர் பழக்க வழக்கங்களில் திளைத்தவள்போலத் தலையில் மல்லிகைச் சரம் அணிந்திருந்தாள். துய்ப்ளெக்ஸ், பிள்ளையை ஆச்சரியத்துடன் பார்த்தார். ழான் அவரைச் சினம் தோன்றப் பார்த்தாள்.

"பிரபுவும், மதாம் பிரபுவும் இப்படி ஏகாந்தத்தில் இருக்கிற போது, நான் வந்ததை க்ஷமிக்க வேணும். எந்நேரமானாலும் என்னை வந்து பார் என்று அவ்விடத்திலே உத்தாரம் வந்ததினால், வந்தேன்."

"ரங்கப்பன், நம்மை எந்த நேரத்திலும், எந்த இடத்திலும் வந்து பேட்டி பண்ணிக் கொள்ளலாம் என்று நாம்தான் சொல்லி யிருந்தோம். நல்லது ரங்கப்பா, போன காரியம் என்ன ஆச்சுது?"

"பிரபு தம் திருவுள்ளத்தில் ஒன்றை நினைத்தால், அது நடவாமல் போமோ? கூடலூர் கோட்டைக்குப் புதுசாய்த்

துரைத்தனம் பண்ண வந்திருக்கிற மேஸ்தர் மானுசன் அவர்கள், சண்டையிலே முஸ்தீபாய் இல்லை என்று தெரிகிறது. அத்துடன் மனுஷர் சுத்த புருஷராய், மேல் அதிகாரிகளுக்குக் கட்டுப்படுகிற சத்திய சந்தராயும் காணுகிறார். பிரெஞ்சுக்காரரும், இங்கிலீசுக் காரரும் ஆன நாம் ஒருத்தருக்கொருத்தர் மல்லு பண்ணிக் கொண்டு இருத்தல் ஆமோ என்று சொன்னதற்கு, அது வாஸ்தவம் என்று சொன்னார். அதுவுமன்னியில், நம் எண்ணத்தைச் சென்னைப் பட்டணக் கோட்டையிலே இருக்கிற பெரிய குவர்னர் துரைக்குச் சொல்லுகிறது உத்தமமான காரியம் என்றும் அவர் சொன்னார். நம் குவர்னர் பிரபுவின் பிரக்யாதியால் தாம் இன்புற்று இருப்ப தாகவும், தமக்கு அவருடைய சலாத்தையும் தெரிவிக்கச் சொல்லிக் கேட்டிருக்கிறார்."

துய்ப்ளெக்ஸ் மிகுந்த யோசனையில் இருந்தார். அப்புறமாய்ப் பிள்ளையைக் கேட்டார்:

"ரங்கப்பா! அயல் தேசத்திலிருந்து கொண்டு பிரெஞ்சுக்கார ராகிய நாமும், இங்கிலீசுக்காரரும் வீணே சண்டை போட்டுக் கொள்ள வேண்டாமே என்பதுதான் நம் கருத்து. இதைச் சொன்னால், நாம் போருக்கு அஞ்சுகிறோம் என்றோ, நாம் தோல்வி பயத்தில் பேசுவதாகவோ அவர்கள் நினைத்து விடுவார்களோ என்று யோசனையாய் இருக்கிறது. ரங்கப்பா, எனக்கு ஒரு தீர்வு சொல்."

"நாமாகச் சமாதானத்துக்குப் போவதா? உலகம் நம்மை நகையாதா? என்ன முட்டாள்தனமான கருத்து இது மோசேப்?" என்றாள் ழான். அவள் கண்கள் கோபத்தால் நன்கு சிவந்தன. பிள்ளை சொன்னார்:

"அம்மணி சொல்வதை நாம் ஏற்பதற்கில்லை. பிரபு சற்று யோசிக்க வேணும். குருக்ஷேத்ர யுத்தம் நேர்ந்துவிடக் கூடாது என்று பகவான் கிருஷ்ணர் எடுத்த முயற்சிகளை நாம் சிந்திப்பது நல்லது. பகவானின் ஒரு கையசைப்புக்கு, ஏன் விரலசைப்புக்கு, ஏன் கண்ண சைப்புக்கு ஆற்றுவார்களோ அந்தக் கௌரவர்கள்? இருந்தும் சமாதானத் தூதுவராகப் பகவானே அந்த யுகத்தில் தம் கால் நோவ நடக்கவில்லையா? கேவலம், ஐந்து வீடுகளுக்காய், ஒரு யாசகனைப் போல, அந்தப் பெருமான் கையேந்தி நிற்கவில்லையா? அம்மணி, வீரர்கள் சமாதானத்தையே விரும்புவார்கள். கோழைகள்தாம் எந்நேரமும் துடை தட்டிக்கொண்டு திரிவார்கள். நாம் வீரர்கள். நாமே சமாதானம் பேச அருகர்கள். ஆகையால், என் கருத்துப்படி குவர்னர் பெருமான் சமாதானம் பேச முன்கை எடுக்கலாம்."

பிரபுவின் முகம் பிரகாசமுற்றது.

"ரெங்கப்பன் எந்நாளும் தப்பு பேச மாட்டான். அவன் நம் சௌகர்யத்தையே அபேட்சிக்கிறவன். அவன் சொல்படி நடப்பதுதான் நமக்குச் சிலாக்கியமானது" என்றார் துரை.

"நீ ஆச்சு... அந்தப் புதுச்சேரி ஆளாச்சு..." என்றாள் மூான்.

இரவு வெகு நேரம் கழித்து பிள்ளை வீடு திரும்பினார். மங்கை விழித்துக்கொண்டு கூடத்தில், நிலைப்படியில் தலை வைத்துப் படுத்திருந்தவள், பல்லக்குத் தூக்கிகளின் அரவம் கேட்டு எழுந்து கொண்டாள்.

"மங்கை... என்னத்துக்குக் கண் விழித்துக்கொண்டு உடம்பைக் கெடுத்துக்கொள்கிறாய். நீ தூங்க வேண்டியதுதானே..."

"தூக்கம் எப்படி வரும்?"

"தெரு வழியாக அல்லது தோட்டத்துப் பக்கமாக."

"போங்கள். விளையாடுகிறீர்கள்."

"நான் உன்னிடமும் நீ என்னிடமும் தானே விளையாட முடியும்."

இரவு அகாலம் ஆகிவிட்டபடியால் கொஞ்சம் மோர் மட்டும் சாப்பிட்டு மேல் மச்சுக்கு வந்தார் பிள்ளை. திருவேங்கடம் பிள்ளை காத்திருந்தார். அப்போதுதான் பிள்ளைக்கு, தம்பியைத் தான் காண வேண்டும் என்று சொன்னது நினைவுக்கு வந்தது.

"அண்ணா, வரச் சொன்னதாக அண்ணி சொன்னார்கள்."

பிள்ளை, பாயில் அமர்ந்துகொண்டார். பாக்கைத் துடைத்து வாயில் போடாமல் அதைத் தடவியபடியே தம்பியை நோக்கினார். மெலிந்த உடம்பு, சற்று வெளுத்த மேனி. திருமணமாகி, பெண்டாட்டி வீட்டில் இருக்கவும், தாசி ஆட்டம் என்று அலைகிறானே இந்தப் பிள்ளை என்று ஒரு கணம் விசாரப்பட்டார் பிள்ளை.

"மகாமகம் பார்க்கப் போக வேணுமென்றாயே... தயாரிப்பு வேலைகள் முடித்துவிட்டாயா?"

"பயணத்துக்குத் தயார் ஆகிவிட்டேன் அண்ணா. தங்கள் உத்தரவுக்குத்தான் காத்திருக்கிறேன்."

"சாப்பிட்டாயிற்றா?"

"ஆகா! அண்ணி விடுவார்களா?"

இருவருக்கிடையிலும் மௌனம் புகுந்து சங்கடப்படுத்தியது. "தம்பியைத் தாசித் தெருப் பக்கம், அகாலத்தில் பார்த்ததாக எவனோ ஒரு மூடன் என்னிடம் வந்து சொன்னான். அது ஒருக்காலும் என் தம்பியாக இருக்க முடியாது என்று சொல்லி நான் அவனை விரட்டிப் போட்டேன். தம்பி நான் தாசிகளை, ஏன்

அதிகாரத்தில் இருக்கப்பட்ட பெரிய மனுஷர்களை எல்லாம்கூட அதிகாரம் பண்ணுகிற ஸ்தானத்தில் இருக்கிறபோது என் தம்பி, தாசிகள் பின்னால் சுற்றி எனக்கு மானக் குறைவு ஏற்படுத்த ஒருக்காலும் சம்மதியேன் என்று நான் சொன்னேன். பீடைகள், பச்சையும் செழிப்புமாக ஒரு குடும்பம் தலையெடுப்பது பிடிக்காதே. ஏதாவது ஒரு பிராது கொண்டு வந்த வண்ணமாய் இருப்பார்கள். அது கிடக்கட்டும். மகாமகப் புறப்பாடு எந்த நிலையில் இருக்கிறது என்று விசாரிக்கத்தான் கூப்பிட்டேன். நீ புறப்படு. வீட்டில் உன் பெண்டாட்டி தனியாக இருக்குமே."

திருவேங்கடம் பதிலே பேசாமல், அண்ணனை வணங்கி விட்டுக் கீழே வந்தார். மங்கை, "தம்பி புறப்பாடா...?" என்றாள். "ஆம் அண்ணி, விடிந்து வருகிறேன்" என்றபடி, கொடியில் தொங்கின உருமாலையை எடுத்துப் போர்த்திக்கொண்டார்.

தெருவில் வாடைக்காற்று வீசியது. அவிழ்த்துப் போட்டிருந்த வண்டி மாட்டின் கண்கள் விளக்குகள் போல ஜொலித்தன. பாதையின் இரு புறம் மரங்களில் இருந்து கூகை ஒன்று கத்தியது, அர்த்தசாமப் பூஜை முடித்துத் திரும்பிக் கொண்டிருந்தார் வேத நாராயண குருக்கள்.

"சின்னவரா? வீடு திரும்புகிறார் போலவா?"

"ஆமாம், குருக்களே."

"பெரியவர் சுகம்தானா?"

"தங்கள் ஆசி."

"நல்லது சுபம். வாரும்."

குருக்கள் பிராமணத் தெருப்பக்கம் திரும்பினார். அவர் மறையுமட்டும் காத்திருந்த திருவேங்கடம் சுற்றுமுற்றும் ஆள் அரவத்தைக் கவனித்தார். யாரும் இல்லை. உருமாலை எடுத்துத் தலையைப் போர்த்துக்கொண்டார். திரும்பித் தாசித் தெருப் பக்கமாக விரைந்தார்.

7

பானுகிரஹி அப்போதுதான் திரும்பியிருந்தாள். பெருமாள் கோவில் உற்சவத்துக்கு அவள் ஆட வேண்டியிருந்தது. கோவிலுக்கு எதிரிலும், செட்டித் தெரு, கோமுட்டித் தெரு, செங்குந்தர் வீதி ஆகிய தெரு முனைகளிலும் உறி கட்டித் தொங்க விடப்பட்டிருந்தது. கண்ணுப் பிள்ளைதான் வழக்கமாக உறியடிப்பது. பட்டுப்

பருத்தித் துணியும், பணம் காசும் போட்டுக் கட்டிய பையை ஓர் அழுத்தமான உறைக்குள் போட்டு உயரக் கம்பத்தில் கொக்கியில் தொங்க விடப்பட்டிருக்கும். அதன் முனை கயிற்றில் தொங்கும். நீளக் கயிற்றைப் பிடித்தபடி ஒருவன் நிற்பான். உறி அடிப்பவர் கையில் கோல் கொடுக்கப்படும். உறியைக் குறி வைத்துக் கோலால் தாக்குவார். கயிற்றைப் பிடித்திருப்பவன் உறியைக் கீழிறக்கவும் மேல் தூக்கவுமாக இருப்பான். கீழிறக்கும்போது உறியைத் தாக்குபவர், தாக்கிப் பிடிக்க வேண்டும். அவன் தாக்குதலுக்கு இரண்டு தடைகள். ஒன்று அவன் கோலுக்கு அவன் லட்சியமாகிய உறி எளிதில் சிக்குவதில்லை. இரண்டாவது, அப்படி அவன் தாக்கு கையில், மஞ்சள் கரைத்த நீரை ஒருவன் அவன் முகத்தில் அறைந்து அவனைத் தடுமாறச் செய்வான்.

பிள்ளை உறியடித் திருவிழாவை முன்னின்று நடத்துவார். அவர் செய்யும் இறைப் பணிகளுள் அதுவும் ஒன்று. அவர் சிநேகிதர் பண்டிதர் அவருக்குத் துணையாய் இருப்பார். உறியடித் திருவிழாவுக்குப் பண்டிதர் விசேஷ அர்த்தம் காண்பார். உறியை லட்சியம் என்பார் அவர். அதைத் தாக்கிக் கவர்தல் என்பது சித்தி. அதற்கு உபயோகமாக இருப்பது கோல் ஆகிய பக்தி. எத்தனை இடையூறுகள் அந்த லட்சியத்தைப் பெற? உறி அருகில் வந்தது என்று இருப்போம். கைக்குக் கிட்டியது வாய்க்குக் கிட்டாது. ஆனால், சாதகன் அதை வெற்றி கொள்ளாமல் இருப்பதில்லை. அப்படியெல்லாம் விளையாட்டுக் காட்டி விட்டு, அந்த விளையாட்டுக்குக் காரணமானவனே வெற்றியையும் நல்கி விடுவான்.

"விளையாட்டுக்குக்கூட இத்தனை பொருள் உள்ளதா, பண்டி தரே..." என்று வியப்பார் பிள்ளை. பண்டிதரோ சற்றும் ஆச்சர்யம் கொள்ளாமல் பதில் சொல்லுவார்:

"நமக்கு விளையாட்டுக்கு மட்டுமா பொருள் தெரிவதில்லை. வாழ்கிற வாழ்வுக்கே பொருள் தெரிவதில்லை."

"அது உள்ளது" என்பார் பிள்ளை.

கிருஷ்ணனின் பால்ய லீலைகளே பானுகிரஹிக்கு விஷயமாக அமைந்தன. முதலில் ஆயர்பாடியில் கிருஷ்ணன் மண்ணை உண் கிறான். மண்ணுக்குச் சொந்தக்காரன் அதை எடுத்துக்கொள்கிறான் என்று பொருள் விளங்க ஆடினாள் அவள். வெண்ணெய் திருடித் தின்றதுக்கும் புதுப்பொருள் கற்பித்தாள். வெண்ணெய் பாலின் உட்பொருள் மாத்திரம் அன்று. அது கிருஷ்ணனுக்குக் கோபியர் களின் நிவேதனம். அவனுக்கானதை அவன் எடுத்துக் கொள்வது திருட்டா என்ன? கோபியர்கள் அவன் பாலசகிகள். அவர்களுடன்

அவன் ஆரண்யத்தில் ஆடிக் களித்தான். மக்களை அச்சம் ஊட்டி வாழ்ந்த காளிங்கனை சம்ஹாரம் செய்து அவர்களை ரட்சிக்கிறான். ஒரு வகையில் இது அப்யாசம். பானுகிரஹி அவ்விதமாகத் தான் கவி புனைந்திருந்தாள். பின் நாள்களில் அவன் செய்யவிருக்கும் வதங்களுக்கு இவை அப்யாசம். கிருஷ்ணாவதாரத்தைப் பிள்ளை அவதாரம் என்று எப்படிச் சொல்வது. எந்தப் பிள்ளை அசுரர்களைக் கொல்கிறதாம்?

பானுகிரஹி அன்று விசேஷமாக ஜொலித்தாள். காற்றில் சுகந்தத்தைப் பரப்பிக் குழல் ஊதினாள். அவளே காளிங்கனாகி அனர்த்தம் புரிந்தாள். அவளே கோபியர்களாகிக் கிருஷ்ண ப்ரேமியும் ஆனாள். கிருஷ்ணனும் ஆகி அவர்களோடு கூடவும் செய்தான். பரவசமானார் பண்டிதர்.

"பிள்ளைவாள்! பானுகிரஹியின் ஆட்டத்தைப் பார்த்ததும் தான் எனக்கொரு விஷயம் தெளிவாக விளங்கியது. பானுவே கிருஷ்ணன், அவளே கோபி, அவளே காளிங்கன் என்று வருகிறதைப் பார்க்கையில், நமக்குள்தான் எத்தனை பொதிந்து கிடக்கிறது என்று இருக்கிறது. நமக்குள்ளே பரமன். நமக்குள்ளேயே பாம்பு. பானுதான் எத்தனை அழகாகச் சொல்லி விட்டாள்!" என்றார் பண்டிதர், பிள்ளையைப் பார்த்து.

பிள்ளையும் கூட மனசு மிகவும் சந்தோஷப்பட்டார்.

"ஊர் தேவடியாள்களில் இந்தப் பெண் பானு சமர்த்துதான். க்ஷேமமாக இருக்கட்டும். ஆன சமயம் வாய்க்கும்போது, நம்மால் ஆனதுகளைச் செய்வோம்" என்றார். சொன்னதோடு நில்லாமல் தம் சம்பாவனையாகப் பட்டு செகலாத்தும், காசுகளும், வராகனும் தந்தார்.

"நமக்கு மிகுந்த கௌரவமாச்சுது" என்றாள் பானுகிரஹி.

"நமக்கு மிகுந்த சந்தோஷமாச்சுது" என்றார் பிள்ளை. தொடர்ந்து, "பானு... வேங்கடவனால் தொல்லை அதிகமாச்சுது" என்று பாடினாயே... தொடர்ந்து நம் தம்பி தொல்லை கொடுத்துக் கொண்டுதான் இருக்கிறானா? இருக்கவில்லையா?"

"க்ஷமிக்க வேணும்... தொல்லை என்பது இல்லை. ஆனால் இரவுகளில் வந்துகொண்டுதான் இருக்கிறார்."

"அப்படியா? இன்னும் பொறுப்பு வராதவன்... எல்லாம் போகப் போகச் சரியாகிவிடும்."

அண்ணன் படித்துப் படித்துச் சொன்ன போதிலும், திருவேங்கடம் பிள்ளை அன்றைய இரவு பானுவைத் தேடியே சென்றார். முக்காடு

இட்டபடி வந்த அவர், லேசாகத் தன் நடுவிரல் முட்டியால் கதவைத் தட்டிச் சப்தம் செய்தார். பெருமாள் கோவில் உற்சவத்தில் ஆடிக் களைத்த அலுப்புடன், ஒப்பனையைக் கலைத்துக்கொண்டிருந்த பானுவுக்கு அச்சப்தம் கேட்டது. இந்நேரத்தில் யாராக இருக்கும்? ஆனால், அவளைத் தேடி வரும் பெரும்பான்மையோரும் அந்த நேரத்தில்தான் வருகிறார்கள். வர்ண விளக்குகளுக்கடியில் அவளைப் பார்க்க நேர்ந்தவர்கள், இருட்டில் அவளைத் தேடி வருகிறார்கள்.

"ஆராக இருக்கும், அக்கா? திறக்காமல் இருந்துடுவமா?" என்றாள் நீலவேணி.

"அதுவும் தப்பு. திறவேன். யாரென்றுதான் பார்ப்போமே."

நீலவேணி தயக்கத்துடனே சென்று, அந்நெடிய வாசற் கதவின் தாளைத் திறந்தாள். தெரு வாசலில் ஏற்றி இருந்த விடிவிளக்கில் ஓர் உருவம் போர்த்திக்கொண்டு நிற்பது தெரிந்தது.

"ஆரது?"

"நான்தான் திருவேங்கடம்."

"அம்மா உறங்கிட்டாங்களே...."

"இருக்க முடியாதே. பானு இப்போதானே ஆட்டத்தை விட்டுத் திரும்பினது. ஒப்பனை கலைத்து உடல் நோவு போக சுடுநீர் வைத்துக் குளித்த பிறகன்றோ அவள் உறங்கப் போவது. அப்புறம், பூஜை புனஸ்காரம் என்று அரை நாழிகை அமர்ந்த பிறகல்லவா அவள் உறங்கப் போவது. புது மனுஷனோடு பேசுகிறாற் போலப் பேசுகிறாயே. பானுகிரஹியை நான் அறிவேனோ, மாட்டேனோ? அல்லது அவள்தான் என்னை அறிவாளா, மாட்டாளா?"

பானுவே வாசற்படியண்டைக்கு வந்து சேர்ந்தாள்.

"நீலவேணி, ஆருடன் பேசிக்கொண்டிருக்கிறாய்."

"பானு, நீ உறங்கிவிட்டதாக உன் தோழி கதைச்சாளே..." என்று திருவேங்கடம், நீலவேணியை இகழ்ச்சி தோன்றப் பார்த்தார். நீலவேணி பரிதாபம் தோன்றும்படி நின்றாள்.

"அவள் சொன்னது நிசம். வந்த களைப்பில் ஒப்பனையும் கலைக்காமல் நான் உறங்கப் போனதுதான். உங்கள் பேச்சு சப்தம் கேட்டு விழித்துக்கொள்ளலாச்சு. இது என்ன சின்னவர் இந்த வேளையில்..."

திருவேங்கடத்தின் முகம் சற்றே வெளுத்தது. இப்படி ஒரு கேள்வி கேட்டால் என்னவென்று பதில் சொல்வது? விபரமறியாதவள் போலன்றோ பேசுகிறாள்! ஆகவே இடுப்பில் முடித்து வைத்திருந்த சோடிக் கம்மல்களை எடுத்து, அவள் பக்கமாக நீட்டி, "இதைக் கொடுக்கத்தான் வந்தேன்" என்றார்.

"என்ன அவைகள்?"

"காதணிகள்."

"அடி நீலவேணி! கொடுப்பவை பித்தளையா, பொன்னா என்று விளங்கிக்கொள்ள முடியாத நேரமாகப் பார்த்துக் கொடுக்கிற சின்னவரின் சாமர்த்தியத்தைப் பாரேன்."

"பித்தளையா? அசல் ஆனிப் பொன் அணிகலன் அல்லவோ. இப்படி இந்தக் குறைந்த வெளிச்சத்திலும் ஜொலிக்கிற வைரத்தைப் பார்க்கலையோ நீ...."

"ஓ... வைரமா? அப்படியாயின் அதைப் பரீட்சை பண்ண பெரியவரிடம்தான் கொடுக்க வேண்டும்."

"பெரியவரா?"

"ஆமாம். உங்கள் அண்ணாரிடம்தான். அவரன்றி இந்தப் பட்ட ணத்தில் வைரப் பரீட்சையில் தேர்ந்தவர்கள் ஆர் இருக்கிறார்கள்?"

"பெரியவரிடம், இதுகளைக் கொடுத்தது நான்தான் என்றும் சொல்வாயாக இருக்குமோ?"

"பழுதென்ன? இதென்ன திருட்டுப் பொருளா, மூடி மறைக்க. விசுவாசத்துக்குக் கொடுத்த பொருள்தானே?"

அந்த மங்கிய வெளிச்சத்திலும், சின்னவர் முகம் தொங்கிப் போனதை அறிய முடிந்தது. பானு, அவரின் முகத்தைக் கூர்மை யாகப் பார்த்தபடி சொன்னாள்:

"ஆவணி மாசத்திலும் இப்படிக் குளிர்கிறதே."

நீலவேணி, பானுவின் வார்த்தைகளைப் பற்றிப் படர்ந்து கொண்டு சொன்னாள்.

"உங்களுக்குத்தான் உடம்பு சரியில்லை என்று சொன்னீர்களே. ஏன் பனியில் நிற்கிறீர்கள். உறங்கப் போகலாமே...."

"பானுவுக்கு உடம்பு சரியில்லையா, என்ன?"

இப்போது பானுவே தொடர்ந்தாள்:

"ஆமாம், சின்னவரே. காலையில் இருந்து மேலுக்குச் சூடும் தணுப்புமாக உள்ளது. அத்தோடு இன்று பார்த்து ஆடவும் வேண்டி வந்தது பாருங்கள். ரத்தப் போக்கும் மிகுதியும் ஆச்சுது."

சின்னவர் முகம் சுளித்தார். பானு தொடர்ந்தாள்:

"இத்தனை நாழி கழித்துத் தனியாகவா வீடு திரும்புகிறீர்கள். சற்று நேரம் இப்படி வாசலிலே நின்றால், ஊர்க் காவலர்கள் வரு வார்கள். பாதுகாப்பாக வீடு போய்ச் சேரலாம். ஊரில் திருட்டும் வழிப்பறியும் தோன்றியிருக்கிறதாமே...."

ஊர்க் காவலர் கண்ணில் படுவதைக் காட்டிலும் வேறு வினை ஏது? அடுத்த நாள் காலமேயே பிள்ளையிடம் சொல்லி வைப்பார்களே...

"சரி... நான் புறப்பட்டுக்கொள்கிறேன். இந்தப் பக்கம் வரலாச்சு. பிறகு வந்தால் போச்சு..." என்றபடி, பணம் கொடுத்த வனைக் காண நேர்ந்த கடன்காரனைப் போல நகர்ந்தார் சின்னவர்.

கோபால நாராயணய்யர் விவகாரம் ஊரில் மெத்த களேபரத்தை ஏற்படுத்துவதாய் அமைந்து போய்விட்டது. அவரை மாயே துலுக்கச் சிப்பாய்கள் பிடித்துக்கொண்டு வந்து கிடங்கிலே போட்டார்கள். எதனால் என்றால், நாராயணய்யர் சங்கு சேஷாசலச் செட்டிக்குக் கடன் கொடுக்க வேண்டியிருந்தது. செட்டியார் பலமுறைக்கும் கேட்டுப் பார்த்து, ஐயர் இருந்த கூடலூருக்குப் போயிருந்தார். அங்கு குவர்னராய் இருந்த மேஸ்தர் மானுசன் அண்டையிலே பிரியாது பண்ணி, சேவகர்களைக் கொண்டு ஐயரைப் பிடித்துக் கொண்டு புதுச்சேரி திரும்புவது செட்டியாரின் யோசனையாய் இருந்தது. ஐயர், செட்டியாரின் காரியத்தைப் புரிந்துகொண்டு, கூடலூரில் இருந்து தப்பித்துக்கொண்டு மரிகிருஷ்ணாபுரத்துக்கு வந்து அங்கே தலைமறைவாக இருந்தார். செட்டியார் ஐயரைப் பல இடங்களிலும் தேடிப் பார்த்துவிட்டு, அவரிருக்கும் ஊரைக் கண்டுபிடித்து இங்கேயிருக்கப்பட்ட துய்ப்ளெக்ஸ் துரைக்கு எழுதிக் கேட்டதன் பேரிலே, துரை அவர்கள் இருபது முப்பது மாயே துலுக்கரைச் செட்டியாரின் துணைக்கு அனுப்பி வைத்தார்கள். செட்டியார் துலுக்கச் சேவகருடன் மரிகிருஷ்ணாபுரத்துக்கு வந்து பதுங்கித்தானே இருந்தனர். ஆதிவார ராத்திரி கிரகணமான படியினாலே, எப்படியும் மரிகிருஷ்ணாபுரத்துத் துறைக்கு ஐயர் ஸ்நானம் பண்ணும்படிக்கும் வருவார்கள் என்று எதிர்பார்த்துக் காத்திருந்தார் செட்டியார். ஐயரும் அந்தப்படிக்குத் தம் மகனோடும், ஆப்தமாய் இருக்கப்பட்ட ஐந்தாறு மனுஷர்களோடும் துறைக்கு வந்தார். வந்தவுடன் மாயே சேவகரும், கும்பனிச் சிப்பாய்களும் அவர்கள் மேல் போய் விழுந்து பிடித்தார்கள். பிடித்தவுடனே ஐயருடைய சிரேஷ்ட புத்திரன் ஒருத்தர் ரெண்டு பேரைக் கையாட்டினான். சேவகரில் ரெண்டு பேர் விழுந்தது கண்டு, சிப்பாய்கள் அவனைப் பத்து, இருபது வெட்டுக் காயப்படுத்திப் போட்டு, நாராயணய்யரை மாத்திரம் பிடித்துக்கொண்டு வந்தார்கள். துரையவர்கள் உத்தாரத்தின் பேரில், ஐயரை முத்தியா பிள்ளை வளவில் காவல் வைத்தார்கள்.

ஐயர், தன் மனையாளுக்குக் கடிதம் எழுதிக்கொண்டார்.

"சௌபாக்கியவதியும் சிரஞ்சீவியும், என் பாரியாளும் ஆன பதுமாவதிக்கு, ஆசீர்வாதம் செய்து எழுதிக்கொண்டது. சௌக்ய

மாக ஜீவித்துக்கொண்டு கிடப்பாய் என்று தோணுது. நானோ, கடன்காரனாகவும், குலத்திலே இழிந்த சண்டாளனாகவும், பதிஷ்டனாகவும் மிக மிகக் கீழே இறங்கி, காராக்கிருஹத்திலே, தர்ப்பை மாதிரி சுருங்கியும், ஊருணி ஜலம் மாதிரி மிகவும் குளிர்ந்தும் போய் மரண காலத்தின் இழுபறி போல இருந்துகொண்டு கிடக்கிறேன். என்னைக் காப்பாற்றி ரட்சிக்க வேண்டிய பொறுப்பு உன்னைச் சார்ந்தது. தாலிப் பொன்னை விற்பாயோ, தண்டையை விற்பாயோ, தவிட்டை விற்பாயோ, தண்ணீர்க் குடத்தை விற்பாயோ, ஏது பண்ணுவாயோ தெரியாது. எதையாவது செய்து வராகன் தயார் பண்ணிக்கொண்டு போக வேண்டியது. வரும் கிருத்திகைக்குள் நீ இங்கு வராமல் போகும் பட்சம், அதற்கு அடுத்த நாள் நீ தாலி அறுத்துக்கொண்டு பிடி அரிசி தானம் கொடுத்து சடங்கு சம்பிரமம் பண்ணி சம்ஸ்காரங்களை ஒரு குறைவு வராமல் பண்ணிக்கொண்டு இருப்பாயாகவும்."

பதுமாவதி அம்மாள், வேண்டிய பணம் தயார் பண்ணிக் கொண்டு வந்து செட்டியாரைக் கண்டு ஆறாயிரம் வராகன் மட்டுக்கும் கடனைத் தீர்த்துக்கொண்டாள். அதன் பேரிலே காலை எட்டு மணிக்கு ஐயரை விடுதலை பண்ணி, கிடங்கிலே இருந்த வரைக் கொண்டு வந்து, முத்தியா பிள்ளை வளவிலே காவல் வைத்தார்கள். மீதி உள்ள நாலாயிரம் வராகனுக்கு ஐயர் சீட்டு எழுதிக் கொடுக்கச் சம்மதி சொன்னார்.

ஆனந்தரங்கப் பிள்ளை இல்லத்தில் வைத்து, துரை அவர்களின் உத்தாரத்தின் பேரில் ஐயர் சீட்டுக்குச் சம்மதித்து எழுதிக் கொடுத்தார். எழுதிக் கொடுத்ததும் செட்டியார் சொன்னார்:

"நாராயணய்யர், பணத்துக்குச் சவாப் சொல்ல வில்லங்கப்பட்டுக் கொண்டு தலைமறைவாக இருந்தீர். அதிலே நேர்ந்த சண்டையிலே உம் சிரேஷ்ட புத்திரனையும் இழந்தீர். போதாக்குறைக்குக் கிடங்கிலும் நாற்பது நாளுக்கு மேலே அடைந்தும் கிடந்தீர். இக்காரியத்தை அப்பொழுதே செய்திருந்திருந்தால் இக்கேடு உமக்கு வராது."

"செட்டியாரே, நீர் சொல்வது ரொம்பவும் சத்தியமான வார்த்தை. 'கேடு வரும் பின்னே, மதி கெட்டு வருமுன்னே' என்கிற வசனம் பொய்க்குமோ. எனக்கு அந்தப்படி ஆச்சு. வயசான காலத்திலே என் ஒரு புத்திரனையும் நான் இழக்க வேண்டி வந்தது என் கிரஹக் கோளாறே அன்றி வேறல்ல. பிள்ளைகள் தந்தைக்குத்தான் கொள்ளி வைப்பார்கள். நானோ, பிள்ளைக்குக் கொள்ளி வைத்த கொடுமைக்காரனானேன்."

பிள்ளை, ஐயருக்கு ஆறுதல் சொன்னார். அதன் பிறகு அவர்கள் இருவரையும் அனுப்புவித்துக் கொண்டார். செட்டியார், ஐயரை அத்துடன் விட்டாரில்லை. தன் வீட்டுக்கு அழைத்துச்

சென்று போஜனம் பண்ணுவித்தார். முடிந்ததும் ஐயருக்கும் அவர் வீட்டு அம்மாளுக்கும் வெகுமானம் பண்ணினார். அது என்ன வெனில், ஐயருக்கு மேல் உத்தரீயம், பட்டுச் செகலாத்து, அம்மா ளுக்குப் பட்டுப் புடவை, மற்றபடி ஐம்பது வராகன் பொன்னும் கொடுத்துக் கூடவே ஒரு ஆளையும் போட்டு அனுப்புவித்தார்.

ஐயரின் கண்களில் கண்ணீர் வழிந்தது.

"தங்களுக்கு மிகுந்த தொந்தரை செய்துவிட்டேன்" என்று ஐயர் தழுதழுப்புடன் சொன்னார்.

"தொந்தரையாவது, ஒண்ணாவது. எல்லாம் அவன் செயல். என்னாலன்றோ தங்களுக்கு அபகீர்த்தியும், இழப்புகளும், மான தோஷமும், கௌரஹானியும் ஏற்பட்டன. தாங்கள் பிராமணர். மனம் நொந்து கொள்வீர் எனில், எனக்குப் பீடைதானே. ஆகவே, என்னைத் தாங்கள் க்ஷமிக்க வேணும்."

"தாங்கள் இவ்வாறு பேசக் கூடாது. தாங்கள் அன்ன தாதா. லட்சுமி கடாட்சம் தங்களுக்குப் பூரணமாக உள்ளது. லட்சுமி கடாட்சம் இருக்கிறதெனில், அங்கு நாராயண ஸ்வரூபமும் விளங்கத்தானே செய்யும். ஆகவே, தாங்கள் என்மீது கொண்ட கருணையால் அன்றோ என்னை விடுதலை செய்ய முன்வந்தீர். அது பெரிதன்றோ?"

ஐயருடன் செட்டியாரும் வில்லியனூர் வாசல்வரை வழியனுப்ப வந்தார். "ஒருமுறை தாங்கள் குடும்ப சமேதராய் என் குடிசைக்கு விஜயம் செய்து என்னை ஆசீர்வதித்து அருள வேணும்" என்று ஐயரைச் செட்டியார் வேண்டிக்கொண்டார்.

"அதுக்கென்ன, செய்தால் போச்சு... சர்க்கரை தின்னக் கூலியா? கம்பெனி உத்தியோகம் கூப்பிட்டுக் கொடுத்தது மாதிரி யல்லவா உங்கள் பேச்சு எனக்கு இனிக்கிறது. வரும் தீபாவளிக்குக் கங்கா ஸ்நானம் இங்கு செய்கிறாற்போல ஆச்சு."

"எல்லாம் தங்கள் மனசு."

வில்லியனூர் வாயிலண்டை, அவர்கள் மீண்டும் ஒருவரை யொருவர் வந்தனம் பண்ணிக்கொண்டார்கள்.

"சுவாமி வில்லியனூரில் ஓர் இரவு தங்கி, அங்கு ஈஸ்வர ரையும் பெருமாளையும் சேவித்துக் கொள்ளுங்க. ஈஸ்வரர் மகா வரப்பிரசாதி. குயிலாம்பாளையும் நமஸ்கரித்துக் கொள்ளுங்கள்."

"எல்லாம் தங்கள் மனசு."

வில்லியனூரில் என் தம்பி நல்ல பிள்ளைச் செட்டி கிருகத் திலே தங்கி இளைப்பாறிக்கொள்ளுங்கள். அங்கு தங்களுக்குச் சகல வசதிகளும் தம்பி செய்து கொடுப்பார்."

"எல்லாம் தங்கள் மனசு."

ஐயர் விடைபெற்றுச் சென்றார். செட்டியாருக்கு மனசு வலிக்கத்தான் செய்தது.

8

ஆனந்தரங்கரும், நாகாபரணப் பண்டிதரும் பாக்கு மண்டியில் அமர்ந்திருந்தார்கள். சூரியன் முழுவதும் அஸ்தமித்து விடாத மாலை நேரக் கடற் காற்று வியாபித்துப் பொழுதை ரம்யம் செய்து கொண்டிருந்தது. பெட்டியடிப் பிள்ளை பாக்கு மண்டிக் கணக்கைப் பிள்ளையிடம் ஒப்புவித்து முடித்திருந்தார். பண்டிதர் தம் மகள், பேரப் பிள்ளைகளைப் பார்த்து வருவான் வேண்டி புவனகிரி சென்று, சிதம்பரம் சென்று சேவித்துப் பிள்ளைக்கென விபூதிப் பிரசாதாதிகளைக் கொணர்ந்து கொடுத்துப் பயண விசேஷங்களைப் பேசிக்கொண்டிருந்தார்.

"பண்டிதரே... தங்கள் மருமகப் பிள்ளை எப்படி இருக்கிறார்?"

"அப்படியேதான் இருக்கிறார். என்ன பண்ண? நம் குழந்தையின் தலைவிதி, தினே தினே தாசி சல்லாபம் செய்து கொண்டு பொழுதையும் பொருளையும் கடலில் கரைத்த உப்பாக்கிக்கொண்டிருக்கிறார். பிராமணன் தாசி வசப்பட்டால், குரங்குக்குப் பேய் பிடித்த மாதிரிதானே...."

"கலிகாலம் ஆச்சுது. பிராமணன் ராஜாக்களுக்கு வேவு பார்க்கிற வேலை செய்து கைநீட்டிச் சம்பளம் வாங்கிப் பிழைக்கிற காலம் வந்தாச்சுதே... இனி எல்லாம் நடக்கும். நம் வீட்டிலும் அந்தத் தாசிப் பிழைப்பு நடக்கலாச்சுது. அதர்மர்களை விடுங்கள். நேற்று கிடங்கண்டை ஒரே களாபமாக இருந்ததாகச் சொன்னார்களே... அஃதென்ன விஷயம்...."

"அதுவா? முசியே கொரனேத்தென்று கோட்டையிலே ஓயர்வு சுகீப்பர் (ware house பொறுப்பாளன்) உத்தியோகத்திலிலேயே இருக்கப்பட்ட மனுஷனண்டை ஆஸ்தகனாக இருக்கிறான் முசியே சூது என்கிறவன். இந்தச் சூது என்கிற பரங்கியன் என்ன பண்ணினான் என்றால், இந்தப் பட்டணத்திலே சோம்பேறியாகத் திரிகிற பரமானந்தன் என்கிறவன் கையிலே பணங்காசு கொடுத்து சிறையன்களை (அடிமைகளை) கொண்டு வரச் சொல்லியிருக்கிறான். அந்தப் பரமானந்தப் பாபி தன் மனுஷர்களை அனுப்பி சிறிது பேரைக் கை விலைக்கும் சிறிது பேரை மோசம் பண்ணியும் கொண்டு வந்திருக்கிறான். வாகூரில், ஒழிந்தியாபட்டில்,

விருத்தாசலத்தில், திருவலஞ்சுழியில் பல பேரை விலைக்கு வாங்கியிருக்கிறான். பாவப்பட்ட ஜெனங்கள் தன்னையே விற்றுக்கொண்டார்கள். குழந்தைகளானால் பத்து பகோடா, வாலிபனானால் பதினைந்து, இருபது பகோடா, பொம்பிளையாக இருந்தால் ஏழு எட்டுப் பகோடா என்று விலை கட்டி வாங்கியிருக்கிறான்."

"இந்த ஜெனங்களை என்ன பண்ணுவான்?"

"கப்பல் ஏத்தி மொரிஷியஸ் தீவுக்கு அனுப்புவானாம். அங்குப் பொதுவில் அடிமைகளை ஏலம் விடுவானாம். இந்தப் பழக்கம் இந்தப் பட்டணத்திலே, பிரான்சுவா மர்த்தேன் காலத்திலேயிருந்து இருக்கப்பட்டதுதானே. ஆச்சா? சிறிது பேரை மோசம் பண்ணிக்கொண்டு வந்திருக்கிறான். வெற்றிலையில் சுண்ணாம்பில் மருந்து கலந்து கொடுத்துச் சில பேரைப் பிடித்துள்ளான். கையில் மைச்சிமிழ் வைத்துக்கொண்டு ஏமாத்தியிருக்கிறான். இதுகள் இந்தவிடத்திலே வெளியான லயணம் எப்படியென்றால், மணிலா மலையப்பன் என்கிறவன் பரமானந்தனிடத்திலே போக வர இருந்தவன் இந்தச் சாடைகளையெல்லாம் பார்த்தான். அவன் வந்து இருசப்ப செட்டி, முத்துச் செட்டியுடனேயேயும், குடைக்கார ரங்கப்பனுடனேயும் சொன்னான்."

"பேஷ் அந்த மலையப்பன் சுத்தார்த்மாவாக இருக்க வேணும்."

"சுத்தார்த்மாவது, மண்ணாவது? அவனும் செட்டி; சிறையன்களாக அகப்பட்டுக் கொண்டவர்களில் பல பேர் செட்டிகள் ஆனபடியால் அல்லவோ சொன்னான்."

"சுண்ணாம்பில் இருக்கிறது சூட்சுமம் என்பார்களே. இதுதான் போலும்."

"கேளும் பண்டிதரே! சிறையன்களைக் கொண்டு போய்ச் சிறைக் கூடத்துக்குள்ளே தானே போட்டு வைத்தார்கள். இருசப்ப செட்டி, முத்துச் செட்டி, குடைக்கார ரங்கப்பனும் சிறைக் கோட்டத்துக்குப் பக்கத்திலே இருக்கப்பட்டதான குதிரை லாயத்தில் குதிரை பார்க்கிற சாக்கிட்டுக்கொண்டு பின்னையும் நாலு பேர் செட்டிகளைக் கூட்டிக்கொண்டு போனார்கள். சிறைக் கூடத்துக் குள்ளே போனவுடனே, அங்கே நாலு பேர் செட்டிகளும், ஒரு செட்டிக்கு அம்மையும், இவர்களின் பந்து ஜெனமாய் இருக்கிறவர்கள் ஓடி வந்து காலிலே விழுந்து அழுதார்கள். அவர்களை விசாரிக்கும் இடத்து, அவர்கள் சொன்னது மிகவும் விசேஷம்."

பெட்டியடிப் பிள்ளை குறுக்கிட்டுக்கொண்டு நின்றார்.

"என்ன?" என்று வினவினார் பிள்ளை.

"மாளிகையிலேர்ந்து தீனி வந்திருக்கிறது, பரிமாறலாமா?"

"பேஷாய்."

பிள்ளை இரண்டு தட்டங்களில் முறுக்கும், சீடையும், தேன் குழலும், உப்பிட்டு வறுத்த பொரியும் கொண்டு வந்து அவர்கள் முன்பு வைத்தார். இரண்டு குவளை நிறைய தண்ணீரும் கொணர்ந்து தந்தார்.

"சாப்பிடுங்கள்" என்று சினேகிதரை உபசரித்தபடி பிள்ளை தொடர்ந்தார்.

"சிறையன்களில் ஒருத்தனை மூட்டையிருக்கிறது எடுத்து வாரியா கூலி தருகிறோம் என்று அழைத்து வந்து உள்ளே போன வுடனே மொட்டை அடித்துக் காலிலே விலங்கு போட்டார்களாம். ஒருத்தனிருந்து கொண்டு, வெத்திலையிலே சுண்ணாம்பு தடவிக் கொடுத்தார்கள். அதைப் போட்டுக் கொண்டவுடனே என்னமோ மயக்கமாயிருந்தது வந்து விட்டேன் என்று சொன்னானாம். ஒருத்தனிடம், உள்ளே மந்திரம் தந்திரம் நடக்குது வர்றியா என்று உள்ளே அழைத்து வந்து மொட்டை அடித்தார்களாம். பின்னையும் சிறிது பேர் விறகுக் கட்டு விலை பேசி அழைத்துக்கொண்டு உள்ளே விட்டு மோசம் பண்ணினதும், பில்லுக்கட்டுக்காரரை அழைத்து வந்து மோசம் பண்ணியும் நாலாவிதமும் சிறை பிடித்தார்கள். இதல்லாமல், தரங்கம்பாடியண்டையில் ஒரு கிராமத்திலே இவர் களுக்கு ஒரு வீடு இருக்கிறதாம். அந்த ஊரு மேற்கே குப்பக் காடுகளிலேயும் இப்படித்தான் பல பேரை மோசம் பண்ணி, அந்த வீட்டிலே அம்பது நூறு பேரைக் கொண்டு வந்து அடைத்து வைத்து ஒரு இராத்திரியிலே படகின் பேரிலே ஏற்றி, அரியாங் குப்பத்திலே கொண்டு வந்து இறக்கியிருக்கிறார்கள். அவ்விடத் திலேயும் இவனுக்கு ஒரு வீடு இருக்கிறதாம்."

"பரமானந்தனுக்கா?"

"ஆமாம். அந்த அரியாங்குப்பத்து வீட்டிலே அவர்களை அடைத்து, அவ்விடத்திலே மொட்டை அடித்துக் கறுப்புப் புடவைகளைக் கொடுத்து ஒரு காலிலே விலங்கு வளையம் போட்டு அங்கேயிருந்து இராத்திரியிலே சாச்சுக் கொண்டு வந்து முசியே சூதன் வீட்டில் இருக்கிற சிறையில் அடைத்துப் போட்டு, கப்பல் போகச்சே படகிலே ஏற்றிக் கப்பலின் பேரிலே ஏற்றிக் கொண்டு போய் மொரிஷியஸ் தீவிலே ஏலம் விடுகிறதுமாய் பல காலமாய் நடந்துகொண்டு இருக்கிறதுதான். அது இந்த மட்டும் வெளி யாகாமல் இருந்து இப்போது வெளிப்பட்டு விட்டது. இருசப்பச் செட்டியும், முத்தும், ரங்கப்பனும் வெளியாச்சுது. இவர்கள் போய் முசியே சூதனைப் பார்த்து, 'இப்படி வருகிறவனையும் போகிற வனையும் பிடித்துக்கொண்டு வந்திருக்கிறார்கள். நாங்கள் அறிந்த

வர்கள் நாலைந்து பேர் இருக்கிறார்கள். அதைத் தீர விசாரிக்க வேணும்' என்று சொல்லியிருக்கிறார்கள். அந்தப் பயல் இருந்து கொண்டு, நான் பணம் கொடுத்தல்லோ அவர்களைப் பிடித்துக் கொண்டு வந்திருக்கிறேன் என்று மிதப்பாகப் பேசியிருக்கிறான். அப்புறம் விஷயம் வெளிப்பட ஆச்சுதே என்று பயந்து போனவன், விசாரணை நடத்தி அஞ்சு பேரை மட்டும் விடுதலை பண்ணி, அப்படிப் பண்ணினதைக் குவர்னர் அறியும் பொருட்டுப் பெரிய துபாஷ் கனகராய முதலியாரண்டைக்கு அனுப்பியிருக்கிறான். அவர், அந்த ஆளுகளை இருசப்பச் செட்டி வகையறாவுக்கு அனுப்பியிருக்கிறார். நல்ல மனுஷாளைப் பிடித்து மொட்டை அடிச்சு கறுப்புப் புடவை கட்டி காலில் விலங்கு போட்டோமே, அதனால் விபரீதம் வருமே என்று பயந்து போன அந்தப் பரங்கியன், கனகராய முதலியார் வீடு, சேஷாசலச் செட்டியார் வீடு, இருசப்பச் செட்டி வீடு, முத்து வீடு, நம் மாளிகை எல்லாத்துக்கும் வந்து, அவரரவர்க்கு ரொம்பவும் தெரியப்படச் சொல்லி, இந்த விஷயத்தைப் பெரிசுபடுத்தாதேயுங்கோள் என்று சொல்லிவிட்டுப் போனான். நம்ப துபாஷ் முதலியார் இந்த விஷயத்தைக் குவர்னர் துரை அவர்கள் கவனத்துக்குக் கொண்டு போனார். ஆகையினாலே, துரை அவர்கள் அந்தப் பரமானந்தனைப் பிடித்து வரச் சொன்னார்கள். கும்பனீர் சேவகர் பிடிக்கப் போகையில், அந்தச் சண்டாளன், தோட்டத்தாலே ஏறிக் குதித்து மிசியோனேர் மாதா கோயிலிலே புகுந்து கொண்டான். சேவகர் அங்கு போய் அவனைப் பிடித்துக் கோட்டையிலே கிடங்கிலே போட்டார்கள். இந்தக் களாபத்துக்குக் காரணமான முசியே சூதை உத்தியோகம் வாங்கிப் போட்டார்கள். அவன் இடத்துக்கு வேறு ஒரு வெள்ளைக்காரனை நியமித்தார் நம் குவர்னர் துரை."

"மனுஷப் பிறவி இப்படியும் சீரழிய வாச்சுதே. எல்லாம் கலி காலம்."

"அல்லாமல் வேறென்ன. அன்று நம்மைப் பார்க்க வந்த புலவர்கூடச் சொன்னாரே ஒரு கவி..." பிள்ளை சற்றே கண்களை மூடி அக்கவியை நினைவுபடுத்திக்கொள்ள முயன்றார். அப்புறம் சொன்னார்:

"மனையாளின் முத்தமும் மாசுற்றுப் போகுமே
மணிநாக விஷமாகுமே
வாகான பிள்ளைகள் முகமாறிப் போகுமே
உறவினர் பகை சேருமே
மண்ணாளும் ராஜனும் மனமாறிப் போவனே
அநியாய ஆட்சி வருமே
அதிகார போதையில் தடுமாறும் காவலர்
அரக்க குணம் மேலோங்குமே

கனிவான புலவரும் கையேந்திப் பிழைப்பரே
காசுக்குத் தலை வணங்கிய
வேசைகள் ஏவல்கள் விரும்பியும் செய்வரே
வெறும்பயல் பண்டிதன் ஆவனே
எனையாளும் தேவியே பிரபஞ்சம் காத்திடும்
வேதபுரீஸ்வரன் துணையே
விபரீத கலிகாலம் மேவினால் சூரியன்
மேற்காலே எழலாகுமே..."

என்று தம் ஞாபகத்திலிருந்து எடுத்துச் சொன்னார் பிள்ளை.

"உள்ளது" என்று ஒப்புக்கொண்டார் பண்டிதர்.

பிள்ளை! குவர்னர் துரை அவர்கள் மனசிலே என்னதான் இருக்கிறது? ஏதேனும் போர் ஆயத்தங்கள் நடக்கிறதா என்ன? துரை அவர்களின் உள்மனசாக இருந்து காரியமாற்றுகிறவர் நீர். உமக்குத் தெரிந்திருக்க வேண்டுமே..." என்று அங்கு சேஷாசல செட்டியார் பிள்ளையிடம் வினவினார்.

"தலை இருக்க வால் ஆடலாமோ? பெரியவர் முதலியார் அவர்களன்றோ துபாஷாக இருக்கப்பட்டவர். அவருக்கன்றோ துரை அவர்களின் மனப்போக்கு புரிபடும். நான் மூன்றாம் சுற்றில் நிற்பவன் அன்றோ?"

"அஃதென்ன மூன்றாம் சுற்று?"

"குவர்னர் துரை, சின்னதுரை, வெள்ளைக்காரர் ஒரு சுற்று என்றால் துபாஷ் முதலான பெரிய தரத்து அதிகாரிகள் இரண்டாம் சுற்று. என்னை ஒத்தவர்கள் மூன்றாம் சுற்றுதான் செட்டியாரே."

"தாம் ரொம்ப அடக்கத்துடன் பேசுகிறீர். போகட்டும். இன்றென்ன இத்தனை வெள்ளைக்காரர்களுக்குத் திடீரென உத்த யோகம் தரப் போகிறது? எதனால் இந்தத் திபுக்கடீர் நடவடிக்கை. சொல்லுமேன்."

நேற்றைய தினம் புதுச்சேரிப் பட்டணத்திலே இருக்கப்பட்ட வெள்ளைக்காரர், சட்டைக்காரர், சேவகம் இல்லாமல் இருக்கப் பட்டவர்கள் எல்லாரையும் உத்தியோகத்துக்கு வரச் சொல்லி வெள்ளைக்காரத் தெருவிலே, தெருவுக்குத் தெரு தம்பூரடித்து ஜனங்களைக் கூட்டி பிரெஞ்சு மொழியிலும், தமிழிலும் கடுதாசி படித்தார்கள். ஆனதினால், ஊரிலே இருக்கப்பட்ட குழந்தைகள், முதியோர்களைத் தவிர்த்து வெள்ளைக்காரர்கள் அனைவரும் குவர்னர் மாளிகை முன்பு குழுமி விட்டிருந்தார்கள். ஏகபாரக் கூட்டம்.

மதியம் இரண்டு மணியைப் போல குவர்னர் துரை துய்ப்ளெக்ஸ் அவர்கள், பிள்ளையையும், சேஷாசலச் செட்டியாரையும் முகம் பார்க்க அழைத்தார்கள். பிள்ளையும் செட்டியாரும் துரையின் முன்பாகக் குனிந்து வணங்கி சலாம் பண்ணி இருந்தார்கள்.

"ஏது செட்டியார் நம்மிடத்தில் வந்திருக்கிறது வெகு ஆச்சரியமாய்க் காணுதே."

"அதேதுமில்லை. நேற்று வெள்ளைக்காரத் தெருவின் பக்கம் தம்புரு அடிச்சுவித்து, வெள்ளைக்காரர்களைக் கும்பெனி உத்தி யோகத்துக்கு அழைச்சுவித்தது ரொம்பவும் கம்சயமாய் இருந்ததே. அதைக் கண்டு துரை அவர்கள் யோசனையைக் கேட்டுக்கொண்டு போகலாம் என்று வந்தது."

துரை இருந்து கொண்டு ரொம்பவும் பெலக்கச் சிரித்தார்.

"போர் வந்துவிட்டதென்று செட்டியார் ரொம்பவும் பயப் படுகிறார் பேலே காணுது. ரங்கப்பா! நீயும் பயப்படுகிறாயா?"

"பயம் என்ன? போர் வந்தால் குடிஜெனங்களுக்குக் கஷ்டம் தானே. ஏன் அதிகாரப்பட்டவர்களுக்கும் அது கஷ்ட அனுபவ மாகத்தானே இருக்கும்."

"அதெல்லாம் வராது கவலைப்படாதேயுங்கள். பிரான்ஸ், ஆஸ்திரியா விவகாரத்தில் புகுந்துகொண்டது. ஆங்கிலேகாரர்களும் ஒரு பக்கம் எடுத்து மும்முரப்பட்டிருப்பதாகக் கடுதாசி எழுதி வந்தாச்சுது. நம் பக்கம் போர் வருகிறவரைக்கும் நாம் கையைக் கட்டிச் சும்மா இருக்க முடியுமா?"

"வருமுன் காப்பதே புத்தி. பிரபு செய்வது எப்போதும் சிரேஷ்டமாகவேத்தான் இருக்கும்."

"போர் கிட்டத்திலே இல்லை. அவரவர் பாட்டுக்கு அவரவர் காரியம் பண்ணிக்கொண்டிருக்க வேண்டியது."

அந்த அளவில் செட்டியாருக்கு விடை கொடுத்து அனுப்பி விட்டுப் பிள்ளையைப் பார்த்து குவர்னர் துரை "ரங்கப்பா, எங்கள வர்களுக்குச் சிறிது பேருக்கு உத்தியோகம் கொடுத்துப் போட்டு அப்புறம் ஆங்கிலே குவர்னர் அவர்களுக்கு நீ ஒரு கடுதாசி எழுத வேணும்."

"ஆகா, எழுதினால் போயிற்று. விஷயம் அறிய வேணும்."

"அதாவது நமது தாயகமான பிரான்சிலும் – அரசர் நீடூழி வாழ்க – அவர்கள் தேசத்திலும், சண்டை முஸ்தீப்போ, சமாதான முஸ்தீப்போ அது அவர்கள் பாடு என்று இருந்து விடுவோம். வியாபாரம் செய்ய வந்த இடத்தில், நாம் ஒருத்தரையொருத்தர்

பகைத்துக்கொண்டும், தாக்கிக்கொண்டும் இருப்பது நல்லதுக்கு இல்லை. நாம் சமாதானமாக வாழ்வோம் என்கிற முறையில் கடிதம் அமைய வேண்டும்."

"செய்தால் போச்சு.... பிரபுவின் சித்தம்."

மத்தியானம் மூன்று மணிக்குத் துரையவர்கள் கோட்டைக்கு வந்தார்கள். ஒரு நாற்காலியும் எழுது பலகையும் போட்டு குவர்னர் அமர, வெள்ளைக்காரர்கள் ஒருவர் பின் ஒருவராக வந்தார்கள். சில பேரை சொலுதாது(சிப்பாய்)களாக எழுதிக்கொண்டு துப்பாக்கி கொடுத்தார்கள். துரையுடன் கூடவே, துரைத்தனம் பண்ணப் பட்டவர்கள், கொம்மிசேல்காரர், கணக்கர் எல்லோரும் இருந்து மற்றவர்க்கு உத்தியோகம் பண்ணி வைத்தார்கள். தெரிந்தெடுக்கப் பட்டவர்களை இரண்டு பிரிவாகப் பிரித்து ஒரு கும்பனிக்குக் கம்பிதாதன் முசேலாமத்திரியையும், ஒரு கும்பெனிக்கு முசே தெப்பிரேமெனியையும் தலைமையாகப் போட்டு, அவரவர்களுக்குக் கட்டளையிட்டுத் திட்டம் செய்தார். அதன் பேரிலே, கோட்டையில் மேலேறிக் கொத்தளங்கள் சகலமும் முஸ்தீது பண்ணி அங்கங்கே பீரங்கியின் குண்டுகள் மருந்துகள் எல்லாம் கொண்டு போய்ச் சேர்த்து முஸ்தீது பண்ணி லேஸ்து (தயார் செய்து) பண்ணி வைத்தார்கள்.

அலுவல் முடிந்து துய்ப்ளெக்சும் பிள்ளையும் திரும்பிய போது மணி நான்குக்கு மேல் ஆகியிருந்தது. வரவேற்பறையிலேயே மதாம் மூான் அமர்ந்துகொண்டு துய்ப்ளெக்சுக்குக் காத்திருந்தாள்.

"ழான்... அன்பே... என்னிடம் சொல்ல அவசரமான விஷயம் ஏதேனும் உள்ளதா?"

"அப்படியொன்றும் இல்லை. கபே குடிக்கத் தாமதமாயிற்றே என்று காத்திருந்தேன்."

"இதோ வருகிறேன். ரங்கப்பன்தான் கபே குடிப்பதில்லையே... ரங்கப்பா, சிறிது நேரத்தில் வந்துவிடுகிறேன். நீ நம்மோட எழுதும் கபினேத்தில் எனக்காகக் காத்திரேன்."

"பிரபுவின் உத்தரவு. மெல்ல வாருங்கள்."

ழானைத் தொடர்ந்து சென்ற துய்ப்ளெக்சிடம் ழான் கேட்டாள்:

"ரங்கப்பனுக்கு என்ன வேலை வைத்திருக்கிறீர்கள்."

"ஒரு கடுதாசி எழுத வேணும்."

"யாருக்கு?"

"சென்னப் பட்டணக் குவர்னருக்கு."

“என்ன உள்ளார்த்தம்?”

“நமக்கும் ஆங்கிலேகாரருக்கும் உள்ள நூற்றாண்டுப் பகையை அவர்கள் தாய்நாட்டில் வைத்துக்கொள்ளட்டும். வியாபாரம் செய்ய வந்த இடத்தில் என்னத்துக்கு இந்தச் சண்டைகள் எல்லாம்?”

“ஆனால், நவாப், நாம் வியாபாரிகள் அல்லவே.”

“அல்லாமல்?”

“அதிகாரிகள். ஆங்கிலேகாரர்கள் வேண்டுமானால் அப்படி இருக்கலாம். தனி நபர்களால் நிர்வாகம் செய்யப்படுகிற, அரசாங்கத் தலையீடு இல்லாத கும்பெனிகள் அவர்களுடையது. பணத் தட்டுப்பாடு அவர்களுக்கு இல்லை. நாம் ஒரு சிப்பாய் சம்பளத்துக்கும் ஸ்தல இலாகா மந்திரியை எதிர்பார்க்கிற ஸ்திதியில் இருக்கப்பட்டவர்கள். நாம், நம் ஆட்சிப் பரப்பைப் பெருக்கி, வரி போட்டுப் பணம் கண்டால் அன்றிக் கும்பெனியை எவ்வாறு நடத்த இயலும்?”

துய்ப்ளெக்ஸ் கோப்பையில் கபேயை நிரப்பிக்கொண்டு அருந்திக்கொண்டு சொன்னார்:

“ஆட்சிப் பரப்பைப் பெருக்கிக்கொள்வது சுலபம் அல்லவே மூான். நாம் ஒரு சிற்றரசனைத் தாக்கினால், அவனுக்கு ஆதரவாக ஆங்கிலேகாரர்கள் வருகிறார்களே....”

“ஆக, எப்படியும் சண்டை என்பது ஆங்கிலேகாரர்க்கும் நமக்கும் தவிர்க்க இயலாததுதானே....”

துய்ப்ளெக்ஸ் குழம்பிப் போனார்.

“அப்படியானால் சமாதானம் பேசிக் கடுதாசி எழுத வேண்டாம் என்கிறாயா?”

“கடுதாசி எழுது, தப்பில்லை. ஆனால் அதை நம்பிக் கொண்டு செய்யாதே. கடுதாசி எழுதி, அவர்களின் மனசை வேவு பார். அவர்கள் பகை உணர்ச்சியை மட்டுப்படுத்து. அதே சமயம் ஆட்சிப் பிரதேசத்தை விஸ்தரிப்பதிலும் கவனம் செலுத்து.”

குவர்னர் துரை மிகுந்த யோசனையுடன் தன் கபினேத்துக்குத் திரும்பினார்.

“ரங்கப்பா, நீ எழுதலாமே.”

தாளையும், மைக்கூடு இறகு ஆகியவற்றையும் எடுத்து வைத்துக்கொண்டு பிள்ளை எழுதினார்.

“சென்னப் பட்டணத்தை ஆளும்படிக்கு ஏற்பட்டிருக்கிற குவர்னதோர், அன்புமிக்கவரும், ஆட்சியதிகார விற்பன்னரும், நீதி

மானும் ஆகிய மகாராஜஸ்ரீ மோர்சு துரை அவர்கள் சமூகத்துக்கு வந்தனமும் வாழ்த்துக்களும் கூறி, பிரான்சு தேசாதிகாரியின் – மன்னர் நீடூழி வாழட்டும் – அருள் வயப்பட்ட, இந்தியப் பூமிப் பரப்பில் வணிகமும் பண்ணி, தம் கலாசாரத்தை உஜ்ஜீவனம் செய்விக்கிறபடிக்கு இவ்விடத்திலே குவர்னதோராய் ஏற்பட்டிருக்கிற துய்ப்ளெக்ஸ் என்கிற நவாபும் எழுதுவிச்சுக் கொண்டது. அதியா தெனில், ஓர் நோக்கமும் ஓர் போக்கும் கொண்டு பல சமுத்ரங் களைத் தாண்டி இந்து மகா சமுத்ரத்துக்கு வந்துள்ளோம். இங்கே நாம் வீணுக்குச் சண்டை போடுவது நம் நோக்கங்களைப் பழுதாக்கி விடும். ஆதலினால், புதுச்சேரிக் கடலில் இருக்கும் நம் கலங்களைத் தங்கள் கலங்களோ, தேவனாம் பட்டணத்திலும், சென்னப் பட்டணத்திலும் கடலில் நிற்கும் தங்கள் கலங்களை நாங்களோ தாக்கி அழிக்காமல் இருக்கும்படிக்கு நமக்குள் ஓர் எழுத்து பண்ணிக் கொள்வது நல்லது என்பது நம் கோரிக்கை. அதைத் தங்கள் துரைத்தனம் ஒப்புக்கொள்ளும் என்று நம்பிக்கை கொள்கிறேன்.'

துய்ப்ளெக்ஸ் இருந்துகொண்டு, நவாப் பட்டத்துடன் கையெழுத்திட்டார். உடனேயே இரண்டு குதிரை வீரர்களை ஏற்பாடு பண்ணி அக்கடுதாசியையும் கொடுத்தனுப்பினார்கள்.

9

பாதிரியார் பெனுவா சாமியார் அவர்கள் ழான் துய்ப்ளெக்சைப் பார்க்க வந்திருந்தார். ஞாயிற்றுக்கிழமை காலைகளில் கோயிலுக்குப் போய் வந்த பிறகு, அவள் பாதிரிகளைச் சந்தித்து ஆன்மிக விஷய மாகப் பேசுவதை வழக்கமாகக் கொண்டிருந்தாள். மதியத்தை நெருங்கும் நேரம், பெனுவா பாதிரியார் வந்திருந்தார்.

"ஸ்வாமிக்கு ஸ்தோத்ரம்" என்று சொல்லி வரவேற்றாள் ழான் துய்ப்ளெக்ஸ்.

சாமியார் சிலுவைக் குறியிட்டு அவளை ஆசீர்வதித்து அவளுக்கு முன் இருந்த சோபாவில் அமர்ந்தார்.

"கர்த்தருக்குச் சம்மதமானால், வருகிற இருபத்தொன்பதாம் தேதி திங்கள்கிழமை என் இரு குமாரத்திகளுக்கும் கல்யாணம் செய்து கொடுக்க நிச்சயப்பட்டிருக்கிறது. சுவாமி கிருபையால் நல்லபடியாக நடக்க வேணும்" என்று சொல்லிக்கொண்டாள் ழான்.

“சுவாமி கிருபை இல்லாமல் என்ன? எதேஷ்டமாய் இருக்கிறது” என்றபடி தன் கையில் அடக்கமாய் வைத்திருந்த விவிலியப் புத்தகத்தைப் பிரித்துக் கண்ணுக்குப் பட்ட பகுதியை வாசித்தார்.

“கர்த்தருக்கு ஸ்தோத்ரம். அவர் என் விண்ணப்பங்களின் சப்தத்தைக் கேட்டார்.

கர்த்தர் என் பெலனும் என் கேடயமுமாய் இருக்கிறார். என் இருதயம் அவரை நம்பியிருந்தது. நான் சகாயம் பெற்றேன். ஆகையால் என் இருதயம் களி கூருகிறது. என் பாட்டினால் அவரைத் துதிப்பேன்...

தேவரீர். உமது ஜனத்தை இரட்சித்து உமது சுதந்திரத்தை ஆசீர்வதியும். அவர்களைப் போஷித்து அவர்களை என்றென்றைக்கும் உயர்த்தியருளும்.’’

படித்து நிமிர்ந்த பாதிரியார் பனித்திருந்த ழூானின் கண்களைப் பார்த்தார். “மதாம் ழூான்... உங்கள் மன்றாட்டை இறைவர் கேட்டு அங்கீகரித்துக்கொண்டார். புத்தகத்தைத் திருப்பினதும் என்ன அழகான வாசகங்கள் வருகின்றன, பார்த்தீரா? கர்த்தர் மெய்யடியாளை எங்ஙனம் கைவிடுவார்?”

ழூான் மிகுந்த கிளர்ச்சியுற்றிருந்தாள். உள்ளார்ந்த கிறிஸ்தவச்சியான அவளுக்குப் பாதிரி சொன்னது, கர்த்தரே சொன்னதாகத் தெரிந்தது.

“சுவாமி... எல்லாம் தங்கள் மனசு” என்றாள்.

“மதாம். அபிமானித்திருப்பவரை ஆண்டவர் ஒருபோதும் கைவிடுவதில்லை. அதிலும், கர்த்தர் அன்புடனே ஆசீர்வதிக்கப் பட்டவளும் நீர். ஆக, அவர் எப்போதும் உம்முடனேதானே இருப்பார். கர்த்தருக்கு மனசாலும் கருத்தாலும் கரத்தாலும் உழைக்கிறீர். அப்படி உழைப்பவர் வீடு கல்லின் மேல் கட்டப் பட்ட வீடாய் நிலைக்குமே. அல்லாத இந்தக் காபிரிகளின், அவிசுவாசிகளின் வீடோ கடலோரம் கட்டுப்பட்டுக் காற்றலையால் இழப்புண்டு போமே....”

“சுவாமி... நான் மேன்மேலும் ஆண்டவருக்கு அண்மையாய், கூப்பிடு தூரத்திலிருக்க ஆசைப்படுகிறேன். என் கணவராகிய ழோசேப்புக்குப் பக்தி அவ்வளவாகப் பண்ண நேர் இருப்பதில்லையே...”

“அது பாவம் இல்லை. அரசாங்கத்தில் இருக்கப்பட்டவர் அவர். அவருக்கும் சேர்த்து நீர் அன்றோ பக்தி பண்ண கடமைப் பட்டவர். கிறிஸ்து சபை, உம்மை அன்றோ கிறிஸ்துவத்தை ரட்சிக்க வந்த தீபம் என்று எண்ணிக்கொண்டிருக்கிறது. இந்தப் பட்சம் எம்மேல் வையும் போதும். வைப்பீரோ, மாட்டீரோ?”

“அது என்றும் இருக்கும்.”

“பிரான்சு தேசத்தில் இருந்து, மன்னர் பெருமான் நம்மை இவ்வளவு தூரம் அனுப்பியிருக்கிறார் என்றால், வியாபாரம் பண்ணத்தானா? அஞ்ஞானிகளை, அவிசுவாசிகளை, சிலை வணக்கம் செய்கிற காபிரிகளை, நரகத்துக்குப் போக என்றே பிறந்து வளர்கிற இந்தத் தலை இல்லாதவரைத் தடுத்து ரட்சிப்பதும், அவர் களுக்கு ஞான வழி காட்டவும் அன்றோ நாம் இங்கு வந்திருப்பது? அதை ஒருபோதும் நாம் மறக்கலாகாது?”

“மறவேன், சுவாமி, மறவேன். நான் செய்யத்தக்கது என்ன என்று எனக்கு உத்தாரம் இடுங்கள்.”

“அதைச் சொல்லத்தான் நாம் வந்தோம். நாம் சொல்வது சேசு சபையினரின் வாக்கே என்று தெளிவீர். பிரான்சு தேசத்துப் பாதிரிமார்கள், அவர்களோடே கோயிலும் இருக்கிற தெருவிலே காபிரிகளின் அஞ்ஞானிகளின் கோவில் எப்படி இருக்கலாம். எந்நேரமும் மேளச் சப்தமும், நாயனச் சப்தமும், கோயில் மணிச் சப்தமும், சிலையை ஊர்கோலமாக எடுத்துச் செல்கிற அவர்களின் மூடச் செய்கையும், அவர்களுக்கு அந்தோ... ஊழிக் காலத்தில் நரக வாதனை அன்றோ அவர்களுக்குச் சித்திக்கும்.... நீர் சகிப்பீரோ?”

மூான் இந்துக்களை, அவர்களுடைய கடவுளர்களை மனசுக்குள் படமாகப் படர விட்டு யோசித்தாள். அவள் முகம் அஷ்ட கோணலாகியது.

“சிலை வணக்கம் செய்கிற காட்டுமிராண்டிகள் சுவாமி... நான் அவர்களை ஒருபோதும் சகியேன். ஆனால், மூோசேப் வியாபார நிமித்தம் இந்துக்களாகிய காபிரிகளைச் சகித்துக் கொள்ள வேணும் என்கிறாரே. அதுவுமன்னியில் ரங்கப்பனைப் போன்ற இந்துத் தமிழர்களையும் அல்லவா அவர் எப்போதும் பக்கலில் வைத்துக் கொண்டு சம்சயம் கேட்டுக்கொண்டுள்ளார்?”

பாதிரியார் சுற்றும் முற்றும் பார்த்தார். அவர்கள் வரவேற்பு அறையின் மூலையில் அமர்ந்திருந்தார்கள். வேறு நபர் யாரும் அவர்கள் அருகில் இல்லை. பாதிரியாருக்கும் மூானுக்கும் வெள்ளை ஒயின் கொண்டு வந்த பரிசாரகரும் சென்று விட்டிருந்தார். பாதிரியார் திராட்சை ரசத்தைப் பருகிக் கொண்டு, குரலை சாத்தியப்படும் வகைக்குக் கீழே இறக்கிக் கொண்டு ரகசியம் போலச் சொன்னார்:

“மதாம் மூான், நம்மவர்களைக் காக்கவென்றே நீர் ஒரு சிறு படையைக் கட்டிக்க வேணும் என்பது சேசுசபை யோசனை. வெளிப் பார்வைக்கு அது அரசாங்க ஒற்றர் சேவகர் படையென்று சொல்லிக்கொள்ளலாம். நம் கிறிஸ்தவர்களுக்கு நேர்கிற தொந்

தரைகளைத் தடுத்துக்கொள்ள அதுவொன்றே வழி. ரங்கப்பனை நாம் கவனித்துக்கொள்வோம். அவனோட தாய் மாமன் நைநியப்பனை எப்படி நாம் சின்னாபின்னப்படுத்திச் சீரழித்தோம் என்பதை அவன் அறிவான்தானே. அந்தப் பயம் அவனுக்குள்ளே இருக்கத்தானே இருக்கும். அத்தோடு குவர்னரின் பெண்ஜாதி நீர். உம்மைக் கேள்வி கேட்க இந்த மண்ணுலகத்தில் யார் இருக்க முடியும்."

"சுவாமி, அந்த யோசனை நல்லதுதான். அந்தப் படைக்குச் சம்பளம் தருவது யார்?"

"தொடக்கத்தில் நாம்தாம் தர வேண்டியிருக்கும். எப்படியும் சண்டை வரத்தானே போகிறது. அதைக் காரணம் காட்டி, அந்தப் படையை அரசாங்கப் படையாக்கிக்கொள்வோம். ஆரம்பத்தில் அம்பது பேரை வைத்துக்கொள்வோம்."

ழானுக்கு அது கவர்ச்சிகரமான யோசனையாகப் பட்டது. தனக்கென்று தன் உத்தரவுக்குக் கட்டுப்படுகிற சிறு கும்பெனி. மதாம் குவர்னரின் தனி ஊழியப் படை. குவர்னரின் அதிகாரமும் கூடச் செல்லாத படை. அதிகாரத்தில் நாட்டம் கொண்ட ழான் அந்த யோசனைக்கு ஒப்பினாள்.

துரை அவர்களின் பெண்ஜாதி ழான் துய்ப்ளெக்சின் மூத்த இரு புத்திரிகளுக்கும் கல்யாணம் என்றவுடன் ஊர் அதைச் சுபகாரியமாகவும், பண்டிகை போன்றதாகவும் கொண்டாடத் தொடங்கியது. வெள்ளைக்காரத் தெருக்களில் புதிது புதிதாக விளக்கு வைத்தார்கள். புதுசாகக் கொட்டகை போட்டு விருந்து கேளிக்கை நடத்தினார்கள். பெரியதரத்து உத்தியோகஸ்தர்கள் தத்தம் வீடுகளுக்குச் சுண்ணம் அடித்தார்கள். அறிவிப்பு வந்ததுமே பெரிய துபாஷ் கனகராய முதலியார் வெகுமானமும் வரிசையும் கொண்டு போனார்கள். சுமார் பத்து பேர் தலைச் சுமையாக அந்த வரிசைகள் அமைந்திருந்தன. பட்டுச் சுருட்டி, பூக்கள் அச்சிட்ட முரட்டுப் பச்சைத் துணிக் கட்டுகள், அண்டா குண்டான் முதலான தட்டு முட்டுகள், பழம் பூ வெற்றிலை முதலான தினுசுகள் அந்த வரிசையில் அமைந்திருந்தன. வாத்தியக்காரர்கள் சம்பிரமத்துடன் குவர்னரின் வீட்டுக்குச் சென்று முதலியார் குவர்னருக்கும், மதாமுக்கும் அதுகளைத் தானே வழங்கிக்கொண்டு வந்தார்.

முதலியார் வரிசைகளை வழங்கின பிறகு ஆனந்தரங்கரும் பரிசத்துக்கான ஏற்பாடுகளைச் செய்யத் தொடங்கினர்.

"நமது வரிசை ரொம்பவும் நிரக்க வேணும்" என்றாள் மங்கைத்தா அம்மாள்.

“நிரப்பது மட்டுமல்ல. துரை அவர்கள் வீட்டுக்கு வந்து வெகுமானங்களிலேயே நம்மோடதுதான் ரொம்ப ஒசத்தி என்று சொல்லத் தக்கதாகவும் இருக்க வேணும்” என்றபடி காரியங்களைக் கவனிக்கத் தொடங்கினார் பிள்ளை. அவருக்கு இந்தச் சந்தர்ப் பத்தைப் பயன்படுத்திக்கொண்டு சில காரியங்களைச் செய்து கொள்ள வேணும் என்று இருந்தது. ஒன்று, குவர்னர் துரை அன்புக்கும், பரிவுக்கும் பூரணமான ஆள் ஆவது. இரண்டாவது பெரிய வெகுமானத்தைக் கொடுப்பதன் மூலமாக மதாம் குவர்னரிடமும் அன்பைப் பெற முயற்சிப்பது. அவரிடம் தன் விஷயமாக நேர்ந்து விட்ட தப்பபிப்பிராயங்களைக் களைந்து விடுவது. இக்கல்யாணத்தால் அதிக சந்தோஷமடைய இருப்பது மதாம்தானே. ஏனெனில், அவளுடைய குமாரத்திகளுக்கு அல்லவா திருமணம்? மிகு பரிசுகளும், சம்பாவனைகளும் அவளுக்கு அன்றோ சந்தோஷத்தைத் தரும்.

பிள்ளை மறுநாளே தம் வளவியிலிருந்து பரிசுகளும் சம்பாவ னையும் கொண்டு போகச் சித்தம் செய்தார். மேள வாத்தியம், தீவட்டி, வாண வேடிக்கையுடனே இரவு ஏழு மணிக்கு சம்பாவனை ஊர்வலம் புறப்பட்டது. மேள அதிர்வில், பிள்ளையின் வளவுக்கு அடுத்திருந்த பிராமணத் தெரு, வெள்ளாளத் தெரு ஜனங்கள் வேடிக்கை பார்க்கக் குழுமி இருந்தனர். எழுபது ஆள்கள் பிள்ளையின் பரிசுகளைச் சுமந்து கொண்டு சென்றார்கள்.

பட்டு சகலாத்துகள் இரண்டு ஆள் சுமை, சீட்டி மற்றும் அச்சு பண்ணின துணிகள் இரண்டு ஆள் சுமை, தங்கமும் வைரமும் இழைத்துச் செய்த பல ஆயிர வராகன்கள் பெறும் நகை நட்டுகள், சீமைப் பேரீச்சை, நாட்டு மற்றும் மலைவாழைத் தினுசுகள் பல வகை, சர்க்கரை, கற்கண்டு, திராட்சைப் பழம், வதாம் காய், சாதிக்காய், சப்பாத்தி, லவங்கம், பழ வகைகள், அரிசி, பருப்பு, ஆடு, கோழி மற்ற சாமான்கள், இரண்டு பெண்களும் தங்கள் கணவர்மாருடன், பத்து மித்ரர்களுடனே பல மாதங்கள் தின்று செலவு பண்ணத்தக்கதாகச் சமையல் பதார்த்தங்கள், விருந்தினர் வந்தால் விரிப்புகள், உள்நாட்டு ஜமுக்காளங்கள் முதல் விளக்குமாறு வரையிலும், எண்ணெய்த் தினுசுகளில், நல்லெண்ணெய், மணிலா எண்ணெய், தேங்காய் எண்ணெய், ஆமணக்கு எண்ணெய், இலுப்பை எண்ணெய், வேம்பு எண்ணெய் முதலான பல சுமைகள், பயறு வகைகளில் பச்சைப் பயறு முதல் கந்தர்வக் கோட்டை முந்திரி வரை, முக்காலிகளில் பத்து, நாற்காலிகளில் பத்து, சொலகு தினுசில் பத்து என்று எழுபது திடகாத்திரமான மனிதர்கள் சுமைகளை எடுத்துக்கொண்டு தேவடியாள் ஆட்டத்துடனேதானே குவர்னர் துரை மாளிகைக்குப் போய்ச் சேர்ந்தார் பிள்ளை. மேளச்

சப்தம் கேட்டுத் துரையும், துரைசானியும் வெளியே வந்தார்கள். கல்யாணம் பண்ணிக்கொள்ளப் போகிற பெண்கள் இரண்டு பேரும் வேடிக்கை காண அம்மாளுடன் வந்தார்கள்.

“ரங்கப்பா! என்ன இது? மிகுந்த தடபுடல் பண்ணி விட்டாயே...” என்று சந்தோஷமாகச் சொன்னார் துரை. எழுபது ஆள்களும் தங்கள் சுமையை ஒவ்வொன்றாகக் குவர்னர் தம்பதி களின முன்னால் வைத்தார்கள். கண்கள் விரிய மதாம் மூான் பிள்ளையின் வரிசைகளை வேடிக்கை பார்த்துக் கொண்டு நின்றாள்.

“பொன் வைக்கிற இடத்திலே பூ வைத்துக்கொண்டு வந்தேன். ஏழைக்கேற்ற எள்ளுருண்டை. விரலுக்கேத்த வீக்கம். குவர்னர் பிரபு அவர்களின் தேஜோமயமான பிரபைக்கு முன்னால், அடியேங்கள் என்னவிதமாய் மரியாதை பண்ணுகிறது. சூரியனை மகிமைப் படுத்துவான் வேண்டி விளக்கைக் கொளுத்தி வைப்பது மாதிரி அன்றோ என் செய்கை. ஏதோ என்னால் ஆன சின்னஞ்சிறு நன்றிக் கடன். பிரபு அவர்கள் நற்கருணையால் அன்றோ நான் சீவித்துக் கிடக்கிறது. தின்னும் வெற்றிலையும் சோறும் அவ்விடத் தில் தாங்கள் போட்ட பிச்சை அன்றோ? மதாம் குவர்னர் அம்மணி அவர்கள் என் சிறு வெகுமானத்தை அங்கீகரிப்பரோ மாட்டாரோ?”

மூான் மிகுந்த சந்தோஷப்பட்டுக்கொண்டு அவ்விடத்தண்டை நின்றுகொண்டிருந்தாள். பிள்ளை இவ்விதமாய்ச் சொன்னதும் அந்த அம்மாள் சொன்னாள்:

“நன்றாய் இருக்கிறது நாயம். உம் அன்பளிப்பு வெகுமானத்தின் பெருமை எனக்கு மூச்சு முட்டுகிறது. பார்த்தால் நெஞ்சு கனக்கிறது. எங்கள் அதிகார மனுஷர்களுக்குள் மிகவும் பாரிய வெகுமானம் செய்தவர் நீரே. உமக்கு என்றும் எம் கடமைப்பாடு உளதாய் இருக்கும்.”

பிள்ளை மிகுந்த திருப்திக்குள்ளானார். அவர் நோக்கமும் விருப்பமும் மதாம் அம்மாளின் மனதைக் கவருவது அன்றோ!

“நல்லது... பிரபுவிடமிருந்தும் அவர்களின் குடும்ப வெளிச்ச மாய் இருக்கப்பட்டவரான அம்மாளிடமும் உத்தரவு வாங்கிக் கொள்கிறேன். கல்யாணம் கொள்ளப் போகிற குழந்தைகள் மிகுந்த சிரேஷ்டமாகவும், ஜாஜ்வல்யமாகவும், நிறைய பிள்ளைக் குட்டி களைப் பெற்றுப் பலுகிப் பெருகிச் சீரும் செனத்தியுமாக வாழ வேதபுரிப் பெருமாளையும் தாயாரையும் வேண்டிக் கொள்கிறேன்” என்று விடைபெற்றார் பிள்ளை.

“ஆகா! உம் மனது” என்றார் துய்ப்ளெக்சும் அவர் மதாமும்.

அதன் பிறகு பிள்ளை தம் கூட்டத்துடன் பிரபு அனுப்புவித்துக் கொள்ள வீடு திரும்பினார். பிள்ளை அகன்ற பிறகு, பிரபுவும் மதாமும் மாளிகைக்குத் திரும்பித் தம் படுக்கை அறைக்கு ஏகினர்.

"நம் மீது ரங்கப்பன் கொண்டிருக்கிற அபிமானத்தைப் பார்த்தாயா?" என்றார் குவர்னர், தன் இல்லாளைப் பார்த்து.

அவள் மிகுந்த யோசனையோடே குவர்னருக்கு ஒயின் ஊற்றிக் கொடுத்தாள். பிறகு சொன்னாள்:

"இத்தனை வெகுமானத்தை ரங்கப்பன் நமக்குச் செய்ய வேண்டுமென்றால், அவனிடம் எந்த அளவுக்கு ஆஸ்தி இருக்கும். நம்மை விட அவன் அல்லவா பணக்காரனாக இருக்கிறான். ஓர் அவிசுவாசி இந்த அளவுக்குச் செழுமையுறுவது நல்லதுக்கு அல்லவே...."

துய்ப்ளெக்ஸ் பதில் ஒன்றும் பேசாது, தம் மதாமை தமக்கருகில் இழுத்துக்கொண்டார்.

ஊர்ப் பிரமுகர்கள் அத்தனை பேரும் துரையை, இக்கல்யாண நிமித்தம் பேட்டி பண்ணிக்கொள்வது என்கிற வாய்ப்பைத் தவறவிட வில்லை. துரை அவர்களுக்கு இந்தச் சமயத்தில் எவர் வெகுமானம் செய்யவில்லையோ, அவர் துரை அவர்கள் மேல் மரியாதை கிஞ்சித்தும் அற்றவர் என்பதாகிவிடும் நிலை இருந்தது. பிள்ளை அவர்கள் வெகுமானம் செய்த பின் கும்பெனி வர்த்தகர் சுங்கு சேஷாசலச் செட்டியார் அவர்கள் வெகுமானமும் உலுப்பேயும் கொண்டு போனார். வந்தவாசியிலே இருந்து, வடக்கே சாயுபு நாலு வகை வெகுமானம் அனுப்பியிருந்தார். கும்பெனி வர்த்தகர்கள் அனைவரும் கும்பலாக வெகுமானமும் உலுப்பேயும் கொண்டு போனார்கள். முத்தியா பிள்ளை வெகுமானத்தைத் தொடர்ந்து புதுச்சேரிப் பட்டணத்து ஜவுளிக் கடைக்காரர்கள், சலத்து வெங்க டாசலச் செட்டியார், குண்டூர் ரவணப்பா செட்டியார், மளிகைக் கடைச் செட்டியார்கள் எல்லோரும் வெகுமானம் கொண்டு போனார்கள்.

ருத்ரோத்காரி ஆண்டு ஆடி மாதம் திங்கள் கிழமை காலமே எட்டு மணிக்கு, மதாம் மூனின் புத்திரிகளின் கல்யாணம் என்று ஓலை வரையப்பட்டிருந்தது. கோட்டைக்குள் இருக்கும் கோயில் தொடங்கி துரை மாளிகை மட்டுக்கும் போடப்பட்ட பந்தல் நிழலில் கல்யாணப் பெண்டுகள் பல்லக்கில் கொண்டு வரப் பட்டனர். வெள்ளைச் சம்மனசுகளே பூமிக்கு வந்தது மாதிரி, வெள்ளைக் கலை உடுத்திக்கொண்டு இருந்தார்கள், அந்தப் பெண் குழந்தைகள். அவர்களைப் பல்லக்கில் அமர்த்தி வைத்து,

துரைத்தனக்காரர், துரைசானியார் சகலமான பேரும் நடந்து கோ யிலுக்குப் போனார்கள். எல்லோரும் கோட்டைக் கோயிலுக்குள்ளே போனவுடனே பீரங்கிகள் மிதமில்லாமல் சுட்டார்கள். மணமக்கள் மோதிரம் மாற்றிக்கொண்டு கோயிலில் கல்யாணம் செய்துகொண்டு திரும்பினார்கள். ராத்திரி கோட்டையின் பேரிலேயும், வீட்டு மதில்கள் பேரிலேயும் விளக்குகள் வைத்து, மாலை ஆறரை தொடங்கி எட்டு வரைக்கும் வான வேடிக்கை பார்த்தார்கள் மணமக்கள். அதன் பிற்பாடு பந்தலிலே மது வகைகள் பருகி, ஆண்களும், பெண்களும் ஒருத்தரை ஒருத்தர் கட்டிக்கொண்டு நடனமாடினார்கள்.

"ழொசேப் இந்தக் கல்யாணத்தை அனுசரித்துக்கொண்டு நீ ஒரு தர்பார் நடத்த வேணுமே" என்றாள் ழான் துய்ப்ளெக்சைப் பார்த்து.

"தர்பாரா?"

துரை ஆச்சரியமுடன் கேட்டார்.

"ஆமாம். தர்பார்தான். தில்லி பாதுஷாவே உன்னுடைய பிரக்யாதியை ஒப்புக்கொண்டு, உனக்கு நவாப் பட்டம் தந்திருக் கிறார் அன்றோ. அப்படியிருக்கையில், அதை அங்கீகரித்து நடை முறைப்படுத்துவதுபோல, நீ ஒரு தர்பாருக்கு ஏற்பாடு செய்ய வேண்டியதுதானே."

துய்ப்ளெக்சின் மனக் கண்முன் தர்பார் விரிந்தது. குவர்னர் துரை ஆசனத்துக்கு முன்வந்து நகரத்துப் பெரிய மனுஷர் அனைவரும் மண்டி போட்டு கழுத்தை வளைத்து வணங்கு கிறார்கள். அவர்கள் கையில் வெகுமானமும், உலுப்பேயும், மகரும் கொண்டு வந்து துய்ப்ளெக்சுக்குத் தருகிறார்கள். கோலாகலமும் சந்தோஷ ஆரவாரமும் நிலவுகிறது...

"ழொசேப்... கல்யாணம் ஆன பெண்களுக்கும் பிள்ளை களுக்கும் ஒரு மாறுதலான காட்சியைப் பார்த்த சந்தோஷம் இருக்குமே."

"ரங்கப்பன் வரட்டும். அவனுடன் கலந்துகொண்டு முடிவு செய்துகொள்ளலாம்."

"நான் சொன்ன பிறகு, அவன் என்ன? முடிவு செய்தா யிற்று ழோசேப். இனி கனகராய முதலியாரை அழைத்து சம்பிர தாயங்களை யோசி..."

ழான் எழுந்து வேகமாகத் தன் அறைக்குச் சென்றாள். அவள் சென்ற வேகம், அவள் கோபத்துடன் போகிறாள் என்பதை துய்ப் ளெக்சுக்கு உணர்த்தியது. கனகராய முதலியாருக்கு ஆள் அனுப்பி வரச் சொன்னார் குவர்னர் துரை.

ழான் விருப்பபடியே, தர்பார் நடந்தது.

ஒரு ஞாயிற்றுக்கிழமை அன்று துய்ப்ளெக்ஸ் துரை அவர்கள் கோயிலுக்குச் சென்று திரும்பி வந்து தன் தர்பாரைத் தொடங் கினார். கும்பெனி வியாபாரிகள், சந்தா சாயிபு அவர்களின் மகன், கோன்சேல்காரர்கள். சின்னதுரை, சுங்கு சேஷாசலச் செட்டியார், ஐவுளி, பலசரக்கு, பழ வியாபாரிகள், வெற்றிலை, பாக்கு வியா பாரிகள், நிலத்திலே பாடுபடும் நிலச்சுவான்தாரர்கள் முதலான சகல தரப்புப் பிரமுகர்களும், தர்பாருக்கு மகரோடு ஆஜர் பண்ணி யிருந்தார்கள்.

துப்பாக்கி ஏந்திய வீரர்கள் நடையயின்று வர, பின்னால் துரையும், துரைசானியும் நடந்து வந்து, அவர்களுக்கென்று போடப் பட்ட உயர்ந்த ஆசனத்தில் அமர்ந்தார்கள். பிரான்சு தேசத்து இசை, வாத்யத்தில் இசைக்கப்பட்டது. அப்புறம் குவர்னர் துரை துய்ப்ளெக்ஸ் எழுந்து நின்று சில வார்த்தைகள் சொன்னார்:

"பிரான்ஸ் தேசத்து மன்னர் பிரான் – மன்னர் நீடூழி வாழ்க – அவர்களின் கடைசிக்கும் கடைசியான ஊழியனாகிய நான், மன்னர் இருந்து நடத்த சாத்யப்படாது ஆகையாலே நான் இதை நடத்த வேண்டியது ஆகியது. எங்கள் பிரான்சு தேசத்துக் கொடியின் நிழல் இந்தியப் பிரதேசம் எங்கும் விழ வேண்டும் என்பது ஒன்றே கனவாகவும் நினைவாகவும் வாழ்ந்து கொண்டிருக்கிறேன். என் அழைப்பைக் கௌரவம் செய்துகொண்டு வந்திருக்கிற உங்களை நமது தர்பார் சந்தோஷிக்கிறது."

துரை அவர்கள் ஆசனத்தில் அமர்ந்துகொண்டார். பிரமுகர் கள் ஒவ்வொருத்தரும் வந்து மகஜர் அளித்து பணிந்து வணங்கிக் கொண்டார்கள். துய்ப்ளெக்ஸ் அவர்களும் அவர்களுக்குத் தாராளமாகவே வெகுமானச் சன்மானங்கள் செய்தார். சலத்து வெங்கடாசலச் செட்டி வெகுமானம் பெற வந்த போது ஒரு விபரீதம் நிகழ்ந்தது. வயதிலும், அந்தஸ்திலும் பெரியவரான அந்த மனிதர், தம் வழக்கம்போல வெகுமானத்தை வைத்துத் தம் கை கூப்பி வணங்கினர். அருகிலிருந்த மதாம் ழானின் அணுக்கர்கள் இரண்டு பேர் முன்வந்து அவரை முன்பக்கம் பிடித்துத் தள்ளி, அவரை மண்டி போட வேணும் என்று கட்டாயம் பண்ணி, அவர் கழுத்துப் பிடரியிலே குத்தினார்கள்.

கூடியிருந்த பெரிய மனுஷர்கள் ஒரு கணம் துணுக்குற்றார்கள். பெரிய காரியம் நடந்துகொண்டிருக்கையில் இதுவென்ன சின்னத்தனம் என்று அவர்கள் யோசனையில் ஆழ்ந்தார்கள். மதாம் ழானின் அணுக்கர்கள் அவர்கள் என்பது தெரிந்து அமைதியில் உறைந்துபோனார்கள்.

10

ஆனந்தரங்கர் தம் கிடங்கில் இருந்துகொண்டு அடுத்த மாதம் புறப்பட இருக்கும் கப்பலுக்கான சரக்குகளைக் கணக்கெடுத்துக் கொண்டிருந்தார். மக்காவுக்குப் போகும் கப்பல் ஆனதினாலே, பூ அச்சிட்ட சீட்டித் துணி அதிகம் தேவையிருந்தது. அந்தப் பக்கத்தில் இந்த ரகத் துணிகளுக்கு மிகுந்த கிராக்கி இருந்தது. அடுத்த பௌர்ணமிக்குள் மூன்று கப்பல்கள் புறப்பட இருந்தன. ஒன்று அரசாங்க வியாபாரம், மற்றது இரண்டும் துய்ப்ளெக்சினுடையதும் பிள்ளையினுடையதும். அரசுக் கப்பலுக்குச் சரக்குப் பிடிக்க வேண்டியதுகூட தாட்சண்யத்துக்காகக் கவர்னரின் தனிக் கப்பலுக்கும் சரக்கு பிடிக்க வேண்டியிருந்தது. துணிச் சிப்பங்களை ரக வாரியாகப் பிரித்துப் பெயர் எழுதிக் கொண்டிருந்தார்கள் சிப்பந்திகள். அந்த நேரமாக, குவர்னரின் சேவகர்கள் இருவர் வந்து, துரை அவர்கள் பிள்ளையைப் பார்க்க விரும்புவதாகவும், அழைத்து வரச் சொன்னதாகவும் அறிவித்தார்கள். கை வேலைகளை அப்படியே போட்டு, வியாபாரிகளுக்கான அங்கியைச் சரி பண்ணிக்கொண்டு பிள்ளை புறப்பட எத்தனித்தார். அவர் மனசுக்குள் ஏதோ சம்சயம்.

“துரைகளிடத்திலே யாரடா இருக்கிறது?” என்று கேட்டார்.

“சுவாமி பெரிய துபாஷ் முதலியார் அய்யாவாள் இருக்கிறார்கள், வயாலே” என்றான் ஒரு சிப்பாய். பிள்ளைக்குத் தட்டுப்பட்டது. துரைகளின் தர்பார் நடந்து முடிந்திருக்கிறது. துரை பெண்ஜாதியோடு முதலியார் அடிக்கடி கூடிப் பேசும் வாய்ப்பும் அதிகரித்திருக்கிறது. அதன் பயனாய்த் தனக்கெதிரான ஏதாவது பிராதைத் துரையிடத்துக் கொண்டு சென்றிருப்பார்கள் என்கிற முடிவுக்கு வந்தார் பிள்ளை. பிள்ளையின் அனுமானமும் சரியாகவே இருந்தது. துரையின் அலுவல் அறைக்குள் பிள்ளை நுழைந்தபோது, முதலியார் எதிர்ப்பட்டார். பிள்ளை, முதலியாரை வணங்கினார். அவரோ அரைச் சிரிப்பும், அரைப் பார்வையுமாக அவரைக் கடந்து நடந்தார். துரை அவர்கள் எழுது மேஜையின் முன் இருந்து என்னமோ எழுதிக் கொண்டிருந்தார். பிள்ளை, துரையின் அருகில் சென்று, சலாம் செய்து கொண்டு, துரை அவர்களின் கவனம் வந்த பிறகு, மெல்ல, “பிரபு அவர்கள் அழைத்ததாகச் செய்தி வந்தது. கை வேலைகளை அப்படி அப்படியே போட்டுவிட்டு ஓடி வருகிறேன்” என்றார். துரை பிள்ளையை வெறிக்கப் பார்த்துக்கொண்டு, “ரங்கப்பா, காரைக்கால் திருமலைராயன் பட்டணத்திலே சரக்கு பிடித்து கப்பல் ஏற்றி

வியாபாரம் செய்த அளவுக்கு, கும்பினி குத்தகைதாரர் கனகராய முதலியாருக்கு நீர் தீர்வை கட்ட வேண்டியதிருக்கிறதாமே. அதைச் சீக்கிரமாய் கட்டிப் போடு" என்றார்.

பிள்ளை புரிந்துகொண்டார். தம் செல்வ போக்கியம், துரை பெண்ஜாதியைத் தொந்தரை செய்திருக்க வேண்டும். அவளோ முதலியார் என்கிற அம்பை ஏவுகிறாள்.

"அனைத்தும் அறிந்தவர் அன்றோ, பிரபு. அவ்விடத்துக்கு நான் சொல்லித் தெளியத் தக்கது என்ன உள்ளது? திருமலை ராயன் பட்டணத்தைக் குத்தகை எடுத்த தருணம் கும்பினி எழுதிக் கொடுத்த வயணம் அறிய வேணும்."

"அதிலென்ன சந்தேகம். சரக்குப் பிடிக்கிறபோது, சரக்கு பிடிக் கிற மனுஷர், கப்பலில் ஏற்றுகிற சரக்கின் மதிப்பைப் பொறுத்து கும்பினிக்குத் தீர்வைச் செலுத்த வேண்டியது என்பதுதானே ஷரத்து."

"கும்பினி ஷரத்து அதுவென்றால், கொடுக்கக் கவலையில்லை. அந்தச் சரக்கு சொந்த வியாபாரத்துக்கா அல்லது அரசு கப்பலுக்கா என்பதைக் குவர்னர் துரை இந்தச் சிறுவனுக்கு அறியச் சொல்ல வேணும்."

"சொந்த வியாபாரத்துக்கானால், தீர்வை செலுத்த வேணும். அரசுக் கப்பலுக்குத் தீர்வை ஆகாதே."

"அடியேன் சொல்ல வந்ததும் அதுதான். நாளது வரையில் திருமலைராயன் பட்டணத்தில் என் சொந்தக் கப்பலுக்கு நான் சரக்குப் பிடித்தறியேன். பிறத்தியார் கப்பலுக்கும் சரக்குப் பிடித்தும் அறியேன். கும்பெனிக் கப்பலுக்குச் சரக்குப் பிடித்தேன். ஆதலினால், நான் தீர்வைத் தர வேண்டியது இல்லையே."

துரை அந்தப் பதிலைக் கேட்டு அமைதியாகிறார். அவர் முகத்தில் திருப்தியும்கூட இருந்ததாகப் பிள்ளை நினைத்தார். பின்னையும் தொடர்ந்தார் பிள்ளை.

"குவர்னர் பிரபு, ரெண்டு பௌர்ணமிக்கு முன்னால் கூட இது பற்றிக் கேட்டீர்கள். அப்போதே இது விஷயம் தகராறு பட்டுக் கொண்டு நின்றது என்று சொன்னேன். நியாயமிருக்கும் பட்சத்தில், ஒரு காசு மட்டுக்கும் நிலுவை வைக்கிறவன் நானல்லவே. அது அவ்விடத்துக்கும் தெரியுமே. ரெண்டு மாசத்துக்கு முந்தியே, பிரபு காரைக்காலுக்கு இது பற்றி எழுதுவதாகத் தீர்ப்பு சொல்லியாச்சுது. அப்படி இருக்கச்சே யாரோ வந்து கோடு மாறாட்டமாய்ப் பேச்சு பேசி இருப்பதாகக் காணுது. முன்னே சரக்கு கூட்டின பேரெல்லாரும் கொடுத்தார்களே, உனக்கு என்ன முடை என்று

பிரபஞ்சன் ○ 83

பிரபு அவர்கள் என்னை ஆக்ராபித்தபோது, நான் தடை சொல்ல வேறது இல்லை. குத்தகைப் பட்டயத்தைப் பார்த்துத் தீர்ப்புச் சொல்லுங்கள் என்று அப்போதே சொன்னேன்."

பிள்ளை சொல்லி நிறுத்தியதும், துரை இருந்துகொண்டு, "ரங்கப்பா, நீ சொல்வது நியாயம்தான். நீ அன்றைக்குச் சொன்னாய்தான். நான்தான் மறந்துவிட்டேன்" என்றார். 'பிரபுக்களின் மறதி, சாமான்யர்களுக்கு மரண தண்டனையளவாச்சுது' என்று தம் மனசுக்குள் சொல்லிக்கொண்டார் பிள்ளை. குவர்னர் துரை மீண்டும் சொன்னார்:

"வாஞ்சியூரில் உப்புத் தீர்வையை இதுவரைக்கும் கனகராய முதலியார்தானே வாங்கிக்கொண்டு வந்தார். இப்போது நீர் வாங்கிக்கொள்ளுகிறதென்ன?"

"அதேதையா? அந்த வாஞ்சியூர் கிராமத்தைக் குத்தகைக்கு நாமல்லவா வாங்கியிருக்கிறது. நாமல்லவா, அந்தக் கிராமத்துக்காகக் கும்பினீருக்குப் பணம் செலுத்துகிறது. அப்படியிருக்கச்சே, பரிசம் போட்டவன் பொண்டாட்டியை, தெருவில் போகிறவன் தொட்டி ழுப்பது மாதிரி, நம் கிராமத்துக்குக் கனகராய முதலியார் எப்படித் தீர்வைக் கேட்கிறது."

"முதலியார் பிராது பண்ணுகிறார், ரங்கப்பா."

"புதுச்சேரி பட்டணமே தமக்குத்தான் சொந்தம் என்றும்கூட அவர் பிராது பண்ணுவார். அதைக் கொடுத்துவிட முடியுமா, பிரபுவே? ஆனாலும், உப்புத் தீர்வை நாளதுவரை தகராறுபட்டுக் கொண்டு கிடக்கிறதுதான். சில பௌர்ணமிக்கு முன்னால், ஒரு முறை எங்கள் மனுஷர்களிடத்தில் கனகராய முதலியாரின் மனு ஷர்கள் போய் உப்புத் தீர்வைக் கேட்டுக் கொண்டு அழிச்சாட்டியம் பண்ணிக்கொண்டு நிற்கவும், எங்கள் மனுஷர் மேற்படி கிராமத்தின் அதிகாரி முசே பெபுரியேர் கொண்டு, இந்த நியாயத்தைக் கேட்டு, அந்த உப்புத் தீர்வை அந்தக் கிராமத்துக் குத்தகைக்காரருக்கு அல்லாமல், கனகராய முதலியாருக்குக் களவ இல்லை என்று தீர்த்துப் போட்டார்கள். இந்த விவகாரத்தையும் பிரபுவின் பார்வைக்கு அப்போதைக்கு அப்போதே சொல்லி வைத்தேனே."

துய்ப்ளெக்ஸ் பிரபு உள்ளது என்பதாகத் தலையசைத்தார். பிறகு சொன்னார்:

"அப்படியானால், இந்த நியாயத்தை முசே பெபுரியேர் முன்னாலேதானே தீர்த்துக்கொள்ளுங்கள்."

குவர்னர் துரை எழுந்து பஞ்சடைத்த சாய்வு நாற்காலியில் சௌகர்யமாக அமர்ந்துகொண்டார். சிறிது நாழிகை யோசித்தபடி இருந்தார். அப்புறமாகப் பிள்ளையிடம் சொன்னார்:

"ரங்கப்பா, நொவாம்பர், தெசம்பர் மாதத்தை முரட்டாண்டி யிலே கழிக்கலாம் என்கிறதாக உத்தேசம். நம்மோட மதாமுக்கும் பயணம் போக வேணும் என்கிற ஆசை. ஆகவே நாம் விளை யாடத்தக்கதாக சிறிது நாள் அங்கு தங்கியிருக்கிறபடியாக ஒரு வீடு கட்ட வேணும். மரம், செங்கல் முதலானதுகளை அங்கே அனுப்பி உடனே வீடு கட்டச் சொல்லியிருக்கிறேன். சின்னதாக இருந்தாலே போதுமானது. நாம் மதாம் ரெண்டு பேர்தானே. நீர் முரட்டாண் டிக்கு முன்னதாகவே போய் இருந்து கொண்டு ஆள்களை வேலை வாங்கிச் சீக்கிரமாக முடிக்க வேணும்."

"பிரபு வேலை அல்லாமல் எனக்கு வேறே என்ன வேலை இருக்கிறது. தங்கள் உத்தரவுப்படியும், மனசுப்படியும்" என்று வணங்கி, சலாம் செய்து பின் வெளிவந்தார் பிள்ளை. வாசலிலே இரண்டு பேர் புது மனுஷராகக் காணப்பட்டார்கள். சிப்பாய் களாகவும் இல்லாமல், சாதாரண மனுஷராகவும் இலலாமல் அவர்கள் காணப்பட்டார்கள். சாவடி மணியம் முத்தியபிள்ளை, அங்கிருந்தவரை அழைத்து, "அதார் ஐயா, புது மனுஷராய்க் காணுது?" என்று கேட்டார் பிள்ளை. அப்பிள்ளை இருந்து கொண்டு, அது குவர்னர் துரை பெண்ஜாதி, அர்ஜுனனுக்கு வாய்த்த அல்லி ராணி, நம் மதாம் ழூான் அம்மாவினுடைய படையைச் சேர்ந்த ஆள்கள், வேவு பார்க்க நிற்கிறார்கள். குவர்னர் துரையுடன் யார் பேசுகிறார்கள், என்ன பேசுகிறார்கள் என்று வேவு பார்த்து அம்மாவிடம் போய் உளறுவார்கள்."

"பேஷ். ரொம்ப நன்றாக இருக்கிறது."

துரை அவர்கள் இருக்கிறதற்குச் சாதி அடியாலே தொண்ணூறு அடி நீளமும், நூற்றி இருபது அடி அகலமும் கொண்ட வீடு சித்தமாகியது. ஒரு மாதத்துக்குள் புதுச்சேரிக் கொலத்துக்காரர்கள், தச்சர்கள், கருமார்கள் முதலானவர்கள் இங்கிருந்தே பனை மரம், செங்கல் எல்லாம் கொண்டுபோய், இரவும் பகலும் பாடுபட்டு வீட்டைக் கட்டி முடித்தார்கள். வீட்டின் இரு கைகளிலும் இரண்டு அறைகள் இருந்தன. அறைக்குச் சன்னல்கள், கதவுகள், பூட்டுகள் எல்லாம் போட்டு முடித்தார்கள். வீடு கட்டியாச்சுது என்றவுடனே, முரட்டாண்டித் தண்ணீர்ப் பந்தலுக்கு நவபத்து, இரண்டு குழு சொலுதாதுகள், மாயே துலுக்கர் ஐம்பது பேர், கொம்பு, தமுக்கு சகல சம்பிரமத்துடன் பல்லக்கில் தம்பதி சமேதராகப் புறப்பட்டுப் போனார்கள்.

குவர்னருக்கு புதிதாகக் கட்டப்பட்ட வீடு பிடித்துப் போயிற்று. வீட்டையும் அதைச் சுற்றிப் புதிதாக உருவாக்கியிருந்த தோட்டத் தையும் சுற்றிப் பார்த்த மதாம் ழூான் சொன்னாள்:

"மோசம் இல்லை. குவர்னருக்கு, நவாபு துய்ப்ளெக்ஸ் பிரபுவுக்கு, இன்னும் கூடப் பெரிய மாளிகையில் வாழும் தகுதி இருப்பதாக நினைக்கிறேன்."

"கண்மணி, வருஷத்தில் ஓரிரண்டு மாதங்களே இங்கு வாழப் போகும் நமக்கு, இது போதுமே ழான்."

"ஒரு மணி நேரம்தான் வாழ்கிறோம் என்றாலும் மின்னலைப் போல ஜாஜ்வல்யமாக வாழ வேண்டாமா, ழோசேப்." குவர்னர் துரைக்கு மேல் நிலைக்கு வர வேணும் என்கிற உந்துதல் இருந்ததே தவிர, பளபளப்பாக இருக்க வேணும் என்கிற உத்தேசம் இல்லை. ழானுக்கு எப்போதும் அந்த நினைப்பே இருந்தது. "எனக்கு வேறு மாதிரித் தோணுகிறது ழான். நம் தாயகத்துக்குப் பெரிய மரியாதையை இந்தப் பிரதேசத்தில் ஏற்படுத்த வேணும் என்கிற ஒரு ஆசைதான் எனக்கு."

"அது தப்பில்லையே. அதற்கு உழைப்பு தாருங்கள். நமக்கு, இந்த அந்தஸ்தைக் கொடுத்திருக்கிற மன்னர்பிரானுக்கு – மன்னர் நீடூழி வாழட்டும் – நீ பாடுபடுவதைச் சொல்லவில்லை. அதே சமயம் நமக்கும் புகழ் தேடிக்கொள்ள வேணாமா?"

"புகழ் நம் செயல்பாடு காரணமாகத் தானாக வருவதாயிற்றே. அதைத் திட்டமிட்டு அடையலாகுமா?"

"ஆகும். நான் யோசிக்கிறேன்."

நாற்பது நாள்களுக்கு மேலே குவர்னரும் மதாமும் முரட்டாண்டித் தண்ணீர்ப் பந்தலில் தங்கியிருக்கிறார்கள். கொழுந்து வெயில் முற்றும் வரைக்கும் காலையில் மாளிகையைச் சுற்றிலும் உலவுவார்கள். அப்புறம் காலைத் தீனி தின்று, அலுவலைச் சற்று நேரம் கவனிப்பார்கள். மதியத்துக்கு மேல் வெயில் தாங்காத குவர்னர் தம்பதிகள் படுத்து உறங்கிக் கிடப்பார்கள். சாயங்காலமாக வீட்டு மச்சின் மேலே நாற்காலி போட்டு சாய்ந்து கிடப்பார்கள். அவ்விடத்திலிருந்து கடல் தெரியும். கருநீல ஜமுக்காளத்தை விரித்தாற்போலக் காணும். பட்டணத்தில் அடர்ந்து செழித்திருக்கும் மரம் மட்டைகள் தெரியும். கோழி முட்டைகளைப் போல சிற்சில கட்டடங்கள் தெரியும். பார்த்துக்கொண்டிருந்த ழான் குவர்னரிடம் கேட்டாள்:

"நம் தேவாலயத்துக்குச் சமமாக ஒரு வீடு தெரிகிறதே, அது ஆருடையது?"

குவர்னர், தன் தூரதர்சனக் குழாய் மூலம் அதைப் பார்த்தார். குவர்னர் இருந்த முரட்டாண்டு வீட்டுக்கும், ழான் குறிப்பிட்ட அந்த வீட்டுக்கும் நான்கு கல்லுக்குத் தூரம் இருக்கலாம். இருந்தும் மிக

மேட்டுப் பகுதியில் குவர்னர் இருந்தபடியாலும், பட்டணத்துக்குள் பெரிய வீடுகள் மிக அரிதாகவே இருந்த காரணத்தாலும், அவ்வீடு மாத்திரம் தெளிவாகத் தெரிந்தது.

"அது நம் ஆனந்தரங்கனுடையது."

ழூான் முகம் மாறிற்று. வெறுப்பும் அசூயையும் அவள் மனசுக்குள் வந்து அமர்ந்துகொண்டன.

"பார், ழோசேப். ரங்கப்பன் வீடு நம் குவர்னதோர் வீட்டைக் காட்டிலும் கம்பிரம்மாக இருக்கலாச்சே. அந்த அளவு ஒரு காபிரியை நாம் வளர்க்கலாமோ?"

துரை சிரித்துக்கொண்டே, "ரங்கப்பனை நாமா வளர்த்தது. துய்மா, குவர்னதோர் பண்ணின காலத்திலயே அவன் முக்கியப் புள்ளியாகி விட்டானே. ரங்கப்பனுடைய வியாபார சூட்சுமமும், நுணுக்க புத்தியும், வினயமும் பெரியோர்களை மரியாதை பண்ணுகிற பதவிசும் அல்லவோ அவனை வளர்த்தவை. கிறிஸ்துவப் பாதிரிமார்களின் சூழ்ச்சியால், ரங்கப்பனின் தாய் மாமன் நைநியப் பிள்ளை சொத்து சுகம் இழந்து சவுக்கடி பட்டு, கிடங்கில் அனாதை மாதிரி செத்துப் போகையில் ரங்கப்பன் ஏழு வயசுச் சிறுவன். அந்த நேரம் அவனும்கூட சற்றேறக்குறைய ஒரு அனாதைதான். ரங்கப்பனும் என்னைப் போலவேதான் கையில் ஒற்றைக் காசோடு வாழ்க்கையைத் தொடங்கியவன். ஏதோ தம் புத்தி பலத்தால் முன்னேறிக் கொண்டிருக்கிறான்" என்று சொன்னார்.

ழூான், திடீரென்று நினைத்துக்கொண்டவளைப் போல, "ழொசேப்... ஒரு யோசனை. உன் பெயர், இந்தப் பிரதேசத்தில் ரொம்பக் காலம் நிலைக்க வேணுமென்று இந்தத் திட்டத்தைச் செய்திருக்கிறேன். இந்த முரட்டாண்டி தண்ணீர்ப் பந்தலுக்கு இனி துய்ப்ளெக்ஸ் பேட்டை என்று பெயர் வைத்து உத்தரவு போடும்... புதுச்சேரி வர்த்தகர், பெரிய மனுஷர், கும்பெனி உத்தியோகஸ்தர், சகலமான பேருமாய், பேருக்கொரு வீடு கட்டிக் கொள்ளச் சொல்லி உத்தாரம் போடும். அந்தப் புதுச்சேரிப் பட்டணத்தை நாம் உருவாக்கவில்லை. நாம் இந்த துய்ப்ளெக்ஸ் பேட்டையை உருவாக்கியதாக இருக்கட்டுமே..."

தம் பேரை நிலைக்கச் செய்ய யாருக்குத்தான் ஆசை இல்லை? ராஜாக்கள், வாய்க்கால், வரப்பு, படி, மரக்கால், குளம், குட்டை, கோயில் என்று கண்ணில் பட்டதுக்கெல்லாம் தம் பெயரை வைத்தார்கள்தாமே. துரைக்கும் தம் பெண்ஜாதியின் யோசனை பரம ஆனந்தத்தைத் தந்தது. அடுத்த நாளே சின்னதுரை, கனகராய முதலியார், ஆனந்தரங்கப் பிள்ளை முதலான சகல பேரையும் அழைத்து உத்தரவு போட்டார்.

"ஸ்திரீ வயிற்றிலே பிறந்த அத்தனை பேரும், பார்ப்பனர் முதல் பள்ளு பறை பதினெட்டு சாதியும், தமிழர், கிறிஸ்துவர், வெள்ளைக் காரக் கிறிஸ்துவர், துலுக்கர், மகாநாட்டார் முதல் மண்வெட்டி வரை, அத்தனை பேரும் இனி இந்த ஊரைத் துய்ப்ளெக்ஸ் பேட்டை என்று சொல்வார்களாக. யாராவதொருத்தர் முரட்டாண்டி தண்ணீர்ப் பந்தல் என்று சொல்கிறார்களோ, அவர்கள் கையிலே அபராதம் வாங்கிப் போடுவோம்" என்று உத்தாரம் கட்டளை யிட்டார்.

அம்மாசிக் கிழவனும், அவன் பெண்ஜாதி அருக்காணியும் கட்டுச்சோறு கட்டிக்கொண்டு புறப்பட்டார்கள். ஒரு நாள் நடைதூரத்தில் இருந்த முரட்டாண்டியில் அவர்களின் புத்திரி ஆண்டாளு வாழ்க்கைப்பட்டிருந்தாள். ஆண்டாளுக்கு ஒற்றைக்கு ஒரு மகள். வரமா வரமிருந்து காசி, ராமேஸ்வரம் போய்ப் பிறந்த குழந்தை. குழந்தைக்கு ராமேஸ்வரப் பயணத்தின் நினைவாக ராமி என்று பெயரிட்டிருந்தார்கள்.

'ஈ மொய்த்தால் இடுப்பொடிந்து போகுமின்னு – கொசு மொய்த்தால் கொலைபாதகம் சேருமின்னு, எறும்பு கடிச்சா இளைப்பு வாருமின்னு – ஈழக் காத்தடிச்சா இழுப்பு நோய் வாருமின்னு, கீழக் காத்தடிச்சா – கிட்டப் பார்வை வாருமின்னு, சீதக் காத்தடிச்சா சீதளந்தான் வாருமின்னு, வாடக் காத்தடிச்சா – வயித்து நோய் வாருமின்னு, குளத்துத் தண்ணி பட்டா குளிர் சுரம் வாருமின்னு, ஆற்றுத் தண்ணி பட்டா – ஆங்காரம் வாருமின்னு, வான மழை பட்டா – வகிடு சீர் குலையுமின்னு' பொத்திப் பொத்தி வளர்த்த குழந்தை நேற்று புஷ்பவதியாகி விட்டாள். பாட்டனும் பாட்டியும் புறப்பட்டு வந்தார்கள். பெட்டி வண்டி ஒன்று சொந்தத்தில் இருந்தது. அதை மகன் எடுத்துக்கொண்டு சந்தைக்குப் போயிருந்தான். வண்டி வரும் வரை எதிர்பார்த்துக்கொண்டிருக்க மனம் இல்லை தம்பதிகளுக்கு.

"நடக்க சத்து இருக்குமல்லா, புள்ள?" என்று கிழவன் கேழ்க்கவும், புள்ளி போட்ட புளியங்கொட்டை நிறத்துச் சேலையை சுற்றிக்கொண்டு கிழவி புறப்பட்டுவிட்டாள். மதியம் சித்தே ஓரிடத்தில் அமர்ந்து, சோற்றைத் தின்று தண்ணீர் குடித்து விடாய் தீர்த்துக்கொண்டு இருவரும் நடந்து மாலை காணும்போது முரட்டாண்டி தண்ணீர்ப் பந்தலை அண்மித்தார்கள்.

குவர்னர் அங்கே தங்கியிருந்த காரணத்தால், காவல் கட்டு அதிகமாகத்தானே இருந்தது. சிப்பாய் ஒருத்தன் தம்பதிகளை அணுகி, "ஆர்?" என்றான்.

கிழவன் இருந்துகொண்டு, "புள்ளை வீட்டுக்கு வந்திருக்கோம்" என்றான்.

"என்னத்துக்குப் புள்ளை வீட்டுக்கு?"

"பேத்தி திரண்டிருக்கா. நாங்க போயித்தான் புட்டு சுற்ற வேணும். உளுந்துக் களி பண்ணிக் கொழந்தைக்கு ஊட்ட வேணும்."

"எந்த ஊரு நீரு?"

"வாரக்கால் பற்று, எசமான்."

"எந்த ஊருக்குப் போறீரு?"

"முரட்டாண்டி தண்ணீர்ப் பந்தலுக்கு, துரையே."

"என்ன சொன்னீரு?"

"முரட்டாண்டிக்குப் போறோமின்னு."

"என்ன இன்னொருவாட்டி சொல்லும்."

"ஐயோ பாவம் இந்த வயசுல காது கேளாம போச்சே" என்று அனுதாபப்பட்ட கிழவன் சத்தம் போட்டு, "முரட்டாண்டிக்குப் போறோம் சாமி" என்றான். ஏதோ அபசகுன வார்த்தை மாதிரி, கிட்டத்தில் இருந்த இரண்டு மூன்று சேவகர்கள் அவர்களைச் சுற்றச் சூழ்ந்துகொண்டார்கள்.

"கிழவனுக்கு இந்த வயசுல என்னா மப்பு பாத்தியாடா?" என்றான் முதல் சிப்பாய்.

"அதானே. குவர்னர் கட்டளையை மீறி ஒரு கெழவனுக்கு வந்த துணிச்சலைப் பாத்தியா?"

"யோவ் கெழவனாரே, இனி இந்த ஊருக்குப் பேரு துய்ப்ளெக்ஸ் பேட்டை. வேறு எதையாவது சொன்னீரு அவ்வளவுதான்."

"அது என்ன எழவோ சாமி. நான் சின்ன புள்ளையா இருந்த காலம் தொட்டு முரட்டாண்டி தானுங்களே. ஊரு பேரைப் போயி மாத்திக்கிட்டு" என்று அலுத்துக்கொண்டான் கிழவன்.

"கிழவன்ட்டே என்னடா விளையாட்டு. விட்டு விரட்டுப்பா அவனை." அலுத்துக்கொண்டான் ஒரு சிப்பாய்.

"கிழவன் மடியிலே என்ன இருக்கு பாரு."

"கிழவா, மடியில இருக்கிற சில்லறையை எடு."

ஒரு வெள்ளைச் சிப்பாய், கிழவனின் முடியைப் பிடித்து இழுத்தான். வேஷ்டியில் கிழவன் முடிந்திருந்த முடிச்சு அவன் கண்ணில் பட்டது.

"உருவி எடுடா அதை" என்றான் நாட்டுச் சிப்பாய்.

கிழவன் ஆர்க்காட்டு ரூபாய், ஒற்றை ரூபாயை மடியில் வைத்திருந்தான். சிப்பாய்கள் அதைக் களவாடிக்கொண்டு, "யோவ் கெழவனாரே ஒழுங்காப் போய்ச் சேரும்" என்றார்கள்.

"அடடா வழிப்போக்கரைக் கொள்ளையடிக்கிற வேலையைச் சிப்பாய்கள் செய்யலாச்சுதே" என்று நொந்து கொண்டு அகன்றான் கிழவன்.

11

"வந்தனத்துக்குரிய எங்கள் பிரபு அவர்களே. அவ்விடத்து மேன்மையை நமஸ்கரித்துக்கொண்டு ஆற்காட்டில் நடந்து முடிந்த விபரீதத்தைச் சொல்லுகிறேன். நினைக்கும்போதே என் நெஞ்சானது பதறுகிறது. அந்தக் கோரத்தை எங்ஙனம் என் வாயால் சொல்லுவேன். ஆற்காட்டு நவாபுப் பீடத்தை அலங்கரித்துக்கொண்டிருந்த பனிரெண்டு வயதுச் சிறுவன், தற்சமயத்து நவாபு முகம்மது சையது கான் கொல்லப்பட்டார். தனியாக இருந்தபோது நவாபு கொல்லப் பட்டாரா, என்றால் இல்லை. சுற்றம் சூழத் தம் பந்து மித்ராதிகள் இருக்கிற போதே, தம் தாய் மற்றும் தாயாதிகள் இருக்கிற போதே குத்திக் கொல்லப்பட்டிருக்கிறார். அரசாங்கத்து வக்கீல் கோபாலய்யர் மகனும், நம் ஒற்றர்களும் எழுதி நமக்கனுப்பியிருப்பதை சன்னிதானத்துக்கு அடியேன் சொல்லுகிறேன்."

"நம் குவர்னர் பெருமானுக்கு ஆப்தரும், ஆற்காட்டு நவாபு வகையறாக்களின் பந்துவும், பெரிய தனக்காரரும், தம்மோடு வியாபார உறவு கொண்டிருப்பவரும் ஆன, இமாம் சாயுபுவின் நெருங்கிய பந்து, உசேன் சாயுபுவின் கல்யாணத்தை முன்னிட்டுக் கொண்டுதானே, நவாபின் சகல பந்துக்களுக்கும் ஓலை அனுப்பப் பட்டது. அழைப்பை ஏற்றுக்கொண்டு வேலூர்க் கோட்டை தலைவர் மீர்சாத் அலிகானும் கல்யாணத்துக்கு வருவார் என்று யாரும் எதிர்பார்க்கவில்லை."

"என்னத்துக்கு எதிர்பார்க்கவில்லை?" என்று மறித்துக் கேட்டார் குவர்னர் துரை அவர்கள்.

"நன்றாகக் கேட்டீர்கள், பிரபுவே. இந்த மீர்சாத் அலி அன்றோ, ஆற்காட்டு நவாபும், இப்போது பட்டத்தில் இருந்த குழந்தை நவாபு முகமது சையது கானின் தகப்பனாரும் ஆன சப்தர் அலி அவர்களைத் தம் கோட்டையில் வைத்துக் கொன்றவன். தந்தையைக் கொன்று விட்டுத் தனயனைப் பார்க்க எப்பேர்க்கொத்த கொலை

பாதகனும் முன்வர மாட்டான் என்று எல்லோரும் நினைத்தார்கள். ஆனாலும், மீர்சாத் அலி வரவே வந்தார்.”

“அவரை வெளியேற்ற வேண்டியதுதானே?”

“அது சாத்தியமில்லை, பெருமானே. என்னவெனில் கொலை காரனை அனைவரும் அறிவர். எனினும், சாட்சி பூர்வமாக நிரூபிக்க முடியாதே... அதுவுமன்னியில் எப்பேர்க்கொத்த பழிபாவக்காரரா யினும், வீடு தேடி, வீட்டுப் படியேறி வந்து விட்டபின், அவரை ‘வா’வென வரவேற்பதுதானே நம் பண்பாடு. அந்தப்படிக்கு மீர்சாத்தையும் அவர்கள் வரவேற்றார்கள். உசேன் சாயுபு குமாரத்தி கல்யாணப் பெண், கல்யாணம் ஆன மூன்றாம் நாள் மாப்பிள்ளை வீட்டுக்கு வந்திருக்கிறாள். கோட்டைக்குள்ளே கச்சேரி நடந்தது. கச்சேரியில் இளவரசர் ஆன முகமது சையது கான், மமுதல்லி சாயுபு, ராசத்துக்கான சாயுபு, சபிதானுகான் சாயுபு முதலான பெரியதரத்து மனுஷர்கள் அந்தக் கச்சேரியில்தானே இருந்தார்கள். அப்போது பட்டாணியர் பனிரெண்டு பேர் சமோசை என்கிற பட்டாணியனை முன்னிட்டுக் கொண்டு கச்சேரியில் வந்து பிரதானமாக அமர்ந்தார்கள். யானைகள் இருக்கிற சபையில், ஈக்கள் இறக்கை விரிக்கிற மாதிரி, அந்தப் பட்டாணியன் இருந்து கொண்டு, “இளவரசர் எங்களுக்குச் சம்பளம் கொடுக்காமல் இருக்கிறதுக்கு என்ன நியாயம்? நாங்கள் காற்றைக் குடித்து ஜீவிக்க வேணும் என்கிற நினைப்பு ராசாவுக்கு இருக்கிற மாதிரி படுகிறதே” என்று மரியாதைக் குறைவான குரலிலும் கை அசைவிலும் சொன்னான். அருகில் இருந்த இராசத்துக்காரன், “அடே... அவலட்சணமே, தாறுமாறாய்க் கூவாதே. சாயுபு ஜாதாவிடத்தில் (இளவரசரிடத்தில்) மரியாதைக் குறைவாய் நடந்து கொள்ளாதே...!” என்றார். பிரபுவே, சிப்பாய்களில் பட்டாணியர்கள் மகாரோஷும், மகாகோபம் உள்ளவர்கள் என்ற சங்கதியை நாம் அறிவோம் தானே. ஆகவே, பட்டாணியனை உசுப்பிவிடக் கூடாதே, பெரிய மனுஷாள் உட்கார்ந்திருக்கிற கச்சேரியாச்சுதே என்கிறதாக அவர் நினைத்தார். அதற்கு அந்தப் பட்டாணியன் இருந்துகொண்டு, “விசேஷம் எறிஞ்சு போடாதே... பார்த்துப் பேசு... பல்லைக் கொட்டிப் போடுவேன்...” என்றான். இவன் ஏதோ கிறுத்திரமாய் வந்திருக்கிறாற்போல காணுதே என்ற யோசனையில் இருந்தார். அப்போது நவாபின் பாதுகாவலரும், நிஜாமால் நியமிக்கப் பட்டவருமான அன்வருத்திகான் சாயுபு வருவதாகத் தகவல் கிடைத்தது. ஆகவே, அவரை வரவேற்க வேண்டி இளவரசரும், மற்ற பேர்களும் எழுந்திருந்தார்கள். அவர்கள் அமர்ந்திருந்த உயர்ந்த மேடையிலிருந்து கீழே படியிலிறங்கி வந்து நடக்கத் தலைப் பட்டார்கள். அப்போதும் அந்தப் பட்டாணியன் இருந்து கொண்டு,

ராசத்துக்கான் மேல் அங்கியைப் பிடித்து இழுத்து அவரை வலுக் கட்டாயமாக அமர வைத்து, "எங்கே ஓடுகிறாய்? சம்பளத்தைக் கொடுத்துவிட்டு அப்புறமாகத்தானே போ..." என்றான். அவர் மிகவும் கலவரப்பட்டுப் போய் இளவரசுப் பிள்ளையைக் காக்கும் பொருட்டு, "பிள்ளையை அழைத்துப் போங்கள்" என்றார். சொல்லி முடிக்கும் முன்பே, அந்தப் பட்டாணியன் குத்துவாளை எடுத்து, பனிரெண்டு வயசு பாலகரான இளவரசர் முகமது சயத்கானை நெஞ்சிலே குத்திப் போட்டான். பட்டாணியர் களேபரத்தில் இளவரசர் போளூர் மமுதல்லிகான் குமாரன் சம்பித்தானுகான், பிள்ளையும் ஒரே நவாபுக் குடும்பத்தைச் சேர்ந்தவன் நாலு பேரும் விழுந்து போனார்கள். பட்டாணியர் பதின்மூன்று பேரும் அவ்விடத்திலேயே கண்டம் துண்டமாக வெட்டிப் போடப்பட்டார்கள். நவாப் பாதுகாவலர் அன்வருத்திகான், நிலைமையைச் சட்டென்று புரிந்துகொண்டு, "எல்லோரையும் வெட்டி போடாதேயுங்கள்... ஒருத்தர் ரெண்டு பேரை உயிருடன் வையுங்கள். சதியைப் பண்ணியது யார் என்று தெரிந்துகொள்ள வேணுமே..." என்று சொல்லிக் கொண்டிருக்கும்போதே அத்தனை பேரும் செத்தொழிந்து போனார்கள். இருந்தும், அன்வருத்திகான் அந்தப் பட்டாணியர் வீடுகளை லுடாச்சி (சோதனை) பண்ணச் சொன்னார்கள். வீடுகளை ஜப்தி பண்ணவும் சொன்னார்கள். இந்தப் படிக்கு ஆற்காட்டிலே இருக்கும் நம் ஒற்றர் ராமகிருஷ்ண சாஸ்திரியாரும் எழுதி அனுப்பி வைத்திருக்கிறார் பிரபுவே..."

பிரபு தம் மாளிகையின் மேல் தளத்தில், காற்று வாங்கியபடி கடலைப் பார்த்துக்கொண்டு அமர்ந்திருந்தார்கள். வெகுதூரத்தில் ஒரு கப்பல் நங்கூரமிட்டுக்கொண்டு நின்றிருந்தது. சின்னச் சின்னத் தோணிகளில் சரக்குகளை ஏற்றிக்கொண்டு, கப்பலை நிரப்ப ஆயத்தம் நடந்துகொண்டிருந்தது. அது குவர்னர் துரை துய்ப்ளெக்சின் தனி வியாபாரத்துக்கு உதவுகிற கப்பல். அதை முன்னிட்டு, கப்பலை வெகு சிரத்தையுடன் தானே கவனித்துக் கொண்டிருந்தார் குவர்னர்.

ஆற்காட்டுச் சேதி கேட்டு மனம் வருந்தினார் துரை. விசனம் தொனிக்கிற குரலில், "இதேது... அக்குறும்பா இருக்கிறதே..." என்றார்.

"பிரபு சரியாகச் சொல்கிறீர். அக்குறும்புதான், அட்டியென்ன. ஆனாலும் நவாபு குடும்பத்தில் மூன்று தலைமுறையாக இந்தக் கொலைப்பழி நடந்து வந்திருக்கிறதே. துரை அவர்கள் அறியாத லோகச் சேதி இருக்குமா என்ன? இருந்தாலும் ஞாபகமூட்டலுக்குச் சொல்லுகிறேன். தாத்தா தோஸ்த் அலியாகப்பட்டவர், மராத்தி யருடன் தாமல் செருவுக் கணவாயில் சண்டை போட்டபோது,

மராத்தியரால் கொலை பண்ணப்பட்டார். அப்போதும் நவாபு அரண்மனையில் ஒரு கல்யாண விசேஷம் நடந்துகொண்டிருந்தது. மராத்தியர்கள் வருகை கேட்டு எழுந்து சண்டைக்குப் போனார் தோஸ்த் அலி. அவர் வெட்டுப்பட்டு ரெண்டாய்ப் போய், சுவர்க்கம் சேர்ந்தார். அப்புறம் நவாபானவர் அவர் மகன் சப்தர் அலி. அவருடைய இரண்டு சகோதரிகளில் ஒரு அம்மாளைக் கட்டியவர் சந்தா சாயுபு என்பதைத் துரை அறிவார்களே. இன்னொரு அம்மாளைக் கட்டியவர் வேலூர்க்கோட்டைத் தளபதியாக இருக்கும் முர்தாஸ் அலி. இந்த மைத்துனர் முர்தாஸ் அலி, தன் அரண்மனையில் நடக்கிற விசேஷத்துக்காகச் சப்தர் அலியை அழைத்தார். மச்சினர் அழைக்கிறாரே என்கிறதாக நவாபு சப்தர் அலி வேலூர்க் கோட்டைக்குப் போனார். நல்ல பரியான விருந்து. உண்டு களைத்துப் போய் மலைப் பாம்பாய், படுக்கையில் அவர் கிடக்கிறச்சே, ஒரு பட்டாணியனைக் கொண்டு சப்தர் அலியைக் கொன்றார் முர்தாஸ் அலி."

"தன் சொந்த மைத்துனனை எதற்காகக் கொல்ல வேணும் முர்தாஸ் அலி?"

"சந்தா சாயுபு இருக்கிறவரை சப்தர் அலிக்குத் துணையும் தெம்பும் இருந்ததே. தாத்தா நவாபுவைக் கொன்றவர்களாகிய மராத்தியர், சந்தா சாகிப்பைச் சிறைபிடித்துக்கொண்டு சதாரா சிறையில் அடைத்த விஷயம்தான் பிரபு அறிவாரே. ஆகவே, ஆற்காட்டு நவாபாக ஆசைப்பட்ட முர்தாஸ் அலி, சப்தர் அலியைக் கொன்றார். ரத்தக் கைகளுடன் ஆற்காட்டுச் சிம்மா சனத்துக்குப் போன முர்தாஸ் அலியைப் படை வீரர்களும் மற்றுமுள்ள பெரியதரத்து மனுஷாளும் தங்கள் நவாபாக ஏற்றுக் கொள்ளாமல் போனபடியால், ராத்திரியில் ஒரு பெண்ணைப் போல பர்தாவுக்குள் புகுந்துகொண்டு தப்பித்துத் தம் வேலூர்க் கோட்டைக்குள் வந்தவர் இந்த முர்தாஸ் அலி என்பதையும் பிரபு அறிவார். அதற்குப் பின்னால், தம் மேலாதிக்கத்தை நிறுவ எண்ணம் கொண்ட ஐதராபாது நிசாம் அவர்கள் தெற்கே வந்து மதுரை ஆற்காடு, திருச்சி ஆளுநர்களை அடக்கி, மஹரும், சண்டை நஷ்டத் தொகையையும் வாங்கிக்கொண்டு, கொலையுண்டு போன சப்தர் அலியின் பத்து வயசுப் பாலகன் முகமது சையித் கானை நவாபாக்கி, அவர் பாலகர் ஆனபடியால், அன்வருத்திகான் என்கிற தம் தளபதியை நவாபுக்குப் பாதுகாப்பாக்கித்தானே தம் பிரதேசம் திரும்பினார். அந்த நாள் தொட்டு, இந்த முர்தாஸ் அலியாகப்பட்டவர்க்குத் தாமே நவாபாகி ராஜ்யம் நடத்த வேணும் என்கிறதாக ஆசை இருந்தது. தடையாக வந்துவிட்ட பாலகனையும் கொலை செய்தார்."

"பெரிய துரோகமாகவன்றோ இருக்கிறது."

"துரோகிகள் துரோகத்தால்தான் வீழ்வர், பிரபுவே. இந்தப் பாலகருடைய அப்பா, பழைய நவாபு சப்தர் அலி இருக்கிறாரே, அவர் தம் முதல் மைத்துனர் சந்தா சாயுபுவுக்குத் துரோகம் செய்தார். பதிலுக்கு இரண்டாம் மைத்துனர் முர்தாஸ் அலி தம் மாமனுக்குத் துரோகம் செய்தார். விதை ஒன்று விதைத்தால் சுரை ஒன்று முளைக்குமா? வினை விதைத்தவன் வினையைத் தானே அறுப்பான்!"

"அஃதெப்படி?"

"பிரபு தயை கூர்ந்து காது கொடுக்க வேண்டும்."

"பேஷாய்ச் சொல்லும்."

"சப்தர் அலியும், சந்தா சாயுபுவும் ஆன ஆற்காட்டு வம்சத்தார், திடுமெனக் கிளம்பி மதுரையை வளைத்துக் கொண்டு அழிச் சாட்டியம் செய்தார்கள். மதுரை அரசி, திருச்சியை ராஜதானி யாக்கிக்கொண்டு இருந்தாள். காலம் போன மதுரை அரசர் விஜயரங்க சொக்கநாதரின் விதவை மனைவி ராணி மீனாட்சி தேவியே மதுரையை ஆண்டவள். அவளைப் பெண்தானே என்று நினைத்து, திருமலைநாயக்கர் வம்சத்திலே அவர் தம்பி மகனாக வந்த பங்காரு என்பவன், மீனாட்சியைக் கவிழ்த்துப் பட்டத்துக்கு வர சதி பண்ணினான். இந்தப் பங்காரு, சப்தர் அலியை அணுகவே, அவர் சந்தா சாயுபுவிடம் அவனைச் செலுத்தினார். பங்காரு தந்த பெரும் பணத்தை வாங்கிக்கொண்ட சந்தா சாயுபு, மதுரையை மீனாட்சியிடமிருந்து மீட்கும் முயற்சியை மேற்கொண்டார். கேடு வரும் பின்னே, மதி கெட்டு வரும் முன்னே என்பார்களே அது போல, ராணி மீனாட்சி தேவி, சந்தா சாயுபுவிடமே வந்து, தனக்கு உதவியாக இருந்து மதுரையைத் தாக்காதிருந்தால், சந்தா சாயுபுக்கு ஒரு கோடி ரூபாய் தருவதாகச் சொன்னாள். ஸ்ரீரங்கம் தளவாய் மண்டபத்தில் வைத்து, ராணி மீனாட்சிக்கு சந்தா சாயுபு சத்தியம் பண்ணிக் கொடுத்தார். பட்டுப் போர்வை போர்த்திய திருக்குர் ஆனின் மேல் அவர் சத்தியம் செய்ததால், மீனாட்சி சந்தா சாயுபுவை நம்பினாள். தாம் வாக்களித்தபடி பணத்தையும் தந்து பங்காரு சூழ்ச்சியிலிருந்து தம்மைக் காக்கும்படிக்கு வேண்டினாள். ஆனால் சந்தா சாயுபு சத்தியம் செய்தது தம் புனித வேதமான திருக்குர் ஆனை வைத்தல்ல. வெறும் சுட்ட செங்கல்லின் மேல் துணியைப் போர்த்திச் சத்தியம் செய்தார். அதுவுமன்னியில், பங்காருத் திருமலையையும், ராணி மீனாட்சியையும் ஒரு சேரத் துரோகம் செய்து, பாண்டி நாட்டின் தலைநகராக அப்போது இருந்த திருச்சிக் கோட்டையைக் கைப்பற்றி ராணி மீனாட்சியைச்

சிறை செய்தார். மானம் மிகவும் கொண்டவளான மீனாட்சி, சிறையில் தற்கொலை செய்துகொண்டு செத்தாள் என்கிறார்கள். நமக்குச் சேதி சொன்னவர், சந்தா சாயுபு அவர்கள் அந்தம்மாளைக் கொலை செய்திருக்க வேண்டும் என்கிறார். அதுவும் அப்படியிருக்க, திருச்சியைக் கைப்பற்றிக்கொண்டவர், மெல்ல தம் பார்வையை ஆற்காட்டு நவாபின் அரியாசனத்தின் மேல் வைத்தார். தம் தங்கை கணவரின் நோக்கத்தைப் புரிந்து கொண்டார் சப்தர் அலி. பாம்பின் கால் பாம்பறியும் அன்றோ?"

குவர்னர் துரை அவர்களுக்குக் கதை வெகு ருசியாய் இருந்து அவர் நகைக்கத் தொடங்கினார்.

"தம் ரத்த உறவைக் கூட இந்தக் கர்நாடக ராசாக்கள் பகைக்கிற தென்ன?" என்றார்.

"பிரபுவுக்கு ஆச்சரியம் போலும். துரோகத்தின் வரலாறு தானே இந்த மண்ணின் வரலாறு? இன்னும் கேளும். தம் தங்கை கணவர் சந்தா சாயுபு தன் பீடத்துக்கே குழி பறிக்கிறதை வாசனையால் கண்ட சப்தர் அலி, தமக்குப் பொது எதிரியாகிய, பல காத தூரத்துக்கு அப்பால் இருந்த மராத்தியரை ரகசியமாகக் கர்நாடகத்துக்கு அழைத்தார். சந்தா சாயுபுவைக் கொல்லவோ, சிறை பிடிக்கவோ செய்தால், மராத்தியருக்குத் திருச்சியைத் தத்தம் செய்யவும், அதுவுமின்றி ஆண்டுதோறும் நாலு லட்ச ரூபாயும் தருவதாகப் பேரம் பேசினார். உட்பகையை மிக எளிதாக வெல்லலாம் அன்றோ. மராத்தியருக்கு இனாமாக வெல்லம் தின்னக் கசக்குமோ? அவர்கள் படை எடுத்து வந்தார்கள். ராகூஜி போன்ஸ்லே என்கிற படைத் தலைவர் முன்னிட்டுக் கொண்டு வந்தார். சப்தர் அலி ஒரு கோடி கொடுத்துத் தம் ஆற்காட்டுச் சுபாவைத் தக்கவைத்துக் கொண்டார். மராத்தியர் திருச்சியைச் சுற்றிக்கொண்டார்கள். சந்தா சாயுபு சரணடையவே, அவரையும் அவர் மகன் அபீத் சாயுபுவையும் கைது பண்ணிக்கொண்டு சதாராக் கோட்டையிலேயே வைத்திருக்கிறார்கள் என்பதையும், அவர்களின் மனைவிமார்கள் நம் அண்டைப் பாதுகாப்பாகத் தங்கி இருப்பதையும் குவர்னர் துரை அறிவார்களே."

குவர்னர் துரை மிகுந்த யோசனையுடன் இருந்து பிறகு சொன்னார்:

"இந்தத் தேசத்தை மிகச் சுலபமாக வெற்றி கொண்டு விடலாம் என்று சொல்லும்...."

"இந்தத் தேசமென்ன பிரபுவே, ஒற்றுமையோ, இனத்தான் என்கிற பாசமோ, பழகியவன் என்கிற சிநேகிதமோ இல்லாத மக்களை ஆயுதம் கொண்டல்ல, ஒற்றை விரலால் அடக்கி விடலாமே...."

"சபாஷ்."

"கேளுங்கள் துரையே. ராணி மீனாட்சியைச் சந்தா சாயுபு வஞ்சித்தார். பங்காருவையும் சேர்த்து வஞ்சித்தார். சந்தா சாயுபுவை அவர் ரத்த உறவினர் சப்தர் அலி வஞ்சித்தார். சப்தர் அலியை அவருடைய மற்றொரு பந்து துரோகம் செய்தார். அதே பந்து, சப்தர் அலியின் குழந்தையையும் கொன்றார். எங்கள் வள்ளுவரும்கூட, 'பிறன் ஒருத்தனுக்கு நீ கேடு செய்வையேல், உனக்கக் கேடு தானே வந்து சேரும்' என்று சொன்னாரன்றோ..."

கடற்காற்று சிகையைக் கலைக்கும் விதத்தில், மிகச் சுகமாக வீசிக்கொண்டிருந்தது. காகங்கள் கடலைக் கடக்க நினைத்துக் கடப்பன போலவும், முடியாதென்று மீள்வன போலவும் கரைக்கும் கடலுக்கும் அலை பாய்ந்தன. தோணிகளில் சரக்கு செல்வதை வேடிக்கை பார்த்தபடி நின்றனர் சிலர். கடற்கரையில் இரைச்சல் மிகுந்திருந்தது. ஆனந்தரங்கர் தொடர்ந்தார்.

"இப்போது பாதுகாப்பாளராக இருந்த அன்வருத்தீனே நவாபு பட்டம் ஏற்று பரிபாலனம் பண்ணிக் கொண்டிருக்கிறார்."

குவர்னர் துரை, எழுந்து நின்று, கைகளைப் பின்புறம் கட்டிக்கொண்டு குறுநடை நடந்தார். பின்னர், மேல் தளத்தின் கைப்பிடிச் சுவரண்டை போய் நின்றார். அவர் கண்கள் கடலைத் துழாவின. எதையோ மிகத் தீவிரமாக யோசித்துக் கொண்டு அவர் நின்றார். பிள்ளையும் அவர் அருகாக, ஆனால் இரண்டடி பின் தள்ளி நின்றுகொண்டு கடலை நோக்கியபடி இருந்தார்.

"ரங்கப்பா...."

"உத்தாரப்படிக்கு...."

"திருச்சியைத் தலைமையாய்க் கொண்ட மராத்தியத் தளபதி முராரி ராவுக்கும், ஜனங்களுக்கும் சம்பந்தம் இல்லாமல் கிடக்கிறது. இங்கே ஆற்காட்டிலும் முறையான நவாபு ஆட்சியில் இல்லை. தஞ்சாவூரும், ஒரே சமயத்தில் ஆற்காட்டுக்குப் பயந்தும், திருச்சிக்கு அஞ்சியும் கிடக்கிறது. ஆக, கர்நாடகத்தில் சரியான மக்களால் காபந்து பண்ணப்படும் அரசாங்கம் இல்லை என்பதுதானே உண்மை."

"யதார்த்தம், அதுதான் துரையே."

"அன்வருத்திகான் எப்படி?"

"ஒரு நவாபு. மற்றபடிக்கு விசேஷமாகச் சொல்ல ஒன்றுமில்லை. தவிரவும், ஆட்சிக்கு வந்த பரம்பரைதான் முற்றும் அழிந்துவிட்டதே. அதோடு, இந்த அன்வருத்திகான், நிஜாமால் நியமனம் ஆனவர். அவரைப் பகைப்பது என்பது நிஜாமைப் பகைப்பது என்றல்லவா ஆகும். ஆனபடியால், எல்லோரும் வாய் பொத்திக் கிடக்கிறார்கள்."

துரை ஒரு முடிவுக்கு வந்தவரைப் போல, பிள்ளையைப் பார்த்துச் சொன்னார்:

"ஆற்காட்டைச் சப்தர் அலி, முகமது சையதுகான் ஆகியோருக்குப் பிறகு, ஆட்சி பண்ணும் ரத்த வாரிசு உரிமை யாருக்குப் போகும்?"

"மகன் இல்லையென்றால் மகள். மகள்கள் நவாபு ஆவது மரபில்லை. ஆகவே, மருமகன்கள் ஆட்சிக்கு வரலாம். மருமகன் களில் மூத்தவர், சந்தா சாயுபு. அவர் ஆட்சியைக் கோரலாம். ஆனால், அவர்தாம், தம் மகனோடு சதாராவில் இருக்கிறாரே...."

துய்ப்ளெக்ஸ் தலை அசைத்து, பிள்ளை சொல்வதைக் கேட்டார்.

இரவு வீடு திரும்ப வெகு நாழிகை ஆயிற்று. பிள்ளையை எதிர் பார்த்துக்கொண்டு வாசலிலேயே நின்றுகொண்டிருந்தாள் தாயாரம் மாள். விடியலில் ஆறு மணிக்கே புறப்பட்டவர் பிள்ளை. விடி விளக்கின் வெளிச்சத்தில் தாயாரின் முகம் மகிழ்ச்சியுற்றிருப்பதாகப் பட்டது பிள்ளைக்கு.

வாசலில் குண்டானில் இருந்து நீர் விட்டுக் காலைக் கழுவிக் கொண்டு நின்றவருக்குத் தண்ணீர் அளித்துத் தாக சாந்தி செய்தாள் தாயார்.

"சொல்லு... இன்னிக்கு என்ன விசேஷம்?"

"ரொம்ப சந்தோஷமான செய்தி. நம் பாப்பாள் இன்னிக்குக் காலமே ருதுவாகி விட்டாள்."

"அடேடே... சுபம்... திவ்யம்... மங்களம்.. அப்படியா?"

அங்கியைக் கூடக் கழற்றாமல், பாப்பாளின் ஜாதகத்தை எடுத்து விளக்கொளியில் ஆராய்ந்தார் பிள்ளை.

"ரக்தாட்சி வருஷம், சோம வாரம் ஆனி 5ஆம் தேதிக்குப் பஞ்சமி மக நட்சத்திரத்தில் காலை உதித்து ஏழே முக்கால் நாழிகைக்கு நம் பாப்பாள் ருதுவாகி இருக்கிறாள்... சுபம்" என்று தம் மனைவியைப் பார்த்துச் சொன்னார் பிள்ளை.

வெளியே நிழல் ஆடிற்று.

"ஆரு?"

"நான்தான் அண்ணா" என்றபடி வந்த திருவேங்கடம் பிள்ளை, "பாப்பா ருது சாந்தியை எட்டுக்கண்ணும் விட்டெறியக் கொண்டாட வேணுமே..." என்றார்.

"அதுக்கென்ன. நாராயணன் நடத்துவிப்பான். ஏக சம்பிரமத் துடனே அது நடக்கும்" என்றார் பிள்ளை.

12

சோமதேவனும், சின்ன சுப்புவும் புதுச்சேரியை நோக்கிப் பயணம் போய்க்கொண்டிருந்தார்கள். திருவயிந்திரபுரத்து அக்ரகாரத்தில் இருந்து அவர்கள் புறப்பட்டவர்கள், காவிக்கரை போட்ட வேஷ்டியும், மேல் துண்டுமாய், வெண்மை மாறி மஞ்சளாய்த் திரிந்த யக்ஞோப வீதமுமாக அவர்கள் புறப்பட்டார்கள். பிடரியில் வழிந்த அவர்கள் கூந்தலுக்கு மேல், தோளில் மாட்டிய மாற்று வேஷ்டியும், வழி நடைக்காகும் என்று அகத்தில் பண்ணிக் கட்டிக் கொடுத்த புளியோதரையும், தொன்னை ஆவக்காய் ஊறுகாயும் முடித்த மூட்டை கடிகார நாக்கு மாதிரி இரு தோளுக்கும் மாறி மாறி அசைந்துகொண்டிருந்தது.

"பெருமாள் கைங்கர்யத்தை விட்டு விட்டு அரசாங்க உத்யோகத்துக்குப் போகிறேனே என்று என் தோப்பனாருக்கு ரொம்ப வருத்தம்" என்றான் சோமதேவன்.

"இங்கு மட்டும் என்ன, அப்படியேதான்... என் தாயார், சோமவாரம் தொடங்கி அன்னமும் தொடாமல், நீரும் பருகாமல் சண்டித்தனம் செய்கிறாளாக்கும். எனக்கும்கூட மனசு சங்கடப்பட்டு, பயணத்தை நிறுத்தத்தான் இருந்தேன். என் ஆம்படையாள்தான் எனக்குத் தைரியம் சொல்லி அனுப்பி வச்சாள்" என்றான் சின்ன சுப்பு.

வாகூர் ஆழ்வாரைத் தரிசித்துக்கொண்டு, அங்கே ஏரிக் கரையில் அமர்ந்து கட்டு மூட்டை அவிழ்த்துச் சாதத்தைத் தின்று, சற்று நிழலில் படுத்து சிரமபரிகாரம் செய்துகொண்டு அவர்கள் நடந்தார்கள். வெய்யில் உஷ்ணம் குறைந்து மிதப்பட்டுக் கொண்டிருந்தது.

சோமுவும் சின்ன சுப்புவும் அண்டை வீட்டுக்காரர்கள். அத்துடன் தாயாதிகள் வேறு. இளமைக்காலம் தொட்டு இணைந்து வாழ்ந்தவர்கள். அவர்களின் தூர பந்து வேங்கடாச்சாரியார். சென்ற கிழமை வேங்கடாச்சாரியார் திருவயிந்திரபுரம் வந்திருந்தார். ஆச்சாரியார், தேவனாம் பட்டணம் இங்கிலீசுக் கும்பினியில் உத்யோகம் வகித்தவர். பெரிய திடகாத்திரமான அரபிக் குதிரையில், சரிகை போட்ட பாகையும், பட்டினால் ஆன மேல் துண்டும், தோற் செருப்பும், கை விரல்களில் மின்னி வெட்டும் மோதிரங்களும்,

அனைத்துக்கும் உச்சமாக, பெரிய மனுஷத் தோரணையுமாக வந்து இறங்கினார். ஊரே அவரைச் சுற்றிக்கொண்டு முகமன் கூறியது. ஆற்றங்கரை மேடையில் அவர் அட்டங்கால் போட்டு அமர்ந்து கொண்டு கார்வார் பண்ணினார். பட்டர்பிரான் வந்து, கோயிலுக்கு வந்து சேவிக்க வேணும் என்று பவ்யத்துடன் சேவித்துக்கொண்டார். பட்டர்பிரான் சொன்ன விதத்தைப் பார்க்கையில் ஆச்சாரியார் கோயிலுக்குப் போகாமல் இருப்பது, ஏதோ பெருமாளுக்கே இழுக்கு என்கிறாற்போல இருந்தது. தம்மை ஆளும் மகராஜன் அவரெனவே எண்ணிக்கொண்டு ஜனங்கள் ஒவ்வொருத்தரும் அவருக்குத் தம் முகத்தை அடையாளம் காட்டுமாப்போல காட்டிக்கொண்டிருந்தார்கள்.

கூட்டத்தில் சோமதேவனும், சின்ன சுப்புவும் இருந்தார்கள். வேங்கடாச்சாரியார், கும்பினி உத்தியோகத்தில் சேர்ந்தமைக்காக இதே பட்டர்பிரான், "குலத் துரோகி, இவன் விளங்காமல்தானே போவான். அடுத்த பிறவியில் இந்த நரன், அரக்க, பிசாசு, பேய்ப் பிறவியன்றோ எடுப்பான்" என அன்று வைதவர் இன்று கோவிலுக்கு அழைக்கிறாரே எனறெல்லாம் வியந்துகொண்டு நிற்கையிலே வேங்கடாச்சாரி பார்வையில் இவர்கள் பட்டார்கள்.

"ஆரடா அவன்கள், சுந்தராச்சாரி மகனும், அவர் அண்ணார் மகனுமன்றோ அங்கே நிற்கிறது?" என்றார்.

சற்றே அச்சம் கொண்டவர்களாய் இருவரும் போய் வேங்கடாச்சாரி முன் நின்று, "நமஸ்காரம் சுவாமி" என்று ஒத்த குரலில் சொன்னார்கள்.

"என்ன காலட்சேபம் பண்ணுகிறாற் போலே?"

"சுவாமி அடியேன்கள் வேதம் படித்துக்கொண்டிருக்கிறோம்."

"உம்... வேதம் படித்துக்கொண்டிருக்கிறீர்களாக்கும் பெரிய வேதம்..." அவர் உதடுகள் சுழித்துக்கொண்டன. "உங்கள் தோப்பன் மாதிரி நீங்களும் தர்ப்பையைக் கட்டிக்கொண்டு அழப் போகிறீர்களாக்கும். தலையில் எழுத்தா மூடங்களே... புதுச்சேரிக்குப் போய், துபாஷ் கனகராய முதலியார் அண்டையிலே, நான் அனுப்பிச்சதாகச் சொல்லுங்கோள். அங்கே இருக்கிற குவர்னரின் பெண்ஜாதி ழான் என்கிறவளான முண்டை, தன் அதிகாரத்துக்கு ஆள் சேர்க்கிறாளாம். அவளண்டையில் சேர்ந்துகொண்டு, பௌர்ணமிக்குப் பௌர்ணமி நாலு காசு சம்பளம் வாங்கிப் பிழைத்துப் போங்கள்" என்றார்.

வேத வேதாந்த சிம்மம் என்று அறியப்பட்ட இஞ்சிக்குடி ஆச்சார், பனை விசிறி கொண்டு விசிறியபடி அமர்ந்து வேங்கடாச்சாரியாரின் கார்வாரைப் பார்த்துக் கொண்டிருந்தவர், விக்கித்துப்

போய், ஒன்றும் பேசத் தோன்றாதவராய், திடுமெனப் புழுக்கம் மிகுந்ததுபோல் வேகமாக விசிறிக் கொண்டார்.

"என்னடா சொல்கிறீர்கள்?" என்று கர்ஜித்தார் வேங்கடாச் சாரி, அந்த இருவரையும் பார்த்து.

"மாமா சொல்கிறாற் போலவே, புதுச்சேரி போகிறோம்."

"நல்லபடியாகப் பிழைத்து குபேரனை முதலில் வசியம் பண்ணுங்கோளடா... குபேரன் வந்து விட்டால் சீதேவி வந்து விட்டாளடா. பெருமாளுக்கு யாரடா வாகனம்?"

"கருடன், மாமா."

"குபேரனுக்கு யார் வாகனம்?"

"நரன் மாமா."

"உம் பணக்காரனை மனுஷர் சேவிப்பர் என்பதை இதைக் கொண்டு புரிந்து கொள்ளுங்கோளடா."

"புத்தி, மாமா."

"வருகிற வளர்பிறைக்கு அடுத்த நாள் புதனாச்சே மகா திவ்யமான நாள். பொன் கிடைத்தாலும் புதன் கிடைக்குமோ... அன்னிக்குப் பயணம் புறப்படுங்களடா."

"சட்டி மாதிரி ஓர் ஊர், அதில் உழக்கு மாதிரி ஓர் அக்ரஹாரம். அதிலே ஈ, எறும்புகள் மாதிரி மனுஷாள். அஷ்ட திக்குகளுக்கும் போங்களடா. போய் நாலு காசு, பணம் நல்ல ஐவேதி தேடுங் களடா...."

ஊர், அவர் வார்த்தைகளை வாயை அங்காந்து கொண்டு கேட்டுக்கொண்டது.

சோமநாதன் தகப்பனார், வாத்யாராய் இருந்து காலட்சேபம் நடத்திக்கொண்டிருந்தார். இல்லாமை உரைக்காமல் இருந்ததால் திருப்தியுடனே காலம் கடத்திக்கொண்டிருந்தார். சோமன், கும்பனி உத்யோகத்துக்குப் போகிறேன் என்றதும், அவர் காதில் தேள் கொட்டியது போல் இருந்தது.

"வேணாமடா, சோமன் நாமெல்லாம் கைகட்டிச் சேவகம் பண்ணி வயிறு கழுவுவதாவது? நாமெல்லாம் இப்படிப் போனால் ஜனங்களுக்கு சம்ஸ்காரம் வேறு யார் கற்றுத் தருவது? தர்மா தர்மங்களை யார் அறிவுறுத்துவது? நாம் வாழ்ந்து காட்டி மற்றவாளை நம் பின்னே வரச் செய்ய வேணாமோ?"

'ஆமாம், அப்பா சொல்வதைக் கேட்டால், ஊரில் இருந்து கொண்டு ஆற்றில் ரெண்டு வேளை முழுகிக்கொண்டு, செம்பு

ஜலத்தில் சந்தி பண்ணிக்கொண்டு காவி ஏறிய வேஷ்டியைப் பஞ்சகச்சம் சுற்றிக்கொண்டு, திருமண் சாத்திக்கொண்டு சுற்றிக் கொண்டிருக்கலாம். விரல் மறைக்க என்றைக்கு மோதிரம் போடுவது? சரிகைப் பாகை என்று அணிவது? ஊர்ப் பஞ்சாயத்து மேடையில் அட்டணக்கால் போட்டுக்கொண்டு என்றைக்குக் கார்வார் பண்ணுவது?'

சின்ன சுப்புவுக்கு நல்ல வேளையாகத் தகப்பனார் இல்லை என்று தோன்றியது. அவனுக்கு வைதேகி ஆம்படையாளாக வாய்த்திருந்தாள். தன் சந்தோஷத்துக்குக் குறுக்கே நிற்பதற்கென்றே மாமியார் என்கிற ஜென்மம் இந்த மண்ணுலகத்தில் வாயத்திருக் கிறது என்ற மனோபாவம் கொண்டவள்.

"அடே... கோடாரிக் காம்பே, நம்ம பரம்பரையில் ஒருத்தன் சம்பளம் வாங்கி ஜீவிப்பதாவது. கிரகசாரம், கலிகாலம். என் வயிற்றில் இப்படி ஒரு பிரண்டை வந்து வாய்த்ததே..." என்று சத்தமிட்டாள் மாமியார்.

மருமகள் இருந்து கொண்டு, "ஆமாம்... துளசி தீர்த்தம் சாப்பிட்டுட்டிருந்தால், வயிறு நிறையுமோ இல்லையோ? நாள் நட்சத்திரம் பார்த்துக்கொண்டு குடுமி சிரைச்சுக்கொண்டு அக்ர காரத்தை வளைய வந்தால் ஆச்சா? மகன் உத்யோகம் பண்ணி நாலு வராகன் சம்பாதிச்சால் எங்கே நான் கையிலும், கழுத்திலும் தொங்கத் தொங்கப் பூட்டிண்டு சலப்பிலவென்று வாழ்ந்திடு வேன்னு பொறாமை. கிழம் கிடந்து மண்ணைப் பிறாண்டறது" என்று கத்தினாள்.

"யாருக்கடி பொறாமை, சவமே. புழுத்த சவமே. தாலி அறுத்து, இன்னொருத்தனைக் கட்டிண்டு அவனுக்கும் பிள்ளை பெத்துக்கிற முண்டையண்டை என் பிள்ளையைக் குனிஞ்சு பிழைக்கச் சொல்றயா?"

"அந்த நாத்தக் கழுதை எத்தனை ஆம்படையானோடே, எத்தனை பிள்ளை குட்டிகள் பெத்துண்டால் நமக்கென்ன? இந்தப் பிராமணன் செய்கிற வேலைக்கு அவள் கூலி தரப் போகிறாள். அதுக்கு மேலென்ன? சுத்த பத்தமாக ஒருத்தனுக்கே முந்தானை போட்டுத்தான் பிழைக்கிறது. இங்கே நாளைக்கு என் வயித்துல ஒண்ணு ஏற்பட்டா, அக்குழந்தைக்குக் கீழே போட கிழிஞ்ச துணி இருக்கா, இந்த அகத்திலே. முண்டைதானே, காசும் பணமும் வைத்துக்கொண்டு, ஆள் அம்புக்குச் செலவு பண்ணுகிறாள். பகவான் அவளுக்குத்தானே படி அளந்தார். அப்புறம் என்னத் துக்குப் பேச்சு நீள வேணும்?"

அந்த நியாயத்துக்குப் பிறகு அம்மாள் அடங்கித்தான் போனாள்.

புதுச்சேரி சென்னப் பட்டணத்து வாசலை ஒட்டி துபாஷ் முதலி யாரின் மாளிகை இருந்தது. வாசலில் இருந்த பல்லக்கும், வண்டியும், ஆள் கூட்டமும், பெரிய துபாஷின் வீட்டைக் கண்டுபிடிக்கும் சிரமத்தை அவர்களுக்குத் தரவில்லை. மூர்க்கமும் அறியாமையும் நிறைந்த முகம் படைத்த ஒருவன் அவர்கள் அருகில் வந்து, "என்ன பார்க்கிறது, யார் நீங்கள்?" என்று வறண்ட குரலில் கேட்டான். அவன் சிப்பாய் என்பதை அவர்கள் புரிந்துகொண்டார்கள். சிப்பாய்கள் எல்லாம் அச்சில் வார்த்தது மாதிரி அந்தக் குணாலங் காரங்களைக் கொண்டவர்களாகவே இருந்தார்கள்.

"நாங்கள் திருவயிந்திரபுரம். தேவனாம் பட்டணத்தில் கும்பெனி உத்யோகத்தில் இருக்கப்பட்ட எங்கள் மாமா ஸ்ரீமான் வேங்கடாச்சாரியார், கனம் முதலியாரைப் பார்க்க அனுப்பி னார்கள்."

"என்ன விஷயமாகப் பார்க்க வேணும்?" என்று பன்னா டையான அந்தச் சிப்பாய் கேட்டான்.

"அதை ஸ்ரீமான் துபாஷிடம் அல்லாமல் வேறு எவரிடமும் சொல்ல முடியாது."

அந்தக் குரூர மனிதன், அவர்களைச் சற்றே ஓரக் கண்ணால் அவதானித்து விட்டு அவ்விடத்தை விட்டு அகன்றான். சீக்கிர மாகவே திரும்பி வந்தான்.

"ஐயா, இரண்டாம் கட்டில் சாய்மானத்தில் இருக்கிறார், போய்ப் பாருங்கள்" என்றான் நிஷ்டூரமாக.

முதல் கட்டில் இருவர் அவர்களை வழிமறித்தார்கள். முதலியார் வரச் சொல்லித்தான் தாங்கள் உள்ளே போகிறோம் என்று அவர்கள் சொன்னதற்கு, அந்த இருவரில் ஒருவன் மற்ற வரிடம் சொன்னான்:

"பார்த்தால் பிராமணராட்டமா அன்றோ தெரிகிறது. அதனால் பாதகமில்லை, உள்ளே அனுமதிக்கலாம்."

அவர்கள் இரண்டாம் கட்டுக்கு அனுமதிக்கப்பட்டார்கள். இரண்டாம் கட்டில் பெரிய வாசல், நாலு கைச் சுற்றிலும் மேசை களும், அதன்மேல் பாரீஸ் கடிகாரங்கள், அலங்கிருதமாயுள்ள கைப்பிடி கொண்ட வாள்கள், கண்ணாடிக்குள் தைத்த அழகான விளையாட்டுப் பொம்மைகள் என்று ஏராளமான கண்ணுக்கினிய பொம்மைகள் காட்சிக்கு வைக்கப்பட்டிருந்தன. சாப்பாட்டு மேஜை போலும் தோன்றிய ஒரு மேஜையும், அதன் மேல் நிறைய சீனப் பீங்கான் தட்டுகள், கரண்டிகள், பீங்கான் கிண்ணிகள், அதைச் சுற்றி நிறைய நாற்காலிகள் ஒவ்வொன்றும் தம் கைகளிலும் முதுகிலும்

கால்களிலும் நிறைய பூ வேலைப்பாடுகள் கொண்டதாக இருந்தன. சரம் சரமான அன்னங்கள், தாமரைப் பூக்கள், கொத்துத் திராட்சை என்று உயிர்ப் பொருள்கள் போல் சித்திர வேலைப்பாடுகள் திகழ்ந்தன. திடுமென அவர்களைச் சாம்பிராணிப் புகை சூழ்ந்தது. அது, அவர்கள் அனுபவித்திராத புதுமணப் புகை. புதுச்சேரிக் கிறிஸ்துவர்கள் அதிகம் பயன்படுத்தும் பாரீசில் இருந்து தருவிக்கப் பட்ட சாம்பிராணியின் புகை. ஈசான மூலையில், சாய்மானம் போட்டுக்கொண்டு வாழை நாரைப் போலப் படுத்துக் கிடந்தார் முதலியார். சர்க்கரை நோய் அவரை மிகவும் படுத்தியிருந்தது தெரிந்தது. அதீதத்துக்கு இளைத்து, கையும் காலும் மெல்லிதாகக் குச்சியைப் போல் கிடந்தார் அவர். கண்ணை மூடிக்கொண்டு கிடந்த அவர் அருகில் அந்த இருவரும் போய் நின்றார்கள். அரவம் கேட்டு லேசாகக் கண்ணைத் திறந்து பார்த்த முதலியார் "ஆரு?" என்றார் ஈனஸ்வரத்தில்.

கும்பிட்டுக்கொண்டு சோமன் சொன்னான்:

"சுவாமி, நாங்கள் திருவயிந்திரபுரத்துக்காரர்கள். நான் சோம நாதன். இவன் சின்ன சுப்பு. நாங்கள் ஜாதியில் பிராமணர்கள். வைஷ்ணவர்கள். தேவனாம் பட்டணத்துக்குக் கும்பெனியார் வசம் உத்தியோகத்தில் இருக்கப்பட்ட ஸ்ரீமான் வேங்கடாச்சாரியார் எங்கள் பந்து. அந்த சுவாமிதான் எங்களிடம், அவ்விடத்தைப் போய்க் கண்டு, குவர்னர் பெருமான் அவர்களின் பெண்ஜாதியிடம் உத்தியோகம் வாங்கிக்கொண்டு காலட்சேபம் பண்ணச் சொன்னார். நாங்கள் அதற்காகத்தான் வந்தது."

"நல்லது. தாகத்துக்கு வயித்துக்கு ஆகாரம் ஆச்சா?"

"பெரியவர்கள் கருணையாலேதானே ஆச்சு?"

சற்று தூரத்தில் ஓரமாக குருசு முதலியார் வந்து கையைக் கட்டிக்கொண்டு நின்றார். துபாஷ் முதலியார் வசம் காரியக் காரராகவும் எழுத்துக்காரராகவும் அவர் இருந்தார். அண்மையில் கிறிஸ்துவ மதத்துக்கு மாறியவர் அவர். அவரைக் கையைக் காட்டித் தம் அருகில் வரச் சொன்னார் முதலியார். குருசு முதலியார் அருகில் வந்து நின்றதும், "மதாமுக்கு ஒரு கடுதாசி எழுதிக் கொடும்" என்றார்.

குருசு முதலியார், துபாஷுக்கு வலக்கைப் பக்கமாக இருந்த சிறிய மேசைக்குப் பக்கத்தில் அமர்ந்து, சோமனையும் சுப்புவையும் அழைத்துத் தம் பக்கத்தில் அமர்த்திக்கொண்டு, அவர்களின் பெயர்களைக் கேட்டுக்கொண்டு எழுதத் தொடங்கினார்.

'மகா கனமும், மகா கிருதமும் ஆன புதுச்சேரிக் குவர்னதோர் ஸ்ரீமான் துய்ப்ளெக்ஸ் பெருமான் அவர்களின் பாரியாளும்,

புதுச்சேரிப் பட்டணத்துக்குள் தானே இருக்கப்பட்ட சீமாட்டி களுக்குள்ளே ராஜதந்திரியும் குயுக்தி வாசாலருமான ஸ்ரீமதி ழான் துய்ப்ளெக்ஸ் பெருமாட்டி அவர்கள் இகபர சௌகர்யங்களுக்குக் கர்த்தரையும், அவர்தம் சுதனையும், கன்னி மரியாளையும் மனம் மொழி மெய்களால் வழுத்திக் கொண்டு சேசுவடிமை கனகராய முதலி எழுத்துப் பண்ணிக் கொண்ட விசேஷம் யாதோவெனில், இக்கடுதாசி கொண்டு வரும் சோமநாதன், சின்ன சுப்பு ஆகிய இரண்டு பிள்ளையாண்டான்களும், தமது குற்றேவலுக்கும், கருணைக்கும், நம்பகமான ஊழியத்துக்கும் பாத்திரமானவர்கள் ஆகக் கடவர். நம் சினேகிதிரான தேவனாம்பட்டணம் வேங்கடாச்சாரி அவர்களின் பந்துக்கள் இவர்கள் ஆகையால், நமக்கும் வேண்டப்பட்டவர்களே. இவர்களைப் பயன்கொள்ள வேணுமாய்க் கேட்டுக்கொள்கிறேன். இப்படிக்கு தங்கள் கருணாதாரத்தைக் கொண்டு பிழைத்துக்கொள்ளும் ஊழியர்களுக்குள்ளே கடை ஊழியனான' என்று எழுதி, துபாஷிடம் கொடுத்து, அவரிடம் கையெழுத்து வாங்கி, அக்கடுதாசியைப் பிள்ளையாண்டானிடம் கொடுத்தார் குருசு முதலியார்.

“இந்தப் பிள்ளைகளை, நம்மாள் ஒருத்தனைப் போட்டு அனுப்பி வையும்” என்று உத்தாரம் சொன்னார் முதலியார்.

கூவர்னர் மாளிகை முன் அவர்கள் வந்து சேர்ந்தார்கள். அவர்களை இயேசுவடியான் முதலியார் என்பவர் வழி நடத்தி வந்தார். மாளிகையின் முக்கிய சிப்பாயிடம், மதாம் துய்ப்ளெக்சை அணுக உத்தாரம் கேட்கவும், அவன் சென்று உத்தாரம் பெற்று வந்தான். இயேசுவடியான் முதலியார், அம்மையார் இருந்த அறைக்கு அவர்களை அழைத்துச் சென்றார்.

மிக விசாலமாக இருந்தது அந்த அறை. தொங்கும் சர விளக்கு கள், செம்பருத்திப் பூக்களே ராட்சஸ வெள்ளை, மஞ்சள் நிறத்தில் பூத்தது போலக் காட்சி அளித்தன. நிறைய சுக ஆசனங்கள் அங்கு போடப்பட்டிருந்தன. பட்டு வெள்ளை நிறத்தில், நீண்ட அங்கி அணிந்து ஒற்றை ஆசனத்தில் அமர்ந்திருந்தாள் ழான்.

பிராமணப் பிள்ளையாண்டாளை அவளுக்கு அறிமுகம் செய்துவிட்டு முதலியார் அகன்றுவிட்டார். அங்கு நிறைய ஆசனங்கள் இருந்தும், அவள், அவர்களை அமரச் சொல்லவில்லை. அவர்கள் கை கட்டியபடி மிகப் பணிவாக அவள் முன் நின்றார்கள்.

“நல்லது... உன் பெயர்?”

“சோமநாத ஈச்சாரி தாயாரே....”

“உன் பெயர்?”

"சின்ன சுப்பாச்சாரி அம்மாவே."

"உங்களுக்கு என்ன தெரியும்?"

"தமிழ், சமஸ்கிருதம், தர்க்கம், வியாகரணம் பாடம் கேட்டிருக்கோம்... கொஞ்சம் போல் சங்கீதமும் வரும்."

"எனக்கு அதெல்லாம் தேவையில்லை. எனக்கு நம்பிக்கைப் பட்ட மனுஷர்களாய் இருக்க வேண்டும். அதுதான் முக்கியம்."

"எங்கள் பெருமாள் சாட்சியாக, தாயாருக்குப் பிள்ளை போல இருந்து ஏவல் செய்வோம் அம்மாவே... எங்கள் மனசாலோ, வாக்காலோ, புத்தியாலோ, செயலாலோ நாங்கள் உமக்குத் துரோகம் செய்கிறோம் என்று தங்களுக்குத் தோணும் பட்சத்தில், எங்களைத் தோலை உரித்துத் தோரணம் நாட்டுங்கள். நாங்கள் அதற்குச் சம்மதிப்போம்."

"நல்லது. துபாஷ் முதலியார் நமக்கு ரொம்பவும் நெருக்கப் பட்ட சினேகிதர். நல்ல உத்தமமான கிறிஸ்துவர். அவர் சொன்னதால் உங்களை உத்தியோகத்தில் வைக்கிறேன். உங்கள் கடமைகள் என்னவெனில்...."

அம்மாள் சற்று யோசித்தாள். அதன் பிறபாடு சொன்னாள்.

"நகரத்தில் நான் சொல்லும் இடங்களில், உசிதம்போல் இருந்து வேவு பார்க்க வேணும். ஒன்று, குவர்னதோர் அறைக்கு வெளியே நின்றுகொண்டு, அவரை யார் யார் பார்க்க வருகிறது, என்ன பேசுகிறார்கள் என்பதைக் கவனிக்க வேணும். என்னிடத்தில் வந்து தெரிந்ததை உண்மையாகப் பேச வேணும். அப்புறம் ஆனந்தரங்கப் பிள்ளை வீடு, கோட்டையின் வாசல்கள் இதுகளை வேவு பார்க்க வேணும். சந்தேகாஸ்பதமான சங்கதி நிகழ்ந்தாலோ, உடனடியாக வந்து நம்மிடம் அறிக்கை தர வேணும்."

"அப்படியே செய்கிறோம், அம்மாவே."

"உம்மைப் போல, குளத்து சேஷுவையர் என்கிற பிராமண னைத்தான் என் ஒற்றர் படைக்குத் தலைவராகப் போட்டிருக்கிறது. அவர் வீட்டிலே இருந்துகொண்டு ஆசாரமாகச் சாப்பிட்டுக் கொள்ளுங்கோள். அவர் இடுகிற ஏவலைச் செய்து அவர் நிற்கச் சொல்கிற இடத்திலே இருந்து, செய்தி சம்பாரியுங்கோள்."

"முக்கியமாய் இந்த ரங்கப்பன் வீட்டண்டையும், பாக்கு மண்டி யண்டையும் இருந்து சேதி சேகரிக்க வேணும் நீங்கள்."

"உத்தாரம். அதன்படிக்குச் செய்வோம்."

"சம்பளம் என்ன எதிர்பார்க்கிறீர்கள்?"

“அம்மா மனசு வைத்து என்ன ஈகிறாரோ அதுவே எம் பேறு.”

“சந்தோஷம். என்னைத் தவிர வேறு எவரையும் நீங்கள் பொருட்படுத்தத் தேவையில்லை. குவர்னதோர் கூட, எம் வேலையில் குறுக்கிட முடியாது. குறுக்கிட்டால், இது அம்மாள் வேலை. அம்மாளை அன்றி வேறு யாருக்கும் நாம் கட்டுப்படோம் என்று சொல்லிவிடலாம்.”

“அப்படியே!”

“குளத்து சேஷுவையரைப் போய்ப் பாருங்கள். அங்கேயே ஸ்நானம் செய்துகொள்ளலாம் நீங்கள்.”

தலைகள் அடிவயிற்றில் இருக்கும்படி குனிந்து வணங்கி விடை பெறச் சென்றார்கள் சோமனும் சின்ன சுப்புவும்.

13

ருத்ரோத்காரி வருஷம் மாசி மாதம் ஒன்பதாம் தேதி திங்கள் கிழமை, நாள் விடிந்து ரெண்டு நாழிகை அளவில் கோட்டையிலே ரேவு உத்தியோகம் பார்த்துக்கொண்டிருந்த கேசவய்யர் சுகசன்னி கண்டு காலம் பண்ணிப் போனான்....

மஞ்சக் குப்பத்தில் மாசிலாமணிச் செட்டி என்கிறதாக ஒருத்தர் இருந்தார். செட்டிகளில் சிரேஷ்டமானவர் என்கிறதாக அவர் அறியப்பட்டுக் கிடந்தார். லேவாதேவி, கொடுக்கல் வாங்கல், போக்கியம் சாக்கியம், அடகு தொடகு போன்ற தொழில்களில் தானே ஈடுபட்டு வெகு பொருள் சம்பாத்யம் கண்டு வைத்திருந்தார். கூடலூர் பாடலிபுரத்தீசருக்குக் கல் வைத்த அட்டிகையும் இன்ன பிற நகைகளும் செய்து கொடுத்து, வெகு சீலத்துடனே தானே வாழ்ந்துகொண்டிருந்தார். அப்பேர்க்கொத்த மனுஷனுக்கு மான ராயச் செட்டி என்ற ஒரு பிள்ளை இருந்தான். அவனை அரசாங்க உத்தியோகம் பண்ணி வைத்துப் பார்க்க வேண்டும் என்கிற ஆவல் மட்டின்றி ஏற்பட்டது. சொத்து பத்து, நீலம் நீச்சு, ஆஸ்தி பாஸ்தி எல்லாம் கரைபுரண்டு இருந்தென்ன? அரசாங்க உத்தியோகம் என்கிற ஸ்தானத்தில் இருக்கிற கௌரவம் பெரிதல்லவா? எப்பேர்க் கொத்த மகராசரும் ஒரு அரசாங்க உத்தியோகம் பண்ணுகிற வனிடத்தில் குனிந்து சலாம் பண்ணித்தான் பிழைப்பார்களன்றோ? அதற்கென்றே மானராயச் செட்டியைப் பழக்கப்படுத்தியிருந்தார் பெரிய செட்டி.

திண்ணைப் பள்ளிக்கூடத்து வாத்தியாரிடம் மானராயச் செட்டி அறப்பளீசுரம், அவ்வைப் பாட்டுக்கள், திருக்குறளில் சில

பாட்டுகள், காரிகையில் கொஞ்சம், நன்னூல் இலக்கணத்தில் சில என்கிறதாகக் கொஞ்சம் எழுத்து படித்திருந்தான். அஃதல்லாமல் வாய்பாடு நன்கு வந்தது. எவ்வளவு சிரமமான கணக்காக இருந்தாலும் நிமிஷத்தில் சொல்லிவிடக் கூடிய சூட்சும புத்தியும் அவனுக்கு இருந்தது. அத்துடன், மூலகுளம் தங்கவேல் வாத்தியாரிடம் குஸ்தி, கழி, சுருள்பட்டா மாதிரியான வீர விளையாட்டுக்களையெல்லாம் கற்று வைத்திருந்தான். இரவு முழுக்க ஊறிய கடலையை விடியலில் பச்சையாகத் தின்று, முட்டைகளை உடைத்துக் குடித்து, காலையில் ஐந்நூறு தண்டால், மாலையில் ஐந்நூறு பஸ்கி எடுத்து உடம்பைக் கருணைக் கிழங்கு மாதிரி வைத்திருந்தான். ஆகவே, ரேவு உத்தியோகத்துக்கு எந்த வகையிலும், தம் மகன் தகுதியுள்ளவனே என்று பெரிய செட்டி நினைத்திருந்தார். ஆகவே, தோட்டித்துறை புலிப்பாணி ஜோஸ்யரை வரவழைத்து, ஒரு நாள் ஜோசியமும், நிறைந்த தட்சணை வைத்துக் கேட்டார். அந்த ஜோசியரும், இரண்டரை நாழிகை அளவுக்குக் கூட்டிக் கழித்து, ஏராளமான மனக் கணக்கும், கைக்கணக்கும் போட்டு, "சின்ன செட்டிக்குக் குவர்னர் துரை மேற்பார்வையிலேயே உத்தியோகம் கண்டிப்பாய் இருக்கு. சூரியன் மேற்காலே உதிக்கிற நாள்தான் என் ஜோசியம் தள்ளிப் போகும்" என்று அடித்துச் சொல்லிவிட்டு வேஷ்டி, துண்டு வரிசையோடு போய்ச் சேர்ந்தார்.

ஜோசியர் குறித்துக் கொடுத்த ஒரு நல்ல நாளிலே சகுனம் பார்த்து, மயிலைக் காளை பூட்டின வில் வண்டியிலே புறப்பட்ட பெரிய செட்டியும், சின்ன செட்டியும் புதுச்சேரி நோக்கிப் புறப்பட்டார்கள். புதுச்சேரிப் பட்டணத்திலே சுங்கு சேஷாசலச் செட்டி, சலத்து வெங்கடாசல செட்டி, பரசுராமச் செட்டி போன்ற சிரேஷ்டர்கள் நிறைய பேர்கள் இருந்தார்கள். அதிலே சுங்கு சேஷாசலச் செட்டி குவர்னருக்கு ரொம்ப ஆப்தமாக இருக்கிறார் என்றும், காசு அச்சடிக்கிற தங்கச் சாலையிலே அவர் உத்தியோகம் புரிகிறார் என்றும் அவர்கள் அறிந்து வைத்திருந்தார்கள். ஆகவே, அவருக்கென்று பட்டு பத்து கெசமும், பித்தளைக் குத்து விளக்குகள் ரெண்டு ஜோடியும், அரிதில் சேகரித்த மா, பலா போன்ற பழக் கூடைகளும், பச்சை பதித்த மோதிரம் ஒன்றுமாக அவர்கள் புறப்பட்டிருந்தார்கள்.

மாசிலாமணி செட்டிக்குச் சேஷாசலச் செட்டியை நேரில் பரிச்சயமில்லை. அதனால் பாதகம் இல்லை. அவரும் செட்டி, தாமும் செட்டி. அதைவிடச் சிறந்த அத்தாட்சிப் பத்திரம் இருக்க வாய்ப்பில்லை. இனம் இனத்தோடே சேரும் என்பதில் ஐயமொன்றுமில்லை. ஜாதி அபிமானம் இல்லாத மனுஷர் இருக்க முடியாது. கொண்டு கொடுத்தால்தான் உறவு என்பது கிடையாதே. செட்டி

என்கிற பெரிய கோத்ரத்தில், குழூவில், எங்கோ ஒரு கிளையில் அவரும் தாமும் சேர்ந்து பிரிந்திருக்க வேண்டும் தானே? அந்த உரிமையில் மாசிலாமணிச் செட்டியார் புறப்பட்டுவிட்டார்.

மாலை மயங்குகிற நேரத்தில் அவர்கள் கூடலூர் வாசல் வழியாகக் கோட்டைக்குள் பிரவேசித்தார்கள். கோட்டைக்குள் எவரிடமாவது விசாரித்தால் சுங்கு செட்டி வீட்டுக்கு வழி சொல்ல மாட்டார்களா என்பது அவர்கள் எண்ணம். அவர் வீடு உப்பளம் போகும் வழியில், தங்க சாலைக்கு அருகில், மீரா பள்ளிக்கு சமீபம் இருப்பதாகக் கோட்டைக்குள்ளே சொன்னார்கள். கோட்டையும், கொத்தளத்தின் மேல் நின்ற உடுப்பணிந்த பீரங்கிக்காரர்களும் அவர்கள் கண்களில் பட்டு இறும்பூது விளைவித்தார்கள். என்ன விறைப்பும் சறைப்புமாக அந்தச் சிப்பாய்கள் காணக் கிடக்கிறார் கள். மனுஷப் பிறவி எடுத்தால், இது மாதிரியான ஆடைகளில் உத்தியோகம் பண்ணுவதே புருஷ லட்சணம் என்பதாக அவர்கள் நினைத்தார்கள். சுங்குச் செட்டி வீடுக்கு வெகு சுலபமாக அவர்கள் வந்து சேர்ந்தார்கள். அவர்கள் அதிர்ஷ்டம் சுங்குச் செட்டி வீட்டில் இருந்தார். வீட்டு வாசலில் வந்து நின்ற வண்டியைப் பார்த்த, சுங்குச் செட்டி, தெருவுக்கு வந்து நின்று, வண்டியில் இருந்து இறங்கி வருபவரைப் பார்த்து, "ஆரு?" என்றார்.

பெரிய செட்டி இருந்து கொண்டு, "சுங்கு சேஷாசலச் செட்டியார் அவர்கள்..." என்று விசாரிக்க முனையும் போதே, கைகூப்பி வணங்கிய சுங்கு, "உள்ளே வாருங்கள்" என்றபடி அவர்களை அழைத்துச் சென்று, விரித்திருந்த ஜமுக்காளத்தில் அவர்களை அமரச் சொன்னார். தயாரான நிலையில் வைக்கப் பட்டிருந்த வெற்றிலைத் தட்டத்தை அவர்கள் பக்கம் நகர்த்தினார். வில்லியனூர் கொழுந்து வெற்றிலை, சுண்ணாம்பு, களிப்பாக்கு, கிராம்பு, ஏலம் போன்றவை அத்தட்டத்தில் இருந்தன. சுங்கு திரும்பி உள்பக்கம் பார்த்து, "தாகத்துக்கு வரட்டும்" என்றார்.

"சிரமம் என்னத்துக்கு?"

"சிரமம் என்ன?"

வேலைக்காரனைப் போல் தோணியவன், பெரிய தட்டத்தில் மூன்று பெரிய குவளையில் சுக்கு வெல்லப் பானகம் கொண்டு வந்து அவர்கள் முன் வைத்தான்.

"சாப்பிடுங்கள். அப்பறம் பேசலாம்."

அவர்கள் சாப்பிட்டார்கள். சாப்பிட்டு முடிந்ததும் சுங்கு கேட்டார்.

"சொல்லுங்கள். நாம் ஏதாவது செய்யக் கிடக்கிறதா?"

“நான் மஞ்சக்குப்பம் மாசிலாமணிச் செட்டி. இவன் என் பிள்ளை மானராயச் செட்டி. இவ்விஷயமாகத்தான் தங்கள் ஒத்தாசையைப் பெற வந்திருக்கிறேன். கோட்டையிலே ரேவு உத்தியோகம் பார்த்துக்கொண்டிருந்த கேசவய்யன் காலம் பண்ணிப் போட்டான் என்பதைத் தங்கள் அறிவீர்கள்தாமே. அந்த இடத்துக்கு என் பிள்ளையை வைக்கத் தாங்கள்தாம் குவர்னிரிடம் அருள் செய்ய வேண்டும்.”

“தாங்கள் செட்டி என்றால் எந்தப் பக்கத்துச் செட்டி?”

“ஸ்ரீமுஷ்ணம் வகையறா.”

“அப்படியென்றால் ரா.கோ.சீ. வகையறாவுக்கு நீங்கள் என்ன வேணும்?”

“அடேடே, ரா.கோ.சி. எனக்கு ஒன்றுவிட்ட பெரியப்பா. பெரியவங்களே...”

“அப்படியா, பருத்தி புடவையாகவே காய்ச்சிவிட்டதே. நான் அந்த வகையறாவுக்குத் தாயாதி...”

“அப்படியென்றால் நாம் பங்காளிகள் என்று சொல்லுங்கள்.”

“ஆமாம். ஆமாம். வாருங்கள். அடடா... உங்கள் சம்சாரம் எந்த வகையறா தம்பி?”

மாசிலாமணிச் செட்டி மிக்க மந்தகாசத்துடன் மொழிந்தார்:

“கோவிந்தாச்சு, அவங்க பெயர். விருத்தாச்சலம் நா.மு.கோ. ரா. வகையறா.”

“அப்படின்னா, செஞ்சியிலே புடவை ஏற்றுமதி பண்ணிக்கிட்டு இருக்காங்களே நா.மு.ரா. அவங்க உங்களுக்குச் சம்பந்தம் ஆக வேணுமே.”

“அடடா, அவங்க எனக்குச் சின்ன மாமனார்.”

“அட தேவுடா. அவங்க எங்க சம்சாரத்துக்கும் உறவு முறையல்லவா ஆக வேணும்.” சுங்குச் செட்டியார் உள்ளே திரும்பி, “யாரங்கே... ஒரு நிமிஷம் இந்தப் பக்கம் வரலாமே” என்று குரல் கொடுத்தார். சில வினாடிகளில், கதவை ஒட்டின திரை மறைவில் இருந்து “வந்தேன்” என்கிற குரல் வந்தது.

“இப்படி வெளியே வரலாம். நம்ம உறவுமுறைக்காரர்தானே.” அம்மாள், அரை உடம்பு தெரியும்படியாகத் திரையைப் பிடித்துக் கொண்டு வெளிப்பட்டாள். சற்று ஸ்தூல தேகி. ஆபரண பூஷிதையாக இருந்தாள். “ஆச்சி பேரு வெங்கடாச்சி. ஆச்சி...! இவுக மஞ்சக்குப்பம் ஸ்ரீமுஷ்ணம் பெரிய தாயார் வகையறா. எனக்கும்

ஒரு முறை பங்காளி ஆகுது." அந்த அம்மா இருந்து கொண்டு, "கை நனைக்கலாமே..." என்றார்.

"இப்போதானே பானகம் ஆச்சுது. செத்தே பொறுத்து ஆகாரம் பண்ணலாமே...."

"அவ்விடத்து விருப்பம். வீட்லயும் அழைச்சுக்கிட்டு வந்திருக்க லாமே."

"இப்போதானே உறவு முறை விளங்குச்சு. அடுத்த வாட்டி கண்டிப்பா அழைச்சு வர்றேன்."

அத்துடன் அந்த அம்மாள் மறைந்து போனார்.

"தம்பி, உங்க பரம்பரையிலே ஒருத்தர், தேசாந்தரம் போயி, சாமியார் ஆனதாகச் சொல்வார்களே, தெரியுமா?"

"அண்ணா, அவர் எனக்குத் தாய்மாமன் முறை. ரொம்பச் சித்தியெல்லாம் வந்து, போன தையிலேதான் திருநாட்டுக்குப் போனார்."

"உம். பையன் என்ன படிச்சிருக்கான். வாசிக்க, எழுதத் தெரியும்தானே?"

"தம்பி... பெரியப்பாவை நமஸ்காரம் பண்ணிக்கோ...."

சின்னசெட்டி, ஒட்டகம் படுப்பதுபோல, அவர் முன் விழுந்து வணங்கினான்.

"தீர்க்காயுசு" என்று வாழ்த்தினார் சுங்குச் செட்டி.

"அண்ணா, தமிழ் எழுத வாசிக்கக் கத்து வச்சிருக்கான். சிலம்பம் எல்லாம் தெரியும். கணக்கு நல்லா வரும்."

"குவர்னரிடம் இன்னிக்கே பேசறேன். அதுக்கு முன், ஆனந்தரங்கப் பிள்ளையைக் கலந்துக்கறேன்."

"எல்லாம் உங்க மனசு."

பெரிய செட்டி, சின்ன செட்டிப் பக்கம் திரும்பி கண்சாடை செய்தார். "வந்துட்டேன்" என்றபடி எழுந்து போனான் சின்ன செட்டி. கூடையைக் கையிலும், மறு கையில் பட்டுத் துணிப் பொட்டலமுமாக வந்து சேர்ந்தான்.

"ஆச்சியைத் தாம்பாளம் கொண்டாரச் சொல்லுங்கோண்ணா."

"என்னத்துக்கு?"

"உறவுமுறைன்னு சித்தே முந்திதானே சொன்னீங்க...?"

பணியாள் கொணர்ந்த தாம்பாளத்தில் சில பழங்களையும், பட்டுச் சகலாத்தையும், மடியை அவிழ்த்து அம்மோதிரத்தையும்

வைத்துச் சுங்குச் செட்டிக்குப் பெரிய செட்டி வெகு மரியாதை யோடும், பணிவோடும் நீட்டினார். சுங்குச் செட்டி அதுகளைத் தொட்டு, "அங்கீகரிச்சோம்' என்று வாங்கி வச்சுக்கொண்டார்.

அன்று சாயங்காலமே, சுங்கு சேஷாசலச் செட்டியார் ஆனந்தரங்கப் பிள்ளையை அவருடைய பாக்கு மண்டியில் வைத்துச் சந்தித்தார். "வரணும், வரணும்" என்று ஆரவாரமுடனே தானே செட்டியாரை வரவேற்று, பாயின் மேல் அமர வைத்து, வீட்டிலிருந்து வந்திருந்த கை முறுக்கு, சீடை, எள்ளுருண்டை முதலானதுகளைத் தட்டத்தில் வைத்துத் தந்து, சுக்கு வெந்நீரும் தந்து உபசரித்தார்.

"செட்டியார்வாள் நம் மேல் பட்சம் வைத்தது எதனால் என்று தெரியலாமா?" என்று கேட்டார் பிள்ளை.

"பெரிசாக ஒன்றுமில்லை... பிள்ளைவாள். தங்களால் ஒரு உபகாரம் ஆக வேணுமே. நம் உறவு முறை பையனுக்குக் கும்பினி யில் வேலை ஆக வேணுமாம். கேசவய்யன் காலம் பண்ணிப் போனதால், ஏற்பட்டிருக்கும் இடத்தில் அவனை வைக்கும்படிச் சொல்ல வேணும்."

"சொன்னால் ஆச்சு... வாருங்களேன். இப்பவே குவர்னர் துரை யைக் கண்டு அவர் காதில் ஒரு வார்த்தை போட்டு வைக்கலாம்."

"உம்முடைய மனசு."

கடைப் பிள்ளையிடம் சொல்லிக்கொண்டு பிள்ளை புறப் பட்டார். செட்டியார் தொடர்ந்தார். எதிரில் எதிர்ப்பட்ட சிப் பாய்கள், நாட்டுச் சிப்பாய்கள் அனைவரும் பிள்ளையையும், செட்டியாரையும் வணங்கிப் பணிந்து சென்றார்கள். கோட்டையை ஒட்டிய கொத்தளத்தில் சிப்பாய்களின் அருகாக, சிப்பாய்களின் தோரணையில், மேல் துண்டு மட்டும் அணிந்த இருவர் காணப் பட்டனர்.

"பிள்ளை... அதாவது ரெண்டு பேர், சிப்பாய்களின் இடத்தில், ரொம்ப மப்பாக அமர்ந்துள்ளார்களே...."

"அவர்கள்தாமே. அவர்கள்தாம், குழிவெட்டிகள்."

"குழிவெட்டிகளா? என்ன சொல்கிறீர்?"

"மதாம் மூான் துய்ப்ளெக்ஸ் இருக்கிறாள் அல்லவா, நீலி, மோகினி, அவளோட ஆட்கள். புருஷனையே வேவு பார்க்கிற பத்தினித் தெய்வம். அவள் எனக்கும் ஒற்று பண்ண ஆள் போட்டி ருக்கிறாள். தனக்கும், தன் புருஷனுக்கும் குழிவெட்டிக் கொள்கிற புத்திசாலிப் பெண்ணன்றோ அவள். அதுக்காகத்தான் அப்படிச் சொன்னேன்."

"தம்மை எதற்காக ஒற்று பண்ணுகிறது?"

"புருஷனை வஞ்சித்துக் கோடி பணம் பண்ணி விட்டேனாம். கிடந்து அலைகிறது."

"தம் தகப்பனார் திருவேங்கடப் பிள்ளை காலத்திலேயே கப்பல் வியாபாரம் பண்ணினவர் ஆயிற்றே நீர்."

"அதெல்லாம் அந்த முண்டைக்கு எங்கே தெரியப் போகிறது. ஒண்ட வந்த பிடாரி ஊர்க் காவல் தெய்வத்துக்கு முடை சொல்லிய கதைதான், வேறென்ன?"

"குவர்னரிடம் இது பற்றிப் பிராது பண்ணலாமே...."

"பண்ணலாம். அவர் எம் முன்னால் எம் பட்சம். அவள் முன்னால் அவள் பட்சம். பாவம். சதையை வென்றவனுக்கு அல்லவோ, பொண்டாட்டிக்கு இடம் நிர்ணயிக்கக் கூடும்? வெறும் சதைப்பற்று கொண்டவன் பொண்டாட்டியை நேசிக்கவும் கூடாதே. மனுஷர் தாரதம்மியம், பெண்பிள்ளை சகவாசத்தால் நாசமடைகிறது."

பிள்ளை தம் மனதில் உள்ளவைகளைச் செட்டியாரிடம் பகிர்ந்துகொண்டார்.

குவர்னதோர் முன் முற்றத்தில் காற்று வாங்கினபடி அமர்ந் திருந்தார். மெல்லிய சட்டை அணிந்திருந்தார்.

"வா ரங்கப்பா. வாரும் செட்டியாரே... என்ன பிள்ளையும் செட்டியும் சேர்ந்து வந்திருக்கிறீர்கள்?"

இருவரும் குவர்னரைக் குனிந்து வணங்கி மரியாதை செலுத்திக்கொண்டார்கள். சலாம் பண்ணி சம்பிரதாயம் முடிந்து "சொல்லு ரங்கப்பா" என்று உத்தாரம் கொடுத்தார் குவர்னர்.

"குவர்னர் துரைக்குப் புல்லுக்குச் சமமான விஷயம். கேசவய்யர், காலம் பண்ணிப் போட்டானே, அவன் ரேவு உத்தி யோகத்துக்கு நம் செட்டியார் உறவுமுறைப் பையனைப் போட வேணும். செட்டியாரின் மிகு நாணயம், நேர்மை, பெரிய மனுஷத் தனம் ஆகியவற்றை முன்னிச்சயித்து, செட்டியார் உறவுமுறைப் பையனைப் போடவேணும் என்று விஞ்ஞாபிக்கவே வந்தோம்."

"அடடா... ரங்கப்பா, சடுதியில் யாருக்கும் சிபாரிசு பண்ண மாட்டாய். நீ சொல்லியும் முடியாமல் ஆச்சுதே."

"முடக்கம் என்ன எசமானே...."

"கேசவய்யர் காலமே செத்துப் போனான் என்று தகவல் வந்தது. மத்தியானமே கனகராய முதலியார் வந்து தம் மைத்துனன் செகனிவாச முதலியாருக்கு அந்த உத்தியோகத்தைச் சம்பாதித்துக் கொண்டு போய்விட்டாரே... என்ன சங்கடம்?"

"செகனிவாச முதலியாரா? ரெண்டுங்கெட்டான், சிறு வயசுப் பையன் அல்லவா அவன். வயசு பதினாறோ, பதினேழோ. எழுத்து கணக்கில் அட்சரகுட்சி. அவனையா அந்த உத்தியோகத்துக்குப் போட்டிருக்கிறது. ராஜா வேலைக்குப் பிச்சைக்காரனைப் போட்டாப்பிலே."

"என்ன பண்ணட்டும் ரங்கப்பா.. இந்த முதலி, எதற்கும் என்னை நேராகக் காண வருவதில்லையே... நம் மதாமைக் கண்டு பேசி, அவள் உத்தாரம் பெற்றுக்கொண்டல்லவா வருகிறார்."

பிள்ளை திரும்பி செட்டியாரைப் பார்த்தார். குவர்னர் சொன்னார்:

"நீங்கள் இருவருமே எனக்கு மிகவும் ஆப்தர்கள். நீங்கள் கேட்டு நாம் இல்லை என்றால் அது நமக்கு கௌரதி இல்லை. அதனால் என்ன? போகட்டும். அந்த உத்தியோகம்தான் என்ன முடையா? வேறு நூறு உத்தியோகங்கள் கும்பினியில் இருக்கிறது தானே? அந்தப் பிள்ளையாண்டானை மாசம் பிறந்து நம்மைக் காணச் சொல்லுங்கள் செட்டியாரே. ஏதானும் உத்தியோகம் போட்டுத் தருகிறேன்."

"குவர்னர் பெருமானே... தாங்கள் அறியாதது எதுவுமில்லை. நேற்று சின்ன துரையிடம் சம்பாஷித்துக் கொண்டிருந்தேன். இருபது பேர் வேலை செய்கிற சாயக் கிடங்கில் நாற்பத்து மூணு பேர் வேலை செய்கிறதாகவும், பத்து பேர் இருந்த சாவடியிலே இருபதுக்கு மேலே இருப்பதாகவும், இருந்தாலும் வேலை தெரியாதவர்க்குச் சம்பளம் வீண்தானே என்பதாகவும் சின்ன துரை ரொம்பவும் விசனப்பட்டுக் கொண்டு சொன்னார்களே... குவர்னர் எசமான் கவனத்தை அந்தப் பக்கம் திருப்ப வேணும்."

"எனக்குத் தெரியும் ரங்கப்பா... எல்லாம் மதாம் உத்தாரப்படிக்கு நடக்குது. இதுக்கு ஒரு வழி பண்ண வேணும். மதாம் ஒரு வார்த்தை சொன்ன பிறகு, நாம் மறு வார்த்தை சொல்கிறது இளப்பமாக இருக்காதா? மற்ற உத்தியோகஸ்தர்கள் என்ன நினைப்பார்கள்? அதுதான் நமக்கு விசாரமாக உள்ளது."

"வாஸ்தவம்தான். புருஷர் என்கிற முறையிலே பெண்ஜாதி ஒன்று சொல்லி, புருஷர் அதை மறுதளித்தால், அது இருவருக்குமே அவக்கேடுதான். அதே போல மறுதளிக்காமல் இருந்தால், குவர்னர் என்கிற முறையிலும் அவக்கேடுதான். தாங்களுக்கு இரு பக்கமும் இடி. மகாகனம் பொருந்தின குவர்னதோருக்குத் தெரியாமலும் ஒரு விஷயம் இருக்குமா? நான் ஒரு தவளை கிடந்து கத்துகிறேன்."

பிள்ளையும் செட்டியும் விடைபெற்றுக்கொண்டார்கள்.

பெரிய செட்டிக்கும் சின்ன செட்டிக்கும் விருந்தோபசாரம் பண்ணி, அவர்களை அனுப்பி வைக்கும்போது சுங்குச் செட்டி சொன்னார்.

"மாசம் பிறந்து சின்னவருக்கு கும்பினி வேலை நிச்சயம். பௌர்ணமிக்குப் பிறகு, வளர்பிறையில் அவர் வரட்டும். நாம் இருக்கிறோம்."

"நல்லது அண்ணா. பெரியவங்கள் இருக்கையில் எனக்கென்ன விசாரம்? அப்படியே வளர்பிறையில் அனுப்பி வைக்கிறேன்."

இருபது கெச பட்டுச் செகலாத்தும், பெரியவர்க்கொண்ணு, சின்னவர்க்கொண்ணுமாக இரண்டு பொன் மோதிரங்கள் வைத்துப் பெரிய செட்டி, சின்ன செட்டி இருவருக்கும் தந்தார் சுங்குச் செட்டியார்.

"பெரியோர் சிநேகிதம் தென்னை மரம் என்பார்கள். நான் ஒன்று கொடுத்தால் இரண்டு வருகிறதே. ஒரு குவளைத் தண்ணீர் ஊற்றினவனுக்கு, காலம் ம்முழுக்கத் தென்னை நீரைத் தருவது மாதிரி..." என்றார் பெரிய செட்டி.

14

முரட்டாண்டிச் சாவடியில் வைத்து சின்ன துரை அந்தஸ்திலே இருக்கப்பட்டவரும், குவர்னர் துரையின் பட்சத்துக்கு ஆபஸ்த மானவருமான முசே துளோராமுக்கும், மதாம் ழான் துய்ப்ளெக்சின் மருமகன் என்ற ஹோதாவில் இருக்கப்பட்டவரும் கும்பனியின் படையதிகாரியுமான முசே திப்புரமோனிக்கும் பலத்த மல்லு நடைபெற்றுவிட்டது. புதுச்சேரிப் பட்டணத்து அதிகாரிகள் மத்தியில் வாயை மூடிக்கொண்டு பேசும் பேச்சாக இருந்தது.

இருவரும் மல்லுக் கட்டிக்கொண்டபோது அங்கிருந்தவ ரான ஆனந்தரங்கப் பிள்ளை சொல்ல நாகாபரணப் பண்டிதர் கேட்டுக்கொண்டிருந்தார்.

"நம் குவர்னர் துரையோடதான் இந்த முசே துளோராமும், திப்புரமோனியும் தீனிக்காக, தீனி மேசையில்தானே உட்கார்ந் தார்கள். பண்டிதரே! குவர்னரும், குவர்னர் பெண்ஜாதியும் ஒரு மேசையிலும், இந்த ஆட்கள் மறு மேசையிலும் தானே அமர்ந்து சாராயம் குடிக்கத் தொடங்கினார்கள். சீமைச் சாராயம் ரொம்ப உசத்தியான பொருள் என்கிறதாக நம் குவர்னர் சொன்னார். சாராயத்தில் என்ன உசத்தியோ, என்ன கருமாந்தரமோ? பீப்பாய்

களில் ஏதோ அமிர்தத்தையே அடைத்து வைத்தாற்போல பண்ணிக் கொண்டு அந்த மனுஷர்கள் மகா ஆரவாரத்துடனும், மகா சந்தோஷத்துடனும் குடிக்கத் தொடங்கினார்கள். பண்டிதரே நம் ஆசாரப்படி நாம் சாப்பிடும் பொழுது பொதுவாகப் பேசுவதில்லை. அவர்களோ பேசிக்கொள்வதற்காகவே சாப்பிடுகிறார்கள்."

துளோராமும், திப்புரமோனியும் உட்கார்ந்து சாப்பிட்டுக் கொண்டிருந்த மேசையில்தான் மிகுந்த ஆரவாரமும் இரைச்சலும் காணப்பட்டது. குடிப்பதற்கென்றே உருவான சின்ன அழகிய குப்பிகளில் முதல், இரு, மூன்று வட்டங்கள் பருகினார்கள்.

திப்புரமோனி இருந்துகொண்டு துளோராமின் முகத்தைப் பார்த்துக்கொண்டு இ... இ... இ... என்று குதிரை கனைக்கிறாற் போல் சிரித்தார். துளோராம், "என்னத்துக்கு என்னைப் பார்த்துச் சிரிக்கிறது" என்று கேட்டிருக்கிறார்.

"உமது முகம், குதிரை வாலை எனக்கு நினைவுபடுத்துகிறது ஐயா! குதிரைவால் மாதிரி நீண்டு, தொளதொளத்து தொங்கு கிறதே உமது தாடி, அதனையும் உமது முகத்தையும் சேர்த்துப் பார்க்கையில் குதிரையின் பின்புறம் மாதிரிக் காணுது."

குடித்துக்கொண்டிருந்த கண்ணாடிக் குப்பியைப் பட்டென்று கீழே வைத்த முசே துளோராம், "உம்மைப் பார்க்கும் போதெல்லாம் யானை லத்திதான் எனக்கு நினைவுக்கு வருகிறது" என்று அமைதி யாகச் சொன்னார். சில நிமிஷங்களுக்குப் பிறகு, திப்புரமோனி இருந்து கொண்டு துளோராமைப் பார்த்து, "ஆமா, ஒரு சங்கதி ஐயா, உம்மைக் கேழ்க்கே வேணும் என்று இருந்தேனே! பாரிஸ் மா நகரத்திலே தாம் இருந்தபோது ஒரு விதவைக் கிழவியுடன் உறவு வைத்துக்கொண்டிருந்தீரே, அதை ஏன் விட்டு இந்தியாவுக்கு ஓடி வந்தீர். கிழவி அலுப்பை ஏற்படுத்திவிட்டாளோ?" என்று சத்தம் போட்டுச் சொல்லி, கைகொட்டிச் சிரித்தார்.

"ஆமாம், பிள்ளைவாள், இந்த இரு பரங்கிகளுக்கும் ஏதாவது முன் விரோதமோ?"

"அதேதான். அடுத்தடுத்து இருக்கிற சண்டைக்காரர்களான இரு பணக்கார எஜமான்களிடத்தில் வேலை பார்க்கிற இரு வேலைக்காரர்களும் ஒருத்தரையொருத்தர் பகைத்துக்கொள்வது உலக இயற்கைதானே? அதற்கு ஒத்து இந்த இரு துரைமார்களும், துளோராம் குவர்னர் கட்சி. திப்புரமோனி மதாம் கட்சி."

"சரிதான். அப்புறம் சொல்லும்."

திப்புரமோனி அவ்விதம் இழிவுபடுத்திப் பேசுகையில், துளோராம் இருந்துகொண்டு வெகு அமைதியுடனேதானே,

“பொம்மனாட்டிக்கு உறவு என்கிற ஹோதாவில், உத்தியோகத்தில் அமர்ந்துகொண்டு, அவளுக்குக் காலுக்குக் கீழ் நிழலில் மண்டி போட்டு ஜீவிக்கிறதைக் காட்டிலும், கிழவியோடு படுத்துக் கொள்வது அதி கேவலமாகி விடாது” என்றார். அப்புறம் அவர்கள் பேசிக் கொண்டதாவது:

“யாரைச் சொல்கிறீர்? நாவை அடக்கிப் பேசும். தொலைந்து போவீர். அடுத்த கப்பலில், படுக்கையைச் சுருட்டி வைத்துக் கொண்டு பயணம் புறப்படப் போகிறீரா?”

“வித்தை தெரிந்தவனுக்கு உலகமே பணிக்களம்தான்.”

“எனக்கு வித்தை தெரியாது என்கிறீரோ?”

“குற்றமுள்ள நெஞ்சு குறுகுறுக்கிறது.”

“என்னை மட்டுமல்ல. எங்கள் மதாமை அல்லவோ இழிவு படுத்தி விட்டாய். பன்றிக்குப் பிறந்த மகனே.”

“நான் முந்திக்கொண்டு எவரையும் இழிவுபடுத்தி விடவில்லை. நான் பன்றிக்குப் பிறக்கவில்லை. நீர்தான் கோவேறிக் கழுதைக்குப் பிறந்தாற்போலக் காணுது.”

அப்புறம் திப்புரமோனி, தன் குப்பியில் இருந்த சாராயத் தைத் துளோராம் முகத்தில் வீசினார். அந்தத் துஷ்டத்தனத்துக்குப் பர்த்தியாக, துளோராம் தன் கறிக்குழம்புத் தட்டை எடுத்து திப்புரமோனி முகத்தில் ஊற்றினார். அதற்கப்புறம் அவர்கள் மிக விசேஷமான வார்த்தைகளைப் பரிமாறிக் கொண்டார்கள். “முண்டை மகன், அவிசாரி மகன், பேயின் மகன், பிசாசுவின் வைப்பாட்டி மகன், தாசி மகன்” போன்ற, நாகரீக ஜாதியார் சொல்லவும், கேழ்க்கவும் கூசுவதான வார்த்தைகளை அவர்கள் ஒருவர் மேல் ஒருவர் வீசினார்கள். துளோராம் எழுந்து தன் காலால் உட்கார்ந்திருந்த திப்புரமோனியின் மார்பில் உதைத்தார். அப்புறம் திப்புரமோனி தன் தடியால் துளோராமின் மண்டையில் அடித்தார். இருவரும் கத்தியை உருவிக்கொண்டு ஒருவர் மேல் ஒருவர் பாய்ந்தார்கள். அந்த மட்டுக்கும், நாமும் மற்ற பேர்களும் இடையில் புகுந்து ஒரு வழியாக ஆயக்கட்டினோம்.”

“குவர்னரும், குவர்னர் பெண்ஜாதியும் இந்தச் சண்டையில் தலையிடவில்லையா?”

“குவர்னர் துரை இருந்து கொண்டு, குடிகாரர்கள் அடித்துக் கொண்டு சாகட்டும் என்று கூறிவிட்டார். யாரும் விலக்காதே யுங்கள்” என்று வேறு சொன்னார். நமக்கு, ஆகிறதா? எப்படியும் ஒரு கொலை விழ இருந்தது. நாம் தடுத்துப் போட்டோம்.”

“நல்ல காரியம் செய்தீர்” என்றார் பண்டிதர்.

மாதொருபாகச்செட்டி வீட்டில் கல்யாணம் நிச்சயிக்கப்பட்டிருந்தது. பெரும் தனக்காரர். நில புலங்கள் புதுச்சேரியிலும் ஆங்கிலத் துரைத்தனத்தார் ஆளுகிற கூடலூர் பட்டணத்திலும் விரவிக் கிடந்தன. அத்துடன், ஆங்கிலேயர், பிரெஞ்சுக்காரர் இருவருக்கும் இவர் கும்பனிக்குத் தேவைப்பட்ட ஆள் கூலிகள், பண்டங்களைச் சேகரித்துக் கொடுக்கிற முகவராகவும் இருந்தார். பெரிய மனுஷ்யர் ஏற்றுக்கொள்ளப்பட்டவராகவும் அவர் இருந்தார். ஆகவே, வழக்கத்தை ஒட்டி ஏழு நாள் கல்யாண விமர்சிகைக்கு ஏற்பாடு செய்திருந்தார். கல்யாணத்தன்று மாலை பானுகிரஹியின் சதிர்க் கச்சேரிக்கு அவளை அழைத்திருந்தார் செட்டியார். பானுகிரஹிக்கு வசதி இருந்தும், அவள் பல்லக்கில் போகிறது மரபு இல்லை. அது சாதி வழக்கத்துக்கு மாறானது; ஆகவே அவளும், அவள் தோழி நீலவேணியும் ஒரு மாட்டு வண்டியிலும் மற்ற வாத்தியக்காரர்கள் இன்னுமொரு பொட்டி வண்டியிலும் வில்லியனூருக்குப் பயணம் ஆனார்கள். மதியம் சற்று வெயில் தாழ்ந்தபின், நாலு மணி போலும் அவர்கள் புறப்பட்டார்கள். விளக்கு வைக்கிற நேரத்துக்கு அவர்கள் ஊர் வந்து சேர்ந்தார்கள். ஊருக்குக் கோடியில், ஆற்றுக்கு அப்பால், குடித்தனக்காரர் வீடுகளுக்குத் தள்ளி ஒதுக்குப் புறமாக அமைந்திருந்தது அந்த வீடு.

செட்டியாரின் கையாள் மருதப்பிள்ளையைப் பார்த்து பானுகிரஹி கேட்டாள்:

“இது ஆரது இந்த வீடு?”

“செட்டியாருடையதுதானம்மா இந்த வீடு. அவருக்குப் புதுச்சேரி, அது சுற்றுப்புற ஊர்கள், சென்னப்பட்டணம் ஆகிய இடங்களில் மொத்தம் நாற்பத்தெட்டு வீடுகள் இருக்கிறது. தெரியாதா?”

“தெரியாது. செட்டியாருக்கு என்னத்துக்கு அத்தனை வீடுகள்?”

“அது ஒரு விளையாட்டம்மா அவருக்கு. மொத்தம் நூறு வீடுகள் தம் பெயரில் இருக்க வேண்டும் என்ற ஆசை அவருக்கு. சோசியக்காரன், நாற்பத்தெட்டைத் தாண்டினால் விபரீதம் வரும் என்று சொன்ன காரணத்தால் செட்டியார் நிறுத்திப் போட்டார். அம்மாவுக்கு....”

“என்ன?”

“புதுச்சேரிப் பட்டணத்தில் கோட்டைக்கு அருகேயும், மிசியோனேர் வீதிக்குள்ளும் இருக்கிற வீட்டைத் தர உத்தேசித்திருக்கிறார்.”

"அப்படியா?"

நீலவேணி சந்தோஷத்தில் குதித்தாள். மருதப்பிள்ளை தொடர்ந்து சொன்னார்.

"ஐயாவுக்கு ஓர் ஆசை."

"என்ன?"

"சதிராட்டத்தின்போது, பாடுகிற பாட்டில், ஐயாவின் பெயர் இடம் பெறுகிற மாதிரி அமைய வேணும் என்பதே அவர் ஆசை."

"பேஷாகச் செய்தால் போச்சு."

"ரொம்ப சந்தோஷம். மற்றும் ஒன்று."

"என்ன?"

"ஸ்ரீமான் திருவேங்கடம் பிள்ளை காலமேயே வந்து விட்டார். தாம் வந்துவிட்டதை அம்மாவுக்கு உணர்த்தச் சொன்னார்."

"சரி."

மருதப்பிள்ளை அகன்றதும், நீலவேணி சொன்னாள். "என்னம்மா காசிக்குப் போயும் கருமம் தொலையாது போலிருக்கே."

ஆட்டக்காரருக்கு வெந்நீர் தயாராக இருந்தது. குளியல் அறையில், பயத்தம் பருப்புத் தூள் தயாராக இருந்தது. கிண்ணத்தில் எண்ணெய்யும் இருந்தது. வண்டியில் வந்த அலுப்புத் தீரக் குளித்தாள் பானு. அப்புறமாக அலங்காரம் பண்ணிக்கொள்ளத் தொடங்கினாள். தழையத் தழையத் தலைவாரி நெற்றிச் சுட்டி, புருவத்துக்கும் கண்ணுக்கும் மை, மூக்குக்கு முத்துப் புல்லாக்கு, காதுக்குத் தொங்குக் கம்மலுடன் கூடிய தொங்கட்டான், கழுத் துக்குக் கண்ட சரசி, அட்டிகை, தங்க வளையம், சங்கிலி, புஜத்துக்கு வாகு வளையம், விரல்கள் பத்தில், எட்டுக்கு மோதிரங்கள், இடையில் அவளைத் தாங்கிப் பிடித்துக் கொள்வது போன்ற ஒட்டி யாணம், கால் பாதத்துக்கு மேல் பட்டைக் கொலுசு, இடுப்பில், மார்பில் போர்த்தியிருந்த அரக்கு, சிவப்பு, பச்சை கலந்த பட்டு என்று அலங்கார பூஷிதையாகத் தயார்ப்படுத்திக் கொண்டாள் பானு. ஆட்டத்துக்கு முன்பு பானு எதுவும் சாப்பிடுவதில்லை. ஆகவே நீலவேணியும் பிறரும் சாப்பிட்டார்கள். சாப்பாடு அனைவருக்கும் அவர்கள் தங்கி இருந்த இடத்திற்கே தேடி வந்தது. கத்தரிக்காய் சாம்பார், உருளைக் கிழங்கு பொரியல், வாழைக்காய் பஜ்ஜி, வெண்டைக் கூட்டு, ஊறுகாய், தயிர், வடை, அப்பளம், பாயசம், மூவகைப் பழங்கள், இலை ஒன்றுக்கு மூன்று தித்திப்புகள் என்ற சம்பிரமமாய் இருந்தது.

"அம்மா சாப்பிடலயே..."

"ஆட்டத்துக்குப் பிறகு சாப்பிடுறேன். அதுவும் ஏதாவது பலகாரமாய், சிற்றுண்டியா இருந்தால் நல்லது."

"அம்மா, இப்போதுதான் சாப்பாடு அங்கே நடக்கிறது. எல்லாம் முடிந்து ஆட்டம் ஆரம்பிக்கலாம் என்று ஐயா உத்தரவு இட்டதும் வந்து சொல்கிறேன்."

"அப்படியே...."

"அம்மா, இந்தப் பிள்ளை ரொம்ப மரியாதைப்பட்டவராய்க் காணுதே."

"நீ வேறேடி. நாம் செட்டியாருக்கு ஆன பொம்பிளைகள் அல்லவே. அதனால் இந்த வெளி மரியாதை. தனியாக, இந்த ஆள் நம்மைக் காசுக்கும் மதிக்க மாட்டான். மதிக்கிறானாமே. சிவன் கழுத்துப் பாம்புதான் நாமெல்லாம். யாரோடு இருக்கிறோமோ, அந்த அளவுக்கு மதிப்பு."

ஆட்டக்காரர்கள் சாப்பிட்டு முடித்து, பானுவிடம் வந்தார்கள். எல்லோரும் தாம்பூலம் தரித்து வெகு ஆனந்தமாகக் காணப் பட்டார்கள்.

"பானம்மா... திவ்யமான சாப்பாடு. ரொம்ப நாள் ஆச்சு... இந்த மாதிரி சாப்பிட்டு" என்றார் மிருதங்கக்கார அய்யாவு. ஜால்ரா சக்குகூட, எப்போதும் துன்பம் வசப்பட்டுக் கிடப்பவன் வெகு உற்சாகமாய் இருந்தான். இரவு ஒன்பது மணியைப் போல, செட்டியாரிடமிருந்து அழைப்பு வந்தது. பானு, தன் குழுவினருடன் புறப்பட்டுப் போனாள். பெரிய பெரிய தண்டு விளக்கு, பித்தளைக் குத்துவிளக்குகள் வெளிச்சத்தில், பானு ஆடத் தொடங்கினாள்.

சபை நிறைந்து விட்டிருந்தது. வீட்டுக்கு வெளியே பந்தல் போட்டு சதிர் வைத்திருந்தார் செட்டியார். அவரண்டையில் சென்று "சேவிக்கிறேன் சாமி" என்று கை கூப்பி வணங்கினாள். "இருக்கட்டும்... பானு... ரொம்ப பெரிய மனுஷ்யர்கள் வந்திருக் கிறார்கள். நல்லா ஆடு" என்றார். "உத்தாரம் சாமி" என்றாள் பானு. சபையில் முக்கியஸ்தராக திருவேங்கடம் அமர்ந்திருந்தார். பொதுவாக, அலுவல் கெட்டுவிடக் கூடாது என்பதற்காக ஆனந் தரங்கப் பிள்ளை, எந்த மங்கள நிகழ்ச்சிக்கும் தம் தம்பியையே அனுப்பி வைப்பார். திருவேங்கடம் பிள்ளையை அடுத்து சுங்கு சேஷாசலச் செட்டி, பரசுராம செட்டி முதலான செட்டிப் பிரமுகர் களும், முதலி, பிள்ளை குலப் பிரமுகர்களும் சபையில் இருந்தார்கள்.

அலாரிப்பை முடித்து பதம் ஒன்றை எடுத்துக்கொண்டாள் பானு. கற்பனை செய்து வைத்திருந்த, முன்னரே வாத்யக்காரருக்கும் சொல்லியிருந்த பாடலைப் பாடிக்கொண்டு ஆடத் தொடங்கினாள் பானுக்கிரகி.

பிரபஞ்சன் ○ 119

"ஆதர வாரடி? அந்த
மாதொருபாகனைத் தவிர வேறெனக்கு
ஆதர வாரடி?..."

அவள் பல்லவியைப் பாடி முடித்தவுடன் சபை கைதட்டி ஆரவாரித்தது. மாதொருபாகச் செட்டி பெருமை பொங்க சபையோரைச் சுற்றிலும் நோக்கினார். கன்னங்கரேலென்று, மகாபலிபுரக் கல்லுக்கு நெய் பூசியதைப் போல இருந்த செட்டியார், பானுக்கிரகியின் நாக்குப் பட்ட காரணத்தால் சற்றே சிவந்தும் போனார். பானு தொடர்ந்தாள்.

"காதலானேன் என்று அன்று சொன்னான் – மாலைக்
கருக்கிருட்டில் சோலைதனிலே அந்தப் பொய்யைச்

சொன்னான்.
பாதியாச்சு எந்தன் திரேகம் அந்த ஆளினால் – ஒரு
பஞ்சாயத்து வச்சு இந்த மோசத்தைக் கேட்கவேணும்..."

என்று பானு அனுபல்லவியை முடித்து ஜதிக்கு ஆடத் தொடங்கினாள். வாத்தியார் விட்ணுதாசர் அட்சர சுத்தமாக நட்டுவாங்கம் பண்ணத் தொடங்கினார்.

மாதொருபாகரிடம் திரும்பிய சுங்குச் செட்டி.... "என்ன செட்டியார்வாள், அப்படியா சங்கதி... எந்தச் சோலைக் கருக்கிருட்டில் அவள் கையைப் பிடித்தீர்!'' என்றார். "போங்காணும்" என்று நாணினார் மாதொருபாகர். அவர் முகம் பரவசத்தில் ஆழ்ந்து கிடந்தது. பானு தொடர்ந்தாள்.

"மங்கையர் உள்ளம் சந்தனக் கிண்ணம் அல்லவே –
கை வைத்தவர் எல்லாம் எடுத்துப் பூசிக் கொள்ளவே –
இந்தச் சங்கடம் எல்லாம் பெண்ணுக்கே எந்த நாளும் –
எப்போதும் தாலி கட்ட ஒருத்தி சம்சாரம் பண்ண வேறு
ஒருத்தி
என்று பேசும் – ஆண்கள் சக வாசம் பெருமோசம் –
அவர்கள் சொல்லும் நேசம் – வெளி வேசம்...
அம்மம்மா... இனி தாங்காது – இமை தூங்காது...
எனக்கு ஆதரவாரடி? – அந்த
மாதொரு பாகனைத் தவிர வேறெனக்கு ஆதரவாரடி?..."

சபை அதிர்ந்தது. பெண்ணும் பிள்ளையும் இடையே பத்து மணிக்கு மேல், நல்ல நேரமாய் இருக்கிறது என்று பள்ளியறைக்கு அனுப்பப்பட்டனர். சதிர், போகப் போக மோகப் பரவசம் கொள்ளும் என்பதை அறிந்த பெண்களும் சிறுவர்களும், சீக்கிர மாகவே வீட்டுக்குள் புகுந்துகொண்டனர்.

சுற்றுமுற்றும் பார்த்து, பெண்கள், சிறார்கள் என்று யாரும் இல்லை என்று உறுதிப்படுத்திக்கொண்ட பிறகு பரசுராமச் செட்டி, பானுவிடம், 'பானுகிரஹி... இனி நமக்காக ஒரு சிருங்காரப் பாட்டுப் பாடு" என்றபடி, "இந்தா இதில் நூற்றுப் பத்து வராகன் இருக்கிறது பெற்றுக்கொள்" என்றபடி பண மூட்டையை அவளிடம் வீசி எறிந்தார். பானு, அவரை வணங்கி, அந்த மூட்டையை எடுத்துக் கண்களில் ஒற்றிக் கொண்டு நட்டுவனார்க்குச் சாடை காட்ட அவர் ஜதி சொல்லிப் பல்லவியை எடுத்தார்.

"செட்டிக்கு எத்தனை நீளமடி? – மட்டிச்
செட்டிக்கு எத்தனை நீளமடி?
மட்டுக்கு அடங்காக் குறும்பும் சவடால் அடிக்கும் வாயும்
செட்டிக்கு எத்தனை நீளமடி?
தாலி கட்டின புருஷனோடே நடக்கிறேன் – இந்தக்
காலி என் கையைத் தொட்டே இழுக்கிறான் கோயில்
சூலி முன்னே கண்மூடி நிற்கிறேன் – இந்த
மூலி என் இடுப்பிலே கை போட்டு வளைக்கிறான்.
என்ன விவகாரம் இது என்கிறேன் – இதழைத்
தின்னத் தரும்வரை தீராது என்கிறான்.
செட்டி ஜாதிக்கு அடுக்குமா சாமி என்றால்
பட்டு மெத்தை விரித்துப் பல நாளாச்சுது என்கிறான்.
கண்ணியம் இலாத காரியம் இது என்றால் – யார்
கண்ணுக்கும் தெரியாமல் கலவி பண்ணலாம் என்கிறான்.
தருமமிது அல்ல, தவறு சாமி என்றால் – அடியே
மரும இன்பம் ஒன்றே மானுடர்க்குச் சுகம் என்கிறான்."

சபையோர் சிரகம்பம், கரக்கம்பம் செய்து ஆட்டத்தை மிகவும் சிலாகித்து ரசித்தனர். ஆட்டம் இரவு ஒன்று வரை நடந்தது. கடைசியாகச் சந்தனம் பூசும் சடங்கு மிஞ்சியிருந்தது.

மாதொருபாகச் செட்டி சபையின் நடுவாக அமர்ந்து தம் மேல் பட்டாடையை எடுத்து விட்டார். பானு, அவருக்கு முன் இருந்த சந்தனப் பேலாவில் இருந்த சந்தனத்தை எடுத்து அவர் மார்பில் அப்பித் தேய்த்துவிட்டாள். செட்டியார், பெரிய தாம்பாளத்தில், பட்டுப் புடவை, பட்டுக் கெசம், பத்துக் கெசம், வெற்றிலை, பாக்கு மேலே வைத்த ஆயிரம் வராகன், மட்டுமின்றி கோமேதகம் பதித்தகைவளை எல்லாம் வைத்து வரிசையாகத் தந்தார். பானு நமஸ்காரம் செய்து அவற்றைப் பெற்றுக் கொண்டாள்.

வாத்தியக்காரர்கள் மட்டும் வண்டி ஏற்றி அனுப்பி வைக்கப் பட்டார்கள். பானுவைச் செட்டியார் வேறொரு வீட்டுக்கு வண்டியில் அழைத்துச் சென்றார். அங்கு பழம், சிற்றன்னம் முதலான தினுசுகள் பானுவுக்குத் தரப்பட்டன. தின்று தண்ணீர்

குடித்துப் பசியாறி, பானு, செட்டியாருடன் பள்ளிக்குச் சென்றாள். விடிய இரு நாழிகை இருக்கும் முன்பே, பானுவை, கோஷ்டியார் தங்கும் இடத்துக்கு அனுப்பி வைத்தார்.

வண்டியில் இருந்து இறங்கிய பானுவை அணுகி, நீலவேணி, "அக்கா... செட்டியார் என்ன கொடுத்தார்?" என்று கிசுகிசுத்தாள்.

"சபையில் தந்தது அல்லாமல், மகர கண்டி, வைரப் புல்லாக்கும் கொடுத்தார். அதுவுமன்னியில் புதுச்சேரியில் நமக்கு வீடு கொடுத் திருக்கிறாரடி. அப்புறம் கன்னத்திலும், மார்பிலும் நாலு கடி வேறு."

நீலவேணி நெடுநேரம் சிரித்துக்கொண்டிருந்தாள்.

15

தாசி சொர்ணத்தை அறியாத பெரியதரத்து மனுஷர்கள், புதுச்சேரிப் பட்டணத்தில் இருக்க முடியாது. அந்த நாளையில், எட்டுக் கண்ணும் விட்டெறிய வாழ்ந்தவள் அவள். லெனுவார் குவர்னதோராக இருந்த காலம் முதல், துய்மா காலம் வரை அவள் செல்வாக்கு கொடிகட்டிப் பறந்தது. அவிஜ்பாக்கம் ஆஞ்சநேயச் செட்டி, வில்லியனூர் நல்லண்ண முதலி ஆகிய பெரிய மனுஷர்கள் அவளிடம் பட்சமாக இருந்துகொண்டு அவளைச் சேவித்துக் கொண்டிருந்தார்கள். குலஸ்தீரிகளுக்கு ஒரு பகலும் ஒரு இரவும் என்பது, தாசிகளுக்கு ஒரு மாதம் என்கிறது சாஸ்திரம். ஆகவே மொட்டை மரத்தைப் பறவைகள் மொய்க்காது என்பதற்கு ஒப்ப, சீக்கிரமே, அவள் தளர்ந்து போக, விழுது, மரத்தைத் தாங்குவது போல சொர்ணத்தின் மகள் தங்கம் தயாரானாள். அம்மாவின் இடத்தைப் பிடிக்கவும் செய்தாள்.

தங்கம் திரண்டு ஒரு வருஷம் ஆகியும், அவளுக்குப் பொட்டுக் கட்டி, முறைப்படி மனுஷ சேவைக்குக் கொண்டு செலுத்தச் சொர்ணத்தால் முடியாமல் இருந்தது. அவளுக்குத் தலை கிறக்கமான காரியமாகவே இருந்தது. அவர்கள் மனுஷ்யர்களுக்குள் அது ஒரு இகழ்ச்சியான பேச்சாகவே இருந்தது. தங்கம் அப்படியொன்றும் அவலட்சணமாகவும் இல்லை. அந்தப் பதின்மூன்று வயதில், வள்ளைக் கொட்டி அடர்ந்து செழித்து, பீர்க்கு மாதிரி படர்ந்து வளர்ந்தவள்தான். தங்கம் நிறம் வெயிலில் பளபளத்தது. அவிழ்த்து விட்டால், முட்டியைத் தாண்டித் தொங்கிய கூந்தலும், எந்நேரமும் கனவு காண்கிற கண்களும், கண்களை மொய்த்துக் கிடக்கும் இமை முடிகளும், சிவந்து பருத்த உதடுகளும் கிறங்க வைக்கிற விஷயம்தான். ருதுவான அன்று, புட்டு சுற்றிப்போட வந்திருந்த மீனாட்சி – தாசிகளுக்கு அரசி போன்றவளும், மிக அதிக வயதானவளும் ஆன

மீனாட்சியே – முகவாய்க்கட்டையில் கையை வைத்துக் கொண்டு, 'இதென்ன பனம்பழம் செடியில் காய்ச்ச மாதிரி இருக்கே...!' என்று சொல்லும்படியாக அவள் அங்க வளர்ச்சிகள் இருந்தன. அப்படி இருந்தும் பொட்டு கட்டாமைக்கு என்ன காரணம்...?

பொட்டு கட்டி அவள் கன்னிமையைக் கழிக்க, மூன்று பெரிய மனுஷர்கள் ஏககாலத்தில் விரும்பினார்கள். கும்பினி முகவராகவும், பெரும் பண்ணையாகவும் இருந்த சூரியூர் அம்பலவாண முதலி, வாகூர் கோயில் போஷகராகவும் கும்பினிக்கே கடன் தரத்தக்க அந்தஸ்திலும் இருந்த பிச்சுப் பூ செட்டி, மாபெரும் தனவந்தராக இருந்த கெம்புதாஸ் ஆகிய பெரியோர்கள் அத்தனை பேரும் அக்காரியத்துக்குச் சித்தமாய் இருக்கையில் எவரை ஆதரிப்பது, எவரை விரோதம் செய்து கொள்வது என்று புரியாமல் தவித்தாள் சொர்ணம். ஆகவே, விஷயத்தைச் சாமர்த்தியமாகத் தள்ளிப் போட்டுக்கொண்டு வந்தாள். குல ஆசார வழக்கப்படி, திரௌபதை அம்மனுக்கு நேர்ந்து கொண்டிருப்பதாகவும், நேர்த்திக் கடன் முடிந்ததும், அவர்கள் மனம் போலச் சடங்கை வைத்துக்கொள்ளலாம் என்று ஒவ்வொருவரிடமும் அவள் சொல்லிச் சமாளித்துக் கொண்டிருந்தாள்.

சொர்ணத்துக்கு இரு குழந்தைகள் பிறந்தன. மூத்தவள் தங்கம். இளையவன் ஆறுமுகம். தாசி வீட்டில் பெண் பிறந்தால் சந்தோஷம். ஆண் பிறந்தால் அலட்சியம். ஆனாலும், சொர்ணம் இரு பிள்ளைகளையும் தம் கண்களைப் போலவேதான் வளர்த்தாள். பெரியவளாகிய தங்கம், குலத்துக்கேற்ப சகல தகுதிகளோடும் வளர்ந்தாள். ஆறுமுகமோ இரண்டும் கெட்டானாக வளர்ந்தான். தாசி குலத்தில் பிறந்த ஆண் குழந்தை ஒன்று நல்ல வாத்தியக்காரனாக வளர வேண்டும் அல்லது பெரிய தரத்து மனுஷர்களின் மனசுகளைக் கவர்ந்து அவர்களை வீட்டுக்கு அழைத்து வருகிற திறமையையாவது பெற்றிருக்க வேண்டும். வேளைக்கு இரு மடங்காய்த் தின்பதும், மும்மடங்காய்த் தூங்குவதுமாகக் காலம் கழித்தான் ஆறுமுகம்.

தங்கத்தை முதலில் அடைய பெருந்தனக்காரர்களின் நெருக்குதல் ஒருபுறம், பிள்ளை ரெண்டுங்கெட்டானாகி, எடுத்ததற்கெல்லாம் 'ஹி... ஹி....' என்று சிரிக்கிற கிறுக்குப் பிள்ளை வாய்த்த வருத்தம் ஒரு புறம் என்று சொர்ணம் வருந்திக் கொண்டிருந்த வேளையில் அவளுக்குத் தளவாய் வீரா நாய்க்கன் அறிமுகம் ஆனான். வீரா நாய்க்கன் ஷோக்குப் பேர் வழியாகவும், பழி பாவங்களுக்கு அஞ்சாதவனாகவும் இருந்தான். இப்படி ஓர் ஆண் பிள்ளை தம் போன்ற குடும்பத்துக்கு வேண்டித்தான் இருக்குமே என்பதற்காகச் சொர்ணமும் அவனை வந்து போக அனுமதித்தாள். சொர்ணத்தின் வீட்டுக்குப் பின்னே ஒரு தென்னந்தோப்பொன்று

இருந்தது. அதிலே காய்கள் அடிக்கடி திருட்டுப் போய்க்கொண்டு இருந்தன. வீரா நாய்க்கன் தன் மகன் கிருஷ்ணனைத் தோப்பில் வைத்து திருடனைக் கையும் களவுமாகப் பிடித்தான். திருடனை அவன் அடித்த அடியைப் பார்த்த ஊர் மக்கள் கலங்கிப் போனார்கள். இனி சொர்ணத்துக்கு எந்தக் கவலையும் இல்லை என்றும் சொன்னார்கள்.

வீரா நாய்க்கனுக்கு வேறு நோக்கங்கள் இருந்தன. வீரா நாய்க்கன் குடியிருந்த வீட்டுக்குக் கீழண்டை ஆற்காடு பெருமாள் செட்டி என்கிறவன் குடியிருந்தான். பெருமாள் செட்டி சென்னப் பட்டணம் பவழக்கார வீதியில் இருந்த வியாபாரிகளிடம் இருந்து பவழம் கொண்டு வந்து விற்கிறதும், போகிறதுமாக இருந்தான். புதுச்சேரி வீட்டில் அவன் நிறைய நகைகள், வராகன்கள், பணம் காசுகள் வைத்துக்கொண்டிருப்பதாக அறிந்துகொண்டான் வீரா நாய்க்கன். அவற்றை ரெண்டுங்கெட்டானாக இருந்த தாசிப் பிள்ளையாண்டானைக் கொண்டு அபகரித்துவிட வேணும் என்கிற தாய்த் திட்டமிட்டான்.

“ஐயோ, திருட்டா? நான் மாட்டேன் அகப்பட்டுக் கொண்டால், காது அறுத்துப் போடுவார்களே, மாமா?” என்று மறுத்தான் ஆறுமுகம்.

“எலேய்! நான் இருக்கும்போது எவன்டா உன்னைத் தொட முடியும்?” என்றான் வீரா நாய்க்கன். தன் பெரிய மீசையை முறுக்கிக் காட்டினான் அவன். அதே சமயம், தென்னந்தோப்பில், தேங்காய் திருடி சக்கையாக உதை வாங்கின அந்தத் திருடனின் நினைவு உடனே வந்தது. அப்பேர்கொத்த வீரா நாய்க்கர் மாமாவை எவன் என்ன செய்ய முடியும். சிப்பாய்களை அவர் ஹதம் செய்து விட மாட்டாரா? ஆறுமுகம், நாய்க்கன் சொல்கிறது மாதிரி செய்ய ஒப்புக்கொண்டான். தேக்கு மரத்தால் செய்யப்பட்ட பெரிய பெட்டியை நகர்த்தினால், அதன் கீழிருக்கும் தரையில் மடித்து வைக்கப்பட்ட ஜமுக்காளத்தைக் காணலாம். ஜமுக்காளத்தின் கீழே பெட்டியின் மேல் மூடி மாதிரி இருக்கிறதைத் தூக்கி எடுக்க முடியும். தரையில் செட்டி வராகன்களையும் நகைகளையும் வைத்திருப்பான்.

பெருமாள் செட்டி பவழம் வாங்கச் சென்னப்பட்டணம் சென்றிருக்கிற இரவு, புலன் அறிந்து, அவன் வீட்டுப் பின்புறக் கதவை உடைத்து ஆறுமுகத்தை அலவாங்கு சகிதம் உள்ளே அனுப்பினார்கள். நாய்க்கனும், கிருஷ்ணனும் காற்றுக்கு நிற்பது மாதிரி வெளியே நின்றார்கள். என்ன கஷ்டம்? இரவு ரோந்து வந்த சிப்பாய்கள் இரண்டு பேர், இந்த மனுஷர்களைத் தானே கண்டார்கள்.

“என்ன நாய்க்கரே... இங்கு நிற்கிறது?” என்றான் ஒரு சிப்பாய்.

“வெக்கை தாங்கலே... அதனால் காத்தாட நிற்கிறது.”

“ஐப்பசி குளிர் எனக்கு ஒடுக்கிற்று... உமக்கு வெக்கையாங் காணும்.”

உடைத்த பெருமாள் செட்டி வீட்டுக் கதவு வழியாக, ஒரு கையில் அலவாங்கும், மறு கையில் மூட்டையுமாக அவர்களை நோக்கிச் சிரித்தபடி வந்தான் ஆறுமுகம்.

ராத்திரி பதினோரு மணிக்கு, தளவாய் வீரராகவ நாய்க்கனையும், அவர் குமாரன் கிருஷ்ணனையும், ஆறுமுகனையும் பிடித்துக் கிடங்கிலே போட்டார்கள். அந்த மூன்று பேரையும் ஒருத்தருடனே ஒருத்தர் பேசாமற்படிக்கு வெவ்வேறு கிடங்கிலே போட்டார்கள். காலமே, வீரராகவ நாய்க்கன் குமாரனையும், ஆறுமுகத்தையும் அழைத்துக் கேட்டு அட்டவணைகொண்டு எழுதிக்கொண்டு மறு படியும் கொண்டு போய் வைத்தார்கள். ஊர் திரும்பிய பெருமாள் செட்டி, பெட்டி நகர்ந்த மாயத்தையும் ரகசிய இருப்பு கொள்ளை யடிக்கப்பட்டிருப்பதையும், வீட்டுப் பின் வாயில் உடைக்கப்பட்டிருக் கிறதையும் கண்டு அலறிப் புடைத்துக்கொண்டு, அடிவயிற்றில் தன் முஷ்டிகளைக் கொண்டு குத்திக்கொண்டு, ‘ஐயோ கெட்டேன், என் செல்வமெல்லாம் கொள்ளை போச்சே’ என்பதாய் வானமும் பூமியும் கேழ்க்கக் கத்திக்கொண்டு, கச்சேரிக்கு வந்து பிராது பண்ணிக்கொண்டார். அப்பெருமாள் செட்டி, தன் வீட்டிலே களவு போன தட்டுமட்டு லயணம், பொன் நகை, வராகன் 646. வெள்ளிநகை வராகன் 51, ஆக மொத்த வராகன் 697.

“சப்தமி திருவோண நட்சத்திரத்தில், மத்தியானம் 12 நாழிகைக்கு மேலே, மகர லக்னத்தில், மொரட்டாண்டிச் சாவடியிலே குவர்னர் துரை துய்ப்ளெக்ஸ் பிரபு அவர்கள், கருத்தம்பி நயினாருக்குத் தானே பாளையக்கார உத்தியோகம் கொடுத்து, நாலு கெசம் சகலாத்தும் வெகுமானம் பண்ணினார்கள்.”

“அதாவது இந்தக் கருத்தம்பி நயினார், பிள்ளைவாள், பாளையக்காரராகத்தான் முத்தியா பிள்ளை அவர்கள் இருக்கிறார்களே...?”

பாக்கு மண்டியில் வைத்து, அன்றைய வர்த்தமானங்களைப் பிள்ளை, தம் சினேகிதர் பண்டிதருக்குச் சொல்லிக் கொண்டிருந்தார். பாலில் பனை வெல்லக்கட்டி விழுந்தாற்போல மாலை மயங்கிக் கொண்டிருந்தது.

“கேளும் பண்டிதரே! கருத்தம்பி நயினார் யார் என்றா கேட்டீர்கள். துய்ப்ளெக்ஸ் துரையின் காலத்துக்கு முந்தி முசியே லெனுவார் என்கிறதாக ஒரு குவர்னர் இருந்தாரே... அவர் காலத்தில் இந்தக் கருத்தம்பி நயினார், பாளையக்காரனாக இருந்தான். ஆள், கிழக்கே போவென்றால் கீழே போவான். மேற்கே போ என்றால் வீட்டுக் கூரை மேலே தானே ஏறுவான். ஆள், சுத்த கையாலாகாதவன். புதுச்சேரி பட்டணத்துக்குப் பாளையக்காரனாக இருப்பதற்குப் பாத்திரவானல்லன் என்றும் குமிசேல் (குவர்னருக்கு துணையாக இருந்து நிர்வாகம் நடத்திய சபை) கூடி தீர்த்துப் போட்டு, அவனைத் தள்ளினார்கள். அந்த இடத்திலே தானே முத்தியா பிள்ளையைப் பாளையக்காரராக நியமித்தார்கள். இந்தத் தேதி வரைக்கும் அவர் மேல் எந்தக் குற்றமும் சொல்லமுடியாமல், பிள்ளை உத்தியோகம் பார்த்துக் கொண்டிருந்தார். ஏதானும் குற்றம் சுமத்த ஒரு ஈர்க்குச்சி அளவுக்கு விஷயம் கிடைக்காதா என்று ஏங்கிக் கிடந்து ராச வட்டம் இட்டுக்கொண்டிருந்தார் அந்தக் கருத்தம்ப நயினார். அந்தப் பிள்ளை ருத்ரோத்காரி வருஷம், வைகாசி மாசம், 22ஆம் தேதி சனிக்கிழமை இவ்விடம் விட்டுப் புறப்பட்டு, திருப்பாதிரிப் புலியூர் திருவிழாவுக்குப் போய், அவ்விடத்திலே மலாதாகி, நோய் வாய்ப்பட்டு, அப்படியே வெங்கட்டம்மாள் பேட்டைக்குப் போன படியாலே, சொஸ்தம் அடைந்து இன்னும் திரும்பாதபடியினால், கருத்தம்பி நயினாருக்கு, தேசாந்திரம் போனவனுக்குத் திசைக்கு ஒரு வைப்பாட்டி வாச்சாப்பலே, கொண்டாட்டமாய்த் தானே ஆகிவிட்டது. அதுக்கு ஏற்றாற்போலே வலிப்பு வந்தவனுக்குத் தேள் கொட்டினாப்பலே, முத்தியா பிள்ளைக்கு ஒரு சமாச்சாரம் வாச்சுது.”

“அஃதென்னது?”

“சொல்கிறேன். தாசி சொர்ணம்னு ஒருத்தி இருக்கிறாள் அல்லவா? உமக்கெங்கே அதெல்லாம் தெரியப் போகிறது? சுத்தச் சாமியார் அல்லரோ நீர்? அவளுக்கு ஒரு பெண் தங்கம் என்று. பெயரில் மாத்திரமல்ல. ஒரு முறை கோயிலிலே அவளைக் கண்டிருக்கிறேன். குழந்தை லட்சணமாகத்தானே இருந்தது. அவள் மேல், ஆசைப்பட்டுக் கொண்டு சந்தர்ப்பத்துக்குக் காத்துக்கொண்டிருந்த வீரா நாய்க்கன் என்பவன், பெருமாள் செட்டி என்கிறவன் வீட்டிலே தேட்டை போடப் போக, மாட்டிக்கொண்டு அப்பனும் மகனுமாக இப்போ கிடங்கிலே தானே இருக்கிறான். அந்த நாய்க்கன் ஆகப்பட்டவன், சொர்ணத்தின் தாசிப் பிள்ளையாண்டானை – அவன் ஒரு ரெண்டுங்கெட்டான் பண்டிதரே – தன் திரிசமத்துக்கு ஆட்படுத்தி, அவனையும் இப்போ கிடங்கிலேதானே வச்சிருக்கிறது.”

“தாசிப் பிள்ளையாண்டானைத் தண்டிச்சதுக்கும், கருத்தம்பி நயினார் பதவி ஏத்ததுக்கும் என்ன சம்பந்தம் பிள்ளைவாள்?”

“இருக்கிறதே. தேவடியாள் பெத்த பிள்ளைக்குத் தெரு முழுக்கச் சொந்தம் இருக்கு என்கிறாற்போல, தாசிப் பிள்ளை யாண்டானுக்கும், கருத்தம்பி நயினாருக்கும் சம்பந்தம் உண்டே. இந்த நயினார், பாளையக்காரப் பதவிக்கு வீங்கினான் என்று சொன்னேன் அல்லவோ. அதற்காக முத்தியா பிள்ளைக்குக் குழி பறிக்க நேரம் பார்த்துக்கொண்டிருந்தான் என்று சொன்னேன் அல்லவோ, அதற்கான நேரம், காலம் வீரா நாய்க்கன் ரூபமாகத் தானே வாச்சுது. இந்த வீரா நாய்க்கன் திருட்டுப் பட்டம் சூட்டிக் கொண்டு கிடங்கில் இருக்கிறான் அல்லவோ, அவனுக்கும் முத்தியா பிள்ளைக்கும் சம்பந்தம் இருக்கிறதாகவும், இவன் அவர் மனுஷன் என்கிறதாகவும் சின்ன துரைக்கும், பெரிய துரைக்கும் காது, மூக்கு எல்லாம் வச்சு சேதி போயிற்று. நம் துரைக்குத்தான் காதுகள் அவர் மதாம் சொல்லும் பொய்களைக் கேட்டுக் கேட்டு அடைந்து வழிந்து கொண்டிருக்கிறதே. அதனால் முத்தியா பிள்ளை, ஒருகால் திருட னோடும் கூடச் சம்பந்தம் வைத்திருந்ததாய்த் தீர்த்துப் போட்டு, அவரைத் தானே பதவி விலக்கிப் போட்டு, இந்த நயினாருக்குப் பதவி வந்தாச்சுது.”

“என்ன பிள்ளைவாள். நல்லவன் சம்பாதிச்சதை நாலுங் கெட்டான் தின்றது போல் ஆச்சுதே.”

“இன்னும் கேளும். தேகத்தை வித்து சீவிக்கிற சனங்களின் தலையில் பாவம் பாஷையாய் விழுந்த கதையை. தளவாய் வீரா நாய்க்கனுக்குப் பதிலாய் அவன் தம்பி வேங்கடாசலத்தைக் கிடங்கிலே வைத்து, அவனை வெளியே விட்டார்கள். அது ஏதுக்கு என்றால், அவன் வெளியே போய்ப் பணம் சம்பாதிச்சு வருகிற நிமித்தம் அவனை வெளியே விட்டார்கள். காளவாய் குமரப்பனை ரொக்கப் பிணை வைத்து அவன் வெளியே போனான்.

மறுநாளைக்கே, சின்னதுரை வீரா நாய்க்கன், அவன் மகன், தாசிப் பிள்ளையாண்டான் ஆறுமுகம் மூவரையும் கூப்பிட்டு விசாரித்திருக்கிறார்கள். அப்போது, இந்த நாய்க்கன் தாசிப் பிள்ளை யாண்டானிடம், “இந்த உன் முகம் தலையிலே சுமத்தி வைக்கிற நிமித்தியம், பெருமாள் செட்டி வீட்டிலே களவாண்டது நீதான் என்று சொல்லடா. ஏதுக்குக் களவாண்டாய் என்றால், பிழைப்புக்கு வேறேதும் கதி இல்லை பிரபுவே” என்று சொல் என்ற சொல்லிக் கொடுத்திருக்கிறான். அந்த ஆறுமுகம் என்கிறவனின் கிரகசாரம்; அப்படியேதானே துரை கேழ்க்கரச்சேயும் சொன்னான். அதன் பேரிலே வீரா நாய்க்கன் மட்டும் வெகு செலவு பண்ணித் தானும் தன்னுடைய மகனும் வெளிப்பட்டுக் கொண்டான். அந்த மட்டுலே அவர்களைக் குண்டுக்கு ஊருக்கு வெளியே கொண்டு போய் விட்டு வந்தார்கள். அவர்கள் நேரஸ்தர் (குற்றவாளி) ஆனபடி

யினாலே, பின்னை எப்பவும் புதுச்சேரி பட்டணத்துக்குள்ளே வரப் போகாது என்று தீர்மானித்தார்கள். குமிசேல்காரர்கள் எடுத்த முடிவு."

"தாசிப் பிள்ளையாண்டான் ஆறுமுகத்தை என்ன பண்ணி னார்கள்?"

"மசுக்கரை போகிற கப்பலிலே ஏற்றி அனுப்பி வைத்தார்கள். சிரித்துக்கொண்டே படகில் ஏறியவன், படகு நகர்கையில், அம்மா அம்மா என்று அலறியது, கரையில் இருந்தவள் கண்ணிலே கண்ணீரைத்தானே வரவழைத்தது."

"ஐயோ, பாவமே, என் நெஞ்சு பதறுகிறதே."

"என்ன பண்ணட்டும். புதுச்சேரிப் பட்டணத்தில் நீதி இந்த ஸ்திதியில் தானே இருக்கிறது."

"மசுக்கரைக்குப் போன ஆறுமுகம் என்ன ஆவான்?"

"அவனை அடிமையாய், யாருக்கேனும் விற்று விடுவார்கள். யாராவது பிரெஞ்சுக்காரன், அவனை விற்று, பணத்தையும் பாவத்தையும் தன் இடுப்பு வாருக்குள் முடிந்துகொள்வான்."

தெரு முழுக்கவும், இருள் அப்பிக்கொண்டது. வெகு தூரத்தில் கடைத் தெருவில் மட்டும் விளக்கோ, பந்தமோ எரிவது தெரிந்தது. பண்டிதருக்கு விடை கொடுத்து அனுப்பிக்கொண்டு பிள்ளை புறப் பட்டார். கடைத்தெருப் பாதையில் நடந்து, சென்னப்பட்டண வீதி வழியாகத் திரும்பி, பெருமாள் கோயிலுக்குச் சென்று பெருமாளையும் தாயாரையும் சேவித்துக் கொண்டு வீடு திரும்பினார்.

சொர்ணம் சரிந்து போனாள். சாதி தர்மத்துக்குக் குந்தகம் இல் லாமல் தாசித் தொழில் பண்ணிக் கௌரவமாகக் கஞ்சி குடித்த வாழ்க்கையில், குடும்பத்துக்குத் திருட்டுப் பட்டமும் நேர்ந்து, ஒற்றைக்கு ஒரு பிள்ளை கப்பலேறிக் கடல் கடந்ததே என்று பெரி தும் விசனமுற்று, கண்ணீர் பெருக்கிப் பெரிதும் கலங்கினாள். தெருக்காரர்கள் வந்து தேற்றியும் தேறாள். அன்று தொடங்கி ஊண் எடுக்காது நைந்தாள். வேறு வழி அறியாது, அவள் ஒரு முடிவைத் தேர்ந்து கொண்டாள்.

தோட்டத்தில் அடர்ந்து செழித்துக் கிடந்த குவளைக் கொட்டைகளை எடுத்து வந்து அம்மியில் வைத்து அரைத்து தாயும் மகளும் குடித்துக்கொண்டார்கள். தெருவார் அறிய வழியில்லை. விடிந்து வெகு நேரமாகியும் தெருக் கதவு திறக்கப்படாதது கண்ட

* தமிழர்கள் என்று உயர் ஜாதி இந்துக்கள் மற்றும் கிறிஸ்துவர்களை ஆனந்தரங்கப் பிள்ளை கருதுகிறார்.

* கஸ்தி – துக்கம்.

தெருவார்கள் தோட்டத்துப் புறமாய்ச் சுற்றி வந்து, பின் கதவை உடைத்துத் திறந்து பார்த்தார்கள். தாயும் மகளும் பிணமாய்க் கிடந்த காட்சியைக் கண்டார்கள். வைத்தியனை அழைத்து வந்தார்கள். நாடி பிடித்துப் பார்த்த வைத்தியன், "உசுரு போயி பத்து நாழிகைக்கும் மேலே இருக்குமே" என்றான்.

16

காரைக்காலில் இருந்து லூர்து சாமியார், புதுச்சேரி சம்பாக் கோவிலுக்குப் பாதிரித்தனம் பண்ணத்தானே வந்திருந்தார். பாதிரியார் கொஞ்ச வயசுக்காரராகத் தெரிந்தார். கோவில் பிள்ளையாக இருந்த சேசுவடியானுக்கு அவர் போக்கு நடத்தையெல்லாம் அதிக ஆச்சரியத்தைத் தருவதாக இருந்தது. லூர்து சாமியாருக்கு முன்னாலே ரெண்டு சாமியார்களிடம் அவன் ஊழியம் புரிந்து இருக்கிறான். சாமியார்கள் குளிக்கத் தண்ணீர் தயார் பண்ணுவது, குளிர் காலங்களிலே வெந்நீர் போடுவது, சாமியார்கள் கழிப்பிடம் போகையில், தண்ணீர் எடுத்து வைத்துக் கொண்டு கதவுக்கு வெளியே காத்திருப்பது, சாமியர் வெளியே வந்த பிறகு, கழிப்பறையைச் சுத்தம் செய்வது போன்ற வேலைகளைச் சேசுவடியான் செய்ய வேண்டியது என்று விதிக்கப்பட்டிருந்தது. சேசுவடியானுடன் குருசுப் பிள்ளை என்பவனும் மடத்தில் வேலை செய்து கொண்டிருந்தான். அவன், பீடத்தைத் துடைப்பது, ஏசு கன்னிமரியாள் முதலான சொரூபங்களைத் துடைத்துச் சுத்தம் செய்வது, கோவிலைச் சுத்தம் செய்வது, சாமியாருக்குக் குடிநீர், உணவு முதலானதுகளை அவர் அறையிலே தானே கொண்டு வந்து கொடுப்பது போன்ற ஏவல்களைச் செய்துகொண்டிருப்பது என்று விதிக்கப்பட்டிருந்தது. ஒருமுறை குருசுப் பிள்ளைக்குத் திரேக சுகம் இல்லாமல் போய்விட்டது. அவனைத் தோட்டத்தில் கிடத்தி வைத்திருந்தார்கள். அது காரணமாக, சேசுவடியான் பலிபீடத்தைச் சுத்தம் செய்யப் போனான். அக்காலத்திலே இருந்த சாமியார் அவனைத் தடுத்துப் போட்டார்.

"நீ இந்தப் புனிதக் காரியத்தை எல்லாம் செய்யப்படாதுடா. குருசுப் பிள்ளை உடம்பு தேறி வரட்டும். அப்புறம் பண்ணிக் கொள்ளலாம்" என்றார் அந்தச் சாமியார். சேசுவடியானுக்குப் புரியவில்லை. குருசு செய்ய வேண்டியதைத்தானே தான் செய்கிறோம்.

** பிரியாது – விண்ணப்பம்.

"ஏன் சுவாமி?"

"குருசு வெள்ளாளன் அல்லோ? நீ பறைச் சாதி அல்லோ? உனக்கென்று விதிக்கப்பட்டதைச் செய்து கொண்டிரு" என்றார் அவர். ஆனால் லூர்து சாமியார் வேறு வகையாக இருந்தார். அவர் வந்த மறு நாளைக்குக் காலமே, சாமியார், மடத்துக்குப் பின்னாலே போகையில் சேசுவடியான் வாளியிலே தண்ணீர் கொண்டு போனான். அப்போது லூர்து சாமியார் சொன்னார்.

"இது என் வேலை. நீ போ..." என்றார். அப்புறம், "கோவிலுக்கு உள்ளே போய் வேலை செய்" என்றும் சொன்னார். அதற்குச் சேசுவடியான் இருந்துகொண்டு "நான் கோவிலுக்குள்ளே போகக் கூடாது, சாமி" என்றான்.

"அதெதனாலடா?"

"நான் பறைச் சாதி, சாமி" என்றான் சேசுவடியான்.

சம்பாக் கோவிலுக்குள் முதல் முதலாகப் பிரவேசித்தபோது, கோவிலில் பக்தர்கள் உட்காரும் இடத்தில், அதை இரண்டாகப் பிளந்திருக்கிறபடி ஒரு மதில் சுவர் கட்டியிருப்பதைப் பார்த்தார். "கோவிலுக்குள் இது எதற்கு மதில் சுவர்?" என்று அந்தச் சாமியார் கேட்டார். அதற்குக் கோயிலில் பணிபுரியும் ஆள் இருந்துகொண்டு, "அது மனுஷாளைப் பிரித்துப் போட" என்றான்.

"என்னத்துக்கு மனுஷாளைப் பிரிக்கிறது?" என்றார் லூர்து சாமியார்.

"இந்தப் பக்கம் சாதிக் கிறிஸ்துவர்கள் உட்காரவும், அந்தப் பக்கம் பறைக் கிறிஸ்துவர்கள் இருப்பதற்காகத்தான் இந்த ஏற்பாடு!"

"சாதிக் கிறிஸ்துவர்களும், பறைக் கிறிஸ்துவர்களுக்கும், ஏன் ஒன்றாய் இருந்து கொண்டு பூஜை கேழ்க்கக் கூடாது? பிரசங்கம் கேழ்க்கக் கூடாது?"

"அது எப்படி ஐயா, பறையரும், சாதி மனுஷர்களாகிய தமிழர் களும்* ஒன்றாக அருகருகில் அமர முடியுமா? தீட்டாகி விடுமே. சாதி மனுஷர்கள் மனசு புண்படாதா?

தீட்டா? அதுவென்றால் என்ன? ஏன் மனுஷர்கள் அருகே அமர மனுஷர்கள் மனசு புண்பட வேணும்.

லூர்து சாமியார் யோசனையாய் இருந்து விட்டுப் பிறகு சொன்னார்.

"பறையர்கள் எனப்பட்டவர்களை நான் காண வேணும். அவர்களை என்னை வந்து காணச் சொல்."

அந்தப்படிக்குப் பறையர் மக்களின் நாட்டாமைகள் அன்று சாயங்காலமே வந்து லூர்து சாமியாரை அவர் இருந்த, வேத புரீஸ்வரர் கோயில் அண்டையிலே இருந்த மடத்தில் தானே வந்து சந்தித்தார்கள். மடத்துக்கு முன்னால் இருந்த விசாலமான இடத்தில் வாதா மரத்தின் நிழலில் அந்த நாட்டாமைகள் நாலு பேரும் இன்னும் சில பறை இன மக்களும் வந்து குழுமி இருந்தார்கள். அங்கிருந்த கருங்கல் ஆசனத்தில் லூர்து சாமியார் அமரவும் விசாரணை ஆரம்பமாயிற்று.

"அன்பானவர்களே! இன்னிக்குக் காலமே, கோவில் உள்ளே போகையில், பறைக் கிறிஸ்துவர்களுக்குத் தனி இடம் சுவர் வைத்து தடுத்திருக்கிறதைக் காண நேர்ந்தது. என் மனசுக்கு மிகுந்த கஸ்தி*யாக இருந்தது.

மனுஷர்களில் உயர்ச்சி தாழ்ச்சி என்பது நம் கிறிஸ்துவ மார்க்கத்தில் இல்லை. நம் சேசு பெருமான், கர்த்தராகிய பிதாவின் அன்பான திருக்குமாரர், சாமான்ய ஜனங்களையன்றோ தம் சிஷ்யர்களாகத் தம் அண்டையிலே கொண்டிருக்கிறார். சேசு பெருமான் கடலோரமாய் நடந்து போகையில் மீன் பிடிக்கிறவர்களாய் இருந்த இரண்டு சகோதரர்களாகிய பேதுரு எனப்பட்ட சீமோனும், அவன் சகோதரன் அந்திரேயாவும் கடலில் வலை போட்டுக் கொண்டிருக்கிறபோது, அவர்களைக் கண்டு என் பின்னே வாருங்கள், உங்களை மனுஷரைப் பிடிக்கிறவர்களாக்குவேன் என்றதாக நம் விவிலியத்தில் சொல்லப்பட்டிருக்கிறதே. ஆகவே, அன்பானவர்களே, நம் கர்த்தருக்கு முன்னும், சுதனுக்கு முன்னும் மனுஷர்களிலே பேதம், உயர்ச்சி தாழ்ச்சி இல்லை. அது உங்களுக்கு அவமானம் என்று அறிவீர்களாக. தாழ்ச்சியை ஜாதி மனுஷர்கள் திணிப்பதைக் காட்டிலும், அதை ஏற்றுக்கொண்டு ஊமை ஜனமாய் இருப்பது ரொம்ப இழிவானதென்று நான் உங்களுக்குச் சொல்லுகிறேன். ஆகவே, அருமையானவர்களே, நீங்களும் உங்கள் சாதியார்களும் திரண்டு போய், பெரிய சாமியார் சிரேஷ்டருடனே பிரியாது** பண்ணி அந்தத் தடுப்புச் சுவரைத்தானே இடித்துப் போடுங்கள்."

இவ்வாறு லூர்து சாமியாராகிய சின்ன சாமியார் சொல்லப் போக, அவருடைய வார்த்தை நெருப்பு போலத்தானே பற்றிக் கொண்டது. ஆகவே ஊருக்கு வெளியே இருக்கப்பட்டதான பன்னிப் பறச்சேரி மக்கள், பெரிய பறச்சேரி பறையர், சுடுகாட்டுப் பறச்சேரிப் பறையர், உழந்தைப் பறச்சேரிப் பறையர், பின்னையும் இருக்கப்பட்ட கிறிஸ்து சிஷ்யர்களாகிய பறையர், தோட்டிகள், இந்துச் சாணார்களாய் இருந்து பின்பு கிறிஸ்துவச் சாணார்களாகிய மக்கள் சில பேர் எல்லோருமாகப் போய், பெரிய சாமியாராகிய சிரேஷ்டரிடத்தில் சென்று பிரியாது பண்ணிக்கொண்டார்கள்.

"சுவாமியவர்களே, இந்தப் பறைச் சனத்தாரின் பாடுகளைப் பார்க்க உமக்குக் கண்ணழிந்து போனதென்ன? சம்பாக் கோவிலிலே வடவண்டைப் பக்கத்திலே குறுக்கே சுவர் வைத்து, அந்தச் சுவருக்கு இந்தப் புறம் நாங்கள் பூஜை கேழ்க்கவும், அந்தப் புறத்திலே உசந்த சாதி கிறிஸ்துவர், சட்டைக்காரர், வெள்ளைக்காரர் எல்லோரும் ஒரு புறம் இருந்து பூஜை கேழ்க்கவும், தமிழ்க் கிறிஸ்துவர் முன்னாலே ஒரு அத்து பண்ணி வச்சிருக்கிறதைச் சாமி அறிவார்கள்தானா? உங்களுக்கு நாங்கள் சிஷ்யர்கள் என்றால் நீங்கள் எங்கள் எல்லாரையும் ஒரு கண்ணினாலே பார்க்க வேணும். நாங்கள் வந்து கோயிலிலே, மாதா, சேசு பீடங்களிலேதானே சகல பணிவிடை ஊழியமும் பண்ணலாம் என்று நீங்கள் கிருபை பண்ணி இருக்க, தமிழ்க் கிறிஸ்துவர்கள் எங்களைப் புறம்பாய்த் தள்ளி வைப்பது என்ன நியாயம்? நீங்கள் அந்த உசந்த சாதி மனுஷ்யர்களுக்குப் பட்சமாய் இருந்துகொண்டு அவர்களுக்கு உத்தாரம் கொடுத்துக் கொண்டு பாரபட்சமாய் எங்களைப் புறம் பண்ணக் காரியமென்ன? அந்த உசந்த சாதிஜனங்கள் எங்களைத் தள்ளி நில்லடா பறப் பயலே என்றும், விழுந்து வணங்கடா பள்ளப் பயலே என்றும், ஒதுங்கி நில்லடா இழிசாதிப் பயலே என்றும், அடித்தும், எங்களுக்குக் கூலி கொடாது வேலை வாங்கியும், சித்ரவதைப்படுத்தியும், எங்கள் பெண்டுகளைக் கெடுத்துப் போடுகிறதும் இருக்கிறதால் அன்றோ, நாங்கள் உங்கள் மார்க்கத்துக்கு வரலாச்சு? இங்கயும் அந்தப் படிக்கே என்றால், நாங்கள் என்னத்துக்கு உங்கள் நிழலிலே ஜீவிக்கிறது? மனுஷ்யருக்கே தந்தையாகிய கர்த்தர் முன்னாலே, ஒரு கண்ணில் வெண்ணெயும், ஒரு கண்ணில் சுண்ணாம்பும் வைக்கிறது என்ன?"

சனங்கள், வெகு சூடாக விட்ட மூச்சு, பெரிய சாமியார் சிரேஷ்டரின் உடம்பிலே தானே, உஷ்ணமாகப் பட்டது. அவரது நெற்றியிலே வியர்வை வழிந்தது. அவர் அதைப் பட்டுத் துண்டால் துடைத்துக்கொண்டு சொன்னார்:

"இந்தச் சனம் கேழ்க்கிறது நியாயம்தானே. தேவனுக்கு முன்னால், மனுஷ்யர்களுக்குள்ளே என்னத்துக்குத் தடுப்புச் சுவர்? மனு புத்ரர்களுக்குள்ளே பேதம் கற்பிப்பவன் நெருப்பில் காய்ந்த விறகு போல வீசப்படுவான். பெண்களுக்கு அந்தரங்கம் இருக்க வேண்டும் என்றல்லோ அந்தச் சுவர் கட்டிக்கொள்ள அனுமதி பெற்றார்கள். நல்லது. உங்களது அலவாங்கையும், கடப் பாரையையும் எடுத்துக்கொண்டு வந்து அந்தச் சுவரை உடனடியாக இடித்துப் போடுங்கள். எல்லாரும் எமக்குப் பிள்ளைகள்தாம். நீங்கள் உங்களுக்குச் சம்மதியானபடிக்கு வந்து பூஜை கேளுங்கள்."

பெரிய சாமியார் சிரேஷ்டர், தம் கையைத் தூக்கிச் சிலுவை போட்டு, சனங்களை ஆசீர்வதித்து அனுப்பினார். அந்த சனங்

களில், இளமையானவர்கள் கையில் கிடைத்த ஆயுதங்களைத் தூக்கிக்கொண்டு கோவிலுக்குள்ளே நுழைந்தார்கள். உள்ளேயிருந்த சாதிக் கிறிஸ்துவர்கள் அலறிக்கொண்டு வெளியே ஓடி வந்தார்கள். அரை நாழிகையில் சுவர் இடிந்து விழுந்தது.

சா யங்காலப் பூஜைக்கு வந்திருந்த தமிழ்க் கிறிஸ்துவர்கள், சட்டைக்காரக் கிறிஸ்துவர்கள், வெள்ளைக் கிறிஸ்துவர்கள், பறை, பள்ளு, சக்கிலி, சாஹர் எனப்பட்ட பதினெட்டு சாதிக் கிறிஸ்துவர்களும் ஒருவரோடு ஒருவர் இருந்துகொண்டுதானே பூஜை கேட்டார்கள். சவரி முதலியார், தம் அங்க வஸ்திரத்தை உரசிக்கொண்டு அமர்ந்திருந்த மைக்கேலை அசூசையுடன் பார்த்தார். ஒன்றும் சொல்ல முடியாமல் இருந்தார், சவரி முதலியார். பெரிய சாமியார் உத்தாரப்படிக்குத் தானே சுவர் இடிக்கப்பட்டது என்கிறார்கள். தேவ கிருபை நாய்க்கருக்கு முகம் மாலை வானம் போலச் சிவந்து கிடந்தது. அவர் தம் கண்களைப் பிரசங்கியார் மேல் பதித்துக் கொண்டு அமர்ந்திருந்தார்.

சாமியார் பிரசங்கத்தில் இருந்தார்.

"ஆகையால், பெருமை சரப்பணியைப் போல அவர்களைச் சுற்றிக்கொள்ளும். கொடுமை ஆடையைப் போல அவர்களை மூடிக்கொள்ளும்.

அவர்கள் கண்கள் கொழுப்பினால் எடுப்பாய்ப் பார்க்கிறது. அவர்கள் இருதயம் விரும்புவதிலும் அதிகமாய் நடந்தேறுகிறது.

அவர்கள் சீர்கெட்டுப் போய், அகந்தையாய்க் கொடுமை பேசுகிறார்கள். இறுமாப்பாய்ப் பேசுகிறார்கள். தாங்கள் வாய் வாளமட்டும் எட்டப் பேசுகிறார்கள். அவர்கள் நாவு பூமியெங்கும் உலாவுகிறது...."

செபஸ்தியேன் படையாச்சி எழுந்து வேறு இடம் போய் அமர்ந்தார். அந்த இடத்தில் பறைச் சாதி மனுஷ்யர் இல்லை என்பது அவருக்குத் திருப்தியாய் இருக்கிறது.

சாமியார் கவனம் கலைந்தது. எதிரே ஒரு பெண் வெகு ஸ்தூலமாக அமர்ந்திருந்தாள். ஆனாலும் சாமியார் தொடர்ந்து கொண்டிருந்தார்.

"இதோ இவர்கள் துன்மார்க்கர். இவர்கள் என்றும் சுகஜீவிகளாக இருந்து ஆஸ்தியைப் பெருகப் பண்ணுகிறார்கள்... நிச்சயமாகவே நீர் அவர்களைச் சருக்கலான இடங்களில் நிறுத்தி பாழான இடங்களில் விழப் பண்ணுகிறீர்.

அவர்கள் ஒரு நிமிஷத்தில் எவ்வளவு பாழாய்ப் போகிறார்கள். பயங்கரங்களால் அழிந்து நிர்மூலமாகிறார்கள்.

நித்திரை தெளிந்தவுடனே சொப்பனம் ஒழிவது போல், ஆண்டவரே, நீர் விழிக்கும்போது அவர்கள் வேஷத்தை இகழுவீர்....”

சாமியார் அவ்வப்போது அந்தப் பெண்ணைக் கவனித்தார். முதலில் அவள் பூசிக்கொண்டு வந்த பரிமள கந்தம் அவர் மூக்கைத் தாக்கிக்கொண்டிருந்தது. அப்புறம் அவள் ஆடை அலங்காரம் மிக மெல்லிய, துலாம்பரமாய் இருக்கப்பட்ட சல்லாப் புடவையைக் கட்டிக்கொண்டு சாமிக்கு அடுத்தாற்போலே இருக்கப்பட்ட சிரேஷ்டராக இருக்கிற பாதிரியார் அண்டையிலே முட்டிக்காலின் மேல் இருந்து கொண்டு தேகத் தியானமாய்ப் பூஜை கேட்டுக் கொண்டிருந்தாள். சல்லாப் புடவையின் ஊடாக அவளுடைய திரேகத் திரட்சிகள் வெகு உரக்கக் கூவிக்கொண்டு தெரிந்தன. மார்பின் மெல்லிய மயிர்க் காலும் தெரிய அவள் இருந்தாள். சாமியாருக்கு மிகுந்த கோபம் உண்டாயிற்று. அவளது கோபுர உயரக் கொண்டையும், அதிலே அவள் சுற்றி இருந்த கூடைப் பூவும் அவர் எரிச்சலை மேலும் கிளர்ந்தெழச் செய்தது. அவர் தம் கையில் இருந்த பிரம்பால் அவள் கொண்டையில் குத்தினார். குத்திவிட்டுச் சொன்னார். தம் மூக்கையும் பிடித்துக்கொண்டு சீறினார்.

“யார் நீ? உன் பெயர் என்ன?”

அவள் சொன்னாள். துபாஷ் கனகராய முதலியாரின் தம்பி மகனுக்குத் தான் பெண்ஜாதி என்றாள்.

“நீ கல்யாணி அல்லவே? அல்லது தேவடியாளா? தேவடியாள் மாதிரி இப்படி சல்லாத் துணியைக் கட்டிக்கொண்டு சரீரம், மார்பு, ரோமத் துவாரம் எல்லாம் தெரியும்படிக்குச் சல்லாப் புடவைக் கட்டிக்கொண்டு இப்படிக் கோயிலுக்கு வருவார்களா? உன் புருஷனுக்கு வெட்கம், மானம் எதுவும் இல்லையா? புண்ணியவதி, நீ பூஜை கேட்டது போதும். எழுந்திருந்து வீட்டுக்குப் போ” என்று சாமியார் சீறிக்கொண்டு சொன்னார்.

அந்த அம்மாள் தலை கவிழ்த்துக்கொண்டு வீட்டுக்குப் போனாள்.

பூஜை முடிந்த பிறகும் கூட்டம் கலையாமல் இருந்தது. சாமிக்குக் காரணம் புரியவில்லை. கும்பல் கும்பலாகப் பெரிய மனுஷர் எனப்பட்டவர்கள் திரண்டு திரண்டு நின்றிருந்தார்கள். ஞானராசு முதலியார் ஏதோ சத்தம் போட்டுப் பேசிக் கொண்டிருந்தார். பூஜை முடிந்த களைப்பில், சாமியார் தம் அறைக்குப்போய் ஏதேனும்

குடித்துச் சோர்வைப் போக்கிக்கொள்ளலாம் என்கிறதாகக் கிளம்பினார். அப்போது ஞானராசு முதலியார் அவரை வழிமறித்துக் கொண்டார். அவர்கள் கோபம், பறையர்களுக்குச் சரியாசனம் தந்ததாகும். ஆனால், அதை நேராகச் சொல்ல முடியாமல், அந்த அம்மாளைக் கொண்டு விவகாரத்தை ஆம்பித்தார்கள்.

"என்ன சங்கதி?"

"துபாஷ் கனகராய முதலியார் வீட்டுப் பெண்ணையே வெளியே போகச் சொன்னீரே சாமி."

"ஆமாம், கடவுளுக்கு முந்தி துபாஷ் என்ன, அடிமை என்ன?"

"தாங்கள் அப்படிச் சொல்லலாமா? பள்ளுப் பறையும் நாங் களும் சமமா? என்னத்துக்கு அந்த அம்மாளை அனுப்பினது?"

"அருமையானவர்களே, கேளுங்கள். இனிமேல் பெண்கள் மெல்லீசுப் புடவைகள் கட்டிக்கொண்டு பூஜைக்கு வரத் தேவை இல்லை. தமிழர்கள் போலவே அலங்கிருதம் பண்ணிக்கிறது சரி இல்லை. கிறிஸ்துவ வெள்ளைக்காரர்கள், சட்டைக்காரர்களைப் போலவே கொண்டை போட வேணும். வாசனைப் பரிமளத் தைலத்தைப் பூசிக்கொண்டு, இப்படி நாற்றத்தோடு தானே பூசை கேட்க வரக் கூடாது. அப்புறம், கோவிலுக்குள் பக்தி மனசுடனே இருந்துகொள்ள வேண்டியது. தம் நகை நட்டுகளை, புடவை தினுசுகளை எடுத்து வெளிச்சமிட்டுக் காட்ட இதுவல்ல இடம்."

"பல வருஷங்களாக இருந்து வருவதைத் தாங்கள் மாற்றிப் போட எண்ணலாமா சாமி...?"

"ஒரு தப்பு பல வருஷங்களாக நிலைபெற்றுவிட்டது என்பதால், அது சரி என்றாகி விடுமா? மாற்றி அமைச்சுக் கொண்டு தானே ஆக வேணும்."

"மாற்றி அமைக்க நீங்கள் யார்? அந்தக் காலத்தில் இருந்தே இருக்கிற சமாச்சாரங்களில் கோவில் தலையிடுவது என்ன நியாயமோ?"

"கோவில், நீங்கள் உண்ணுகிற தீனியைப் பற்றியோ, உடுத்துகிற ஆடைகளைப் பற்றியோ, உங்கள் பிள்ளைகுட்டிகளைப் பற்றியோ, பெண்ஜாதிகளைப் பற்றியோ பேசுவதில்லையே. கோவிலில் என்ன விதமாக இருக்க வேண்டும் என்றுதானே சொல்கிறது. அதுக்குக் கட்டுப்பட வேணும்."

"இல்லாட்டி என்ன? நாங்கள் நீங்கள் போடுகிற விதிகளுக்குக் கட்டுப்படப் போகிறதில்லை."

"கிறிஸ்து மனுஷர்கள் அந்தப்படிக்கு எப்படிச் சொல்லலாம்? கோவில் போடுகிற விதிகளுக்குக் கிறிஸ்து சிஷ்யர்கள் கட்டுப்

படத்தான் வேணும். இல்லையென்றால், திருச்சபை உங்களைக் கிழித்துப் போடும். நீங்கள் கிறிஸ்துவச் சபையிலிருந்து வெளிநீக்கம் செய்யப்படுவீர்கள்."

"செய்திடுவீரோ? செய்யும். உம் தாடியைக் கையைக் கொண்டே பிடித்து இழுத்துப் போடுவேன்" என்றபடி ஞானப்பிரகாச முதலி, சாமியார் முன்னால் தானே வந்தார். அவர் தொடர்ந்தார்.

"எம்மைப் பறையர் உடன் உட்காரப் பண்ணி விட்டீரே! எம்மைக் கேவலம் பண்ணிப் போட்டீரே, எம்மைப் பூமிக்குக் கீழ் எம் மரியாதைகளைப் புதைத்துப் போட்டீரே..." என்றபடி, முதலி, சாமியாருக்கு வெகு அருகில், அவர் முகத்தை முட்டிக் கொண்டு நின்றார். அது சாமிக்கு மிகுந்த கோபத்தைத் தரவே, அவர் அருகில், மரியாதை அற்ற தூரத்தில் நிற்கிறது கண்டு, முதலியைப் பிடித்துத் தள்ளினார்.

வேட்டி தடுக்கி, கீழே உருள இருந்த முதலி, ஒரு வகையாகத் தள்ளாடிக்கொண்டு நின்றார்.

"என்னைப் பிடித்துத் தள்ளிப் போட்டீரே! ஆந்தை மூஞ்சிச் சாமியாரே, வெள்ளை நரி மாதிரி மனுஷரே, கோழிக் குஞ்சைக் கொத்துகிற வல்லூறு போன்றவரே, அண்டா தீனிக்காரரே, பற சாதியினரின் பிரீதியைப் பெற, அவர்களை அரியாசனத்தில் அமர்த்தி எம்மைத் தண்ணீருக்குள் தள்ளுகிறீரே! உம்மைச் சாத்தான் தின்க! உம்மைப் பிசாசுகள் பிடுங்க! உம்மைப் பேய்கள் விழுங்க! உம்மைப் பாம்பு பிடுங்க! உம்மைக் கழிசல் கொண்டு போக...' என்றெல்லாம் சபித்த முதலி, அவர்மேல் விழுந்து, அவர் தாடியைப் பிடித்து இழுத்துப் போட்டார்."

"ஐயோ.. ஜேசுவே" என்று அலறினார் சாமியார்.

முதலி சொன்னார்.

"இனிமேல் உங்கள் கோவிலுக்கு நாங்கள் வரப் போகிறதில்லை. வந்தால் எங்களைக் காத்து கருப்பு மேவட்டும். பாம்பு பிடுங்கி, எங்கள் உணவில் பல்லி விழட்டும்."

எல்லோரும் திபுதிபுவென்று கோவிலைவிட்டுப் புறப் பட்டார்கள்.

17

ஞானப் பிரகாச முதலியை முன்னிட்டுக்கொண்டு, ஜாதி கிறிஸ்து வர்கள், துபாஷ் கனகராய முதலியார் வீட்டுக்குப் போனார்கள். தம் வீட்டு இரண்டாம் கட்டில், சாய்வு நாற்காலி போட்டுக்

கொண்டு சாய்ந்து கிடந்தார் முதலியார். "வரணும். வரணும்.." என்று வந்தவர்களை வரவேற்றுக் கூடத்தில் அமரச் சொன்னார் முதலியார். ஜமுக்காளம் விரித்த பெரிய கூடத்தில், நாட்டாமையும் மற்றையோர்களும் அமர்ந்தார்கள். முதலியார்களின் சார்பாக ஞானப் பிரகாச முதலி, செட்டிக் கிறிஸ்துவர்கள் சார்பாகப் பூரண விவேகச் செட்டி, கிறிஸ்து உடையார்களின் சார்பாக அந்தோணிசாமி உடையார், இன்னும் வசதிப்பட்ட மனுஷர்கள் ஜமுக்காளத்தில் அமர, வசதி குறைந்த கிறிஸ்துவர்கள் ஓரமாக ஒதுங்கி நின்றார்கள்.

"என்ன சமாச்சாரம்? நாட்டாமைகள் எல்லாம் ஒருசேர வந்திருக்கிறதைப் பார்த்தால், பெரிய சமாச்சாரமாய் இருக்கும் போலவோ?"

"துபாஷ் முதலியார் அறியாமல், இந்தப் புதுச்சேரிப் பட்டணத்தில் ஈ, எறும்பு அசையுமோ? தங்கள் அதிகாரம் செல்லாத இடம் ஒன்றிருக்குமோ? தாங்கள் இருந்துகொண்டு அதிகாரம் செய்கிற நாளையிலே, கோயிலிலே இருக்கிற பாதிரி ஒருத்தன், பள்ளு, பறை அத்தனை சாதியாரையும் சரிக்குச் சரியாய் நம் பக்கத்திலேதான் உட்கார வைத்துக்கொண்டு இருக்கிறதும், நம் மனுஷாளைப் பார்த்து – அதுவும் துபாஷ் குடும்பத்து ஸ்திரீயைப் பார்த்து – பூசை கேட்டது போதும், புண்ணியவதி, எழுந்து வீட்டுக்குப் போ என்கிறதும், நம் பிராசீனமாக எவ்வாறு உடுத்தி எவ்வாறு அலங்கிருதம் பண்ணுறோமோ அது செல்லாது என்றும் சொல்லி மத்தாப்பூ கொளுத்துறதும், கித்தாப்பு பண்ணுகிறதும் ஆக இருக்கிறானே, கேள்வி முறையே இல்லையா! பெட்டை ஈன்று அழிகிறபோது, கடா புணர்ச்சிக்கு வருகிற கதையாகவன்றோ இருக்கிறது?"

எல்லாரும் நடந்த கதையை மாற்றி மாற்றி அவருக்குச் சொன்னார்கள். முதலியார் அப்புறம் சொன்னார்:

"பறையர், பள்ளர்களைப் பக்கத்திலேயே அமர்த்தியதைப் பிசகென்று எவ்வாறு சொல்ல முடியும். மாட்டுக்கறி தின்கிறார்கள் பறையர்கள் என்றால், அதே மாட்டுக் கறியைத்தானே குவர்னர் துரை துய்ப்ளெக்சும் சாப்பிடுகிறார். அவர் அருகாக அமர மட்டும் ஏன் முண்டியடித்துக்கொண்டு ஓடுகிறீர். ஆடு தின்னால் அழகு, மாடு தின்னால் மட்டமா?"

"அதுக்கில்லை ஐயனே. அது அதுக்கென்று ஒரு அத்து இருக்கிறதுதானே? எதற்காகப் பெரியோர்கள் அவ்வாறு ஏற்படுத்தினார்கள். அர்த்தம் இல்லாமலா? அதை நம் காலத்தில் நாம் எதற்காக மாற்றுகிறது?" என்றார் ஞானப் பிரகாச முதலியார்.

“அது அப்படி இல்லே முதலியாரே! கர்த்தருக்கு விசுவாசியாக இருப்பவன் மோட்சம் பெறுகிறான். ராஜாக்களுக்கு விசுவாசமாக இருப்பவன் சௌகர்யங்களை அடைகிறான்னு சொல்றதில்லையா? சத்தியம் அல்லவோ அது. பெரிய சுவாமியாகப்பட்ட சிரேஷ்டர், பறை பள்ளுகள் இருக்கும் சுவரை இடித்துப் போடச் சொன்னார் என்றால், அதை நாம் ஏற்கவே வேணும். சுவாமியே தேவாலயம் விஷயத்தில் ராஜா. வேண்டுமானால் உடை, அலங்காரம் விஷயமாக மாற்றம் கொணர வேணாம் என்று சின்ன சாமியிடம் பேசிப் பார்க்கிறேன்.”

“தங்கள் கிருபை.”

“ஆனால் கோவிலுக்குப் போக மாட்டேன் என்பது நியாய மாகப் படவில்லைங்கானும். இதேது, நெருப்புக்குப் பயந்து கொண்டு சோறு சமைக்காமல் இருப்பாரோ யாரும். உமது கோபம், சுவாமியார்கள் மேலா, அல்லது கர்த்தரின் மேலா, சொல்லும்.”

“சுவாமியார்கள் மேல்தான் ஐயனே.”

“சுவாமியார்கள் இன்றிருப்பார்கள். நாளை மாற்றிக் கொண்டு போவார்கள். கோவில்கள் நம்முடையது அல்லவோ?”

“வெகு நியாயம் சுவாமி.”

அன்று சாயரட்சையே, முதலியார், சுவாமியார்களைப் போய்ப் பார்த்தார். முதலில் சிரேஷ்டருக்கு முன்னால் மண்டியிட்டு அமர்ந்துகொண்டு, அவருடைய ஆசீர்வாதத்தைத் தானே வாங்கிக் கொண்டார். அப்புறமாகச் சிரேஷ்டரின் தனி அறையில் கனகராய முதலியாரும், சிரேஷ்டரும் வெகு பிரியமாகச் சல்லாபிக்கத் தொடங்கினார்கள்.

“சிரேஷ்ட சுவாமியார், கர்த்தர் சம்மதியில் சந்தோஷமாக இருக்கிறார்தானே?”

“ஆகா. கர்த்தரின் பரம கிருபையால் அவர் சம்மதியில் சௌக்யமாகத்தானே இருக்கிறேன்.”

“குவர்னர் துரை துய்ப்ளெக்ஸ் அவர்களும்கூடத் தங்கள் மேல் வெகு ப்ரீதியாகத்தானே இருக்கிறார். தாங்கள் புதுச்சேரி பட்டணத்துக்கு வந்த பிறகுதானே, கோவிலுக்கும்கூட வெகு கீர்த்தி ஏற்படலாச்சுது.”

“எல்லாம் தங்கள் மனசு.”

கோயில் பிள்ளை ஒருவன் கபே கொண்டு வந்து இருவருக்கும் கொடுத்தான். “சுவாமி நான் சர்க்கரை வியாதியஸ்தன். கபேயில் சர்க்கரை இருக்குமோ?”

"இல்லை, முதலியார். தங்கள் பழக்க வழக்கங்கள் லோகப் பிரசித்தம் ஆச்சுதே." முதலியார் கபேயைக் குடித்து முடித்த பிறகாலே, சுவாமியார் இருந்துகொண்டு சொன்னார்.

"பறைச் சுவரை இடித்தோம் என்று முதலியாருக்கு மனக் கோணல் இல்லையே... கர்த்தருக்கு முன்னால், இந்தப் பேத மெல்லாம் காண்பிக்கிறது தகாதுதானே...."

"மனக் கோணல் என்னத்துக்கு வர வேணும். தாங்கள் செய்தது ரொம்பச் சரிதான். அதில் ஆட்சேபனை இல்லை. ஆனால், கோவிலுக்கு வருகிறவர்கள், முன்னர் எப்படி வந்தார்களோ, அந்தப் பிரகாரமே தொடர்ந்து வரலாம் எனும்படிக்கு உத்தாரம் பண்ண வேணும்."

"சின்ன சுவாமியார் அப்படிச் சொல்கிறபோது நானும்தானே உடன் இருந்தேன். தங்கள் குடும்பத்தைச் சேர்ந்த பொம்மனாட்டி உடம்பும் உறுப்பும் சகல சமாச்சாரங்களும் தெரியும்படிக்குத் தானே உடுத்திக்கொண்டு வந்தாள். அதுதான் கூடாது, இனிமேல் படிக்கு அப்படியெல்லாம் தேவடியாள் மாதிரித்தானே கோவிலுக்கு வரப்படாது என்று அவர் சொன்னது நியாயம்தானே!"

"எம் வீட்டுப் பெண்ணாய் இருந்தென்ன? அல்லாட்டி என்ன? குற்றம் குற்றம்தானே. ஆனால் கொண்டை முதலானதுகள் நம் தேச வழக்கப்படிக்கு இருக்கத் தாங்கள் அனுமதிக்க வேணும். உடை தினுசுகள் முதலானதுகளை உடனடியாக மனுஷரால் மாற்றப் போமோ. முடியாதுதானே. தங்கள் கிருபை கூர்ந்து அதுகளை முன்னிருந்தபடி ஏற்படுத்த வேணும்."

"தாங்கள் முன்வந்து கேட்டிருப்பதால், ஒப்புக்கொள்ளத்தான் வேணும். அந்தப்படியேதானே ஆகிறது. இன்னிக்குச் சாயங்காலம் பூசையிலே, நாமே அந்தப்படி மனுஷருக்குச் சொல்லி விடுகிறேன்."

சிரேஷ்டர் சாயங்காலப் பூசையில் அந்தச் சங்கதியைச் சொல்லத்தானே நினைத்தார். ஆனால், பூசை கேட்க ஜாதிக் கிறிஸ்துவர்கள் ஒருவரும் கோவிலுக்கு வரவில்லை. கும்பல் கும்பலாக நின்றுகொண்டு தெருவில், கோவிலுக்கு எதிரே அவர்கள் பேசியபடி இருந்தார்கள். சிரேஷ்டர் சம்பாக் கோவில் வாசலுக்கு வந்து, "பிரியமானவர்களே! நமக்குள்ளே மனஸ்தாபங்கள் வரலாம். அதைக் கிறிஸ்துவானவர்க்கு முன்னாலே வைத்துத் தீர்த்துப் போடுவோம். நீங்கள் தெருவிலே, கலைந்த செம்மறியாட்டுக் கூட்டம் போலே வீணில் நிற்கிறதென்ன? அன்பானவர்களே, தேவாலயத்துக்குள்ளே வாருங்கள்" என்றழைத்தார்.

"போம், ஐயா பிண்ணாக்கு" என்றார் ஞானப் பிரகாச முதலியார்.

சம்பாக் கோயில் சிரேஷ்டர் குவர்னர் துரை துய்ப்ளெக்ஸ் அவர்களைப் பார்க்கவும், பேட்டி பண்ணிக் கொள்ளவும்தானே வந்திருக்கிறார் என்று துரையண்டையிலே போய்ச் சொன்னார்கள். சொல்லவும், குவர்னர் துரை, சுவாமியாரை வரவேற்பறையிலேயே சௌக்யமாக அமர்த்தி வைத்துச் சிறிது நேரம் காத்திருக்கச் சொல்லி, தன் மதாம் ழான் அம்மைக்குச் சேதி அனுப்பினார். ழான் அறைக்குள்ளே இருக்கிற சுதந்திரத்தினாலே அரையாடை அணிந்திருந்தவள், பெரியோரைப் பார்க்கப் போகிற மரியாதையின் நிமித்தம், முழு ஆடை அணிந்துகொண்டு, தம்பதி சமேதராகத் தானே சிரேஷ்டரின் திருமுன் வந்தார்கள்.

“வர வேண்டும். தந்தையாருக்கு நல்வருகை. சொல்லியிருந்தால் நானே வந்திருப்பேனே” என்று குவர்னர் துரை சிரேஷ்டரை வரவேற்றபடி, அவர் முன் மண்டியிட்டார். ழானும் தம் கணவரைப் போலச் செய்தாள். சிரேஷ்டர் இருவரையும் சிலுவை பண்ணி ஆசீர்வதித்தார்.

“சுவாமி, குவர்னர் துரையால் வர முடியவில்லையென்றால் நானாவது வந்திருப்பேனே... தங்களுக்குத்தானே வீண் சிரமம்?”

“சிரமமென்ன. குவர்னர் தம்பதிகளைப் பார்க்கக் கொடுத்து வைத்திருக்க வேணுமே. அந்தச் சந்தோஷம் எனக்கும் வேணும்தானே.”

“இது தங்கள் இல்லம். நாங்கள் உங்கள் ஊழியர்கள். தங்கள் மனசுப்படி எப்போது வேண்டுமானாலும் தாங்கள் வரலாம். தாங்கள் இங்கு வருவதால், எமக்குப் பெருமையன்றோ!” என்றார் குவர்னர் துரை.

“எல்லாம் குவர்னரின் மனசு. மதாம் ழானைப் போல, விசுவாச ஊழியரை எங்கு தேடி நாம் காண முடியும். இந்த அம்மாள், இந்தத் தெய்வ ஊழியக் காரியங்களைத் தம் தலைமேல் தூக்கிப் போட்டுக்கொண்டு செய்வதனால் அல்லவா, இந்த அஞ்ஞானிகள் பட்டணத்தில் நம் மார்க்கம் தழைக்க ஏதுவாயுள்ளது.”

“சுவாமி மனசுப்படி புகழ்கிறார்கள். ஏதோ தேவ ஊழியம் செய்ய நமக்கு வாய்த்திருக்கிறதே. அதைச் சொல்லும்.”

“சுவாமி கோயில் ஊழியம் எல்லாம் தடையில்லாமல் நடைபெற்றுக்கொண்டு இருக்கிறது அல்லவா?”

“தங்கள் துரைத்தனத்தில் அதுக்கொன்றும் குறைவில்லை. ஆனால்....”

“சொல்லுங்கள். என்ன ஆனால்....”

“சமீபத்தில் ஒரு காரியம் நடந்தது. பறை சனங்கள் திரண்டு வந்து, எமக்குத் தனியாகத் தடுப்புச் சுவர் வச்சிருப்பதற்கு நியாயம்

என்ன? மேல்சாதிக் கிறிஸ்துவரைக் கண்ணாகவும் எம்மை வேறு மரியாதைப்படிக்கும் நடத்துகிறதென்ன? அந்த சாதி சனங்கள் எம்மை மரியாதைக் குறைவாக நடத்துகிறார்கள் என்றுதானே நாங்கள் உம்மிடம் வந்தது. உங்களையொத்த சுவாமியார், எம்மை உம் மதத்துக்கு வரச் சொன்னபோது என்ன சொன்னார். உம் சாதி சனங்களுக்கு அரசாங்கத்தில் பட்சமும் கிடைக்கும். உத்தி யோகமும் கிடைக்கும். அதல்லாமல், சமானமாக, சாதிப் பேரைச் சொல்லிக் கீழ்மைப்படுத்த மாட்டோம் என்று சொல்லியல்லோ எம்மைக் கூப்பிட்டது. இப்போதானால், இப்படிச் சுவர் எழுப்பு கிறீரே என்று சொன்னவுடன் நிமித்தம், சுவரை இடித்துப் போட நாம் உத்தாரம் கொடுத்தோம். அந்தப்படிக்கு நடந்தது. ஆனால், அதையே முகாந்திரமாக்கிக் கொண்டு, சாதிக் கிறிஸ்துவர்கள், கோவிலையே பகிஷ்காரம் செய்துவிட்டார்கள், துரை அவர்களே!"

"அடடே. அப்படியா செய்தார்கள். கோவிலைப் பகிஷ்காரம் செய்கிற அளவுக்கு அவர்களுக்குத் தைரியம் வந்து விட்டதா என்ன?" என்றாள் மூரான்.

"விட்டதே. ரெண்டு நாளாக யாரும் பூசைக்கு வர இல்லையே."

"துய்ப்! என்ன இது ஆச்சரியமாக இருக்கிறதே. இந்தப் புதுச்சேரியில்தான் நான் பிறந்து வளர்ந்தவள். எனக்கே இந்தக் காபிரிகளின் செயல்பாடு ரொம்ப ஆச்சரியமாக இருக்கிறது. இது ரொம்பத் தப்பான முன் உதாரணமாக அமைந்துவிடக் கூடாதே என்றுதான் கவலைப்படுகிறேன்."

பிரபுவின் முகத்தில் கவலை தோன்ற மூரான் சொல்வதை ஒப்புக்கொண்டார்.

"உண்மைதான். தேவாலயத்தையே புறக்கணிப்பவர்கள், வேறு யாரைத்தான் புறக்கணிக்க மாட்டார்கள்? இது ரொம்பத் தப்பான முன்னுதாரணத்தை ஏற்படுத்தும் என்பதில் சந்தேகமில்லைதான்."

"ஆகவே, இந்தக் காபிரிகளின் எழுச்சியை முளையிலேயே கிள்ளிவிட வேண்டும்."

"செய்வோம். ஆமாம், தந்தையார் அவர்களே! சம்பாக் கோவிலுக்கு வெகு பக்கத்திலேயே, ஒரு இந்துக் கோவில் இருக்கிறதே – அதற்கு என்ன பெயர், மூரான்?"

"வேதபுரீஸ்வரர் கோயில்."

"தந்தையாரே! அந்தக் கோயில் உங்களுக்கு அருகாகவே இருக் கிறதால், தங்களுக்கு ஏதேனும் தொந்தரவுகள் இருக்கின்றனவா?"

"அப்படியும் சொல்வதற்கு இல்லை. அவர்கள் சடங்குகளை அவர்கள் செய்கிறார்கள். நம் காரியத்தை நாம் பார்க்கிறோம்."

“மன்னிக்கவும். அப்படிக்குச் சொல்வதற்கில்லை தந்தையார் அவர்களே! சதா டம் டம்மென்று மோளம் அடித்துக் கொண்டும், நாதஸ்வரம் என்ற பெயர்கொண்ட ஒரு கருவியை வாசித்துக் கொண்டும் கோவிலைச் சுற்றிக்கொண்டு கிடப்பார்கள். அப்புறம், உடம்பு முழுக்க ஊசியைக் குத்திக் கொள்வார்கள். அப்புறம் காவடி என்கிற ஒன்றைத் தூக்கிச் சுமந்துகொண்டு இருப்பார்கள். வெகு வினோதமான மனிதர்கள். அவர்களால் நமக்குத் தொந்தரை இருக்காது என்று சொல்வதற்கு இல்லை.”

தந்தையார் வேறு வழியில்லாமல் மூனை ஒப்புக் கொண்டார்.

“ஆமாம், மதாம் மூான். தாங்கள் சொல்வது போலத் தொந்தரையும் முழுசாக இல்லை என்றும் சொல்ல முடியாதுதான்.”

“அப்படிச் சொல்லுங்கள்” மூான் துய்ப்ளெக்ஸ் சொன்னார்.

“தந்தையே! நம் முதல் நோக்கம் இந்தச் சோழ மண்டலக் கரையில் வியாபாரம் பண்ணுவது. அதுக்குச் சற்றும் குறைவு இல்லாத முறையில், மதம் பரப்புவதும் நம் நோக்கம்தானே. அஞ்ஞானிகளையும், வேடிக்கை விநோதப் பழக்கம் கொண்டவர்களாயும் இருக்கிற இந்தப் பாவப்பட்ட ஜீவன்களைக் கரையேற்றும் பொறுப்பை நாம் ஏற்றுக்கொண்டுதான் ஆக வேணும். இந்த நல்ல நெறியைப் பற்றி அவர்கள் அறியாதவர்களாக இருக்கிறார்கள். எனினும், மூடப் பழக்க வழக்கங்களில் மூழ்கிக் கிடக்கிறார்கள். எனினும், கொஞ்சம் கடுமையாக நடந்தாவது அவர்களைத் திருத்தும் பொறுப்பை நாம் எடுத்துக்கொள்ளவே வேணும்.”

“மதாம் மூான் துய்ப்ளெக்ஸ். உம் உள்ளத்தில் இப்படிக் காருண்யமிக்க எண்ணங்கள் ஊறிக் கிடக்கிறது எனக்கு ஆச்சரியமாக இல்லை. உமது ஞானத் திருவாக்குப் பற்றி, பிரான்ஸ் மன்னருக்கு அருகிலே இருக்கப்பட்ட மிக உயர்ந்த தந்தையர்க்கும் தெரிந்திருக்கிறது. நமது கிறிஸ்து மதத்தை உஜ்ஜீவனம் செய்ய இந்த மனுஷி வந்திருக்கிறாள் என்று அவர்கள் என் காதுபடவே சொல்லுவதை நான் கேட்டிருக்கிறேன்.”

துய்ப்ளெக்ஸ், தம் மனைவியைப் பெருமை பொங்கப் பார்த்தார். “என் கண்மணியின் புகழ் அந்த அளவுக்கு, பாரீஸ் மாநகரம் வரை பரவி இருக்கிறதைக் கேட்க எனக்கு மட்டில்லாத மகிழ்ச்சி ஏற்படுகிறது.”

மூான் கொஞ்சம் கூச்சம் அடைந்தவளைப் போல துய்ப்ளெக்சிடம் சொன்னாள்.

“ரொம்ப கடுமையான குற்றம் செய்திருக்கிறார்கள் இந்தக் காபிரிகள். சரியாகத் தண்டியுங்கள்” என்றாள்.

“செய்தால் போயிற்று.”

திராட்சை ரஸம் பருக வந்தது. மூவரும் அருந்தினார்கள். பிறகு, பிரபு சொன்னார்:

"தந்தையே, கவலைப்படாதீரும். மலைப் பாறையில் வீடு கட்டினவன் சந்தோஷமாக ஜீவிப்பான். மணலில் வீடு கட்டினவன் வெள்ளம் வந்து அழிவான் என்கிறாற் போலே கலகம் பண்ணுகிறவன் கட்டாயம் அழிவான்."

தந்தையார் வெகு நிம்மதியுடன் குவர்னர் மாளிகை விட்டுப் புறப்பட்டார்.

தளவாய் கிருஷ்ணாஜி பண்டிதர் துரையின் முன் வந்து நின்றார். விறைப்பாகச் சலாம் பண்ணி, அது போதாது என்று எண்ணியோ என்னவோ, குனிந்து வணங்கி நின்றார். பிரபு சொன்னார்:

"பண்டிதரே...! பத்துச் சிப்பாய்களுடன் புறப்படும். சம்பாக் கோவில் வாசலண்டை, தேவாலயத்துக்குள் புகாமல், அதன் வெளியாகவே நின்றுகொண்டு, கும்பல் கும்பலாகப் பேசுகிறவன் எவனாலும், போகிறவனைத் தடுக்கிறவன் எவனாகிலும், கலகம் விளைவிக்கத் தக்க தூஷணையான வார்த்தைகள் பேசுகிறவன் எவனாகிலும், பாதிரியார் அண்டையிலே மரியாதைக்குரியதல்லாத வார்த்தைகள், பாவனைகள் பண்ணுகிறவன் எவனும், பத்துப் பிரம்படியும், கோட்டைக் கிடங்கிலே சிறைத் தண்டனையும் என்று போட்டிருக்கிறது என்று சொல்லி நியமித்துவிட்டு வாரும்."

அப்படியே பண்டிதர் பத்துப் பரங்கிச் சிப்பாய்களை அழைத்துக்கொண்டு புறப்பட்டார்.

சம்பாக் கோவில் வாசலண்டை ஞானப்பிரகாச முதலி இரண்டு மூன்று பேருடன் நின்றுகொண்டு கையை ஆட்டி ஆட்டி என்னமோ பேசிக்கொண்டிருந்தார். பண்டிதர் அவர் அருகில் போய் நின்றார்.

"என்னஙனானும்? என்ன இங்கே கலகம்?"

"கலகம் இல்லே பண்டிதரே. கோவில் விவகாரம்."

"எதுவாக இருந்தாலும், முதலில் உள்ளே போம். அல்லது உம் வீட்டுத் திண்ணையில் உட்கார்ந்துகொண்டு பேசும். இங்குத் தேவாலயத்தின் வாசலில் அப்படியெல்லாம் நின்று பேசக் கூடாது."

"அவ்வாறு பேசினாலோ...."

"பிரம்படி பத்து இந்த நிமிஷமே பெறுவீர். அதுவுமல்லாமல், கோட்டைக் கிடங்கிலே தள்ளவும் உத்தரவு."

"யாருடைய உத்தரவு?"

"குவர்னதோர் உத்தரவு."

குவர்னர் பெயரைக் கேட்டதும் அடங்கிப் போனார் ஞானப் பிரகாச முதலியார்.

"நான் கலகம் பண்ணுகிறவனா, பண்டிதரே நான் பெரிய மனுஷன் என்பதை அறிவீரோ, மாட்டீரோ?"

"அப்படியென்றால், முதலில் உள்ளே போம்."

"நான் மத விஷயத்தில் முரண்பட்டிருக்கிறேன்... அது பற்றித்தான் பேச்சு."

"எது வேண்டுமானாலும் பேசுமேன். இங்கிருந்து பேசாதீரும். இன்னும் ரெண்டு சிட்டிகை நேரம் இருந்தாலும் அடி விழும்."

முதலியார் அவசரமாகக் கோவிலுக்குள் நுழைந்தார்.

பூசை முடிந்தது.

சுவாமியார், தம் அறைக்குள் சென்றார்.

ஞானப் பிரகாச முதலியாரிடம் எல்லோரும் வந்து தலையைக் கவிழ்த்துக்கொண்டு நின்றார்கள்.

"இப்படி ஆயிற்றே, நம் நிலை. துய்ப்ளெக்ஸ் துரைகூட இப்படிப் பண்ணிப் போட்டாரே."

"இப்போது என்னவாயிற்று. சும்மா இரும்."

ஞானப் பிரகாச முதலியார் யோசித்தார். ஒரு முடிவுக்கு வந்தார்.

"உட்காரும். வாங்குப் பலகைகளை எடுத்து, சுவர் இருந்த இடத்தில் போடுங்கள்."

மற்றவர்கள் அவ்வாறே செய்தார்கள்.

வாங்குப் பலகைகள் ஒரு சுவர்போல அமைந்தன.

"இனிமேல் பாரும், எல்லாப் பயலும் ஒழுங்காய் இருப்பான்."

"இதையும் மீறி எவனாவது ஒரு பள்ளனோ, பறையனோ நம் பக்கங்களில் வந்து உட்கார்ந்தால், என்ன பண்ணுவது முதலியாரே?"

"அதை அப்புறம் பார்ப்போம்."

18

துபாஷ் பெத்ரோ கனகராய முதலியார் மீளாப் படுக்கையில் கிடக்கிறதாகச் செய்தி, பட்டணத்தில் பரவியது. இருபத்தொரு வருஷங்கள், பிரெஞ்சு அதிகாரத்தின் துபாஷாகவும், புதுச்சேரிப் பட்டணத்

துக்குள்ளே பெரும் கீர்த்திமானாகவும், செல்வப் பிரபுவாகவும் விளங்கி அதிகாரம் செலுத்தி வந்த முதலியார், படுக்கையில் ஸ்மரணை இன்றிப் படுத்துக்கொண்டிருந்தார். சலாதிகள் படுக்கை யிலேயே போனதாகவும், வார இறுதி தாண்டாது என்பதாகவும் செய்திகள் பரவின. குவர்னர் துரை துய்ப்ளெக்ஸ் அண்டையியே இருக்கப்பட்ட வெள்ளைக்கார தொக்தேர் (டாக்டர்) வந்து கையைப் பிடித்துப் பார்த்து, 'பந்து ஜெனங்களுக்குச் சொல்லிப் போடுங்கோள்' என்றார். சித்த வைத்தியன் அஞ்சையன், ஆற்காட்டு நவாப் வம்சத்துப் பழ வைத்தியன் அப்துல் யூசுப் முதலான பெரிய வைத்தியர்கள் வந்து, உள்ளங்காலில் தைலம் அரக்கியும், லேகியத்தை நாக்கில் தடவியும் சிசுருஷை செய்தார்கள். எனினும் அவர்களுக்கே முதலியார் பிழைப்பார் என்கிற நம்பிக்கை இல்லை.

முதலியார் பிரக்ஞை கடிகார நாக்கைப் போல வருகிறதும் போகிறதுமாக இருக்கிறது என்று கேள்விப்பட்ட அவருடைய பாரியாள் நட்சத்திரம் அம்மாள் அவரை வந்து பார்த்தார். முதலி யாரின் வீடு, கோட்டையை ஒட்டி மேற்கால், சென்னபட்டண வாசற்படி அருகில், மூன்று வாசல்களைக் கொண்ட நாலு உள் வீடுகளைக் கொண்டதாக விளங்கியது. முதலியார் தம் பாரியாள் நட்சத்திரம் அம்மாளுடன் பல காலமாக மனஸ்தாபராய் இருந்து வாய்ப் பேச்சு இல்லாதவராகவும், அவள் கை அன்னம் அருந்தாத வராகவும் பிரக்ஞை தவறும் பரியந்தம், முன் வீட்டில் இருந்து கொண்டிருந்தார்.

முதலியாருக்கு அக்கெதி நேர்ந்ததும் நட்சத்திரம் அம்மாள், கண்ணீரும் கம்பலையுமாகத் தாம் அதுகாறும் பிரவேசியாத முன் வீட்டுக்குத் தானே வந்தாள். அப்போது அவர் பிரக்ஞை மீண்டு, உருவம் புலனாகியிருந்தது. நட்சத்திரம் அம்மாள், அவர் தலைமாட்டின் அருகில் போய் நின்றுகொண்டு துணியால் வாயைப் பொத்திக்கொண்டு அழுதாள். கூடவே, தம் மருமகள் சந்திரமுத்து அம்மாளும் அங்கு இருந்துகொண்டு அழுதாள்.

முதலியார் திரும்பித் தம் மனைவியைப் பார்த்தார். தலையை வேறு புறமாகத் திருப்பிக்கொண்டார். நட்சத்திரம் அம்மாள், அவரைப் பார்த்துக்கொண்டு, "இந்த நெலைமையிலும், நீங்க தெரு வீட்டிலே இருக்க வேணுமா? படுக்கை வீட்டுக்கு வரப்படாதா?" என்று விண்ணப்பித்துக்கொண்டாள். முதலியார், பாரியாளைப் பார்க்காமலேயே, "போ.. போ..." என்று கையசைத்தார். கோன் சேல்கார்கள், பெரிய தரத்து அதிகாரிகள் பலரும் அந்தப் பெரிய அறையில் குழுமி இருந்தார்கள். முதலியார் பெரிய மனுஷர் ஆன படியாலும், தமிழர்க்குள்ளே பெரும் பதவி வகிப்பவர் ஆனபடி யாலேயும், முதலியாரின் அந்திமப் பொழுது என்பது குடும்ப

எல்லையைக் கடந்து அரசு விஷயமாக ஆகியிருந்தது. கோன்சேல் காரர் ஒருத்தர், நட்சத்திரம் அம்மாளைப் பார்த்து, "போங்கள், சொஸ்தம் இல்லாதவரைத் தொந்தரை பண்ணாதேயுங்கள்" என்றார். நட்சத்திரம் அம்மாள் திரும்பும்படி ஆயிற்று. அது அவளுக்கு உறுத்தலாக இல்லை. முதலியாரின் தலைமாட்டில் அமர்ந்துகொண்டு அவளை வெறுப்போடு பார்த்துக் கொண்டிருந்த அவர் தம்பி தானப்பமுதலியின் முகமே அவளை மிகவும் நோகச் செய்தது.

உள் வீடு வந்த நட்சத்திரம் அம்மாள், புடவை மாற்றிக் கொண்டாள். கண்ணாடி பார்த்து தம் தலையை ஒழுங்கு பண்ணிக் கொண்டாள். தம்மேல் பரிமள கந்தத்தைப் பூசிக் கொண்டாள். மருமகள் சந்திரமுத்து அம்மாளிடம், "பத்திரம்.. நான் குவர்னர் வீட்டு அம்மாளைப் பார்த்துவிட்டு வந்து விடுகிறேன்" என்று எச்சரிக்கை செய்துவிட்டுக் கிளம்பினாள். வீட்டு வாசலில் பல்லக்கும், பல்லக்குத் தூக்கிகளும் தயாராக இருந்தார்கள். என்றாலும், கணவன் கஸ்தியில் இருக்கிறபோது, சம்சாரம் பல்லக்கில் போவது புரளிக்கு வழி வகுக்கும் என்பதால், நட்சத்திரம் நடந்தே கோட்டைக்குள் புகுந்து குவர்னர் மாளிகைக்கு வந்தாள். வெளியிலே நின்ற சிப்பாய்களிடம், 'மதாம் குவர்னரின் தரிசனம் கிடைக்கும்படி இருக்குமா' என்று பார்த்து வரும்படிச் சொன்னாள். மதாம் மூான் தாம் ஓய்வாகத்தான் உள்ளாள் என்றும், வந்து பேட்டி பண்ணிக்கொள்ளலாம் என்றும் சொல்லி அனுப்பினாள். பேட்டி பண்ணிக்கொள்ளும் அறையின் வாயிலில் மதாம் மூான், நட்சத்திரத்தை எதிர்கொண்டாள்.

மூான் நட்சத்திரத்தைக் கண்டதும், "மதாம் பெத்ரோ... மிஸ்யோ முதலியார் எப்படி இருக்கிறார்?" என்று வினவினாள். அது கேட்டதும், நட்சத்திரம், கைக்குட்டையால் வாயைப் பொத்திக் கொண்டு விம்மத் தொடங்கினாள்.

"விபரீதமாக ஒன்றும் நடந்துவிடவில்லை..."

"இல்லை" என்று தலையசைத்தாள் நட்சத்திரம்.

"வாரும்... இப்படி உட்கார்ந்து பேசலாம்" என்று நாற்காலியை மூான் காட்ட, நட்சத்திரமும் மூானும் அமர்ந்தார்கள்.

"ம்... பெத்ரோ திரேசு நிலை முன்னேற்றம் கண்டுள்ளதா?"

"இல்லை மதாம். சுய நினைவின்றிப் படுத்துக் கிடக்கிறார். படுக்கை வீட்டுக்கும் வர மறுக்கிறார். அனேகமாக இன்று இரவு தாண்டாது என்கிறார்கள்."

மூான் சிலுவை இட்டுக்கொண்டாள். பிறகு சொன்னாள்.

"கர்த்தருக்குச் சம்மதப்படி எல்லாம் நடக்கும். நம் கையில் என்ன இருக்கிறது. மனசைத் தேற்றிக் கொள்ளுங்கள்."

“மதாம் அவர்கள் மனசு வச்சால் ரெண்டு வேளை கஞ்சி குடித்து என் காலத்தை நான் கழித்துவிடுவேன். இல்லாவிடிலோ நான் தெருவில்தான் நிற்க வேணும்.”

“குவர்னரும், நானும் இருக்கிறபோது அவ்வாறு நடக்க நாங்கள் விடுவோமோ? என்ன செய்ய வேண்டும் என்று சொல்லுங்கள். உங்கள் கணவர் பெத்ரோ கனகராய முதலியார், பிரெஞ்சு அரசுக்கும், கும்பினி அபிவிருத்திக்கும் செய்த நற்காரியங்களை நாங்கள் ஒரு போதும் மறக்கிறதில்லை. கர்த்தருக்கு நல்லூழியம் செய்த கிறிஸ்தவர் ஒருவர் துன்பத்தில் இருக்கிறபோது, கிறிஸ்து மதத்தார் கை கட்டி சும்மா இருப்பரோ. ஆனபடியால், நான் என்ன செய்ய முடியும் என்கிறதுக்குச் சொல்லுங்கள்.”

“தங்கள் கருணை மனசே என்னை ரட்சிக்கும் மதாம் அவர்களே! எங்களுக்கு ஒற்றைக்கு ஒரு பிள்ளையை கர்த்தர் கொடுத்தது. அந்த மகன், வேல்வேந்திரன். தன் மனைவி சந்திரமுத்து அம்மாளையும், எங்களையும் தவிக்க விட்டுப் பிரிந்து, இருபத்தியோராவது வயசிலேயே, கர்த்தரிடம் போய்ச் சேர்ந்தான். ஆகவே, எங்களுக்குப் புத்திர பாக்கியம் வேறு இல்லை. நானும், விதவை சந்திரமுத்தும், ஒருத்தருக்கு ஒருத்தர் ஆதரவு என்று சீவித்து வருகிறோம். என் கணவர் கர்த்தர் திருவடி நிழலை அடைந்துவிட்டால், அவருடைய சொத்து அனைத்தும் எனக்கே கிடைக்க வேணும். மகன் இருந்தால் மகனுக்கு, இல்லாவிடில் மனைவிக்குத்தானே. அதுதானே நியாயமும்கூட. ஆனால், என் கணவருக்கு ஒரு தம்பி தானப்ப முதலி என்கிற பெயரில் இருப்பதைத் தாங்கள் அறிவீர்கள்தானே. அந்தத் தானப்பன் துராகிருதமாகச் சொத்துக்களை அபகரிக்க வேணும் என்கிறதாய் சதி பண்ணுகிறான். ஆகையால், மதாம் அவர்கள் கருணை வைத்து, என் கணவரின் சொத்து எனக்கே வந்து சேரும்படிச் செய்ய வேணும். இல்லையெனில், நானும் என் மருமகளும் தெருவில்தானே நின்று திண்டாடித் தவிக்க வேணும்.”

ழான், மிகத் தீவிரமாகச் சிந்தித்துக்கொண்டிருந்தாள். பிறகு சொன்னாள்:

“முதலியாரின் சொத்துக்கள் மொத்தமாக எவ்வளவு காணும்?”

“எனக்குத் தெரிந்தமட்டில் ரெண்டு லட்சம் பகோடாக்கள் காணும்.”

“நகை நட்டுகள் உள்ளிட்டா?”

“ஆமாம் மதாம் அவர்களே! நகைகள், தட்டுமுட்டுச் சாமான்கள், தங்கம், வைரம், வெள்ளி, வீடு வாசல், சாவடி கட்டி வைத்திருக்கிற முதலியார் சாவடி, சத்திரம் எல்லாம் கணக்குப் பார்த்தால், அந்தத் தொகை தேறும் அம்மணி. அதற்கு மேலும் ஆகுமே தவிர குறையாது.”

"தானப்ப முதலி என்ன நியாயத்தைச் சொல்லி வியாஜ்ஜியம் பண்ணுகிறார்?"

"பிள்ளை இல்லாத சொத்துக்குக் கொள்ளைக்காரன் பத்துப் பேருன்னு சொலவடையே இருக்கிறது அம்மணி."

"அவருடைய மனைவி மக்கள் சௌக்ய ஜீவிகள்தானே?"

"பாலை மணலில் பவளமல்லி பூப்பதேது? அந்த மனிதர் மனைவி இழந்தவர். பிள்ளைக் குட்டியும் இல்லாதவர். என் கணவருக்கு ஒரு சகோதரி இருக்கிறாள். அவள் பிள்ளைக் குட்டி உண்டானவள். அவளும்கூட இந்தத் தானப்பனோடு சேர்ந்து கொண்டு அலைகிறாளே, என்னென்பது? முயல் குட்டி மாமிசத்துக்கு முன்னூறு யானைகள் காத்திருந்தால் போலே...."

மதாம் சிரித்துக்கொண்டாள்.

"கவலைப்படாதேயுங்கள். நான் அந்த விவகாரத்தைக் கவனித்துக்கொள்கிறேன். முதலியார் சொத்துக்கள் எல்லாம், தானே சம்பாதித்த சொத்துக்களா, அல்லது, பிதுரார்ஜிதமாக வந்தவையா? அவை எத்தனை?"

"அம்மணி. பிதுரார்ஜிதச் சொத்துக்கள், எங்கள் மாமனார் இருக்கிறபோதே மனராசியாகப் பிரித்துத் தீர்த்துக்கொண்டது."

மதாம் ழான் கன்னத்தில் கை வைத்தபடி, இந்தியத் துபாஷ் ஒருத்தனுக்கு இந்த அளவு சொத்துக்கள் சேரலாகுமா என்றபடி யோசித்துக்கொண்டிருந்தாள்.

"அப்புறம் மதாம், எங்கள் குல தெய்வம் மாதிரி என் மனசில் உள்ள பாரத்தை இறக்கி வைத்துவிட்டேன். என்னைக் கை விடாதே யுங்கள். எனக்காக என் கணவர் சொத்துக்கள் அனைத்தையும், கால் பங்கு போக எனக்கு முக்கால் பங்கைக் கொடுத்தாலே போது மானது. தங்கள் சிரமத்துக்கு ஐம்பதினாயிரம் பகோடாக்களைத் தாங்கள் இந்த ஏழையின் கொடையாகப் பெற்றுக்கொள்ள வேணும். மறுக்கப்படாது."

"சந்தோசம்" என்று மாதம் ழான் முகம் மலர்ந்து சொன்னாள்.

மாலை திரேக சுத்தி பண்ணிக்கொண்டு, ஆனந்தரங்கப் பிள்ளை பெருமாள் கோயில் சென்று பெருமாளையும் தாயாரையும் சேவித்துக்கொண்டு தம் பாக்கு மண்டிக்கு வந்து அமர்ந்தார். கடைப் பிள்ளை சமர்ப்பித்த கணக்கு வழக்குகளைப் பரிசீலனை செய்துகொண்டிருக்கும் போதுதான் கடை வாசலில் நிழல் தட்டிற்று. நிமிர்ந்தார். தானப்ப முதலியார் நின்று கொண்டிருந்தார்.

“வரணும்... தானப்ப முதலியார், வந்து இப்படி சௌக்யமாகவே அமரும். அண்ணாருக்குத் திரேக சௌக்யம் என்னமாச்சுது?”

தானப்ப முதலி முகத்தில் வருத்தம் தோன்ற, பிள்ளையின் எதிரில் ஈச்சந்தடுக்கில் அமர்ந்துகொண்டு சொன்னார்:

“ஸ்மரணை தப்பிப் போச்சு. மலசலாதிகள் பாயில் போகிறது. இரவு கடக்க வேணும். சூரிய உதயத்தில் அடங்கி விடும்போல் காணுது.”

பிள்ளையின் மனம் துக்கத்தில் கவிழ்ந்தது.

“முதலியாரைச் சதுலிப்பயனாக இருக்கிற காலத்தில் இருந்தே எனக்குப் பரிச்சயம். என் தகப்பனாருக்கு அவர் மிகுந்த அத்யந்தர். பிரெஞ்சு அரசாங்கம் புதுச்சேரிப் பட்டணத்தில் கால் ஊன்றி இருக்கிறதென்றால், அதுக்கு முதலியாரே முதல் காரணம். துய்மாப் பிரபு காலத்தில், கோட்டை கட்டி முடிக்கப்பட்டதில் முதலியாருக்கே பெரும் புகழ் சேர வேணும். இன்றைக்குப் புதுச்சேரிப் பட்டணத்துத் துரைத்தனத்தால் காரைக்காலும் சேர்ந்து இருக்கிறது என்றால், அதுக்கு முதலியாரின் மதியூகம் முக்கியக் காரணம் அல்லவோ? தமிழர்களுக்குள்ளே எங்கள் மாமா நயினியப் பிள்ளைக்குப் பிறகு, துபாஷ் பதவி வகித்த பெரும் பிரக்யாதியும், சலேர் பிலேர் என்ற வெளிச்சமான வாழ்க்கையையும் அனுபவித்தவரார்? நம் முதலியார் அல்லரோ? அவருக்கும் அந்திம காலம் வந்துற்றதே. பெருமாள் மனுஷரை ரொம்பவும் சோதியாமல் வைகுண்டத்து அழைப்பிச்சுக்க வேணும்.”

தானப்ப முதலியார் சிலுவை இட்டுக்கொண்டார், பிறகு சொன்னார். “புதுச்சேரிப் பட்டணத்துத் தமிழ் மனுஷர்களில், என் அண்ணாருக்கு நிகராகப்பட்டவரும், அடுத்ததாகப் பெரிய துபாஷ் பதவிக்கு உயர இருப்பவரும், நீதி நியாயங்களிலே தருமரைப் போன்றவரும் தாங்கள். எங்கள் குடும்பத்துக்கு நேர இருக்கிற பெரிய துன்பமான நிலையில், எங்களைக் காத்து ரட்சிக்க வேண்டியவரும் தாங்கள் அல்லரோ. தங்களை நாடி அடைக்கலம் என்று வந்து விட்டேன். என்னைக் கைவிடப் படாது.”

“தானப்பா! என்னத்துக்குப் பெரிய வார்த்தை சொல்லுகிறாய்? நானும் முதலியாரும் சகோதரர் என்றால், நீயும் எனக்கு ஒரு சகோதரன் போலத்தானே? மனசில் உள்ளதைச் சொல்லணும்.”

“பிள்ளைவாள், அண்ணார் திரண்ட சொத்துக்காரர் என்பதைத் தாங்கள் அறிவீர். அச்சொத்துக்களுக்கு அண்ணாருக்குப் பிள்ளை இருந்தால் அவன் அடையக் கடவான். பிள்ளையும் அற்பாயுசிலே போய்விட்டான் என்பதைத் தாங்கள் அறிவீர். ஆகவே, அண்ணாரின் சொத்துக்கள் நியாயப்படி எனக்குத்தானே

வரக் கடவது. அதுதானே முறை. தாங்கள் பெரிய மனசு பண்ணி என் பட்சமாக இருந்து, என் அண்ணனின் சொத்தை எனக்கு வாங்கித் தர வேணும்."

பிள்ளை இருந்துகொண்டு, ரொம்ப யோசித்து விட்டுச் சொன்னார்:

"நட்சத்திரம் அம்மாள் இருக்கிறாளே, தானப்பா. அது மாத்திரம் அன்னியில் புருஷனைப் பதினைந்து வயசில் இழந்து விட்டு, உங்கள் அண்ணனின் மருமகள் சந்திரமுத்து இருக்கிறாளே... அதுகள் எல்லாம் கவனிக்கப்பட வேணும்...."

"அதனால் என்ன பிள்ளைவாள், பெண்டுகளைத் தெருவில் விட்டுடப் போமோ? பெண்டுகளுக்கு என்ன வேணும்? ரெண்டு வேளை சோறு, வருஷத்துக்கு ரெண்டு புடவை, தலைக்குக் கொஞ்சம் எண்ணெய். அப்புறம் என்ன? புருஷனைக் கெட்டுப் போன மிண்டைகளுக்கு வேறு என்ன தர இருக்கிறது. அதுக்கு மேலும் ஒரு பொம்மனாட்டிக்கு என்ன வேண்டி இருக்கிறது?"

"அது உள்ளது" என்றார் பிள்ளை.

பிள்ளையின் மனசுக்குள் ஒரு பழைய சித்திரம் வந்து போனது. கனகராய முதலியாரின் ஒரே மகன் வேல்வேந்திர முதலி தம் இருபத் தொன்றாவது வயசில், பதினைந்து வயசே ஆன குழந்தைத்தனம் மாறாத சந்திரமுத்து அம்மாளை விட்டுச் செத்துப் போனான். சந்திரமுத்து அம்மாளுக்கு அவள் கணவன் வேல்வேந்திர முதலியின் சொத்துக்களைத் தர வேணும் என்கிறதாய் அவள் பக்கத்து மனுஷர் விண்ணப்பித்துக்கொண்டு பஞ்சாயத்துக் கூட்டினார்கள். அப்போது, இந்த நட்சத்திரம் அம்மாள், மாமியார் ஹோதாவில் இருந்துகொண்டு சொன்னாள்.

"பொம்மனாட்டிக்குப் புருஷனைப் போக்கடிச்ச பின் என்ன இருக்கிறது? சொத்து வந்தால் சுகம் கேட்காதோ? ரெண்டு வேளை உப்பில்லாமல் சோறும், வருஷத்துக்கு ரெண்டு புடவையும் நான் தாரேனா?" என்றாள். பஞ்சாயத்தார் "உள்ளது" என்று தீர்மானித் தார்கள்.

பிள்ளை சிரித்துக்கொண்டார்.

"பிள்ளைவாள் என்ன சிரிப்பு?"

"விதை ஒன்று போட்டால், சுரை ஒன்று முளைக்குமா? வினையை விதைத்தால் வினையைத்தானே அறுக்க முடியும். நொய் குத்திப் பொங்கலாம். பொய் குத்திப் பொங்கலாகுமா? நட்சத்திரம் மனசுப்படி எல்லாம் நடக்கிறது."

"கெட்ட அவிசாரி அல்லவோ அவள்?"

“யார்? உங்கள் அண்ணியையா சொல்லுகிறீர்கள்?”

“அவளேதான். அண்ணா, இந்த நிமிஷம் வரை, பல காலமாக அவள் முகம் பார்த்தவர் இல்லையே. அவள் கையால் சோறு உண்டவர் இல்லையே. ஒரு ஸ்திரீக்குரிய எந்தக் கடமையையும் நிறைவேற்றாத அந்தப் பெண்டுக்குச் சொத்தில் மட்டும் என்ன பாத்தியதை இருக்கிறது?”

“அது செரி.”

“ஆதலினால், உங்களைப் போலப் பெரிய மனுஷர்கள் என் பட்சமாக இருந்து, என் அண்ணார் சொத்துக்களை எனக்காக்கித் தரணும்.”

வீதியில், யாரோ அரியாங்குப்பத்துப் பட்டாசு வெடித்துக் கொண்டிருக்கிறார்கள். சத்தம் பலமாகக் கேட்டது. தீபாவளி மாசமே சப்தங்களின் மாசம் போலும்.

“நட்சத்திரம் அம்மாள் சும்மா இருக்க மாட்டாளே... அவளும் ஏதாவது வியாஜ்ஜியம் செய்து கொண்டிருப்பாளே....”

“அவள், இன்று மதியம் குவர்னர் பெண்ஜாதியைப் பார்த்து மூக்கைச் சிந்திப் போட்டுவிட்டு வந்தாளாம்....”

“அங்கேயே போய் விட்டாளாமா? நண்டு நாட்டாமைக்கு நரி வரப் போகிறதாமா? ரொம்ப நல்லது.”

“பெரியவர், குவர்னர் பெண்ஜாதி இதில் சம்பந்தப்பட்டிருக் கிறபடியால், குவர்னர் ஆம்படையாள் வார்த்தை கேட்டு, அவள் வழி ஒழுகி விடக் கூடாது.”

“அதை நாம் பார்த்துக்கொள்வோம். அது சரி, தானப்பா... முதலியார் சொத்து எவ்வளவு தேறும்?”

“நான் அறிந்து ஒரு லட்சம் பகோடாக்கள்தாம், பிள்ளைவாள்.”

“கூடவே தேறும். நகை நட்டு போன்றவை, நட்சத்திரம் அணிந் திருப்பது கணக்கில் வராது. அதை அவள் மறைத்து விடவும் கூடும்.”

“செய்வாள்.”

“போகட்டும். ஆக சுமார் ஒண்ணரை லட்ச ரூபாய்கள் வியாஜ் ஜியம் என்று சொல்லும்.”

“ஆமா பிள்ளைவாள். அவைகளை மீட்டுக் கொடுத்தால், நானும் எங்கள் பரம்பரையும் உய்ந்து விடுவோம்.”

“குவர்னர் ரொம்பச் சிரமம் எடுத்துக்கொள்ள வேணுமே.”

"சிரமத்துக்கு, மூன்றில் ஒரு பங்கு அவர்களுக்குக் கொடை செய்துவிடலாம்."

"நல்லது செய்வோம்."

தானப்ப முதலி, பிள்ளையின் கைகளைப் பிடித்துக் கொண்டு சொன்னார்:

"தாங்களே எங்கள் குலதெய்வம். இச்சொத்து தாங்கள் அளிக்கும் பிச்சை."

"கவலைப்படாதே. எல்லாம் நல்லபடியாக நடக்கும்."

தானப்ப முதலி விடைபெற்றுச் சென்றார். சற்று நேரத்தில், குவர்னர் மாளிகைச் சிப்பாய் தகவல் கொண்டு வந்தான்.

"பெரிய துபாஷ் பெத்ரோ கனகராய முதலியார் அவர்கள் காலம் பண்ணிப் போனார்கள்."

"எப்போ?"

"அரை நாழிகை முன்னால்."

தம்பி, அண்ணாவின் சொத்துக்கு அலைபாய்ந்து கொண்டிருக்கையில், அண்ணனின் உயிர் நீங்கியிருந்தது.

19

உண்டு முடித்த குவர்னர் துரை அவர்கள், துவாலையால் கைகளைத் துடைத்துக்கொண்டு மேசை மேல் இருந்த குவளை திராட்சை ரச மதுவை ஒரே மூச்சில் குடித்தார். முன்புறங்கை சட்டைக் கையினால், வாயைத் துடைத்துக்கொண்டார். அப்புறம் மகாநாட்டார்களைப் பார்த்துத் துரை கேட்டார்:

"கனகராய முதலியாரின் தம்பி லாசர் தானப்ப முதலி என்கிற சின்ன முதலி, தம் முன்னோர் சொத்துக்களைப் பங்கிட்டுக்கொண்டு போனார் என்று சொல்கிறார்களே, அது என்னமாச்சுது?"

"அப்படிச் சொன்னது மேற்படி பெரிய முதலியார் பெண் சாதியின் சகோதரர்கள் செகன்னிவாச முதலியும், மலையப்ப முதலியும், துரை பெருமானே. அவ்வாறு அவர்கள் சொல்லுகிறத்துக்கு லிகித சாட்சியமோ, புத்தி சாட்சியமோ, மனுஷர் சாட்சியமோ அவர்களால் சாதகம் செய்ய முடியவில்லை, பெருமானே."

"இந்தச் சின்ன முதலி பங்கிட்டுக்கொண்டு போகாத காரணத்தாலே, அண்ணன் சொத்துக்குச் சுதந்தரீகன் ஆனான். போயிருந்தாலும், சொத்துக்குச் சுதந்தரீகன் ஆவானோ?"

“பங்கிட்டுக்கொண்டு போயிருந்தாலும், கனகராய முதலி யாருக்குப் பிள்ளை இல்லாதபடியினாலே, சின்ன முதலிக்குச் சுதந்தரீகம் அல்லாமல் மற்ற பேர்க்குக் கவலை இல்லை, பிரபுவே.”

“கனகராய முதலிக்குத் தம்பியே இல்லாத பட்சத்தில், அவர் சொத்து அவர் பெண்சாதிக்குப் போகுமா?”

“போகாது துரையே. தம்பி இல்லாது போய்விடிலோ, தாயாதிகளில் அதாவது ஞாதிகளில் ஒருவருக்கு அந்தச் சொத்து போகுமே அல்லாமல், பெண்சாதிக்குப் போக மாட்டாது.”

துரை கடைசியாகத் தீர்த்து வைத்தார்.

“இப்போது நீங்கள் தீர்த்தபடிக்கு ஒரு காகிதத்திலே, ஊர்க் கணக்கன் கையெழுத்தால் எழுதி வைத்து அதன் கீழே நீங்கள் எல்லோரும் கையெழுத்துப் போட்டுக்கொண்டு வாருங்கள்.” “தங்கள் மனசுப்படி” என்றபடி மகாநாட்டார் கலைந்து, துய்மா தோட்டத்துக்கு வந்தார்கள்.

சாவடி கணக்குப் பிள்ளை முத்தியாப் பிள்ளையை சாட்சி யாகக் கொண்டு, அவர் கணக்கன் சூரியான் கையெழுத்தில் ‘தெஸ்துமேன்டு’ எழுதப்பட்டது. அதன் வயணம்:

புதுச்சேரிப் பட்டணம் பிரெஞ்சுக் குவர்னதோர் மகாராஜஸ்ரீ பிரபு துய்ப்ளெக்ஸ் அவர்கள் சமூகத்தில், மேற்படி கும்பினியார் காரியத்து முசேசிஞ்ஞேர் மேற்பார்க்கவும், காலம் பண்ணிப் போன பெத்ரோ கனகராய முதலியார் அவர்கள் தம்பி தானப்ப முதலியார் அவர்களும், கனகராய முதலியார் அவர்களின் பெண்ஜாதி நட்சத்திரம் அம்மாளும், மேற்படி கனகராய முதலியார் காலம் பண்ணிப் போனபடியினாலே, அவர் சம்பதித்த அப்பு ஆஸ்தி நிமித்தியம் இவர்கள் ஒருத்தருக்கொருத்தர் வியாச்சியப்பட்டு, தானப்ப முதலியாரும், நட்சத்திரம்மாள் தம்பிகள் செகன்னிவாச முதலியும், மலையப்ப முதலியும் மகாராஜஸ்ரீ துரையவர்களுடனே வந்து சொல்லிக் கொள்கையில், ராஜஸ்ரீ துரையவர்கள் இருவர் வாக்குமூலம் கேட்டு, மகாநாட்டார் லட்சுமண நாயக்கர் அவர்கள், சங்கராய்யர் அவர்கள், ஆனந்தரங்கப் பிள்ளையவர்கள், சுங்கு முத்துராமச் செட்டியார் அவர்கள், சுங்கு சேஷாசல செட்டியார், ஆதிவராகச் செட்டியார், சித்தம்பலச் செட்டியார், சலத்து வெங்க டாசலச் செட்டியார், வீரராகவச் செட்டியார், அரியப்ப முதலியார், சின்னத்து முதலியார், பெத்து செட்டியார், பெத்தாச்சி செட்டியார், நல்லதம்பி முதலியார், தில்லையப்ப முதலியார், அருணாசல செட்டியார், காளத்தி செட்டியார், கொண்டிச் செட்டியார், பீமண்ண முதலியார், கறுத்தம்பி நயினார் அவர்கள் இந்த இருபது பேரையும் அழைப்பித்து, மகாராஜஸ்ரீ துரையவர்கள் சொன்னது,

உங்கள் சாதி நியாயப்படிக்கும், உங்கள் சாஸ்திரப்படிக்கும், பட்சபாதகம் இல்லாதபடிக்கும், இருவர் வாக்குமூலம் கேட்டு, கனகராய முதலியார் அப்பு ஆஸ்திக்கு, இந்த இரண்டு பேருக்குள்ளே யாருக்கு சுதந்தரீகம் உண்டு என்று தீர்த்து வந்து சொல்லுங்கோள் என்று உத்தாரம் கொடுத்தபடியினாலே, மகாநாட்டார் இந்த இருபது பேரும் கூடி இரு திறத்தார் வாக்குமூலம் கேட்கையில், தானப்ப முதலியவர்கள் சொன்னது என் தமையனார் கனகராய முதலியார் சம்பாதித்த தனத்துக்கும், சலாத்துக்கும் கர்த்தன் நானேயல்லாமல், பின்னை ஒருவனுக்கும் கவலையில்லை என்று சொன்னார். செகன்னிவாச முதலியாரையும் மலையப்ப முதலியாரையும் அழைத்துக் கேட்டவிடத்து அவர்கள் சொன்னது: கனகராய முதலியாருக்கும் தானப்ப முதலியாருக்கும் அவர்கள் தகப்பன் சம்பாதித்த ஆஸ்தி இருவரும் பங்கு தீர்த்து வாங்கிக் கொண்டு போனபடியினாலே கனகராய முதலியார் அவர்கள் சம்பாதித்த ஆஸ்தி எங்கள் தமக்கை நட்சத்திரம் அம்மாளைச் சேர வேணுமேயல்லாமல், தானப்ப முதலியாருக்கல்ல, என்று சொன்னபடியினாலே தகப்பன் சம்பாதித்த ஆஸ்தியை அண்ணன் தம்பிமார் பங்கிட்டுக் கொண்டதற்கு லிகித, புத்தி, சாட்சி உண்டோ என்று கேட்குமிடத்திலே, லிகித புத்தி சாட்சி இல்லாத காரியம் செல்லாது என்று மகாநாட்டார் அனைவரும் தீர்மானித்தார்கள். ஆகவே செகன்னிவாச முதலி, மலையப்ப முதலி வார்த்தையை அவர்கள் தள்ளிப் போட்டார்கள். கனகராய முதலியார் சம்பாதித்த ஆஸ்தியின் சுதந்தரீகம் தானப்ப முதலியாகிய சின்ன முதலிக்கே ஆகும் என்று மகாநாட்டார் தீர்மானித்தோம். கனகராய முதலியார் சம்பாதித்த திரவியத்தில், அவர் பெண்சாதிக்கும் மருமகளுக்கும் சுதந்தரீகம் உண்டானபடியினாலே மரியாதைப் பிரகாரம் நடக்க வேண்டியது. இந்தப்படிக்கு மகாநாட்டார் கூடித் தீர்த்தோம். இது எழுதினதுக்குச் சாவடி கணக்குப் பிள்ளை, முத்தியா பிள்ளை, அவர் கணக்கு சூரியான் கையெழுத்து.

இதில் மகாராஜஸ்ரீ துரையவர்கள், முதல் கையொப்பமாகத் தம் கையெழுத்தைப் போட்டார்.

ஆனந்தரங்கப் பிள்ளையும், கணக்கு ரங்கப் பிள்ளையும், கனகராய முதலியாரின் சொத்து வயணத்தை மதிப்பிடும் வேலையை, துரை அவர்களின் உத்தாரப்படிக்கு ஏற்றார்கள். நட்சத்திரம் அம்மாள் தந்த பொன், வைர நகை, வைரம் போன்ற பொருள்களை முதலில் அவர்கள் மதிப்பிட்டார்கள். வெள்ளி நகைகள் மட்டுமே ஆயிரத்து அஞ்சு வராகன்கள் தேறின. பல பேர் பேரில் வர வேண்டிய நிலுவை வராகன் 25,685. பொன் நகைகள் உள்பட சுமார் 6852 வராகன். சரிகைப் புடவை வராகன் 1005.

ரொக்கம் இருப்பு புதுச்சேரி 8 மாத்து வராகன் 7652. ரூபாய் 800. இதல்லாமல், இனிமேல் பார்க்க வேண்டியது என்னவென்றால், வீடுகள், தோட்டங்கள், பெஞ்சுகள், குதிரை லாயம், இவர் (முதலியார்) குத்தகைக்கு எடுத்திருந்த கொம்பக்கம் கிராமம், நாணயக் கிடங்கான டங்கா சாலையிலே, ஆயிரம் ரூபாய்க்கு அரை ரூபாய் என்று வருகிற குஸ்பாதுக்கள் (வட்டம் அல்லது கமிஷன்) இதுகள் பார்க்க வேண்டியது இருந்தது.

இது இன்ன விதமாய் இருக்கையில், துரையவர்களிடம் இருந்து, உடனே தம்மைக் காண வருமாறு கபுறு* வந்தது. அங்கியை அணிந்துகொண்டு ஆனந்தரங்கப் பிள்ளையும், உடன் கணக்கு ரங்கப் பிள்ளையும் புறப்பட்டார்கள். போகும் வழியில் ஆனந்தரங்கர் கணக்கரிடம் சொன்னார்:

"ரங்கா! கனகராய முதலியார் காலம் பண்ணிப் போனவுடனே, சின்ன முதலி கிறிஸ்தவரான கிறிமாசிப் பண்டிதரை என்னிடத்திலே அனுப்பினான் தெரியுமா? அப்புறம் துக்கம் விசாரிக்கப் போன இடத்தில், என் தம்பி திருவேங்கடப் பிள்ளையிடம், சின்ன முதலி அழுது முறை இட்டுக் கொண்டான். அப்புறம் பாக்கு மண்டிக்கே என்னைத் தேடி வந்தான். தம் அண்ணன் வீட்டைத் தன் பேருக்கு நிறுத்துகிற காரியத்தைச் செய்ய வேணுமென்றுதானே சொன்னான். அப்படிச் செய்தால், ஒரு குடும்பம் நடுத் தெருவுக்கு வருவதினின்று காப்பாற்றினார் என்கிற கீர்த்தி சாசுவதமாய் நிற்கும் புண்ணியமுண்டு என்றும் சொன்னானே என்கிறதுக்காய், இதையெல்லாம் நான் யோசனை பண்ணி இதைத் தொட்டு மகத்தான கீர்த்தி வரும், சகல காரியங்களும் இவர் இப்படிப்பட்ட சமயத்திலே நிர்வாகம் பண்ணினார் என்று, கீர்த்தியாய்ச் சொல்லிக் கொள்வார்கள் என்றும்தான். என் கீர்த்தி அனேக தூரம் பிரதிஷ்டை ஆகும் என்றுதான், இந்தக் காரியத்தில் நான் பிரவேசம் செய்தது."

* கபுறு – சேதி

"அது உள்ளது, சுவாமி."

"நட்சத்திரம் அம்மாள் குவர்னர் பெண்சாதியைப் பார்த்து அவளுக்கு ஆசை மூட்டி வந்திருக்கிறாள். அந்த வெள்ளைக் காரிச்சியோ, குவர்னரோட மனசைக் கலைத்துப் போட்டிருக் கிறாள். நானாங்காட்டியும் துரையின் மனசைக் கலைச்சு, இந்தச் சின்ன முதலியின் பக்கம் கொண்டு வந்தது."

"எனக்கு அது பூரணமாய்த் தெரியுமே, சுவாமி..."

"கனகராய முதலியார் பெண்சாதிக்கு அதனால் என்மேல் காரம் கூடுமாயினும், தம் புருஷனுக்கு இதனால் கூடுதல் லாபம்

கிடைக்கும் என்பதால், குவர்னர் பெண்சாதிக்கு நம்மேல் ஏற்கனவே இருக்கும் பழைய பகை குறைந்து, சகாயம் பண்ணுகிறவன் மேல் பட்சம் ஏற்படுமே... என்பதாலும்தான் நான் இந்தக் காரியம் பண்ணப் போச்சு."

"நீங்கள் நினைத்தது ஒன்றும் பழுதில்லை சுவாமி..." அவர்கள் கோட்டையை அணுகினார்கள். ஆனந்தரங்கர் சொன்னார்:

"துணிந்தவனுக்குச் சமுத்திரம் முழங்கால் மட்டுக்கும். சரியோ, தப்போ, கனகராய முதலியாரின் ஆஸ்தியைக் குறைத்துக் குவர் னரிடம் சொல்லப் போகிறது. குவர்னர் அறிவாரோ, மாட்டாரோ? நிசமான மதிப்பு ஒரு லட்சம் வராகன் என்றால், குவர்னர் முப்பத்தி மூன்று ஆயிரம் தம் பங்காகக் கேட்பாரே. ஆகையினால் குறைத்தே சொல்லுகிறது."

"தானப்ப முதலிக்கு இந்த நன்றி விசுவாசம் இருக்கும் என்று நினைக்கிறீர்களா, சுவாமி."

"வயிற்றுப் பிள்ளைக்கு விஷம் வைக்கிறவன் அல்லனோ அவன். அவனுக்காவது, நன்றியாவது ஒன்றாவது?"

ஆனந்தரங்கர் எதிர்பார்த்தது போல்தான் நடந்தது. குவர்னர் துரை, இவர்களை எதிர்பார்த்து அமர்ந்திருந்தார். இவர்கள் இருவரும் சலாம் பண்ணிக்கொண்டு நிற்கையில் குவர்னர் கேட்டார்.

"ரங்கப்பா, கனகராய முதலியார் சொத்துக்களை மதிப்பு எடுத்தீர்களா?"

"ஆம், துரை அவர்களே."

"எவ்வளவு ஆச்சுது?"

"முப்பத்தாறாயிரம் ஆச்சுது பெருமானே."

துரையின் மேனி நிறம் ரோஜா போன்றது. அது சிவந்து செம்பரத்தை ஆயிற்று. அவர் நிதானம் இழந்து கத்தினார்.

"நீங்கள் இருவரும் திருடர்கள். என்னை மோசம் பண்ணு கிறீர்கள். முப்பத்தாறாயிரம் ஆஸ்தி என்று எப்படிச் சொல்லு வீர்கள்? லட்சம் வராகனுக்குத் தாழ்ச்சியில்லை என்று எல்லோரும் சொல்லியிருக்கிறார்களே. என் புத்திக்கேற்க இரண்டு லட்சம் வராகன் மட்டுக்கு உண்டென்று தோன்றியிருக்க, எல்லாம் தள்ளிப் போட்டு, சரிப்போனாற் போலே வந்து சொன்னீர்களே...."

மனசை மனசு அறியும். ஆனந்தரங்கருக்கு குவர்னர் துரையின் கோபத்துக்கு நியாயம் புரிந்தது. எப்படித் தப்பித்து வீடு வந்து சேர்கிறது என்று கவலைப்படத் தொடங்கினார் ஆனந்தரங்கர்.

"துரை அவர்களே! கனகராய முதலியாரின் தங்க, வைர, வெள்ளி மற்றும் கையிருப்பு, வர வேண்டிய நிலுவை ஆகியவைகளை மாத்திரம்தானே சொன்னேன். இன்னும் அவருடைய வீடு இருக்கிறது. அவர் கிராமமாகிய கொம்பாக்கம் இருக்கிறது. இது அல்லாமல், தோட்டங்கள், கிடங்குகள் எல்லாம் பத்தாயிரம் மட்டுக்குக் காணுமே."

துரை சாந்தமானார். முகத்தில் மெழுகுவர்த்தி மாதிரி வெளிச்சம் பரவியது.

"அதுவும் அப்படியா? மேற்கொண்டு நடப்பிக்க வேண்டியது, என்ன?"

"கணக்கில் ஒரு பெரிய வஜ்ஜிரம் இருக்கிறது. ஆனால் நிசத்தில் காணோம். இருநூற்று ஐம்பது வராகன் எடை கொலுசு காணோம். ஒரு கெம்பு மோதிரம், இரண்டு வைடூரிய மோதிரம் காணோம். இதுகள் எல்லாம் சேர்த்து மதிப்புப் போட வேணுமே."

"அதுதானே. லாசரை அழைத்து வரச் சொல், ரங்கப்பா."

"உத்தரவு."

"சிப்பாய்கள் சில நிமிஷங்களில் லாசர் தானப்ப முதலியை அழைத்து வந்தார்கள். அவர் குவர்னர் மாளிகை பேட்டி அறையிலேயே அமர்ந்திருந்தார்.

"லாசர், நிறைய நகைகள் காணோம் என்று ரங்கப்பன் சொல்கிறாரே. அதன் பேரிலே, நீ ஆச்சரியப்படாத சாடை என்ன?"

"துரையே எல்லா நகைகளும், இன்னும் தட்டு முட்டு சாமான் கள் பலவும், நட்சத்திரம் அம்மாளிடம் இருக்கின்றனவே. அதுவும் வீடு வாசல் எல்லாம் கூட்டிக் கழித்தால், அம்பதாயிரம் வராகன் தேறுமே."

"நல்லது ரங்கப்பா. திரும்பவும் மகாநாட்டார்களை அழைத்து, விதவை நட்சத்திரம் அம்மாளுக்கு எவ்வளவு பங்கு தரலாம் என்று ஆலோசிக்கச் சொல்."

"உத்தாரப்படிக்கு."

ஆனந்தரங்கர் தப்பித்தேன், பிழைத்தேன் என்று வீடு வந்தார்.

துரையின் விருப்பப்படி, மறுபடியும் மத்தியஸ்தர்கள் இருபது பேரும் கூடினார்கள். முதலியாரின் விதவைக்கும், அவள் மகனோட விதவைக்கும் எவ்வளவு பணம் ஒதுக்குவது என்று தீர்மானிக்க வேண்டியது. கடைத் தெருவில் இருக்கிற சுங்குவார் சத்திரத்தில் அவர்கள் கூடினார்கள்.

இருபது பேரும் நான்கு குழுக்களாகப் பிரிந்தார்கள். ஒவ்வொரு குழுவிலும் ஐந்து பேர் இருப்பார்கள். அந்த ஐந்து பேரும் மனம் ஒப்பி ஒரு தொகையை ஏற்படுத்துவார்கள். ஒவ்வொரு கங்கும் (குழுவும்) சீட்டில் அதை எழுதிப் படிக்க வேண்டும். ஒரு கங்கு 1500 வராகனும், ஒரு வீடும், ஒரு தோட்டமும் அந்த விதவைகளுக்கு இருவருக்கும் சேர்ந்து தரலாம் என்றது. ஒரு கங்கு 5000 வராகன் என்றும், ஒரு கங்கு 4000 வராகன் என்றும், ஒரு கங்கு 3000 வராகன், ஒரு வீடு என்றும் தீர்மானித்தன.

ஆகத் தோராயமாக, நாலு கங்குகளும் மொத்தம் பதினைந்தா யிரம் வராகன் என்று தீர்மானித்திருந்தன.

அதையும் நாலில் ஒரு பாகமாக எடுத்து நாலாயிரம் வராகன் மட்டுக்கும், இரண்டு விதவைகளுக்கும் சேர்த்துத் தருவது என்று முடிவெடுத்தார்கள், மத்தியஸ்தர்கள். அதுவுமன்னியில், அந்த விதவைகள் குடியிருக்க முதலியார் வீட்டுக்கு மேற்கிலே இருக்கிற கிடங்கைக் கொடுக்கலாம் என்றும், அக்கிடங்கின் ஒரு பக்கம் பெரிய விதவையும், மறுபக்கம் சின்ன விதவையும் இருக்கிறது என்றும் யோசனை பண்ணித் தீர்த்தார்கள்.

ஆனந்தரங்கர் காலமே பாக்குக் கிடங்குக்கு வந்திருந்தார். விடிந்து எட்டு மணி ஆகியிருந்தது. விரைவில் புறப்பட இருக்கும் சங்கர பாரீக்குக் கப்பலுக்குச் சரக்குச் சேகரம் பண்ணும் எண்ணத்தில் அவர் இருந்தார். சரியாக அந்தக் காலை நேரத்தில் தானப்ப முதலியார் அங்குத்தானே வந்து சேர்ந்தார்.

"வாரும், சின்ன முதலி. குந்தும்" என்று வரவேற்று அமரச் சொன்னார் பிள்ளை. மிகவும் வினயமாக வணங்கியபடி பிள்ளையின் முன் அமர்ந்தார், முதலி.

"என்ன முதலியாரே... முகம் வாடிக் கிடக்கிறதே... இரவு சரியாக உறக்கம் இல்லையோ?"

"அதெல்லாம் இல்லை. கொஞ்சம் மனக் கஸ்தி."

"என்னத்தைத் தொட்டு?"

"தாங்களே என் தகப்பன், தாய், குரு, தெய்வம் என்றெல்லாம் நான் நம்பிக்கொண்டிருக்கிறேன். நிசத்தில் இருக்கிற என் குல தெய்வம் தாங்கள் தாம் என்றல்லவோ நான் இருக்கிறேன். தாங்கள், தம் விரலே தம் கண்ணைக் குத்தும் என்றாற்போல் குத்தி விட்டீர்களே."

"சொல்லும். நான் என்ன அழும்பு உமக்குப் பணணிப் போட்டேன்.."

"இல்லை, என் அண்ணனின் விதவைக்கு நாலாயிரம் வராகன் ஏற்பாடு பண்ணுவீர்களா? இது அதிகம்தானே?"

பிள்ளையின் மனம் மிகவும் கசந்துவிட்டது. அவர் சொன்னார்:

"ஓ... முதலி, உம் அண்ணார் செத்த ராத்திரிக்கு என்னண்டைக்கு வந்தீரே, அன்று என்ன சொன்னீர்? முதலியார் பெண் சாதிக்குப் பத்தாயிரம் தீர்த்துப் போட்டு, துய்ப்ளெக்ஸ் துரைக்குப் பேர் பாதி கொடுக்கலாம். மூணில் ஒரு பங்கு எனக்குத் தருவதாகச் சொன்னீரே, மறந்து போனீரோ? ஆசை இருக்கிறது தப்பில்லை நானும். உமக்கு உள்ளது ஆசை இல்லை. அக்கரமம். நானல்லவோ, குவர்னருக்கு மூணில் ஒரு பங்கு லஞ்சப் பணமாய்த் தீர்த்துப் போட்டது. அப்படியிருக்க, என்மேல் குறை பண்ணுகிறீரே. விதவைக்கு நீர் பத்து சொல்ல, நான் அல்லோ, நாலாயிரம் பண்ணினது? உபகாரத்தையெல்லாம் மறந்து அபகாரமாய்ப் பேசுகிறீரே...."

"அதெல்லாம் உள்ளது. இல்லையென்கவில்லையே. என்னமோ தங்கள் பிள்ளைக்கு என்ன பண்ணுவீர்களோ, அதைப் பண்ணுங்கோள்..." என்றபடி, மனம் மிகுந்த வியாகூலத்தடன் எழுந்து போனார் சின்ன முதலி.

காலை பத்து மணிக்குப் பேச அமர்ந்த மத்தியஸ்தர்கள் மாலை நாலு மணியைத் தொட்டு முடிவு பண்ணினார்கள். விதவைகளுக்கு நாலாயிரம், ஒரு கிடங்கு, என்கிறதைக் குவர்னர் அவர்களிடம் சொல்லச் சொல்லிப் பிள்ளையை அனுப்புவித்தார்கள். பிள்ளை குவர்னர் முன் வந்து நின்றார்.

"என்ன ரங்கப்பா?"

"விதவைகள் தீர்த்துப் போட்ட விஷயம், துரை அவர்களே..."

"என்னமாய்த் தீர்த்தீர்கள்?"

பிள்ளை, விளக்கமாகச் சொன்னார். துரை மிகவும் யோசித்தபடி இருந்தார். அப்புறம் சொன்னார்:

"விதவைகள் காலம் பண்ணினால், அச்சொத்தும், வராகனும், யார் அடைவார்கள்? சின்ன முதலியா? அல்லது கும்பினியா? அதையும் தீர்த்துப் போடு...."

"ஆகா... உத்தாரப்படிக்கு."

நாலு மணிக்கு மத்தியஸ்தை முடித்திருந்த மனுஷர்கள், மீண்டும் உட்கார்ந்து பேசத் தொடங்கினார்கள்.

20

குரோதன வருஷம் மாசி மாதம் 4ஆம் தேதி சனி வாரத்தில் காலம் பண்ணிப் போன பெரிய துபாஷ் பெத்ரோ கனகராய முதலியாரின் உடலை மறுநாள் ஞாயிற்றுக் கிழமை நல்லடக்கம் செய்ய முஸ்தீது பண்ணிக்கொண்டார்கள்.

அதற்கு முன்னதாக, குவர்னர் துரை அவர்களின் உத்தாரப்படிக்கு, கனகராய முதலியாரின் வீடு, வாசல், பெட்டி, பேழை மற்றும் உள்ள தட்டுமுட்டுச் சாமான்கள் அத்தனையும் ஒரு அறையிலே போட்டு அதையும் சாத்தி வீடு பெரிய கதவை, மற்றும் தோட்டப்புறக் கதவைப் பூட்டி, ராசமுத்திரை போட்டு சாவடி சிப்பாய்கள் எட்டுப் பேரை, ரங்கன் என்கிறவனை முன்னிட்டுக் காவல் வைத்தார்கள்.

காலம் பண்ணிப்போன கனகராய முதலியாரை அலங்காரம் பண்ணத் தொடங்கினார்கள். முன்னர், இங்கு குவர்னதோர் பட்டத்தில் இருந்த முசே துய்மா அவர்கள், பாரீசில் இருந்து அனுப்பி வைத்த சரிகைக் கச்சையைக் கட்டி, மேலே கண்ணைப் பறிக்கும்படியான பட்டு சகலாத்தை மார்பிலே சுற்றி, முதலியார் தம் வாழ்நாள் பரியந்தம் அணிந்த சிலுவை கோத்த தங்கச் சங்கிலி துலங்க, தலைக்கு மகுடம் போலத் தலைப்பாகை சுற்றி பல்லக்கில் கொண்டுவந்து பிரேதத்தை நட்டார்கள். பார்க்கிற பேர்கள், 'இவரென்ன மண்டலாதிபதியோ, அவாள் பவனி புறப்பட்டால் என்னமாய்த் தோற்றுமோ அந்தப்படிக்கு இருக்குதே' என்று வியக்கும்படியாக அந்த இறுதி ஊர்வலம் அமைந்திருந்தது.

ஊர்வலம் சாயரட்சை ஏழு மணிக்குத் தொடங்கிற்று. பல்லக்கின் முன்னே, துக்கத்துக்கு அடையாளமாகக் கறுப்பு உடுத்தின காலம் பண்ணிப்போன முதலியாரின் தம்பியான லாசர் தானப்ப முதலி என்றழைக்கப்படும் சின்ன முதலி பிரபலா பித்துக்கொண்டு போனார். அவருக்குப் பிறகாலே, நாற்பது சொலுதாதுகள் (சிப்பாய்கள்) துப்பாக்கியை, முழு துப்பாக்கி பிடித்துக்கொண்டு போகிற சட்டமாய்ப் பிடித்துக் கொண்டு போக, அவர்களுக்குப் பின்னே சாவு தம்புரு அடித்துக் கொண்டு வாத்தியக்காரர்கள் போனார்கள். பாதிரிகளின் கோவிலே தங்கி வாசித்துக்கொண்டிருக்கும், நாற்பது வெள்ளைக்காரப் பிள்ளைகள், பல்லக்குக்கு இரு பாரிசத்திலும் இருபது இருபது பேர்களாகப் போனார்கள். கப்புய்சேன், சம்பாக் கோயில் பாதிரிமார்கள் மிகுந்த கும்பலாகக் கூடிக்கொண்டு அவர்களின் வேதமான விவிலியத்தைக் கோஷித்துக்கொண்டு போனார்கள். வாத்தியங்கள் என்று எந்தச் சம்பிரமங்கள் உண்டோ, அத்தனை வாத்தியங்களும் வரிசை

வைத்துக் கொண்டு போயின. அவரது பல்லக்குப் பின்னேயும், கோன்சேல்காரர்கள், அவர்களது வீட்டுப் பெண்டுகள், பிள்ளைகள், பட்டணத்தில் உள்ள வெள்ளைக்காரிச்சிகள், வெள்ளைக்காரர்கள், பெரிய மனுஷர், பெரிய தரத்து அதிகாரிகள், தமிழர்கள், துலுக்கர், மற்றுமுண்டான சனங்கள் அத்தனை பேரும் திரண்டு வந்து முதலியாரைப் பார்க்காதவர் இல்லை. அங்கலாய்க்காதவர்கள் இல்லை.

ஊர்வலம், முதலியார் வீட்டைத் தொடங்கி, காளத்தீஸ்வரன் கோயிலண்டை வருகிறபோது, அங்குத்தானே ஆசனம் போட்டு அமர்ந்திருந்த குவர்னர் துரை அவர்களும், துரைசானி மதாம் மூான் அவர்களும், மற்றுமுள்ள சின்ன துரை முசே துளோராம், கோன்சேல்காரர்களும் எழுந்து, மரித்தவர்க்கு மரியாதைப்பட எழுந்து நின்று, பிரேதம் தாங்கள் இருக்கிறதுக்கு நேராக வருகை யிலே, கிறிஸ்துவ வேத நியாயப்படிக்கு கையிலே மெழுகுத்திரி வாங்கிக்கொண்டு பிரேதம் தம்மைக் கடக்கிற மட்டுக்கும் மெழுகுத் திரிகளை வைத்துக்கொண்டு நின்றார்கள். கடந்த பிறகு துரையும் துரைசானியும் பல்லக்கில் ஏறிக்கொண்டு அப்பால் வீட்டுக்குப் புறப்பட்டார்கள்.

ஊர்வலம், கூடலூர் வாசல் வழியாகக் கல்லறையை அடைந்தது. அங்குக் கனகராய முதலியாரின் மகன் வேல்வேந்திர முதலி அடக்கம் செய்யப்பட்டிருக்கும் கோரிக்குள்ளே, மந்திர உச்சா டனத்துக்குப் பிறகு அடக்கம் செய்வித்தார்கள். துப்பாக்கிக்காரர் ஒரு வரிசை சுட்டுத் தீர்த்தார்கள். கோட்டையின் பதினோரு பீரங்கி சுட்டார்கள்.

குரோதி வருஷம் புரட்டாசி மாதம் 3ஆம் தேதி வெள்ளிக் கிழமை துவாதசி மகா நட்சத்திரத்திலே உத்தியோகம் வாங்கி, இருபத்தோரு வருஷங்கள் ஐந்து மாசங்கள், பிரெஞ்சு அரசாங் கத்தைப் புதுச்சேரிப் பட்டணத்தில் நிலைக்கச் செய்து, பெரிய துபாஷ் பதவி வகித்து, நகரத்தின் இன்ப துன்பங்களில் பங்கு கொண்டு, புதுச்சேரிப் பட்டணத்துக்குள்ளே முதல் பெருந்தன வந்தராய்ப் பூஸ்திதிகள் பெற்றுச் சிறப்பாய் அண்ணாந்து பார்க்க வாழ்ந்த கனகராய முதலியார், இவ்விதமாய்த் தம் வாழ்வைப் பூர்த்தி செய்தார்.

பெரிய மனுஷர் அடங்கிப் போறாரே என்று புதுச்சேரி ஜனங்கள் ரொம்பவும் ஆதங்கப்பட்டுக்கொண்டு இருந்த வேளையில், அவருடைய பந்து ஜனங்கள் அவரைப் பற்றியில்லாமல், அவருடைய திரண்ட சொத்துக்களைக் குறித்து மிகுந்த விசனம் கொண்டி ருந்தார்கள். பிள்ளை இல்லாத சொத்துக்குத்தான் வாரிசுதாரர்கள்

எத்தனை பேர்? கனகராய முதலியார் சொத்து வழக்கு, புதுச்சேரிப் பட்டணத்தில் மக்கள் பேச்சாக மாறிவிட்டது.

முதலியார் காலம் பண்ணின நாலாம் நாள். குரோதன ஆண்டு மாசி மாதம் ஏழாம் தேதி செவ்வாய்க்கிழமை காலை எட்டு மணிக்கு, மேற்படி முதலியாரின் தம்பியும், சின்ன முதலியார் என்று பெருவாரியாக அழைக்கப்படும் லாசர் தானப்ப முதலியும், காலம் பண்ணின முதலியாரின் மனைவி நட்சத்திரம் அம்மாளின் சகோதரர்களான செகன்னிவாச முதலியும், அவன் தம்பி மலையப்ப முதலியும் குவர்னரைப் பேட்டி பண்ணிக்கொண்டு, மரணம் குறித்த தம் தாபத்தை அவரிடமும், சின்ன துரையிடமும் சொல்லிக் கொண்டார்கள். அதற்குக் குவர்னர் "கவலைப்படாதேயுங்கள். எல்லோருக்கும் போ ் வழி அதுதானே. பெத்ரோ கனகராய முதலியார், வெகு மரியாதைக்குள்பட்ட மனுஷர். கும்பினிக்கு அவர் செய்திருந்த சேவையை நாம் ஒரு போதும் மறப்பதற்கிலலை. அவரைப் பற்றி உசத்தியான அபிப்பிராயத்தை மனசில் வைத்திருப்பதே அவரைக் கௌரவிப்பதற்கான மார்க்கம்" என்றார். அப்புறம், துக்கத்தில் இருப்பவர்களுக்குச் செய்யும் மரியாதையாகக் கிடங்குக்குச் சொல்லி அனுப்பி, ஆறு கெஜம் சகலாத்து (துணி), பாக்கு வெற்றிலை, பன்னீர் கொண்டு வரச் சொல்லி சின்ன முதலியாருக்கும், மலையப்ப முதலிக்கும் பங்கிட்டுக் கொடுத்து, "சுவாமியை நன்றாக மனதிலே தியானம் பண்ணுங்கள்" என்று அறிவுரைத்து உத்தரவு கொடுத்து அனுப்பினார்.

அடுத்த காரியமாக, குவர்னர் ஆனந்தரங்கப் பிள்ளையையும், கருத்தம்பி நயினாரையும் அழைப்பித்து, சின்ன முதலியார், நட்சத்திரம்மாள் வழக்கை விசாரணை செய்ய, சாதித் தலைவர் களாகிய மகாநாட்டார்களைத் தம்மண்டைக்கு அழைப்பித்து வர வேணும் என்று உத்தாரம் சொன்னார். நயினார், சாவடி சிப்பாய்களை அழைத்து, மகாநாட்டார்கள் அனைவரையும் குவர்னர் துரை அழைப்பதாகச் சொல்லச் சொல்லி அனுப்பி வைத்தான்.

அடுத்தநாள் புதன்கிழமை மகாநாட்டார்கள் வந்து சேர்ந் தார்கள். வந்த சேதியைக் குவர்னருக்கு அறிவிக்கவும், குவர்னர் தமது மாளிகையின் மகால் பகுதியிலே மகாநாட்டாரை வரச் சொல்லி உத்தாரம் சொன்னார். அந்தப்படிக்கு அவர்களும் வந்து அமர்ந்தார்கள். குவர்னர் துரை, மகாநாட்டாரிலிருந்த கனகராய முதலியார் சொத்து வழக்கை விசாரிக்கும் பொருட்டு இருபது பேரை நியமித்தார்கள். அவர்கள் வயணம்:

1. ஆனந்தரங்கப் பிள்ளை, 2. லட்சுமண நாய்க்கர், 3. சங்கர அய்யன், 4. ஆதிவராகச் செட்டியார், 5. சித்தம்பல செட்டியார், 6. அருணாசலச் செட்டியார், 7. காளத்தி செட்டியார், 8. எழுத்துக்கார வீமன், 9. கொண்டு செட்டி, 10. நல்லதம்பி முதலியார், 11. தில்லை முதலியார், 12. பவழக்கார உத்திபெத்துச் செட்டியார், 13. பெத்தாச்சிச் செட்டியார், 14. சுங்கு முத்துராமச் செட்டியார், 15. சுங்கு சேஷாசலச் செட்டியார், 16. சலது வெங்கடாசலச் செட்டி, 17. வீராச் செட்டியார், 18. அரியப்ப முதலியார், 19. சின்னது முதலியார், 20. கருத்தம்பி நயினார்.

இந்த இருபது நாட்டார்களையும் பார்த்து குவர்னர் துரை அவர்கள் சொன்னது:

"நீங்கள் இருபது பேரும் இருந்து, காலம் பண்ணிப் போன கனகராய முதலியாரின் சொத்து, அவர் தம்பி சின்ன முதலியாருக்குச் சுதந்தரீகம் உண்டோ, அவர் பெண்சாதி நட்சத்திரம்மாளுக்குச் சுதந்தரீகம் உண்டோ என்றும், அவர் வீட்டுக்குச் சின்னவர் எஜமானா என்றும், இருவர் வாக்குமூலம் கேட்டு அவரவர் சத்தியப்படிக்கு நம்மிடம் வந்து சொல்ல வேண்டியது."

அதற்கு மகாநாட்டார் இருந்துகொண்டு "நல்லது. அந்தப் படிக்கே செய்கிறோம், ராசாவே" என்று சலாம் பண்ணிக் கொண்டு கலைந்து அவரவர் வீடு போய்ச் சேர்ந்தார்கள்.

அடுத்த வியாழக்கிழமை. முன்னாள் குவர்னர் துய்மாவுக்கு சொந்த மாக இருந்து இப்போது கும்பினிக்குச் சொந்தமாகிவிட்ட தோட்ட வீட்டில் மாநாட்டார் வழக்கு விசாரணைக்குக் கூடினார்கள். கனகராய முதலியாரின் தம்பி சின்ன முதலியாரையும், பெண்சாதி நட்சத்திரம் அம்மாள், அம்மாளின் சகோதரர்கள் மலையப்ப முதலி, செகன்னிவாச முதலியார் ஆகியோரை அழைப்பிக்கச் சாவடிச் சிப்பாய்கள் போனார்கள். நட்சத்திரம் அம்மாள், தாம் துக்கம் காக்கிற பொம்மனாட்டி என்பதாலும் பொம்மனாட்டி சபைக்கு வருவது அழகன்று என்பதாலும், தமக்குப் பதிலாகத் தம் தம்பிமார்கள் வழக்கில் ஆசார் பண்ணுவார்கள் என்று சொல்லிக் கொண்டாள். அதன் பேரில் சின்ன முதலி, மலையப்ப முதலி, செகன்னிவாச முதலி மூன்று பேரும் மாத்திரம் ஆசர் ஆனார்கள்.

மகாநாட்டார் முதலில் சின்ன முதலியை அழைப்பித்து, "உமக்கு முதலியார் சொத்தில் பாத்தியதை உண்டோ? எங்ஙனம் கூறுகிறீர் நிரூபியும்..." என்றார்கள்.

சின்ன முதலியார், "அண்ணார் சொத்து எனக்கே உரிமை. அவர் மகன் வேல்வேந்திரன் இருந்தால் அவனுக்கே உரிமை. அவன்

இல்லாத காரணத்தால், முதலியாரின் தம்பியாகிய எனக்கே அந்தச் சொத்து உரியது” என்றார்.

நட்சத்திரம் அம்மாள் சார்பாக, மலையப்ப முதலி மாநாட்டாரிடம் சொன்னது: “காலம் பண்ணின கனகராய முதலியாரின் தகப்பனார் காலத்திலேயே குடும்பச் சொத்து கனகராய முதலியார், சின்ன முதலியார், சகோதரி ஆகியோர்களுக்குப் பங்கிட்டுக் கொள்ளப்பட்டது. ஆகவே கனகராய முதலி சொத்து அவர் மனைவிக்கே சேர வேணும். அதுவுமன்னியில், சித்தார்த்தி வருஷத்திலே இதோ நிற்கிற சின்ன முதலி பாயும் படுக்கையுமாய், இப்போவா, அப்போவா என்று இருக்கிறபோது, தம் பெண்களுக்குத் தம் சொத்துக்களை எழுதி வைத்தார். முன் பங்கு தீர்த்துக்கொள்ளாமல் போயிருந்தால், அவர் அப்படி எழுதுவாரா? இவர் தமையனார் சம்மதிப்பாரா? இவர் தமையனார் அப்போது என்ன சொன்னார். ‘அவன் உடமையை அவன் சம்மதிப்படிக்கு நடப்பித்துக்கொண்டு போகிறான் நமக்கென்ன?’ என்று சொன்னார். சொத்துப் பிரியாதிருந்தால் அப்படிச் சொல்லியிருப்பாரா? ஆகவே, சின்ன முதலியாருக்கு ஏற்கெனவே பங்கு தீர்த்து இருக்கிற படியினாலே, இந்தச் சொத்தில் அவருக்குக் கவலையில்லை.”

சின்ன முதலியாரிடம், “நீ பாகம் புரிந்துகொண்டது நிசம் தானா?” என்ற கேட்டார் மகாநாட்டார்.

“இவர்கள் வாய்ப் பேச்சில் சொல்லுகிறதுக்கு நானும் ஆயிரம் சொல்லுவேன். என் தமையனும் நானும் பங்கு பிரித்துள்ளோம் என்கிறதுக்கு, லிகிதம், புத்தி, சாட்சியம் இந்த மூன்றில் ஒரு சாதகம் காட்டினாலும், இந்தச் சொத்தை விட்டுப் போகிறேன்” என்றார் தானப்ப முதலி.

“உமக்குத் திரேகம் அவஸ்தையாக இருக்கிறபோது ‘தெஸ்து மென்டு’ (உயில் பத்திரம்) ஒன்று எழுதினீரே, அதன் வயணம் என்ன?” என்றார் நாட்டார்.

“பெரியவர்களே! நான் அவஸ்தையாய் இருக்கையிலே, எனக்குப் பிறகு என் பெண்சாதி குடிக்கக் கஞ்சி இல்லாமல் அலையக் கூடாது என்கிறதுக்காக, கும்பனீர் வர்த்தகர் சங்கரய்யன், ஆதிவராகச் செட்டி, சித்தம்பலச் செட்டி, வீராச் செட்டி இன்னும் சிலரையும் அழைப்பித்து, என் தமையனாரிடம் நீங்கள் போய்ச் சொல்லுகிறது என்னவென்றால், நான் நாளது வரைக்கும் உம்முடைய மரபிலே இருந்து சம்பாதித்த சம்பாத்யம் எல்லாம் ஆயிரம், ஆயிரத்தைந்நூறு வராகனுக்குள்ளே அல்லாமல் அதிகமில்லை. இது உமக்கு ஒரு மாதத்திய செலவுக்கும் குறைவு; என் ஆஸ்தி இவ்வளவு ஆனபடியாலே, நீர் தயை செய்து, இந்தச் சிறு பொருளை என் பெண்சாதிக்கு எழுதி வைக்க உத்தாரம் கொடுக்க வேணும். நீர் உத்தாரம் கொடாமல், எனக்குச் சுதந்தரீயம் ஏது

என்று சொல்லி, இந்த மனுஷர்களை விடுத்தேன். அதற்கு என் தமை யனாரும் முதலில் சம்மதித்தார். நானும் ‘தெஸ்துமெண்டு’ எழுதி அவர் கையெழுத்துக்கு அனுப்பும் இடத்தில், அவர் பெண்சாதி என்கிற பயங்கரி இருந்துகொண்டு வீடு நாலாகச் சதிர் ஆடினாள். அவள் என் வசிப்பிடம் வந்து, என் காதுபட, ‘இவன் செத்து, இவன் பெண்சாதி தாலி அறுத்தால், அறுத்துப் போகட்டுமே. இவள் சாப்பிட இரண்டு வேளை சோறும், மாற்றிக் கட்ட புடவையும், அல்லாமல் இவளுக்குச் சொத்து சுகம் என்னத்துக்கு’ என்று சொல்லி, என் வீடு வாசல் எல்லாம் ஆக்கிரமித்துக்கொண்டு உட்கார்ந்திருந்தாள். இப்படியிருக்கையில், ‘தெஸ்துமெண்டு’ ஒன்றும் நான் எழுதி அறியேன்.”

நாட்டார்கள் மலையப்ப முதலியையும், செகன்னிவாச முதலி யையும் அழைத்து, “கனகராய முதலிக்கும், சின்ன முதலிக்கும் பாகம் பிரித்தமைக்கான லிகித, புத்தி, சாட்சி இவற்றின் யாதானும் ஒரு சாதகத்தைக் கொண்டு வந்து நிரூபித்தால் அல்லவோ, அவர் சுதந்தரீயத்தை நிலைநாட்ட முடியும்” என்று கேட்டார்கள். அதற்கு அவர்கள், “எங்களிடம் சாதகம் காட்ட லிகிதமும் இல்லை. புத்தியும் இல்லை. சாட்சியமும் இல்லை. வேணுமென்றால் சத்தியம் செய் கிறோம். நடப்பதையெல்லாம் பார்த்துக்கொண்டு வானத்திலே சஞ்சரிக்கும் சூரியனுக்குத் தெரியும்” என்றார்கள்.

“சாதகம் செய்தல் யார்க்கும் எளிது. ஆகவே, நீங்கள் சொல்கிற நியாயத்துக்கும் ஆதாரமாக சாதகம் கொண்டு வராத மட்டுக்கும் உங்கள் நியாயம் செல்லாது. நல்லது. நீங்கள் நன்றாக யோசனை செய்துகொள்ளுங்கள். நன்றாக விசாரணை செய்து சாதகம் இருந்தால், நாளைக்குக் கொண்டுவாருங்கள்” என்று நாட்டார்கள் சொல்லி அன்றைய விசாரணையை முடித்தார்கள். அவரவர்கள் வளவுக்குச் சாப்பாட்டுக்குச் சென்றார்கள்.

மறுநாள் மகாநாட்டார் கூடி, மீண்டும் இரு கட்சிக்காரர்களையும் அழைத்துப் பேசிய வயணத்தில் நட்சத்திரம்மாள் சொன்னதே அல்லாமல், வேறு பேச்சில்லையென்றும், கனகராய முதலியாருக்கும் அவர் தம்பி சின்ன முதலிக்கும் பங்கு நடந்தது குறித்து லிகித, புத்தி, சாட்சிகள் யாதொன்றும் இல்லை, தெய்வம்தான் சாட்சியம் என்றார்கள். சின்ன முதலியும் நேற்று சொன்ன உத்தரவுதான், வேறு என்ன உத்தரவு இருக்கிறது என்று சொன்னார்.

ஆகவே, இரு கட்சிக்காரர்களையும் அப்பாலே போகச் சொல்லிவிட்டு, இருபது நாட்டாரும் தங்களுக்குள் ஆலோசனை நடத்தினார்கள். அப்படிப் பண்ணித் தீர்த்தது என்னவென்றால், கனகராய முதலியார் உடமைக்குச் சுதந்தரீகம், தம் மரபுக்குக் கர்த்த வியம் சின்ன முதலியாருக்கே அல்லாமல் அவர் பெண்சாதி நட்சத் திரம் அம்மாளுக்குக் கவலையில்லை. அந்த அம்மாளை வீட்டுக்குப்

பெரிய மனுஷியாய் வைத்துக்கொண்டு, அன்ன வஸ்திரத்துக்குத் தாட்சியில்லாமல், நடப்பித்துக் கொண்டு, ஒருத்தருக்கொருத்தர் அனுகூலித்திருக்கிறதுக்கு இவர்களுக்குள்ளே கூடாதபடியினாலே, இந்த அம்மாளுக்கும், இந்த அம்மாள் மருமகளுக்கும் இன்ன வஸ் திரங்களுக்குத் தாட்சியில்லாமல் நடக்கிறதுக்கு இவ்வளவு என்று ஏற்படுத்துவோம். அதைத் துரையவர்கள் சம்மதித்து நடத்துவோம். துரை அவர்களை உடனே போய்ப் பார்த்து இந்தச் சேதியைச் சொல்லி அந்த அம்மாளுக்கும் அதற்குத் தக்கன மார்க்கமாக நடப்பிக்க வேணுமென்று சொல்லுமிடத்தில், அவர் பார்த்துத் தீர்ப்பு சொல்லச் சொன்னால், அவர் சொல்கிறதுபோல் செய்வோம் என்று மகாநாட்டார் மனசுக்குள் பதித்துக்கொண்டு துரையைச் சந்திக்க எழுந்து கலைந்தார்கள்.

மகாநாட்டார்களைக் குவர்னர் துரை அடுத்த ஏழாம் நாள் தான் சந்தித்தார்கள். மதியப் பொழுது குவர்னர் துரை அவர்கள் சாப்பிட்டுக் கொண்டிருக்கச்சே, மாநாட்டார் வரலாம் என்றார்கள். மாநாட்டார் அவர் முன் நின்று சலாம் பண்ணினார்கள். குவர்னர் அவர்களைப் பார்த்து "என்ன முடிவு பண்ணினீர்கள்?" என்றார்.

"கனகராய முதலியார் ஆஸ்திக்கு அவர் தம்பி தானப்ப முதலியார் என்கிற சின்ன முதலியே கர்த்தர் என்றும், நட்சத்திரம் அம்மாளுக்குக் குழந்தை பிறந்து இறந்து விட்டபடியால், முதலியார் சொத்து தானப்பரையே சேர வேணும். நட்சத்திரம் அம்மாள், மகாராசனாய் இருக்கப்பட்டவருடைய பெண்சாதியாய் இருந்த படியால், வெறும் லிகம் பெண் கூறு என்று கொடுத்துத் தீர்க்கிறது நியாயம் இல்லை. கனகராய முதலியார் சம்பாதித்த ஆஸ்தியிலே இந்த அம்மைக்கும், இந்த அம்மையின் மருமகளுக்கும், ஆஸ்திக்குத் தக்கதாய், சுகசீவனமாய் இருக்கத் தக்கதாய், நடப்பிக்கத் தக்கதாகச் சுதந்தரீகம் உண்டான படியினாலே இந்த அம்மைக்கு மரியாதைப்படிக்கு நடப்பிக்க வேணும்" என்று சொன்னார்கள் மகாநாட்டார்கள்.

துரை யோசித்தபடி இருந்தார்.

21

"ஆகவே, பிள்ளைவாள்! ஒரு பெரிய மனுஷனோட விதவையைத் தெருவில் நிறுத்தி ஆச்சுதே" என்றார், நாகாபரணப் பண்டிதர். அவர் முகத்தில் மிகுந்த விசனம் கண்டிருந்தது.

"என்ன பண்ண? மத்தியஸ்தர் தீர்ப்பு அதுவாக இருந்தால், நாம் என்ன பண்ணட்டும்?"

"என்ன மத்தியஸ்தர்கள் இவர்கள், பெண் பாவத்தைச் சம்பாதித்துக் கொண்டாச்சுதே! ஆமாம், பிள்ளைவாள். செத்துப் போன கனகராய முதலியார் ஒரு கிறிஸ்துவர். அவருடைய சொத்து வியாச்சியங்களைப் பங்கு போட ஸ்தாபித்த மத்தியஸ்தர் குழுவில், ஏன் ஒரு கிறிஸ்துவர் கூட இல்லை?"

சாயரட்சை நேரம். தை மாசத்துப் பனிக்காற்று ஓடைத் தண்ணீர் மாதிரி பதமாக வீசிக்கொண்டிருந்தது. காற்றில் சாம்பி ராணிப் புகை கலப்பது மாதிரி, தூங்கு மூஞ்சி மரங்களின் பூக்கள் மிதந்தபடி இருந்தன. யாரோ ஒரு சிறுவன், பாதையில் தென்னங் குறும்பியை உதைத்தபடி ஓடிக்கொண்டிருந்தான். கிடங்குக்குள் ராவிளக்கை ஏற்றி வைத்துக்கொண்டு, கணக்கு வழக்கில் ஈடுபட்டி ருந்தார் கணக்கு ரங்கப்பிள்ளை.

"பண்டிதரே! என்ன கேட்டீர்? கிறிஸ்துவர் ஒருவர்கூட இல்லை யென்றா? ஞாயமான கேள்விதான். எனக்கும் அது விளங்கத் தானில்லை. என்றாலும் குவர்னர் துரை போட்ட மத்தியஸ்தர் கும்பல். துரை அவர்கள் என்ன சூட்சுமத்தை மனதில்கொண்டு அதைச் செய்தார்களோ?"

"நீர் சொல்லி எடுத்துக் கொடுத்திருக்கலாமே."

"பண்டிதரே! எப்படியாவது எந்தத் திருக்கூசு பண்ணி யாவது, இந்தச் சின்ன முதலிக்கு உபகாரம் பண்ணுவது என்று முடிவெடுத்தாயிற்று. குப்பையைக் கிண்டி நாற்றத்தைக் கிளப்பு வானேன் என்றுதான் சும்மா இருந்துவிட்டேன்."

"அப்படி சின்ன முதலிக்கு உபகாரம் பண்ணத்தான் வேணு மென்று என்ன முடை? அப்படியென்ன அவன் தருமசந்தனா? அவனும் பணத்துக்குத் தன்னை விற்றுக்கொள்கிறவன் தானே...."

"அதிலென்ன சந்தேகம். அந்த விதவைகளுக்கு எவனும் மூவாயிரத்து இருநூறு வராகன் வாங்கிக் கொடுத்து, அவர்கள் வாயைப் பொத்திப் போட்டு, இந்தச் சின்ன முதலிக்கு வீடு, வாசல், தோட்டம், துரவு, நகை, நட்டு, தட்டுமுட்டுச் சாமான்கள் என்று எத்தனை பெரும் ஆஸ்தி பண்ணி வைத்தேன். கொஞ்சம் கூட நன்றி இல்லாமல், அந்தக் குலத் துரோகி, குருத் துரோகி, என்னை இழித்தும் பழித்தும் சின்ன வார்த்தைச் சொல்லிக் கொண்டு அலைகிறானே அந்தக் கொடுமையை என்ன சொல்ல? முதலியார் ஆஸ்தியைத் தனக்குப் பண்ணி வைத்தால் குவர்னர் துரைக்குப் பாதிக்குப் பாதி தருவதாக அன்றோ சொன்னான். நானன்றோ அதை மூன்றில் ஒரு பங்காக்கியது. அதுவுமன்னியில், ரெண்டு லட்சம் பெறும் ஆஸ்தியை, வெறும் முப்பத்து ஐயாயிரம் பெறும் என்று, குவர்னர் துரையிடமே பொய் சொல்லிப்போட்டு, அவருக்கு

வர வேண்டிய ஒரு லட்சம் ரூபாய்க்குப் பதிலாகப் பத்தாயிரம் வராகன் மட்டுக்கும் வாங்கிக் கொடுத்தேனே, அதுக்காக இந்தப் பழி என்மேல். அவனுக்கும் நன்றி இல்லை. இந்த விதவை நட்சத் திரம் அம்மாள் என்ன பண்ணினாள், தெரியுமோ... தம்பி மூலியமாக என்னைக் கொல்ல ஆள் அம்பு ஏற்பாடு பண்ணியிருக்கிறாள், பண்டிதரே."

"அதுவும் அப்படியா?" என்று பண்டிதர் வியப்பு தெரிவித்தார்.

நாலு நாளைக்கு முந்தி நடந்த சங்கதி இது. காலமே, பிள்ளை யவர்கள் காலை பூஜை முடித்து, கூடத்து ஊஞ்சலில் அமர்ந்து கொண்டு, நாலாயிரத்தை மனசுக்குள் ஸ்மரித்துக்கொண்டு, விச்ராந்தியோடு உட்கார்ந்து கொண்டிருக்கையில், தெய்வநாயக அய்யங்காரும், விஜயராகவ ஆச்சாரியாரும் வந்தார்கள். வந்தவர் களுக்கு ஆசனம் அளித்துப் பின், குடிக்க சுக்கு வெல்லப் பானம் அளித்துப் பின் பிள்ளை கேட்டார்:

"ஐயமார்கள், இத்தனை அதிகாலையில் வந்திருக்கிறீர்களே. ஏதாவது விசேஷம் உண்டோ? முகம்கூடச் சற்று வித்தியாசமாக இருக்கிறதே...."

ஐயங்கார், குரலைக் கனைத்துக்கொண்டு சொன்னார்:

"பிள்ளைவாள்! நேற்று ராத்திரி பெருமாள் கோயிலில் உற்சவ விஷயமாகப் பேசி இருந்துவிட்டு ரொம்பக் கால தாமதம் பண்ணித் திரும்பினோம். ராத்திரி பன்னிரண்டை நெருங்கும் சமயம் வீட்டைக் கடந்துதான் போனோம். உம் வீட்டுக் குதிரை லாயத்துப் பக்கம், ஆறு அடி உசரமாக ஒரு மனிதன், போர்வையால் உடம்பை மறைத்துக்கொண்டு, சந்தேகம் தோன்றும்படிக்கும் நின்றிருந்தான். "யார்?" என்று நான் கேட்ட சம்மதியில், அவன் வேகமாக அரை ஓட்டமாகச் சென்று வெள்ளாளத் தெருவில் திரும்பினான். வெள் ளாளத் தெருவில் உங்கள் தம்பி திருவேங்கடம் பிள்ளையின் வீட்டைக் கடந்து முருகப்பிள்ளையின் வீட்டண்டையில் மறைந்து போனான். நாங்கள் பிராமணத் தெருவுக்குப் போக வேண்டிய வர்கள், போவது மாதிரி போக்குக் காட்டிக்கொண்டு மறைந்திருந்து கவனித்தோம். அந்த உருவம் திரும்ப வரக் காணோம். எதற்கும் உம்மை எச்சரித்துப் போட்டுப் போகலாம் என்று வந்தோம். ஊரில் ஒரு வதந்திப் பேச்சாய், இருக்கிறதே...."

"என்னன்னு சாமி."

"கனகராய முதலி சொத்து வியாச்சியமாக, தங்கள் தமக்கை நட்சத்திரம் என்கிறவளுக்கு நீர் ரொம்பவும் பாதகமாக நடந்து கொண்டீர்கள் என்று அவள் தம்பி செகன்னிவாச

முதலி சொல்லிக்கொண்டு நடக்கிறான். அம்மட்டுக்கும் அல்ல, உங்களுக்குத் திரேக ஊனம் ஏற்படுத்தப் போவதாகவும், சொல்லிக் கொண்டிருக்கிறான். எங்களுக்கு அதைத் தொட்டு மிகவும் வியாகூலமாகப் போச்சுது. பிள்ளைவாள் சர்வ சாக்கிரதையாக இருக்க வேணும்."

அவர்கள் எழுந்து போன பிறகும், வெகு நாழிகை வரைக்கும், அய்யன்மார்கள் சொன்ன வார்த்தைகளை மனசுக்குள் போட்டுக் கொண்டு அமர்ந்திருந்தார் அவர். அதன்மேல் ஒரு முடிவுக்கு வந்தவர் மாதிரி, ஒரு சிப்பாயையும், ஒரு காவல்காரனையும் தம் வீட்டைக் கண்காணிக்க நியமித்தார். மறுநாள், அவர்கள் பிள்ளை யிடம் வந்து சொல்லிய வயணம்:

"சாமி... ராத்திரி பத்தைத் தொட்டு மணி இருக்கிற சமயம், செகன்னிவாச முதலி, ஒரு கறுப்புக் கம்பளியை உடம்பு மறைய முகம் மட்டுக்கும் தெரிய போர்த்துக்கொண்டு, வெள்ளாளத் தெருப் பக்கமாக வந்து, உம் தம்பி வீட்டுக்கு மேற்காலே பத்து வீடு தள்ளி இருக்கும் முருகப்பிள்ளை வீட்டண்டைக்குப் போய் நின்றான். அப்புறம், அவனும் முருகப்பிள்ளையும் ஒரு நாழிகை மட்டுக்கும் தெருவிலே நின்றவாறு பேசினார்கள். அவர்கள், அப்புறம் முருகப் பிள்ளை வீட்டுக்குள் நுழைந்து கொண்டார்கள். அப்போது நாங்கள் சந்திரம் பிள்ளை வீட்டுத் திண்ணையின் பேரிலே இருந்துகொண்டு ஒற்று பார்த்துக் கொண்டிருந்தோம். வெகு நாழிகை மட்டுக்கும் அவர்கள் வெளியே வரக் காணோம். விடிந்ததும், அந்த வீட்டை விட்டு செகன்னிவாச முதலி மட்டும் வெளியேறிச் சென்றான். இதுதான் கபுறு. வேறு கபுறு தெரிந்து வந்து சொல்லுகிறோம்" என்றார்கள் அவர்கள்.

முருகப்பிள்ளைக்கு ஏன் இந்தக் கெடு புத்தி என்று தோன்றியது பிள்ளைக்கு. முருகப்பிள்ளைக்கு, முதலிக்கு, கனகராய முதலி சொத்து சின்ன முதலியாருக்கு இல்லாமல் பண்ணினால், அது தமக்கு வந்து சேரும் என்று யோசனை சொல்லிக் கொடுத்துக் கொண்டிருப்பது அவர் அறிந்ததுதான். ஆனால், இந்த இரண்டு மூடர்களும் சேர்ந்துகொண்டு என்ன யோசனை பண்ணிக்கொண்டு, என்ன திட்டம் வைத்திருக்கிறார்களோ என்று தோன்றியது. தன்னைக் கொலை செய்யக்கூட அவர்கள் முயலலாம் என்று அவருக்குத் தோன்றியது.

"சாக்கிரதையாக இருங்கள் பிள்ளைவாள்..." பிள்ளை சிரித்துக் கொண்டு சொன்னார்.

"பண்டிதரே இது முகாந்திரமாய் யாதொரு காரியம் நடக்கிறது என்று விதித்திருந்தால், நாமென்ன மூலை வீட்டிலேயிருந்தாலும்கூட

நடந்து தீரும். நடவாது என்று இருந்தால், எங்கு திரிந்தாலும், என்ன நேரத்தில் திரிந்தாலும் நடவாது என்பதைத் தாங்கள் அறிவீரோ, மாட்டீரோ!"

சாயரட்சை பிள்ளை துரையைச் சந்திக்கும் பொருட்டு அவர் மாளிகைக்குச் சென்றார். மதாம் துய்ப்ளெக்ஸ் கோவிலுக்குச் சென்றிருந்தது அறிந்து சந்தோஷப்பட்டார். குவர்னர், பிள்ளையைப் பார்த்த மாத்திரத்தில் மிகுந்த மகிழ்ச்சியடைந்தார்.

"ரங்கப்பா! வா, வா. நான் உன்னைத்தான் நினைத்துக் கொண்டு இருந்தேன். கடவுள் மாதிரி பக்தர் நினைக்குங்கால் வருகிறாயே..." குவர்னர் மிகுந்த சந்தோஷத்தில் இருப்பதைப் பிள்ளை புரிந்துகொண்டார்.

"குவர்னர் துரை அவர்களைச் சந்தோஷிக்கச் செய்யும் கபுறு ஏதோ வந்திருக்கிறது என்று யூகிக்கிறேன். எனக்குச் சொல்லும் படியான தரத்துச் சேதி அதுவெனில் எனக்குத் தயவு பண்ணிச் சொல்ல வேணும்."

"உனக்குச் சொல்லாமலா? அரசியல் சங்கதி முதல் என் குடும்ப விவகாரம் மட்டுக்கும் உனக்குத் தெரியாத கபுறு என்ன இருக்க முடியும்? நீ துபாஷ் மாத்திரமோ? எனக்குக் கண்ணும், வலது கரமும், மனசாட்சியும், நீ அல்லவோ! என் அரசாங்கத்துக்கு நீ தூண் போன்றவன் அல்லவோ."

"பிரபு என்னை உச்சத்தில் தூக்கி வைக்கிறார். அதுக்கு என் தகுதி முகாந்திரம் அல்ல. தங்கள் அன்பு ஒன்றுதான் காரணம் என்பதை நான் அறியேனா? சொல்லும்."

"கூடலூர் தேவனாம்பட்டணத்தில் இருக்கிற இங்கிலீஷ் குவர்னதோர் லிகிதம் விட்டிருக்கிறார். அது எது முகாந்திரம் என்றால், அண்டையிலே இருக்கப்பட்ட நமக்குள் சண்டை சச்சரவுகள் என்னத்துக்கு, நாம் சமாதானமாக இருப்போம் என்று நாம் அவர்களுக்கு லிகிதம் எழுதி அனுப்பினோம் அல்லவா, அதுக்குப் பதில் தருகிற முகாந்திரமாய், அவர்களும் நமக்குப் பட்சமாய் அந்த நாளில் லிகிதம் எழுதுனார்கள்தானே. புதிதாக வந்திருக்கிற குவர்னதோர் அவர்களும், அதை உறுதிப்படுத்தித் தானே எழுதியிருக்கிறவர்கள்."

"ரொம்ப சந்தோஷமாச்சு. அண்டை வீட்டுக்காரன் அன்பு உள்ளவன் என்றால், மூன்றாம் வீட்டுக்காரனின் விரோதம் நமக்கு எம்மாத்திரம்?"

"உள்ளது, அப்புறம் இந்தக் கப்பலிலே நமக்கு ஒரு கபுறு வந்தது. சீமையிலே இருக்கப்பட்ட நம் பெண்ணுக்கு இரண்டாம் குழந்தை பிறந்திருக்கிறதாம்.

"சுபமஸ்து. குழந்தை நீண்ட ஆயுளுடன், ஆரோக்யமாக வாழட்டும்."

"ரொம்ப வந்தனம், ரங்கப்பா. உன் போன்ற அன்புள்ள மனுஷனின் ஆசீர்வாதம், நிச்சயம் அந்தக் குழந்தையைக் காக்கும். நல்லது. கபே குடிக்கிறாயா? மறந்து விட்டேன். நீதான் கபே அருந்துவதில்லையே."

"எல்லாம் தங்கள் அன்பு."

"அப்புறம் ரங்கப்பா, இன்று மதியம் சின்ன முதலி வந்திருந்தான். ரொம்பவும் தாழ்ந்து பணிந்து நம்மிடம் வார்த்தை சொல்லிப் போய்ட்டான். நமக்கு அன்பளிப்பாகவும், நன்றியறிதலாகவும் பத்தாயிரம் வராகன் மட்டும் கொடுத்தான். ரங்கப்பனுக்கு ஏதேனும் கொடுத்தாயோ? கொடுக்க வேணும். அவனல்லவோ, அந்த விதவைகளுக்கு எல்லாம் போக நாலாயிரம் வராகனோடும் தீர்த்தது என்று முதலிக்குச் சொன்னேன். அவன் இருந்துகொண்டு, பிள்ளைக்கு என் தோலைச் செருப்பு தைத்து அல்லவா நான் தர வேண்டும் என்று பட்சமாகச் சொன்னான் முதலி. உன்னை வந்து பார்த்தானோ?"

"இன்னும் இல்லை. இனி வருவார். நிதானமாக வரட்டும். புதுச்சேரிப் பட்டணத்து முதல் தரப் பிரபுவாகியிருக்கிறார், சின்ன முதலி. ஆஸ்தியைக் கொஞ்சம் அனுபவித்துவிட்டு அப்புறம் வருவார்."

துரை சிரித்துக்கொண்டார். பிள்ளையோ, மனசுக்குள் எழுந்த சினத்தை அடக்கிக்கொண்டு சொன்னார்.

"எனக்கு சின்ன முதலியின் பணம் காசு கவலை இல்லை. பிரபுவுக்கு ஊழியம் செய்வதும், அவர் ஆஸ்திகளைப் பெற்று அனுபவிப்பதைக் கண்டு ஆனந்திப்பதும்தான் என் வேலை. அதுவே எனக்குப் பரமானந்தம். அதுவே எனக்கு மகாபிரசாதம்."

"இன்னிக்குக் காலமே செகன்னிவாச முதலியும் வந்தான். நட்சத்திரம் அம்மாளிடம் இருந்து ஏதோ சிறு காணிக்கை கொண்டு வந்திருந்தான். அவனிடமும் ரங்கப்பனைப் பார்த்தாயா என்று கேட்டேன். பெரியவரை நாளைக்குப் போய்ப் பார்ப்பேன் என்று சொன்னானே."

"பிரபுவே, யார் செகன்னிவாச முதலியா?"

"அவன்தான். ஏன்?"

"இல்லை. அவனுக்கு என் மேல் வருத்தம் தோன்றி இருக்குமோ என்று நினைத்தேன்."

"எதற்குத் தோண வேணும்? விதவைகளுக்கு நாலாயிரம் வராகனும், ஒரு வீடும் போதாதா என்ன? அதுவும் எதேஷ்டம்."

பிரபஞ்சன் ○ 171

"நல்லது. பிரபு அவர்களிடம் விடைபெற்றுக்கொள்கிறேன். பேட்டி பண்ணிக்கொள்ளும் அறையில் நிறைய பேர் காத்துக் கிடக்கிறார்களே."

"இருக்கட்டும். நீயே நமக்கு ஆப்தன். மற்றவர்கள் நமக் கென்ன?"

"எல்லாம் தங்கள் அன்பு."

"அப்புறம் ரங்கப்பா, சின்ன முதலியிடமும் சொல்லி யிருக்கிறேன். அவன் அந்த விதவைகளுக்குத் தர இருக்கும் நாலா யிர வராகன்களையும், நீயே வாங்கி வந்து கும்பினியில் தந்து விடு. கும்பினி அவர்களின் சாப்பாட்டுக்கும், ஜீவியத்துக்கும் வட்டி தந்துவிடும். முதலை நமக்குக் கொடுத்துவிட்டு, வட்டியைக் கொண்டு ஜீவித்தல் என்பது அவர்களுக்கும் சந்தோஷமும், சௌகர்யமும் தரும் ஏற்பாடுதானே!"

"அது உள்ளது. தாங்கள் கருணைமயமானவர். அதனால் அன்றோ கைம்பெண்டாட்டிகள் விஷயத்திலும் இவ்வளவு கவலைப்படுகிறீர்."

"நல்லது. போய் வா."

"உத்தாரப்படிக்கு."

மங்கை அம்மாள் பரிமாற, பிள்ளை சாப்பிட்டுக் கொண்டி ருந்தார். அடையும் அவியலும் பண்ணியிருந்தாள். மங்கை, சனிக் கிழமை இரவுகளில், பலகாரம் என்னும் வழக்கம் பண்ணியிருந்தது அந்த வீட்டில். பருப்பு தினுசுகள் சமக் கலவையில் சேர்த்து, எண்ணெயும் நெய்யும் விட்டுப் பண்ணின அடைக்குத் துணையாகத் துவையலும், அவியலும், கட்டி வெண்ணெய்யும் மிக இனிமையாக வாய்த்திருந்தன.

"ஒன்று சொல்ல வேணும், அவ்விடத்துக்கு."

"சொல்லேன்."

"இன்று சாயரட்சை, நம் சுந்தரம்பிள்ளை பெண் புஷ்பவதி ஆன சடங்குக்குப் போயிருந்தேன். அங்கு நட்சத்திரம் அம்மாள் வீட்டு வேலைக்காரியும் வந்திருந்தாள்."

"சொல்லு."

"நட்சத்திரம் அம்மாள் ஏதோ அப்படி இப்படி என்று அவ்விடத்தைப் பற்றியும் சொல்லிக் கொண்டிருக்கிறாளாமே. அந்தப் பெண்தான் சொன்னாள். இன்னும் ஒரு அடை."

"போடு."

"அதுகளைக் காதில் போட வேணும் என்றுதான்."

"நான் அவளை மோசம் பண்ணிவிட்டேன் என்று சொன்னாளாமே?"

"அது மாதிரிதான்."

"நீ என்ன சொன்னே?"

"சூரியன் மேற்கால உதிக்கிற காலத்தில் அவர்கள் அந்த விதம் பண்ணுவார்கள். அல்லாவிடில் அப்படிப் பண்ண மாட்டார்கள் என்று சொன்னேன்."

பிள்ளையின் மனம் நிரம்பியது, எழுந்தார்.

22

வந்தவாசி திருவேங்கடம் பிள்ளை என்பவரைக் கோட்டைக் கிடங்கிலிருந்து கொண்டு வந்து குவர்னர் துய்ப்ளெக்ஸ் பிரபு அவர்களின் முன்னால் நிறுத்தினார்கள். குவர்னருக்கு வலது பக்கம், சற்றுத் தள்ளி, ஜடையை இழுத்துப் போர்த்துக்கொண்டு, அடக்கமே வடிவெடுத்தாற்போல் நின்றிருந்தாள் ரங்கம்மாள். அவளுக்குச் சற்று தள்ளி வீராச் செட்டி என்கிறவனும் கையைக் கட்டிக்கொண்டு வெகு பவ்யமுடனேதானே நின்று கொண்டிருந்தான். குவர்னர் இருந்த சபையின் வெளியே சிப்பாய்களும் தளவாயும் நின்றுகொண்டு உள்ளே நடப்பதை அவதானித்துக் கொண்டிருந்தார்கள்.

குவர்னர் துரை இருந்துகொண்டு, வந்தவாசி திருவேங்கடப் பிள்ளையைப் பார்த்துக் கேட்டார்:

"பிள்ளை, நீயானால், இதோ நிற்கிற ரங்கம்மாளிடத்திலே ஆயிரம் வராகன் பணம் வாங்கினதில்லை என்கிறாய். இந்தப் பெண்ணோ, நீ இவளிடத்திலேதானே ஆயிரம் வராகன் வாங்கிக் கொண்டாய் என்றும் அந்தப் பணத்துக்கு நாளது வரைக்கும் வட்டி தரவில்லையென்றும் கூறுகிறாள். பணம் வாங்கியபோது, நீ இவளுக்கு வீராச் செட்டியால் எழுதப்பட்ட கடன் பத்திரத்தையும் கொடுத்தாய் என்கிறாள். வீராச் செட்டியோ, நான் அந்தக் கடன் பத்திரத்தைக் கண்ணால் கண்டதும் இல்லை, கேட்டதும் இல்லை என்கிறான். இதென்ன திருக்கூசு?"

அதுக்கு வந்தவாசி திருவேங்கடம் பிள்ளை இருந்து கொண்டு சொன்னது:

"பிரபுவே இதில் ஒரு திருக்கூசும் இல்லை, திரிசனமும் இல்லை. ஆறு மாசத்துக்கு முன்னாடி, இந்தப் பொம்மனாட்டி கொடுத்த பெத்திசியோமை மெய்தான் என்று நம்பிக்கொண்டு என்னோடு சம்பந்தப்பட்டவன் என்று இந்த வீராச் செட்டியைக் கிடங்கிலே போட்டீர்கள். அப்புறம் திருச்சிராப்பள்ளி வக்கீலும் புலவரும் ஆன கஸ்தூரி ரங்கய்யனின் கெட்டுப் போன பெண்ஜாதியான இந்த ரங்கம்மாளின் பேச்சை நம்பி, என்னைக் கட்டி வைத்து அடிக்கச் சொன்னீர்கள். எட்டு நாள் தவணை தந்து அவளுக்குப் பணம் தந்துவிடச் சொன்னீர்கள். ஒரு பாவமும் அறியாத நான் என்னத்துக்குத் தருகிறது என்று இருந்து விட்டேன். அதற்கப்புறம், என்னைச் சாப்பிட விடாமல்படிக்கும், பாக்கு வெற்றிலை போட்டுக்கொள்ள அனுமதிக்காமலும், என்னைத் தினக்கண்டம் பண்ணினீர்கள். அப்புறம் காயும் வெய்யிலில் நிறுத்தி எனக்குச் சித்திரவதை அருள்வித்தீர்கள். அப்போதும் தான் இந்த நாசகாரியிடத்திலிருந்து பணம் வாங்கியதில்லை என்று சொன்னேன். அந்த ஓடுகாலிப் பெண், நான் எழுதிக் கொடுத்ததாகச் சொல்லும் சீட்டை எடுத்து என் முன் போடும். அதில் என் கையெழுத்து இருந்தாலும், அல்லது அவள் பணம் கொடுத்ததுக்கு சாட்சி இருந்தாலும் அல்லது அந்தப் பத்திரத்துக்கு ஆதரவாக ரிஜிஸ்தர் அத்தாட்சி இருந்தாலும், நான் நேரஸ்தன் (குற்றவாளி) என்று ஒப்புக்கொண்டு அவள் ஆயிரம் வராகனையும், வட்டியைச் சேர்த்துக் குடுக்கிறதும் அல்லாமல், கும்பினியின் உத்தியோகத்தையும் கெடுத்துக்கொண்டு ஊரை விட்டு வெளியேறி விடவும் சம்மதிக்கிறேன். ஆனால், அந்த அவிசாரி முண்டை, தினத்துக்கு ஒரு புருஷனைத் தேடுகிற கொழுப்பெடுத்த சிறுக்கி, பணம் கொடுத்ததை நிரூபிக்க முடியாமல் போனால், அவளை மொட்டையடித்து, கசை அடி கொடுத்து கோட்டைக்கு வெளியே துரத்திவிட வேணும் என்று ஆறு மாசத்துக்கு முன்னமே சொன் னேனே, அதைத்தான் இப்போதும் திருப்பிச் சொல்கிறேன். எனக்கு அவள் பணம் கொடுத்ததும் இல்லை. நான் வாங்கினதும் இல்லை. நான் எழுதிக் கொடுத்ததாகச் சொல்கிற அந்தச் சீட்டை என் முன் குவர்னர் காண்பிக்க வேணும்."

வந்தவாசி திருவேங்கிடம் பிள்ளை இவ்வாறு சொன்னதும், குவர்னரின் முகமானது தொங்கிப் போயிற்று.

"ரங்கம்மாளோட பெத்திசியோமை நான் பார்த்தாயிற்று. உனக்கு என்னத்துக்குக் காண்பிக்கிறது?" என்றவர் சற்று நேரம் ரொம்பவும் அமைதியாகத்தானே இருந்தார். அப்புறமாய்ச் சொன்னார்:

"நீயும் வாங்கவில்லை என்கிறாய். அந்தப் பொம்மனாட்டியும் கொடுத்ததாகச் சொல்கிறாள். வீராச் செட்டியோ, அந்தச் சீட்டைத்

தான் எழுதவில்லை என்கிறான். இப்போ என்ன பண்ணுகிறது? நடந்ததுக்கு என்ன சாட்சி?"

"பிரபு உம்மையும், எம்மையும் படைப்பித்து, சுவாசிக்கக் காற்று கொடுத்து, தின்கிறதுக்குச் சோறு கொடுத்து ரட்சிக்கிறவன் எவனோ, அவனே நமக்குச் சாட்சியும் இருப்பான்."

துரையின் கண்களில் உயிர் மீண்டது. அவர் சொன்னார்:

"நீங்கள் மூன்று பேரும் இந்துவாய் இருக்கிறீர்கள். பிராது கொடுத்தவளும் இந்து. நீயும் இந்து. ஆகவே வேதபுரீஸ்வரர் கோவிலுக்குப் போய், சபதம் இட்டு விளக்கை அணையுங்கோள். திருவேங்கடப் பிள்ளை! நீ, ரங்கம்மாளிடம் வராகன் வாங்கின தில்லை என்று சொல்லியபடி விளக்கை அணையும். வீராச் செட்டி, நான் சீட்டைப் பார்க்கவில்லை என்று அணைக்க வேண்டியது. சரியா?"

"ரொம்பச் சரி, பிரபுவே. மடியில் கனம் இருந்தால் அன்றோ, வழியில் பயம்? தங்கள் சித்தப்படி செய்யத் தயாராக இருக்கிறேன்."

துய்ப்ளெக்ஸ் பிரபு மேலும் யோசிக்கலானார்.

"ஆனால், கோயில்ல சத்தியம் பண்ணி, ஆறு மாசம் கிடங்கிலும் இருந்த பிறகு, காரைக்காலிலே நீ செய்கிற உத்தியோகம் நிலைக்காதே...."

"தேவரீர், நான் ஒரு பிழையும் பண்ணாதவன் என்று நினைக்கிறதாக இருந்தால், எனக்குக் காரைக்காலிலேயே மறுபடி உத்தியோகம் கொடும். அல்லாதபடிக்கு எனக்கு உத்தியோகம் தேவை இல்லை."

"அப்படியானால், நீங்கள் மூன்று பேரும் வேதபுரீஸ்வரர் கோ யிலுக்குப் போகலாம். முத்துக்குமார முதலி, தளவாய் கிரிசாமிப் பண்டிதர், அண்ணாமலை நயினார் மூன்று பேரும் போய் அவர்கள் இரண்டு பேரும் ஒழுங்காகச் சத்தியம் பண்ணுகிறார்களா என்று கவனிக்க வேண்டியது."

வந்தவாசி திருவேங்கடம் பிள்ளை, வீராச்செட்டி, ரங்கம்மாள், முத்துக்குமாரசாமி முதலி, தளவாய் கிரிசாமிப் பண்டிதர், அண்ணாமலை நயினார் அனைவரும் வேதபுரீஸ்வரர் கோ யிலுக்குப் புறப்பட்டார்கள். கோட்டைக் கிடங்கைக் கடந்து, மணக்குள விநாயகர் கோவிலைக் கடக்கையில், பாக்குக் கிடங்கில் ஆனந்தரங்கப் பிள்ளை அமர்ந்திருப்பதை வந்தவாசி திருவேங்கடம் பிள்ளை பார்த்தார். தளவாய் கிரிசாமிப் பண்டிதரைப் பார்த்து, "போய்க்கொண்டே இரும். நான் பிள்ளைவாளைப் பார்த்துவிட்டு வருகிறேன்" என்றார்.

பண்டிதர் தயங்கினார். அப்புறமாய், "சரி, செய்யுமேன். சட்டுப் புட்டென்று வந்துவிடும். நீர் தற்போதைக்கு என் கைவசம் இருக்கும் இருப்பவர் ஆனாலும், என் மாதிரி கும்பினி உத்தியோகஸ்தர். அதோடு பிள்ளைவாளைப் பார்க்க வேணும் என்கிறீர். நயினார், நீ மட்டும் இங்கேயே இருந்து திருவேங்கடம் பிள்ளையை அழைத்துக் கொண்டு வாரும்" என்றார். ரங்கம்மாள், தன்னை ஆனந்தரங்கர் பார்த்து விடாதபடிக்குச் சேலைத் தலைப்பால் தலையை மூடிக்கொண்டு நடந்தாள்.

வந்தவாசிப் பிள்ளையைப் பார்த்து ஆனந்தரங்கர், "வாரும்... உட்காரும்" என்று பாயைச் சுட்டி காட்டினார். தலையைக் கவிழ்ந்தபடி அமர்ந்திருந்த வந்தவாசியாரைப் பார்த்ததும் பிள்ளைக்கு மனம் தாபப்பட்டது. ஆறு மாசச் சிறைக் கிடங்கு வாழ்க்கை அவரை உருக்குலைத்து விட்டிருப்பதைக் கண்டார்.

"எங்கு போகிறாற்போல?"

"அண்ணா, கோவிலுக்குப் போகிறோம். விளக்கை அணைத்து என்னை மெய்ப்பிக்க வேணும் என்று குவர்னர் உத்தாரம் பண்ணி விட்டார்."

"செய்யும். பள்ளத்தில் தண்ணீர் தேங்கும். தப்பு செய்கிற மனுஷரிடத்தில் பாவம் சேரும். நீர் தப்பு செய்யாத பட்சத்தில் என்ன பயம்? தெகிரியமாக விளக்கை அணைக்கலாமே."

"அந்தப் பொம்பளை இப்படிப் பண்ணுவாள் என்று நினைக்கவில்லை, அண்ணா."

"அவிசாரி முண்டைகள் அப்படித்தான் பண்ணுவாள். அதிலென்ன ஆச்சரியம். இவளைத் தாலி கட்டின கஸ்தூரி ரங்கய்யன், பெரிய தெலுங்குப் பண்டிதன்தான் தெரியுமோ. நம் விஷயமாக அவர் கவி புனைவதாகக் கூடச் சொன்னார். ஜீவனோ பாயம் ரொம்பச் சிரமம் என்று சொன்னதின் பேரில், நான்தான் திருச்சி, துறையூர் பாளையக்காரர் பாப்பு ரெட்டியிடம் சொல்லி, பண்டிதருக்கு வக்கீல் உத்தியோகம் வாங்கிக் கொடுத்தேன். ரொம்பவும் நல்ல மனுஷர். அந்த மனுஷரை விட்டுப்போட்டு, இந்த அவிசாரி முண்டை காரைக்காலுக்கு வந்து, காசு உள்ள வனாகப் பார்த்து பாய் விரித்துக் கொஞ்சம் காசு பண்ணினாள் என்று பின்னால் சேதி வந்தது. அது சரி, இந்தத் தட்டுவாணிச் சிறுக்கியிடம் நீ எப்படிச் சிக்கினாய்?"

"மனுஷ பலவீனம்தான் அண்ணா. சபலம் தட்டிப் போய் ஒரு மூணு முறை போனேன். அப்போதுகூட என்னுடன் இருந்து விடேன். சோறும் சேலையும் கொடுத்து ரட்சிக்கிறதாகச் சொன்னேன். அந்த எருமை அதுக்குச் சம்மதிக்கலை. ஒரு சமயம்,

யாரோ ஒருத்தன் இவளுக்குக் கொடுத்த நகை, திருட்டு நகை என்ற பிராது வந்தது. அதுபோது நான் உத்தியோகஸ்தன் ஆனபடியால், தன்னைத் தப்புவிக்கும்படியாகச் சொன்னாள். 'அதுக்கும் இதுக் கும் என்னடி? உன்னிடம் வருகிறபோது காசு கொடுத்துத் தீர்த்துப் போட்டேனே. அத்தோடு அது போச்சு. இந்த இடத்துக்குத் தர்மம் முக்கியம் எனக்கு' என்று சொல்லிப் போட்டேன். அதுக்கு அவள் இருந்து கொண்டு, 'என்னை அவமானப்படுத்திப் போட்டீர். பதிலுக்கு உமது தலையையும் கவிழ வைப்பேன்' என்றாள். சொன்ன போலப் பண்ணிப் போட்டாள்."

"கிடக்கிறாள் பட்டடி நாய்! உமது தலை ஒன்றும் கவிழலை. முற்றிய நெல் கதிர் வளைந்து கவிழுமே, அது மாதிரிதான் இது. பாரு, இது பத்தினிகளுக்குக் காலம் அல்ல. இந்தக் குவர்னர் என்னவென்றால், நீர் குற்றம் செய்தீரா அல்லவா என்று விசாரிக்கும் முன்னமேயே ஆறு மாசம் கிடங்கிலே தள்ளுகிறார். ஒரு பரத்தை கௌரவப்பட்ட மனுஷனுக்கு மானஹீனம் பண்ணுகிறாள் பாருமே."

"தெய்வம் இதுக்குக் கூலி கொடுக்கும் அண்ணா."

"அதை நம்புங்கள் போதும். பத்தினிக்குத் துன்பம் வருகிறது. இந்தத் தாசி முண்டைக்கு என்ன வரப் போகிறதோ. தெய்வம் நின்று கொல்லும்."

திருவேங்கடம் புறப்பட்டார்.

"கவலைப்படாதீரும். எல்லாம் நல்லபடியாய்த்தானே முடியும். உத்தியோகம் போகாமல்படிக்கு நான் கவனித்துக் கொள்கிறேன்."

திருவேங்கடம், பிள்ளையைக் கும்பிட்டுக் கிளம்பினார்.

வேதபுரீஸ்வரர் கோவில் சன்னதிக்கு எதிரே இரண்டு பித்தளை விளக்குகள் ஏற்றி வைக்கப்பட்டன. வந்தவாசி திருவேங்கடம் பிள்ளையைப் பண்டிதர் அழைத்தார்.

"திருவேங்கடம் பிள்ளை, விளக்கைப் பார்த்து, நீர் அந்த ரங்கம்மாளிடத்தில் வராகன் வாங்கியதில்லை என்று தெளிவாகச் சொல்லி விளக்கை அணையும்" என்று அழைத்தார் கிரிசாமிப் பண்டிதர்.

வேடிக்கை பார்க்க, பெரும் கும்பல் ஒன்று அங்கு கூடி விட்டிருந்தது. கூனிக் குறுகியபடி வெளிப்பட்டு நின்றார் திருவேங்கடம் பிள்ளை. இறைவனின் திருமுன் நின்று, கண்ணை மூடியபடி, தம் வசம் இழந்து நின்றார். பிறகு, விளக்குக்கு முன் வந்து நின்றார். பண்டிதருக்கும் பார்க்க வந்த மக்களுக்கும் தெளிவாகக் கேட்கும்படி உரக்கச் சொன்னார், பண்டிதர். அவர் கையில் சீட்டொன்றைக் கொடுத்தார். சீட்டைக் கையில் பிடித்துக்கொண்ட வந்தவாசியார் சொன்னார்:

“ஆயிரம் கோடிக் கண்ணனாகிய சூரியன் சாட்சியாகவும், ராத்திரிச் சூரியனான சந்திரன் சாட்சியாகவும், வேதபுரீஸ்வர சுவாமி சாட்சியாகவும், நான், காரைக்கால் ரங்கம்மாளிடத்தில், மூன்று தரம் போய், இருபத்தொன்பது பணமும், இரண்டு வேளை படி அரிசியும் கொடுத்து அறிவேனே அல்லாமல், நான் இவளிடத்தில் ஒரு வராகனும் வாங்கியது இல்லை. வாங்கி இருந்து நான் ஏமாற்று பண்ணுவேனாகில், நான் பாதை வழி போகை யிலே என்னைப் பாம்பு பிடுங்கட்டும்! கள்ளன் இவன் என்று கொள்ளை நோய் வரட்டும். ராத்திரியில் என்னை ரத்தக் காட்டேரி தின்னட்டும். குலம் விளங்க வந்த பிள்ளையைக் காலன் கொண்டு போகட்டும். கட்டின மனைவி கழுத்துத் தாலி பறி போகட்டும். என்னைச் சுட்டு வைத்த சுடலையிலே மனுஷர் எச்சில் துப்பிப் போகட்டும்” என்றபடி, விளக்கைத் தொட்டு அணைத்து, சீட்டையும் கிழித்துப் போட்டார்.

அந்தப்படிக்கு வீராச் செட்டியும் விளக்கண்டைக்கு வந்து, “நான், வந்தவாசி திருவேங்கடம் பிள்ளைக்காகச் சீட்டு எழுதவும் இல்லை. அதைக் கொண்டு போய் ரங்கம்மாளிடம் கொடுக்கவும் இல்லை. ரங்கம்மாள் இவருக்குப் பணம் கொடுக்க, நான் அதைப் பார்க்கவும் இல்லை” என்று சொல்லி விளக்கை அணைத்தான்.

பார்த்துக்கொண்டிருந்த மக்களின் சிலர், பக்திப் பரவசத்தில் ஹரஹரா என்றனர். கூட்டத்தில் இருந்த வயசான அம்மாள், அங்கிருந்த ரங்கம்மாளிடத்தில், “ஏன்மா, இந்த மனுஷர்கள் சொல்றது நிஜம்தானா?” என்றாள். அதுக்கு ரங்கம்மாள் சொன்னாள்:

“நிஜம்தான், அம்மாயி. அந்த மனுஷன் எனக்கு ஒரு அக்குறும்பு பண்ணிச்சு. அதுக்குத்தான் அந்த மனுஷனை அவமானப் படுத்தணும்னு இந்த வேலை பண்ணினேன். சும்மாவா? குவர்னர் கணக்கனுக்குப் பத்து வராகன், குவர்னருக்கு நூறு வராகன் செலவு பண்ணினேனே.”

“அடிப்பாவி! திருக்கூசு முண்டைகள் உன் மாதிரி இருக்கிற தாலதான், ஊருல வாந்தியும் பேதியும், மகமாரியும் வந்து உசுரைக் கொண்டுட்டுப் போவுது.”

“வாயை மூடு சவமே” என்றாள் ரங்கம்மாள்.

கிரிசாமிப் பண்டிதர் திருவேங்கடம் பிள்ளையையும் வீராச் செட்டி யாரையும், அந்த இடத்திலேயே விடுதலை பண்ணினார். கோவிலில் இருந்து, பிள்ளை நேராகப் பாக்கு மண்டிக்குத்தான் வந்தார்.

“வர வேணும்... திருவேங்கடம் பிள்ளை... எல்லாம் சுலபமாக முடிந்ததா? உம்மை எதிர்பார்த்துக்கொண்டு அமர்ந்திருந்தேன்.”

“ஒரு வழியாக எல்லாம் சுலபமாக முடிந்தது அண்ணா, சத்தியம் பண்ணி, விளக்கை அணைத்துப் போட்டேன். பண்டிதர் உடனே விடுதலை பண்ணி விட்டதாகச் சொல்லி விட்டார்.”

“போகட்டும். தலைக்கு வந்தது, தலைப்பாகையோடு போகட்டும். சரி, புறப்படும். நம் வீட்டில் சாப்பிட்டு, தங்கியிருந்து விட்டு, விடிந்ததும் ஊருக்குப் போகலாம்.”

“அப்படியே அண்ணா. எனக்கு மனசு மிகவும் சஞ்சலமுற்றுக் கிடக்கு அண்ணா. அத்தனை மனுஷர் பார்க்கையில், நான் விளக்கை அணைத்துச் சத்தியம் பண்ணும்படியாக ஆச்சுதே.”

“வாழ்க்கையில் யாருக்குத் துன்பம் வரலை? சாட்சாத் சீதைக்கே வந்ததே. அதுக்கு முன்பு நாம் எம்மாத்திரம்?”

“அந்த அவிசாரி, குவர்னருக்கு நூறு வராகன் லஞ்சம் கொடுத்ததாகத் தெகிரியமாகச் சொல்றாள் அண்ணா.”

“அது எனக்குத் தெரியுமே. குவர்னரின் கணக்குப் பிள்ளை பத்து வராகன் வாங்கினான். அதுவும் எனக்குத் தெரியும்.”

“அக்ரமமாக இருக்கிறதே. பெரிய பெரிய துரைத்தனத்தார்கள் எல்லாம் இப்படிச் செய்தால், என்னைப் போன்றவர்கள் எப்படி வாழ்வது?”

“துரைத்தனம் என்றாலே அப்படித்தான் இருக்கும். நான் பார்க்காததா? என் மாமன் நைனியப்பப் பிள்ளையை அந்த நாள் குவர்னர், லஞ்சம் கொடுக்காத குற்றத்துக்காகக் கொன்னே போட்டானே. அப்படித்தான் இருக்கும். வாரும், வீட்டுக்குப் போகலாம்.”

வீட்டில் அவர்கள் உண்டு மாடிக்கு வந்தார்கள். வெற்றிலை போட்டபடி அவர்கள் சம்பாஷிக்கலானார்கள்.

“இந்த ஆறு மாசக் காலமாக என் மனைவி மக்கள் எப்படி இருந்தார்களோ, தெரியவில்லை. அதுதான் மனசுக்குக் கவலையாக இருந்தது.”

“அதெல்லாம் கஷ்டமாக இராது. எல்லாரும் மனுஷருக்கு மத்தியில்தானே வாழ்கிறோம்.”

திருவேங்கடம் பிள்ளை மறுநாள் புறப்படுகையில், அவருக்குத் துணி வகைகள், ஐந்நூறு வராகன், பட்டுத் துணிகள், பழ தினுசுகள் வைத்து வழி அனுப்பி வைத்தார், ஆனந்தரங்கப் பிள்ளை.

அன்று மாலை, பெட்டியடிப் பிள்ளை ஆனந்தரங்கப் பிள்ளையிடம் வந்து சொன்னார்.

"ரங்கம்மாள், ஊருக்குப் புறப்பட்டு விட்டாள், ஐயா."

"எப்படிப் போகிறாள்?"

"மாட்டு வண்டி ஏற்பாடு செய்துகொண்டு, நிறைய துணி தினுசுகள் வாங்கி அடுக்கிக்கொண்டு புறப்பட்டு விட்டாள்."

"காரைக்காலுக்கா போகிறாள்?"

"இல்லை, ஐயா. சிதம்பரத்துக்குப் போகிறாள். சிதம்பரம் அல்லது வைத்தீஸ்வரன் கோவில், எங்கேயாவது இருந்து பிழைக்கப் போகிறாளாம்."

"எங்கேயாவது போய், சனி ஒழியட்டும். இந்த மண் சுத்தமாக இருந்தால் போதும். காரைக்காலுக்குத் திரும்பவும் போய் பிழைக்கிற தைரியம் அவளுக்கு இருக்க முடியாது."

"ஐயா, மாளிகைக்கு அடிக்கடி வருவாங்களே, திருச்சினாப் பள்ளி கஸ்தூரிரங்கையர் சம்சாரம்தானே இந்த அம்மாள். அவர், இந்த அம்மாளை...."

"எப்பவோ விட்டுட்டார். அதுக்குப் பிறகுதான், பண்டிதர் சௌக்யமா இருக்கார். நிறைய பாட்டுகள் கட்டிக் கொண்டிருக்கார். வர கிருத்திகைக்கு மாளிகைக்கு வர்றதாகச் சொல்லியிருக்கார்... அந்த மனுஷரோட பெருமை இந்தப் பொம்பளைக்கு எங்கத் தெரியப் போவுது? இது பன்றி அல்லவோ? அந்தக் கங்கை இதுக்கு எப்படிப் பொருந்தும்? சாக்கடையைப் பார்த்துப் போச்சுது... போகட்டும்... அவிசாரி பேச்சு நமக்கு என்னத்துக்கு?" என்ற ஆனந்தரங்கர், நிம்மதிப் பெருமூச்சு விட்டார்.

23

ராம கவிராயர் அடுப்பைப் பார்த்தார். அது வெறுமையாய் இருந்தது. சமீப காலமாக அது பெரும்பாலான தினங்களில் அப்படித்தான் இருந்தது. ஆட்டம் முடிந்த கூத்து மேடை மாதிரி வெறுமையுற்றிருந்தது, அடுப்பு. வாரிச் சுத்தப்படுத்தப்பட்டு, சாம்பல் நிறத்துக் காட்டுப் பூனை படுத்திருப்பது மாதிரிக் காணப்பட்டது, அது. கூடத்துச் சுவரண்டை அவரது மனைவி சுருட்டிப் படுத்துக் கொண்டிருந்தாள். சுரம் என்று அவள் சொன்னாள். வைத்தியர் வந்து பரீட்சை பண்ணி, இது வாத சுரம் என்ற சூரணம் கொடுத்துவிட்டுச் சென்றார். வைத்தியர் ஒன்றை அறியார். அது ஏழ்மைச் சுரம், இல்லாமைச் சுரம் என்று எந்த நாடியும் பேசாதே.

கவிராயர் கடுக்காய்ப் பெட்டியைத் திறந்து, சரிகை இழைத்த பட்டுச் சாலுவையை எடுத்து உதறினார். சுருட்டிப் பல காலம் வைக்கப்பட்டிருந்ததால் அது பூவரசம் மாதிரி கண்டது. அதைப் பிரித்து உதறி மேல் அங்கவஸ்திரமாக உடுத்திக்கொண்டார்.

"அட, நான் புதுச்சேரி வரைக்கும் போய் வரேன். அங்கே ஒரு சீமான் இருக்கார். வெறுங்கையை நீட்டினால் அவர் தருங்கையால், தட்டாமல் ஏதேனும் கொடுப்பார் என்று பலரும் சொல்கிறார்கள். அன்னைக்குப் படிக்காசுப் புலவனும், ஜவ்வாதுப் புலவனும், ஆருத்ரா தரிசனத்துக்கு வந்தவர்கள், நம் அகத்தில் போசனம் பண்ணிவிட்டுப் பேசிக் கொண்டிருக்கவில்லையா? மருந்தைத் தவறாமல் சாப்பிடு. அடுத்தகத்தில் மாகாணி அரிசி வாங்கிப் பொங்கிக்கொள். நான் போனேன் வந்தேன் என்று திரும்பி விடுகிறேன்."

அந்த அம்மாளின் முனகலைக் கேட்டுக்கொண்டு கவிராயர் புறப்பட்டார். வீட்டு வாசலில் வந்து நின்று சகுனம் பார்த்தார். எதிரே, ஆற்றங்கரையில் இருந்து நீர்க் குடமும் ஏந்திக் கொண்டு பெண்கள் திரும்பிக் கொண்டிருந்தார்கள். திருப்தியுடன் புறப்பட்டார். சந்தர்ப்பவசமாகவோ அன்றியோ அவருக்கு ஒரு பாட்டின் கருத்து ஞாபகத்துக்கு வந்தது.

"உலகத்தில் எத்தனை தொழில்கள் கற்பதற்கு இருக்கின்றன. அட, அதுதான் இல்லை. பெரும் மார்பகங்களையுடைய வேலை களுக்கு ஆள் பிடித்துக்கொண்டு வருகிற தொழிலைக் கற்றுக் கொண்டிருந்தால்கூட, எவ்வளவு சௌக்யமாய் பிழைத்துக் கொண்டிருக்கலாம்? சனியான தமிழைக் கற்று விட்டதால், எழும் கைகள் ஏந்தும் கைகளாகவும், ஏடு தேடி நடக்கும் கால்கள் செல்வர் வீடு தேடி நடக்க வேண்டியிருக்கிறதே..."

மீண்டும் மீண்டும் அந்தப் பாடலின் பொருளை மனதுக்குள் உருட்டிக்கொண்டு நடந்தார். சிதம்பரத்துக்கு மதியப் பொழுதில் வந்து சேர்ந்தார். மடப்பள்ளியில் பட்டைகள் பெற்றுப் பசியைத் தணித்துக்கொண்டார். சிறிது நாழியை ஓய்வு கொண்டிருந்துவிட்டு, அப்புறம் நடக்கத் தொடங்கினார். இடையிடையே தங்கி மறுநாள் மதியப் பொழுது அண்மிக்கும் நேரமாக புதுச்சேரி வந்து சேர்ந்தார். கூடலூர் வழியாகத் தெருவிலேயே பெரிய மாளிகையாக இருந்த ஆனந்தரங்க பவனத்துக்கு வந்து சேர்ந்தார். வீட்டு முன் கூடத்தில் இருந்த காரியஸ்தர் கண்ணுப்பிள்ளை, கவிராயரை வரவேற்றுப் பாயில் அமர வைத்தார். பானம் வரவழைத்து அவருக்குக் கொடுத்து வெற்றிலை சீவல் செல்லத்தை அவருக்கு முன் வைத்துப் போடச் சொல்லி வார்த்தை சொன்னார்.

பிரபஞ்சன் ○ 181

"சுவாமி எங்கிருந்து வருகிறது?"

"வைத்தீசுவரன் கோயிலில் இருந்து வருகிறது. ஸ்ரீமான் பிள்ளை அவர்களைச் சமூகம் காண வேண்டி வந்திருக்கிறது."

"ரொம்ப சந்தோஷம். நான் பிள்ளை அவர்களின் காரியஸ்தன். என்னைக் கண்ணுப்பிள்ளை என்கிறது. என்னால் எது செய்யக் கூடுமோ அது பண்ணலாம். என்ன விஷயமாக வந்திருக்கிறது என்று நான் தெரியக் கூடுமானால், சொல்லுங்கள்."

கவிராயர் ரொம்ப யோசனையில் இருந்தார். அப்புறம் சொன்னார்: "ஸ்ரீமான் பிள்ளைவாள் அகத்துள் இருந்தால், சற்றுக் காண வேண்டும்."

"பிள்ளைவாள் களத்துக்குப் போயிருக்கிறார்கள். இன்று அறுவடை நடந்துகொண்டிருக்கிறது, திரும்ப சாயங்காலம் ஆகும். இலை போட்டாயிற்று. சௌக்யமாய்ச் சாப்பிடலாம். அப்புறம் சிரமபரிகாரம் பண்ணிக்கொண்டிருந்தால் பிள்ளைவாள் வந்ததும் காணலாகும்."

"களத்து மேடு ரொம்பத் தூரமோ?"

"ஆமாம், காலாப்பேட்டைக்கு அருகாகக் களம். நடந்து போவது ரொம்பச் சிரமம். தாங்கள் களத்துக்குப் போய்த்தான் ஆக வேண்டுமென்றால், மாட்டு வண்டிக்கு ஏற்பாடு செய்கிறேன். போஜனம் பண்ணிவிட்டுப் போகலாம்."

"உணவு கிடக்கிறது. வண்டிக்கு ஏற்பாடு செய்தால் தேவலை."

"சாப்பாட்டு நேரத்தில் வந்த விருந்தாளிக்குப் போஜனம் பண்ணுவிக்காமல், அனுப்பி வைக்கிறது மகாபாவம் என்று எங்கள் பிள்ளைவாள் சொல்லுவார். தாங்கள் போஜனம் பண்ணாமல் போகிறது எனக்கு வருத்தம் தருமே...."

கவிராயர் பசித்துக் கிடந்தார். இருந்தாலும் சாப்பிடுவதை எதுவோ தடுத்தது. வீட்டு உரிமையாளர் இருந்து கேட்டால் அவருக்கு ஆட்சேபனை இருந்திருக்காது. தவிரவும் தமிழ் வாசிக் காமல் இருந்திருந்தாலும் அவருக்கு ஆட்சேபனை இருந்திருக்காது. வயிற்றுக் குரலை அலட்சியப்படுத்தி விட்டு, "தங்கள் உதாரத்துக்கு ரொம்பவும் வந்தனம். நான் பிள்ளைவாளைப் பார்த்த பிறகு, போஜனம் பண்ணிக்கொள்கிறேன்."

"தங்கள் மனசுப்படிக்கு."

கவிராயர், மாட்டு வண்டியில் பிள்ளையின் சாவடிக்கு அருகே இருந்த களத்துக்கு வந்து சேர்ந்தார். கீற்றுக் கொட்டகை ஒன்றில், பாய் மற்றும் திண்டு போட்டுக்கொண்டு பிள்ளை சாய்ந்து அமர்ந்

திருந்தார். அவருக்குச் சற்றுத் தள்ளி, பிள்ளையின் கணக்குப் பிள்ளை அமர்ந்திருந்தார். அவர் போல், மலை போல நெல்மணிகள் குவிக்கப்பட்டிருந்தன. கணக்குப் பிள்ளை, பிள்ளை அவர்களிடம் கணக்கு ஒப்புவித்துக்கொண்டார்.

"சாவடிக் கிருஷ்ணன் கோயிலுக்கு இருபது மூட்டைகள். வேங்கடம்மாள பேட்டைக் கிருஷ்ணன் கோயில் அன்னதானத்துக்கு ஐம்பது மூட்டைகள், தங்கள் தகப்பானர் திருவேங்கடம்பிள்ளைத் தோட்டப் பிள்ளையார் கோயில் பராமரிப்புக்குப் பத்து மூட்டைகள், தோட்ட வீட்டுக்கு வருகிற விருந்தாளிகளுக்கும் முக்கியஸ்தர், சாமியார் அமுது பண்ண நூறு மூட்டைகள் போக, மற்றதுகளைப் பரம்பரை விகிதப்படி தந்து விடுகிறேன், சுவாமி."

"அந்தப்படிக்குச் செய்து விடுங்கள், ஆரோ, நம் வண்டியில் வந்து இறங்குகிறார்களே. ஆர் என்று பாரும்."

கவிராயர் கொட்டகையின் அருகில் வந்து, பிள்ளைவாளை அவர் தோற்றத்தால் அனுமானித்துக்கொண்டு, "நமஸ்காரம். நான் ராம கவிராயர். தங்கள் சமூகம் காண வைத்தீஸ்வர கோயில் அருகில் இருந்து வருகிறேன்."

"அப்படியா. ரொம்ப சந்தோஷம். வர வேணும். வந்து இப்படி ஆசனத்தில் வந்து அமருங்கள். நம் மாளிகைக்குப் போயிருந்தீர் போலும்."

"ஆமாம். தங்கள் காரியஸ்தர் கண்ணுப் பிள்ளை என்பவர், மிகவும் அனுசரணையாக இருந்து, எனக்கு உபகாரம் பண்ணி னார்கள்."

"சந்தோஷம். போஜனம் ஆயிற்றோ?" ஆயிற்று என்று தீங்கு பயக்காத பொய் ஒன்றைச் சொன்னார். கணக்குப் பிள்ளை, கவிராயரை வெட்டிக்கொண்டு கேட்டார்.

"சுவாமி... வண்ணார், அம்பட்டர், ஊர்ப் புரோகிதர் களுக்கெல்லாம் நெல் அளந்து விடலாமா?"

"ஆகா. விளைச்சல் என்பது அவர்களுக்குப் போகத்தானே. என்ன முறையோ, அதுக்குத் தகுந்தாற்போலக் குறைவின்றி அளந்து போடுங்கள். கூடுதலாகப் போனால் பழுதில்லை. சரிதானே?"

"ரொம்பச் சரி" என்றார் கணக்குப் பிள்ளை.

பிள்ளை, கவிராயரைப் பார்த்து, "என்ன விசேஷம் என்று சொல்லும், கவிராயரே..." என்றார்.

கவிராயர், தம் பயணத்தின் போது கவனம் செய்து கொண்டு வந்த பாடலைச் சொன்னார்:

“இடைகொண்ட பார்வதி இருள் கொண்ட கூந்தலின்
இருள் மின்னல் இறங்கி வந்தே,
விடை கொண்டே ஈஸ்வரன் மனம் கொண்ட கண்டத்தில்
இடம் கொண்ட விந்தையே போல்,
திடம் கொண்ட அடுப்பிலே தினம்கொண்ட நெருப்புமே
திசை மாறி உதரம் தனிலே
இடம் கொண்ட விந்தையை இதம் கொண்டு சொல்லுவேன்
இனிதுடன் கேட்பீர் துரையே!
கடல் கொண்டு வந்தவர் களி கொண்டிருக்கவே
கனமுடன் உழைக்கும் தீரா.
மடல் கொண்ட திருமகள் இடம் கொண்டு வாழ்ந்திடும்
மாரனே, ரங்கபூ பதியே.
உடன் கொண்ட நாயகி உளம் கொண்டு மகிழவே
உறுபொருள் கொடுத்துதவியே
விடம் கொண்ட ஏழ்மையை அருள் கொண்டு
உதாரரே, புதுவைக் கோவே...!” – நீக்குவாய்.”

வராளி ராகத்தில் பாடலைச் சொன்ன புலவர், தொடர்ந்தார். அதே நேரம், கணக்குப் பிள்ளை இடைமறித்தார்.

“சுவாமி... பட்டாச்சாரியார், கூடுதல் நெல் கேட்கிறாரே. அவர் பெண் புஷ்பவதியாகி விட்டாளாமே.”

“ஆமாம். என்னிடமும் சொன்னாரே. அவருக்கும் கேட்டதைக் கொடும்” கணக்குப் பிள்ளை அகன்றார். நட்ட நடுமதிய வெய்யில் வெள்ளைப் புகை மாதிரி பரவியிருந்தது. தொண்டையைச் சற்றே கனைத்துக்கொண்டு கவிராயர் சொன்னார்.

“இடைகொண்ட பார்வதி என்றால் சின்ன, மெல்லிய இடை கொண்ட பார்வதி. அவளது கருமையான கூந்தலில் இடம் பெற்ற கரிய நிறமானது, இடம் மாறி, விடை என்று சொல்லப்படும் காளை மாட்டை வாகனமாகக் கொண்ட ஈஸ்வரனாகிய சிவபெருமானின் மார்புக்கு மேலே, கழுத்தில் விடமுண்டதனால் ஏற்பட்ட வடுவாக மாறி விட்டது போல, என்பதாம். அதாவது பார்வதி தேவியின் கூந்தல் கருமை, நீலகண்டன் என்று சொல்லப்படும் சிவனின் கழுத்திலே வந்தது. அது மாதிரி, எங்கள் வீட்டுத் திடமான அடுப்பிலே தினம் இருந்த தீயானது, என் வயிற்றிலே பசியாக வந்து இடம் மாறிக் கொண்டது. அடுப்பில் தீ இல்லை. அது என் வயிற்றில் இடம் மாறியது. கடல் கொண்டு இங்கு வந்திருக்கும் பரங்கியர், சந்தோஷமாக வாழப் பெரிதும் உதவி புரிந்திருக்கும் துரையே! அது போன்று, என் வாழ்க்கையில் என் உடன் வாழ வந்திருக்கும் என் மனைவி மனம் மகிழத்தக்கபடிக்குப் பொருள் செல்வம் கொடுத்து உதவிடுங்கள். விடம் போன்றதான ஏழ்மையை

விரட்ட அருள் புரியுங்கள். உதார குணம் கொண்ட புதுவைப் பிரபுவே!"

பொருள் சொல்கிற வியாஜ்ஜியமாக, கவிராயர் தாம் வந்த உத்தேசத்தை வெளிப்படுத்தி விட்டு, தரையைப் பார்த்தபடி அமர்ந்திருந்தார். சொல்லி முடித்த பிறகு, பிள்ளையின் முகத்தைப் பார்க்கக் கவிராயரால், இயலவில்லைதான். ஒவ்வொரு முறையும் நேர்கிற அனுபவம்தான் அது. வாய்விட்டு யாசகம் கேட்ட பின்பும், கேட்கப்பட்ட பிரபு தம் பதிலைச் சொல்லு முன்னமும் ஆகிய இடைப்பட்ட சில கணங்களில் அவர் உயிர் துடித்து, மரணவஸ்தை கொள்ளும். கவிராயர், அந்த உணர்வில்தான் இருந்தார். பிள்ளை, மிக நிதானமாகச் சொன்னார்.

"விளங்கியது. பாட்டும் புரிகிறது, கவிராயர் பட்ட பாடும் புரிகிறது" என்று பிள்ளை சொன்னதும், வியப்புடனும், சந்தோஷ முடனும் அவரை நிமிர்ந்து பார்த்தார், கவிராயர்.

"கவலைப்படாதேயுங்கோள். தங்கள் இடம் கொண்ட ஏழ்மையைக் கொஞ்ச காலத்துக்காவது இடமாற்றம் செய்து விடுகிறேன். சரஸ்வதி கடாட்சம் கொண்டோரைத் திருமகள் ரொம்ப காலம் சோதிப்பதில்லை. கவலையை ஒழித்து, சந்துஷ்டி யுடன் இருங்கோள்."

சரியான பருவத்தில் பெய்யும் மழை சம்சாரிக்கு ஏற்படுத்தும் ஆனந்தம் போல, பிள்ளையின் சொற்கள், கவிராயர்க்கு ஏற்படுத் திற்று. அதன் பிறகே, தன்னைச் சுற்றிய உலகத்தை உணரத் தலைப்பட்டார், கவி. வெகு தூரத்தில் குடிமகன் நின்றிருந்தார். களத்து மேட்டு ஆள்கள் சறுசுறுப்புடன் வேலையாற்றிக் கொண்டிருந்தனர். வெய்யிலும் சிரமமும் ஏற்படுத்தின வியர்வையில் குளித்த அவர்கள் திரேகம், மழையில் நனைந்த பாறைக் கற்கள் போல அழகுற மின்னியது. பெண்டுகளின் குரலும், ஆள்களின் குரலும், பெரும் களேபரமாய் இருந்தன. உண்ணாத வயிறு இடை யிடையே அவரை நினைவுறுத்தி சோர்வை ஏற்படுத்தினாலும், காட்சியில் தன் துன்பத்தை மறக்க முயன்றார்.

"இருங்கள், இதோ வந்தேன்" என்று விட்டு பிள்ளை களக் குவியல் பக்கமாகப் போனார். வறுமையாளர்கள் என்று பார்த்த மாத்திரத்தில் புரிந்து கொள்ளச் சுலபமாம்படி ஒரு சிறு கூட்டம் நின்றிருந்தது. அழுக்கும் பொத்தலுக்கும் ஆன துண்டைக் கையில் பிடித்தபடி அவர்கள் நின்றிருந்தார்கள். பிள்ளை, தம் கணக்கரை அழைத்து "தலைக்கு ஒரு படி கொடுங்கோள்" என்றார். கணக்கர், "உத்தாரபடிக்கு" என்றவாறு ஆளை அந்தப்படிக்கு அளக்கச் சொன்னார். அம்பாரம் வண்டிகளில் அசையத் தொடங்கின.

கவிராயருக்கு, திரேக சுகவீனமுற்றிருந்த மனைவியின் நினைவு வந்து மிகுந்த சங்கடத்தை ஏற்படுத்திக்கொண்டிருந்தது. கணம்தோறும் அது வளர்ந்து அவரது மனதை ஆக்கிரமித்துக் கொண்டு, பயங்கொள்ளும்படி செய்தது. பிள்ளை மீண்டும் கொட்டகைக்குத் திரும்பியதும், உடன் விடை பெற வேண்டும் என்றும், தம் அவசரத்தைப் புலப்படுத்த வேண்டும் என்றும் தனக்குள் நினைத்துக்கொண்டார். அவரைத் திகைக்க வைக்கிறபடி காரியம் நிகழ்ந்தது. பிள்ளை ஒரு நாற்காலி போட்டு அக்களத்தில் அமர்ந்து கொண்டார். பொறுத்துப் பார்த்த கவிராயர், எழுந்து மெல்ல, பிள்ளையின் அருகாக வந்து, அவருக்குப் பிறகாலே நின்றுகொண்டார். பிள்ளை திரும்புகிறபோது, அவர் கண்ணில் பட்டு, அந்தக் கணத்தில் பதிலிறுத்துக் கொள்ளலாம் என்று நினைத்தார். பிள்ளை திரும்புகிற வழியைக் காணோம். நின்று நின்று, ஒரு கட்டத்தில் அவர் கால் கடுக்கத் தொடங்கிற்று மெல்ல சில எட்டுகள் எடுத்து வைத்து, பிள்ளையவர்களின் விழி எட்டித் தொடும் தூரத்துக்கு வந்து நின்றார். பிள்ளை அவரைப் பார்த்து "எதற்கு நிற்கிறது? நிழலில் அமர்ந்திருக்கலாமே" என்றார். கவிராயர் அசமந்தமான முகத்தோடு, "பொழுது சாய்வதற்குள் புறப்பட்டால் சரியானது என்று தோன்றுகிறது" என்றார். பிள்ளை பதில் சொல்வதற்கு முன்னால், கணக்கர் அவர் அருகில் வந்து நின்றார்.

"என்ன?"

"குவர்னர் துரை அவர்களுடைய பெண்ஜாதி கணக்கில், ஏதாவது மூட்டை அனுப்புகிறதா சுவாமி... போன அறுவடைக்கு அனுப்பினோம். அதுவே நிலுவையாக இருக்கிறது. தங்கள் மனசுப்படிக்கு."

பிள்ளை யோசனைக்குள் மூழ்கினார். அப்புறம் சொன்னார்:

"அந்த முண்டைக்குக் கொடுக்கிறதுக்குப் பதிலாக, இந்தச் சாவடிக் குளத்தில் அவிழ்த்துக் கொட்டினால்கூட எனக்குச் சம்மதமே. சென்ற அறுவடை நிலுவையே இன்னும் தரக் காணோம், அவள். அவளுடைய புருஷண்டை, எனக்குக் கணக்குத் தீர்த்து விட்டதாகச் சொல்லியிருக்கிறாள். நாம் குவர்னரண்டைக்குப் பணத்துக்குப் போய் நின்றாலோ, இதென்ன, இந்த அற்பன் பணத்துக்கு இப்படி அலை பாய்கிறானே என்று குவர்னர் பிரபு நினைத்தாலும் நினைக்கலாம். நமக்கு என்னத்துக்குப் பொல்லாப்பு? கொள் என்றால் வாயைத் திறக்கிறதும், கடிவாளம் என்றால் சண்டி பண்ணுகிறதுமாக அல்லவோ இருக்கிறது அந்தக் குதிரை. கொடுத்துப் பகையாளி ஆகிறதைக் காட்டிலும், கொடாமல் பகையாளி ஆகலாமே. ஆகவே, அவளுக்கு நெல் அளக்காதீரும்."

"தங்கள் மனசுப்படிக்கு" என்று நகர்ந்தார் கணக்கர். களத்துப் பொடி மணல் அவரைச் சுட்டது. கால்களை மாற்றி மாற்றி அமைத்துக்கொண்டு நின்று கொண்டிருந்தார், கவிராயர். மீண்டும் கவனம் திரும்ப பிள்ளை கவியைப் பார்த்து "என்னமோ சொல்லிக் கொண்டிருந்தீரே, என்னது?" என்றார்.

"நாம் உடனே புறப்பட்டால் நல்லது என்று தோன்றுகிறது."

"கவிராயரே, எதுக்குப் பறக்கிறீர். இருமேன். இரவு என்னுடன் தங்கி, சல்லாபம் பண்ணி விடிஞ்சு பலகாரம் பண்ணிப் போகலாமே!"

கவிராயர் கண்கள் சட்டென்று பிரகாசித்து, வார்த்தைகள் கொதித்து உலை வந்த மாதிரி அவர் மூச்சு உஷ்ணத்தால் சுருண்டது. அவர், அடுத்த சில கணங்களில் ஒரு பாடலைச் சொன்னார்.

"கொக்கு பறக்கும்; புறா பறக்கும்
குருவி பறக்கும் குயில் பறக்கும்
நக்குப் பொறுக்கிகளும் பறப்பர்
நானேன் பறப்பேன் நராதிபனே?
திக்கு விஜயம் செலுத்தி, உயர்
செங்கோல் நடத்தும் அரங்கா! நின்
பக்கம் இருக்க ஒரு நாளும்
பறவேன், பறவேன், பறவேனே."

பிள்ளை, சலசலவென்று சிரித்தார்.

"ரொம்ப அழகாகப் பாடி விட்டீரே. எனக்கு உமது அவசரம் புரிகிறது வாரும்..." பிள்ளை, கணக்கருக்கு உத்தரவுகள் பிறப்பித்து விட்டுப் புறப்பட்டார். தாம் பல்லக்கிலும், கவிராயரை உடன் எருது பூட்டிய வண்டியில் ஏற்றியும், மாளிகை நோக்கிப் புறப்பட்டார்கள். வீடு சேர்ந்து, கவிராயரைக் கூடத்தில் ஜமக்காளத்தில் அமர்த்தித் தம் மச்சுக்குச் சென்றார். மங்கை அம்மாளை அழைத்தார். அந்த அம்மாள் "இலை போட்டாச்சு" என்றபடி வந்தாள். "இருக்கட்டும்... மங்கை... கவிராயர் வந்திருக்கிறார். அவருக்குச் சன்மானம் ஏற்பாடு பண்ணணும்."

"ஆச்சு... இதோ செய்கிறேன். கவிராயர் களத்து மேட்டுக்கு வந்து விட்டாராக்கும்! என்ன இப்படிப் பேசுகிறது? அவர் இங்கு மதிய போஜனம் செய்யவில்லையோ?"

"கவிராயர் என்று யாரும் இல்லையே... தேசாந்திரக் குடும்பம் ஆறு பேர், உறவு சனம் பல பேர், நம் மாளிகை சனம் என்றுதானே மத்தியானம் தனியல் நடந்தது!"

"ஐயோ, என்ன பாவம், மனுஷர் பட்டினி கிடந்திருக்கார். மானஸ்தராயிருப்பார். என்ன இருந்தாலும், எவ்வளவுதான் வறுமை

வந்தாலும், தமிழ் வாசித்த பண்டிதன் அல்லவோ. அவன் அவ்வாறு இருப்பது ஆச்சர்யம் அல்லவே... நீ போய் ஒரு உபகாரம் பண்ணு வாயோ? நேரம் அகாலமானபடியால், இப்போது போஜனம் வேணாம். இனிப்புகளும், சீடை, தட்டை, முறுக்கு, எள் உருண்டை, வெல்ல அவல், கொஞ்சம் பழங்கள் எடுத்துப் போய் அவருக்குப் பரிமாறு. அப்புறம் பரிசுப் பொருளைக் கொண்டு வா."

"உத்தாரம்."

பிள்ளை, மேல் கழுவிக்கொண்டு கீழே வருகையில் கவிராயர் பட்சணம் உண்டு கொண்டிருந்தார். பிள்ளை அவர் முன் அமர்ந்து, "என்ன கவிராயரே போஜனம் பண்ணினதாகப் பொய்தானே சொன்னீர். பொய் சொன்ன வாய்க்கும் போஜனம் கிடைக்காமல் தானே ஆச்சு."

"பழமொழி பொய்க்காது, பிரபுவே."

பழம் தின்று பாலை அருந்தினார் கவிராயர். மங்கை அம்மாள் பெரிய தட்டம் ஒன்றுடன் வந்து அதைத் தம் கணவர் முன் வைத்தார். பிள்ளை அதைப் பரிசீலனை செய்தார்.

இரண்டு ஜோடி வேஷ்டிகள், இரண்டு சாலுவைகள், ஒரு பட்டுப் புடவை, சோளித் துண்டு மஞ்சள், வெற்றிலை, பாக்கு வெள்ளிக் குங்குமச் சிமிழ், ஆயிரம் வராகன் காசு, மிஞ்சு மோதிரம் இரண்டு. கவிராயர் முகம் பரவசம் அடைந்தது. கண்ணீர் துளிர்த்தது. இரு கரங்களையும் கூப்பித் தொழுதார்.

கவிராயரை வண்டியில் ஏற்றி அமர்த்தி, பிள்ளை சொன்னார். "இப்போதைக்கு உம் ஏழ்மையை இடம் மாற்றியாகி விட்டது. கவலைப்படாதீரும். சௌக்யமாக இரும். சரஸ்வதி தேவியின் அருள் பெற்றவர் சஞ்சலப்படலாமோ? பட்டால், எம் போன்றவர் இருந்து என்ன லாபம்? ஈதலும், இசைபட வாழ்தலும் அன்றோ வாழ்க்கைக் குறிக்கோள். சிறிது நாளில் எம் மகன் அண்ணாசாமியின் ஆண்டு விழா நிறைவு வர இருக்கிறது. ஓலை வரும். கட்டாயம் வாரும்."

வண்டி நகர, காளையின் கழுத்து மணி இனிமையுடன் இசைத்தது.

24

அன்னபூரணி ஐயன், கும்பெனியின் குமாஸ்தாவாக இருந்தான். அவனுக்குத் திடுமென ஓர் ஆசை வந்துவிட்டது. லோகத்தில் யாருக்குத்தான் ஆசை இல்லை? காலம் பண்ணிப் போன பெத்ரோ கனகராய முதலியாரின் இடத்துக்கு, பெரிய துபாஷ் பதவிக்கு,

தான் வர வேண்டும் என்று ஆசைப்பட்டான் அன்னபூரண ஐயன். அதைத் தொட்டு, யாரைப் பிடிப்பது என்று யோசிக்கையில், குவர்னர் துரையின் பெண்சாதி மதாம் ழான் துய்ப்ளெக்சிடம் உளவுக்கார உத்தியோகம் பண்ணுகிறவனும், அந்த அம்மாள் சாப்பிடுகிற பீங்கான் தட்டுகளை எடுத்துச் சுத்தம் பண்ணுகிற அணுக்கக் காரியம் பண்ணுகிறவனுமான தொப்பை நாராயண பிள்ளையே சரியான மனுஷன் என்று தேர்ந்தான். ஐயன், தொப்பை நாராயணனைச் சந்தித்து, பெரிய துபாஷ் உத்தியோகம் பற்றிப் பிரஸ்தாபம் பண்ணுகையில், 'அதுக்கென்ன... மதா'மிடம் நான் சொல்லுகிறேன். எனக்கு வராகன் கொடுக்க வேண்டியது. அதிர்ஷ்டபாகம் இருந்து உத்தியோகம் ஆச்சுது என்றால், என்னை உயர்ந்த ஸ்திதியிலே வைக்கிறது' என்று தொப்பை நாராயணன் சொல்லிப்போட்டு, அந்தப்படிக்கு மதாமிடம் பிரஸ்தாபித்தான். மதாம் இருந்து கொண்டு, "அன்னபூரண ஐயன், அந்த உத்தியோகம் பெறுகிறதுக்கு, நமக்கு எவ்வளவு பணம் கொடுப்பான்?" என்று கேட்ட சம்மதியில், அதை நாராயணன் வந்து ஐயனிடம் சொன்னான். அதுக்கு, "அந்த அம்மாளை நான் நேரிடையாகச் சந்தித்துப் பேச வேணும். என்னிடம் நேரிடையாக அந்த அம்மாள் பேசிப்போட்டாள் என்றால், பணத்துக்குத் தோது பண்ணிப் போடலாம்" என்றான் ஐயன்... அந்தச் சம்மதிக்கு, ஐயனை, ஒரு சாயங்காலம் அம்மாள் சாப்பிடுகிற நேரமாகப் பார்த்து, தொப்பை நாராயணன் கொண்டு போய் நிறுத்தினான்.

ஐயன் விபூதி குங்குமப் பிரசாதத்தை அம்மாள் முன் வைத்து வணங்கினான். அம்மாள் வறுத்த கோழித் தொடைக் கறியைக் கடித்து சுவாரஸ்யமாக மென்றபடி, "நாராயணா? மாமிசத்துக்குக் காரம் கூடுதல் என்று குசினிக்காரனிடம் சொல்லிப் போடு. மாமிசத்தைப் பொன் வறுவலாக, மொரமொரக்க, தங்கத்தைக் கரைத்து விட்டாற்போல் வறுக்க வேண்டும் என்று சொல்லு. இன்னொரு வாட்டி, இந்தப்படிச் செய்தான் என்றால், வேலையை விட்டுத் துரத்திப் போடுவேன் என்று சொல்லு. சரி, இந்தப் பாப்பான் என்னத்துக்கு வந்திருக்கிறான் என்று கேட்டுச் சொல்லு" என்றாள்.

"அம்மா, கும்பினியில் 'குடுத்தியேர்' உத்தியோகம் காலி யாச்சுதே. பெத்ரோ கனகராய முதலியார் இடத்துக்கு அன்னபூரண ஐயன் முயற்சி பண்ணிக்கொண்டிருக்கான். அம்மாள் தயவுக்கு வந்திருக்கிறான்..."

ஐயன், கைத்தடி மாதிரி முதுகை வளைத்து வணங்கி, "தாயே. ராஜராஜேஸ்வரி, வேதபுரீஸ்வரர் கோவில் தையல் நாயகி அம்மாள் மாதிரி, தேஜசும், கீர்த்தியுமாக இருக்கேள். மகா சம்போக ஸ்திரீ

நீர். இந்தக் கடையனுக்கு, தங்கள் கடைக்கண் அருள் இருந்தால் 'குடுத்தியேர்' உத்தியோகம் ஒரு பொருட்டா? அதை எனக்குச் சம்பாதித்துத் தர வேண்டும்."

மதாம் மூான் சிரித்தாள். தொப்பை நாராயணனைப் பார்த்தாள். நாராயணன் ஐயனிடம், "ஓய் ஐயன், அம்மாளுக்கு என்ன தருவீர் என்று சொல்லும்" என்றாள்.

"குபேரனுக்குக் குசேலன் என்னத்தைக் கொடுக்கிறது. அவல் மாதிரி, அம்மாளுக்கும் குவர்னர் துரைக்கும் ஏதோ என்னால் ஆனதைத் தருகிறேன்."

"அது என்ன என்று விளங்கச் சொல்லிப் போடும்" என்றாள் அம்மாள்.

"அம்மாளுக்கு ரெண்டாயிரம் ரூபாயும், குவர்னருக்கு ஆயிரம், ஏதோ பொன் வைக்கிற இடத்தில் பூவைக்கிற மாதிரி தந்து விடுகிறேன். தயவு பண்ண வேணும்."

மூான் கடித்துக்கொண்டிருக்கும் எலும்பைத் தூர விசிறி எறிந்தாள்.

"இந்த ஐயன் ரொம்பவும் அற்பனாய் இருப்பான் போல் கிடக்குதே."

"அம்மாள் கோபம் என்னை அழித்துப் போடும். காளி கண் திறந்தால் என் பிராணன் போயிடுமே. எங்கேயாவது ஏற்பாடு செய்து ஐயாயிரம் ரூபாய் தந்துவிடுகிறேன். தயை பண்ண வேணும்."

"எனக்கு ஐயாயிரம். குவர்னருக்கு ஆயிரத்து ஐநூறு. இதுக்குச் சல்லிக் காசு குறைக்கிறதில்லை."

"அம்மாள் விருப்பப்படி. எனக்குத் தங்கள் கிருபை இருந்தால் போதும். தெய்வங்களையும் நான் வென்று விடுவேனே" என்று தெண்டனிட்டும், சலாம் பண்ணிக்கொண்டும் அகன்றான் அன்னபூரண ஐயன்.

அன்னிக்குக் காலமே குருவப்ப செட்டி, ஆனந்தரங்கப் பிள்ளை மாளிகைக்கு அவசரத்துடனே வந்து சேர்ந்தார். மங்கை அம்மாளும், நன்னாச்சியும் செங்கழுநீர்ப்பட்டுக்கு ஒரு விசேஷம் காரணமாகச் சென்றிருந்தார்கள். பிள்ளை பின் வீட்டில் ஸ்நானம் செய்துகொண்டிருந்தார். அண்டாவில் இருந்து எழுந்த ஆவியும், அவருடைய திரேகத்தில் இருந்து எழுந்த வெந்நீர் ஆவியும், அந்த இடத்தைப் புகை மண்டலமாக்கி இருந்தது. செட்டி, சுவாதந்திரியமாக உள் வீட்டுக்கு வந்து, ஸ்நானம் செய்து கொண்டிருந்த

பிள்ளையைப் பார்த்து, "பிள்ளைவாள், இப்படியும் உண்டா? நீங்கள் ஒரு சேதியும் என்னிடத்தில் சொல்லுகிறதில்லை" என்றார்.

"வாரும், செட்டியாரே. என்ன சேதியைச் சொல்லாமல் போனேன்னுங்காணும்?"

"உங்களுக்குப் பெரிய துபாஷி கொடுக்கிறதாய், கோன்சேலிலே தீர்த்துப் போட்டாங்களாம்."

பிள்ளை, துண்டை உதறி உடம்பைத் துவட்டியவராகச் சொன்னார், "உமக்கு யார் சொன்னது?"

"கோட்டையிலே கணக்கு எழுதிக்கொண்டிருக்கிற முசே கொற்னே என்கிறவனிடம் சடையப்ப முதலி மகன் சுவாமிநாதன் என்கிறவன் போனானாம். அவன் இவனிடம், 'உங்கள் பிள்ளைக்கு பெரிய துபாஷ் உத்தியோகம் கொடுத்திருக்கிறதே' என்றானாம். சுவாமிநாதன் என்னண்டைக்கு வந்து, என்ன அப்படியா என்கிறான். குவர்னதோர், நாலைந்து நாளைக்கு முன்னதாகக் கோன்சேலைக் கூட்டி, பெரிய துபாஷ் உத்தியோகத்துக்கு ரங்கப் பிள்ளையை உத்தேசிக்கிறதாய்ச் சொல்லவும், கோன்சேல்காரர்கள் அதற்குச் சம்மதித்துக் கையெழுத்துப் போட்டதாகவும் பேசுகிறார்களே."

"அப்படியானால், ஆகட்டும். குவர்னதோர் என்னை அழைப்பித்து இது பற்றி ஒன்றும் பேசவில்லை. எனக்கு இது பற்றி ஒன்றும் தெரியாது. இப்போ என்ன குறை? குவர்னதோருக்கு அடுத்தபடியாகத்தானே நான் இருந்து கொண்டிருக்கிறேன். அந்த உத்தியோகம் எனக்குக் கவலையில்லை" என்று சொல்லியபடி பட்டு வேஷ்டியைச் சுற்றிக்கொண்டு சுவாமி அறைக்குள் புகுந்தார் பிள்ளை.

பகல் பதினோரு மணி அளவில், குவர்னர் பிள்ளையை அழைக்க ஆள் விட்டனுப்பவே பிள்ளை உத்தியோக அங்கியை அணிந்து, குத்துவாளையும் தாங்கி, குவர்னர் முன்பாக வணங்கி, சலாம் பண்ணிக்கொண்டு நின்றார். குவர்னர், பல்வேறு விஷயங்கள் பேசிக் கொண்டு இருந்துவிட்டு, சட்டென்று இப்படி ஒரு கேள்வியைப் போட்டார்.

"ரங்கப்பா! லாசருக்கு உடம்பிலே என்ன வியாதி? உனக்கு அது பற்றி ஏதாவது தெரியுமா?"

"தெரியாது, பிரபுவே. நேற்றுக்கூட லாசர் தானப்ப முதலியார் என்னை நம் பாக்குக் கிடங்குக்கு வந்து கண்டாரே."

"ஏதோ கேள்விப்பட்டேன். பெரிய உத்தியோகம் எதுவும் சின்ன முதலிக்குக் கொடுத்தால், அதைச் செய்யும் பிரயாசை, தேக ஆரோக்கியம் அவனுக்கு இருக்குமா?"

குவர்னர் தம்மை ஆழம் பார்ப்பது, பிள்ளைக்குப் புரிந்தது. குவர்னரின் வார்த்தைகளில் இருந்து அவருக்குப் பல விஷயங்கள் புலப்பட்டன. ஒன்று, தலைமை துபாஷ் வேலைக்குப் பரிசீலனை நடக்கிற விஷயம். இரண்டாவது, துபாஷ் காலம் பண்ண கனகராய முதலி சொத்தை ஆழும் பாழுமாக்கி, அவர் விதவைக்குக் கொடாமல் சாமர்த்தியம் பண்ணின கைங்கர்யத்துக்காக அவர் தம்பி லாசர் தானப்ப முதலி என்கிற சின்ன முதலி குவர்னருக்குப் பதினோராயிரம் வராகன், மூன்றில் ஒரு பங்கு கொடுத்ததைத் தொட்டு, லாசர் மேல், குவர்னருக்கு ஏற்பட்ட அபிமானம், தனக்கு நியாயமாக வர வேண்டிய அந்தப் பதவிக்குக் குவர்னர் பணம் எதிர்பார்த்தல் எல்லாம் புரிந்தன. பிள்ளை மிக, ஜாக்கிரதையாகத் தம் பதிலைச் சொன்னார்.

“கொடுத்துப் பாருங்களேன் பிரபுவே. தங்கள் விருப்பம் அதுவானால், யார் தடுக்கப் போயிற்று? செய்ய வேண்டியது தானே?”

குவர்னர் சிரித்துவிட்டு, “நீ போகலாம்” என்றார்.

அன்று சாயுங்காலம், ஐந்தரை மணிக்குக் குவர்னர் பெண்சாதி பிள்ளையை அழைப்பித்துச் சொன்னார்.

“ரங்கப்பா! அன்னபூரணி ஐயன் என்கிற பிராமண மேஸ்திரி இருக்கிறானே, அவன் தன்னைக் கும்பினி ‘குடுத்தியேரி’ ஆக்கினால் ஐய்யாயிரம் வராகன் தருவதாகச் சொல்கிறான். அதுவுமன்னியில் எனக்குத் தனியாக ஆயிரத்து ஐநூறு வராகன் வேறு தருவதாகச் சொல்கிறான். அவனிடம் அவ்வளவு காசு இருக்குமா?”

“தன்னிடம் இல்லையென்றாலும், கடன் வாங்கிக் கொடுப்பான், மதாம் அவர்களே.”

“ஆனால், அந்த ஐயனுக்குச் சாக்கிரதை போதாதே. பிரெஞ்சு, தெலுங்கு, உரு, பராசீகம் என்று பல பாஷைகள் உன் மாதிரி அவனுக்கு வராது. நீயானால், இந்த உத்தியோகத்திலே சின்ன பிள்ளையிலே இருந்து எங்கள் கையின் கீழ் பழகினவன். உனக்கு உத்தியோகம் கொடுத்தால், அக்காரியம், நிர்வாகத்துக்கு வரும். அதுவுமன்னியில் காலம் பண்ணின பெத்ரோ கனகராய முதலிகூட, உன் மாதிரி நிர்வாகம் பண்ண அறிய மாட்டார் என்று குவர்னர் என்னிடத்தில் சொன்னார். அதுவும் போக இந்த லாசர் தானப்ப முதலி மேல் துரைக்குப் பட்சமாகவும் உள்ளது. ஆருவம், இந்த உத்தியோகத்திலே இருந்து நிர்வாகம் பண்ண அவன் அறியான். அப்படியிருக்க இந்தப் பார்ப்பானுக்குக் கொடுக்க எங்களுக்கு எப்படி மனசு வரும்? இவனுக்கு என்ன நிர்வாகம் வரும்? இந்த

ஐயன் சோசியம் பார்ப்பான். வைத்தியம் பார்ப்பான். வர்த்தகம் பார்ப்பானோ? ஆதலினால், அவன் பேச்சைக் குவர்னர் எடுத்ததும் அதைத் தள்ளிப் போட்டேன். துரை மனசிலே என்ன இருக்குமோ தெரியாது. நாங்கள் கிறிஸ்தவர்கள். சொன்ன வார்த்தை பிசகுகிறது இல்லை. உனக்கே இந்த உத்தியோகம் கொடுக்கிறது என்று துரையுடனே சொன்னேன். இதுக்கு மாறுபாடு பேச மாட்டேன். இப்படியெல்லாம் நான் பேசினதை மனசிலே கெட்டியாய் வைத்துக் கொள்."

"ஆகா...! தங்கள் அன்புக்கு நான் என்ன கைமாறு செய்யக்கூடும்!"

"தாய்க்குப் பிள்ளை என்ன கைமாறு பண்ணக்கூடும்? நீ எனக்குப் பிள்ளை. துரை மனசிலேயும் கூட இது மாதிரி எண்ணத்தை ஏற்படுத்திக்கொண்டிருக்கிறேன். கெட்டியாய் இதை நீ மனசிலே வை."

பிள்ளை, மனம் நெகிழ்ந்தவர் போலச் சொன்னார்:

"அம்மா, தாங்கள் என் தாய் அல்லவோ. நான் குவர்னர் துரையோட அடிமை. அவருக்கு நான் திரணம். அவரோடு எந்தக் காலத்திலும் என் அன்பைத் திரித்துக்கொள்ள மாட்டேன். எப்படியென்றால், அரிநாமத்தை எப்படி நான் திரித்துக்கொள்ள மாட்டேனோ, அது மாதிரி. நான் பிள்ளை பெற்றுப் பேரிட்டால், அவர் பெயரை அன்றோ வைப்பேன். அவரைத் தொட்டு எனக்கு அனேக காரியம் ஆக வேணுமாப் போலே, என்னைத் தொட்டு அவருக்கு யாது காரியம் ஆகுமோ, ஆகாது..."

"ஆனால் ஒன்று."

"சொல்லுங்கள் தாயாரே."

"அன்னபூரணி ஐயனும், லாசர் தானப்ப முதலியும் வெகு பணத்தை மடியிலே கட்டிக்கொண்டு அலைகிறார்கள். பணம் என்றாலே பேயும் கரையும். தப்பித் தவறி இந்த மனுஷர்கள் துரைக்கு வெகு பணம் கொடுத்து தங்கள் அபிலாஷையை நிறைவேற்றிக்கொண்டால் நான் ஒன்றும் செய்யக்கூடாது அப்பா."

அம்மாள், என்ன இடத்துக்கு வந்து சேர்கிறாள் என்பது பிள்ளைக்குத் தெரிந்தது. சகல தகுதியும் தனக்கிருக்கும்போது தாம் என்னத்துக்கு இவளுக்குப் பணம் கொடுக்கிறது என்று யோசித்தார். அப்புறம் சொன்னார்:

"அம்மா, தங்களுக்கும் துரையவர்களுக்கும் வெகு பணம் விசேஷித்துக்கொண்டு வருகிறது என்றால், அப்படிச் செய்கிறது தானே காரியம். என் பொருட்டுத் தாங்கள் என்னத்துக்குப் பணம்

இழக்க வேணும். அவர்களில் ஒருவருக்கு இந்த உத்தியோகத்தைக் கொடுங்கள். எனக்கு நீங்கள் என்ன அத்தாட்சி பண்ணினீர்கள்? ஒரு தாட்சியம் எனக்குத் தாங்கள் பண்ணவில்லையே. சகல மேம்பாடுகளுடன் தானே என்னைத் தாங்கள் நடத்தி வருகிறீர்கள். சகல காரியங்களும், இந்தப் பட்டணத்தில் என் முகாந்திரமாய்த் தானே நடக்கிறது. எனக்கு இந்த உத்தியோகம் கவலையில்லை."

"இப்படியெல்லாம் பேசாதே. துரை கேட்டால், அவருக்குக் கோபம் வரப் போகிறது. நாம் இவனை உசந்த இடத்தில் வைக்க வேணும் என்று இருக்கும்போது, இவன் இப்படி அசட்டையாய்ப் பேசுகிறானே என்று அவர் நினைத்தாலும் நினைக்கக் கூடும். என்னிடம் சொன்னாற்போல வேறு யாரிடமும் இது மாதிரிப் பேசாதே. உனக்குச் சந்தோஷமான கபுறு சொல்கிறேன், கேட்டுக் கொள். இன்னும் நாலைந்து நாளையிலே உன்னைக் கும்பினீர் உத்தியோகத்திலே வைத்துப் பார்க்கப் போகிறோம்."

"பிள்ளைக்கு என்ன எது நேரத்துக்குக் கொடுப்பது என்று தாய்க்குத் தெரியாதா? எல்லாம் தங்கள் மனசுப்படிக்கு."

பிள்ளை கனத்த யோசனையோடு திரும்பினார்.

நல்ல மனுஷர்கள் என்று நாலு பேர் இருந்தால், அயோக்கிய சிகாமணிகள் நாற்பது பேர் இருப்பதுதானே லோக மரபு என்கிறதாய் பிள்ளை இருந்தார். அவர் எண்ணப்படியே நகரத்திலே வீராச் செட்டி என்கிற அயோக்கியன் இருந்தான். அவனும், அவனை ஒத்த சங்கரய்யன் என்பவனும், தரகு நல்ல தம்பி முதலி என்கிறவனும், இன்னும் பந்துகளும் சேர்ந்து லாசர் தானப்ப முதலியிடம் வந்து அவனைக் கிளப்பிவிட்டார்கள். சாய்வு நாற்காலியில் படுத்துக் கொண்டு அவ்வப்போது இருமி, கோழையை அருகில் இருக்கும் குண்டானில் துப்பிக்கொண்டு படுத்திருக்கும் லாசர் தானப்ப முதலி என்கிற சின்ன முதலியண்டைக்குச் சென்றார்கள்.

"ஓய்! சின்ன முதலி. நீர் இப்படி வீட்டில் இருக்கிறதைத் தொட்டுத்தானே, உமக்கு ஒரு காரியமும் ஆகாமல் இருக்கிறது. பணம் செலவழிக்கப் போதாது என்று பார்த்தால், அப்புறம் எப்படிப் பணம் பண்ணுவீர்? உம் முகம் என்ன கெருட முகமா? உம் முகத்தைப் பார்த்து எல்லோரும் தாடையிலே போட்டுக் கொள்வார்களா, என்ன? நீர்தானே நாலு இடத்துக்கு ஓடித் திரிந்து காரியம் பார்க்க வேணும்? உம்முடைய தமையனார் கனகராய முதலி, இந்த உத்தியோகத்தில் அன்றோ நாலு காசு சம்பாதிச்சது. அப்படிப்பட்ட உத்தியோகத்தைவிடப் போமோ? நவாப் உம் அண்ணாருக்குக் கொடுப்பித்த கிராமம் கூட எதிர் காலத்தில் டோக்காய் (தொந்தரவு) வரும். பணம் அச்சடிக்கிற

டங்கா சாலையிலே உமக்கு வருகிற வருமானத்துக்கும் போராட்டம் வரும். ரங்கப்பிள்ளை, தலைமை துபாஷாகப் போகிறார்ஙானும். அப்புறம் உமது கொடுக்கல், வாங்கல் அனைத்துக்கும் சங்கடம் வரும். உம் அண்ணார் வகித்த பதவி, எனக்குக் கொடும் என்று நீர் சட்டமாகக் கேட்கிறதென்ன? ஏதோ மடைப்பள்ளியில் சோறு தானம் கேழ்க்கிற அசலூர்க்காரன் மாதிரித் தயங்குகிறதென்ன?"

இந்தப்படிக்குப் பலரும், பெண்டாட்டி, பிள்ளைகள், சம்பந்திகள், மருமகள்கள் என்று எல்லோரும் சொல்லப் போகவே, சின்ன முதலி ஒரு முடிவுக்கு வந்தவராய் எழுந்தார். வெகு பணத்தை மடியிலே கட்டிக்கொண்டு, அன்று சாயந்திரமே சம்பாக் கோயில் தலைமைப் பாதிரியண்டைக்குப் போனார்.

சிரேஷ்டர், லாசர் சின்ன முதலியைக் கண்டு ஆச்சர்யம் கொண்டார்.

"என்ன சின்ன முதலி கூட கோயில் பக்கம் காண்கிறாரே? காசு பெறாமல் எந்தக் காரியமும் செய்ய மாட்டாரே, சின்ன முதலி. கோயில் பூஜைக்கு வருகிறவருக்கு நாம் காசு கொடுப்பதில்லையே...."

"விளையாட்டு வேணாம், சிரேஷ்டரே. வினையால் தானே நான் இங்கு வந்தது."

"சொல்லும்."

"ரங்கப்பனுக்குப் பெரிய துபாஷ் உத்தியோகம் ஆகப் போகிறதாம்."

"அப்படியா? அவர்தானே நிர்வாகம் பண்ணுகிற மனுஷர். உங்கள் அண்ணா இருக்கும்போதே, பதவி இல்லாமல்கூட, பெரிய துபாஷாகத்தானே அவர் பிரகாசித்துக்கொண்டிருந்தார். அவருக்கு அது நியாயம்தானே?"

"என்ன நியாயத்தைக் கண்டீர்? கிறிஸ்துவன் பேசுகிற பேச்சா, இது? நீர் கிறிஸ்தவ சிரேஷ்டமாக இருந்துகொண்டு ஒரு தமிழன் பதவிக்கு வரப் பண்ணுவதாவது? நான் உத்தியோகம் பண்ணினால் உமக்கும் கிறிஸ்துவத்துக்கும் நல்லது. தமிழனை இந்த உத்தி யோகத்திலே வைத்தால் தமிழன் ஆதிக்கமாகத்தானே இருக்கும். அதை யோசித்துப் பாரும்."

"அதெல்லாம் சரி லாசர். பிள்ளை, இதுகாறும் கிறிஸ்துவத்துக்கு விரோதமாகப் போனவர் அல்லவே. அதைத் தொட்டுத்தான் யோசிக்கிறேன்."

"நீர் யோசிப்பது கிறிஸ்துவத்துக்கே விரோதமானது. இதைத் தொட்டா, நாங்கள் கிறிஸ்துவத்துக்கு மதம் மாறினது. ஒரு தமிழனுக்கும், கிறிஸ்தவனுக்கும் வியாஜ்ஜியம் வந்தால், சிரேஷ்ட ராகிய நீர் எம் பக்கம் அல்லவோ இருக்க வேணும்?"

"அது உள்ளது."

"ஆகையினால், நீர் இப்பவே போய், மதாம் மூான் துய்ப் ளெக்சைச் சந்திக்க வேணும். அவள் நல்ல கிறிஸ்துவச்சி ஆயிற்றே. அதைத் தொட்டு, அவளிடம் எனக்காகப் பேசும். நல்ல கிறிஸ்து வனாகிய லாசர் சின்னப்ப முதலிக்குப் பெரிய துபாஷ் உத்தியோகம் பண்ணிப் போடும். அதற்கான நிறைய வெகுமதியும் லாசர் கொடுக்கச் சித்தமாக இருக்கிறான் என்று சொல்லிப் போடும். அந்த அம்மாள் பணப் பிசாசு என்றுதான் தெரியுமே. பெண்சாதி ஆத்தாள் பெரிய ஆத்தாள் என்று இருக்கிறவன் அல்லவோ இந்தக் குவர்னர். ஆகவே இதை நீர் சாத்தியம் பண்ணும். நான் உனக்கும் பணம் தருகிறேன்."

"அப்படியானால் நல்லது" என்றபடி, சிரேஷ்டர், மதாம் துய்ப்ளெக்சைச் சந்திக்க ஆயத்தமானார்.

25

சித்திரை மாதம் ஆறாம் தேதி வெள்ளிக்கிழமை, சூரியோதயத்துக்கு இரண்டு நாழிகை இருக்கும்போது, கவிராயரும், திருச்சி தளவாயும் ஆன கஸ்தூரி ரங்கய்யன் பெண்சாதி ரங்கம்மாள் ஊரை விட்டு ஓடிப் போனாள். பாக்கு மண்டியில் அமர்ந்திருந்த ஆனந்தரங்கப் பிள்ளை அவர்களிடம் இந்தச் சேதியை வந்து சொன்னார், துரை பெண்சாதியிடம் எடுபிடிக் காரியம் பண்ணிக் கொண்டிருந்த அழகிய சிங்கவாச்சாரியார்.

'அப்படியும் ஆச்சுதா? என்னத்துக்கு ஓடிப் போனாளாம்?' என்று கேட்டார் பிள்ளையவர்கள்.

'கோபாலகிருஷ்ணய்யன் அக்காள் மகன் தியாகய்யனுக்கு நூற்று முப்பது வராகன் கொடுக்க வேணுமென்று இருந்ததே. அந்தப் பணத்துக்கு, தியாகய்யன், குவர்னர் துரையண்டைக்கு வியாச்சியம் கொண்டு வந்து விடுவதாகச் சொல்லிக் கொண்டி ருந்தானன்றோ? அதைத் தொட்டு, குவர்னர் கிடங்கிலே போட்டு விடுவாரோ என்று பயந்துகொண்டு ஓடிப் போனாள்."

பிள்ளையின் கிடங்குக் கணக்குப் பிள்ளை வந்து திண்ணையின் பக்கம் அமர்ந்தார்.

"ஓய்! அந்த ரங்கம்மாளை மைதுனம் பண்ணிச் சுகம் அனுபவித்ததற்கும், அந்தப் பணத்துக்கும் சரியாச்சுதே."

அழகிய சிங்கவாச்சாரியார் ரொம்பவும் யோசித்துவிட்டுச் சொன்னார்.

“அதை முதலுக்கு எடுத்துக்கொள்ளப் போமா? வட்டிக்கு அந்தப் பணத்தை ஈடு செய்துகொண்டான் என்று வைத்துக் கொள்ளுமே.”

பாக்கு மூட்டைகள் குலுங்கும்படியாக அவர்கள் சிரித்துப் போட்டார்கள்.

“பிள்ளைவாள்! இந்த வியாச்சியத்தைத் தொட்டு, சில பேர் சிறிது திரவியம் கிரகிக்கலாம் என்று இருந்தார்களே, அவர்கள் வாயில் மண். அவர்கள் முகம் கறுத்து, வெகு லச்சைப்பட்டுக் கொண்டிருந்தார்கள். சிறிது பேருக்கு, இவள் இந்த ஊரை விட்டுப் போனது சனியன் விட்டுப் போச்சுது என்கிறதாய் சந்தோஷமாச்சுது. சிறிது பேர், என்ன பதிலாமை போட்டுத் தம்மைப் பகிரங்கப்படுத்தி விடுவாளோ என்று திகில் பட்டுக் கொண்டிருந்தவர்கள், திகில் நீங்கி உத்சாகத்தை அடைந்தார்கள். ஆனால், சிறிது பேருக்கு வெகு துக்கமாச்சுது. நல்ல குடும்பஸ்தர்க்கு சந்தோஷமாச்சுது.”

கடைப் பிள்ளை இருந்துகொண்டு, “ஓய்! துக்கமாச்சுது என்றீரே, எவருக்கெல்லாம் துக்கமாச்சுது?” என்றார்.

“சொல்கிறேன் கேளும். எந்த கம்மனாட்டிகள் எல்லாம் அவளைப் போஷிச்சுக் கொண்டு மைதுனம் பண்ணிக்கொண்டு இருந்தார்களோ, அவர்களுக்கெல்லாம், துக்கமாச்சு. துரை அவர் களிடம் இருக்கிறானே, கணக்கன் ரங்கப்பிள்ளை, அருணாசலச் செட்டி, விஜயராகவாச்சாரி, ரங்காச்சாரி, தியாகய்யன், மேலகிரிப் பண்டிதர் குமாரன் ராமச்சந்தரிய்யன் அவனோட அண்ணன், தம்பிகள் இவர்களுக்கெல்லாம் துக்கமாச்சு!”

“ஓய் சிங்கவாச்சாரி, அவர்களை விடும். சாக்கடையில் நீர் எடுத்துப் பல் துலக்குகிறவர்களைப் பற்றி என்ன பேச்சு? இந்தப் பீடை, இந்தப் பட்டணத்தைப் பிடித்துக்கொண்டு, அசங்கியம் பண்ணிக் கொண்டிருக்கிறாளே என்று எனக்கு மெத்தக் கவலையாச்சுது. போதாததற்கு, அந்த அவிசாரி முண்டை தெய்வத்துக்கு முன்னால் நின்று வந்தவாசி ரங்கப்ப பிள்ளை தனக்கு ஆயிரம் வராகன் தர வேண்டும் என்று பொய் சாட்சி சொன்னபோதே, எனக்குப் பட்டது. இந்த ராட்சசிக்குக் கேடு காலம் வந்தாச்சுது என்று இருந்தது. சரி இப்போ, அவள் எங்கு போயிருக்கிறாளாம்?”

“சிதம்பரம் பக்கம் ஒதுங்கியிருக்கிறதாகக் கபுறு வந்திருக்கிறது, பிள்ளைவாள்.”

“தொலையட்டும்! வீட்டுக்குள் பாம்பை வைத்துக்கொண்டு அதனோடு சேர்ந்து வாழ்ந்தது மாதிரியிருந்தது. அது சரி, சிங்கவாச் சாரியாரே, உங்கள் அம்மாளை, இந்தக் கழுதை எப்படி வசியம் பண்ணியது? அவளுக்கு இந்தக் கழிசறையால் என்ன வந்தது?”

“பொம்மனாட்டிக்குப் பொம்மனாட்டி அனுசரணை என்று சொல்வதில்லையா? அதுவுமன்னியில், இந்த ஓடுகாலிக் கழுதை, இந்த அம்மாவுக்கு அவ்வப்போது எதனாச்சும் சிறு சிறு பொருள் அன்பாக வழங்கிக்கொண்டிருந்ததே, அதைத் தொட்டு இந்தச் சினேகம் வந்திருக்கலாம்.”

பிள்ளை சற்று நேரம் யோசனையில் இருந்துகொண்டார். அப்புறமாய் சொன்னார்:

“நமக்கு இந்தப் பிடாரியைப் பற்றியெல்லாம் கவலை யில்லைங்நாணும். இவளோட புருஷனாய் இருந்த அந்தக் கஸ்தூரி ரங்கய்யனைப் பற்றித்தான் கவலை. எப்பேர்க்கொத்த கவி, அந்த மகானுபாவன். எப்பேர்க்கொத்த விவேகி அந்த மனுஷன். அப்படிக் கொத்தவனுக்கு தலை இறக்கம் பண்ணிப் போட்டு, இந்த முண்டை காரைக்காலுக்கு ஓடினாளே! அந்த மனுஷன், கஸ்தூரிரங்கய்யன், நம் மேல் கவி பண்ணி வைத்துக்கொண்டு அரங்கேற்றம் பண்ண வேண்டும் என்று இருக்கிறான். அதற்குள்தான் இந்தக் கூத்து. நான் அந்த மனுஷனுக்குத் திருச்சி பக்கம் உத்தியோகம் வாங்கிக் கொடுத்து அனுப்பிப்போட்டேன்.”

“ஏன் இந்தப் பொம்பளைக்கு இந்த கிரகச்சாரம். ஒழுங்காய் ஒருத்தனோடு ஏன் வாழுகிறதுக்கில்லை? இப்படி அமாவாசைக்கு அமாவாசை ஒரு ஆம்பிளை என்று என்னத்துக்கு வாழுகிறது? இதில் என்ன சந்தோஷம் கிடைக்கும்? தம் மனசே தம்மை இடிக்காதா?”

“அது அப்படித்தான்நாணும்! இடிக்கவும் செய்யாது, பிடிக்கவும் செய்யாது. இரண்டாவது ஆம்பிளைக்கு வருகிற போதுதான் மனசு கொஞ்சம் சஞ்சலப்படும். இரண்டு மூன்றாச்சு என்று வையுங்கள், அது இருபது, முப்பது என்று தான் போய் நிக்கும். பொம்பளைக்கு மட்டும் என்ன? ஆம்பிளைக்கும் அப்படித்தான். கொழுப்புக்கும், திமிருக்கும் அப்படித்தான். கொழுப்புக்கும், திமிருக்கும், விபசாரத்துக்கும் பாலென்ன, திணையென்ன, குலமென்ன? ஆண் என்ன? பெண் என்ன?”

“அது உள்ளது” என்றார் பிள்ளை. “அப்படியும் சொல்கிறதுக் கில்லை. என் வாழ்நாளில் ஸ்ரீராமன் மாதிரி மகா பதிவிரதனாக வாழ்ந்தவர்களைப் பார்த்திருக்கிறேன். சீதையம்மாள் மாதிரி நெருப் பாக வாழ்ந்தவர்களையும் பார்த்திருக்கிறேன். புருஷன் தப்பி, இரண் டாவது ஆம்பிளையோடு ஒழுங்காக சீவித்திருந்த பெண்டுகளையும் கண்டிருக்கிறேன். அவிசாரித்தனம் இருக்கவே இருக்கு. நாலு கால் உள்ளதெல்லாம் பன்றி என்று சொல்லலாகுமா? பன்றியும் இருக்கு; பசுவும் இருக்கு, மனுஷனுக்கும் அது உள்ளது.”

"மெத்த சரி" என்று ஒப்புக்கொண்டார் அழகிய சிங்கர்.

சதாரா சிறையிலே இருக்கிற சந்தா சாயுபுவிடமிருந்து அலி அக்பர் சாயுபு என்கிறவன், காடியின் மேலேறிக்கொண்டு புதுச்சேரிப் பட்டணம் வந்து சேர்ந்தான். அவனோடு கபுறுதாரர்களும் மற்றவர் களுமாக இருபது பேர் வந்திருந்தார்கள். சந்தா சாயுபு குமாரன், புதுச்சேரிப் பட்டணத்திலே தங்கியிருக்கிறவன் ரசா சாயுபுவும், அவனோட மனுஷர் சாமாராயனும், பிள்ளையும், இரண்டு துலுக்கச் சிப்பாய்களும், ரதத்தின் பேரிலேயும், குதிரையின் பேரிலேயும் போய் அவர்களை அழைத்து வந்தார்கள். மீரா பள்ளியை அடுத்திருந்த சந்தா சாயுபுவின் வீட்டுக்கு அவர்கள் போய்ச் சேர்ந்தார்கள் என்கிற கபுறு ஆனந்தரங்கப் பிள்ளைக்குப் போய்ச் சேர்ந்தது. அச் செய்தியைக் குவர்னர் துரைக்குச் சொல்லும் முகத்தான், பிள்ளை அன்று சாயங்காலமே குவர்னர் துரையைப் பேட்டி பண்ணிக் கொண்டார். துரை அவர்கள், தன் சாலில் அமர்ந்து கபே குடித்த காட்சியராய், புகை பிடித்துக்கொண்டு அமர்ந்திருந்தார். பிள்ளை சலாம் பண்ணிக்கொண்டு நிற்கிறதைப் பார்த்து, "'என்ன ரங்கப்பா, என்ன சங்கதி?' என்றார் துரை.

"துரை அவர்களே! ஒரு கபுறு சொல்லிவிட்டுப் போக வந்தேன். சதாரா சிறையில் இருக்கும் சந்தா சாயுபுவிடமிருந்து அவர் பெண்சாதிக்குச் சேதி வந்திருக்கிறது. அதை எடுத்துக் கொண்டு அலி அக்பர் சாயுபு என்கிறவன் வந்திருக்கிறான்."

"என்ன சமாச்சாரமாம்?"

"ரசா சாயுபுவிடம் இருக்கும் சாமாராயனிடம் இது பற்றிக் கேட்டேன். மராத்தி ராஜாவண்டையிலே இருக்கிற படைத் தலைவர் ராகுஜி போன்ஸ்லே வங்காள தேசத்தையெல்லாம் ஜெ யித்துப் போட்டு வந்திருக்கிறார் என்றும், மராத்தியர் அண்டை யிலே சிறையிலே இருக்கிற சந்தா சாயுபு அவர்கள் பணம் தயார் பண்ணி அவனுக்குக் கொடுத்து விடுதலை பண்ணிக்கொள்ள விரும்புகிறார் என்றும் தெரிய வந்திருக்கிறது."

"சந்தா சாயுபு சௌக்யமாக இருக்கிறாரா?"

"இருக்கிறார். மராத்தியர்கள் அவரை மிகவும் கௌரதையாக வைத்துக்கொண்டிருக்கிறார்கள். அவருடைய ஆப்தர்களிடம் பேசவும், உண்கவும் ஏற்பாடு பண்ணி இருக்கிறார்கள் என்றும் கபுறு வந்தது."

"சந்தா சாயுபு அவர்கள் நமக்கு மிகுந்த ஆப்தர் அன்றோ? நம் பிரெஞ்சு அரசாங்கத்து உயர்வுக்கு இருப்பவர் அன்றோ?"

"அதில் அட்டி என்ன பெருமானே? இன்று தங்கள் துரைத் தனத்துக்கு வந்திருக்கிற காரைக்காலும், கருக்காளச்சேரியும், கோட்டையும், ஆயிரக்கணக்கான நஞ்சைகளும், புஞ்சைகளும் குவர்னதோர் துய்மா காலத்தில், சந்தா சாயுபு பெற்றுத் தந்தார் அல்லவோ? தஞ்சாவூர் மராத்தி அரசர்களைப் பகைத்துக் கொண்டதைத் தொட்டுத்தான் அவர்கள் சதாராவிலே இருக்கிற மராத்தி ஷாரு மகாராஜாவுக்கு எழுதி, அவரும் தம் தண்டு படைகளை அனுப்பி சந்தா சாயுபுவைக் கைது பண்ணிக் கொண்டு போனது..."

துரை மிகவும் யோசித்தபடி, புகை பிடித்தபடி இருந்து விட்டுச் சொன்னார்.

"ரங்கப்பா, நமது நிலைமை சரியில்லை என்று நீ அறிவாய் தானே. நாம், இங்கே வியாபாரத்துக்கு வந்திருக்கிறோம். நாலு காசு, நாலு பணம் பண்ணி, பாரீசுப் பட்டணத்துக்காரர்களுக்கும் அனுப்பி, நாமும் சௌக்யமாக இருக்கிறதுக்கல்லவோ கடல் கடந்து இந்த உஷ்ண பூமிக்கு நாம் வந்திருக்கிறது. அதைத் தொட்டுத்தானே ஒல்லாந்துக்காரர்களும், டச்சுக்காரனும், ஆங்கிலேகாரர்களும், நாமும் இந்தப் பூமிக்கு வந்து கோட்டை கட்டிக்கொண்டு வாழ்ந்து கொண்டிருக்கிறது? அதை மறந்து போய், நாமே ஒருத்தருக்கு ஒருத்தர் கடல் மேலே சண்டை போட்டுக்கொண்டு இருப்பது மெத்த அறிவீனம் அல்லவோ? அதைத் தொட்டுத்தானே நாம் சென்னப் பட்டணத்துக் குவர்னதோர் அவர்களுக்கு, 'நமக்குள்ளே சண்டை வேணாம், சமாதானமாய் இருப்போம்' என்று எழுதிப் போட்டது? ரங்கப்பா, அக்கடிதத்தை நீ தானே இருந்துகொண்டு எழுதினாய்?"

"உள்ளது, பிரபு! அடியேன்தான் எழுதினேன். தங்கள் உத்தாரப்படிக்கு எழுதினேன். அதுக்கு ஆங்கிலேத்தர் குவர்னதோர், 'நம்மால் சண்டை ஒன்றும் வராது. நம் கப்பல்கள் எதுவும் சண்டை முஸ்தீபு பண்ணாது. ஆனால், கடலில் வரும் ஆங்கிலேத்தர் மாமன்னர் அவர்களின் கப்பல்கள் பிரெஞ்சியரின் கப்பல்களை அடித்தாலோ, சண்டை முஸ்தீபு பண்ணினாலோ, அதைத் தடுக்க வல்லோம் நாங்கள் அல்லர். அதுக்கு நாம் பிணி இல்லை' என்று எழுதி வந்ததும் நன்கு நினைவுக்கு இருக்கிறது எசமான்."

"அந்த ஒப்பந்தத்தை மீறிப் போட்டு, நம் கப்பல்களை அடிப்பதும், நம் வியாபாரக் கப்பல்களைக் கடலில் கெடுத்து மடக்கிப் போடுகிறதுமாய் ஆங்கிலேத்தர் பண்ணுகிற அட்டூழியம் மறக்கலாகுமோ?"

"அது உள்ளது. பிரபுவுக்குச் சொந்தமான சரக்குக் கப்பலைக் கூட, அவர்கள் அழித்துப் போட்டு எசமானுக்குப் பொருத்த ஹானி பண்ணினார்களே...."

"பார்த்தாயா! நல்ல சமயத்திலே ஞாபகப்படுத்தினாய். எனக்கு எவ்வளவு நஷ்டம் என்கிறாய். என் பெண்சாதி நகை நட்டு, தோடு தொங்கட்டான் ஆகியவற்றை அடகு வைத்தல்லவோ நாம் சரக்குப் பிடித்தது? நமக்குத்தான் எவ்வளவு பெரிய நஷ்டம்?"

"அது உள்ளது. பிரபுவுக்குத் தொந்தரை கொடுத்தவர்களைப் பகவான் பார்த்துக்கொள்வார். கவலைப்படாதேயுங்கள்! மனுஷர் பத்து செய்தால், மகாதேவர் ஆயிரம் தருவாரே."

"இந்த யுத்தம் நாளைக்கு வர முஸ்தீபு நடந்து கொண்டிருக்கையில், சந்தா சாயுபு போன்ற அருமையான வீரர்கள் நம் பக்கத்தில் இருந்தால், நமக்குத்தான் எவ்வளவு தெம்பாக இருக்கும்."

"உள்ளது துரையே. சந்தா சாயுபுவுக்கும் விடுதலை பெற வேணும் என்கிற நினைப்பு இருக்கிறது. தம் விடுதலைக்குப் பணம் முஸ்தீபு பண்ணத்தான் தம் ஆப்தனைச் சந்தா சாயுபு இங்கு அனுப்பியிருக்கிறார்."

"அதுசரி. சிங்கத்தைச் சிறையில் அடைத்தாற்போலவும், பறக்கிற ஜீவராசியைக் கூண்டுக்குள் அடைத்தாற்போலும், சந்தா சாயுபு போன்ற வீரனை அடைத்து வைத்தால்? காலம் கனியும் போது, நாமும் நம்மால் ஆனதைச் செய்வோம்."

"தஞ்சாவூர் ராஜாவண்டைச் சேனாதிபதியாகக் காரியம் ஆற்றுகிற சையத் சான் பெண்ணைத் தன் பிள்ளைக்குக் கட்டிக் கொள்ளப் போகும்போதே நான் எச்சரிக்கை பண்ணினேனே. ராயுபு என் வார்த்தைகளைத் தட்டித்தானே சென்றார். அதன் பலன் அன்றோ, இப்போது அனுபவிக்கிறார்?"

"அஃதென்ன விஷயம்?"

"ஏகோஜி ராஜாவுக்குப் பிற்பாடு, தஞ்சாவூருக்கு ராஜ்ஜியத்துக்கு முதல் அதிபதியான பிரதாப சிம்மராஜா, தமக்கு முன்னாடி இருக்கப்பட்ட ராஜாக்கள் பண்ணின தர்மமும் தானமும் பண்ணியும் வெகு தேவாலயங்களைக் காவிரி தீரத்தில் கட்டுகிறதும், வெகு பிராமணாள் வாசமா இருக்கிறார்கள் என்று அக்ரகாரங்களைக் கட்டுகிறதும் பிராமணர்களுக்குச் சர்வ மானியம் கொடுக்கிறது, எக்கியம் பண்ணுவிக்கிறது, அன்ன சத்தியம் போடுவிக்கிறது, இந்த விதமாக அனேக தர்மங்கள் பண்ணிக்கொண்டு இருக்கிற நாளையிலே பிரதாப சிம்ம ராஜாவுக்குக் கில்லேதாரனாகவும், கோட்டை அதிகாரியாகவும், பவுசுதாரராகவும், இப்படிப் பற்பல உத்தியோகங்களைத் தம்மண்டையிலேயே வைத்துக்கொண்டு சையீத் கான் என்கிறவன் ராஜாவுக்கு அதர்மமாகவும், எதிராகவும் இருந்து கொண்டு அனேக கிருத்தியங்கள் பண்ணிக்கொண்டு இருந்தான். கர்நாடகச் சாதித் தேவடியாளை, அவள் கோயில்தாசி

என்பதை அறிந்தும், மோகனா என்கிற தாசியைக் கெடுத்துப் போட்டு, தம் வீட்டிலே அவளைக் கொண்டு போய் வைத்துக் கொண்டான். இந்த அதிகார சன்னது போதாமல், இன்னும் பற்பல கிருத்தியங்கள் பண்ணலாம்படிக்கு, தம் பெண்ணைச் சந்தா சாயுபு பிள்ளைக்குக் கொடுத்து, அவனுக்கு – அதுதான் தம் மாப்பிள்ளைக்கு – தஞ்சாவூர் ராஜ்ஜியம் சிம்மாசனத்தின் பேரிலே உட்கார வைத்து, சகல அயிசுவரியமும் தாம் அனுபவிக்க வேணும் என்று யோசனை பண்ணி, தம்முடைய தம்பி சையீது காசிமுடனே கலந்து ஆலோசனை பண்ணினான். போசலே வம்சத்து உத்தம மனிதன் இந்தப் பிரதாப சிம்ம ராஜா ஆகையினாலேயும், அவன் தம்பியாகப்பட்ட காசிம், தம் தமையன் பண்ணின ராஜத் துரோகம், தெய்வத் துரோகம், குருத் துரோகம் ஆகியதுகளை எண்ணி, சமாச் சாரத்தை ராஜாவிடமே வந்து சொல்லிப் போட்டான். ராஜா மனசிலே இந்தக் காரியத்தை வைத்துக்கொண்டிருந்தார். சில நாள்கள் கழித்து, சையீது என்கிற பாவி, ராஜாவிடத்திலே வந்து, எம் பொண்ணைச் சந்தா சாயுபுக்குக் கொடுத்தால் அப்புறம் நம் முடனே இருப்பார், நம் சமுஸ்தானத்துக்கு அதனாலே மெத்த பலம்தான்' என்று ஆஷாடபூதி மாதிரி பேசினான். ராஜா, 'ஆகா' நம்முடைய ராஜ்ஜியத்துக்குப் பலம்கூட வேணும் என்று உம் பெண்ணைக் கூட நவாய்த்தவனுக்கு (இசுலாமியப் பரம்பரைகளில் ஒன்று. குறைஷி, சிதா, ஜியா, மெக்ரி, மொகாஜீர் ஆகிய பிரிவுகள் அதனுள் அடங்கும் என்று சென்னை அரசு 1909ஆம் ஆண்டு வெளியிட்ட நூலில் பக்கம் 27இல் காணக் கிடக்கிறது. இதை எழுதியவர் தர்ஸ்டன். நூலின் பெயர் தென்னிந்தியாவின் சாதி இனங்கள், 4ஆம் பக்கம்) கொடுக்கிறாயா என்று சந்தோஷித்தவராக நடித்து, கலியாணத்துக்கு வேண்டிய செலவுக்குப் பணமும் கொடுத்து, ஆனால் கலியாணத்தைக் கோட்டைக்குள் வைத்துக் கொள்ளப்படாது, மத்தியாற் சுனத்திலே பண்ணும் என்கிறதாக உத்தாரம் பண்ணினார். அதைத் தொட்டு மத்தியாற் சுனம் என்கிற திருவிடைமருதூரிலே கலியாணம் நடந்தது. கோட்டைக்குத் திரும்பின சையீத் செய்த கிருத்திருமம் என்னவெனில், சந்தா சாயுபுக்கு ரகசியமாக ஒரு லிகிதம் எழுதியனுப்பினான். 'நீங்கள் தேவையான ஜெனங்களோடு, மத்தியாற்சுனத்திலே இருந்து ராவே புறப்பட்டு, அருணோதைக் காலத்திலே, கோட்டையிலே வந்து சேர்கிறது. வாடிக்கையின்படி நான் இருந்து கோட்டை வாசற்படி திறக்கும்போது சேனைகளுடனே கோட்டைக்குள்ளே நுழைந்து, ராஜாவுடைய வீட்டின் பேரிலே சுல்லா பண்ணி உள்ளே நுழைந்து சண்டை பண்ணி, ராஜ்ஜியம் சுவாதீனம் பண்ணிக் கொள்கிறது என்கிறதாக அந்த லிகிதத்தை, அதை எழுதுகிறபோது அண்டை யிலே இருந்த காசீம், ராஜாவிடத்திலே உளவு சொல்ல, அந்த

லிகிதத்தையும், அதை எடுத்துப் போன குதிரைச் சேவகனையும் ராஜா தம் மனுஷர்களை வைத்து வளைத்துப் பிடித்துக் கிடங்கிலே போட்டார். இப்படியாகத்தானே, பிரபல சாட்சியம் தனக்குக் கிடைத்து விட்டவுடனே ராஜாவானவர், மெத்தவும் ஆச்சரியமும் கோபமும் கொண்டு தமக்கு மிகவும் ஆப்தமாய் இருக்கப்பட்ட தம் மச்சினன் மல்லார்சி காடே, முக்கிய காரியஸ்தன் அன்னப்பா சேட்டிகை, ஆப்தமாய் இருக்கப்பட்ட சர்தார் மனோஜி ராவ், ஜக்தாப் இவர்களுடனே கலந்துகொண்டு சையீதைக் கொன்று போடுகிறது என்று நிச்சயம் பண்ணினார்கள். தனக்கு ஆப்தமாய் இருக்கப்பட்ட சர்தார்களையெல்லாம் ஆயுதத்துடனே ஓர் இடத்திலே பதுங்க வைத்து, தாம் ஓர் பிரத்யேகமாய் உட்கார்ந்துகொண்டு, முகல் அண்டையிலே இருந்து வந்த சிறிது காகித பத்திரங்கள் பார்க்க வேண்டியிருக்கதெண்டு சையீதுவை அழைத்து அனுப்புவித்தார். அப்போது சையீது கிரகாச்சாரத்தின் படிக்கு, மகாராஜா விடமிருந்து அஞ்சாறு விசை அழைப்பு வந்த பிற்பாடு வந்தான். அப்போ, அந்த ராஜா, சையீது அண்டை சில நேரம் உபசாரமாய்ப் பேசிக் கொண்டிருந்து, சல பாதைக்குப் போய் வாறோம் என்கிற வியாச்சியத்தினாலே, தாம் மஹாலுக்குப் போனார். மகாராஜாவின் முன் சைகை தெரிந்த சர்தார்கள் மூன்று பேரும், சையீதுவின் கை காலைக் கட்டித் தனியிடம் எடுத்துப்போய் பரலோகம் அனுப்பிவிச்சார்கள்."

துரை இருந்துகொண்டு சொன்னார்:

"ரொம்ப சரி. நாம் எந்த ஆயுதம் தரிக்கிறோமோ, எதிரியும் அந்த ஆயுதத்தைத்தானே எடுப்பான். அந்த சந்தா சாயுபுவைக் காப்பாற்றுகிற விஷயமாக யோசனை பண்ணு, ரங்கப்பா."

"ஆகா, அடியேன் அந்தப்படிக்கே பண்ணுகிறேன். எல்லாம் தேவரீர் கிருபை" என்றார் பிள்ளை.

26

கும்பெனியின் நாணயம் அச்சடிக்கும் டங்காசாலையின் ஒப்பந்தக்காரரும், நகரத்தின் பிரதான வர்த்தகர்களில் ஒருவருமான சுங்கு சேஷாசலச் செட்டியின் இரு குமாரத்திகளுக்கும் கலியாணம் வெகு பிரக்யாதியுடனே நடைபெற்றது. பன்னிரண்டு வயசு மூத்தவளை திருமலையாரன் பட்டிணம் ராச்செண்ண செட்டிக் குமாரனும், ஒன்பது வயசு சின்னவளை மதுரை வாலி செட்டியார் குமாரனும் கலியாணம் செய்துகொண்டார்கள். இரண்டு பெண்களுக்கும் ஒரு

முகூர்த்தமாய்ப் பண்ணுகிறதில் கலியாணச் செலவு வெகு சுருக்கம் என்கிறதாய்ச் செட்டியார் சொன்னார். கலியாணத்தன்று சாயுங் காலம் ஆறு மணிக்கு மகாராஜ துரையவர்களும், அவர் பெண் சாதி மூனம்மாள், முசே துபுலா, மதார் தெப்ரேமனி முதலான வர்களும், நகரத்தில் புதுப் பணக்காரரான சின்ன முதலி முதலான பிரமுகர்களும், தேவடியார்மார்களும் திரண்டு வந்தார்கள். வீட்டுக்கு வெளியே போட்டிருந்த பந்தலில்தானே அவர்கள் வந்து அமர்ந்தார்கள். அங்கே போட்டிருந்த தித்திப்பு மேசையில் அமர்ந்து குவர்னர் தம்பதிகள் தித்திப்பு சாப்பிட்டார்கள். பந்தலிலே அவர்கள் அரை நாழிகை இருந்த பிறகு, சேஷாசலச் செட்டியார் குவர்னர் தம்பதிகளைத் தனியாக உள் அறைக்கு அழைத்துச் சென்றார். ஒரு பெரிய தாம்பாளத் தட்டில், செட்டியார் குவர்ன ருக்கு ஆயிரம் ரூபாய்ச் சன்மானம், மதாமுக்கு நூறு ரூபாயும் வைத்து அந்தரங்கமாய்க் கொடுத்தார். அவர்கள் அந்தப் பணத்தைச் சந்தோஷமாகப் பெற்றுக்கொண்டார்கள். அப்புறமாய்க் கூடத் துக்கு வந்து மாப்பிள்ளை பெண்ணுக்கு அருகில் போட்டிருந்த ஆசனங்களில் அமர்ந்தார்கள். பெரிய மாப்பிள்ளை சுமார் இருபது வயதும், பெருத்த உடம்பினையும், அவன் அருகில், பன்னிரெண்டு வயசுப் பெண், பசுவுக்குப் பக்கத்தில் கன்று ஒன்று ஒட்டிக் கொண்டிருப்பது போன்றும் இருந்தார்கள். சின்ன மாப்பிள்ளை சிறு வயசுப் பையனாய் இருந்தும், பிள்ளையார் சிலை மாதிரி குண்டாய் இருந்தான். அவன் பக்கத்திலே இருந்த ஒன்பது வயசுக் குழந்தை மணப் பெண்ணைப் பார்க்கையில் குழந்தை கையிலே வைத்திருக்கும் மரப்பாச்சிப் பொம்மையைப் போல இருந்தாள். மணப் பெண்கள் இருவருமே, அவர்களுக்குச் சொல்லிக் கொடுத் திருந்தபடி தலையைக் கவிழ்த்துக்கொண்டு அமர்ந்திருந்தார்கள். கழுத்தில் அவர்கள் அணிந்திருந்த மலர் மாலைகளும், உடம்பு முழுக்க மாட்டி இருந்த ஆபரணங்களும் சேர்ந்து அவர்களை மேலும் குலுக்கி அழுந்தச் செய்திருந்தன போன்றிருந்தது. மூான் முதலான வெள்ளைக்காரிச்சிகள் அந்த மணப் பெண்களைக் கண்டு பொங்கியெழுந்த சிரிப்பை மிகக் கஷ்டப்பட்டு அடக்கிக் கொண்டிருந்தார்கள். கூட்ட மிகுதியால், காற்று தயங்கிக் கசகசத்தது. அரை நாழிகை நேரம் மணமக்களுக்கு முன்னே அமர்ந்திருந்த பிறகு, குவர்னர் தம்பதிகள் எழுந்து தம் மாளிகைக்குப் புறப்பட்டார்கள்.

அன்று மறுநாள் காலமே, சுங்கு சேஷாசலம் செட்டி ஆனந்த ரங்கப் பிள்ளையை அழைத்துக்கொண்டு குவர்னர் துரையண்டை பேட்டிக்குப் போனார். துரை சாவகாசமாக அமர்ந்து புகை பிடித்துக் கொண்டிருந்தார்கள். இருவரும் குனிந்து நமஸ்கரித்து, சலாம் பண்ணிக்கொண்டு நிற்கையில், துரையவர்கள், “ரங்கப்பா, என்ன விஷயம்?” என்றார்.

“செட்டியார், இன்று சாயங்காலம் விளக்கு வைத்த பிறகு, மாப்பிள்ளை பெண் ஊர்கோலம் வைத்துக்கொள்ள ஆசை கொண்டுள்ளாராம். குவர்னர் எசமான் அதற்கு உத்தாரம் தரவேணும் என்று அபேட்சிக்கிறார்கள்.”

“ஊர்கோலம்தானே. நடத்திக்கிறது. அதனால் என்ன?”

பிள்ளையின் காதில் செட்டி என்னமோ சொல்ல, துரையவர்கள், “என்ன விஷயம் செட்டி?” என்றார். அதற்குப் பிள்ளையே பதிலும் சொன்னார்.

“பெண் மாப்பிள்ளை ஊர்கோலம் வருகிறபோது, துரை அவர்களைப் பேட்டிப் பண்ணிக்கொண்டதும், ஏழு பீரங்கி போட வேணுமென்றும், வெகுமதி வஸ்திரம் கொடுப்பிக்க வேணுமென்றும் ஆசிக்கிறார் செட்டியார்.”

புகையை வாயில் வழிய விட்டபடி குவர்னர் சிரித்தபடி சொன்னார். “அப்படி வழக்கம் உண்டா? முந்திய குவர்னர்கள் காலத்தில் என்ன வழக்கமாய் நடப்பித்தது?”

பிள்ளையவர்கள் சவிஸ்தாரமாகச் சொன்னார்:

“முசே பொவிலியேர் நாள் முதல் கொண்டு, முசேலெனுவார், முசே துய்மா நாளையிலே, இப்படிச் சந்தர்ப்பத்துக்குப் பீரங்கி போட்டதுண்டா என்றால் இல்லை.”

அதுக்கு செட்டி இடையிட்டுக்கொண்டு சொன்னார்:

“மசே லெனுவார் நாளையிலே, ஊர்கோலம் குவர்னதோர் மாளிகையை அடைய ராத்திரி வெகு நாழிகை ஆச்சுது. அதனாலே பீரங்கி இல்லை. முசேதுய்மா நாளையிலே, மரியாதை அந்தப்படிக்கு நடப்பித்ததுதானே!”

“முசே துய்மா நாளையிலே, இவர்கள் வீட்டுக் கல்யாணத்தின் போது புல்லாங்குழலும், தம்பூரும் வாசித்துக் கொண்டு பல்லக்கோடு வந்ததே அல்லாமல், அப்படி வந்த துரையவர்களண்டை வெகுமதி வஸ்திரங்கள் பெற்றதே அல்லாமல், பீரங்கி போட்ட ஞாபகம் இல்லையே.”

அதுக்குத் துரை இருந்துகொண்டு சொன்னார்:

“நான் குவர்னதோராய் ஆன பிற்பாடு, கனகராய முதலியார் வீட்டுக் கலியாணம் வந்தது. அந்தக் கலியாண ஊர்கோலத்தில் பீரங்கி போடவில்லையே. தவிரவும், இப்போது நமக்கும் ஆங்கிலேத்துக்காரருக்கும் சண்டை வரப் போகும் சமயமாய் இருக்கிறதினாலே, பீரங்கிப் பேச்சு பேசப் போகாது.”

செட்டி குனிந்து வணங்கியபடி, “எசமான், தயவு பண்ணி எனக்கு பீரங்கி மரியாதை பண்ணினால், அதைத் தொட்டு எனக்கு மிகவும் மேம்பாடாக இருக்கும்.”

“இது என்ன பிரதிஷ்டை? கும்பினிக்கு நீர் பட்டிருக்கும் கடனைத் தீர்த்துப் போட்டு, பங்காளிகளின் கணக்கையும் தீர்த்துப் போட்டால், அதுவே பெரிய பிரதிஷ்டை. இந்தச் சண்டைக் கலாப சமயத்திலே பீரங்கிப்பேச்சை இன்னொரு வாட்டி பேசப் போகாது?”

பிள்ளை தலையிட்டுக்கொண்டு சொன்னார்:

“எசமான் ஒன்று சொன்னால், அதுக்கு மேலான பேச்சு ஏது? துரையவர்கள் கனம் பண்ணிக்கொண்டு, ஊர்கோலத்தில் தம்பூரும், புல்லாங்குழலும் வாசித்துக்கொண்டு வர உத்தாரம் கொடுக்க வேணும். அத்தோடு மாப்பிள்ளைகள் ரெண்டு பேருக்கும் நவ்வாறு கஜம் விழுக்காடு சகலாத்து எட்டு கஜமும், பெண்கள் இரண்டு பேருக்கும் இரண்டு சேலையும் இரண்டு ரவிக்கையும் துரையவர்கள் தொட்டுக் கொடுத்தால், அது செட்டியாருக்கு அதிக பிரதிஷ்டையாக இருக்கும், தயவு பண்ணுங்கோள்.”

“சம்மதி.”

துரையின் சம்மதத்துக்குப் பிறகு, இரண்டு பேரும் சலாம் பண்ணிக்கொண்டு பின்புறமாக நடந்து வரவேற்பு கபினேத்தை விட்டு வெளியே வந்தார்கள்.

நாகாபரணப் பண்டிதரும், பிள்ளையும், பிள்ளையின் அக்ரகார மான திருவேங்கடபுரத்துக்குப் போய்க் கொண்டிருந்தார்கள். பொம்மராசுபாளையம், தெலுங்கு ராசாவான காவெட்டி ராசா நரசிங்க ராசாவிடமிருந்து பிள்ளைக்குப் பல வெகுமதிகள் வந்திருந்தன. அதுகளைப் பெற்றுக் கொள்வதற்காகப் பிள்ளை ஒரு பல்லக்கிலும், பண்டிதர், அப்பாவு முதலான குடும்ப அங்கத்தினர்கள் பலப்பல வண்டிகளிலும், பயணம் பண்ணிக் கொண்டு சாயரட்சை அக்ரகாரத்துக்குப் போய்ச் சேர்ந்தார்கள். பிள்ளையின் ஆசாரியார் அங்குதான் இருந்தார். ஆசாரியாரின் மடத்தில் வெகுமதிகள் கொண்டுவந்திருந்த அய்யா பிராலய்யன், சீனுவாசாச்சாரி, திருப்பதி வெங்கடாசலப் பெருமாள் பிரசாதம் கொண்டுவந்திருந்த நாலு அர்ச்சகர்களும் தங்கியிருந்தார்கள்.

“பிள்ளைவாள், இது அற்ப சொற்ப வெகுமதி அல்லவே. ஒரு ராசா உமது சினேகம் வேண்டி, உம் மூலியமாக பிரான்சுத் துரைத் தனத்தாரின் சகாயம் வேண்டியும் பரிசுகள் அனுப்பியிருக்கிறார். அதைக் கவர்னருக்கு அறிவித்துப் பெருமையாக ஆட்டபாட்டத் தோடும், பீரங்கி மரியாதைகளோடும், ஆனை, குதிரை, ஒட்டை, சிப்பாய்கள் பராக்கோடு வரவேற்கிறதுக்கு இல்லாமல், இப்படித் திருட்டுத் தாலி கட்டிக் கொள்கிறீரே” என்று பண்டிதர் சொன்னார்.

“வாஸ்தவம்தான் பண்டிதரே, துரைப் பெருமானிடம் சொல்லி, அதிமேன்பாடாய் இவர்களை அழைக்க வேணுமென்றுதான்

இவர்களை ரெண்டு தினம் தாமசப்படுத்தினேன். துரை அவர்களிடம் சமயம் பார்த்தவிடத்திலே, துரைக்கு மனதிலே வியாகூலம் வந்து பிடித்துக்கொண்டு மகா விசனத்தின் பேரிலே இருந்தாரே. அவர் முகத்தைப் பார்க்கக் கூடுகிறதில்லை. விசாலமாய் இருக்கிற முகம் கடுகடுப்பேறிப் போய், எவருடன் பேசினாலும் கோபித்துக்கொண்டு பேசுகிறதுமான சாடையாய் இருக்கப் போய்த்தானே, இது பற்றிப் பேசப் போனவன், கட்டினவனைக் கண்டதும் கள்ளப் புருஷன் நழுவுகிறது மாதிரி நழுவிக் கொண்டேன்."

பிள்ளையின் குடும்பத்தார்களும், ஆப்தர்களும் ஆசாரியரைச் சுற்றிக்கொண்டு அமர்ந்தார்கள். சாஷ்டாங்கமாக விழுந்து பிள்ளை ஆசாரியாரை நமஸ்கரித்துக்கொண்டு, வீட்டில் இருந்து வந்திருந்த குஞ்சு குளுவான்களையும் விழப் பண்ணி அமர்ந்தார். ஆசாரியார் 'பல்லாண்டு' சொல்லி அனைவரையும் ஆசீர்வதித்தார். காவெட்டி ராசாவின் மனுஷர் அய்யாபிராலய்யன் இருந்துகொண்டு பேசினார்.

"புதுச்சேரிப் பட்டணத்து பிரக்யாதி வர்த்தகரும், மகாராஜஸ்ரீ பிரான்சுத் துரைக்கு அடுத்த அதிகாரத்தில் இருப்பவரும், விவேக மதி, வினய புத்திசிலருமான ஸ்ரீ ஆனந்தரங்கப் பிள்ளைவாள் இடத்தில், காவெட்டி ராசா நரசிங்கப் பெருமான் ராசா அவர் களுக்கு வெகு பிரீதியாச்சு. பிள்ளைவாளுடைய சினேகத்தையும், சௌக்கியத்தையும், சௌகர்யத்தையுமே எந்நேரமும் ராசா கோரி யிருக்கிறார். உம்முடைய பேரிலே அத்யந்த பிரீதியாய் இருக்கிற தாய், ராத்திரி பகலாய் உம்மைப் பார்க்க வேணும் என்கிறதாய் நினைப்பாய் இருக்கிறதும் ஆக எங்கள் ராசா இருக்கிற நிலை மையைத் தெரியப்பட உத்தாரம் சொன்னார்கள். பிள்ளைவாளைப் பார்க்கிற நிமித்தியம் ராமேசுரப் பயணம் மேற்கொள்ளவும் சித்தமாக இருக்கிறார்கள். அது போலத் தாங்கள் திருப்பதிப் பயணம் மேற் கொண்டாவது எம் அரசனைக் கண்ணினால் காணவேணும் என்று ஆசிக்கிறார். நம் அன்பைத் தெரியப்படச் சொல்லவே இந்த வெகுமதிகளை அனுப்பிச்சுது."

பிள்ளை, அம்மொழிக்கு மறுமொழியாக நாலத்தனை, அறத்தனை உபசார வார்த்தைகளைச் சொன்னார். அப்புறம் அரசர் வெகுமதி நாலு நகை சீரொப்பா, பொன் முலாம் பூசப் பெற்ற பெரிய கனத்தி, சாலுவை முதலானதுகளைத் தந்து, குதிரையொன்று, அரபிக் குதிரை தெருவில் நிற்கிறதே, அதேயும் தாங்கள் அங்கீகரிக்க வேணும் என்று வெகு உபசாரமாக அரச மனுஷர் சொல்லவே, பிள்ளை இருந்துகொண்டு, "எனக்கு நல்ல வேளையானபடியினாலே, இப்படிப்பட்ட வெகுமதி சுவாமி தயவு பண்ணினார்" என்று அனேகவிதமாய் உபசாரமாய்ச் சொன்னார்.

"பிள்ளைவாள், இந்த வெகுமானத்தைச் சாதாரணமாக நினைக்காதேயுங்கோள்! இது நாலைந்து மாசத்துக்கு முன்னே

நிசாமவர்கள், எங்கள் ராசாவுக்கு அனுப்பிச்ச வெகுமதியாகும். வந்த உத்திரக்ஷணமே இது பிள்ளைவாளுக்கு என்று நேமிச்சார்கள். அந்தப்படிக்கே உங்களுக்கு அனுப்புவிச்சார்கள்."

பிள்ளையின் பரிவாரம், அன்று அக்ரகாரத்திலே தங்கி, சகல சம்பிரமத்துடன் இருந்துவிட்டு மறுநாள் சூரிய உதயமான ஒரு நாழி யிருக்கையில் அக்ரகாரம் விட்டுப் புறப்பட்டு ரிஷப லக்கினத்திலே, கிருகப் பிரவேசம் பண்ணிற்று.

மறுநாள் காலமே ஏழு மணிக்கெல்லாம் குவர்னர் துரையண்டை யிலிருந்து உடனே பிள்ளை வரவேணுமென்று ஆக்கினை வந்தது. ஸ்நானம் பண்ணி, பூஜை முடித்து, பழையதுக்கு (பழைய சோறு) முன்னே அமரப் போனவர், துரை ஆக்ஞை என்றதும், உடனே அங்கி அணிந்துகொண்டு, விரைவாக நடந்து குவர்னர் மாளிகைக்குள் நுழைந்தார். குவர்னர் அதற்குள் படுக்கையை விட்டு எழுந்து உடுத்திக்கொண்டு, எழுதும் அறையில் இருந்தார்.

பிள்ளை அறைக்குள் நுழைந்து சலாம் பண்ணிக்கொண்டு நின்றார். எடுத்த எடுப்பில் குவர்னர் கேட்டார்:

"ரங்கப்பா, கும்பினீருக்குப் பணம் கொடுக்க வேணுமே, என்ன சொல்கிறாய்?"

"ஐயா, துரையே, ஐந்தாறு நாளுக்கு முன்னமே நான் பதில் உத்தாரம் செய்தேனே. இனியும் எசமானுக்கு என்ன சொல்லு வேன். இன்னும் பதினைந்து நாளைக்குள்ளே வந்து சேர்ந்ததும், கும்பினீர் பணத்தைப் பைசல் செய்து கொடுக்கிறேன். தயவு பண்ண வேணும்."

துரை அமைதியின்றி எழுந்து உலவத் தொடங்கினார்.

"பணம்தான் முடை என்கிறாய். அடுத்த கப்பலுக்குச் சரக்கு போட வேணும் என்று சொன்னேனே, அதற்கும் முடை வந்தாச்சுதா? கப்பலுக்கு என்னத்துக்குச் சரக்கு தருகிறாய் இல்லை? என்ன யோசனையின் பேரில் இருக்கிறாய்? இல்லை, நஷ்டம் வந்தது, கொடுக்கிறது இல்லை என்று சொல்லி விடு. எனக்கும் தொந்தரை இல்லை."

"கிருஷ்ண... கிருஷ்ண. வாங்கினதை இல்லை என்று எப்படிச் சொல்வது? அதுவும் அன்னதாதா என்று நான் வச்சுக் கொண் டிருக்கிற தங்களிடம்? எசமானே. எம் போன்றோர் கஷ்டம் தாங்கள் அறியாததா? விவசாயி, வானத்தைப் பார்த்துக் கொண்டிருப்பது போல, வர்த்தகர் ஆகிய நாமெல்லாம் கடலையும் கப்பலையும் அல்லவா பார்த்துக் கொண்டிருக்கிறோம். கப்பல்கள் ஒரு வருஷத் துக்கும் மேலாக வருவது நின்று போய், அதுகளின் மேல் போட்ட

பணம் வருமா வராதா என்று ஒவ்வொரு கணம்தோறும் என் மனம் படும் பாடு தாங்கள் அறியாததா? தாய் அறியாத சூலா? எசமானும் ஒரு கப்பலுக்குச் சொந்தக்காரராயும் வர்த்தகருமாயும் இருப்பவர் அன்றோ? கடல்மேல், வந்து கொண்டிருக்கிற நமது கப்பல்களை யெல்லாம் ஆங்கிலேத்தாரின் (இங்கிலீஷ் கும்பினி மற்றும் அரசு) கப்பல்கள் வளைத்துக்கொண்டு நடுக் கடலில் அடிக்கிறதும், சுடுகிறதும், நம் கப்பித்தான்களையெல்லாம் பிடிச்சுக்கொண்டு போகிறதும் ஆக அல்லவா இருக்கிறது. பொழுது விடிந்து பொழுது போனால், தலை பிரசவக்காரி மனசு திடும் திடும் என்றல்லவா அலறித் துடிக்கிறது. என்ன நேரத்தில் என்ன சேதி வருமோ, அது நல்ல சேதியாக இருக்குமோ, அல்லதாக இருக்குமோ என்றெல்லாம். கையில் எடுத்த சோறு தொண்டைக்குள் இறங்குவதில்லை. பிரபுவே பணத்தை மோசம் பண்ணிப் போடுவேன் என்றா பயப்படுகிறீர்? நான் உடுத்திக்கொண்டிருக்கிற அங்கியும், சட்டையும், வேட்டியும் பருத்தியால் நெய்தது என்றா நினைக்கிறீர்? பிரபுவே அதுகள் எங்கள் பரம்பரை மானத்தால் நெய்தது அல்லவோ? கப்பல்கள், சேதார முற்றது என்று வையுங்கள். எம் சொத்தின் கடைசிக் காசையும் விற்றுத் தங்கள் கணக்கை முடிப்பது வரைக்கும் ஒரு சொட்டுத் தீர்த்தம் அருந்துவேன் என்றா நினைக்கிறீர்கள். மானமாங்காட்டியும் எனக்குப் பெரிசு. கோவிலுக்குள் பாம்பு புகுந்தது மாதிரி, தங்கள் பரிசுத்த மனசுக்குள் விபரீதமான எண்ணங்களைப் புக விடலாமோ? அதைத் துடைத்துச் சுத்தம் பண்ணிக்கொள்ளுங்கள்."

துரை சாந்தப்பட்டவராய் சொன்னார்:

"ரங்கப்பா, உன்னை மோசக்காரன் என்றா சொன்னேன். கும்பினீருக்கு நான் சம்பளம் தர வேண்டாமா? இந்த மாசச் சம்பளம் மட்டும் அப்படி இப்படி இருக்கிறது. கப்பல் வருகிற மட்டுக்கும் என்னத்தைக் கொடுக்கிறது? இன்னுமொரு சம்பளத்தை மேசை மேல் போடுகிற வெள்ளித் தட்டு, வெள்ளி முள் கரண்டி, நகைகள், என் பெண்சாதி கழுத்து நகைகளையும் தான் விற்றுக் கொடுக்க வேணும். கும்பினீருக்குக் கொடுக்க வேண்டியதைக் கேட்டால், கடலில் இருக்கும் கப்பலைக் காட்டுகிறாயா? நானும் என் பணத்தை எல்லாம் கப்பலில்தானே போட்டிருக்கிறேன். அது என்ன முறை? எல்லாரும் அறிந்ததுதானே?"

"தங்களுக்குச் சங்கடம் வருமாறு கடவுள் பண்ணுவாரா? நல்லவருக்கும் பெரியோருக்கும் நாராயணன் நல்லதே பண்ணுவான். பணம்தானே! சுவாமி வரப் பண்ணுவார். உம்முடைய மனசுக்குச் சகல சந்தோஷமும் சுவாமி தானே வரப் பண்ணுவார். கவலைப் படாதேயுங்கள், துரையே...."

துரை ஒரு முடிவுக்கு வந்தாற்போலச் சொன்னார்:

பிரபஞ்சன் ○ 209

"சரி. இந்தச் சம்பளத்தக்கு ஒரு ஆயிரம் வராகனாவது தயார் பண்ணிக் கொண்டு வந்து கொடு. சேஷாசலச் செட்டியும், இப்படி அழும்பு பண்ணிக்கொண்டிருக்கிறானே. அவனுக்கு என்ன கேடு? தம்பிகளை மோசம் பண்ணிப் பணம் சம்பாதித்தவன் அல்லவோ அவன்? அவனையும் சற்று அவசரப்படுத்து. என்றாலும் ரங்கப்பா, இந்தச் சம்பளத்துக்கு உன்னைத்தான் நம்பிக்கொண்டிருக்கிறேன். என்னை மோசம் பண்ணிப் போடாதே. சிப்பாய்களுக்கும், கும்ப னீர்க்கும் சம்பளம் போடப் பணம் இல்லையென்றால், நான் உன் மாளிகையைத்தான் காட்டுவேன். அதென்ன, ரங்கப்பா, உன் கியாதி ஆந்திரப் பிரதேசம் வரைக்கும் எட்டி இருக்கிறதே. தெலுங்குப் பிரதேச ராஜா, எனக்குக்கூட வெகுமதி அனுப்புவதில்லை. உனக்கு அனுப்புகிறார். அப்படி இருந்தும், பணம் இல்லை என்கிறாயே."

"எல்லாம் தங்கள் அன்பு. பிள்ளையின் வளர்ச்சி தாய்க்குச் சந்தோஷம் தருமாறு, என் கியாதி, தாங்கள் கொடுத்த பிரபை யன்றோ? தாங்கள் சூரியன். நான், என்றைக்கும் வெறும் நட்சத்திரம் தாமே. ஏதோ, அந்த ராசாவுக்கு என் மேல பிரீது ஆச்சு? எல்லாம் கடவுள் கிருபை. என்னால் என்ன ஆச்சுது?"

ரங்கப் பிள்ளைக்கு வெகு ஆச்சரியமாக இருந்தது. நேற்று நடந்த சமாச்சாரம் குவர்னருக்கு உடனே எட்டுகிறது என்றால், எல்லாம் அம்மாளின் ஒற்றர்கள் மூலியமாகத்தான் என்று தெரிந்தது. தவிரவும், சொந்த அண்ணியை மோசம் பண்ணி வந்த பணத்தில் குவர்னருக்கு லஞ்சம் கொடுத்து அவருக்கு அணுக்கமாயிருக்கிற சின்ன முதலி போன்றவர்கள் செய்கிற காரியம் அது என்பதும் பிள்ளைக்குப் புரிந்தது. குவர்னர் மாளிகையை விட்டு வெளியே வந்தார். மனம் மிகவும் சோர்ந்து போய்விட்டது பிள்ளைக்கு.

'சுவாமியுடைய கடாட்சத்தை ஒருத்தராலும் தள்ளப் போகாது. ஆனால், சுவாமி இத்தனை கஷ்டதிசை கொண்டு வந்து விடுகிறது. என்ன பாவம் செய்தேன்? பிறர் வாக்கினாலே இப்படிப் பஞ்சச் சொல்லாய்ச் சொல்லவும், அதற்குப் பஞ்சச் சொல்லாய் நாம் பல்லை இளிக்கிறதும் ஆச்சுதே! இப்படிச் சீவனம் பண்ணுகிறதைவிட, சரீரத்தை விட்டு விட்டால் தோஷ மில்லை. ஆண்டவனுக்கு இன்னும் எப்படி நடத்த வேணுமென்று சித்தமாயிருக்கிறதோ, அப்படிக்கெல்லாம் நடப்பிக்கிறார். சுவாமிகள் சித்தத்தின்படி எந்தெந்த வேளைக்கு எப்படி நடக்க வேணுமோ, அப்படி நடந்தே தீருமேயல்லாமல் அணுப் பிரமாணம் ஆகிலும், வித்தியாசம் வராது. லோகத்தில், சந்தோஷம் வந்தால், சமஸ்தான பேரும் கெட்டிக்காரன் என்கிறார்கள். துக்கம் வந்தால், கையிலே ஆகாதவன் என்றும், கெடுத்துப் போட்டான் என்றும், துன்மார்க்கன் என்றும் சொல்லுகிறார்கள். ஆனால், எல்லாம்

சுவாமியின் சித்தம் என்று சொல்கிறவர் இல்லை. என் மட்டுக்கும் சுவாமி பேரில் பாரத்தைப் போட்டுக்கொண்டிருக்கிறேன். அவர் எப்படி நடப்பித்தாலும் சம்மதி....'

பிள்ளை, நொந்த மனத்தோடு தம் கிடங்குக்கு வந்து சேர்ந்தார்.

27

"ஒரே ஒரு ஊரிலே ஓர் இடையன் இருந்தான். பாவம். அவன் கடும் செவிடன். ஒரு நாளில், ஊருக்கு ஒட்டின காட்டில் அவன் ஆடு மேய்த்துக்கொண்டிருந்தான். மேய்ச்சுக்கொண்டிருந்தானா?"

"மேய்ச்சுக்கொண்டிருந்தான். அப்புறம்?"

"நல்ல மதியான வேளையாச்சுது. அவன் பெண்சாதி இன்னும் காலைப் பலகாரமே கொணரக் காணோம். பசியாகப் பட்டது வயித்தை முறுக்கியது. கிராமத்துக்குப் போய்ச் சாப்பிட்டு வரலாம் என்றாலோ, ஆடுகளை விட்டுவிட்டு எப்படிப் போகிறது? ஓநாயோ, திருட்டுப் பயல்களோ வந்து ஆடுகளை அடித்துப் போகலாமே. என்ன பண்ணுவது? சுத்துமுத்தும் பார்க்கையில் தூரத்தில் தலையாரி, அவன் மாட்டுக்குப் புல் அறுத்துக் கொண்டிருந்ததைக் கண்டான். ஊர்த் தலையாரி அப்படியொன்றும் யோக்யப்பட்டவன் இல்லை. அரசல்புரசலாக அவனும் ஆடு திருடும் கள்ளன்தான். ஆனால், வயித்தைப் பசிக்கிறதே! அவனை ஆட்டைப் பார்த்துக்கொள்ளச் சொல்லி, சிட்டாக ஒரு நடை போய்ச் சாப்பிட்டு வந்து விடலாம். கடவுள் மேல் பாரத்தைப் போட்டுவிட்டுப் போகலாம் என்றுதானே நினைத்து, இடையன் தலையாரி அண்டை போய் 'தலையாரி தலையாரி, பசி உயிர் போகிறது. வீட்டண்டைக்குப் போய் ரெண்டு வாய் போட்டுக்கொண்டு வந்து விடறேன். என் ஆட்டு மந்தையைப் பார்த்துக் கொள்வீரா?' என்றான். தலையாரி, இடையனைவிட மோசமான கடுஞ்செவிடன். அவன் இருந்து கொண்டு 'என்னது, நான் என் மாட்டுக்குப் புல் அறுக்கப்படாதா? நல்லா இருக்கே நியாயம். உன் ஆடுகள் தின்று கொழுக்க வேணும். என் மாடு பட்டினி கிடக்க வேணும்? போய்யா போ' என்றான். தலையாரி ஒத்துக்கொண்டதாக நினைத்த இடையன், வெகு சந்தோஷமுடன் தானே வீட்டுக்கு ஓடினான். சோறு கொண்டு வராத பெண்சாதியை ஒரு போடு போடுவது என்று நினைச்சுக்கொண்டு போகிறவனுக்குத் திகில் காத்திருந்தது. அவன் பெண்சாதி முந்தின நாள் இரவு ஏகத்துக்குப் பச்சைப் பட்டாணி தின்று போட்டதன்

காரணமாக வயிற்று வலியால் துடித்துக்கொண்டிருப்பதைக் கண்டான். அவளுக்குச் சிசுருஷை செய்து, தனக்கும் அவளுக்கும் சாப்பாட்டுக்கு ஏற்பாடு பண்ணி, மீளவும் மந்தையைப் பார்க்க ஓடி வந்தான். ரொம்பவும் நேரம் ஆகிப் போனதில், பயந்து கொண்டே மந்தைக்கு வந்ததில் தலையாரி போய் இருக்கக் கண்டான். ஆடுகளை எண்ணிப் பார்த்தான் சரியாகத்தானே இருந்தது. இடையனுக்கு ரொம்பவும் சந்தோஷமாச்சுது. தலையாரியின் உதவிக்கு மரியாதை பண்ண வேண்டும் என்று எண்ணி, ஓர் ஆட்டைப் பிடித்து எடுத்துக்கொண்டான். அது கொழுத்த ஆடு. ஆனால் கால் நொண்டி. அந்த ஆட்டைத் தலையாரி முன்னால் வைத்து, 'நீர் செய்த உதவிக்கு இதை எடுத்துக் கொள்ளும்' என்றான் இடையன். அதுக்கு அந்தத் தலையாரி, 'என்னது உன் ஆட்டின் காலை நான் உடைத்து விட்டேனோ? என்ன அபாண்டம் இது. என் கோபத்தைத் தூண்டாதே' என்று கோபமாகக் கையையும் காலையும் ஆட்டிப் பேசினான். 'நல்ல கொழுத்த ஆடு. அடிச்சி குடும்பத்தோடும், உறவோடும் சந்தோஷமாகச் சாப்பிடும்' என்றான் இடையன். 'நான் அந்த ஆட்டைத் தொடவில்லை என்று சொல்கிறேன். சும்மா என்மேல் பழி சொல்கிறாயே...' என்று அடிக்கப் போனான் தலையாரி. இந்த நேரத்தில் ஒருவன் குதிரைமேல் ஏறிக்கொண்டு அப்பக்கம் வந்தான். அது திருட்டுக் குதிரை. அவனும் முழு செவிடன். அவனிடத்தில் சென்று இரண்டு பேரும் விவகாரத்தை எடுத்துச் சொன்னார்கள். குதிரைக்காரனுக்குப் பகீர் என்றது. இவர்கள்தான் குதிரைக்குச் சொந்தக்காரர்கள் என்று நினைத்துவிட்டான். குதிரைக்காரன் சொன்னது: 'ஐயா, இந்தக் குதிரை திரிந்துகொண்டிருந்தது. ரொம்ப தூரம் பயணம் செய்ய வேண்டி இருப்பதனால், குதிரையைப் பிடித்துக்கொண்டு வந்தேன். வேணுமென்றால், குதிரையை எடுத்துக்கொள்ளும்' என்றான். அந்த நேரத்தில் ஒரு பிராமணன் அந்த வழி வரவே, அவனை இந்த மூன்று பேரும் போய்ச் சுற்றிக்கொண்டார்கள். அவனும் அவர்களைப் போலவே செவிடன். அவனிடம் தங்கள் பிராதைச் சொன்னார்கள். அதைக் கேட்ட அந்த பிராமணன் சொன்னான்: 'என் பெண்டாட்டி மோசமானவள். அடங்காப் பிடாரி. திரும்பவும் அவளைக் கொண்டு சேர்க்க நீங்கள் முயற்சி செய்தால், நான் ஒப்புக்கொள்ள மாட்டேன். இப்போ, நான் காசிக்குப் போகிறேன். கர்மத்தைத் தொலைத்து முழுகப் போகிறேன்."

கதையைக் கேட்டுக்கொண்டிருந்த வந்தவாசி ரங்கப் பிள்ளை வாய்விட்டுச் சிரித்தார். ஆனந்தரங்கர் சொன்னார்.

"பிள்ளை, இப்படியாகத்தான் இருக்கிறது நம் குவர்னதோர் பரிபாலனம். பிறவியில் கொண்டு ஒருத்தன் செவிடாயும் ஊமை,

குருடாயும் ஆனால் எனிலோ, அவர்கள் நம் பரிவுக்குக் காரண கர்த்தர்கள். இந்தக் குவர்னதோர்கள் அதிகாரக் கொழுப்பும், பணத்தின் மேல் ஆசை என்கிற கொழுப்பும் அடைந்துபோன செவிடாயும் அல்லவா இருக்கிறார்கள். ரங்கம்மாள் என்கிற அவி சாரி முண்டையிடம் பணம் வாங்கிக்கொண்டு உம்மைக் குவர்ன தோர் ஹிம்சித்தார் அல்லவோ? சில காலத்துக்கு முன்னால், யாரோ சில துன்மார்க்கர்கள், வேதபுரீசுவரன் கோயிலுக்குள் சாமியின் மேல் அசூசையைப் போட்டுப் போனதைத் தாங்கள் அறிவீரோ, மாட்டீரோ? அதைத் தொட்டு மகாநாட்டார்கள் கோவிலுக்கு முன்னால் கூடி ஆலோசனை பண்ணிக் கொண்டிருக்கையில், அந்த மாநாட்டில் கூட்டத்தைச் சிப்பாய்களை விட்டு குவர்னதோர் அடிக்கச் சொன்னாரே, சுவாமிக்கு ஒரு தாழ்ச்சி வந்தால், மனுஷர் கள் கொதிப்பது சகஜம்தானே? விஷமிகள் யாரென்று கண்டு பிடித்துத் தண்டிப்பதை விட்டு, இப்படி மகாநாட்டார்களைச் சிப்பாய்களை விட்டா அடிக்கப் பண்ணுவது? ஆனால், இந்த முண்டை, குவர்னதோரின் பெண்சாதியைத் தொட்டு அல்லவோ இத்தனை களேபரமும் இந்த ஊரில் நடக்கிறது. குவர்னதோர் பல வேளைகளில் நல்லவர்தான். நியாயஸ்தர்தான். ஆனால், பணத் துக்கு விலை போகிற மனுஷர். கனகராய முதலி பெண்ஜாதிக் குடியைக் கெடுத்து, மூணில் ஒரு பங்கு, சின்ன முதலியிடம் வாங்கினார் அன்றோ. அது போகட்டும். அந்தப் பணத்தைத் தொட்டு, அரசாங்க விவகாரத்தில் இந்தப் பேராசைக்காரச் சின்ன முதலிக்கு என்னத்துக்கு இடம் தருகிறது?"

"பிள்ளைவாள் இத்தனை விசுவாசமாய் குவர்னதோருக்கு உழைக்கிறீர். ஆனால் என்ன? கனகராய முதலிக்குப் பிறகு துபாஷ் உத்தியோகம் உமக்கு வர வேண்டியதுதானே? இன்னும் எதுக்குத் தாமதம் பண்ணுகிறது. என்ன யோசனை பண்ணுகிறார் துரை?"

"உத்தியோகம் நமக்கென்ன சுவை? இப்போதே மேம்பாட் டோடுதானே இருக்கிறேன். கப்பல் வந்தால் நமக்கு லட்சுமி வரு கிறது. நமது வியாபாரம் தண்ணீரில் அன்றோ? நாம் துரைத்தனத் தாரை நம்பியா வாழ்கிறது? அல்லவே, அதை விடும்."

அந்தக் காலை வேளையில் குருசுவைத் தேடி வந்தான் செபாஸ்தியன். பறைச்சேரியின் மேலப் பக்கத்தில் கிறிஸ்தவர்களின் குடிசைகள் இருந்தன. உப்பளம் கடற்கரையை ஒட்டி, கல்லறையை யொட்டிய குடிசைகள் அவை. செபாஸ்தியான் குவர்னதோரிடமும், மதாமிடமும் சப்பாத்துக்களைத் (காலணி) துடைத்து அழகு செய் பவனாகவும், மேஜோடுகளைத் துவைத்துச் சுத்தம் பண்ணுகிறவ னாகவும், மற்றும் உண்டான எடுபிடி வேலைகள் செய்பவனாகவும்

பிரபஞ்சன் ❍ 213

இருந்தான். மதாம்ழூான் துய்ப்ளெக்ஸ், செபாஸ்தியானிடம் தமக்கு ஒரு நல்ல குசினிக்காரன் வேணுமென்று சொன்னான். குசினிக் காரனுக்கு மாட்டிறைச்சியில் பல பக்குவங்கள் தெரிந்திருக்க வேணும். அவன் கிறிஸ்துவனாக இருந்தால் நல்லது என்று அவள் சொல்லியிருந்தாள். குசினிக்காரன் என்றதும் செபஸ்தியானின் நினைவுக்கு குருசுவே வந்தான். குருசு குசினிக் கலையில் தேர்ந்தவன் என்று பெயர் எடுத்திருந்தான். கோன்சேல்காரராக இருந்த முசே துராந்திடம் குசினி வேலையில் இருந்த குருசு, அவர் கப்பலேறிப் பிரான்சுக்குப் போனதும் வேலை இல்லாமல்தான் இருந்தான்.

"அந்தக் குருசு என்பவன் நல்லவன்தானா?" என்று கேட்டாள் அம்மாள்.

"ஆகா, துரையம்மா. அவன் முசே துராந்திடம் வெகு நல்ல பேர் எடுத்தவன் ஆச்சுதே. பலகாரம், பட்சணம் பண்ணுவதில் வெகு சமர்த்தன் ஆச்சுதே. வெகு நாணயக்காரனும் ஆச்சுதே."

"நம் சமையல் பக்குவம் பண்ணுவதற்குப் பறைச் சனமாகவும் இருக்க வேணும். அத்துடன் அவன், நம்முடைய தேவனுக்கு விசுவாசமாகவும் இருக்க வேணும். அதைத் தொட்டுத்தான் கேழ்க்கிறது. தமிழர்களில் வெகு பேர், மாட்டு மாமிசம் சமைக்க மறுக்கிறார்களே. அந்தக் குருசுவின் பூர்வம் என்னது, சொல்."

"குவர்னதோர் பிரான்சுவா மர்த்தேன் காலத்தில் கிறிஸ்துவ னான மாடசாமி, மைக்கேல் என்று ஆனான் துரையம்மா. மாடசாமி திருவெண்ணெய் நல்லூரில் ஒரு பண்ணையிடம் இருந்தான், அம்மா. அசதி ம(ச)தியாக, தோட்டத்துக்குக் காவலில் இருந்தவன், உறங்கிப் போனாள். அந்த நேரம் பார்த்து, அவனோட எருமைக் கன்னு தோட்டத்தில் இறங்கி ஒரு பிடி நாத்தைக் கடித்துப் போட, விதி, கிரகசாரம் பிரகாரம், எசமான் தோட்டத்தைப் பார்க்க வந்துவிட்டார். எசமான் பார்வையில் எருமை மேய்ந்துக்கிட்டு இருக்கவே, ஆத்திரத்தால் அவர் உடம்பு ஆடிப் போனது. ஆட் களைக் கூப்பிட்டு, மாடசாமியை மரத்தில் கட்டச் சொன்னார். வேப்ப மரத்தில் கட்டப்பட்ட மாடசாமியைப் புளிய விளாறு கொண்டு விளாசச் சொன்னார் ஆண்டை. சதை பிய்ந்து தொங்க, ரத்தம் சொட்டச் சொட்ட அடித்தார்கள். மயக்கம் போட்ட மாடசாமியைத் தண்ணீர் தெளிவித்து, மாட்டு சாணப் பாலைக் கரைத்துக் குடிக்கச் சொல்லித் துன்புறுத்தினார்கள்."

"கடமை தவறினால் எசமானாகப்பட்டவர் அந்தப் படிக்குச் செய்வார்கள்தானே. அதிலே தப்பில்லை" என்றாள் மதாம்.

"துரையம்மா சொல்றதிலே பழுதிருக்குமா? சரியாகத்தான் இருக்கும். இருந்தாலும், காவலுக்கு இருந்தவன் தூங்கலாமா?

அப்புறம் சாணிப்பால் குடிக்க வைத்து, கிட்டி போட்டு விட்டார், ஆண்டை."

"கிட்டி என்றால்?"

"விழுந்து கும்பிடுகிறதைப் போலக் குனிய வைத்து கைக்கும் காலுக்கும் கட்டைப் போட்டு விடுகிறது. அதாவது கட்டையிலே இருக்கிற ஓட்டையிலே பொந்து இருக்கும். அந்தப் பொந்தில், கையையும் காலையும் நுழைத்துக் கட்டையைப் போட்டு பூட்டி விடுவார்கள். தூரத்திலே இருந்து பார்த்தால், கன்னுக் குட்டியோ, வளர்ந்த நாயோ நிற்கிறது மாதிரி இருக்கும்."

அம்மாள், மனக் கண்ணில் அந்தக் காட்சியைப் பார்த்து ரசித்தபடி, வாய்விட்டுச் சிரித்தாள். அம்மாள் சிரிக்கும்போது, செபாஸ்தியானும் சிரிக்க வேண்டுமே. ஆகவே, அவனும் பெரிதாக, ஆனால் மரியாதை குறையாதபடி சிரித்தான்.

"அப்புறம் என்ன ஆச்சுது?"

"மாடன் படுகிற துன்பம் சகிக்க முடியாமல், அவன் உறவுக் காரன் ஒருத்தன், அவனைக் கட்டையில் இருந்து விடுவிச்சு, தப்பிச்சுடும்படி பண்ணினான். மாடனும் இந்த ஊருக்கு ஒடி வந்து, சம்பாக் கோயில் சாமியார் ஒருத்தனுடைய உதவியால், சோறு தின்று ஜீவித்துக் கிறிஸ்தவனும் ஆனான். கிறிஸ்துவன் ஆனபடியால் பிழைத்தான். இல்லையென்றால் ஆண்டை அவனைக் கண்டுபிடித்துத் தோலை உரித்திருப்பார். ஏதோ பாதிரி சாமி புண்ணியம் கட்டிக்கொண்டார்."

"எஜமான், அப்புறம் என்ன பண்ணினார்?"

"மாடன் தப்பிச்சது என்ன இருந்தாலும் ஆண்டைக்குத் தாங்குமா? ஆனபடியால், அம்மா, அவர் பறைச் சேரியைக் கொளுத்திப் போட்டார். ஆண், பெண், குஞ்சு, குளுவான்கள் என்று இருபது சனங்களுக்கு மேலே எரிஞ்சு போனார்கள். மாட னுடைய பெண்சாதியும் கூட அதில் எரிஞ்சு போனவள்தான். மிஞ்சின எங்கள் சாதிசனம், பயந்து போய், இந்தப் பக்கம் ஒதுங் கினது, அம்மா. ஏதோ நாங்கள் கிறிஸ்துவர் ஆனதைத் தொட்டு, இன்றைக்குச் சீவிக்கிறோம். ரெண்டு வேளைக் கஞ்சி குடிக்கிறோம். வெள்ளை சனங்கள் வீடுகளிலே வேலை செய்கிறோம். துணிமணி களைத் தொட்டுத் துவைக்கிறோம். குவர்னதோர் காலைப் பிடித்து சப்பாத்து போடுகிற கெவுரதையைக் குவர்னர் எங்கள் சாதிக்குக் கொடுத்திருக்கிறாரே! தமிழர்களில் எந்த சனமாவது பத்தடி தூரத்திலாவது நின்று பேசுவார்கள் என்றால், மாட்டார்களே. தீட்டுப்பட்டு, எங்களை அடித்துப் போடுவார்களே...."

“நாங்கள் உங்கள் சனம் மாதிரி அஞ்ஞானிகள் அல்லவே. எங்களிடம் சாதி உயர்ச்சி, தாழ்ச்சி ஏது? உங்களவர்கள் முட்டாள் கள், துன்மார்க்கர்கள். எங்கள் சாமி மனுஷர்களை நேசிக்கிற, நேசிக்கச் சொல்கிற சாமியாச்சுதே. கிறிஸ்துநாதரின் சிஷ்யர்கள் ஏழை மீனவச் சாதியிலும் உண்டுதானே?”

“வாஸ்தவம்தான் அம்மா. போதகர் காலை அன்னைக்கு ஒரு நாள் தொட்டேன். அவர், என்னை எட்டி உதைக்கவில்லையே, அன்போடு சிரித்துக்கொண்டு என்னைப் பார்த்தார். என்னை ஆசீர்வதித்தாரே.”

“மாடசாமி ஜீவியவந்தனாக இருக்கிறானா?”

“இல்லையம்மா. சேசுவிடம் சேர்ந்து விட்டான். இங்கு வந்து கிறிஸ்துவத்தைத் தழுவின பின்பு, பாதிரியார் சாமியே, அவனுக்கு ஒரு பெண்ணைப் பார்த்துக் கலியாணமும் பண்ணி வைச்சார். அவள் ஒரு குசினிக்காரி. அவனுக்குப் பிறந்த பையன்தான் இந்தக் குருசு.”

“அப்படியானால் அவனை உடனே அழைச்சு வா.”

“உத்தரவு தாயாரம்மா.”

குருசுவுக்கு அச்சமாக இருந்தது. குவர்னதோர் மாளிகையில், அங்கிருக்கிற குசினியில் வேலை செய்கிறது, லேசுப்பட்ட காரியமா? அதுவும் துரை அவர்களும், துரைசானி அவர்களும், சாப்பிடுகிற சமாச்சாரமாச்சே? கொஞ்சம் காரம், புளி, உப்பு கூடினாலும், தலை போய்விடுமே, ராஜாவண்டை வேலை செய்கிறது நித்திய கண்டம் பூரண ஆயுசு என்பார்களே!

“அதெல்லாம் ஒண்ணுமில்லை. துரைசானி மாதிரி ஒரு அம்மாவை, நீ பார்த்திருக்க மாட்டாய். அவன் இப்படி, அவள் அப்படி என்கிற கம்மனாட்டிகள், எல்லாக் காலத்திலும் இருக்கவே செய்கிறார்கள். நீ புறப்பட்டு வந்து அம்மாவைச் சேவிச்சுக் கொள்வது. அப்புறம் நல்லபடியே நடக்கும், பாரு. சம்பளத்துக்குச் சம்பளம், சோத்துக்குச் சோறு. அதில்லாமல் குவர்னர், துரைசானி தரிசனம். நித்தமும் அந்தஸ்து, கௌரதை எல்லாம் நம்மைத் தேடி வராதா? அப்புறம் எவனுக்குப் பல்லிலே நாக்கைப் போட்டுப் பறப் பயலேன்னு கூப்பிடத் தைரியம் வரும், சொல்லு.”

அது உள்ளதுதான், குருசுவுக்கேகூட அந்த அனுபவம் இருந்தது. கோன்சேல்கார் வீட்டில் அவன் குசினி வேலை பார்த்துக்கொண்டி ருந்தபோது ஒரு சம்பவம் நிகழ்ந்தது. வியாபார நிமித்தம் அந்த துரை வீட்டுக்கு ஒரு சமயம் மதானந்த பண்டிதர் வந்திருந்தார். பண்டிதரும், அச்சமயம் கிறிஸ்துவ மதத்துக்கு மாறியிருந்தார். பேசிக்

கொண்டிருக்கும்போது துரை, குருசுவை அழைத்துக் கபே கொண்டு வரச் சொன்னார். குருசு குசினிக்கு வந்து சுடச்சுட, வாசனையான, கறுப்புக் கபே போட்டுக்கொண்டு போய் அவர்கள் இருவரின் முன்னாலேயும் வைத்தான். துரை, பண்டிதரிடம் 'கபே சாப்பிடும்' என்றார். அதற்குப் பண்டிதர் இருந்துகொண்டு 'ஐயோ கர்த்தரே... பறையன் கை பட்ட கபேயை நான் எப்படிக் குடிக்கிறது?' என்றார். அதுக்குத் துரை இருந்துகொண்டு "பறையன் என்று என்னத் துக்கு அவனைச் சொல்லுகிறது?" என்றார். அதுக்குப் பண்டிதர், "மாட்டுக் கறி தின்கிறவன் புலையனன்றோ" என்றார். "அவன் ஆடு, கோழி தின்ன மாட்டேன் என்று உம்மிடம் சொன்னானா? ஏழை காசு கொடுத்து வாங்கித் தின்ன மாட்டாமல் அன்றோ, அதைத் தின்கிறது? அத்தோடு நாங்கள் பரம்பரையாக மாடுத் தின்கிற புலைக் கூட்டம்தானே? எங்கள் காலை, சப்பாத்துக் காலை நக்கிக் கொண்டு எப்படி சேவகம் பண்ணுகிறீர்? அது ஆசாரக் கெடுதல் இல்லையா? உம் மட்டப் பலகை எம்மை ஒரு பட்சமாகவும் அவனை ஒரு பட்சமாகவும் எப்படி அளக்கிறது? அரசாங்கத்தாராக நாங்கள் இருக்கிறோம் என்றால் சேவிப்பீர்கள். வேலைக்காரனாக இருக்கும் பட்சத்தில் தாழ்ச்சி பண்ணுவீர் போலும்" என்றார்.

"துரை மன்னிக்க வேணும், பழக்க தோஷம்" என்றபடி பண்டிதர், அந்தக் கபேயைக் குடித்து வைத்தார். அதுவுமன்னியில் துரைகள் வீட்டில் வேலை பார்க்கிற பெருமையைத் தொட்டு, சேரிக்குள் வருகிற விவகாரங்களைத் தீர்க்கிறதுக்குக் குருசுவை அந்த நாளையில் கூப்பிட்டார்கள். துரை வீட்டில் தோட்டக்காரனாக, வாசல் காப்பவனாக, துணி துவைப்பவனாக, இரண்டு மூன்று பேரை வேலையாட்களாகக்கூட அவன் துரையிடம் சேர்த்து விட்டானே. ஆகவே, பெரிய துரையிடம்– இருக்கிற துரைகளிலேயே பெரிய துரையிடம் – குசினி வேலை பார்ப்பது ரொம்ப அதிர்ஷ்டம்தான். குருசு ஒப்புக் கொண்டான்.

துரை அம்மாவுக்கு முன் குருசு நின்றான். உடம்பை இயன்றவரையில் வளைத்துக்கொண்டு, கை கட்டியபடிக்கு நின்றான். அம்மாள், வரவேற்பறையில், பஞ்சடைத்த நாற்காலியில் அமர்ந்திருந்தாள். சற்றுத் தள்ளி, அம்மாளின் காரியக்காரரும், ஒற்றர்களும் நின்றி ருந்தார்கள். அம்மாள் குருசுவிடம் கேட்டாள்:

"குருசு... நம் குசியினில் வேலை செய்ய உனக்கு விருப்பம் தானே?"

"துரைசாமி அம்மா மனசு வச்சால், அதுவே எனக்குப் புண்ணி யம். பத்து தலைமுறைக்கு அம்மா பேரை எங்கள் பிள்ளைகளுக்கு வைப்போம்."

“எனக்கும் துரைக்கும் என்ன மாதிரி சமையல் வேணும் என்கிறதை நீயே அனுபவத்தால் விளங்கிக் கொள்வாய். எனக்குக் காரம் சுத்தமாய்ப் பிடிக்காது. துரைக்குக் காரம் ரொம்பத்துக்கு வேணும். எல்லாம் உனக்கே தெரியும். என்ன சம்பளம் வேணும்?”

“அம்மா கொடுக்கிறதை சந்தோஷமா வாங்கிக்குவேன். நன்றி விசுவாசமாய் வேலை செய்வேன்.”

அம்மாளிடம், மரிய சூசை என்கிற ஒருத்தர் குசினியில் இருந்தார். அவர் வயசாளியாக ஆனதைத் தொட்டு குருசுவையும் குசினியில் சேர்த்திருந்தாள் தூான். மரிய சூசையை அழைப்பித்து குருசுவை அவருக்கு அறிமுகம் பண்ணி வைத்தாள்.

“மரிய சூசை. சிறு பையன். உன் கையில் பழகினான் என்றால், நாளைக்கு நன்றாக வருவான்.”

குருசு, குசினியில் தன் திறமையை நன்றாகவே நிரூபணம் செய்தான். மதாமுக்கும், துரைக்கும் குருசு மேல் ரொம்பவும் பிரியம் ஏற்பட்டு விட்டது. குவர்னதோர் மாளிகைக்குள்ளே, குருசுக்கு மரியாதை பெருகிற்று. அதைத் துலாம்பரமாய் எடுத்துக்காட்டும் விதமாக ஒரு சம்பவம் நிகழ்ந்தது.

குவர்னர் பேர்கொண்ட திருவிழாவை முன்னிட்டுக் குருசுவுக்கு அரை நாள் வீட்டுக்குப் போகும்படி உத்தாரம் கொடுத்தார், குவர்னர். மிகச் சந்தோஷமுடனே தானே, வீட்டுக்குப் போனான் குருசு. சிறிது நாளிகை கழித்து அவனைப் பார்க்க தூான் அம்மாள் அவர்களின் ஊழியத்திலே இருக்கப்பட்ட ராமையன் வந்தான். சேரிக்குத் தொலைவாய் இருந்த குளத்தங்கரை மேடையில் அமர்ந்துகொண்டு ஆள் விட்டு அனுப்பி அவனை அழைத்தான். எதைத் தொட்டு ராமையன் சேரிக்கே வந்திருக்கிறது என்று ஆச்சரியப்பட்டுக்கொண்டு குளத்தண்டை வந்து சேர்ந்தான் குருசு.

“ஐயா... கும்பிடுறேங்க....”

“வா, குருசு. இப்படித்தான் மேடையிலே குந்தேன்” என்றான் ராமையன்.

‘அது நல்லா இருக்காது. ஐயாவே முறையுமில்லை... என்ன ஊழியம்னு சொல்லுங்க...”

“குருசு... எனக்கு ஓர் உபகாரம் பண்ண வேணுமே... நானும் கிருஷ்ணையனும் ஒரு சமயத்தில்தானே அம்மாள் ஊழியத்திலே அமர்ந்தோம். தலைமை ஒற்றுக்காரனாக இருந்த ஐயாவையார், கூடலூருக்கு உத்தியோகத்தின் மேலே போகிறபடியினாலே அவனுடைய இடத்தில் கிருஷ்ணையனை வைக்கிறதாக அம்மாள்

ரோசனை பண்ணிக் கொண்டிருக்கார்கள். நீதான், நல்ல சௌகர்ய மான நேரமா பார்த்து என்னைத் தொட்டு அம்மாவிடம் சொல்லி, எனக்கு அந்த உத்தியோகத்தைப் பண்ணிவிக்க வேணும். அம்மா வுக்கு ஏதேனும் மரியாதை பண்ண வேண்டுமானாலும் பண்ணிப் பிடலாம். உனக்கும் என்னால் ஆனதை நடத்துவேன்."

குருசு மிகவும் யோசித்தபடி இருந்தான்.

"ஐயாவே, குசினிக்காரப் பயல் நான். என் வார்த்தையை அம்மாள்...."

"யானைக்கு அதன் பெருமை தெரியாதுதான். குருசு அம்மாளுக்கு உன்மேல் உள்ள மரியாதையை நான்தானே அறிவேன். நீ சொன்னால் நடக்கும். கொஞ்சம் தயை பண்ணவேணும்."

குருசு அரை மனசாய், "உத்தரவு சாமி" என்றான்.

28

"பிள்ளைவாள்! ஆங்கிலேயர்களுக்கும், பிரெஞ்சுக்காரர்களுக்கும் கடலில் யுத்தம் வரும் என்று பேசிக்கொள்கிறதே ஜனம், அது வாஸ்தவம் தானா?" என்று ஆனந்தரங்கரை நாகாபரணப் பண்டிதர் கேட்டார்.

"வாஸ்தவம்தான் பண்டிதரே. யுத்தம் இரண்டு பேர்களுக்கும் ரெண்டு வருஷத்துக்கு முந்தியே ஏற்பட்டு விட்டதாம். இப்போதான் நமக்குக் கபுறு வந்திருக்கிறது. இசுபேன் ராஜாவுடன் சேர்ந்து கொண்டு பிரான்சு தேசம் ஆங்கிலேயர்களுடன் சண்டை புரு நிற்கிறது. அதைத் தொட்டுத்தான் மொரீசிஸ் தீவுக்கு வியாபார நிமித்தமாகப் போன நம் குவர்னர் கப்பலையும் ஆங்கிலேயக் கப்பல் சூழ்ந்துகொண்டு உடைச்சுப் போட்டது. அதிலே நம் குவர்னதோர் அவர்களுக்கு வெகு நஷ்டமாச்சுதே. அதன்றியும், ஆங்கிலேயர் களிடம் இருக்கிற சண்டைக் கப்பல்கள் வெகு பிரசித்தமாச்சுதே. வெகு கப்பல்கள், வெகு ஆயுதங்கள், தண்ணீர் பட்ட பாடாக அவர்கள் யுத்தங்களின் மேல் செலவு பண்ணுகிறதென்ன? பாய்ந்து பாய்ந்து அவர்கள் போர் முஸ்தீபு பண்ணுகிறதென்ன? ஆங்கிலே காரர்களுக்கு அவர்களின் அரசாங்கம் ரொம்பவும் தயவாய்த்தானே இருக்கிறது. நமக்கானால் பிரெஞ்சு ராசா நம் லகானைக் கையில் பிடித்துக் கொண்டல்லவா இருக்கிறார்? சிப்பாய்க்குச் சம்பளம் கொடுக்கக் கூட நம் குவர்னதோர் ராசாவின் கையை எதிர்பார்க்க வேண்டியுள்ளதே. குவர்னதோர் எடுக்கிற தீர்மானங்களுக்கு முதலிலே ஆலோசனை சபையார் ஒப்புதல் தர வேணும். அப்புறம்/ தானே குவர்னர் காரியம் ஆற்ற வேண்டியுள்ளது. ஆங்கிலேயரிடம், அதிகாரம் இருக்கிறதே. அவர்களின் கும்பெனியார் எது செய்யவும்,

ஏது நடவடிக்கை எடுக்கவும் கும்பெனியாருக்கே அதிகாரம் இருக்கிறது. பணம் இருக்கிறது..."

"இருக்கட்டுமே, நாம் நம் அளவுக்கு யுத்த முயற்சிக்கே ஏதானும் செய்யத்தானே வேண்டியிருக்கிறது."

"ஆகா! பொன் வைக்கிற இடத்தில் பூவையாவது வைக்கத்தான் வேண்டும். நான் சிரமத்தைச் சொன்னேன். பருமே கோட்டை/யின் கடலைப் பார்த்த பகுதி மதில் சுவர் இடிந்து கிடக்கிறது. ஆங்கிலேயர்கள் கடலில் கப்பலைக் கொண்டு வந்து நிறுத்தி குறி வைத்துக் குண்டு போடுவதற்குத் தோதாகவன்றோ இருக்கிறது. ஆனால், இந்த யுத்த முஸ்தீபு காலத்தில் வீண் செலவு ஆகாது என்று ஆலோசனை சபையார் குவர்னருக்குச் சொல்லுகிறார்கள்."

குமாஸ்தாவிடம் சிறிது நாழிகை பேசியிருந்து விட்டு, பிள்ளை சொன்னார்: "வாருமே குவர்னதோர் மாளிகை வரை போய் வருவோம். குவர்னர் சொஸ்தப்பட்டு கபினேத்துக்கு (எழுதும் அறைக்கு) வந்தாரென்றால் நான் பேட்டி பண்ணிக் கொள்கிறது. நீர் வாதா மரத்தண்டை இருக்கிறது. பேசிக் கொண்டு போவோம்."

"ஆகா" என்றபடி பண்டிதர் எழுந்தார்.

பாக்கு மண்டியை அடுத்திருந்த மணக்குள விநாயகர் கோவில் பக்கமாக நடந்து கோட்டையை நோக்கி அவர்கள் சென்றார்கள்.

"பிள்ளைவாள் யுத்தம் வந்துவிட்டது என்று வையும். ஆள் அம்பு படை குடி போதுமானது நம்மிடம் உளதா?"

"கடலிலும் தரையிலும் ஐநூற்றுக்கும் குறைவான சிப்பாய்கள் மட்டும்தானே நம்மிடம் இருக்கிறார்கள். குவர்னர் துய்மா காலத்தில் ஏற்பட்டிருக்கிற சிப்பாய்கள், நாட்டு மனுஷரோட சிறு படை, இது ஒண்ணுத்துக்கும் உதவாது. இவர்களைக் கொண்டுதான் யுத்தத்தை நாம் ஜெயிக்க வேணும்."

"ஆனால், குவர்னர் வெகு விசனத்தில் இருப்பார்களே?"

"இல்லை. துணுக்கென்று அவர் ஒரு நல்ல யோசனை பண்ணினார். யுத்தத்தைக் கொஞ்ச காலமேனும் தள்ளி வைக்க அவர் ஒரு சூழ்ச்சி பண்ணினார்."

"அஃதென்ன?"

"ஆற்காடு சுவாபிலே, நவாபாக இருக்கப்பட்ட அன்வாருதீனுக்குக் கடுதாசி எழுதி, அவரது ஆளுகைக்கு உட்பட்ட ஆற்காட்டு பூமியிலோ, கடலிலோ, ஆங்கிலேயர்கள், பிரெஞ்சுக்காரர்களாகிய இரண்டு சனமும் யாதொரு யுத்த நடவடிக்கைகளும் பண்ணப் படாதென்று உத்தாரம் போடும்படி சொன்னார்.

நவாபும் அந்தப்படிக்கே ஆங்கிலேயருக்குக் கடுதாசி எழுதி விபரம் தெரிவித்தார். அவர்களும் ஒப்புக் கொண்டு, 'நாங்கள் சண்டை போடுகிறதில்லை. ஆனால், நவாபு இது மாதிரியான கட்டளையை பிரெஞ்சுக்காரர்களுக்கும் தாக்கீது பண்ண வேண்டியது' என்று கேட்டுக் கொண்டார்கள். அதனால் ஆங்கிலேயர்கள் உடனடியாகச் சண்டைக்கு எழக் காரணம் இல்லாமல் போனது."

"ரொம்ப சரியான காரியம் பண்ணினார் குவர்னர்."

"அதுக்கு அட்டியென்ன? மகா புத்திமான் அன்றோ நம் குவர்னர். அதோடு விட்டாரா? மொரீசிசு தீவிலே குவர்னராக இருந்த லபோர்தொனேவுக்கும் எழுதி அவரை யுத்த சன்னத்து வராக கடலுக்கு வரச் செய்யவும் ஏற்பாடு பண்ணினார். லபோர் தொனே யார் என்கிறீர்? நம் குவர்னர் துய்ப்ளெக்ஸ், சந்திர நாகூரிலே குவர்னராக இருந்து ஊரையும் வியாபாரத்தையும் சீர் பண்ணி உச்சத்துக்குக் கொணர்ந்து பிரக்யாதி பெற்றது மாதிரி இந்த துரை லபோர்தொனேவும் மொரீசிசு தீவிலே அதிகாரியாக இருந்தவன். ஒரு நல்ல சண்டைக்காரன் என்றும் நிர்வாகி என்றும் பிரக்யாதி பெற்றவன். கப்பல் சண்டை நிர்வாகம் பண்ணுகிறதில் மகா கீர்த்திமான் என்று பெயர் பெற்றவன். அவன் மொரீசிசு தீவிலே நிர்வாகம் பண்ணிக் கொண்டிருக்கிற நாளையிலேயே நமது குவர்னர் துரை அவனுக்கு எழுதி ஏதாகிலும் கடலின் மேலே சண்டை சச்சரவு வந்தால் தக்க நேரத்தில் கப்பல் படையுடன் உதவிக்கு வர வேண்டியது என்று விண்ணப்பித்துக்கொண்டிருந்தார் அன்றோ? அவனும், தலைச்சன் குழந்தையைப் பார்க்க மாமியார் வீடு போகிற மாப்பிள்ளையைப் போல, எப்போ யுத்தம் வரும் வரும் என்று காத்துக்கொண்டிருக்கிறான். அத்தோடு நம் குவர்னர் துரை மற்றொரு காரியமும் பண்ணி இருக்கிறார். அது என்ன வெனில் இங்கே பராதி என்கிற சண்டைக்காரத் தலைவன் ஒருவன் இருக்கிறான். அவன் சென்னப்பட்டணத்தில் இருந்துகொண்டு ஊரை வேவு பார்த்துக்கொண்டிருக்கிறான். சண்டை அறிவிக்கப் பட்டால் பராதி தரையில் இருந்தும் லபோர்தொனே கடலில் இருந்தும் சென்னப் பட்டணத்தைத் தாக்குவது என்று தீர்மானித் திருக்கிறார் துரை.

கோட்டைக்குள் இருவரும் புகுந்து மாளிகையை நெருங் கினார்கள். பண்டிதர் கேட்டார்.

"மீரா பள்ளியண்டை ஏதோ களேபரம் நடந்ததாமே, அது என்ன?"

"அதுவா நேத்திக்கு முன்தினம் முசே கொக்கேத் என்கிறவன் நீதிபதியண்டையிலே இருக்கிறவன், சாயங்காலம் ஏழு மணிக்கு

மீரா பள்ளியண்டையிலே இருக்கிற முசே பாஸ்டு என்கிறவன் தோட்டத்துக்குப் போய்ச் சாராயம் குடித்து அவ்விடத்திலேயிருந்து மறுபடி வீட்டுக்குப் போகிறவன் அந்தத் தெருவிலே ஒரு வீட்டுக்குள் புகுந்து பெண்டுகள் இருக்கிறார்களோ என்று பார்க்கிறபோது இருட்டாயிருந்தபடியினாலே, அடுப்பிலேயிருந்த கொள்ளியை எடுத்துக் கொண்டு வெளிச்சத்துக்காக விசுறுகிறபொழுது, வீட்டுக் குள்ளேயிருந்து ஒரு பெண் வெளியே புறப்பட்டு ஒரு கையில் இவன் சப்பாத்தை (காலணி) உருவிக்கொண்டு ஓடுகையில் அந்தப் பெண் ஓடிப் போய் அவ்விடத்திலிருந்த அண்டை அசல் வீட்டிலே புகுந்து வெகுவாய்க் கூப்பிட்டு அழுதாள். அப்போது அவ்விடத்திருந்த தமிழரும் பிள்ளையும் சிறிது வழிநடப்புக்காரரும் கூடி சொல்தாது (படை வீரன்) வந்தானே, அவன் எங்கே என்று பார்க்கிற பொழுது, இந்த வெள்ளைக்காரப் பயல் அவ்விடத் திலேயிருந்து புதுசாய்க் கட்டின கூரை வீட்டில் கதவில்லாத படியினாலே அந்த வீட்டிலே புகுந்து ஒளிந்து கொண்டான். அப்போது தமிழர் வீட்டைச் சுற்றிக்கொண்டு, அவனிடம் ஆயுதம் ஏதேனும் இருக்குமோ என்று பயந்துகொண்டு இருந்தார்கள். அந்தப் பயலோ, கற்களை எடுத்து, தமிழர் மேல் வீசினான். ஒரு நாலு தைரியஸ்தர்கள் அவன் மேல் வீழ்ந்து பிடித்து, எல்லோரும் கூடி அடித்து அவனுடைய பொன் பொத்தான் முதலான வஸ்துவை யெல்லாம் கிழிந்து போகத்தக்கதாக அடித்துக் கத்தியையும் பிரம் பையும் பிடுங்கிக்கொண்டு சின்ன துரை வீட்டிலே கொண்டுபோய் ஒப்புவித்தார்கள். தமிழர் அடித்த அடியினாலே தலை பிளந்து போய் இனிமேல் பிழைக்க மாட்டான் என்று சொல்கிறார்கள். அவனுடைய ஆயுசு எப்படி இருக்கிறதோ அதை இனிமேல் தான் அறிய வேணும். இந்தச் சேதி துரையவர்கள் கேட்டுத் தமிழன் வீட்டுக்குள்ளே வெள்ளைக்காரன் புகுந்துகொண்டு, பெண்டு பிடிக்கப் போனால் அவர்கள் சும்மா இருப்பார்களா, நல்ல வேலை செய்தார்கள் என்று சொன்னார். அடித்தவர்கள் இன்னாரென்று தெரியாதபடியினாலே விசாரிக்கிறார்கள். இன்னமும் அடித்தவர் அகப்பட்டதில்லை."

பண்டிதரை மரத்தடியில் அமர்த்தி பிள்ளை மாளிகைக்குள் பிரவேசித்தார். குவர்னர் துரை அவர்களுக்கு, இடுப்பு வலியும் சிரங்கு நோயும் வந்து படுத்துகிறதாகவும், உடுத்திக்கொண்டு வெளியே வராதபடிக்கு இருக்கிறதாகவும் கபுறு (செய்தி) அறிந்த பிள்ளை குவர்னரைப் பாராமலேயே திரும்பினார்.

சம்பூரணாவுக்கு குவர்னர் துரை பெண்சாதி மூான் அம்மாளிடம் இருந்து அழைப்பு வந்தது. ஆச்சரியம்தான். வேதபுரீஸ்வரர் கோவில் தாசி வேலாயுதத் தாயிக்கு இரண்டாவது பெண்ணாகப் பிறந்தவள்

சம்பூரணா. குலத் தொழில் கல்லாமல் பாகம்படும் என்பார்கள். அது சம்பூரணாவிடம் தோற்றுத்தான் போயிற்று. வேலாயுத தத்தாய்க்கு மூத்த மகள் சகல வித்தைகளிலும் தேர்ந்து, மேலான நிலையில் இருந்தாள். தெய்வ கைங்கர்யம் போக மற்றபடிக்குச் செட்டி மார்களின் பூரண கடாட்சம் அவளுக்கு லயித்தது. ஆகையினால் அவள் உன்னத தசையை அடைந்தாள். இளையவள் பிறக்கிற போதே கன்னங்கரிய மேனியளாக இருந்தாள். தாய்க்கு அதிலே மனம் வருந்தும் சங்கதிதான். அதுக்கும் மேலே அந்தப் பெண் குலத் தொழிலில் எந்த நாட்டமும் இன்றி இருந்தாள். பாட்டு வரவில்லை; ஆட்டம் ஓடியே போய்விட்டது. அதுவுமின்றி பெண்ணாகப் பிறந்தவளுக்கு சரசம் வர வேண்டாமோ? கண்ணைச் சுழற்றி ஒரு நொடிப்பு, உதட்டைக் கடித்து ஒரு சிணுங்கல், நடக்கும்போதே ஓர் ஒயில், பேசும்போது ஒரு நுணுக்கமான அழைப்பு, யாரிடம் பேச நேர்ந்தாலும், அவருக்காகவே தான் காத்திருப்பது போலப் பேசும் ஒரு பாவனை. ஏதாவது ஒன்றிரண்டு இருந்தால்தானே தொழிலுக்கு நல்லது. ஒருமுறை வந்தவன், மறுமுறைக்கும் வர வேண்டாமா? ஒருமுறை வந்தவன், ஐம்பது வராகன் கொண்டு வந்தால், மறுமுறை வருபவன் பெண்டாட்டி கழுத்து நகையோடு வர வேணாமோ? வந்தால் தானே குலத்துக்கும் தொழிலுக்கும் நல்லது. வயசுப் பெண்ணாக இருந்துகொண்டு ஆம்பிளைப் பையன்களோடு முரட்டு விளையாட்டில் ஈடுபடுகிறதும், மரம் ஏறி மாங்காய் பறிக்கிறதும் ஆக இருந்தால் ஆம்பிளைகளுக்கு எங்கிருந்து நாட்டம் வரும்?

தாயிக்கு மனம் வருந்தும் சொல்லும்படியாக இல்லை. மகளை அருகில் அழைத்து வைத்துக்கொண்டு அறிவுரைகள் பலதும் சொன்னாள்.

“பூரணா! அல்லிப் பூ வயிற்றில் அவரைக்காய் காய்ச்சது போல நீ எங்கிருந்தடி எனக்கு மகளாக வந்து வாய்த்தாய்! தாசி வீட்டுப் பெண்களுக்கு நிறம் மட்டாய் இருக்கலாம். திறம் மட்டாய் இருக்கலாமோ? மற்ற ஜாதிப் பெண்களுக்கெல்லாம் கண்கள் என்பது காண மட்டும்தான். நமக்கு அவை அம்புகள் அல்லவா? ஆயுதம் இல்லாமல் ஆண்களின் உயிரை நாம் வேறுபடுத்துவதால் அன்றோ நமக்கு வேசை என்கிற பெயர் ஆச்சுது. தேவர்களைப் போன்ற மனிதர்களையெல்லாம் அடிமைப்படுத்துவதில் அன்றோ நமக்குத் தேவரடியார் என்று பெயர் ஆச்சுது? நாம் ராஜாக்கள் மாதிரிதான். ராஜா சின்ன ராஜாக்களிடம் கப்பம் வாங்குவது போல நாமும் ஆண்களிடம் கப்பம் வசூலிக்கிறோமல்லவா? நாமும் குபேரனின் பங்காளிகள் அல்லவோ? பணம் குறிக்கோளாகக் கொண்டு வழங்கியும் பெற்றும் வாழ்கிறோம் அன்றோ? நம்

சாதிக்கு அடுக்குமோ நீ பண்ணுகிறது? உடம்பு வாளிப்புதான் இல்லை. இருப்பதாக நம்பச் செய்ய வேண்டாமோ? காமமும் குளிப்பது மாதிரிதானே? பல் துலக்குவது மாதிரி. இன்றைக்கும் குளிக்க வேணும். நாளைக்கும். அதனால் நம் தொழிலுக்கு எந்தக் காலத்திலும் விக்கினம் இருக்காதுதானே? ஆம்பிளைப் பிள்ளை அசடாக இருக்கலாம். நம் போன்றவர்க்குக் கூஜா வெற்றிலைப் பெட்டி தூக்கியாகிலும் பிழைக்கலாம். பெண்ணாகப் பிறந்த நீ என்ன செய்யப் போகிறாய்? தலையை வாசனைத் தைலம் பூசி வாரு. கண்ணுக்கு அவசியம் மை இட வேணும். வாயில் எப்போதும் வெற்றிலை பாக்கு இருக்க வேணும். கற்பூரம், கஸ்தூரி இருக்க வேண்டும். வாய் மணக்கும்படி இருப்பது மிக முக்கியம். அப்புறம் முகம் எப்பொழுதும் துடைத்து எடுத்தது மாதிரி பளிச்சென்று வெகு சுத்தமாக இருக்க வேணும். துணி கொஞ்சமும் கலங்கலாக இருக்கக் கூடாது. நகம் சீவி, மருதாணி இட்டு அழகாக இருக்க வேணும். எல்லோரிடமும் சிரித்துப் பேசுவதை விடுத்து, யார் நமக்குச் சௌகரியம் பண்ணுவார்களோ அவர்களோடு மட்டும்தான் அணுக்கமாயும், இணக்கமாயும் இருக்க வேணும். ஒரு சமயத்தில் இரண்டு முக்கியஸ்தர்கள் வந்துவிட்டால், ஒருத்தனுடன் வீட்டுக்கு தூரம் என்று ஒதுங்கு. மற்றவனுடன் சல்லாபம் பண்ணு."

"எனக்கு அதிலெல்லாம் இஷ்டம் இல்லையம்மா!"

"கடுகு தின்று தண்ணீர் குடிக்காமல் ஆகுமா?"

"ஆகுமோ, ஆகாதோ என்னால் படுத்துப் பிழைக்க முடியாது."

"சரி, அப்படி வேணாம். பாட்டும் வராது. ஆடவும் தெரியாது. சோற்றுக்கு என்ன செய்யப் போறே?"

"நாலு வீட்டுக்குப் பத்துப் பாத்திரம் தேச்சுப் பிழைச்சுக்கு வேன்."

"உன் தலையெழுத்து அது என்றால் யார் அழித்து எழுத முடியும்?"

பூரணாவுக்கு துரையம்மாளிடம் இருந்து அழைப்பு வந்ததில் மிகுந்த சந்தோஷமாக இருந்தது. பொம்மை மாதிரி அலங்காரம் பண்ணி, திருஷ்டிப் பொட்டு வைத்து, பிச்சி பூச்சூட்டி அனுப்பி வைத்தாள். அம்மாள் சேவகத்தில் இருக்கப்பட்ட ராமையன்தான் பூரணத்தை அழைச்சுக்கொண்டு போய் அம்மாள்முன் நிறுத்தினான்.

"அடி பெண்ணே! உனக்கு வீட்டு வேலை செய்ய வருமா?"

பூரணா பயந்து போனாள். நாக்கு கன்னத்தில் ஒட்டிக் கொண்டது. உயிரில்லாமல் அவள் பதில் சொன்னாள்:

“தெரியும் அம்மா.”

“சந்தா சாயுபு பற்றிக் கேள்விப்பட்டிருக்கிறாயா?”

“இல்லையம்மா. எனக்கு அது ஒன்றும் தெரியாது. சொன்னதை மட்டும் செய்வேன்.”

“அது போதும். சந்தா சாயுபு பெண்ஜாதி மீரா பள்ளி வாசலண்டை குடியிருக்கிறாள். பெரிய பிரபுவின் பெண்சாதி அவள். அவளிடத்திலே சென்று, அவள் வீடு வாசல் காரியம் பண்ணிக்கொண்டு இரு. அவளும் சம்பளம் தருவாள். நானும் தருவேன்.”

“எல்லாம் தங்கள் பிச்சையம்மா.”

“ஆனால், நீ ஒரு காரியம் பண்ண வேணும்.”

“உத்தாரம் பண்ணுங்கோ.”

“அங்கு என்ன நடக்கிறது? யார் வருகிறார்? என்ன பேசுகிறார்கள் என்று கண்டறிந்து என்னிடத்திலே சொல்ல வேண்டியது உன் வேலை.”

“அப்படியே அம்மா.”

“இப்படி நான் சொன்னதை நீ யாரிடமும் சொல்லக் கூடாது.”

“சரியம்மா.”

“சந்தா சாயுபு பெண்சாதி போட்டிருக்கும் நகை, வயணம், பெட்டியில் வைத்திருக்கும் பொன், வெள்ளி, முத்து நகை வயணம் எல்லாவற்றையும் நீ எனக்குச் சொல்ல வேண்டியது.”

“சரியம்மா.”

“அந்த அம்மாள் படுக்கை தலையணைக்குப் பக்கத்தில் உள்ள பெட்டியில்தான் அவளுக்கு வருகிற கடுதாசிகளைப் போட்டு வைத்திருப்பதாக நமக்குக் கபுறு வந்திருக்கிறது. நீ ஒழிந்த வேளையாகப் பார்த்து அந்தக் கடுதாசிகள் ஒவ்வொன்றாக எடுத்து வந்து நம்மிடத்தில் தர வேணும். நான் படித்துக் கொடுத்த பிறகு அதுகளைக் கொண்டு போய் எடுத்த இடத்திலேயே வைத்துவிட வேண்டியது. நீ தவறு செய்து மாட்டிக் கொண்டாயானால் நமக்கு ஒண்ணும் தெரியாது என்று நான் கையைக் கழுவிவிடுவேன். ஜாக்கிரதையாக இருந்துகொள்ள வேண்டியது உன் பொறுப்பு.”

“சரியம்மா.”

“உனக்கு மாதம் ரெண்டு வராகன் சம்பளம். சொல்கிற சேதி, எடுத்து வருகிற கடுதாசியின் தகுதிக்கு ஏற்பக் காசு கிடைக்கும்.”

"ரொம்ப சந்தோஷம் அம்மா."

"ராமையன், அந்தப் பெண்ணை அழைத்துப் போய் சந்தா சாயுபு பெண்சாதி அண்டைக்கு விட்டான். அவள் பூரணாவின் குலம், சரித்திரம் எல்லாவற்றையும் கேட்டு அறிந்துகொண்டு சமையல் அறைக்கு அனுப்பி வைத்தாள். பூரணா அகன்ற பின் தன் அணுக்கத் தோழியாக இருந்த அமீனாவை அழைத்து, "அடி அமீனா, சொல்கிறதைச் சாக்கிரதையாகக் கேள். இந்தக் குட்டியானவள் துரைசானி அண்டையில் இருந்து வந்திருக்கிறாள். துரைசானி ஏதாவது வேவு பார்க்கிறாளோ என்று எனக்குச் சம்சயமாக இருக்கிறது. இந்தக் குட்டியை வேவு பார்க்க வேண்டியது உன் காரியம்" என்றாள்.

"அப்படியே அம்மா" என்றாள் அமீனா.

29

ஜெயராக்கினி சின்னமலர், தேவாலயத்தை விட்டு வெளியேறி, வாசற்படியண்டைக்கு வந்து, திரும்பக் கோபுரத்தை நோக்கி சேசு சொரூபத்துக்குத் தம்மேலே சிலுவை பண்ணிக்கொண்டு வீதியில் இறங்கினாள். கொஞ்ச தூரமாக நடந்து போய்க் கொண்டி ருக்கையில், ஆலயத்தை நோக்கி வந்துகொண்டிருந்த பேரின்பம் தேவகிருபை அம்மாளைப் பார்த்துச் சின்னமலர் நின்றாள்.

"என்ன அம்மணி, பூசை முடித்துப் போகிறதா? உன்னைக் கொண்டவர் சௌக்கியம்தானா?" என்று கேட்டாள் பேரின்பம், சின்னமலரிடம்.

"ஆமாம், அம்மாச்சி. பூஜை கிருபையால் முடிந்தது."

"உன்னைக் கொண்டவர் கப்பல் ஏறிப் போகிறாராமே. குருசம்மாள் நேற்று மதியம் வந்து சொல்லிக்கொண்டிருந்தாளே, நிசம்தானா?"

"நிசம்தான், அம்மாச்சி. கர்த்தருக்குச் சித்தமானால், வரும் அமாவாசைக்குப் பிறகு புறப்படுகிற கப்பலிலேயே பயணமாகிறார்."

"கர்த்தர் நன்மைகளையே பண்ணுவார். சம்சயப்படாதே. உடன் யார் புறப்படுகிறது?"

"சின்னதுரை அஷிசிக்குப் போகிறார். அவருடன் இந்த மனுஷரும் புறப்படுகிறார்."

"என்ன வியாபாரம், இந்த முறை."

“நீலத் துணி, காலிகப் புடவை அம்மாச்சி.”

“நல்ல தேக சௌக்கியத்துடனேதானே உன் மனுஷர் கடல் மேல் போய்த் திரும்பட்டும். கர்த்தரை நல்லபடியாக வேண்டிக் கொள், சின்னமலர்.”

“அப்படியே அம்மாச்சி.”

சின்னமலர், அம்மாச்சியை அனுப்பிக்கொண்டு, வீட்டுக்குப் புறப்பட்டாள். வெள்ளாளத் தெருவைக் கடந்து இடப்புறமாய்த் திரும்பி, பெரிய பிராமணர் தெருவையும் தாண்டித் தன் வீட்டுக்குள் நுழைந்தாள். வீட்டில் அத்தை மட்டும்தான் இருந்தாள். குவர்னர் துரையைப் பேட்டி பண்ணிக் கொள்ளப் போய் இருந்த ஆளானவர் இன்று திரும்பியிருக்கவில்லை.

அத்தை, வாளை மீன் வாங்கிக்கொண்டு வந்திருந்தாள். நீளநீளமான சுண்ணாம்பு வாளை மீன்கள், வெள்ளைத் துணி களைக் கிழித்துப் போட்டாற்போல சட்டியில் கிடந்தன. துணியை மாற்றிக்கொண்டு, வீட்டுச் சேலைகளைக் கட்டிக் கொண்டு மீன்களை ஆய உட்கார்ந்தாள். செதிள்களைக் களைந்து, மீன்களைக் கீறி, கழுவித் துண்டு போட்டு எடுத்து வந்து அடுப்பங்கரையில் வைத்தாள். சுள்ளி விறகால் அடுப்பை ஏற்றி, சோறு பொங்கி, குழம்பு பண்ணி, சில துண்டங்களை வறுத்து, ரசம் வைத்து, மோர் தாளித்துச் சமையலை முடிக்கையில் மதியம் ஆகிவிட்டது. குவர் னரைக் காணச் சென்ற மிக்கேல் இன்னும் திரும்பியிருக்கவில்லை. அத்தை, உள் அறையில் படுத்துத் தூங்கிக்கொண்டிருந்தாள். அத்தையை எழுப்பிச் சாப்பிடச் சொன்னதுக்கு, அவள் இருந்து கொண்டு, “மிக்கேல் வந்தானா” என்றாள். சின்னமலர், “இல்லை” என்று பதில் அளித்ததுக்கு, “வந்ததும் சாப்பிடலாம்” என்றாள் அத்தை.

சாயங்காலமாக மிக்கேல் வந்து சேர்ந்தான். களைத்துப் போய் இருந்தான்.

இலை போட்டு அவன் சாப்பிட்டுக் கொண்டிருக்கையில், “என்ன தாமசம்” என்றாள் சின்னமலர்.

“குவர்னர் மத்தியானத்துக்குப் பிறகு தானே நமக்குப் பேட்டி கொடுத்தார். சின்னதுரை, தன் விசாரணைகளையெல்லாம் முடித்துக்கொண்டு குவர்னர் மாளிகைக்கு வந்து சேர மதியத்தைத் தாண்டிவிட்டது. குவர்னர் துரை மதியம் வெயில் தாங்காமல், படுத்துத் தூங்கிப் போய் விட்டார்கள். சாயங்காலம் எழுந்து, கபே முடித்து, புகைத்துக்கொண்டிருக்கையில், நான் போய் அவர் முன்னாடி நின்றேன். குவர்னர் இருந்துகொண்டு, “என்ன சேதியாய்

வந்திருக்கிறது?" என்றார், நான் இருந்து கொண்டு கப்பல் வழிப் போகிறதுக்கு உத்தாரம் பெற்றுக் கொண்டு போக வந்திருக்கிறேன் ஐயா என்கிறதுக்கு, நல்லது போய் வா என்றார்கள்" என்றான் மிக்கேல்.

"என்னைக்குப் புறப்படுகிறது?"

"காற்று சாதகமாக இருந்தால், வருகிற அமாவாசை கழித்து மூன்றாம் நாள் புறப்படுவதாக உத்தாரமாகியிருக்கிறது."

சின்னமலர், கொஞ்சம் தயக்கத்தோடும் மனக்கிலேசத்தோடும் இருந்துகொண்டு சொன்னாள்.

"வருகிறதுக்கு எத்தனை காலம் ஆகும்?"

"ரெண்டு வருஷத்துக்குள்ளாக வந்துவிடுவேன்."

அவள் இருந்த இடத்தில் இருந்துகொண்டு சப்தம் இல்லாதபடிக்கு அழுதாள். கையைக் கழுவிக்கொண்டு வந்தவன் சொன்னான்.

"என்னத்துக்கு அழுகிறது. அம்மா இருக்கிறது. உன் அம்மாவும், அப்பாவும், இங்கேதானே இருக்கிறார்கள். போனேன், வந்தேன் என்று வந்துவிட மாட்டேனா?"

இப்படித்தான், சனங்கள் கப்பல் ஏறிப் போகிறதும், வருகிறதுமாக இருந்தார்கள். கஷ்டம் ஒன்றிருந்தது அவர்களுக்கு. அதாவது சேர்த்த பணத்தைத் திருடுகிறவரிடமிருந்து காப்பாற்றுகிற கஷ்டம். அது பற்றி அவன் சின்னமலரிடம் பேசியது:

"பணங்களையும், வராகனையும் என்ன பண்ணுவது என்று தான் ஒரே ரோசனையாய் இருக்கிறது" என்றான் மிக்கேல். பிறகு அவனே தொடர்ந்து சொன்னான்: "குவர்னரிடம் கொடுத்து வைக்கலாம். ஆனால் அதை விடவும் திருடரிடமே கொடுத்து விடுவது நல்லது. நாம் எல்லோரும் செய்வது போலச் செய்யலாம்."

எல்லோரும் செய்வது என்னவெனில் பணத்தை மறைத்து வைப்பதும், புதைத்து வைப்பதும் ஆக இருந்தது. பானைகளில் போட்டு, அரிசி, பருப்பு இலைகளோடு காசுகளையும் போட்டு பண்ணைக்கு ஒரு பானை என்பதாக வைத்துக் கொண்டிருந்தார்கள் ஜனங்கள். ஜனங்கள் இப்படிச் செய்வதைத் திருடர்கள் மிக நன்றாக அறிந்து வைத்திருக்கிறார்கள். திருட வருகிறவன் தடியால் ஒன்று போட்டுப் பானைகளை உடைக்கிறது வழக்கமாச்சு. அப்படிக் கிள்ளி, சுவரில் காசுகளை வைத்து மண்ணால் பூசி விடுவதும் ஆக இருந்தது. சிலர், பலமான கள்ளிப் பெட்டியிலோ, அல்லது இரும்பு, பித்தளைப் பெட்டிகளிலோ பணத்தை வைத்துப் பூட்டிக்

கொண்டனர். காசைப் பாத்திரத்தில் போட்டுப் புதைப்பதும்கூட வழக்கமாக இருந்தது. மிக்கேல் அவ்வாறுதான் முடிவெடுத்தான்.

தோட்டம் மிக விசாலமாக இருந்தது. ஒரே ஒரு பூவரச மரம். சில பூச்செடிகள். மற்றபடிக்கு மல்லிகையும், கனகாம்பரமும்.

பூவரச மரத்துக்கு நேராக மூன்று அடி வைத்து, நிலத்தை அளந்துகொண்டான். சாயங்காலமாகக் கடப்பாறையால் மண்ணில் பள்ளம் தோண்டத் தொடங்கினான். அப்பொழுது, வேலிப் படப்புக்கு அந்தண்டையில் இருந்து, "ஓ.. மிக்கேல்" என்று ஒரு அழைக்கும் குரல் கேட்டது. பக்கத்து வீட்டுத் தங்கையாப் பிள்ளை, படலில் ஒட்டி நின்றுகொண்டு "என்ன இந்த உறுமை வேளையில் பள்ளம் தோண்டுகிறது" என்றார்.

"சும்மாத்தானே பிள்ளை. ஒரு தென்னங்கன்று நடலாம் என்பதால்."

"தென்னைக்கு இத்தனை பெரிய குழி என்னத்துக்கு?"

"அதானே. நான் ஒரு கூறுகெட்ட முண்டம்."

"அதனால் என்ன, தோண்டியதே தோண்டினாய். இன்னும் பெரிய குழியாகத் தோண்டி, எருக்குழியாய் வச்சுக் கொள்ளேன்."

"அப்படித்தான் செய்ய வேணும்."

பிள்ளைவாள், நகர்ந்ததும், குழியை மண் தோண்டி எடுத்து வெளியில் போட்டான். கொஞ்சம் மேலும் இருட்டட்டும் என்பதாகப் பொழுது போக வேண்டித் தெருத் திண்ணையில் போய் அமர்ந்துகொண்டான். இருட்டியதும், உள்ளுக்கு வந்து பித்தளைப் பானையில் போட்டு வைத்திருந்த வராகன் மற்றும் காசுகளைக் கணக்கிட்டு, மூடியைத் தகரம் கொண்டு தைத்தான். சின்னமலரோடும் வந்து, அந்தப் பானையைக் குழியில் வைத்து மண்ணை அள்ளிப் போட்டு மூடினான். மூடிய வாயிலில் பச்சை மண் தெரியாதபடிக்குக் காய்ந்த மண்ணைப் போட்டு நிரவினான்.

"இனி பணத்துக்கு ஆபத்தில்லை."

"அது உள்ளது" என்றாள் சின்னமலர்.

ஊரில் ஜனங்கள் மிகுந்த தாபத்துக்கு உள்ளாகி இருந்தார்கள். ஏனெனில், கப்பல்கள் வருகிறதும், போகிறதும் நின்று இரண்டு வருஷங்களுக்கு ஆகியிருந்தன. போன வருஷம் சீர்மைக் கப்பல் வராதபடியினாலும், சீர்மைக்கு இங்கிருந்து போகாதபடியினாலும், ஜனங்களின் வாழ்க்கை மிகவும் சீர்கேடு உற்றிருந்தது. சீனா, மணிலா, டச்சு என்கிறதான இடங்களுக்குப் போன கப்பல்களையும், பின்னையும் சில்லறைக் கப்பல்களையும் இதுகளையெல்லாம்

இங்கிலீசுக்காரர் பிடித்துக்கொண்ட படியினாலேயும், இந்தக் களேபரம் நேர்ந்தது.

கப்பல் போக்குவரத்து நின்றபடியினாலே, கப்பலையே நம்பிக் கொண்டிருக்கும் வர்த்தகரது வாழ்க்கை தவக்கமாகி விட்டிருந்தது. கும்பனீருக்கு மட்டும் இன்றி, சகலமான வர்த்தகருக்கும் மிகுந்த பணத் தவக்கம் ஏற்பட்டுவிட்டிருந்தது. ஊரிலே சகல ஜனங்களுக்கும் தொழில் இல்லை.

முத்தையன், புதுச்சேரியை விட்டே வெளியேறி விடுகிறது என்கிற முடிவில் இருந்தான். கப்பல் வருகிற நாளையிலே அவனுக்குத் தொழில் இருக்கும். கட்டு மரங்களில் சென்று, மூட்டைகளை இறக்கவும், ஏற்றவும், துணிகளைச் சிப்பம் போடவும், அதுகளை மடித்து ஒழுங்கு பெற வைப்பதும், ஊருக்குள் சென்று கப்பலுக்கு வேண்டிய சரக்குகளைச் சேகரம் பண்ணுகிறபோது துணையாக வேலை செய்கிறதும் என்று பலவகையான வேலைகள் அவனுக்கு இருந்தன. தினமும் குலுங்கும்படியான காசுகள் அவனுக்குக் கிடைத்துக்கொண்டு இருக்கும். வாழ்க்கை மிக சௌகர்யமாக அவனுக்கு நடந்து கொண்டிருந்தது. இடையிடையில் கப்பல்கள் நின்று போனாலும் வரும் என்கிற நம்பிக்கை அவனுக்கு இருக்கும். அது வறுமை கூர்ந்த வாழ்க்கையின் உஷ்ணத்தைத் தணிக்கவும் உதவும்.

ஆனி மாதம் வரைக்கும் பார்ப்பது என்றும், அதற்குப் பிறகும் கப்பல் வரத்து இல்லை எனில், புறப்பட்டுச் சென்னப் பட்டணத்துக்குப் போய் விடுவது என்றும் நிச்சயித்திருந்தான். ஆனி மாதம் இருபத்தெட்டாம் தேதி வெள்ளிக்கிழமை பகல் பதினொன்றரை மணிக்கு ஒரு கப்பல் கண்டது. வெள்ளைக் கொடி போட்டுக்கொண்டு வருகிறது என்றும், கப்பல் வருகிற நிமித்தம் கோட்டையிலேயும் கொடி போட்டுக் கொண்டிருக்கிறது என்றும் முத்தையனுக்கு யாரோ சொன்னார்கள். அதைத் தொட்டு, மிகுந்த ஆர்வமுடன்தானே அவன் கடற்கரைக்கு ஓடினான். வாஸ்தவம் தான். உண்மையில் கப்பல் ஒன்று கண்டது. குவர்னர் துரை, தம் வீட்டு மெத்தை மேலே ஏறிப் போய்ப் பார்த்து, அந்தக் கபுறு (சேதி) உண்மைதான் என்று கண்டு சந்தோஷம் அடைந்தார். அந்தச் சேதியைச் சம்பாக் கோயில் பெரிய சுவாமியாருக்கும் மற்றும் உண்டான பேர்களுக்கும் சொல்லச் சொல்லி ஆள் அனுப்பியதாகத் தகவல் வந்தது.

பிள்ளை வந்து சேர்ந்தார். கடற்கரையில் முசே வவீல்பாடு முதலான பல பெரிய தரத்து அதிகாரிகள் வந்து குழுமி இருந் தார்கள். கப்பலில் இருந்து கட்டு மரத்தில் ஒரு சேதி எழுதி வந்தது.

அதை முசே வலீல்பாடு என்கிற சின்னதுரை வாங்கிப் படித்தார். வந்து கொண்டிருக்கும் கப்பல் மரிய ஜோசப் என்றும் அதன் கப்பித்தான் முசே ஷிப்பிங் ஜோர் என்றும், அதில் பலகறை ஏற்றி யிருக்கிறது என்றும், அக்கப்பல் தனக்குப் பின்னே ஒன்பது கப்பல் களைத் தாண்டி வந்துகொண்டிருக்கிறது என்றும், இந்தக் கப்பலுக்கு ஏழு காத வழியிலே முசே லபேர் ஏதானே என்கிற கொமான்தான் தலைமையிலே ஒரு சண்டைக் கப்பல் வந்துகொண்டிருக்கிறது என்றும், வழியில் இங்கிலீசுக் கப்பல்கள் சண்டைக்கு நிற்கிறார்கள் என்றும், எதிரிக் கப்பல்கள் பலதும் பழுதுபட்டிருக்கிறது என்றும் அதில் எழுதியிருந்தது.

அது சுபசேதி ஆன படியினாலே, இந்தப் பட்டணத்தில் உண்டான சனங்கள் எல்லோருக்கும் நிட்சேபம் அகப்பட்டாற் போலவும், நஷ்டப்பட்ட திரவியம் லபித்தாற் போலவும், மரணத்தை அடைந்தவர்கள் சீவலந்தராய் வந்தாற் போலவும், இப்படி அனேகவிதமாக சந்தோஷப்பட்டார்கள். அவரவர்கள் வளவிலே கல்யாணங்கள் போலவும், புத்திர உற்சவத்துக்குச் சந்தோஷம் போலேயும் இப்படிப் பட்டணமெல்லாம் தேவாமிருதத்தைப் பட்சித்தால் எப்படிச் சந்தோஷம் அடைவார்களோ அந்தப்படிக்கு சந்தோஷத்தை அடைந்திருக்கிறார்கள்.

சரியாக எட்டு மணிக்கு மேல் துறைக்குச் சமீபமாக எட்டுக் கப்பல்கள் வந்து நின்றன. இருட்டு காரணமாக வந்திருக்கிற கப்பல்கள் பிரெஞ்சுக்காரருடையது என்கிறதற்குச் சமுதாசம் இருந்தது. அதைத் தொட்டு அடையாளத்துக்காக இரண்டு இரண்டு குண்டுகளாகச் சுட்டுக்கொண்டு இருந்தார்கள். இரவு பனிரெண்டு மணி வரைக்கும் அது தொடர்ந்து நடந்து கொண்டிருந்தது.

இரவு இரண்டு மணிக்கு கொமான்தான் லபோர்தொனே, சலங்கில் இறங்கிக் கரையை வந்தடைந்தான். நேராகக் குவர்னர் துரை துய்ப்ளெக்ஸ் அவர்களைப் பேட்டி பண்ணிக்கொள்ள வந்தான். குவர்னர், வாசலுக்கு வந்து, அவனைத் தழுவிக் கொண்டு வரவேற்றார். லபோர்தொனேயைக் கண்டதில், துய்ப்ளெக்ஸ் அவர்களுக்கு மிகுந்த மகிழ்ச்சி ஏற்பட்டிருந்தது.

“முசே லபோர்தொனே! உமது வருகையை நானும், புதுச்சேரி மக்களும் மிக ஆவலுடன் தானே எதிர்பார்த்துக் கொண்டி ருக்கிறோம். இங்கிலீசுக்காரருடன் யுத்தம் பண்ணுகிற சந்தர்ப்பமும் நிர்ப்பந்தமும் நமக்கு நேரும் எனில், அதைச் செய்யும் பராக்கிரமமும், மகத்தான மதியூகமும் உமக்குத்தானே இருக்கிறது. நீர் வந்ததைத் தொட்டு எமக்குச் சுபிட்சமும் வந்து விட்டதாகவே காண்கிறது.”

“நண்பராகிய தங்களுக்கும், நம் பிரான்சு தேசத்துக்கும் பணியாற்றுவதைக் காட்டிலும் எனக்கு வேறு சிறந்த வேலை எது இருக்க முடியும்?”

“எல்லாம் தங்கள் அன்பு.”

குவர்னர் லபோர்தொனேவை அழைத்துக்கொண்டு தம் படிப்பறைக்குச் சென்றார். அங்கே, லபோர்தொனேவை எதிர்பார்த்துக்கொண்டு மதாம் ழான் துய்ப்ளெக்ஸ் வரவேற்றாள்.

“வரவேணும்... பிரெஞ்சு தேசத்தின் மகத்தான கப்பல் படைத் தளபதிக்கு என் அன்பான வரவேற்பு...”

“தங்கள் வார்த்தைகளில் உண்மை இருக்கிறதோ இல்லையோ, உள்ளார்ந்த அன்பு இருக்கிறது.”

அவர்கள் கை குலுக்கிக்கொண்டு அமர்ந்தார்கள்.

“நல்லது முசியே துய்ப்ளெக்ஸ். நான் என்ன செய்ய வேணுமென்று சொல்லுங்கள். தங்கள் சித்தப்படிக்குச் செய்யக் காத்திருக்கிறேன்.”

“முசியே லபோர்தொனே! தாங்கள் கடலில் அங்கும் இங்கும் போய்க்கொண்டிருப்பதாகப் பாவனை பண்ணுங்கள். தகுந்த உபாயமும் நேரமும் பார்த்துச் சென்னப்பட்டணத்தைத் தாக்குங்கள்.”

தாக்குதல், தகர்த்தல், போரிடுதல் ஆகிய யுத்தக் கலைகளிலேயே மிகுந்த ஈடுபாடுகொண்டவன் லபோர்தொனே. இந்த உத்தரவு அவனுக்கு மிகுந்த மகிழ்ச்சியைத் தந்தது. அவன் எழுந்து நின்று, முஷ்டியை உயர்த்திக்கொண்டு, “பிரான்ஸ் அரசர் நீடூழி வாழ்க” என்று கத்தினான்.

மறுநாள், தன் குதிரை மேல் ஆரோகணித்தபடி லபோர்தொனே, கோட்டையைச் சுற்றிப் பார்வையிட்டான். வழூதாவூர் வாசலில், தனக்கு மேளமும், மற்றும் உண்டான சகல மரியாதைகளும், மேம்பாடுகளும் கிடைக்க வேண்டும் என்று எதிர்பார்த்த அவனுக்கு, ஏமாற்றமாக இருந்தது. சின்ன தரத்து அதிகாரிகளுக்கு இசைக்கப்படும் மேளமும், சாதாரண வரவேற்பும் அவனுக்கு அளிக்கப்பட்டன.

மட்டுமின்றி, அவன் கேட்டுக்கொண்டதுக்கு இணங்க, சொல்தாக்களின் (வீரர்களின்) அணிவகுப்பும் நடைபெறவில்லை. குவர்னர் துரையிடம் சென்று லபோர்தொனே பிராது பண்ணினான்.

“முசே லபோர்தொனே! தங்கள் விருப்பம்தான் என்ன?”

“நான் தங்களுக்குச் சமமானவன். ஆகவே, தங்களுக்குச் சமமாகவே நடத்தப்பட வேண்டும்.”

“நல்லது! அப்படியே ஆகட்டும்!” என்றார் குவர்னர்.

‘நான் ஒரு பிரதேசத்தின் குவர்னர். இங்கு எனக்கு அடங்கி யல்லவோ இவன் நடக்க வேண்டும்’ என்று நினைத்தார் துய்ப் ளெக்ஸ். ‘இவன் என்ன விதத்தில் என்னை விடப் பெரியவன்’ என்று நினைத்தான் லபோர்தொனே!

30

மதியூகமான மூான் துய்ப்ளெக்ஸ் தன் புருஷனிடத்தில் சொன்னாள்: “அன்பானவரே! லபோர்தொனேயுடன் நீ சேர்ந்து வேலை செய்வது ரொம்பச் சங்கடத்தை உனக்குத் தரும் போல் இருக்கிறதே. உடைக்க முடியாத கொட்டையாகவன்றோ அவன் இருக்கிறான்?”

“உள்ளது மூான். ரொம்பவும் கர்வம் படைத்த சுபாவத்தின னாகவன்றோ அவன் இருக்கிறான். என் ஆட்சிப் பிரதேசத்துக்குள் எனக்கு நிகரான அதிகாரத்தையும் அந்தஸ்தையும் அவன் எதிர் பார்க்கிறானே. அது சாத்தியம்தானா? நம் பிரான்ஸ் தேச சட்டத் திட்டத்தின்படிக்கு, குவர்னர் அன்றோ அந்தப் பிரதேசத்துக்கு அதிபதி. அவர் ஆக்கினைக்கு உட்பட்டன்றோ, கடல் கொமான் தானும், தரைப்படைக் கப்பித்தானும் இயங்க வேணும்? குவர்னர் துரை ஊசி என்றால், மற்றவர்கள் நூலாகவன்றோ இருக்க வேணும்? இந்த மனுஷனோ தலையை, வானத்தைப் பொத்தல் போட்டு அதுக்கு மேலேயும், தரையில் கால் பாவாத தேவதையாகவும் தன்னை நினைத்துக் கொள்கிறானே....”

“இந்த மனுஷன் வேணாம் என்று சொல்லி, இவனை மாற்றிப் போட்டால் என்ன?”

“அது சரியில்லை, கண்ணே! லபோர்தொனே வெகு திறமைசாலியாயிற்றே. கடற்சண்டையில், பிரான்ஸ் தேசத்திலேயே, அவனையொத்த இன்னொரு மனிதர் இல்லையே! அதற்காகத் தானே நான், அவனுக்குக் கடுதாசி எழுதி, அவனை வரப் பண்ணினது. ஆங்கிலேத்தர்களுக்கும் நமக்கும் வந்திருக்கிற யுத்தத்தில் நமக்குச் செயம் வர வேணும் எனில், அது முசே லபோர்தொனேயால் மட்டும்தான் முடியும்.”

மூானும், துய்ப்ளெக்சும் தம் வரவேற்பறையில் மிக அந்தரங்க மாகத்தானே பேசிக்கொண்டிருந்தார்கள். குவர்னர் துரையின் மனசு கெட்டுப் போய்க் கிடக்குது. போர் என்று வந்தால், குவர்னதோர் தமக்குக் கீழ் இருக்கும் அதிகாரிகளைத் தானே நம்பியிருக்க வேண்டியுள்ளது. அப்படியாக்கொத்த அதிகாரி குவர்னதோரை

மதியாமலும், தமக்கும் அவர் அதிகாரி அந்தஸ்து வேணும் என்று அழும்பு பண்ணுவதும், சரியில்லவே. மிகுந்த துயரம் அல்லவோ வந்து சேரும்?

அவர்களுக்கு இடையே, வட்டத் தீனி மேஜை மேல் வைக்கப் பட்டிருந்த மெழுகுவர்த்தியானது, உருகி வழிந்து எரிந்துகொண்டிருந்தது. குவர்னர் தம் மதாமிடம் சொன்னார்:

"முசே லபோர்தொனே, இருபத்தைந்தாம் ஆண்டு மாஹேயைப் பிடித்தார் அன்றோ? அன்று தொட்டே, அவர் வல்லமை, நம் ராசாவண்டையில் வெகு பிராபல்யமாகி விட்டதல்லவோ! அப்போது நமக்குக் கொத்தாளமாக இருந்த சூரத்தை நாம் இழந்திருந்த நேரம். அந்த நேரத்தில் லபோர்தொனே, மாஹேயைப் பிடித்து நமக்கு மிகு பிரயோசனங்கள் பண்ணினார். அப்புறமாக மொரீஷேஸ் தீவுக்குப் போய், அந்த வனாந்திரப் பிரதேசத்தை வலிமை வாய்ந்த கப்பல் படைப் பிரதேசமாக மாற்றி அமைத்தார். ஆங்கிலேத்தர் மேல் சண்டைக்கு எழும்படியாக நாம்தான் அவரை முதன்முதலாகக் கேட்டுக்கொண்டது. அதைத் தொட்டுத்தான் அவரும் பிரான்ஸ் வரைக்கும்போய், சண்டைக்கான சமயம் வரக் காத்திருந்து, இப்போது ராசா அவர்களால் பதவி உயர்வு அளிக்கப்பட்டு வந்திருக்கிறார். அப்பேர்க்கொத்த மனுஷனை எப்படித் தூரப் போ என்கிறது?"

"வாஸ்தவம்தான்" என்று ஒப்புக்கொண்ட ழூான் சற்று நேரம் மௌனமாக யோசித்துக்கொண்டு அமர்ந்திருந்தாள். பிறகு சொன்னாள்.

"அன்பானவரே! முசே லபோர்தொனேவுக்கு நீ என்ன உடனடிப் பொறுப்பை அளிக்க உத்தேசித்திருக்கிறாய்?"

"சென்னப்பட்டணத்தை இங்கிலீசுக்காரரிடமிருந்து பறித்துக் கொள்கிற பொறுப்பைத்தான் கொடுக்கலாம் என்றிருக்கிறேன்."

"நல்லது. அப்படியே செய். சென்னப்பட்டணத்துத் தாக்குதலுக்கு, கடலில் இருந்து முசே லபோர்தொனேயும், தரையிலிருந்து முசே பராதியும் தானே முன் நிற்கப் போகிறார்கள்? லபோர்தொனே சற்று ஏறுமாறாக இருந்தாலும், பராதி நம் மனுஷன் அன்றோ? ஆகையினால் அட்டியில்லை. சென்னப் பட்டணத்துச் சண்டைக்கு ஆற்காட்டு நவாப் அன்வாருதீன் சம்மதி அளிப்பாரோ, மாட்டாரோ?"

துய்ப்ளெக்ஸ், நாற்காலியை விட்டு எழுந்து, அறையின் குறுக்கும் நெடுக்கும் நடந்தார். வரவேற்பறையில் கதவுகளைச் சாத்திக்கொண்டு மீண்டும் வந்து தம் இடத்தில் அமர்ந்தார்.

"ழூான் நமக்கும் இங்கிலீஷ்காரர்க்கும் யுத்தம் தொடங்கும் என்று சேதி வந்தவுடனே நான் நவாபுக்கு எழுதி, இந்தியக் கடலில்

சண்டை வேணாம், சமாதானமாய்ப் பார்த்துக் கொள்ளுங்கள் என்று எழுதி, நிலைமையை அவதானம் செய்து கொண்டோம். அதன் மூலம் நாம் சண்டைக்கு முஸ்தீபு செய்கிறதில்லை என்று காட்டிக்கொண்டோம். அப்புறம் நவாபை நம் விருந்திரனாகப் புதுச்சேரிக்கு வரப் பண்ணினோம். இங்கிலீஸ்காரரும் அவரை விருந்துக்கு அழைச்சும் நவாபு நம்மைத்தானே கனம் பண்ணினார். நவாபு இங்குத்தானே இருக்கையில், நமக்கும் அவருக்கும் நடந்த பேச்சில் சென்னப்பட்டணத்தைப் பிடித்து நவாப்புக்குக் கொடுத்து விடுகிறதாகப் பேசினோம். காசு செலவில்லாமலும் கஷ்டமோ, நஷ்டமோ இல்லாமலும் பட்டணம் தம் கைக்கு வருகிறது, நவாப்புக்கு மெத்தச் சந்தோஷமாகத்தானே இருக்க வேணும். அவரும் ஒப்புக்கொண்டார்."

ழான், துய்ப்ளெக்சைப் பார்த்துக் கேட்டாள்:

"சென்னப் பட்டணத்தைச் செயித்து, நவாபுக்குக் கொடுக்கப் போகிறாயா?"

"இல்லை. கொடுத்து விடுகிறதாகப் பொய்தான் சொல்லி யிருக்கிறேன். ஏனென்றால், சண்டைக் காலத்தில் நவாபு இங்கிலீஸ் காரருடன் சேர்ந்துவிடக் கூடாது, அல்லவா? சண்டை முடியட்டும். நம் பக்கம் கட்டாயம் செயம் காணும். கண்ட பிறகு நவாபுக்கு நாம் மறுதலை பண்ணிப்பிடலாம்."

"அப்படியானால், நவாபு கோபம் பண்ணுவாரே?"

"பண்ணட்டும்."

துய்ப்ளெக்ஸ் எழுந்து நின்று உணர்ச்சி வசப்பட்டுச் சொன்னார்:

"எப்படியானாலும், நம் பிரான்சு தேசத்துக்கு, அவள் நீள அகலத்துக்கு நிகராயும் அதற்கு மேலானதும் ஆன ஒரு பெரும் பிரதேசத்தை என் வல்லமையைக் கொண்டு செயித்து அர்ப்பணம் செய்வேன். என் வாழ்நாளில் இரண்டு பிரான்சுத் தேசத்தை நான் ஏற்படுத்துவேன்."

ழான், துய்ப்ளெக்சை வியந்து பார்த்தபடி இருந்தாள்.

புதுச்சேரியில் சொலுதாது வேலைக்கு ஆள் எடுப்பதாகச் செய்தி பரவவே, ஆற்காட்டுச் சுபா தொடங்கி, சென்னப்பட்டணம் எங்கிருந்தெல்லாமோ, வீரர்கள் வந்து திரண்டார்கள். மதாம் ழான் துய்ப்ளெக்ஸ் தம் மேற்பார்வையிலேயே அந்தக் காரியத்தைப் பண்ணிக்கொண்டிருந்தாள். காத்தனும், ராம்பேலும் சொலுதாது (சிப்பாய் உத்தியோகம்) உத்தியோகத்தில் சேர மிகு ஆசைப்பட்

டார்கள். காத்தன், வீரர் வெளிப் பகுதியில் இருந்த சிலம்பக் கூடத்தில் உடல் பயிற்சிக் கலையில் தேர்ந்து இருந்தான். குஸ்தி, சிலம்பம், கத்தி வித்தைகளில் மிகுதியும் தேர்ச்சி பெற்று உடம்பைப் பாறை போல அகலம் அகலமாகவும், திண்ணென்றும் ஆக்கி வைத் திருந்தான். அப்பா, கும்பினியில் உத்தியோகம் இல்லையெனினும், தம் மகனைக் கும்பினியில் ஒரு சொலுதாது ஆக்கிவிடுவது என்று கனாக் கொண்டிருந்தார். தமிழர்களுக்குள் அது ஆகப் பெரிய உத்தியோகமாகவன்றோ இருந்தது. ராம்பேலும், கொட்டடியில் காத்தனோடு மிகு பயிற்சி பெற்றவன்தான். அப்பா குருசாமி குருசுவாக மாறிய பின், ராமசாமி என்கிற பெயர் ராம்பேலாக இருந்தது. குருசாமி கள்ளிறக்கும் சாதியினர். ரொம்பவும் சிரம வாழ்க்கை. மரத்திலிருந்து ஒரு முறை வழுக்கி விழுந்து காலை முறித்துக்கொண்ட பின்னர், மரம் ஏறுவது என்பது இல்லாமல் ஆயிற்று. வாழ்க்கை இம்மையிலேயே நரகம் ஆயிற்று. உறவு தள்ளிப் போயிற்று. ஒரு வேளைச் சோற்றுக்கும், இடுப்புத் துணிக்கும் சிரமப்பட்டுக் கொண்டிருக்கையில், கார்லோஸ் பாதிரியார் தெய்வம் மாதிரி வந்து சேர்ந்தார். அவர்தான், குருசாமியிடம் சொன்னார்:

“பிள்ளையே! வருத்தப்பட்டுப் பாரம் சுமக்கிறவர்களைத் தான் சேசு தம்மிடத்திலே அன்பாக அணைக்கிறார். கண்ணீர் சொரிந்தவர்க்குக் கதிமோட்சம் கிடைக்கும். கர்த்தர் உன் மன்றாட்டுதல்ளைத் தம் காதுகளிலே கேட்டார். ஆகவே, அவர் வழி சேர்வாய். குழந்தை தன் தாயைச் சேர்வது போலேயும் பக்தர்கள் கடவுளைச் சார்வதைப் போலேயும் தண்ணீர்ப் பள்ளத்தைப் பாய்வது போலேயும், நீயும் சேசுவைச் சார்வாயாக.”

குருசாமிக்கு அவர் வார்த்தைகள், மூழ்கிக் கொண்டிருப்ப வனுக்குக் கொம்பு கிடைத்தாற்போல் ஆயிற்று. குருசாமியாய் இருந்தால் என்ன, குருசுவாக இருந்தால் என்ன, மனுஷனுக்கு ரெண்டு வேளை கஞ்சியும், முழுக் கந்தையும், கௌரவமான ஜீவிதமும்தானே? அதைக் கொடுப்பவர் எவரானால் என்ன, அவருக்கு நன்றி பண்ணிக்கொண்டிருக்க வேண்டியதுதானே? அதைத் தொட்டுக் குருசாமி, குருசுவானார்.

மதாம் துய்ப்ளெக்ஸ் இருப்பிடத்தண்டைக்கு வடக்காகப் பெரும் இடம் வெட்ட வெளியாய் இருந்தது. விடியகாலமே, சுமார் ஏழு மணியைத் தொட்டே, ஊரில் இருந்த மல்லர்கள், வஸ்தாதுக்கள் மற்றும் வீணர்கள் எல்லாருமே ஒன்று திரண்டு அந்த மைதானத் திலே நின்றார்கள். காத்தனும் ராம்பேலும்கூட அந்தக் கூட்டத்திலே கலந்து நின்றார்கள். காலமே ஏழரை மணி அளவில் மதாம் மூான் வெளிப்பட்டு, அவளுக்கென்று போடப்பட்ட ஒற்றை ஆசனத்திலே அமர்ந்துகொண்டு கூடி இருந்த மனுஷர்களைப் பார்த்தாள். அவள் கண்கள் எப்பக்கம் திரும்புகிறதோ, அந்தப் பக்கம் கூடியிருந்த

மனுஷ்யர்கள், இடுப்பை வளைத்துக் கும்பிட்டார்கள். அவள் யார் ஒருவரின் வணக்கத்தையும் ஏற்காதவளாக இருந்தாள். சிறிது நாழிகை அமர்ந்து கொண்டிருந்துவிட்டு எழுந்து அப்பால் சென்றாள். வெள்ளைக்காரனான அதிகாரி முசே ழொப்பேல், மொழியாக்கம் பண்ணுகிற ஒருத்தனுடன் அங்கு வந்தான். அவன் அமர ஒரு மேசையும், நாற்காலியும் போடப்பட்டது. கூடியிருந்தவர்கள் ஒவ்வொருவராக அழைத்து, அவன் விவரம் அறிந்து எழுத ஆரம்பித்தான்.

காத்தனின் முறை வந்தது. வெள்ளையன் சொல்லச் சொல்ல, இன்னொருத்தன் அக்கேள்விகளை மொழிபெயர்த்துக் கொண்டு வந்தான்.

"நாமம் என்ன?"

"காத்தன் சாமி."

"தகப்பனார் பெயர்?"

"கந்தன் சாமி."

"என்ன ஜீவனோபாயம்?"

"அம்பட்டன் சாமி."

"உனக்கு என்ன தெரியும்?"

"குஸ்தி, கட்டாரி, சிலம்பு இன்னும் வீர விளையாட்டு எல்லாம் படிச்சிருக்கேன் சாமி."

"உன் குரு யார்?"

"தங்கவேலு நாயக்கர் சாமி."

"பணம் எம்புட்டு வச்சிருக்கே?"

"பணமா, சாமி."

"ஆமடா, பணம். அரசாங்க உத்தியோகம் என்ன, சும்மா கிடைக்குமா?"

"எம்புட்டு சாமி?"

"அம்பது வராகன்."

"ஐயோ... நான் பரம ஏழை சாமி. வராகனைக் கண்ணால் கூடக் காணாதவனாயிற்றே. அம்பது வராகனுக்கு நான் எங்கே போகிறது? சாமி, எனக்கு உத்தியோகம் கொடுக்கிற பட்சத்தில் உயிரைத் திரணமாக வைத்து, குவர்னர் துரைப் பெருமானுக்கு ஊழியம் பண்ணுவேன், சாமி."

"சரி. நாற்பது வராகன்."

"ஐயோ, என்னால் ஆகாது சாமி."

“மடையா. அரசாங்க உத்தியோகத்துக்கு வந்த பிறகு, மூட்டை மூட்டையாகப் பணம் பண்ணலாமே. அப்போ, எங்களுக்கா தரப் போகிறாய்? முப்பது வராகனாவது...”

“என்னை அடகு வச்சுக் கொண்டாலவது யாரும் இவ்வளவு பணம் தருவார்களா, சாமி?”

“ஏன் தர மாட்டார்கள்? அரசாங்க உத்தியோகம் வந்தாச்சுது என்றால், உனக்குச் செல்வந்தர்கள் பெண் கொடுக்க முன்வருவார்களே. அவர்களிடம்கூடப் பணம் பண்ணிக் கொள்ள லாமே. இருபது வராகன் கொடுத்துப் போடு. அதுக்கும் குறைவு என்றால், அம்மா ஒத்துக்கொள்ள மாட்டார்களே!”

“நாலு இடத்திலே கேட்டுப் பார்க்கிறேன், சாமி.”

“அப்படி அந்தப் பக்கமாகக் குந்து.”

“காத்தன் வரிசைக் கிரமமாக ஒருவனை அடுத்துத் தரையில் குந்தினான். அடுத்ததாக ராம்பேல் அழைக்கப்பட்டான்.”

“பெயர்?”

“ராம்பேல்.”

“கிறிஸ்துவானவனா?”

“ஆமாம் ஐயாவே.”

“தோப்பன் பெயர்?”

“குருஸ்.”

“உத்தியோகம்?”

“கும்பெனியில், சொல்தாமர்கள் சப்பாத்துக்கும் (ஷு) இடைவாருக்கும் மெருகு ஏற்றுகிற வேலை ஐயா.”

“அந்த குருஸ் பயலா உன் அப்பன். சரி, சரி... எவ்வளவு பணம் தருவாய்?”

“என்னால் ஆனது ஏதாச்சும் தருவேன் சாமி.”

“கிறிஸ்துவன் ஆனபடியால். நீ பத்து வராகன் கொடுத்துப் போடு, போதும்.”

“உத்தாரம் சாமி.”

சொல்தாதுகளிலே, ஒரு சின்னக் கும்பலை மேய்க்கிற தள வாய்க்குத் தேர்வும் கையோடு கையாக நடந்தது. ஆனதினால், தேர்ந்தெடுத்த மனுஷர்களுக்குள் குஸ்தி வைக்கப்பட்டது. காத்தன், தனக்கு ஜதையாக வந்த ஆறு பேர்களை, ஒண்டி ஒண்டியாக எதிர்த்து நின்று அடித்துத் தள்ளினான். ஒருவன் கழுத்தில் குத்தப்பட்டுச் சாயவும், ஒருவன் விலா உடைந்து வீழவும் ஒருவன்

மூக்குடைந்து ரத்தம் பரவ மூர்ச்சைப்படவும் ஒருவன் ரத்த வாந்தி எடுத்துச் சாயவும், இருவர் அடி தாளாமல் ஓடவும், என்று ஆறு பேரை வென்று, களைத்து, மேல் மூச்சு வாங்க மிகுந்த சிரமப்பட்டு நின்றான்.

தளவாயாக யாரை நியமனம் செய்கிறது என்று மதாம் துய்ப் ளெக்ஸ் அவர்களிடம் உத்தியோகஸ்தர்கள் போய்க் கேட்டார்கள்.

"பரீட்சை பண்ணியாச்சா?"

"ஆச்சு, குவர்னர் மதாம் அவர்களே."

"யார் மேலாக வந்தது?"

"காத்தன் என்கிற அம்பட்டன் மகன், வெகு மேலாக வந்திருக்கிறான் அம்மா. வெகு சூரனாக இருக்கிறான், அந்தப் பயல்."

"பெயர் என்ன என்கிறீர்கள்? தமிழனா?"

"ஆமாம் மதாம் அவர்களே. பெயர் காத்தன் என்றான்."

"கிறிஸ்துவானவர்கள் யாரும் இல்லையோ?"

"இருக்கிறார்கள் அம்மணி. நாலு பேர். அந்தோணி மகன் அல்போன்சு, குருசு மகன் ராம்பேல், சிலுவையான் மகன் சோசேப்பு, தங்கமலையான் மகன் ஏரோது ஆகியோர் இருக்கிறார்கள்."

"பணம் தரக் கூடியவன் யார்?"

"குருசு மகன் ராம்பேல். கொஞ்சம் காசு பணம் உள்ளவனாகத் தெரிகிறான்."

"அப்படியானால் அவனையே போடு."

"உத்தாரம் அம்மணி."

சவ்வாதுப் புலவர், புதுச்சேரிக்கு வழுதாவூர் வழியாக வந்து சேர்ந்தார். வந்ததும், "ஆனந்தரங்கரின் அடையா நெடுங்கலம் இருக்கும் இடம் யாது?" என்று எதிர்ப்பட்ட ஒருவரை உசாவினார். எதிர்ப்பட்ட அந்த நபரும், தமிழிலே பயிற்சி கொண்டிருக்கிற வித்வான் சண்முகராசக் கவியாக இருந்ததுதான் ஆச்சரியம். கவி பதில் உரைத்தார்.

"நெஞ்சு" என்றுதான் தன் மார்பைச் சுட்டி உரைத்தார்.

புலவர் சந்தோஷம் அடைந்து கொண்டார்.

"ஐயா... தாங்களும் புலவரோ?"

"எவ்வாது செய்வாரும் ஒவ்வாது எனவோடும் சவ்வாது வாசப் புலவோனே! கான மயிலறியும் கார்காலம். குளத்து அல்லி அறியும் நிலவொளியை. என்னை அறியாமல் இருப்பது அழகா.

தென்புதுவை நகரானை, தேன்புதுவை நகரான் என்று வாழ்த்திய வாய், என்னை மறந்து போமோ?"

"அடேடே... சண்முகராசக் கவியல்லரோ நீர்?"

"அஃதே."

"மன்னியுங்கோள்! சோற்றுக்குப் பறக்கும் வயிறு. பாட்டுக்குப் பறக்கும் மனசு. இரண்டுக்கும் இடையில் நட்பை நினைப்பேனா? நல்லவரை நினைப்பேனா? மன்னியுங்கோள்."

"விடும். ஏது இத்தனை தூரம்?"

"புலவன் ஊர் புறப்படுவது திருவிழா காணவா? சோறு இருக்கும் இடம் தேடித்தானே? ஸ்ரீமான் ஆனந்தரங்கப் பிள்ளையைப் பார்த்துக் கையேந்தத்தான்."

"பரம சௌக்யம் உனக்கு வரட்டும். வாரும் நம் அகத்துக்கு வந்து ஸ்நானம் பண்ணி, போஜனம் முடிந்து, அப்புறமாய் அந்த ஸ்ரீமானைப் போய்க் காணலாம், நானே ஆற்றுப்படுத்துகிறேன்."

"ஆகா."

அன்று மாலையே, சவ்வாதுப் புலவர் ஆனந்தரங்கரைக் கண்டு தம் பாட்டை அரங்கேற்றினார்.

"பானுகிரணம் பார்க்கும் பங்கேருகம்; நிலவு தானும் வரப் பார்க்கும் சகோரங்கள் – வான் அமரும் மையைப் பார்க்கும் மயில்கள்; மாவிசயா னந்தரங்கன் கையைப் பார்க்கும் புலவோர்கண்."

புலவர் பாட்டைச் சொல்லிப் பொருள் சொல்லத் தொடங்கினார்.

31

சவ்வாதுப் புலவர், கூடத்தில் விரித்திருந்த சமுக்காளத்தில் அமர்ந்துகொண்டு தன் பாட்டுக்களைச் சொல்லி, வியாக்யானம் பண்ணிக்கொண்டிருந்தார். எதிரில், திண்டில் சௌக்யமாகச் சாய்ந்துகொண்டு வெற்றிலை போட்டபடி, ஆனந்தரங்கர் புலவர் தமிழைக் கேட்டுக்கொண்டிருந்தார்.

"பிள்ளைவாள்! பானுகிரணம் என்கிறது, அதோ எரிந்து கொண்டு போகிறானே, அந்தச் சூரியனோட வெளிச்சம். அதை நம்பியல்லோ பங்கேருகமாகிய தாமரை உசுரை வைத்துக் கொண்டிருக்கிறது. அப்புறம், இந்தச் சகோரங்கள், அதாவது ஒரு ஜாதி

பட்சிகள், அதுகளுக்கு உணவு என்பதே நிலா வெளிச்சம் என்கிறது புராணம். மயில்கள், கரிய மேகங்களை எதிர்பார்க்கும் நாட்டியம் ஆட, மயில்களுக்கு நாட்டியமே, போகானுபவம் அல்லவோ? மழை மேகம் கண்டு அவை ஆடும். ஆகவே, தாமரை சூரியனோட வெளிச்சத்தை எங்ஙனம் எதிர்பார்த்திருக்கிறதோ அது மாதிரி, சகோரப் பறவைகள் எவ்வாறு நிலவை எதிர்பார்த்திருக்கிறதோ அது மாதிரி, மழை மேகத்தை எதிர்பார்த்துக்கொண்டிருக்கும் மயில்கள் மாதிரி, பெருமை பொருந்திய பல ஜெயங்களை அடைந்த ஆனந்தரங்கரின் கொடைத்திறன் மிகுந்த கைகளை எதிர்பார்த்தபடி இருக்கிறார்கள் தமிழ்ப் புலவோர்கள். அஃதாவது, பானுவை நோக்கும் தாமரை போலவும், நிலவை நோக்கும் சகோரம் போலவும், கார்மேகம் நோக்கும் மயில் போலவும், பிள்ளைவாள், தங்கள் கைகளையே புலவோர்கள் நோக்கிக் கொண்டிருக்கிறார்கள் என்பது, தாத்பர்யம்."

"பேஷ். வாக்கும், கற்பனையும், மிகவும் உசத்தியாய் இருக்கிறது. ஆனால், என்னைத்தான் ரொம்ப உயரத்தில் வைத்து விட்டீர்கள்."

"உயரத்தில் நான் வைக்கிறதாவது, பிள்ளைவாள் உயரத்தில் தான் இருக்கிறீர்கள். சூரியனையும், நிலாவையும், நட்சத்திரங்களையும், வானவில்லையும் யார்தான் கொண்டு போய் உயரத்தில் வைத்தது. அவைகளின் யதாஸ்தானமே அதுதானே!"

"வஞ்சப் புகழ்ச்சி அல்லவே?"

"இல்லை, பிரபுவே, இது கொஞ்சப் புகழ்ச்சி. மிஞ்சப் புகழ்ச்சி செயத்தான் மனம் விஞ்சியது. ஆனாலும், மஞ்சளுக்கு மகிமை மாதரிடம் என்றாற்போல், தங்களிடம் தாளாண் மகிமை தங்கி யுள்ளது. ஆகையினால், என்ன விதம் புகழ்ந்து, ஏத்த என்று சின்ன விதமாய்ச் சொன்னேன்."

பிள்ளை, சவ்வாதுப் புலவரின் வாக்கு வன்மையை வெகுவாக ரசித்தார். பிள்ளையும் சம்பாஷிக்க ஆவல் கொண்டார்.

"சவ்வாதுப் புலவரே! திருக்குறளில் தங்களுக்குப் பிடித்த குறள் ஒன்றைச் சொல்லி என்னவிதம் என்று சொல்லுங்கள்."

புலவர், சில கணங்கள் கண்ணை மூடி இருந்துவிட்டுச் சொன்னார்.

"பிரபுவே! வள்ளுவர் இரண்டு உலகங்களைக் குறித்துச் சொன்ன குறட்பாவே எனக்கு மிகவும் பிடித்தது. எந்தவிதம் என்று கேளுங்கள். ஒரு உலகம் பணங்காசுகள், பொன், பட்டாடை, மாடு, மனை, வீடு, வித்து, தோப்பு, துரவு என்பவைகளால் ஆனது. மற்றதான உலகம் ஏடு, படிப்பு, கவி, ரசோபாவம், கல்வி, கேள்வி,

வித்வத்து என்கிறதால் ஆனது. இரண்டும் ஒன்றாகுமோ? ஆகாது. இரண்டும் வெவ்வேறு. பத்து விரல்களிலும் மோதிரம் மின்னுது என்பது வேறு. எழுத்து கைவருவது வேறு. இன்னும் சொல்வேன். பச்சை மாமலையைக் காண்கிற போதில், பரந்தாமனைக் காண்கிறது ஓர் உலகம். மலை விறகை ஒடித்து அடுப்பெரிக்கலாம் என்கிறது ஓர் உலகம். திருவாளனாய் இருப்பதென்பது வேறு. தெளிந்த மதி யோனாய் இருப்பது வேறு என்கிறது அக்குறள். வெண்பாவைச் சொல்கிறேன். 'இரு வேறு உலகத்து இயற்கை திருவேறு, தெள்ளியர் ஆதலும் வேறு.'

குறளிலே ஈடுபாடுள்ள பிள்ளை, "பேஷ்... ரொம்ப நன்றாக இருக்கிறது" என்று பாராட்டி மகிழ்ந்தார். மாளிகை காரியக்காரர், பிள்ளையின் முன், பட்டுத் துணி போர்த்திய தாம்பாளத் தட்டொன்றைக் கொணர்ந்து வைத்தார். பிள்ளை, பட்டுத் துணியை நீக்கினார். வராகன்கள், விளக்கொளியில் வெளிச்சமிட்டன. சரிகை மினுங்கும் காரிகம் வேஷ்டிகளும், புடவையும், ரவிக்கைத் துண்டும், சில பழங்கள், கற்கண்டு வகையறாக்களும் இருந்தன.

"வாசனைப் புலவரே, ஏதோ எம்மால் ஆனது. ஏற்றுக் கௌரவிக்க வேண்டியது."

"பிரபுவே, நான் எதிர்பார்த்ததை விடவும் அதிகம் அன்றோ தாங்கள் தருவது" என்று மகிழ்வோடு சொன்ன புலவர், உடனே இப்பாட்டை மொழிந்தார்.

"ஆனந்த ரங்கன் புதுவை அணிநகரில்
நான்கண்ட விந்தை நவிலக்கேள் – கோன்முன்னால்
கும்பிப் பசிக்கரிசி வேண்டக் குடைகொண்ட
கொம்புக் களிறீந்தான் கோ."

புலவர் தொடர்ந்தார்: "பிரபு! என்ன ஆச்சர்யமான பிரதேசம் இது? கோன் ஆகிய தங்கள் முன் நின்று வயிற்றுப் பசி போக்க அரிசி வேண்டினேன். தாங்களோ, கொம்பும், மேலே கொடையும் கொண்ட யானையை அளிப்பது போல் அல்லவோ, இத்தனை பரிசளித்து என்னைப் பெருமைப்படுத்தி விட்டீர்? குஞ்சு குளுவான்களோடும், மாடு மனையோடும், ஏகச் சக்ராதிபத்யம் செலுத்திக்கொண்டு வாழ்வீராக."

புலவர் கை கூப்பி வணங்கி விடைபெற்றுச் சென்றார்.

பானுகிரஹி தாழ்வாரத்தில் அமர்ந்து பூத்தொடுத்துக் கொண்டு இருந்தாள். நீலவேணி, அவள் அருகாக அமர்ந்து, தாழ்வாரத்தில் காய வைக்கப்பட்டிருந்த வற்றல், வடகங்களைக் குவித்துச் சேர்த்துப் பானையில் இட்டுக்கொண்டிருந்தாள். பானுவின் முகம், ஏதோ

கவலையில் ஆழ்ந்தது போல நீலவேணிக்குப் பட்டிருக்க வேண்டும். அவள் கேட்டாள்.

"அம்மா... முகம் பார்த்தால், ஏதோ கவலைப்படுகிறார் போல் காணுதே."

"கவலை என்னடி பெரிய கவலை. கோயில் ஊழியத்துக்காக அளக்கிற படி இன்னும் வந்து சேரவில்லையே, அதுதான்."

"நான்கூட கோயில் கணக்கரிடம் கேட்டேன் அம்மா, அவரோ..." பானு நிமிர்ந்து நீலவேணியின் முகத்தைக் கூர்ந்து பார்த்தாள்.

"சொல்லு... அவர் என்ன சொன்னார்?"

"யுத்தம் வரப் போகிறது... நெல் எல்லாம் களஞ்சியத்தில் சேர்த்து வைக்கோணும். கையிருப்பு வெகு குறைவாக இருக்கிறது. மனுஷாள் பட்டினி கிடக்கலாம். கடவுளைப் பட்டினி போட லாகுமோ? அப்படீன்னு சொன்னாரம்மா."

"அது மட்டும்தான் சொன்னாரா? இன்னும் வேறன்ன சொன்னார்?"

"அது வேண்டாம் அம்மா."

"சொல்லடி, ரொம்பத்தானே பிகு பண்ணிக்கொள்கிறாய்."

"தேவடியாள்கள் எல்லாம் இன்னும் என்னத்துக்குக் கோவிலை நம்பிக்கொண்டு இருக்கிறது. யாராவது பெரிய மனுஷன் காப்பதற்கு இல்லாமலா போய்விடுகிறான் என்றார் அம்மா."

"கணக்கன் அப்படிச் சொல்வான் என்று யூகித்தேன்."

"எப்படியம்மா ஊகித்தீர்கள்?"

"வெள்ளிக்கிழமை மாலை சுவாமி தரிசனத்துக்குப் போ யிருந்தேனே. அப்போது நடந்ததைக் கொண்டு நீ குளத்தில் முழுகப் போயிருந்தபோது கணக்கன் என்னிடம் வந்தான். வாழையைக் கண்ட குரங்கு மாதிரி என்னிடம் சிரித்துப் பேசினான். அம்பாள் மாதிரி நான் இருக்கிறேனாம்."

"அடே... அதுவா விஷயம். அதுக்கு நீங்கள் என்ன சொன்னீர்கள்?"

"என்னத்தைச் சொல்ல? அப்படியான்னேன். அதுக்கு அவன் இருந்துகொண்டு, கழுத்துக்கு இன்னும் ரெண்டு கொடி மாலை போட்டால் நிரக்குமே என்றான். வாஸ்தவம்தான். யாரிடம் கேட்பது என்றேன். ஏன் என்னிடம் கேட்டிருக்கலாமே என்றான். தங்களிடம் எனக்குக் கொடுக்கும்படிக்கு அவ்வளவு ஆபரணங்கள்

இருக்கிறதா ஐயா என்றேன். அம்பாளுக்குப் போட்டிருக்கிற கணக்கு வழக்கற்ற நகை நட்டுகள் என் வசம் தானே, அதிலே ஒன்னிரண்டு எடுத்தால், தெரியவா போகிறது? கடலிலே கரைத்த பெருங்காயம் என்றான்."

"அடப்பாவி. அப்புறம்?"

"சிவத் துரோகம், குல நாசம் என்றேன். அதுக்கு அவன் இருந்துகொண்டு, மனுஷன் சந்தோஷத்துக்குக் கடவுள் குறுக்கே நிற்கலாமா. தெய்வம் ஒன்றும் கோபித்துக் கொள்ளாதாம். அவன் பெண்டாட்டி பிள்ளையாண்டு வர அவள் அம்மாள் வீட்டுக்குப் போய் இருக்கிறாளாம்."

"பெண்டாட்டி இடத்துக்குக் கூப்பிடுகிறாராக்கும். என்ன சொன்னீர்கள்?"

"அதேதான். என்ன சொல்ல? முடியாது என்றால் குரோதம் வரும். சகி என்றாலும், மனசு சரிப்படவில்லையே. கடைசியாக, தூரம் என்று சொல்லிவிட்டு வந்துவிட்டேன்."

"ஐயையோ! நாளைக்கு வந்து கதவைத் தட்டுவானே அம்மா."

"நீயே திற. கேட்டால், உடம்பு சொஸ்தம் இல்லை என்று சொல்."

"வழுதாவூர் செட்டியார்கூட இப்போதெல்லாம் நமக்கு ஒன்றும் அனுப்புவது இல்லையே, ஏனம்மா?"

"நாம் அவரை அனுமதிப்பது இல்லையே அம்மா, அதனால்தான்."

"இப்படியே இருந்தால்...."

"இருந்தால் என்ன? சாப்பாட்டுக்குக் கவலைப்படுகிறாயா? ஏதாவது ஏற்பாடு செய்துகொள்ளலாம்."

"யாரை?"

"யாரை என்று எப்படிச் சொல்லுகிறது? வருகிறவர் சபலம் கொண்டவராக இருக்கலாம். அது தப்பில்லை. சபலம் இல்லாதவருக்கு நாம் எதற்கு? ஆனால் வருகிறவன் வயோதிகனாக ஒன்று இருந்துவிடுகிறான். இரவு முழுக்க, இருமலும் ஈளையுமாகக் கேட்க வேண்டியிருக்கிறது. சிறு பையன்கள் பரவாயில்லையென்றால், வருகிறவன் என்னை ரெண்டு பாட்டுப் பாடச் சொன்னால் தேவலை. வந்தவுடனே, படுக்கையில் சரிகிறவனாக இருக்கிறான். ஆணுக்கும் பெண்ணுக்கும் ஆண் என்பதாலும் பெண் என்பதாலும் மட்டுமா கூட்டம் நடக்க இருக்கிறது? அதையும் தாண்டி ஒரு லயிப்பு இருக்க வேண்டாமோ? என் பாட்டைக் கேட்கிற மாதிரி,

என் ஆட்டத்தை ரசிக்கிற மாதிரி ஒருத்தர் வந்தால் ஏற்றுக் கொள்ளலாம். அவரும் நம்மைப் போஷிக்கிற ஐவேஜி உள்ளவ ராகவும் இருக்க வேணும்."

"ரசிகமணி ஒருத்தரையும், தனவந்தர் ஒருத்தரையும் தான் அம்மா இருப்பார்கள்."

"அதுதான் கஷ்டம்."

"இப்போதைக்கு யாரையேனும் நீங்கள் அழைக்கத்தான் வேணும் அம்மா. பணத்துக்கு ரொம்ப முடையாகி விட்டது. நீங்கள்தான் அடுப்படி பக்கமே வருவதில்லை. உங்களுக்கு வீட்டு நிலவரமே தெரிவதில்லை. ரொம்ப சிரமம் அம்மா."

"அதுவும் அப்படியா?"

"அம்மா! ஒரு யோசனை. சின்னவர் ரொம்ப நாளாக."

"யார்? துபாஷ் ரங்கப் பிள்ளை தம்பிதானே?"

"ஆம் அம்மா."

"வேணாம், பெரிய மனுஷர். குடும்ப அந்தஸ்து சிதறிப் போகும். நம்மையொத்தவர்களுக்கு, உள்ளூர் உறவு ஆகாது. வண்டி கட்டிக்கொண்டு வருகிறார் போல இருக்க வேணும்."

பானு, மாலையைக் கட்டி முடித்துவிட்டிருந்தாள். எழுந்தாள். தோட்டத்துக் கிணற்றில் நீர் சேந்தி முகத்தைக் கழுவிக்கொண்டாள். கட்டிய மாலையில் ஒரு பாதி சூட்டிக் கொண்டு, மீதியைத் தோழிக்கு என்று வைத்தாள். பிறை மாடத்துக்குச் சென்று, நெற்றியில் சம்புடத்து விபூதியை வைத்துக் கொண்டு கூடத்துக்குச் சென்றாள். எட்டு வயசுப் பிள்ளை சுவரில் சாய்ந்து நிற்பது போல் நின்றிருந்த தம்பூரை எடுத்துச் சுருதி கூட்டிக்கொண்டு பாடத் தொடங்கினாள்.

"போற்றி இப் புவனம் நீர் தீ
காலொடு வானம் ஆனாய்
போற்றி எவ்வுயிர்க்கும் தோற்றம்
ஆகி நீ தோற்றம் இல்லாய்
போற்றி எல்லா உயிர்க்கும்
ஈறாய் ஈறின்மை ஆனாய்
போற்றி ஐம்புலன்கள் நின்னைப்
புணர்கிலாப் புணர்க்கை யானே."

ஒரு திருமூலப் பாடல், இரண்டு பிரபந்தம் எனப் பாடி முடித்தபோது, உலகம் மாலை இருளில் மூழ்கிக் கிடந்தது. ததும்பி நின்ற கண்ணீரைத் துடைத்துக்கொண்டாள்.

"கோவிலுக்குப் போய் வருவோமா, நீலவேணி?"

"இதோ, வந்துவிட்டேன் அம்மா."

சில நிமிஷங்களுக்குள் படையல் பொருள்களோடு அவர்கள் புறப்பட்டார்கள். போகும்போது, பானு நீலவேணியிடம் சொன்னாள்:

"ஒரு மாசத்துக்குத் தேவையான அரிசி, பருப்பு இருக்கிற தில்லயா?"

"இல்லை. இன்னும் பத்து நாள் காணும். அதுக்கப்புறம்...?"

"இறைவன் ஏற்பாடு செய்வான். கவலைப்படாதே."

அவர்கள் வேதபுரீஸ்வரர் கோவிலுக்குள் புகுந்தார்கள். வாசலில், சில பிரெஞ்சுச் சிப்பாய்கள் துப்பாக்கியோடு நின்றிருந்ததை அவர்கள் கண்டார்கள். உள்ளே, கோபுர வாசலில் படைத் தலைவர்களில் ஒருவனான பராதி நின்றிருந்தான். குறுகிய வாசலில், பானுவும், நீலவேணியும் ஒருவர் பின் ஒருவராகத்தான் வாயிலுக்குள் பிரவேசிக்க முடிந்தது. நீலவேணியின் கையில் இருந்த பழக்கூடை அவனைக் கவர்ந்தது. முக்கியமாய், அதிலிருந்த தேங்காயைக் கண்ட பராதி, அதை எடுத்து, ஓங்கிச் சுவரில் அடித்து உடைத்தான். சிரித்தபடி, ஒழுகும் நீரைக் குடித்தான்.

பயந்து போன பெண்கள், அவசரம் அவசரமாகச் சன்னதிக் குள் நுழைந்தார்கள். பராதி மட்டும் தன் விளையாட்டை ரசித்துச் சிரித்துக்கொண்டிருந்தான்.

32

மூசே இம்மானுவேலிடம், அன்று சாயங்காலம் கிழக்கான் என்கிறவன் வந்து சேர்ந்தான். இம்மானுவேல் அடிமை வியாபாரத்தில் இருப்பவர். ஆகவே, தானாகவே தன்னை விற்றுக்கொள்ள வந்த கிழக்கானை மொட்டை அடித்து, கறுப்பங்கி தந்து உடுத்திக்கொள்ளச் செய்து, அடுத்தபடியாக மணிலாவுக்குப் புறப்படுகிற கப்பலிலே கிழக்கானையும், அவனுடன் மேலும் வந்து சேர்கிறவரையும் அனுப்பி வைக்க எண்ணம் கொண்டிருக்கிறார் இம்மானுவேல்.

எருக்கூர் பண்ணையிடம் கிழக்கான் குடும்பம் இருந்தது. பண்ணையிடம் ஏராளமான இப்படியான குடும்பங்கள் இருந்தன. கிழக்கானுக்கு மாரியாயி என்கிற மனைவி இருந்தாள். அவர்களுக்கு ஆண் பிள்ளையாக சின்னக் கிழக்கான் வாய்த்தான். எருக்கூர் ஈஸ்வரன் கோவில் வாசலில் தொடங்கி, கருகாவூர் எல்லை வரைக்

கும் பண்ணையின் நிலம் இருந்தது. பண்ணையில் அறுப்பு முடிகிற போது, மறுபுறம் விதைப்பு தொடங்கப்பட்டிருக்கும். கிழக்கானுக்கும், கிழக்கானைப் போன்ற பல பள்ளர்களுக்கும், நிமிரவும் நேரம் இல்லாமல் வேலை இருந்து கொண்டே இருந்தது. நாத்து நரம்புகளைச் சமைப்பதும், உழுவதும், நஞ்சை வயலைச் சுற்றிக் காவல் வருவதும், பாத்தி கட்டி விதை தெளிப்பதும், பறிப்பதும், பாயும் மடையைத் திறந்து விடுவதும், பதறுகள் சிதறத் தூற்றி நெல் அளப்பதும், ஊரை வளைத்துத் தமுக்கடிப்பதும், ஆண்டை சொல்கிற பணிவிடை செய்வதும், கோல் பிடிப்பதும், நெல் அளப்பதும், சமயங்களில் முறை வைத்துக்கொண்டு களம் காப்பதும் என்று எத்தனை வேலைகள் இருந்தன. கிழக்கானுக்கு அப்பா, இப்போதைய பண்ணையின் அப்பாவிடம் ஆளாய் இருந்தார். தாத்தா, பாட்டன், பூட்டன் என்பவர்கள் பரம்பரையாகப் பண்ணையிடம் இருந்தார்கள். கல்யாணம் பண்ணிக்கொண்டார்கள். குழந்தை பெற்றுப் பல்கிப் பெருகிப் பண்ணைக்கு ஆள் பஞ்சம் வராத படிக்குப் பார்த்துக்கொண்டார்கள். அப்போதுதான் அந்தக் கண்ணராவிக் காரியங்கள் நடந்தன.

பண்ணையின் தலைப் பெண்ணுக்கு வெகு விமரிசையாகக் கல்யாணம் நடந்தது. கலியாணம் மாப்பிள்ளை ஊரான திச்சனூரில். பத்து நாள் கல்யாணம். வெகு பிரமாதம் என்று போனவர்கள் சொல்லிக்கொண்டார்கள். பண்ணை ஆள்களுக்கு கல்யாணமாவது, கார்த்தியாவது. அந்த நேரத்தில்தான் ஊரில் மாடுகள் களவு போய்க்கொண்டிருந்ததாகச் சொல்லிக் கொண்டார்கள். பண்ணை, கல்யாணத்திற்குப் புறப்படுமுன், ரொம்ப விசேஷமாக ஆள்களைப் பார்த்துச் சொல்லிக் கொண்டார்.

"மாடுகளைப் பார்த்துக்கொள்ளுங்கோள்... பட்டியில் ஒற்றை மாட்டுக்கு ஏது வந்தாலும், அத்தனை பேர் தோலையும் உரித்துப் போடுவேன்." ஆகவே பண்ணை வீட்டுக்குப் பின்னாடி இருந்த மாட்டுக் கொட்டகையைக் காவல் காக்கிற பொறுப்பு முறை போடப்பட்டது. மாடு திருட்டு, பணம் காசுக்காக நடைபெறுவதுதான். மாட்டைப் பத்திக்கொண்டு போகிற மனுஷரைக் கேள்விப்பட்டு இருக்கிறதுதான். இறைச்சிக்காகவும் களவாடுவதுதான். தோலுக்குக் களவாடுகிறவர் பற்றிக் கேள்விப் பட்டதில்லை. இரண்டு மூன்று பேராய், கொல்லைப் பக்கம் வருகிறதாம். ஏதோ ஒரு பச்சிலையை மூக்கில் காட்டவும், மாடு மயக்கம் உற்றாற்போல அசையாது இருக்குமாம். அரைத்துக் கொண்டு வந்திருந்த பச்சிலையை மாட்டின் உடம்புக்கு மேலே தேய்த்துப் போடுவார்களாம். சந்தனம் பூசிக் கொண்டிருக்கிற கோயில் குருக்கள் மாதிரி காட்சி தருமாம் மாடுகள். அரை நாழிகை

பொறுத்து நகத்தால் கிள்ளி, காய வைத்த துணியை எடுப்பது மாதிரி மாட்டுத் தோலை உயிரோடு உரிப்பார்களாம். மாடு ரத்தப் பிண்டமாய் நின்றபடியே உயிரை விடுமாம்.

கேட்பதற்கே, வயிறு குலையெல்லாம் நடுங்கியது மாரியாயிக்கு. 'என்ன கூத்தடி இது. இப்படியும் மனுசங்க இருப்பாங்களா?' என்றபடிக்கு விக்கித்துப் போனாள் அவள். பண்ணை இல்லாத சந்தோஷத்தில் சற்று அதிகமாகக் கள்ளைக் குடித்தவன், அடித்துப் போட்ட கட்டையாட்டம் உறங்கிப் போனான். ஆகவே, அவன் முறைக் கண்காணிப்பை அவள் செய்ய வேண்டியிருந்தது. அரை நாழிகைக்கு ஒரு முறை எழுந்து போய், மாட்டுக் கொட்டிலை நோட்டம் விட்டபடி இருந்தாள். முதல் மூன்று சாமம் வரைக்கும் எந்த வில்லங்கமும் இல்லாமல் இருந்தது. நாலாவது சாமத்தின் போதுதான் அவள் அந்த ஆள்களைப் பார்த்தாள். கை ரேகை புலப்படாத இருட்டில் மூவர், தலைப் பாகையுடன், கறவை மாட்டைச் சுற்றி நின்றுகொண்டிருந்தார்கள். குள்ளஞ்சாவடி சந்தையில், ஆண்டை பிடித்து வந்திருந்த புதிய மாடு அது. பசுயென்றாலும், மயிலையின் மிடுக்கோடு இருக்கிற இனம் அது. அந்தத் தலைப்பாகை அணிந்த ஆள்கள், அந்த மாட்டண்டையில் நின்றுகொண்டு, அதன் மேல் என்னமோ தேய்த்துக் கொண்டிருந்தது நன்கு தெரிந்தது. பகீரென்ற உணர்வுடன், "அதாரது?" என்றாள். மூவரில் ஒருவன் அவள் அருகில் வந்து அவள் வாயைப் பொத்தினான். இன்னொருவன் வந்து அவள் வாய்க்குள் துணியை நுழைத்து, கையைக் கட்டி, அப்படியே தரையில் சாய்த்தான். அவளை உருட்டிவிட்ட அவர்கள் மாட்டின் தோலை உரித்துக்கொண்டு போய்ச் சேர்ந்தார்கள். தான் கட்டப்பட்டுக் கிடந்ததைக் காட்டிலும், விடிகாலை வெளிச்சத்தில், உரித்த கோழி மாதிரி அசைவற்று நின்று உயிரை விட்டு இருந்த மாட்டின் கோலம்தான் மிகுந்த துயரைத் தந்தது...

ஆண்டை, 'கெட்டி அடியுங்கடா அவனை' என்றார். கிழக்கானை புளிய மரத்தில் கட்டி அடித்தார்கள். புளிய விளாரில் அடி ஒன்றுக்குச் சதை கொஞ்சம் கொஞ்சமாகப் பிய்ந்து தொங்கியது. ரத்தம் தொடை வழியாக வழிந்து பாதம் தொட்டு மண்ணை ஈரப்படுத்தியது. மயங்கிப் போன அவனை மீண்டும் மயக்கம் தெளிவித்து, வாயில் மாட்டுச் சாணத்தைக் கரைத்துப் புகட்டினார்கள். வாந்தி எடுத்துத் துடித்த அவனுக்கு மேலும் மூத்திரத்தைக் குடிக்கத் தந்தார்கள். அடிக்கடி நிகழ்கிற, அதிசயமற்ற இக்காட்சியை, ஒரு வேடிக்கை போலப் பார்த்துக் கொண்டு நின்றார்கள், கிழக்கானைச் சேர்ந்த மற்ற பள்ள ஜனங்கள். கூட்டத்தில் ஒருத்தியாகக் கிழக்கானின் பெண்ஜாதியான மாரியாயும்கூட நின்றாள். வாயைப் பொத்திக் கொண்டு அலறலை

அடக்கிக்கொண்டு நின்ற அவளிடம் இருந்து பிய்த்துக்கொண்டு, ஏழு எட்டு வயதுச் சிறுவன் சின்ன கிழக்கான் அப்பன் கட்டி வைக்கப்பட்டிருக்கும் மரத்தண்டை வந்து நின்றான். அவனைப் பார்த்ததும், கிழக்கானைக் கட்டி அடித்துக்கொண்டிருந்த பண்ணை ஆள் ஒருத்தனுக்கு ரௌத்ரம் மேலோங்கவே, அவனை எட்டி முகத்தில் உதைத்தான். சிறுவன் நாலடி தள்ளி வந்து விழுந்தான். சிறுவனுக்குச் சூழல் தெரியுமா? விழுந்தவன், ரௌத்ரமுடன் எழுந்து, கீழே கிடந்த கல் ஒன்றை எடுத்துக் கடாசினான். அது, பண்ணை ஆளின் நெற்றியில் பட்டு ரத்தம் வழிந்தது.

அந்த நீசச் செயல் ஆண்டைக்கே எதிரானதாகக் கருதப் பட்டது. அடுத்த கால் நாழிகைக்குள் சின்னக் கிழக்கான் பிணமானான். பெரிய ஆட்கள் தடியால் தாக்கினால், குழந்தை உயிர் பிழைக்குமா? கோபம், ஆண்டைக்குத் தீரத்தான் இல்லை. அந்தக் குடும்பத்தையே இல்லாமல் பண்ணிவிடுவது என்று முடிவு எடுத்தார் அவர். மாரியாயியை மற்றொரு இடத்தில் கட்டி, கீழே வைக்கோல், எருமட்டை பரப்பிக் கொளுத்தச் சொன்னார். அங்ஙனமே, அவளைக் கொளுத்தி, அவள் கதறிக் கதறி உயிர் விட்டதைக் கூட்டம் பார்த்து கிழக்கான் ஸ்மரணை அற்றுப் போனான். இரண்டு பிணங்களையும், வைக்கோற் புரியில் சுற்றிச் சுடலைக்கு எடுத்துச் சென்று எரித்தான். பிணம் வேகிற நள்ளிரவுப் போதில், எழுந்து மூச்சைப் பிடித்துக் கொண்டு, கொள்ளிடம் கரையில் வந்து பதுங்கிக் கிடந்து பகலைக் கழித்தான். அப்புறமாக இரவில் புறப்பட்டுத் திருப்பாதிரிப் புலியூர் வந்து தங்கி, புதுச்சேரி எல்லையைக் கழிக்கையில், அகப்பட்டுக்கொண்டான்.

முசே இம்மானுவேலிடம், கிழக்கானைக் கொண்டு போய் நிறுத்தினார்கள். கிழக்கானை விசாரணை செய்துவிட்டு அவர் சொன்னது: "அடிமை வேலை செய்கிறவன், எஜமானிடம் இருந்து தப்பித்துக்கொண்டு ஓடுதல் மிகக் கொடிய குற்றம் எனவாகும். ஆகையினால், கிழக்கானை அவன் எஜமானிடமே திரும்பவும் சேர்ப்பிக்க வேண்டியது."

கிழக்கான் மீண்டும் தன்னை ஆண்டையிடம் ஒப்புவிக்க வேண்டாம் என்று துரையின் காலில் விழுந்து அழுதான். இம்மானுவேல், ரகசியத்தில் அடிமைகளை விலைக்கு வாங்கி, மணிலா, மொரீசிசுத் தீவுகளுக்கு ஏற்றிச் சென்று, அங்கு வருஷத் துக்கு இரண்டு தரம் கூடிய அடிமைச் சந்தையில் அவர்களை விற்றுவிடும்படிக்கு வியாபாரம் செய்துகொண்டிருந்தார். கிழக்கானை மணிலாக் கப்பலில் ஏற்றி விடும்படிக்கு உத்தாரம் பண்ணினார். அந்தப்படிக்கே, கிழக்கான் மணிலா பயணம் ஆக இருந்தான்.

பிரான்ஸ் பிராந்தியத்தின் கப்பல் படைத் தளபதியான முசே லபோர்தொனே நாகப்பட்டினத்துக் கரையில் நங்கூரம் இட்டு இருந்தான். நாகப்பட்டினத்திலே இருந்து ஒல்லாந்துக் கும்பினி யின் குவர்னர், தம் சின்னதுரை அவர்களையும், சில கொமிசேல் மார்களையும் சேர்த்து முசே லபோர்தொனே அண்டைக்கு அனுப்பி வைத்தான். சின்ன துரை, லபோர்தொனேயைப் பேட்டி பண்ணிக்கொண்டு விண்ணப்பம் செய்து கொண்டார்கள்.

"ஐயா, பிரெஞ்சுக் கப்பற்படைத் தளபதியான நீர், எங்களுக்குச் சொந்தமான சின்னக் கப்பல் ஒன்றையும், மூன்று பாய் மரம் வைத்திருந்த சூரத்துக் கப்பலையும் புதுச்சேரி வழியாக வருகிற போது பிடித்துக்கொண்டீர்களே, இது என்ன நியாயத்தில் சேர்த்தி?"

"எங்களுடனே பகைத்துக்கொண்டிருக்கிற இங்கிலீசுக்காரர், வஞ்சனையாக இந்தக் கரைக்கு வந்து, எங்கள் மணிலாக் கப்பலையும், மொரீசிசுக்குப் போகும் போர்க் கப்பல் ஒன்றையும் பிடித்துக்கொண்டு வந்து உங்களிடம் விற்றால், எங்களுக்குள்ளே இருக்கிற கலாபச்சேதி தெரிந்த பிறகும், நீங்கள் இந்தக் கப்பல் களைப் பணம் கொடுத்து வாங்குகிறீர்கள் என்றால், அது என்ன நியாயத்தில் சேர்த்தி? அதினாலே, நாங்கள் இனிமேலே, உங்கள் கப்பல்கள், சுலுப்புகள் எங்கே கண்டாலும், பிடிப்போம், விடுகிற தில்லை" என்று முசே லபோர்தொனே சொன்னார்.

பிரெஞ்சுக் கப்பல் தலைவனின் முரடான பதிலைத் தெரிந்து கொண்டு, ஒல்லாந்துக்கார சின்னக் கப்பித்தான் முதலான பேர்கள், மீண்டும் நாகப்பட்டினம் சென்று, தம்முடைய குவர்னரிடம் சொன்னார்கள். அதற்கு அந்தக் குவர்னர், தம்முடைய கொமிசேல் காரர்கள் அனைவரையும் கூப்பிட்டுப் பேசி, ஒரு சமாதானம் காண வழிவகை செய்தான்.

பட்டணம் எங்கும் வெகு நேர்த்தியாய் சிங்காரிக்கச் சொல்லி உத்தாரம் செய்தான். வீதிகளில் மகர தோரணங்கள், வாழைகள் கட்டச் சொன்னான். தெருக்களில் சலம் இறைப்பித்துக் குளிர்ச்சி பண்ணினான். தெருக்களில் நடை பாவாடை விரிக்கப் பண்ணினான். பட்டணம், கடலோரம் இதுகளிலே இருக்கிற "பீரங்கிகளுக்கெல்லாம் மருந்து போடச் சொல்லி, சகலமான சாதிக்காரர், வர்த்தகர், உத்தி யோகஸ்தர், சொல்தாதுகள், சட்டைக்காரர், கர்நாடகச் சேவகர்கள், சகலமான பேரையும் அலங்காரம் பண்ணிக்கொள்ள உத்தாரம் பண்ணினான். அலங்காரம் பண்ணிக்கொண்டவுடன் எல்லோ ரையும் கடற்கரையிலே நிற்கப் பண்ணினான்.

சின்னதுரை மற்றும் உத்தியோகஸ்தர்கள் எல்லோரும் படகில் ஏறிக்கொண்டு, முசே லபோர்தொனேயைப் பேட்டி பண்ணிக்

கொள்ளக் கப்பலுக்குச் சென்றார்கள். அவர்கள் அவரைப் பார்த்துச் சொன்னது:

"பிரெஞ்சுக் கப்பலுக்கு அதிபதியே! உங்கள் மனதிலே அந்த இரண்டு கப்பலையும் நாங்கள் வாங்கினோம் என்கிற கோபம் அல்லவா இருக்கிறது? நாங்கள் விலைக்கு அல்லவா வாங்கினோம்? விலைக்கு வாங்குகிறதால் நமக்குக் குற்றம் என்ன என்று வாங்கி னோம். இந்தக் கலாபத்தை நாங்கள் அறிந்திருந்தும், உங்கள் கப்பல்கள்தாம் என்ற தெரிந்து பிறகும் நாங்கள் அவைகளை வாங்கினது குற்றம்தான். அப்போது எங்களுக்கு இந்த யோசனை தோன்றாமல் போச்சுது. இந்தக் குற்றம் நீங்கள் மனம் பொறுக்க வேணும். அந்த இரண்டு ஓடத்துக்கும் நீங்கள் என்ன விலை சொல்கிறீர்களோ, அந்த விலைக்குள்ள வராகன் பதினைந்து நாளை யிலே, எங்கள் ரொக்கத்திலே தருகிறோம். அந்தப்படிக்கு இப்போது காகிதம் எழுதித் தருகிறோம். நீங்கள் மனம் பொறுத்து எங்கள் பட்டணத்துக்கு வந்து, விருந்து உண்டு, குடித்துப் புளகாங்கித்து எங்கள் கப்பல்களுக்குக் கடலில் எந்த அழும்பும் வராதபடிக்குக் காத்து ரட்சிக்க வேணும்' என்று சொன்னார்கள்.

ஹித வார்த்தைகள் சொன்னால், அதை அங்கீகரிப்பவனும், நேசகுணம் பொருந்தியவனுமான முசே லபோர்தொனே அந்த வார்த்தைக்கு நயந்து வந்தான். கப்பித்தான், லபோர்தொனேயைக் காண வேண்டிக் கடற்கரையிலே காத்திருந்தான். லபோர்தொனே, தம் கப்பல்களை சாக்கிறதைப்படுத்திவிட்டு, வந்தவர்களுடனே கரைக்குச் சென்றான். உணவும் உண்டு, குடித்துச் சல்லாபித்து, நேரம் போக்கி, அடுத்த பதினைந்து தினங்கள் கடலிலே தங்கி, அவர்கள் அவனுக்கு அளித்த இரு கப்பல் பணத்தையும் வாங்கிக்கொண்டே புதுச்சேரிக்குச் சென்றான்.

முசே லபோர்தொனேயிடம் அணுக்கத் தொண்டனாக இருந்த புரேஸ்பேர், அவனுக்குச் சாப்பாடு பரிமாறிக்கொண்டே பதில் சொல்லிக் கொண்டிருந்தான்.

"புரஸ்பேர்! ஊரிலே என்னைப் பற்றி என்ன பேசிக் கொண்டிருக்கிறார்கள்?"

"மேலானவரே! ஊரிலே உமக்கும் குவர்னர் துரை துய்ப் ளெக்ஸ் பெருமானுக்கும் மிகுந்த மனக்கிலேசம் என்று பேசிக் கொண்டிருக்கிறார்கள்!"

"என்ன விதமாய் அந்தப் பேச்சு நிகழ்கிறது?"

"குவர்னர் துரை தங்களைக் காட்டிலும் தாம் மேலானவர்கள் என்று காண்பிச்சுக் கொள்ள வேண்டி, தங்களுக்கு மரியாதை ஹானி பண்ணுவதாகச் சொல்லுகிறார்கள் மேலானவரே."

லபோர்தொனே இந்தச் சம்பாஷணையில் மிகவும் மகிழ்ந்தார்.

"அப்படியானால், நம் ஜனங்களுக்கு நம் மரியாதை, கௌரதை எல்லாம் தெரிந்திருக்கிறது என்று சொல்கிறாயா?"

"ஆம், மேலானவரே."

"நாம் பிரான்ஸ் தேசத்து மன்னரிடமிருந்து நேரே உத்தியோகத்தில் நியமனம் செய்யப்பட்டு வந்திருக்கிறோம் என்பதும், இந்த துய்ப்ளெக்ஸ், மந்திரிமாரால் தான் நியமனம் செய்யப்பட்டார் என்பதையும் அதைத் தொட்டு, துய்ப்ளெக்ஸ் எனக்கு ஒரு படி கீழானவர்தான் என்பதையும் ஜனம் புரிந்து வைத்திருக்கிறது என்கிறாயா?"

"ஆம், மேலானவரே."

"ஜனங்களுக்கு இது எவ்விதமாகத் தெரியலாச்சுது? வெகு ஆச்சரியமாக இருக்கிறதே?"

"ஆச்சரியம்தான் மேலானவரே! அதில், யோசித்தால், ஆச்சரியம் ஒன்றுமில்லை என்று புரிந்துகொள்ளலாம், மேலானவரே. கன்றுக்கு, ஆயிரம் பசு கூடி இருக்கும் சந்தையிலும், தன் தாயை எவ்வாறு அடையாளம் தெரிந்துகொள்ள முடிகிறதோ, அதே போல, ஜனங்கள் தங்கள் தலைவர்களையும், எசமானர்களையும் நன்றாகவே புரிந்துகொள்கிறார்கள் மேலானவரே."

"நமக்கு வெகு சந்தோஷமாச்சுது."

லபோர்தொனே தன் உணவை மிகவும் ரசித்து உண்டார். பிறகு சொன்னார்:

"துய்ப்ளெக்ஸ், சந்திர நாகூரிலே குவர்னர்த்தனம் பண்ணுகிற போது, நான் மொரீசிசு தீவிலே குவர்னர்த்தனம் பண்ணினேன். அதைத் தொட்டு நானும் அவரும் நிகரானவர்கள்தானே? அதற்கப் புறம், இந்தியக் கடலில் யுத்தம் எதுவானாலும், அத்தலைமையை பிரான்ஸ் ராஜா – மன்னர் நீடூழி வாழ்க – எனக்குத் தந்தன்றோ இங்கு அனுப்பினார். நிலத்தில் துய்ப்ளெக்ஸ் குவர்னராக இருக்கலாம். அதுவும் புதுச்சேரி என்கிற இந்தச் சின்ன ஊருக்கு மட்டும்தானே! நானோ இந்தியக் கடல் முழுமைக்கும் அல்லவா அதிகாரம் பண்ணுகிறவன்."

"ஆகா, தங்கள் பிரக்யாதியைக் குவர்னர் துரை அல்லவோ, நிலவைப் பாம்பு மறைப்பதுபோல் மறைத்துக்கொண்டிருக்கிறார். மற்றபடிக்கு உலகமே அறியுமே, மேலானவரே."

லபோர்தொனேவுக்குப் போதை அதிகமாகத்தான் ஏறி இருந்தது.

“எனக்கு உடம்பு சொஸ்தப்படவில்லை என்றும், அடிக்கடி பேதி நோய் காண்கிறது என்றும் குவர்னரிடம் சொன்னேன். அதைத் தொட்டு, வழுதாவூரில் எனக்கென்று ஒரு இருப்பை அமைத்துக் கொடுக்கச் சொல்லியிருக்கிறேன். குவர்னர் துய்ப்ளெக்சுக்கு இங்கிருக்கிற மரியாதைகள் அனைத்தும், அங்கு எனக்குக் கிடைக்க வேண்டும் என்று சொல்லியிருக்கிறேன். சம்பளமா பெரிது? மனுஷனுக்கு கௌரதை அல்லவோ பெரிது?”

“அது உள்ளது. மேலானவரே! முசே பராதி, குவர்னர் துரை பெண்சாதி சிபாரிசுடன் தம்மிடம் வந்தாராமே.”

“பராதிதானே. அவன் ஒரு மத வெறியன். அந்த வெறிச்சி துரைசானிக்கு அதைத் தொட்டு அவன் மேல் அன்பு. ஆகவே, பராதிக்குப் பெரிய ஆத்தஸ்து கொடுக்க வேணும் என்று என்னிடம் சொன்னாள். நானோ முதலில், அவனுக்குத் துப்பாக்கியைப் பிடிப்பது எப்படி என்று சொல்லிக் கொடுங்கள் என்று சொல்லி விட்டேன். சின்னப் பயல்களுக்குப் பெரிய ஆசை பார்.”

“மேலானவரே! அது உள்ளது. சின்னவர்களுக்குத்தான் பெரிய ஆசையெல்லாம் வந்துவிடுகிறது. உலக இயற்கையே அதுதான் போலும்” என்றான் புரேஸ்பர்.

தம் ஊழியனின் பேச்சு, லபோர்தொனேவுக்கு மிகவும் இன்பத்தைத் தந்தது.

33

சாயரட்சை, ஆனந்தரங்கப் பிள்ளை மாளிகைக்கு நாகாபரணப் பண்டிதர் வந்து சேர்ந்தார். வாரத்தில் ஒருநாள் இருவரும் மாலைகளில் கோவிலுக்குச் செல்வதும், உலாவுவதும் வழக்கமாக வைத்திருந்தார்கள். குவர்னர் துரைக்கும் இடுப்பில் கட்டி புறப்பட்டு, உடுத்த முடியாமல் படிக்கு வீட்டுக்குள் இருந்ததால் யாருக்கும் பேட்டி இல்லையென்றாகி இருந்தது. ஆகவே குவர்னர் துரையிடமிருந்து அழைப்பு வரக்கூடுமென்று எதிர்பார்த்துக் கொண்டு அமர்ந்திருப்பது அனாவசியம். நண்பரைக் கண்ட சந்தோஷத்தில் உடன் மேல் துண்டை எடுத்துப் போர்த்திக் கொண்டு புறப்பட்டுவிட்டார் பிள்ளை.

மாளிகையிலிருந்து கிழக்காய்ச் சென்று இடமாய்த் திரும்பினார்கள். கடைத் தெருவில் விளக்கேற்றிக் கொண்டிருந்தார்கள். கடைக்காரர்களில் பிள்ளையைப் பார்த்தவர்கள் எழுந்து வணக்கம் செலுத்திப் பின் அமர்ந்தார்கள். பின் பண்டிதர் சொன்னார்:

“பிள்ளைவாள்! உமக்குக் கோர்த்தியே உத்தியோகம் இன்னும் என்னத்துக்குத் தள்ளிப் போய்க்கொண்டிருக்கிறது. துபாஷ் முதலியார் காலமான பிறகு, உடனே அது உமக்கு வரப் பண்ணப் பட வேண்டியதுதானே? சமைஞ்ச பெண்ணுக்குத் தை மாசம், சர்க்கார் பதவிக்கு ஒரு மாசம்னு சொல்றாப்லே, முதலியார் செத்துப் பல மாசம் ஆன பொறவும், இன்னும் எத்தனை நாளைக்குத் தாமதம் பண்ணுவாங்க?”

யாரோ ஒரு சின்ன துரை குதிரையில் சவாரி போய்க் கொண்டிருந்தார். அவருக்கு வழிவிட்டு விலகி அவர் சென்றபிறகு பிள்ளை சொன்னார்:

“எல்லாம் இந்த குவர்னர் பெண்சாதி செய்கிற திருக்கூசு, திரிசமன் பண்டிதரே! முதலியார் ஜீவியவந்தராக இருந்தபோதே, கடைசியாக அவர் மலாதாக (நோயாளியாக) இருந்தபோதே அவர் காரியங்களை நான் அன்றோ பார்த்துக்கொண்டிருந்தது. அவர் காலம் பண்ணின உடனே, அந்தப் பதவியை குவர்னதோர் நமக்குத் தரத்தான் ஆசைப்பட்டார். இந்த முண்டை அல்லவோ அந்த உத்தியோகத்தை ஏலம் போட்டுக் கொண்டிருக்கிறாள்? கிறிஸ்துவ னாகவும் இருந்து பணமும் ஏராளமாகத் தருகிற பேர்வழிக்குத் தரச் சித்தமாக இருக்கிறாள். ஊரில் நம்மைப் போல வியாபாரம், பழக்க வழக்கம் உள்ளவர் யார் இருக்கிறார்கள். ஆனாலந்த முண்டை நமக்கு உத்தியோகம் தருகிறதும் தராமல் போகிறதும் என்ன முடை? இப்போது எனக்கு எது குறைவாய் இருக்கிறது? இப்போதும் நான்தானே குவர்னதோருக்கு துபாஷித்தனம் பண்ணுகிறேன். இப்போதும் கும்பினிக்கும், தனியார் கப்பலுக்கும் வேண சரக்கு என் மூலியமாகத்தானே வருகிறதும், போகிறதும். இப்போதும் எனக்குப் பல்லக்கிலே போகிற அந்தஸ்தை குவர்னதோர் கொடுத்துத்தானே இருக்கிறார்? நமது அதிகாரம் செல்லுபடி ஆகிக் கொண்டுதானே இருக்கிறது. அதைத் தொட்டு எனக்குக் கவலை இல்லை.”

“சீமைப் பொம்மனாட்டிகள் எல்லாரும் இந்த விதம்தான் போலும்.”

“அப்படியும் சொல்லுகிறதுக்கில்லை பண்டிதரே! மதாம் கிறிஸ்துமினே என்கிற ஒருத்திக்கு நான் இரண்டு வருஷத்துக்கு முந்திக் கடன் கொடுத்திருந்தேன். ஐந்நூறு வராகன். அந்த அம்மாள் பாயும் படுக்கையுமாய்க் கிடந்து இழுத்துப் பறித்துக் கொண்டிருந்தாள். பணம் போகிறது என்று நான் கிடந்து விட்டேன். அந்த அம்மாள் ஈஸ்வர சங்கல்பத்தில் பிழைத்துக் கொண்டாள் என்று வையும். எழுந்து உட்கார்ந்துகொண்டு என்னை அழைப்பித்து, ‘ரங்கப்பா, உன் பணத்துக்குச் சாட்சியோ,

கைச்சீட்டோ கூட வாங்கிக்கொள்ளாமல், என்மீது அபிமானம் வைத்துப் பணமளித்தாய். தெய்வாதீனமாய் கர்த்தர் என்னை அழைப்பித்துக் கொண்டுவிட்டார் என்றால் உன் பணம் என்ன வாயிருக்கும். எனக்குச் சரீர அவஸ்தை வந்தவுடனேயே என் குடும்பத்தாரிடம் நான் சொல்லிப்போட்டேனே. பிழைத்தெழுந்தால் ரங்கப்பன் பணத்தை நான் தருகிறேன். அல்லாதபடிக்கு நீங்கள் அந்த மனுஷருக்கு வட்டியும் முதலுமாகக் கொடுத்து விடுங்கோள் என்று சொல்லிப் போட்டேன்' என்று சொல்லி, வட்டியும் முதலுமாகக் கணக்குத் தீர்த்துப் போட்டாள். அப்படியும் மனுஷாள் இருக்கத்தானே செய்கிறார்கள்."

"அது உள்ளது" என்றார் பண்டிதர்.

"சின்ன துரையாய் இருந்த முசே லெடு பெண்சாதி நேற்று முன்தினம், நோயாளிக் கிடங்கிலே மரணம் அடைந்தாளே, அவள் கதை தெரியுமோ?"

"இவளைக் கல்யாணம் பண்ணின நாள் தொட்டு புருஷனுக்குச் சுகம் இல்லை, இவள் வீட்டுக்கு ஒருவரும் வரப் போகாது, ஒருவர் வீட்டுக்கும் இவள் போகிறதில்லை. புருஷனையும் போக விடுகிற தில்லை. பெற்ற பிள்ளைகள், பெண்கள் முகத்துக்கு முன்னே வரப் போகாது. இவளும் ஒரு பைத்தியம் போலே, ஊர் நடத்தை ஒரு விதமும், இவள் நடத்தை ஒரு விதமாகவும் இருக்கும். புருஷனும் இவள் நடத்தைக்குப் பயப்பட்டு இவள் மனதின்படிக்கு நடந்தால் அப்படியும் இவர் பேச்சிலே குறையாய், கோபமாய்ச் சீறுமாறு பண்ணுகிறதும், ஒரு வேளை இழுத்து விடுகிறதும், அடிக்கிறதும்கூட உண்டுமாம். அதையும்கூட லச்சைக்குப் பயப்பட்டு, சகித்துக் கொண்டிருக்கிற நாளையிலே ஏழெட்டு வருஷத்துக்கு முன்பாக அந்தப் பைத்தியம் ரொம்ப உபரித்துப் புருஷனைக் கீழே தள்ளி, மென்னியைப் பிடித்துக் கடித்தும் போட்டது. குவர்னதோருக்கு இந்தச் சேதி தெரிந்து அவளைப் பிடித்து ஒஸ்பித்தாலிலே (ஆஸ்பிட்டல்) கொண்டு போய் ஒரு வீட்டிலே வைத்து, அன்று முதல் சாகும் பரியந்தம் அங்கேதானே இருந்தாள்."

"அடடே... அதுவும் அப்படியா? அந்த மனுஷர் மிக நல்லவர் ஆச்சுதே. அவருக்கு இப்படியும் ஓர் அஸ்தி இருக்குமா?"

அவர்கள் ஈசுவரன் கோவில் வழியாகத் திரும்பி நடந்து, பாக்கு மண்டியையும், வினாயகர் கோயிலையும் கடந்து கோட்டையை அடுத்த குண்டுப் பள்ளத்துக்கு வந்து சேர்ந்தார்கள். இருட்டில், ஒரு சிப்பாய், "அதாரது" என்று குரல் கொடுத்தான். பிள்ளை, 'நான்தான் ரங்கப்பன்' என்றார். 'கும்பிடு, சலாம்' என்றான் சிப்பாய். அவர்கள், பீரங்கி மேடைக்குக் கீழே, மணல் திட்டில் அமர்ந்தார்கள். "நம் தம்பி விஷயம் என்னவாயிற்று?"

பிரபஞ்சன் ○ 255

ஒரு நிமிஷம் யோசனையில் இருந்துவிட்டு பிள்ளை சொன்னார்: "அதுதான் எனக்கு இன்றைய தேதியில் மிகுந்த மனக்கஸ்தி (துன்பம்) கொடுக்கிற விஷயமாக இருக்கிறது. பண்டிதரே நாம் இப்படிப் பெரிய மனுஷராயும், குவர்னதோருக்கு அடுத்தபடியாய் அதிகாரம் செலுத்துகிற அந்தஸ்தில் இருந்து கொண்டு தம்பிக்கு நல்ல ஸ்திதியை ஏற்படுத்தத் தவறிவிட்டான் என்று நாலு பேர் சொன்னால் அது நமக்குத் தலை குனிவுதானே?"

"ஏதேனும் ஓர் உத்தியோகத்தில் அவனை வைக்கப் படாதா?"

"யோசனை பண்ணிக்கொண்டுதானே இருக்கிறது. நமக்கும் ஆங்கிலேகாரர்களுக்கும் சென்னப்பட்டணத்தைத் தொட்டு வியாஜ்ஜியம் வந்துள்ளதே. அதிலே, நம்மவர்தான் செயிக்கப் போகிறார்கள். செயித்ததும், சென்னப்பட்டணத்துத் துவிபாஷி யாகவும், கோர்த்தியேயாகவும் அவனை நியமித்துப் போடலாம் என்று இருக்கிறேன். குவர்னர் துரையிடம் இது பற்றிப் பேச இருக்கிறேன்."

"உத்தமான காரியம், பேசும். அந்தத் தாசி பானுகிரஹி என்பவள், உம்மிடத்தில் வந்து ஏதோ பிராது பண்ணிக் கொண்டி ருந்தாளே, என்னவாயிற்று?"

"தேவடியாள் சங்கதி, தேர்முட்டி வரைக்கும், வாருங்கள், அவள் வந்து நம்மிடத்தில் பிராது சொல்லும்படியாயிற்று. தேவடியாள்தான் என்றால்தான் என்ன? அவள் விருப்பப்பட்டவனிடம் அல்லவா அவள் போவாள். இந்தச் சமாச்சாரங்களில், தொந்தரை செய்ய லாகுமோ? இவன் அர்த்த ராத்திரியில் அவள் வீட்டுக் கதவைப் போய்த் தட்டுகிறதும், சம்போகத்துக்கு அழைக்கிறதும், அவள் சதிர் வைக்கிற இடங்களுக்கெல்லாம் போய் நிக்கிறதுமாக இருந்தான் என்றால், அவளுக்குத்தான் இவன்மேல் எப்படி மரியாதை உண்டாகும்? பொம்மனாட்டி விஷயத்தில் விட்டுப் பிடிக்க வேண் டாமோ? ஒரேயடியாகக் கீழே போனால், யாருக்குத்தான் சங்கடம் வராது?"

"அது உள்ளது. அந்த ஸ்திரீ, நல்லவள் என்கிறார்களே."

"ஆமாம். எனக்கும் அப்படித்தான் நினைப்பு. ஏன் இருக்கப் படாது. மனுஷாள் அடிப்படையில் எப்போதும் நல்லவாள்தான், ஓய்! சந்தர்ப்பம், சூழ்நிலை, இதுகள்தானே மனுஷனைக் கெடுத்துப் போடுகிறது."

"அதுக்கு அட்டியென்ன?"

காற்று மிகுந்த சுகமாக வீசிக்கொண்டிருந்தது. ஒடிந்த மாட்டுக் கொம்பு மாதிரி, நிலா எழுந்துகொண்டிருந்தது. பிள்ளை சொன்னார்:

“புதுச்சேரி அரங்கத்திலே இந்தப் பொம்மனாட்டிகள் கிடந்து அடித்துக்கொள்ளுகிறதும், பேசிக்கொள்ளுகிறதும் ஒரு ரகம். குவர்னர் துய்ப்ளெக்சுக்கோ, உடனடியாக சண்டை துவக்கிச் சென்னப்பட்டணத்தைப் பிடித்துப் போட வேண்டும் என்று நோக்கம். ஆனால், அதைச் செய்ய வேண்டிய கப்பித்தான் லபோர் தொனேவோ, குவர்னரிடம் சண்டை போட்டுக் கொண்டிருக் கிறான். சென்னப்பட்டணத்து அதிர்ஷ்டம், இந்த இரு மனுஷர்களும் சண்டை போட்டுக்கொள்வது.”

“அதென்ன விவகாரம்?”

“என்னவெனில், முசே தொத்தேல் பெண்சாதியும் முசே லபோர்தொனே பெண்சாதியும் அக்கம் பக்கத்து வீட்டுக்காரிகள். முசே தொத்தேல் ஆலோசனை சபை அங்கத்தினர். சொந்த நாட்டில் பெரிய பிரபு. அந்தக் கெர்வம், இந்தப் பொம்மனாட்டிக்கு இருக்கும் போலத் தோனுது. இரண்டு பேர் வீட்டையும் நடுவில் இருந்து சுவர் தடுத்துப் போட்டிருந்தது. மதிலை ஒட்டி ஒரு பழைய தூங்குமூஞ்சி மரம் என்று ஒன்று இருந்தால், செத்தையும், தும்பும், பூவும், அழுகிய இலையும் விழும்தானே? அதுக்கு என்ன பண்ணு கிறது? மரம் என்னவோ, லபோர்தொனே வீட்டிலே இருந்தது. தொத்தேல் அம்மாள், மதில் சுவரோரம் வந்து நின்றுகொண்டு, “இது என்ன நாகரீகம் அற்ற மனுஷர்களுக்கு நடுவிலே நான் வாழலாச்சுதே! தோட்டம் முழுக்கக் குப்பையும் கூளமுமாய் ஆச்சுதே. இது என்ன அவக்கேடு?” என்றாற் போல, சாடை சொல்லிப் பேசவும், தோட்டத்திலே அமர்ந்துகொண்டு பானம் அருந்திக் கொண்டிருந்த மதாம் லபோர்தொனே, “மரம் இருக்கிற வீட்டிலே குடியிருந்தால், பழுதுகள் விழத்தானே செய்யும்? அது தொல்லையாகவிருந்தால், எங்காவது பாலைவனத்திலே போய் கொட்டகை போட்டுக் குடியிருக்கலாமே. என்னத்துக்கு மனுஷர் மத்தியிலே குடியிருக்கிறது?” என்று சத்தம் போட்டுச் சொன்னாளாம். அதுக்கு முசே தொத்தேல் இருந்துகொண்டு “நாங்கள் என்னத்துக்குப் பாலைவனத்துக்குப் போக வேண்டுமாம்? கடலிலே கப்பலில், ஆதிகால மனுஷரைப் போல வாழ்கிறவர்கள் வேண்டுமானால், அங்கேயே போகட்டுமே” என்றாளாம்.

அதுக்குப் பிறகு இரு பெண்மணிகளும் நேருக்கு நேராக மோதிக்கொண்டார்களாம்.

“நாங்கள் கடலில் மீன் பிடிக்கச் செல்லுகிறதில்லை. என் கணவர் கப்பல்படை கப்பித்தானாக்கும்.”

“பெரிய கப்பித்தான். யாரா இருந்தால் என்ன? கோன்சேல் காரரிடம் உத்தரவு கேட்டுக்கொண்டு தானே வேலை செய்ய வேண்டியிருக்கிறது?”

"அது குவர்னருக்குப் பொருந்தும். குவர்னருக்குக் கோன்சேல் காரர்கள் உத்தரவு போடலாம். எங்கள் கணவருக்குப் பிரான்ஸ் ராசாவைத் தவிர வேறு யார் உத்தரவு போட முடியும்?"

"கப்பித்தான் என்றால் என்ன? குவர்னதோர் உத்தரவு இல்லாமல் யாரும் எதுவும் பண்ண முடியாது."

"அது உன் புருஷனுக்குப் பொருந்தும். என் புருஷனுக்குப் பொருந்தாது."

"சும்மா இருடி, பிசாசே."

"நீ சும்மா இருடி, கெட்ட ஆவியே."

"நீ நரகத்துக்குத்தான் போகப் போகிறாய், சைத்தானே."

"கட்டு விரியன் பாம்பே. வாயை மூடிக்கொள்."

"மாதச் சம்பள நாய், பேசக் கூடாது."

"ராசாவுக்கு அண்டையிலே இருந்து பொறுக்கித் தின்கிறவர், பிரபுவாக முடியாது."

இரு வீட்டு வேலைக்காரர்களும் அங்கு வந்து, இரு எஜமானிகளையும் பிரித்து அழைத்துக்கொண்டு போனார்களாம்.

பிள்ளை வெற்றிலைச் சம்புடத்தைப் பண்டிதரிடம் இருந்து வாங்கி, ஒரு வாய் வெற்றிலை போட்டுக்கொண்டார். பிறகு தொடர்ந்தார்.

"இரு பொம்மனாட்டிகளும் அவர்கள் புருஷரிடம் இது பற்றிப் பிராது கூற, இருவரும் அன்றைய தினம் குவர்னருக்கு முன்னிலையியே மோதிக்கொண்டார்கள். அன்று காலை கோன் சேல் கூடினவுடனே, முசே தொத்தேல் குவர்னரிடம் கூறியதாவது:"

"குவர்னதோர் அவர்களே! இன்று காலமே, என் பெண் சாதியை, முசே லபோர்தொனே மிகவும் அவமரியாதைப் படுத்திப் பேசினார். இதுக்குத் தாங்கள் சமாதானம் பண்ணின பிறகே, சபை நடவடிக்கையைத் தொடங்க வேண்டும்."

குவர்னர், முசே லபோர்தொனேவைப் பார்த்திருக்கிறார். அவருக்கு என்ன விஷயம் என்று விளங்கத்தான் இல்லை.

"என்ன இது, முசே லபோர்தொனே?"

"அது ஒன்றுமில்லை முசே தொத்தேல் அவர்களின் பெண்சாதி கொஞ்சம் வாய் நீளக்காரியாம். அவள் என்னவோ பேச, என் மனைவி தக்க சமாதானம் சொல்லியிருக்கிறாள். மற்றபடிக்கு வேறு ஒன்றும் இல்லை."

"இது என்னைக் கௌரவம் குலைக்கிறது. என் மனைவி வாய் நீளக்காரி என்று இவர் எப்படிச் சொல்லலாம்?"

"தெரிந்ததைச் சொன்னேன்."

"அதுதான் எப்படிச் சொல்லலாம்? நீங்கள் குவர்னரின் சம்மதி இல்லாமல், காரியம் பார்க்கிற அதிகாரியாமே."

"அப்படியாக நான் சொன்னேனா?"

"உம் பெண்சாதி சொன்னாளாமே."

"அது அவளது அபிப்பிராயம்."

"அது எப்படி அபிப்பிராயம் ஆகும்? ஒரு பிரதேசத்துக்குள் குவர்னர் அல்லவோ, ஆகப் பெரிய அதிகாரி?"

"எனக்கு எவரும் அதிகாரி அல்ல முசே தொத்தேல். குவர்னர் எனது சகா. குவர்னரும் கூட எனக்கு உத்தரவு போட முடியாது."

குவர்னர் இப்போது தலையிட்டார்.

"முசே லபோர்தொனே! நான் எப்படித் தலையிட முடியாதபடிக்கு ஆகும். நான்தானே இந்தப் பிரதேசத்துக்கு அதிகாரி. உமது நல்லது கெட்டதுகளுக்கு நான் அல்லவோ பதில் சொல்லப் போகிறது."

முசே லபோர்தொனே மிக அமைதியாகச் சொன்னார்:

"இருக்கலாம், என்னை நியமித்துக் கடலில் அனுப்பியவர் மகாகனம் பொருந்திய மன்னர் அல்லவோ? உம்மை இந்த உத்தியோகத்துக்கு நியமனம் செய்தவர் மந்திரிதான் அல்லவோ?"

"அதைத் தொட்டு, நான் உமக்குச் சின்னவன் ஆவேனா?"

"சின்னவன், பெரியவன் இல்லை. நானும் நீரும் சமம் என்றே சொல்கிறேன்."

"அதெப்படி? குவர்னதோரும், கப்பல் கொமான்தானும் நிகராமோ?"

"நிகர்தான், முசே துய்ப்ளெக்ஸ்! நீரும் நானும் குவர்னதோராகப் பணி செய்தவர்கள் அல்லவோ? நீர் சந்திர நாகூரிலும், நான் மொரீசிசுவிலும் குவர்னதோராக இருந்தோம். அப்புறம் நீர் புதுச்சேரிக்கு வந்திருக்கிறீர். நான் கப்பல் படைக்கு அதிகாரி ஆகி இருக்கிறேன். இது இப்படி இருக்கையில் என்னிலும் நீர் எப்படிப் பெரியவர் ஆக முடியும்?"

"உமது பேச்சு எனக்கு ஆழ்ந்த வருத்தத்தைத் தருகிறது, முசே லபோர்தொனே."

"உண்மை உமக்கு வருத்தம் ஏற்படச் செய்யும் என்பதை இப்போதுதான் அறிகிறேன்."

குவர்னர் துய்ப்ளெக்ஸ், மிகுந்த வருத்தத்துடன் தலை கவிழ்ந்து அமர்ந்திருந்தார். அப்போது முசே தொத்தேல் தொடர்ந்தார்:

"முசே குவர்னர், எம் பெண்சாதி சிறுமைப்படுத்தப்பட்டதுக்கு என்ன சவாப்பு சொல்கிறார் முசே லபோர்தொனே?"

"உமது பெண்சாதி நெருப்பு என்றாள். எம் பெண்சாதி நீரு என்றாள். சரிக்குச் சரியாயிற்று. விடும்."

"அதெப்படி?"

"என்ன செய்யப் போகிறீர்?"

"இதைப் பாரீசுக்கு எழுதப் போகிறேன்."

"பாரீஸ் என்றதும் பயந்துவிடுவேன் என்று நினைத்தீரோ? தாராளமாக எழுதும்." குமிசேல்காரர்கள், சமாதானத்துக்கு எழுந்தார்கள்.

"முசே தொத்தேல்! என்ன பேசுகிறீர்கள்? நமது மாட்சிமை தங்கின மன்னர்பிரான் உமது பெண்சாதி வார்த்தைகளைக் கேட்கத்தான் அமர்ந்திருக்கிறார் என்கிறீரா? முசே லபோர்தொனே! சென்னப்பட்டணத்து முற்றுகை நடக்க வேண்டிய வேளையில் இந்த மாதிரி உங்களுக்குள் மன விரோதம் கொள்வது எந்த அளவுக்குச் சரியாகும். நீர் குவர்னதோருடன் விட்டுக் கொடுத்துச் செல்லும்."

"நான் யாருக்காகவும் என் கௌரவத்தை விட்டுக் கொடுத்தல் நடவாது போம்" என்றபடி முசே லபோர்தொனே நடந்தார்.

"இப்படியாக்கும் நம் அரசியல் விவகாரம்" என்றார் பண்டிதர்.

"எல்லாம் அறியாப் பிள்ளைகள் விளையாட்டாய்க் காணுது" என்றார் பிள்ளை.

34

சம்பாக் கோவில் உபதேசியார் குருவானவர் தோமையார், தம் விடுதியிலிருந்து வெளிப்பட்டு தோட்டத்துக்கு வந்து நின்றார். தோட்டம், மிக அடர்ந்த வயசான மரங்களைக் கொண்டிருந்தது. இந்திய தேசத்து வெயிலை அவரால் சற்றும் தாங்கிக்கொள்ள முடியாமல் இருந்தது. காலை ஆறு, ஏழு மணிக்கெல்லாம் வியர்க்கத் தொடங்கி, புழுக்கமும், அயர்ச்சியும் இரவு பத்துப் பதினோரு மணிக்கும் நீடித்தது. குருவானவரோ, பிரான்ஸ் தேசத்திலே சதாவும்

பனி பெய்துகொண்டே இருக்கிற நிலப் பகுதியைச் சேர்ந்தவர். அங்கேயே பிறந்து வளர்ந்த அவரை வெயில் கொளுத்தும் சோழ மண்டலக் கரைக்கு மதப் பிரசாரம் பண்ண அனுப்பினது, தொட்டி மீனைத் தரையில் போட்டது மாதிரியிருந்தது.

தோமையார், மரங்களின் ஊடே, ஒளிந்து கண் சிமிட்டும் சூரியச் சிதறல்களைக் கண்டார். பழைய புளியமரம் ஒன்றும், வாயில் காப்போரைப் போல இரண்டு தூங்கு மூஞ்சி மரங்களும், நாலைந்து பூவரச மரங்களும், நிறைந்த தென்னை மரங்களுமாய்த் தோட்டம், இருள் நிறைந்து இருந்தது. அதனாலேயே உஷ்ணமும் கொஞ்சம் மட்டுப்பட்டு, சகிக்கக் கூடியதாய் இருந்தது. தோமையார், தம் சட்டைப் பொத்தான்களை அவிழ்த்து விட்டுக் கொண்டார். கடற்காற்று சற்றே வந்து, அவரை உலரச் செய்தது. இருந்த இடத்தி லிருந்தே சம்பாக் கோவிலைப் பார்த்தார். கோபுரச் சிலுவையில் வெயில் பட்டுச் சிதறி, வெளிச்சம் பிளவுண்டு சிதறி விழுந்ததைக் கண்டவாறு அப்படியே நின்றார். ஆயிரத்து எண்ணூற்று ஐம்பது வருஷங்களுக்கு முன்பு, இதே மாதிரி ஒரு பெரிய சிலுவையில், ஒரு மனிதனைத் தூக்கி மாட்டி, ஆணி அறைந்து நிறுத்திய காட்சி அவர் கட்புலத்தில் வந்து நின்றது.

'எமது பாவத்துக்கு நீர் மரித்தீரே' என்கிற வசனத்தை மனசுக்குள் உச்சரித்துக்கொண்டார். கோயிலுக்கு முன்னால் ஜனங்கள் மாலைப் பூசைக்கு நிற்பது தெரிந்தது.

'அதற்குள் மாலைக் காலம் வந்துவிட்டதே' என்று நினைத்தபடி, அவர் கோவிலை நோக்கி நடந்தார். கோவிலையும், குருவானவர்கள் தங்குமிடத்தையும் ஓர் ஆளுயரக் குறுக்குச் சுவரே தடுத்துக்கொண்டி ருந்தது. நடுவராக, ஒரு கதவு. அதன் வழியாகக் குருவானவர்கள் கோவிலுக்குள் மிகச் சௌகரியமாக வந்து போக முடியும். கோவிலுக்கு வடக்காகக் குளம். வேதபுரீஸ்வரர் கோவிலுக்கு உரிமை பெற்ற குளம். ஜனங்கள் நீராடவும், சந்தி பண்ணவும் ஆன குளம். பெரிய பிராமணாள் தெருவைச் சேர்ந்த பிராமணர்களும், சைவ முதலியார்களும், குளக்கரைப் படிகளில் அமர்ந்து அரசாங்க விவகாரங்களைப் பேசிக்கொண்டிருப்பார்கள். மாலை வேளையானபடியால் குளம் நிரம்பியிருந்தது, மனுஷர்களால்.

கதவு வழியாகப் புகுந்து, தோமையார் கோவில் பிரகாரத்துக்கு வந்தார். ஜனங்கள் குழுமியிருந்தவர்கள், குருவானவருக்கு ஸ்தோத்ரம் சொன்னார்கள். குருவானவரும் சிலுவை வரைந்து ஆசீர் பண்ணினார். மாலை வெயில் ஊசி போலக் குத்தியது அவரை. வியர்த்துப் புழுங்கிக்கொண்டு ஜனங்கள் வெயிலில் நின்றுகொண்டிருந்தது அவருக்கு மனசுக்குச் சங்கடமாய் இருந்தது. பிலவேந்திரன், தோள் துண்டை எடுத்து இடுப்பில் சுற்றிக்கொண்டு, தோமையார் முன்னால் வந்து நின்று "ஸ்தோத்திரம் சாமி"

என்றான். குருவானவர், சிலுவை வரைந்து ஆசீர் பண்ணிவிட்டு, "சௌக்யமாக இருக்கிறாயா, பிலவேந்திரன்?" என்று விசாரணை செய்தார்.

"கர்த்தர் ஆசியினாலே, உள்ளேன் சாமி" என்றவன் மேலும் தொடர்ந்தான்:

"தங்குமிடம், போஜனம் எல்லாம் தங்கள் சித்தத்தின்படிக்கு இருக்கிறதா, சாமி?"

"கர்த்தர் எதை விரும்புகிறாரோ, அதை நாம் பெறுகிறோம். அவ்வளவுதானே? பசிக்க உணவும், தலை சாய்க்க ஒரு பாயும், நம் ஜீவனத்துக்குப் போதும்தானே?"

"அது உள்ளது. சாமி இந்த ஊர் வெயில் உங்களுக்கு ஒத்துக் கொள்ளாதே. ரொம்பவும் கஷ்டமாக இருக்குமே."

"அது ஒண்ணுதான் இங்கே சிரமம் தருவதாக இருக்கிறது. கர்த்தர் சேவையில், அதுவும் நாளடைவில் ஒத்துக்கொள்ளும்."

பிலவேந்திரன், தன் இடுப்புத் துண்டை அவிழ்த்து அதை விசிறி போல முறுக்கி, 'உஸ்'ஸென்று வாயால் ஊதி வெப்பத்தைத் தணித்துக்கொண்டான். "ஆனாலும், இந்த வருஷம், ரொம்ப வெக்கைதான் சாமி."

சற்றுத் தூரமாக, கோவில் வெளிச்சுவரை ஒட்டிக் கொண்டு, பிலவேந்திரனின் மனைவி ஜெயம்மாள் நின்று கொண்டிருந்தாள். குருவானவரின் பார்வை தம்மேல் படவும், அங்கிருந்தே ஸ்தோத்திரம் சொல்லிக்கொண்டாள் அவள்.

"உன் சம்சாரமும், நீயும் வெயிலில் எதுக்காக நிற்கிறது? கோயிலுக்கு உள்ளே போய் அமருங்களேன்". குருவானவர், சற்று கோவிலண்டைக்கும் நடந்து சென்று கண்ணோட்டம் விட்டார். முதல் வரிசையில் ரெண்டு பலகைகள் வெறுமையாக இருந்தன. இடது பக்கத்துப் பலகைகள் அனைத்தும் நிரம்பியிருந்தன.

"பிலவேந்திரன், நீரும் உம் சமுசாரமும் உள்ளே போகலாம். சற்று நேரத்தில் பூசை தொடங்கலாம்."

"இடமாக, பலகைகள் நிறைந்து விட்டனவே, சாமி. இப்படியே நிற்கிறோமே."

"ஏன், முன் பலகைகள் ஆளில்லாமல் வெறுமையாக இருக்கின்றனவே?"

"அது எமக்கானது அல்ல, சாமி."

"பின், வேறு யாருக்காகவோ?"

“அது குடித்தனக்காரருடையது, சாமி.”

“அப்படியென்றால்?”

“அது பெரிய மனுஷருடையது சாமி. முதலிமார்கள், செட்டிமார்கள், பிள்ளைமார்களுடையதல்லவோ?”

“நீரெல்லாம்...?”

“நாங்கள் பறை சனங்கள், அய்யாவே.”

“எல்லோரும் கிறிஸ்துவின் பிள்ளைகள் அல்லவோ?”

“அது தெரியாது சாமி! அந்த இடத்தில் மேல்சாதி சனங்கள் என்று ஒதுக்கியிருக்கிறது. எங்கள் சனம் அங்கே போய்க் குந்த முடியாது. குந்தினால், கொலை, குத்து வெட்டு நடக்கும். ஏற்கனவே, பறை சனங்களையும், சாதி சனங்களையும் பிரிக்கிறதுக்காக இருந்த சுவரை நாங்கள் இடித்துப் போட்டோம் அல்லவோ? அப்போ, சாமி இங்கு வந்திருக்கவில்லை. சாமிக்குத் தெரியாது. கொஞ்ச நாளைக்கு பெரிய மனுஷர் யாரும் கோயிலுக்கே வரவில்லையே? நாங்கள் அவர்களுக்குச் சமமாக உட்கார்ந்துவிடுவோம் என்று அல்லவோ அவர்கள் இயேசுவையே காண வரவில்லை. அப்புறம், நாற்காலிகளையும் உட்காரும் பலகைகளையும் குறுக்காகப் போட்டல்லவோ அவர்கள் பூசைக்கு வந்தார்கள். ஆகவே, சாமி, அவர்கள் இருக்கையிலே நாங்கள் போய் உட்காருவது பெருத்த களேபரத்தை அன்றோ உருவாக்கும். அதுக்கு நாங்கள் தயாராக இல்லையே?”

“மகனே, இந்தியத் தேசத்திலும், இந்தச் சோழ மண்டலக் கரையிலும், சாதி ஆளுகை மிகுதி என்று இங்கிருந்து வந்த உபதேசியார்கள், குருவானவர்கள் சொல்லியிருக்கிறார்கள். சில ஜாதியார்கள் தாங்கள் மிகுந்த விசேஷமான ஜாதியார்கள் என்று கற்பிதம் பண்ணிக்கொண்டு, ஏனைய ஜாதியினரை மிகவும் இழிவு படுத்துகிறார்கள். அவர்களை மனுஷர்களாகவேனும் மதிக்கிற தில்லை. அவர்களை அழுக்கு என்றும், ஆபாசக்காரர்கள் என்றும் மதித்து அவர்களைத் தொடுவதில்லை என்று விதிக்கிறார்கள் என்றெல்லாம் அறிவேன்தான். என்றாலும், ஏசுவின் பிள்ளையான பிறகு, எல்லோரும் ஒன்றுதானே? கிறிஸ்துவ மக்களுக்குள்ளும் சாதி பேதம் இருக்கலாமோ? இந்து மதத்தில் இருக்கிற ஓர் அசங்கியம் பிடிக்காமல்தானே, கிறிஸ்துவத்துக்கு வந்தார்கள்? இங்கு வந்த பிறகு அந்த அசங்கியத்தை இன்னும் ஏன் இந்த மனுஷர்கள் தின் கிறார்கள்?”

மிகுந்த ஆச்சரியமுடன் தோமையார், இந்தப்படிக்குப் பிலவேந்திரனிடம் சொன்னார். அதுக்கு உத்தாரமாய், பிலவேந்திரன் சொன்னது;

“சாமி, புதுச்சேரிப் பட்டணக் கிறிஸ்துவர்களில் நான் இரண்டாம் தலைமுறை. என் தகப்பனார், அனாதையாக, கொத் தடிமையாய் இருந்து கிறிஸ்துவக் குருவானவரால் மீட்கப்பட்டு கிறிஸ்துவர் ஆனவர், சாமி. எனக்கும் மிகுந்த கீழ்ப்பட்ட ஜீவியம்தான் லயித்திருக்கு. பறையர்களாகிய நாங்களோ, மிகுந்த தொந்தரைக்கும், நோவுகளுக்கும், அவமானங்களுக்கும் பின்னே யன்றோ இந்த மேல் ஜாதி இந்துக்களையும், இந்து சாமிகளையும் வெறுத்துப் போய்க் கிறிஸ்துவத்துக்கு வந்தோம். ஆனால், இந்த மேல் சாதியார்கள் என்ன தொந்தரைக்கு ஆளாகி கிறிஸ்துவத்துக்கு வந்தார்கள். தங்கள் தங்கள் வியாபாரத்தையும், சுக சௌக் கியங்களையும் நிலைநிறுத்த அன்றோ, இங்கே வந்தது? அரசாங் கத்துக்காரர்களாகிய நீங்கள் கிறிஸ்துவானவர்கள்? இங்கே வந்தும் அவர்களே மேல்சாதி பண்ணிக்கொண்டு எங்களை இங்கேயும் இம்சிக்கிறார்களே... நாங்கள் எந்தப்படிக்கு அந்த இடத்தில் போய் உட்காருகிறது?”

பிலவேந்திரன் பக்கம் இருக்கும் நியாயம், குருவானவருக்குப் புரிந்தது. உடனடியாக என்ன செய்வது என்று அவருக்குப் புரியவில்லை. ஆனால், இதை குவர்னதோர் பெண்ஜாதியிடம் சொல்லுவது, பிராது பண்ணுவது என்று மனசுக்குள் முடிவெடுத் துக்கொண்டார். பின்னர், உரிய அங்கியையும், மரியாதைகளையும் அணிந்துகொண்டு பூஜையைத் தொடங்கினார்.

பிலவேந்திரனும், அவன் சமுசாரமும், மற்றும் அவனைப் போலவே, பறையர் சனங்கள் வெயிலில், கோவிலுக்கு வெளியே நின்றுகொண்டே பூஜை கேட்டார்கள். பூஜை முடியும்வரை, பீடத்துக்குக் கீழே இருக்கும் முன் வரிசைப் பலகைகள் வெறுமை யாகவே இருந்தன.

சம்பவம் நிகழ்ந்த மறுநாள் காலமே ஏழு மணிக்கு முன்னதாக, மதாம் ழூான் துய்ப்ளெக்ஸைச் சந்திக்கப் போனார், குருவான தோமையார் அவர்கள். தோமையாரை, வாசலுக்கு வந்து வரவேற்று அழைத்துச் சென்று தம் வரவேற்பு அறைக்குள் அமரச் சொன்னாள் ழூான்.

மண்டியிட்டு ஸ்தோத்ரம் சொன்னவளுக்கு சிலுவை வரைந்து ஆசீர் பண்ணினார் தோமையார்.

“தந்தையானவரே, தாங்கள் என்னுடன் காலைப் பலகார போசனம் பண்ணி என்னைக் கௌரவிக்க வேணும்.”

“ஆகா, அப்படியே.”

மஸ்லின், வெள்ளை, சிவப்புத் துணிகளால், பூ வேலையுடன் தொங்கவிடப்பட்டு அலங்காரமாய் இருந்த அறைக்குள், மேஜை

யண்டையில் அவர்கள் போய் அமர்ந்தார்கள். பூரான், சின்னஞ்சிறு குவளையில், கொஞ்சம் திராட்சை ரசம் ஊற்றி அவருக்கு வழங்கி னாள். தானும் வார்த்துக்கொண்டாள். பொன்னைக் கரைத்து விட்டாற் போன்ற அந்தப் பானத்தை வானத்துக்குக் காட்டி, தேவனுக்குப் பிரார்த்தித்துக்கொண்டார் சுவாமியார். இருவரும் நிதானமாகப் பருகி முடித்தார்கள். வேலைக்காரப் பெண் வந்து அவர்கள் முன் சீனப் பீங்கான் தட்டங்களை வைத்து, அவற்றில், ஆப்பம், இறைச்சிக் குழம்பு, இறைச்சி வறுவல் முதலானதுகளை வைத்துச் சென்றாள்.

"தந்தையானவரே, தாங்கள் என்னை வந்து சந்தித்ததுனாலேயும், ஆசீர்வதித்ததுனாலேயும் நான் மிகுந்த கௌரவதியானேன். இந்த ஏழையால் ஆகக் கூடியது ஏதேனும் இருக்கும் என்றால், எனக்குத் தந்தையார் கட்டளையிட்டு அருள வேணும்."

தோமையார் உணவுண்டுகொண்டே பேசத் தொடங்கினார்:

"மதாம் துய்ப்ளெக்ஸ்! நான் தங்களைச் சந்திப்பது இது இரண்டாம் தடவை. சோழ மண்டலக் கடற்கரைக்கு நான் வந்ததும் முதல் தடவையாகத் தங்களையும் குவர்னரையும் சந்திக்கும் பேறு கிடைத்தது. இது இரண்டாம் முறை. எனினும், நீங்கள் மதத்துக் காகவும், கிறித்துவம் மிகத் தழைக்கவும் உழைக்கிறது பற்றி பிரான்சு தேசத்திலே கூடப் பேச்சுப் பரவி இருக்கிறது. அப்படிப்பட்ட பிரக்யாதி பெற்ற பெண்மணியாய் நீர் இருக்கிறீர். மிகுந்த வேத விசுவாசி என்று ராஜாவைச் சுற்றி உள்ளவர்கள் உம்மைக் குறித்துச் சந்தோஷமாக இருக்கிறார்கள்."

"தங்கள் அன்புக்கு மிகவும் நன்றி, தந்தையாரே. நான் மிகவும் கௌரதையானேன்."

மீண்டும் தோமையார் தொடர்ந்தார்:

பிலவேந்திரன், முன் வரிசையில் இடம் இருந்தும் உட்காரத் தயங்கியதையும், சாதி உயர்ச்சி, தாழ்ச்சி நிலவுவதையும் எடுத் துரைத்துச் சொன்னார்.

"இது நமது கிறிஸ்தவ மதத்தையே அவமானத்துக்கு உள்ளாக்கிவிடும், மதாம் துய்ப்ளெக்ஸ்."

"தந்தையாரே, அது எனக்கும் தெரியும். ஏற்கெனவே, சம்பாக் கோவிலில் இருந்த தடுப்புச் சுவரும் இடிக்கப்பட்டிருக்கிறது. ஆனால், இதுக்கு நாம் என்ன செய்யக் கூடும்? பிரதேச ஜனங் களுக்குள் நிலவுகிற இந்தச் சாதி வேற்றுமையில் நமக்குத் தொந்தரை ஏதும் இல்லையே."

"கிறித்துவான பறை சனங்கள் பக்கமாக அரசாங்கமும் தாங் களும் இருக்கிறதாக உணர்த்தினால், மத்த சாதியார்கள் ஒழுங்காக இருப்பார்களே."

"எதுக்கு உணர்த்த வேணும். இந்தப் பறைசனங்கள் காலம் காலமாக அப்படியே இருக்கப்பட்டவர்கள்தானே. அவர்களை முன்னிட்டு மற்றவர்களை நாம் பகைத்துக்கொள்ளலாமோ? கனகராய முதலியார் போலப் பல முதலியார்கள் இங்கே இருக் கிறார்கள். செட்டிகள் மற்றும் பிள்ளைமார்கள் பெரிய தரத்தில் இங்கு இருக்கிறார்கள். அவர்களில் பலர் நம் கிறித்துவத்துக்கு வந்திருக்கிறார்கள். அவர்களைத் தொட்டுத்தான் நம் அரசாங் கமே நடக்கிறது. கொடுக்கல், வாங்கல், பணப் புழக்கம் எல்லாம் இந்த மேல் சாதி மனுஷர்களைத் தொட்டுத்தானே நடக்கிறது. அவர்களின் விஷயத்தில் நாம் தலையிடுவது மிகுந்த தப்புகளைக் கொண்டு வந்துவிடுமோ என்று அஞ்சுகிறேன்."

தோமையார் தலைகுனிந்தபடி உண்டுகொண்டிருந்தார்.

"இருந்தாலும் மதாம் ழான், நம்மை நம்பி நம் மார்க்கத்துக்கு வந்தவர்களைக் கைவிடப் போமோ? அது நல்லது அல்லவே?"

"அவர்களுக்குள் அடித்துக்கொண்டு தகராறு பண்ணிக் கொண்டு வந்தார்கள் எனில், நாம் பஞ்சாயத்து பண்ணலாம். அதுவும் பெரிய சாதியார்க்குப் பழுது வராதபடிக்குப் பஞ்சாயத்து பண்ணலாம். அதுக்கு மேலே போய், நாம் செய்ய ஒன்றுமில்லை, தந்தையானவரே."

மதாம் ழான் மிகுந்த வன்மையுடன் பேசிக் கொண்டிருந்ததைக் குருவானவர் உணர்ந்தார். எனினும், மனுஷ நேயரான அவருக்கு அவள் செய்வது தவறு என்றே தோன்றியது. ஓர் அளவுக்கு மேலே போயும் அதை அவர் நிர்ப்பந்தப்படுத்த முடியாமைக்கு அவர் மனக்கிலேசப்பட்டார்.

உணவு முடித்து கண்ணாடி விளக்குகள் பல வண்ண வெளிச்சம் சிந்தும் அறைக்குள் வந்து அமர்ந்தார்கள் இருவரும். ழான் மீண்டும் விசாரித்தாள்.

"தந்தையார்க்கு வசதிகள் போதுமானவையாக உள்ளதா?"

"கர்த்தரின் ஊழியனுக்கு இது எதேஷ்டம், மதாம் ழான் அவர்களே."

"உணவும், தங்குமிடமும் குறை என்றால், உடனே அடியாளிடத்தில் சொல்ல வேண்டியது."

"ஆகா, எல்லாம் தங்கள் அன்பு."

“தந்தையாரே? தங்கள் மனசிலே உள்ளதை நான் அறிவேன். பாவப்பட்ட அந்தப் பறை சனங்களுக்கும் மற்றும் நம்ம மதத்துக்கும் வந்திருக்கிற சாணார், சக்கிலி முதலானவர்க்கும் ஏதேனும் கௌரதை தர விரும்புகிறீர்கள். எனக்குப் புரிகிறது தங்களின் நல்லன்பு. ஆனால், அதனால் யாரை நாம் பகைத்துக்கொள்கிறோம்? பெரிய தனவான்களையும், வர்த்தகர்களையும், பிரபுக்களையும் நமக்குக் கடன் கொடுக்கிறவர்களையும். இது தேவைதானா? இதனால் நாம் பெறப் போவது பூஜ்ஜியம். இழக்கப் போவது பிரபுக்களை. ஆகவே இதுபோன்ற காரியங்களில், நாம் சற்றே விழிப்பாயிருப்பது நல்லது. அதுவுமன்னியில், நமக்குத் தொந்தரை தராத வரையில் நாம் இதிலெல்லாம் தலை இட்டுக்கொள்வது அழகல்லவே.”

தோமையார் கனத்த இருதயத்துடன் திரும்பி வந்தார். கோவிலுக்குள் நுழைகையில் மணி பத்துக்கும் மேல் ஆகியிருந்தது. பீடத்தில், ஏசு சிலுவையில் புதைத்து வைக்கப்பட்டிருந்தார்.

‘தேவனே, தேவனே, ஏன் என்னைக் கை விட்டீர்’ என்று அவர் கதறி அழைத்த ரத்தம் தோய்ந்த வார்த்தைகள் கோவிலுக்குள் சுற்றிச் சுழன்றுகொண்டிருப்பதாகத் தோன்றியது அவருக்கு. கோவிலே இரத்த வாடையில் நனைந்த மாதிரி இருந்தது. ஏதோ சகிக்க முடியாத நாற்றம், சாம்பிராணிப் புகையாய் வந்தாற்போல, வயிற்றைப் புரட்டிக்கொண்டு வந்தது அவருக்கு.

35

ரங்கப் பிள்ளைக்கு ஆச்சரியமாக இருந்தது. தரைப்படைத் தலைவனான பராதி, தாசி பானுகிரஹியும், அவள் தோழியும் கோவிலுக்குப் போகையில், கோயில் வாயிலிலே வைத்துத் துடுக்குத்தனம் செய்தான் என்கிற சேதி குவர்னர் துரை மட்டுக்கும் வந்து சேர்ந்துவிட்டிருந்தது. குவர்னர் துரை ரங்கப்பிள்ளையிடம் கேட்டார்.

“ரங்கப்பா! தாசி பானுகிரஹி எத்தன்மையவள்? அவள், நமது மதாமை நேற்று சாயங்காலமாய்த்தானே சந்தித்து, பிராது கொடுத்திருக்கிறாள்.”

“துரையே! என்னவென்று பிராது சொன்னாளாம்?”

“பராதி அவளிடம் துடுக்காக நடந்துகொண்டான் என்று சொன்னாளாம்.”

“தாசி பானுகிரஹி, நம் ஈசுவரன் கோவிலுக்குத் தாலி வாங்கியவள். சங்கீதம், நாட்டியம், புத்தியான வசனம் ஆகியவற்றில்

வெகு சமர்த்தி. ரொம்ப நல்ல மாதிரி என்றுதான் எல்லாரும் சொல்கிறார்கள்."

"அதனால்தான் பராதி பற்றியேகூடப் பிராது பண்ணு கிறாளோ" என்றபடி குவர்னர் துரை புகை பிடித்தபடி இருந்தார். பராதியை, குவர்னர் பெருமானைக் காட்டிலும் அவர் பெண் சாதியே மிகவும் ஊக்குவிக்கிறாள் என்பதைப் பிள்ளை அறிவார். ஆகவே, சாக்கிரதையானார். ஊசி வழி நூல் நுழைவது போல, சம்சாரத்தின் வழி குவர்னர் ஒழுகுபவர் ஆயிற்றே.

"மேன்மையான மதாம் என்ன சொன்னார்களாம்?"

"பராதி அப்படியாக்கொத்தவன் இல்லை என்றாளாம். வேறென்ன பண்ணுவது? நம்மோட மனுஷன் துடுக்குத்தனம் செய்தால் என்ன பண்ணுகிறது?"

"அது உள்ளது" என்று பொத்தாம் பொதுவாகச் சொல்லி வைத்தார் பிள்ளை.

குவர்னர் துரை வெகு சந்தோஷத்தில் இருக்கிறதாகத் தெரிந்தது. ஆகவே அவர் கேட்டார்:

"ரங்கப்பா! இந்தத் தாசிப் பெண்டுகள் என்னவிதமாய் ஜீவிதம் பண்ணுகிறார்கள்? தீனி எங்ஙனம் சம்பாதிக்கிறார்கள்?"

"ஐயனே! கோயிலிலே இவர்களுக்கு அளிக்கும் படி ஒரு வேளை கஞ்சிக்கும் ஆகாதே. பிரபுக்கள், பெரிய மனுஷாள் இவர் களோட இருந்து ஏதோ சம்பாத்யம் ஆகிறது. இருந்தென்ன? தாசிப் பெண் மூத்தால் தவிடுதானே? தவிட்டுக்கு என்ன மரியாதை. அஞ்சு வருஷமோ, பத்து வருஷமோ வியாபாரம் ஆகும். அதுக்குள் ஆஸ்தி பாஸ்தி பண்ணிக்கொண்டால் ஆச்சு. அதுக்குள் பெண்ணாகப் பெற்றுத் தலை எடுத்தால் தாய் சௌகரியப்படுவாள். எதுவும் இல்லாதவள் நோயாளி மனுஷியாய் பிட்சைக்கு வந்துவிடுகிறாள்."

"பரிதாபத்துக்குரிய வாழ்க்கைதான்."

"அட்டியென்ன? இந்த பானுகிரஹி லேசுப்பட்ட மனுஷி யல்லவே. பெரிய வித்வாம்சினி பரம்பரைக்காரியல்லவோ? இவளோட கொள்ளுப் பாட்டிக்கும் எள்ளுப் பாட்டி, வள்ளல் சீதக்காதி மரைக்காயர் சமஸ்தானத்திலே பாடிப் பரிசு பெற்ற வளாச்சுதே."

"அடடே, அஃதெப்படி?"

"அந்தப் பொம்மனாட்டி ஏதோ ஆடியும் பாடியும் பட்டும் படுத்தும் நாலு காசு சேர்த்து வைக்க, அக்காசுகளை ருசு அறிந்த திருடன் கன்னக்கோல் போட்டுவிட்டானாம். அந்த ஸ்திரீ, ராஜா

சீதக்காதி பிரபுவுக்குச் சீட்டு அனுப்பி, பேட்டி கண்டு, குபேர சம்பத்து பண்ணி விட்டாளாமே. நம்மைக் காண அன்றொரு நாள் சவ்வாதுப் புலவர் என்கிற வித்துவான் வந்திருந்தார். அவர் அந்த விவகாரத்தைச் சொல்லி, அந்த மனுஷி சொன்ன பாடலையும் சொன்னார்."

ஆனந்தரங்கர் கண்ணை மூடி, அந்தப் பாடலைக் கவனத் துக்குக் கொண்டு வந்தார்.

"தினம் கொடுக்கும் கொடையானே,
தென் காயல் பதியானே! சீதக்காதி
இளம் கொடுத்த உடைமையல்ல!
தாய் கொடுத்த உடைமையல்ல! எளிநாள் ஆசை
மனம் கொடுத்தும் இதழ் கொடுத்தும்
அபிமானம் தனைக் கொடுத்தும் மருவிரண்டு
தனம் கொடுத்தும் தேடு தனம்
கள்ளர் கையில் பறிகொடுத்துத் தவிக்கின்றேனே."

என்பதாக அந்தத் தாசி பாடினாம்.

"அந்தப் பாடலுக்கு என்ன அர்த்தம் ரங்கப்பா?"

"உத்தாரம் பிரபு! தினம் தினம் ஏழைகளுக்குக் கொடுக்கின்ற வள்ளல், ராஜா சீதக்காதி என்னும் சேக்சையத் காதர் பிரபுவே! காயல்பதிக்கு அரசனே! என் இனம் மனுஷ்யர் எனக்கு உதவியது இல்லை. தாயும் எனக்குத் தந்தவள் இல்லை. அடியாள் ஆகிய நான், மனம் விரும்பியும், முத்தம் கொடுத்தும், அபிமானத்தைக் கொடுத்தும், என் இரு மார்பகங்களைக் கொடுத்தும் சேர்த்த தனம், திருடர்களால் பறிக்கப்பட்டதே. எனக்கு நீயே தனம் கொடுப்பாயாக – என்கிறது தாத்பர்யம். வள்ளல் ராஜா சீதக்காதி பொருள் கொடுத்து சம்ரட்சணை செய்த குடும்பத்தின் வாரிசுதான் இந்த பானுகிரஹி."

"ஆச்சரியமாய் இருக்குதே."

பிள்ளையுடன், குவர்னர் துரை பொதுவான லோக க்ஷேமம் குறித்துப் பேசிக்கொண்டிருந்தார். அப்போது பிள்ளை குவர்ன தோரை விசாரித்தார்.

"பெருமானே! சென்னப்பட்டணத்தைப் பிடிக்கப்போன நம் எட்டுக் கப்பல்களும் என்ன ஆச்சு? யுத்தம் என்ன நிலைமையில் இருக்கிறது?"

குவர்னர் துரையின் முகம் சுருங்கிப் போயிற்று. அவர் எழுது மேசையின் கவையத்தைத் திறந்து ஒரு லிகிதத்தை எடுத்துப் பிள்ளையின் முன் போட்டார்.

“இதை நீயே படி....”

பிள்ளை படிக்கத் தொடங்கினார். கடுதாசி, குவர்னர் துரை விலாசமிட்டு வந்திருந்தது. மைலாப்பூரிலே இருக்கிற வக்கீல் மருதநாயகம் என்பவர் எழுதியிருந்தது.

சுவாமி கபாலீஸ்வர சுவாமி திருவுளத்தினாலே, இகபர சவுபாக்கிய வதான்னிய மூர்த்தன்னிய சதுஷ்டய சாதாரண திக்கு விஜய பிரபு குல திலக, மங்கள குணாகணாலங்கிருத வாசலாக பரிபாக சிரோரத்ன மஹா புருஷச் செல்வ, ஸ்ரீமது சகலகுண சம்பன்ன அகண்டித, லக்ஷ்மி அலங்கிருத ஆசிருத ஜனரட்சக மகாமேரு சமான தீரர்களாகிய கனம் பொருந்திய மகாராஜ்ய மான்ய ராஜஸ்ரீ குவர்னதோர் துய்ப்ளெக்சுப் பிரபுவுக்கு, அனேக தெண்டனிட்டுக்கொண்டு எழுதிக் கொள்வது:

“புதுச்சேரி பட்டணத்திலேயிருந்து சோமவாரம் எட்டு மணிக்கு சென்னப்பட்டணம் வந்து சேர்ந்த எட்டுக் கப்பலும், இங்கே வந்து துறையிலே இருக்கிற நாட்டுக் கப்பல் ஒன்றும், சீர்மைக் கப்பல் ஒன்றும் ஆகிய இரண்டின் பேரிலேயும் இந்த எட்டுக் கப்பல்காரரும் ஒரு வரிசை பீரங்கி தீர்த்தார்கள். மேலும், கோட்டையின் பேரிலே யும் துறையிலிருந்த கப்பலின் பேரிலேயும் தீர்த்துப் போட்டு அந்த எட்டுக் கப்பலும் மைலாப்பூர் மட்டுக்கும் வந்து மாயமாய் மறைந்து போனார்கள். இதிலே இங்கிலேசுக்காரர்கள் இருபத்து அஞ்சு பேர்கள் மரித்துப் போனார்கள். அதிலே பதினைந்து பேர் வெள்ளையர். மற்றவர் சின்ன உத்தியோகம் பண்ணுகிறவர். ஆனால், பிரெஞ்சியர்கள் இந்தப்படிக்கு ஓடிப் போனது பற்றி இங்கிலேசுக்காரர் மத்தியிலே பெரிய இளப்பம் ஏற்பட்டாச்சுது. ஓடிப் போன எட்டுக் கப்பலும், கோவளத்துக்குப் பக்கம் பங்களாவிலிருந்து வந்து கொண்டிருந்த ஒரு ஆங்கிலேயக் கப்பலை மடக்கிப் பிடித்தார்கள். அந்தக் கப்பலிலே இரண்டு ஆனைக் குட்டி, மூன்று அச்சைக் குதிரை, கெந்தகம், சாம்பிராணி, வெள்ளியும், கொஞ்சம் கஞ்சா இதுகள் இருந்தன என்று சேதி வந்திருக்கிறது...”

கடிதத்தைப் படித்து முடித்து, அமைதியாக அதைக் குவர்னர் துரையிடம் திருப்பித் தந்தார் பிள்ளை. கடற்காற்று திடுமென நின்று போய், புழுக்கம் மிகுந்தது.

குவர்னர் சொன்னார்:

“மிகுந்த தலைகுனிவு ஆயிற்று ரங்கப்பா. இதுக்குக் காரணம், கப்பல் கொமான்தான் ஆகிய லபோர்தொனே, கப்பலுக்குத் தலைமை தாங்கிப் போகாமல், சின்ன அதிகாரிகள் வசம் படையை ஒப்புக் கொடுத்து விட்டதுதான்.”

“முசே லபோர்தொனே இப்போது எங்கே இருக்கிறார்?”

"ஒழுகரையில், நம் மாளிகையில் படுத்துக் கிடக்கிறான். அவனிடம் நானும் பராதியும் போய், சண்டைக்கு அவனையே தலைமை ஏற்று நடத்தச் சொல்லி மன்றாடிப் பார்த்தேன். அவன் காலைப் பிடிக்காதது ஒன்றுதான் குறை. அந்த நாய் என்ன சொல்கிறது, தெரியுமா?"

"பிரபு அருளட்டும்."

"அந்தச் சுனை நாய் இருந்துகொண்டு 'எனக்குப் பாரீசில் இருக்கிற மினிஸ்தேர்கள் (மந்திரிகள்) கடலில் போகிற கப்பலை மட்டும்தான் தாக்கக் கட்டளை இட்டார்களே அன்றி, சென்னப் பட்டணம் கோட்டையைத் தாக்கச் சொல்லவில்லையே...' என்கிறது. தலை இல்லாமல் வால் எங்ஙனம் ஆடும்? இவன் தலைமை தாங்கிப் போகாமல், சின்ன அதிகாரிகள் எப்படி ஜெயிப்பார்கள்?"

"சென்னப்பட்டணம் செய்த புண்யம் இன்னும் உருப்படியாய் இருக்கிறது."

"இன்னும் கேள். இந்தச் சொறி பிடித்த நாய் இருந்து கொண்டு என்ன சொல்கிறது என்றால், 'கப்பல் கப்பித்தான், நான்தான். எனக்கு எப்போது சண்டைக்குப் போகணும் என்பதும், எப்படி செயிக்கணும் என்பதும் தெரியும். எனக்கு எவனுடைய உபதேசமும் அக்கறையில்லை' என்கிறான். இந்த நன்றி கெட்ட நாய், இந்தப் புதுச்சேரித் துறைக்கு வந்து இறங்கும்போது எப்படி இருந்தான் என்பதுதான் உனக்குத் தெரியுமே! ஒரே ஒரு கம்பளிச் சட்டை மாத்திரம் போட்டுக்கொண்டு மலைவாசி மாதிரி இருந்தவன், இப்போ என்ன பேசுகிறான் பார்."

துரை, தன் மேசைக் கவையத்திலிருந்து மற்றொரு கடுதாசியை எடுத்துப் பிள்ளையிடம் கொடுத்தார். அது துரையின் மகளும், சென்னப்பட்டணத்திலே ஒரு வெள்ளைக்கார அதிகாரிக்கு வாழ்க்கைப்பட்டிருப்பவளுமான மதாம் போரனவால் எழுதியிருந்த கடிதம். அதிலே அவள் எழுதியிருந்தாள்.

சேசு மரி சூசை துணை

கர்த்தரின் எல்லையில்லாத பேரன்புக்குப் பாத்தியதைப்பட்ட என் அன்புத் தந்தை குவர்னதோர் திருவாளர் துய்ப்ளெக்ஸ் துரைக்குக் கட்டி முத்தம் இட்டுக்கொண்டு மதாம் போரனவால் எழுதுவது. என் அன்பான தாயார் மதாம் ழூான் துய்ப்ளெக்ஸ் அவர்களையும் கட்டி முத்தம் இட்டுக்கொண்டு எழுதுவது. அப்பா! சென்னப்பட்டணத்திலே போரிலே பிரெஞ்சுக்காரர் சண்டைக்குப் போனவர்கள் ஒரு கப்பல்

துறையிலே இருந்தது என்றும், அத்துடனே சண்டை கொடுக்காமல் ஓடிப் போய் விட்டார்கள் என்றும், பிரெஞ்சுக்காரர்கள் வாய்ச் சிலம்பம் மாத்திரமே அல்லாமல் காரியத்திலே நிருவாகியாம் என்றும், இந்தக் கொள்ளைக்கு எட்டுக் கப்பல்கள் வருவானேன் என்றும், வந்தவர்கள் ஜாமமாத்திர நேரமாவது சண்டை தொடுத்தார்களா என்றும், ஆங்கிலேகாரர்கள் தூங்கிக் கொண்டிருந்தால் பிடித்துக்கொண்டு போகிறது, விழித்துக் கொண்டிருக்கிற சாடையைப் பார்த்தால் ஓடிப் போகிறது என்பதாக வந்தார்கள் என்றும், ஒரு கப்பலுக்குச் சவாபு கொடுக்காமல் ஓடிப் பிழைத்தார்கள் என்றும், பிரெஞ்சுக்காரர் வாராமல் இருந்தால், எட்டுக் கப்பலின் பொருட்டு ஆங்கிலேகாரருக்குப் பயமாவது இருக்கும் என்றும், நானாவிதமாய், இங்கிலீசுக்காரர்களில் பெரிய மனுஷரும், தமிழரிலே பெரிய மனுஷரும், அனேகம் பேர் நம்மை எகத்தாளி பண்ணுகிறார்கள்...

கடிதத்தைப் பவ்யமாக மடித்து மேசை மேல் வைத்தார் பிள்ளை.

"ரங்கப்பா! நீ அறியாதது இல்லை. அந்த லபோர்தொனே ஒரு பிச்சைக்காரனைப் போல வந்ததை நீயே பார்த்திருக்கிறாய். உன் கண் முன்னே நீ பார்த்திருக்கிற காரியம். நீ புத்திசாலி. உனக்குத் தெரியாதது இல்லை. இந்த நாய்மகன் இப்படி நடந்து கொள்கிறதுக்கு என்ன முகாந்திரம்? சீர்மையிலே ராசாவிடத்தில் இருக்கிற சிலர், இவனிடம் விசுவாசம் காட்டுவதால், இந்தப் பயல், அதை இப்படி உபயோகப்படுத்திக்கொள்கிறான். ராசாவண்டையிலே, சபையிலே, இந்தப் பிச்சைக்காரனுடைய தம்பியாகப் பட்டவன் ரொம்ப சக்திமானாக இருக்கிறான். அதைத் தொட்டு இப்படி நடக்கிறது."

சற்று நேரம் குவர்னர் துரை எழுந்து உலாத்திக் கொண்டிருந்தார்.

"ரங்கப்பா, மசுக்கரையிலே இவன் குவர்னராக இருக்கிறபோது, இவன் செய்த அக்ரமங்கள் எல்லாம் சீர்மைக்குப் போச்சுது. அரசாங்கம் இவனை அழைப்பித்துக் கழுத்துக்குக் கயிறு போட இருந்தது. அப்போ, வெகு பணத்தை முசே புல்லிக் என்கிறவனுக்குக் கொடுத்து, இவன் தப்பிக்கொண்டான். இல்லையானால், இவனைப் புதைந்த இடத்தில் இன்னேரம் ஒரு பெரிய மரம் முளைத்து வளர்ந்து பழம் கொடுத்திருக்கும்."

"ஆகா, அது உள்ளது" என்றார் பிள்ளை.

பிள்ளை வீடு திரும்ப இரவு ஏழரையாச்சுது. வருகிற வழியில், பாக்கு மண்டியைக் கடந்து சம்பாக் கோவில் தெருவுக்குத் திரும்புகிற திருப்பத்தில் அவரை நோக்கி, "கும்புடறேன் ஐயா" என்றது ஒரு பெண் குரல். இருட்டில் நிழல் உருவங்களாக இரு பெண்கள்.

"ஆரு?"

"அடியாள் பானுகிரஹி. இவள் தோழி."

"எங்கே இந்த நேரத்தில்?"

"......"

"சரி, சரி. மதாம் பூனைப் பார்த்தாய் போல என்று அறிந்தேனே."

"ஆம். சாமி. அந்த வெள்ளைக்காரக் கப்பித்தான் பராதி, கோவிலே வைத்து என்னிடம் குறும்பு பண்ணினான். அதை மதாமிடம் பிராது கொண்டு போனேன்."

"மதாம் என்ன சொன்னார்கள்?"

"இது ஒரு விவகாரமா? அதுவும் தாசிப் பெண்ணைப் பார்க்கையில் ஆரும், நாலு வார்த்தை பேசத்தான் செய்வார்கள் என்று சொன்னார்."

"தாசிப் பெண் ஆனால், தெருவில் கிடக்கிறாளாமா? அவிசாரி முண்டை அப்படித்தான் பேசுவாள். மனதில் வையாதே. சோறு கறிக்கு ஒன்றும் தடை இல்லையே."

"எல்லாம் தங்கள் அருள். கடவுள் புண்ணியத்தில் அப்படி ஒன்றும் குறையில்லை."

"தட்டு வந்தால், மண்டிக்கோ, வீட்டுக்கோ ஆளை அனுப்பி வை."

"நல்லது சாமி. எல்லாம் தங்கள் அன்பு."

"ஆமாம். நம் தம்பி அந்தப் பக்கம் வருகிறானா, இன்னும்."

"இல்லை சாமி."

"சரி. புறப்படுங்கள்."

"சாமி ஒரு விண்ணப்பம்."

"சொல்லு."

"வெள்ளைக்காரக் கப்பித்தான் விஷயமாக ஏதேனும் விவகாரம் எனக்கு ஏற்படும் என்றால், அடியாளைத் தாங்களே ரட்சிக்க வேணும்."

பிள்ளை, சற்று கணம் அமைதியாக இருந்துவிட்டுச் சொன்னார்:

"வராது. அந்த அம்மாளுக்கு எத்தனையோ காரியங்கள் செய்ய இருக்கின்றன. அதில் உன்னை அவள் மறந்து போவாள். அதைத் தொட்டுக் கவலைப்படாதே. ஏதேனும் தொந்தரை என்றால், அந்த க்ஷணமே எனக்கு அறிவிப்பு செய். நான் பார்த்துக்கொள்கிறேன்."

"அடியாள் வந்தனம்." பானுகிரஹி நின்றவாட்டில் குனிந்து வணங்கி விடைபெற்றாள்.

வீடு வந்து கால், கை அலம்பிக்கொண்டு இலையில் அமர்ந்தார் பிள்ளை. மங்கை, தூணுக்கு இப்புறமாய் இருந்து கொண்டு சொன்னாள்:

"அவ்விடத்துக்கு ஒரு விண்ணப்பம்."

"சொல்லம்மா."

"குழந்தைக்கு வயது ஏறிக்கொண்டே போகிறதே. சமைஞ்சு, மூன்று தை வந்து போய்விட்டது."

பிள்ளையின் முகம் மந்தகாசமாயிற்று. அவர் சிரித்தபடி சொன்னார்:

"பெண் வளர்த்தி பீர்க்கு வளர்த்தி என்பார்கள். குழந்தை என்று இருந்தேன். அதுக்குக் கல்யாண வயசு வந்தாச்சுதா? பேஷ். பேஷ். நாளை தொட்டு மருமகனைத் தேடத் தொடங்கி விடலாம். குழந்தை ஜாதகத்தை எடுத்துத் தயார் பண்ணு. அது சரி மங்கை. மருமகன் எப்படி இருக்க வேணும். சொல்."

"போங்கள். ரொம்பவும் குறும்புதான்."

பிள்ளை உரக்கச் சிரித்தார்.

36

காலமே ஏழு மணியைப் போலவே, லெக்சுமண நாய்க்கர், பிள்ளையைப் பேட்டி பண்ணிக்கொள்ள வந்திருந்தார். வந்தவர் ஒரு தாம்பாளத்தில், வெற்றிலை பாக்கு, பழம், பட்டு வயணம் ஒரு துண்டு, சில வராகன்கள் ஆகியவற்றைக் கொண்டு வந்து பிள்ளையின் முன்னால் வைத்தார். வணக்கம் பண்ணிக் கொண்டு பிள்ளைக்கு முன் அமர்ந்துகொண்டார். பிள்ளை அன்று சனி வாரம், பெருமாளுக்கு உகந்தபட்சம் ஆகையினாலே, விடிகாலமே ஸ்நான பானாதிகளை முடித்துக்கொண்டு கூடாரை வெல்லும் சீர் கோவிந்தனை ஸ்மரித்துக்கொண்டு அமர்ந்திருந்தார். நாயக்கரை அமர்த்திவிட்டு, "ஏது விசேஷம்" என்றார்.

“நம் குழந்தை ருதுவாகியுள்ளாள். நாளை சாயங்காலம் ருது சாந்தி பண்ணுவிக்கிறது. நீராட்டலுக்குப் பிள்ளைவாள் வருகை பண்ண வேணும். வந்து நடப்பிக்க வேணும். நம் வீட்டில் விருந்து பண்ண வேணும். பண்ணுவீரோ, மாட்டீரோ?”

“பேஷாய்ப் பண்ணுகிறது. ஏன் பண்ணாமல்? நாயக்கரே, பகவான், சாதி ஆசாரம் பார்த்தா ஒன்பது இடங்களிலே போஜனம் பண்ணினார்?” என்றார் பிள்ளை. “குழந்தை எப்போ ருதுவானாள்?” எனக் கேட்டுக்கொண்டு, தன் கை விரல்களாலும் மனத்தாலும் கணக்கிட்டு இருந்துவிட்டு அப்புறமாய்ச் சொன்னார்:

“நல்ல ஓரையில் குழந்தை திரண்டிருக்கிறாள். ரொம்ப விசேஷமாய் இருக்கு சாதகம். கிழக்கேதான் வரன் அமையும். இன்னும் நாலஞ்சு வருஷங்களுக்குள் கல்யாணம் நடக்கும். நிறைய பிள்ளை குட்டிகளைப் பெற்று, சௌக்ய, சுபயோகமாய் இருப்பாள் குழந்தை.”

“சொல்லுங்கள்... உங்களைப் போன்ற பெரியவர்கள் வார்த்தை சொன்னால், துவிசேஷித்துப் பலன் தருமே. ஆமாம். பிள்ளைவாள், அஃதென்ன ஒன்பது இடங்களில் பகவான் பட்சணம் பண்ணினது?”

“சொல்கிறேன், கேளும்! ராமனாய் வந்தபோது ரிசிய முக மலையில், மதங்கர் ஆச்ரமத்திலே வசித்து வந்த தவமுது மகளான சபரியானவள், சேர்த்து வைத்திருந்த நல்ல கனி வர்க்கங்களைச் சோதித்துத் தின்னக் கொடுத்தாள், அல்லவா? அது ஒரு போஜனம்; அப்புறமாய் ராமர், ராவண வதம் முடிந்து, சீதா பிராட்டியை மீட்டு, விபீஷணருக்கு லங்காபுரி ராஜ்யத்தை முடிசூட்டி விட்டு, அயோத்திக்குத் திரும்பி வருகையிலே பரத்வாச ரிஷி தம் ஆச்ரமத்திலே பெருமானுக்கு அன்போடு போஜனம் அளித்தார். இது இரண்டாம் போஜனம். மூன்றாவது, கிருஷ்ணனாக பகவான் வந்தபோது யசோதை முலைப்பால் உண்டாரே, அது. ஆழ்வார்கள் அனுபவித்தார்களே –

> “அரவணையாய்! ஆயிற்றே! அம்மம்ம உண்ணத் துயிலெழாயே!
> இரவும் உண்ணாது உறங்கி நீ போய் இன்னும் உச்சிக்
> கொண்டதாலோ!
> வரவும் காணேன், வயிறசைந்தாய், வனமுலைகள் சோர்ந்து
> பாய
> திருவுடைய வாய்மெடுத்துத் திளைத்துதைத்துப்
> பருகிடாயே...”

என்று ஆழ்வார்கள் அவதார ரசத்தைப் பருகினார்களன்றோ? அது மூன்றாவது போஜனம். அடுத்தது, அதரபானம். கண்ண பிரானுக்கு இடைச்சிகளின் இதழமுதத்தைச் சுவைப்பதிலே

எல்லையற்ற இன்பம். இவர்களது வாயமுதை உண்ட இவனது வாயமுதை உண்டு கிளர்ந்தது பாஞ்சசன்னியம் என்றால் அதன் பேறு வாசாமகோசரம் அல்லவோ? கமலப் பூவின் வாசனையோ, கற்பூர வாசனையோ, என்று பகவான் வாய் மணம் பற்றி ஆண்டாளும் அனுபவித்துள்ளாள்தானே? இது அதர போஜனம். அஞ்சாவது, கோவர்த்தன மலைக்குப் படைத்த போஜனத்தைக் கண்ணன் தானே உண்ணவில்லையோ? எங்கள் ஆயர் மக்கள், கோவர்த்தன மலையைப் பூசிப்பதாகிய யாகம் செய்தனர். அதற்காக அங்கு வண்டி வண்டியாகக் கொண்டு போய் படைத்த சோறு, கறி வகைகள், தயிர் முதலான எல்லாப் படையலையும், கண்ணபிரானே பூத வடிவு கொண்டு தின்னாரே, அது அஞ் சாவது போஜனம்; ஆறாவது ரிஷி பத்தினிகள் இட்ட போஜனம். ஒரு நாள் கானகத்திலே, கண்ணன் ஆயப்பாடிப் பிள்ளைகளோடு சேர்ந்து பசுக்களை மேய்த்துக்கொண்டிருக்கையிலே, அப்பிள்ளைகள் பிரானை அணுகி, "நாங்கள் பசியால் நொந்து போனோம். எங்கள் பசி தாகத்தை நீக்கி வைப்பாய்" என்று வேண்ட, அதுக்குப் பரமாத்மா, "அருகிலே அந்தணர்கள் ஆங்கீரது யாகம் செய் கிறார்கள். அவர்களிடம் சென்று என் பெயரைச் சொல்லி அன்னம் வாங்கி வாருங்கள் என்க, அதுக்கு அந்த ரிஷிகளோ ஒன்றும் சொல்லாதிருக்க, ரிஷி பத்தினிகள் அது கேட்டுப் புளகாங்கிதம் அடைந்து, பஞ்ச பட்ச பரமான்னங்கள் தயார் செய்து தாமே வந்து சாதம் படைத்துப் பரிமாறினார்களே அது ஆறாவது போஜனம். ஏழாவதானது, கிருஷ்ணன் பாண்டவர்க்காக அஸ்தினாபுரத்துக்குத் தூது போனபோது நடந்தது. பீஷ்மர், "'தாம் அறிவின் மேலோன் ஆனபடியினாலே, தமது கிரஹத்துக்கத்தான் கிருஷ்ணன் வருவான்' என்றிருக்க, துரோணாச்சாரியார் 'தாம் சாதியில் உயர்ந்தோம். தமது கிருஹத்துக்கே கிருஷ்ணன் வருவான்' என்றிருக்க, துரியோதனனோ 'செல்வத்தால் மிக்க தம் அரண்மனைக்கே கண்ணன் வருவான்' என்றிருக்க, மகாத்மா விதுரரோ, 'நான் அற்ப இயல்பினன், நம் குடி லுக்குப் பரமாத்மனை எவ்வாறு அழைப்பது' என மருகி இருக்க, கிருஷ்ணரோ, விதுரர் வீடு சென்று போஜனம் பண்ணி அவரைக் கௌரவித்தாரன்றோ. அது ஏழாவது போஜனம்; பெரியவாச்சான் பிள்ளையும்கூட விதுராழ்வார் கண்ணனுக்கு இட்ட அன்னத்தைப் பற்றித் திருப்பல்லாண்டு எட்டாம் பாட்டிலே 'நெய்யிடை நல்ல தோர் சோறு' என்ற பாட்டுக்கு வியாக்யானம் பண்ணுகையிலே, 'சோற்றுக்கு நன்மையாவது, இட்டவன், என் இட்டோம் என்றி ருத்தல், உண்டவன், இதுக்கென் செய்வோம் என்றிருத்தல். தாய் இடப் புத்திரன் உண்ணும் சோற்றுக்கு இவ்விரண்டும் இல்லையே' என்னமாப் போலவே, அச்சோற்றை அனுசந்திக்கவில்லையா? எட்டாவது போஜனம், அஸ்தினாபுரத்திலே குந்தி இட்ட சோறு

அல்லவா? ஒன்பதாவது நம் குசேலர் இட்ட சோறு, அவல் சோறு. கிருஷ்ணன் என்ன கொணர்ந்தீர் என்க, வெட்கப்பட்டு ஒளித்த அவலைப் பிடுங்கிப் பகவான் உண்கையில் ருக்மணி தடுத்தாள். என்ன வியாஜ்ஜியம்? முதல் பிடி அவலுக்கே, குசேலருக்கு இம்மை மறுமைச் செல்வங்கள் பூர்த்தியாகி விட்டன. மறு பிடி அவலுக்காய், பெருமானும், தேவிமார்களும் குசேலருக்கு அடிமை பண்ணும் படியாகும், தோழமை போய்விடும் என்னும்படி பண்ணினது ஒன்பதாம் போஜனம்."

நாயக்கர், பிள்ளை சொற்களை அனுபவித்துக் கொண்டிருந்தார்.

"அதனாலே, நாயக்கரே, பகவான் சாதி, குலம், கோத்திரம் பார்த்தோ போஜனம் பண்ணினது அல்லவே. அனுமாரோடும் உண்டார். ஆயர்பாடிச் சிறுவரோடும் உண்டார். ஆதலினால், கேவலம் மனுஷர் என்னத்துக்குப் பார்க்கிறது?"

"எல்லாம் தங்கள் அன்பு. ரொம்பவும் இளைத்துப் போய், ஏது பண்ணி ஜீவனம் பண்ண என்று நான் இருக்கையில், என்னைக் கும்பினியில் சின்ன வியாபாரியாகப் பண்ணி, கப்பலுக்குச் சரக்கு பிடிக்கும் வேலை கொடுத்து என்னையும் ஆளாக்கி நடப்பித்தீர்."

"அதை விடும். என்னைக் கூச்சப்படுத்தாதீரும்."

குழந்தைக்குப் பட்டு சகலாத்தும், வராகன்களும் கொடுத்து நாய்க்கரை அனுப்பி வைத்தார் பிள்ளை. வாக்கு கொடுத்தபடி அடுத்த நாள் நீராட்டு விழாவுக்குச் சென்று போஜனம் பண்ணி விட்டுத் திரும்பினார்.

மத்தியான பூஜையை முடித்து விட்டுப் பிரகாசத்தில் வந்து அமர்ந்தார் பாலமணி குருக்கள். இனி அக்கடா என்று இருக்கப் பட்ட நேரம். கோவிலின் பிரதான கதவுகள் மூடப்பட்டுத் திட்டி வாசல் மட்டுமே திறந்திருக்கும். யாராவது வழிப்போக்கர்கள் வருவர். அர்ச்சனை கற்பூரம் ஏற்றிக் காட்டுங்கோள் என்று வருகிற நபர்கள். எல்லாம் பையன்கள் கவனித்துக் கொள்வார்கள். மத்தியானமானால், கோபுர வாசல் வழியாக நேராகப் பிரகாரத்துக்குக் காற்று புகுந்து வரும். கடற்கரைக் காற்று. ஆளைக் கிறங்கடித்துக் கண்ணைச் சொக்க வைக்கும். குருக்கள் தூணில் சாய்ந்துகொண்டு அட்டங்கால் போட்டு அமர்ந்து காற்றை அனுபவித்துக்கொண்டிருந்தார். புரட்டாசி மாசத்து வெயிலாக இருந்தென்ன? சுள்ளென்றடித்துக் கொண்டிருந்தது. வெயில். கூடவே, சிலுசிலுவென்று பனிக் காற்றும் விரவி இருந்தது. குருக்கள், லேசாக உள் ஒடுங்கி, பாதி விழிகளின் ஊடே, வெளிச்சச் சிதறல்களை இமையாமல்

நோக்கிக் கொண்டிருக்கையில்தான், யாரோ அருகே வந்து நிற்கிற பிரக்ஞையில் கண்களைத் திறந்தார்.

எதிரே பானுகிரஹியும், அவள் தோழியும் நின்றிருந்தார்கள்.

"பானுவா? என்ன இந்த மத்தியானப் பொழுதில்?"

பானுவும், தோழியும், பிராகாரத்தில், குருக்களுக்குச் சமீபமாக அமர்ந்துகொண்டார்கள்.

"குருக்களைக் காணத்தான். இந்தச் சமயம்தானே, குருக்கள் ஆசுவாசமாக இருக்கிறது?" என்றாள் பானு.

"உள்ளது. ஏதாவது விசேஷமோ?"

பானு மௌனமாக இருந்தாள், யோசிப்பவள் மாதிரி, பிறகு சொன்னாள்:

"விசேஷமொன்றில்லை, குருக்களே! தரைப்படை கொமோன்தான் (கமான்டென்ட்) பராதியைப் பற்றி, துரை பெண்சாதியண்டை நான் பிராது கொடுத்திருந்தேன் அல்லவோ? அதைத் தொட்டு, அந்த முரடன் அடிக்கடி என் வீட்டண்டை வந்து என்னை வம்பு பண்ணிக்கொண்டிருந்தான். நான் துபாஷ் ஆனந்தரங்கப் பிள்ளையண்டையிடம் பிராது பண்ணியதுக்குப் பிள்ளை, நீ பயப்படாமல் இரு என்றார்கள். சொன்னது போல, குவர்னர் அண்டையிடம், இது விஷயமாக அவர் பேசினார் என்கிறார்கள். அதைத் தொட்டு, பராதி கொஞ்ச காலமாக நம் வீட்டுப் பக்கம் வருவதை ஒழித்திருந்தான். தவிரவும், இது யுத்த காலம் அல்லவோ? அதைத் தொட்டு அவன் சென்னப் பட்டணத்துக்குப் போய்ச் சேர்ந்தாச்சுது. சனியன் விட்டது என்றிருக்கையில், தலைவலியொழிந்து திருகுவலி வந்தாற்போல, அவன் ஆட்களின் தொல்லை அதிகமாச்சுது. குறிப்பாக, துரை பெண்சாதியிடத்திலே துபாஷ் என்று சொல்லிக்கொண்டு, எடுபிடியாய் இருக்கிற தொப்பை நாராயணன் என்கிறவன் வழி காட்டுதல் கீழே, அக்ரமம் அதிகமாகத்தானே ஆச்சு. வெள்ளைச் சிப்பாய்கள் நடு சாமத்தில் குடித்துப்போட்டு கதவைத் தட்டுகிறதும், நாராசமாகப் பேசுகிறதும், அட்டகாசம் பண்ணுகிறார்கள். குடி தவறிழைத்தால் ராஜாவிடம் சொல்லலாம். ராணியாய் இருக்கப் பட்டவளே இந்தத் தொந்தரை பண்ணுகிறதாய் இருந்தால் எங்கு போக? மனம் சலித்துக் கிடந்தது. அதுதான் தங்களைப் பார்த்துப் போகலாம் என்று வந்தது."

குருக்கள் சில நேரம் அமைதியாக இருந்துவிட்டுச் சொன்னார்:

"அப்படித்தான் நடக்கிறது. துரைசானியண்டையில் இருக்கிற சிப்பாய்கள் மற்றும் சொல்தாதுகள் ரொம்பத்தான் அட்டகாசம்

பண்ணுகிறான்கள். உன் வீட்டண்டைக்கு மட்டும் வருகிறான்கள் என்றில்லை. சாட்சாத் பகவான் இருக்கப்பட்ட கோவிலுக்குள்ளே புகுந்து காலித்தனம் பண்ணுகிறான்கள். பக்கத்திலே இருக்கப்பட்ட கிறிஸ்தவக் கோயிலான சம்பாக் கோயிலையும், நம் வேதபுரீஸ்வரர் கோவிலையும் பிரித்திருப்பது ஒற்றைச் சுவரும், நந்தவனமும்தானே. சம்பாக் கோயிலுக்குள்ளே, ஏதோ சண்டைக்குப் போகிறாற்போல, இத்தனை படையாள்களை என்னத்துக்கு வைத்திருக்கிறார்களோ, அறியேன். எனக்கென்ன தோணுது என்றால், நம்மை மிரட்டத்தான் இத்தனை கெடுபிடிகள் செய்கிறார்களோ என்று தோன்றுகிறது. சப்பாத்தைப் (செருப்பை) போட்டுக்கொண்டு கோவிலுக்குள்ளே வருகிறதும், சுவாமி தரிசனம் பண்ண வருகிற பொம்மனாட்டி களைப் பயம் காட்டுகிறதுமாக இருக்கிறார்கள். யாரிடம் நான் சொல்ல? எல்லார்க்கும் பெரியவரான பகவான் அண்டயிலேதான் பிராது பண்ணுகிறது. பண்ணி இருக்கேன். பார்ப்போம்."

இருவரும் வெவ்வேறு மன உளைச்சலில் இருந்தார்கள்.

மௌனத்தை கலைத்துக்கொண்டு குருக்கள் சொன்னார்:

"நித்திய வாழ்க்கை சௌக்கியமாக இருக்கிறதா?"

"இருக்கிறது, சுவாமி. செட்டியார் கை விட்டுவிட்டார். இப்போது, வில்லியனூர் முதலியார் வந்து போய்க் கொண்டி ருக்கிறார். அவர்தான் நம்மை சம்ரட்சணம் பண்ணுகிறார்."

"அடடா, அதுவும் அப்படியா? செட்டியார் ரொம்ப நல்ல மாதிரிப்பட்டவர் ஆச்சுதே. உன்மேல் ரொம்பவும் அன்பாக விருந்தாரே. சென்ற கார்த்திகை மாசத்திலே, உம் ஜென்ம நட்சத்திரத்துக்கும் அர்ச்சனை பண்ணினாரே!"

"இருந்தார். இப்போ இல்லை. அதுதானே இயற்கை. சுவாமிகளே! தாசி உறவு, மாசி நிலவு இரண்டும் சுகப்படாது என்கிற சொலவடை இருக்கத்தானே செய்கிறது. சுவாமிகளே! எங்களையெல்லாம் தாலி கட்டிக்கொண்டா வைத்திருக்கிறது. சித்ரான்னங்கள் கட்டிக்கொண்டு துபாஷ் ஆற்றங்கரைக்குச் சாப்பிடப் போவதில்லையா? அந்த மாற்றம் ஒரு மகிழ்ச்சிக்குத் தானே? அதுக்காக எப்போதும் ஆற்றங்கரையிலேயே குடித்தனம் பண்ணச் சொன்னால் எப்படி? அது சரிப்படுமா? நாங்கள் எல்லாம் ஒரு வித்தியாச அனுபவத்தைக் கொடுக்கிறதுக்காகப் படைக்கப்பட்டவர்கள். சுவாமி, வித்தியாசம் எப்போதாவது கிடைத்தால்தானே சந்தோஷம்? அதுவே நிரந்தரம் ஆனால், அது வித்தியாசம் ஆகுமோ?"

"அது உள்ளது. எதுக்கும் பிள்ளையிடம் சிப்பாய்கள் பற்றி ஒரு வார்த்தை போட்டு வைக்கிறது நல்லதில்லையா?"

"வைத்துள்ளேன். கடவுள் விட்ட வழி என்றிருக்கிறேன்." குருக்கள் திருநீறு தர அதை வாங்கிப் பூசிக்கொண்டு விடை பெற்றாள் பானு.

ரங்கப் பிள்ளை மறுநாள் காலமே பேட்டி பண்ணிக்கொள்ள, குவர்னர் துரையின் மாளிகைக்குச் சென்றார். துரையின் அலுவல் அறைக்கு வெளியே, சிறு தரத்து அதிகாரிகள் குழுமியிருந்தார்கள். பிள்ளை முசேலெபோர் என்கிற சிறு தரத்து அதிகாரியை அணுகி சலாம் பண்ணிக்கொண்டு பேசலுற்றார்:

"துரையின் திரேகம் சௌக்கியமா இருக்கிறதல்லவா?"

"ஆகா, இருக்கிறது."

"மனச் சந்துஷ்டியுடனே சிரித்துப் பேசிக்கொண்டிருக்கிறார்கள் தானே?"

"இருக்கிறார்கள்."

பிள்ளையின் அகம், ஆசுவாசமாயிற்று. துரைகளுடன் வைத்து இருக்கிற உறவும் நட்பும் மிக ஜாக்கிரதையாக அன்றோ காப்பாற்றப் பட வேண்டியிருக்கிறது. அவர்கள் சிரிக்கும்போது சிரிக்கவும், அழும்போது அழவும் பயின்றிருக்க வேணும். அத்துடன், நெருப்பில் குளிர் காய்கிற மாதிரி அகலாமலும், அணுகாமலும் இருந்துகொள்ள வேண்டும்.

பிள்ளை, துரை அவர்கள் எழுதும் கபினேத் அறைக்குள் நுழைந்தார். துரை அவர்கள் புகை பிடித்துக்கொண்டு அமர்ந்திருந்தார்.

"ரங்கப்பா, வா, என்ன சங்கதி?"

"எல்லாம் தங்கள் தயவு. தங்கள் அன்பினால் அன்றோ நாம் ஜீவித்துக் கிடக்கிறது."

"என்ன காரியமாக வந்தாய்?"

"ஒரு விண்ணப்பம். சென்னப்பட்டணம் படையெடுப்பு நடக்கிறது. அதிலே நம் பக்கம்தான் செயமாகப் போகிறது. அதிலே ஐயம் இல்லை. அங்ஙனம் வெற்றி பெற்ற பிறகு, சென்னப் பட்டணத்து ராசாங்கத்துக்கு ஒரு துவிபாஷி வேண்டியிருக்கும் அல்லவா?"

"ஆமாம். கட்டாயம் வேண்டியிருக்கும். சுங்கத்தை வியா பாரத்தைக் கவனிக்க வேணுமே."

"அதைத் தொட்டு, சென்னப்பட்டணத்து துபாஷ் வேலையில் என் தம்பியைத் தாங்கள் தயை கூர்ந்து அமர்த்திக் கொள்ள வேணும்."

துரை சற்று நேரம் அமைதியாக இருந்துகொண்டு யோசித்தபடி இருந்தார். பிள்ளை தொடர்ந்தார்.

"நம் தம்பி என் கையில் பழகியவன். வியாபார சூட்சுமங்கள் அறிந்தவன். துரை அவர்களின்மேல் மிகுந்த பக்தியும், அன்பும் கொண்டவன். எந்தக் காலத்திலும் துரோக புத்தி இல்லாதவன். தங்களை மிகுந்த சங்கடத்துக்கு ஆளாக்கிக்கொண்டிருக்கும் முசே லபோர்தொனே மேல் மிகுந்த வெறுப்பு கொண்டிருப்பவன்."

துரையின் முகம் மலர்ந்தது.

"ரங்கப்பா, நீ சொன்னால் சரி. எனக்கு மிகுந்த உபசாரமாய் இருக்கப்பட்டவன் நீ. உன் வார்த்தைகளில் பழுது இருக்காது. ஆகவே, உன் விருப்பம் போலவே செய்துவிடலாம்."

பிள்ளை சொன்னார்கள்:

"தாங்கள் எனக்கு அன்னதாதா. தாங்கள் சுபிட்சமாய் இருக்க வேணும் என்கிறதுக்காகவே அல்லும் பகலும் நான் வேண்டுகிறேன்."

"எனக்கு அது தெரியும் ரங்கப்பா! உன் தம்பியை என்னை வந்து காணச் சொல். லிகிதம் தருகிறேன். எப்போது அவன் உத்தியோகத்தின் மேல் போகப் போகிறான்?"

"அமாவாஸ்யைக்கு அடுத்த நாளே நன்றாக இருக்கிறது. அன்றைக்கே அனுப்பிப் போடுகிறேன்."

"அப்படியே செய்" என்றார் துரை.

37

காலஞ்சென்ற துபாஷ் கனகராய முதலியின் தம்பி சின்ன முதலி எனப்பட்டவன் தம் வீட்டுச் சபையிலே தளவாய் கிரிமாசி பண்டிதனையும், அவன் மனுஷர் மதனாந்த பண்டிதனையும் கூட்டி வைத்துக்கொண்டு லோகா பிரமமாய்ப் பேசிக்கொண்டிருந்தான். அந்தப் பொழுதில் கிரிமாசிப் பண்டிதன், "இந்த அன்னபூரண அய்யன் துபாசித்தனத்துக்கு வெகு பிரயத்தனம் பண்ணுகிறாப் போலே, ஜனங்களிடத்திலே வெகு அபவாதமாய் இருக்கிறதே" என்றான். அது கேட்டதும் அண்ணன் கனகராய முதலிக்குப் பிறகு, அவர் வகித்த துபாஷ் உத்தியோகம் தனக்கு வரும் என்று எண்ணமிட்டுக் கொண்டிருந்த சின்ன முதலியின் மனசிலே நெருப்பைக் கொட்டினாற்போலே ஆயிற்று. அவன் பனைமட்டையின் மேல் மழை பெய்தாற் போன்று சடசடத்த சப்தத்துடன் பேச ஆரம்பித்தான்:

“ஆரவன், இந்த அன்னபூரண அய்யன்? துரை பெண்சாதி சாப்பிட்ட எச்சிலை எடுத்து அலம்பி வைக்கிற மானயீனன். அந்தப் பயலா, துபாஷ் பதவிக்கு ஆசைப்படுவது? துபாஷ் என்றால், தமிழ், பறங்கி எழுத்து, துலுக்கர் எழுத்து, தெலுங்கு பாஷை இன்ன பிற பாஷைகளில் தேர்ந்தவன் அன்றோ? தமிழ் பாஷையே தட்டுக் கெட்டுப் பேசுகிற அய்யனா, அந்தப் பதவிக்கு ஆசை கொள்வது? அவிசாரி தாலி கட்டிக்கொள்ள ஆசைப்பட்டது போலன்றோ இருக்கிறது இந்தக் கூத்து?”

“அது உள்ளது. ஆனால், துரைக்கும், துரை பெண்சாதிக்கும் நிறைய பணம் செலவு பண்ணவும் அய்யன் துடிப்பாய் இருக்கிறதாகக் கேள்வி.”

“அவள் ஒரு அவிசாரி முண்டை. கேடு கெட்ட பறங்கி முண்டை. புதுச்சேரிப் பட்டணத்தையே விற்றுக் காசாக்கிக் கரைத்துக் கொடுத்தாலும் குடித்துவிட்டு ஏப்பம் விடுகிறவள் அல்லவோ, அவள்.”

“அது உள்ளது. அந்தப் பறங்கி முண்டை பணமென்றால் தானே வாயைத் திறப்பாள். இந்தப் பஞ்சப் பனாதிக்கு எங்கிருந்து பணம் வருமாம்?” என்று தன் கருத்தைச் சொன்னார், மதனாந்த பண்டிதர்.

“பணமா? அதுதான் அரபியா தேசக் குதிரைக் குட்டி மாதிரி ஒரு பெண்ணும், குதிரை மாதிரி ஒரு பெண்ணாட்டியும் வைத்திருக்கிறானே, அதுகளை ஊரில் மேய விட்டல்லவோ சம்பாதித்துக்கொண்டிருந்தான். இரண்டு பொம்மனாட்டிகளும் அவிசாரிகளுக்கு அரசியாக இருக்கத்தக்கவர்கள் அல்லவோ? சின்ன சாதி, பெரிய சாதி என்றும் பார்க்காமல், சட்டைக்காரன், துலுக்கன் எல்லோரோடும் திரிகிறார்களே, நீர் பார்த்தது இல்லையோ? ஊரில் இருக்கப்பட்ட பறங்கிப் பயல்கள் சாராயம் குடித்தவுடன் முதலிலே நினைவுக்கு வருகிறது இந்த முண்டைகள் தானே? அன்னபூரணனுக்குப் பணத்துக்கு என்ன கவலை. மனுஷர் மண்ணை வித்துச் சம்பாதிப்பார். இவன் பெண்ணை வித்தல்லவா சம்பாதிக்கிறான். நம் மாதிரியா?”

“சிவ சிவ” என்று காதைப் பொத்திக்கொண்டார்கள், அங்கிருந்தோர். கிரிமாசி பண்டிதர் சொன்னார்:

“முதலியார்வாள்! அய்யன் நேற்று முன்தினம் என்னிடம் வந்து சொல்லிக்கொண்டிருந்தான். என்னவெனில், இதுவரை ஐம்பதா யிரம் ரூபாய் சேர்த்து விட்டானாம். இன்னும் ஆறாயிரம் ரூபாய் சேர்த்து விட்டால், எனக்குத் துபாஷி உத்தியோகம் வந்து விடும் என்று சொன்னான்.”

“கிழித்தான். என் அண்ணாரிடம் எண்பது, தொண்ணூறு வராகன் போலே, கடன் வாங்கியிருந்தான். அவர் காலம் பண்ணிப் போன உடனே, நான் அந்தப் பணத்தைக் கேட்ட துக்கு, பெரிய முதலியாருக்கு நான் வைத்தியம் பண்ணினேனே, அதுக்கு முதலியார் எனக்குக் கூலி ஒன்றும் தந்தது இல்லையே... அதுக்கு இது சரியாப் போச்சு என்கிறான், பண்டிதரே. பார்த்துக் கொண்டே இருப்பேன். அவனைக் கிடங்கிலே தள்ளி அடைத்துப் போடுகிறேனா இல்லையா என்று பார்த்துக் கொண்டே இரும்!”

கிரிமாசி பண்டிதர் இருந்துகொண்டு சொன்னார்:

“அன்னபூரண அய்யன் பெரிய துவாசித்தனம் பண்ணப் போகிறார் என்றல்லவோ, சின்ன முதலியார் கோபித்துக் கொள் கிறது. அவர் உத்தியோகம் பண்ணாவிட்டால், தங்களுக்குக் கோப மில்லையே. அவரிந்த சோலியைக் கோராதபடிக்கு நான் சொல்லிப் போடுகிறேன். ஆரென்ன தப்புக் கபுறு (சேதி) சொல்லி அய்யன் மனசைக் கலைத்தார்களோ, தெரியவில்லை....”

“ஆமாம், பண்டிதரே. துரையம்மாள் அந்தப் பணத்துக்குச் சம்மதித்து விட்டாளாமா?” என்று கவலையுடன் சின்ன முதலி கேட்டார்.

“துரைக்கு இருபதாயிரமும், அம்மாளுக்கு நாற்பதாயிரமும் கொடுத்தால் உத்தியோகம் பெறலாம் என்று நினைக்கிறார், அய்யன். கூடுதல் குறைதலாக நாலாயிரம் மட்டுக்கும் குறைத்து, மிச்சமிருக்கிற ஐம்பத்தி ஆறில் முடித்துக்கொள்ளலாம் என்று திட்டம்.”

“இந்த அய்யன் இப்படித் துபாஷ்தனத்துக்கு அலைந்து கொண்டிருக்கச்சே, நிஜமாகவே அந்தத் துபாஷ் காரியத்தைப் பண்ணிக்கொண்டிருக்கும் ரங்கப் பிள்ளையின் ஸ்திதி என்ன?”

“ரங்கப் பிள்ளை, தனக்கு உத்தியோகம் கவலையில்லை என்கிறார். அவருக்கென்ன, பெரிய வர்த்தகர். கடலில் கப்பல் போகிறது. இன்றைய தேதியில் குவர்னர் துரைக்கு அடுத்தாற்போல, அதிகாரம் நடக்கிறது பிள்ளைக்குத்தானே. அதைத் தொட்டு, பிள்ளை இந்த உத்தியோகத்தை அலட்சியம் பண்ணுகிறார்.”

“அவர் ஏற்கெனவே துபாஷ் ஆகத்தானே விளங்குகிறார். துரை அவர்கள் அந்த உத்தியோகத்திலே சட்டப்படிக்கு அமர்த்தவில்லை, அவ்வளவுதான்.”

“துரை, பிள்ளையை அதிகாரபூர்வமாக அந்த உத்தியோகத்தில் ஏன் அமர்த்தவில்லை?”

“அது யோசிக்கத்தான் வேணும். எல்லாம் அந்தப் பொம்பளையால் அல்லவோ?”

“ஆகவே, இன்னும் அந்த உத்தியோகம் திரிசங்கு நிலைமைதான். ஆகவே, நாம் நமக்காக முயற்சி பண்ணினால் பலிதமாகக் கூடும்.”

“வாஸ்தவம், சுபமஸ்து. சின்ன முதலியார்க்கு அது கிடைக்க வேணும். எல்லாவற்றுக்கும் மேலே, நீர் கிறிஸ்துவனாய் இருக்கிறீர். அதுதான் உமக்கிருக்கிற பெரும் பலம். அதைத்தான் நீர் பிரயோகிக்க வேணும்.”

“அது உள்ளது. துரை பெண்சாதி, பறங்கி முண்டையானாலும், மனசுக்குள் கிறிஸ்தவச்சி அல்லவோ. அதைத் தொட்டு என்மேல் அவளுக்குப் பட்சம் இருக்கும்.”

சின்ன முதலி முகம் சந்தோஷத்தால் அகன்றது.

மதனாந்த பண்டிதர் சொன்னார்:

“சின்ன முதலியார், கூடிய விரைவில் துபாஷ் ஆகி, பெரும் செல்வராகி விடுவார். அதை எவராலும் தடுக்கவோ மாற்றி அமைக் கவோ முடியாது. நமக்கு ஒரு விண்ணப்பம், கொடைத்தனம் மிக்க முதலியார் மறுக்கப் போவதில்லை.”

“சொல்லும்.”

“வீட்டிலே நமது பெரிய பெண் புஷ்பவதியாகி விட்டாள். சடங்கு பண்ண வேணும். பத்தைம்பது பொன் வேணுமே.”

“அதுக்கென்ன, செய்தால் ஆயிற்று. நீர் நாளை சாயரட்சை வந்து எம்மைப் பாருமே.”

“ஆகா. உத்தரவு. பாரும், துபாஷ் உத்தியோகச் சாயல் இந்த க்ஷணமே உம்மிடம் வந்துவிட்டதே.”

சின்ன முதலி மகிழ்ச்சியுடன் சிரித்தார்.

*<u>கவை – அக்கறை</u>

திருவேங்கடம் பிள்ளை பயணம் புறப்பட்டுக்கொண்டிருந்தார். பெட்டிகள் பல எண்ணிக்கையில் அடுக்கியிருந்தன. திருவேங்கடத்தின் ஆடைகள், செலவுக்கான வராகன்கள், பெரிய தரத்து அதிகாரி களுக்குக் கொடுப்பதற்கென்று பல பரிசுப் பொருட்கள், தானம் வழங்கவும், அன்பளிப்பு பண்ணவும் என்று நல்ல துணிகள், பட்டுத் துணிகள் எனப் பலவும் அந்தப் பெட்டியில் அடங்கி இருந்தன.

பிள்ளை தன் தம்பியிடம் சொன்னார்:

“சாக்கிரதை. நல்லபடியாகப் போய் வா. சென்னப்பட்டணத்துத் துபாஷ் வேலைக்கு உன்னை நியமிக்க வேணும் என்று குவர்னர் துரையிடம் நான் வேண்டிக்கொண்டபோது, அட்டியில்லாமல்

துரை அவர்கள் உடனே உன்னை நியமிச்சுக் கொண்டார். இது எனக்காக என்று நினையாதே. நம் தந்தையார் காலம் தொட்டு, நாம் செய்து வந்திருக்கும் விசுவாசமான வேலைக்காக அந்த மரியாதை என்பதை எந்தச் சமயத்திலும் மறக்காதே. எதுவாக இருந்தாலும், குவர்னதோரின் உத்தாரம் இல்லாமல் செய்யாதே. செய்ய நேர்ந்துவிட்டால் அதைக் குவர்னதோரிடம் உடனடியாகச் சொல்லிப் போடு. பண விவகாரத்தில், சீட்டு நாட்டு இல்லாமல் எதையும் செய்யாதே. செலவு பண்ணுகிற ஒவ்வொரு காசுக்கும் கணக்கை எழுதி வை. வேலைப் பளுவை, அதிகாரிகளின் தொந் தரவை, பெரியவர்கள் செய்கிற தப்பை எவரிடமும் சொல்லாதே. எல்லாவற்றுக்கும் மேலாக, ஸ்திரீகள் சினேகம் கொள்ளாதே. அவர்களோடு செய்கிற சல்லாபம், பிராண அபாயம் என்பதை மறவாதே. குறிப்பாக தாசிப் பெண்டுகள் சினேகமானது, பாம்பைப் பிடித்து ஆட்டுவது போல! சாக்கிரதை. சாக்கிரதை. நம் குவர்னர் துரையின் மருமகப் பிள்ளை, சென்னப்பட்டணத்திலே பெரிய தரத்து அதிகாரியாக உள்ளார். அவர் வேணும் என்கிற வசதிகளை உனக்குப் பண்ணித் தருவார். பிரம்பூரிலே நம் வீடு இருக்கவே இருக்கிறது. கோட்டைக்குப் பக்கத்திலே, ஒரு வீடு பார்த்து வைக்க ஏற்பாடு செய்திருக்கிறேன். புத்தி. புத்தி உள்ளத்திலே யாதொரு கஷ்டம் ஏற்பட்டாலும், பகவான் நாமத்தை ஸ்மரித்துக் கொள். அவனே நம்மை இயக்குகிறான் என்பதை மறவாதே. யுத்தத்தில் ஜெயித்த பூமி ஆகையால், என்ன நேரத்திலும் அபாயம் வரலாம். ஆகையால் எப்போதும் ஆயுதம் தரிக்க மறந்து விடாதே. எந்நேரமும் நாம் சார்ந்திருக்கும் ராசாங்கம் சுபிட்சம் பெற வேண்டும் என்றே நினை. முக்கியமாய் ஒன்று சொல்ல வேணும். தினே தினே நடக்கிற ராசாங்க, சொந்த விவகாரங்களைக் குறித்துத் தினசரி சேதிக் குறிப்பு எழுத வேணும். இது முக்கிய காரியம் என்பதை மறவாதே. பிரான்ஸ் தேசத்துக்குப் போய் நம் மாமா ஷொரிலே குருவப்பப் பிள்ளை ராஜாவையே பேட்டி கண்டு சல்லாபித்து வந்தாரே, அவரும்கூட தினசரிச் சேதிக் குறிப்பு எழுதி வந்துள்ளார். முசே துய்மா அவர்கள் குவர்னதோராக விளங்கின காலத்தில், அவர் வேண்டிக்கொண்டபடி நான் இன்னும் எழுதிக்கொண்டு வருகிறேன். அதை நீயும் கடைப்பிடிக்க வேணும். என்ன நடந்தது என்று கண்டுகொள்ள நமக்கும் இது நல்லது. நம் பரம்பரையும் நாளைக்கு வேலை கற்றுக் கொள்ள இது மிகவும் உபயோகமாக இருக்கும். அதற்காகவே கட்டடம் செய்யப்பட்ட பெரிய நோட்டு களைப் பெட்டியில் வைத்திருக்கிறேன். கூடவே, பத்து எழுது கோலும் வைத்திருக்கிறேன்."

திருவேங்கடம் அண்ணியை வணங்கிக் கொண்டார். அந்த அம்மாள் சொன்னாள்:

"நல்லபடியாகப் போய் வாருங்கள். இரண்டு நாளைக்கு ஆகும்படியாகக் கட்டுச் சோறு வைச்சிருக்கேன்."

திருவேங்கடம் பிள்ளை சென்னப்பட்டணத்துத் துபாஷ் பதவியை ஏற்கப் புறப்பட்டுப் படகில் ஏறி, கப்பல் வந்து சேர்ந்தார்.

பிள்ளை, பாக்குக் கிடங்கிலே இருந்தபோது குவர்னர் துரை அழைப்பதாகக் கபுறு வந்தது. பிள்ளை குவர்னர் துரை மாளிகைக்கு வந்தார். குவர்னர், ஆனந்தரங்கரைப் பார்த்து, "ரங்கப்பா, எமக்கு அவசரமாய் இருபது குதிரைகள் வேண்டியிருக்கிறது. சண்டை நிமித்தியம், குதிரைகளைக் கப்பலேற்றிச் சென்னப்பட்டணத்துக்கு அனுப்ப வேண்டியுள்ளது" என்றார். பிள்ளை, தளவாய் கிரிமோசி பண்டிதரையும், பெரியண்ண நயினாரையும் அனுப்பிக் குதிரைகள் சேகரம் பண்ணச் சொன்னார். இரவு ஒன்பது மணிக்குள், ஊரிலே பிடித்து வந்த குதிரைகள் 12, பிள்ளையின் சொந்தக் குதிரைகள் 2, ஆகப் பதினான்கு குதிரைகள் சேகரமாயின. அவைகளை லாயத்துக்கு அனுப்ப ஏற்பாடுகளைச் செய்துவிட்டு வீடு திரும்பி இரவு பத்து மணியைப் போல போசனத்துக்கு அமர்ந்தார் பிள்ளை. அப்போது துரையிடம் இருந்து அவர் அழைப்பதாகக் கபுறு வந்தது. அவிழ்த்து போட்ட அங்கியை மீண்டும் எடுத்து அணிந்துகொண்டு, குவர்னர் துரையைப் பார்க்கச் சென்றார் பிள்ளை. குவர்னர் சொன்னார்:

"ரங்கப்பா, குதிரை பிடித்து வந்தவர்கள், சந்தா சாயுபுவின் மகன் வீட்டிலிருந்தும் அவன் அனுமதியைக் கோராமலே ஒரு குதிரையைப் பிடித்து வந்துவிட்டதாக ஆள் அனுப்பியிருக்கிறானே. பெரிய மனுஷரிடத்தில் இப்படி நடந்துகொள்ளலாமா?"

"துரை அவர்களே! அந்தப்படிக்கு இருக்கவே முடியாது. சந்தா சாயுபு குமாரன் அண்டைக்கு ராயசம் சீனப்பய்யனும், கிரிமோசி பண்டிதனும் போய் குதிரை வேணுமென்று தங்கள் சலாமும், என் சலாமும் சொல்லிக் கேட்டது நிசம்தான். அந்தச் சிறுவனோ குதிரை தர முடியாது என்று விட்டான். ஒரு குதிரையாகிலும் தர வேணும் என்று கேட்டதற்கு அதுவும் முடியாது என்று விட்டான். அப்புறம் அவன் குதிரை வழி போகாது, அந்தத் தெருவிலே இருந்த ஒரு பிராமணனின் குதிரையைப் பிடித்து வந்ததே நிசம். மற்றது பொய்."

"அப்படியானால், சந்தா சாயுபு குமரன் ஏன் நம்மிடம் அப்படி மரியாதைக் குறைவாக நடந்துகொள்ள வேணும்?"

"அதுதான் நமக்கும் யோசனையாய் இருக்கிறது. மகாப்ரபு."

குவர்னர் துரை வெளி நடை பாதையண்டை நாற்காலி போட்டு அமர்ந்திருந்தார். தூரத்து விளக்கிலும், நட்சத்திர

ஒளியிலும் அவர் முகம் சிவப்பது தெரிந்தது. அவர் கோபித்துக் கொண்டு சொன்னார்:

"இவர்கள் மெத்த சின்ன மனுஷர். இவர்களுக்குச் சற்றாகிலும் புத்தி இல்லை. சந்தா சாயுபுவின் பெண்சாதியோ, அல்லது மகனோ, யார் எந்த வேளையிலே வந்து என்ன பிரயாசை பண்ணக் கேட்டாலும், அவைகளை உடனுக்குடன் நாம் செய்து தந்தோமே. அப்படியாக்கொத்த நமக்கு ஒரு அவசரம் வந்தால், குதிரை கொடுக்கமாட்டேன் என்று சொன்னதும் அல்லாமல், பிராமணன் குதிரைக்கும் மறுப்பு சொல்லிக்கொண்டு திரிந்தால் என்ன அர்த்தம்? நமக்கு அந்தப் பிராமணக் குதிரையும் தேவை யில்லை. அதை அடித்துத் துரத்தும்..."

"மகாப்ரபு, ஒரு விண்ணப்பம்."

"சொல், ரங்கப்பா."

"சந்தா சாயுபு பெண்சாதியும், அவர்களோட ஆஸ்தியும், காலம் பண்ணின தோஸ்து அலிகான் அவர்களுடைய பெண் சாதியும், சனமும் ஆகிய இந்த மனுஷர்களை நாம் வைத்துக் கொண்டு போஜனை பண்ணினதால்தானே, முசே துய்மா அவர்கள் குவர்னராய் இருந்த காலத்திலே நமக்கும் மராட்டியருக்கும் பெரிய யுத்தமே மூள இருந்தது. அப்போது, முசே துய்மா இருந்துகொண்டு என்ன சொன்னார். அடைக்கலம் என்று வந்தவர்களை ஒரு போதும் நாம் கைவிடுகிறது இல்லை. கடைசிப் பிரெஞ்சுக்காரன் உயிரோடு உள்ளமட்டும், அவனிடத்திலே கடைசி சொட்டு இரத்தம் உள்ள மட்டுக்கும், சந்தா சாயுபு குடும்பத்தாரைக் கை அளிக்க மாட்டோம் என்று சொல்லவில்லையா? தாங்கள் துரைத்தனம் பண்ண வந்த காலத்திலும், அந்தக் குடும்பத்துக்கும், சந்தா சாயுபு குடும்பத்துக்கும் நிறைய உபசாரங்களும், உதவிகளும் பண்ணினது உண்டுதானே. இருந்தும், ஒரு குதிரை என்ன பெறும், அதையும் கொடுக்க மறுக்கிறானே... அதிலும் நம் மண்ணில் அடைக்கலம் தேடி வந்தவன்...?"

"ரங்கப்பா! அதுதானே உலகம். நன்றி கெட்டவர்கள்தானே பெரிய மனுஷராய் இருப்பார்கள்?"

"அது உள்ளது."

பிள்ளை, அருணாசல செட்டியை அனுப்பி, பிராமணன் குதிரையை மட்டும் விடுவிக்கச் சொல்லி உத்தாரம் கொடுத்து அனுப்பினார். செட்டியார் கடற்கரைக்குச் செல்லும்போது, பதினான்கு குதிரைகளும் படகில் ஏற்றப்பட்டதைக் கண்டார்.

பிள்ளையின் யோசனையெல்லாம், வேறு விதமாய் இருந்தது. ஒரு அற்பக் குதிரை விஷயமாகச் சந்தா சாயுபு என்கிற பிரபுவின்

மகன், விவகாரம் வளர்த்த மாட்டான். அவன் மறுப்புக்கு வேறு காரணம் இருக்க வேண்டும் என்று தோன்றியது. அதை ஆராய வேணும் என்று மனசுக்குள் நினைத்துக் கொண்டார், பிள்ளை.

38

அரியாங்குப்பத்தில் ஓய்வு மனையிலே தங்கியிருந்த மூான் துய்ப்ளெக்ஸைப் பார்க்கும் பொருட்டும், அவளுடன் சல்லாபித்தும், குடித்துப் போசனம் செய்துகொண்டும் மன விடுதலைக்குத் துரை துய்ப்ளெக்ஸ் அவர்கள் வெள்ளிக்கிழமை காலை நேரத்தில் புறப்பட்டார்கள். ஆனால், அரியாங்குப்பம் ஆற்று மாளிகையில் அவருக்கு நவாபிடமிருந்து காகிதம் வந்து காத்திருந்தது. ஆர்க்காட்டு நவாபிடமிருந்து கடந்த ஒரு வாரத்துக்குள் இது இரண்டாவது காகிதம். காகிதத்தின் உட்சேதி துரையவர்களுக்குச் சந்தோஷம் தருவதாக இல்லை. மிகுந்த வியாகூலம் தருவதாகவும் அமைந் திருந்தது. நாலு நாளைக்கு வந்திருந்த கடிதம், சினேக பாவத்துடன் அமைந்திருந்தது.

“புதுச்சேரிப் பட்டணத்தை ஆள்கிற குவர்னர் துய்ப்ளெக்ஸ் சகல சௌபாக்கியத்துடன் வாழ வேண்டும் என்கிறதாக மனசுக்குள் அபேட்சித்துக்கொண்டு அவர்களது சௌகர்யம் மேன்மேலும் ஓங்க வேணும் என்று எல்லாம் வல்லவரான இறைவனை வழுத்திக் கொண்டு ஆர்க்காடு நவாபு சாகேப்பு உத்தரவுக்கிணங்க எழுதிக் கொள்வது.

தாம் முன்னொரு காலத்தில், சென்னப்பட்டணத்துக்காரர் களாகிய இங்கிலாந்துக்காரர்கள், கடல் மேலே கப்பல்கள் எடுத்துக்கொண்டு சண்டை பண்ண வர இருக்கிறார்கள், எங்கள் இருவருக்கும் சந்து பண்ண வேண்டியது உம் கடமை என்று எழுதியிருந்ததைத் தொட்டு நாம் அவர்களுக்கு எழுதி, அந்தச் சண்டையை இல்லாமல் பண்ணினோம். ஆனால், இன்றைக்கோ பிரெஞ்சுக்காரர்களே, சென்னப்பட்டணத்துக்காரர் மேலே சண்டைக்கு எழுகிறதுக்கு என்ன நிமித்தியம் என்று நமக்கு விளங்க வில்லை. நீங்கள் சண்டைக் கப்பல்களைச் சென்னப்பட்டணத்துக்கு அனுப்பிச் சண்டை கொடுத்ததினாலோ, பாதுஷா பந்தர் என்று நம்மால் சொல்லப்படும் அந்தப் பட்டணத்திலே இருக்கப்பட்ட குடிகள், வர்த்தகர்கள், நவாபித்தர் முதலான துலுக்கர் சமஸ்தான பேரும் காபுறாப்பட்டார்கள். வெளியே வலசை வாங்கினார்கள். அப்படிப்பட்ட கலாபம் ஏற்படும் படிக்கு நீங்கள் சென்னப் பட்டணத்து மேலே சண்டை செய்கிறது மெத்த ஆச்சரியமாக

இருக்கிறது. ஆகிலும் இனிமேல் அப்படி வராமல் படிக்கு நடப் பித்துக்கொண்டால் நல்லது. இல்லாவிட்டால் எனக்கு மெத்த கோபம் வருத்தி விட்டீர்கள்....”

நவாபின் கடிதம் துரை அவர்களுக்கு மிகுந்த சஞ்சலத்தைத் தந்திருந்தது வாஸ்தவம்தான். அதுக்குப் பதில் உத்தாரமாய், “எங்கள் சண்டைக் கப்பல்காரர்கள் ராசாவினுடைய உத்தாரம் எப்படியோ அப்படி நடக்கிறார்கள். அதிலே நான் செய்ய ஒன்றும் இல்லை” என்கிறதாகப் பதில் எழுதிய துய்ப்ளெக்ஸ், நூற்றி ஐம்பத்தாறு ஆரஞ்சிப் பழமும், ஐவாபோடு சேர்த்து அனுப்பினார்.

எனினும், கர்நாடக நவாபு மீண்டும் எழுதிய காகிதம் அரியாங்குப்பத்துக்கு வந்து சேர்ந்தது. வெகு கோபமாகக் காகிதம் எழுதியிருந்தார் நவாபு.

“உங்களைச் சென்னப்பட்டணத்தின் மேல் சண்டைக்குப் போக வேணாம் என்று பல தடவை சொன்ன பிறகும், தாம் மீண்டும் அதன் மேல் சண்டைக்குப் போயிருக்கிறீர்கள். ஆகவே, நம்முடைய உத்தரவை மதிக்காமல் போகிறதாக நமக்குத் தெரிகிறது. ஆகவே, புதுச்சேரிப் பட்டணத்தை நாம் விடுகிறதாக இல்லை. நீங்கள் உங்களுடைய அத்து தப்பி நடக்கிறதால், நாம் உங்கள் மேல் சண்டைக்கு எழ இருக்கிறோம்” என்பதாக அந்தக் காகிதத்தில் எழுதி இருந்தது. காகிதத்தின் கடுமை குவர்னர் துரை அவர்களுக்கு மிகுந்த அச்சத்தைத் தந்தது. சுகமாக நேரத்தைச் செலவிடும் பொருட்டு, தம் மனைவியினிடத்துக்கு வந்த குவர்னர் சடுதியில் திரும்பிப் புதுச்சேரிப் பட்டணத்துக்கே, காகிதம் படித்த உத்திர க்ஷணமே வண்டியேறிக் கொண்டு வந்துவிட்டார். வரச்சே, பெண்சாதியை நாளைக்கு ஊருக்கு வந்துவிடச் சொல்லிவிட்டு வந்துவிட்டார். ஊர் திரும்பியதும், பிள்ளையை அழைத்து வரச் சொல்லி ஆள் அனுப்புவித்தார்.

ரங்கப் பிள்ளை பாக்கு மண்டியிலே இருந்தார். குவர்னர் இல்லாத நாள் ஆகையால், மண்டிக் கணக்கு வெகு நாளாக விடுபட்டதைப் பார்த்துக்கொண்டிருந்தார். அப்போது சிப்பாய் வந்து துரை அவர்கள் அழைப்பதைச் சொன்னவுடன், தயாராக மண்டியிலேயே வைத்திருந்த அங்கியை அணிந்துகொண்டு மாளிகைக்குச் சென்றார். குவர்னரைப் பேட்டி பண்ணிக் கொண்டு சலாம் பண்ணிக் கொண்டு நிற்கையில் குவர்னர் மிகுந்த விசனமுடன் சொன்னார்:

“ரங்கப்பா! ஆற்காட்டு நவாப்பு ரொம்பக் கோபமாகத்தானே கடிதம் எழுதியிருக்கிறார், பார்த்தாயா?” என்றபடி அந்தக் காகிதத்தைப் பிள்ளையிடம் கொடுத்தார், குவர்னர். துலுக்கர் எழுத்தில் இருந்த அந்தக் காகிதத்தைப் படித்து விபரம் அறிந்துகொண்டார் பிள்ளை.

"இதுக்கு என்ன ஜவாப்பு எழுதுகிறது, யோசனை பண்ணிச் சொல்" என்றார் குவர்னர்.

"பெருமானே, நிலைமை ரொம்பச் சங்கடம்தான். நம்முடைய முழுமையான முஸ்தீபு சென்னப்பட்டணத்திலே இருக்கிறபோது, நவாபுடன் சண்டை போடுவது நினைத்துப் பார்க்கவும் முடியாததுதான். நவாபைச் சமாதானம் செய்தாலன்றி நமக்கு ரொம்பவும் சிரம காலந்தான்."

"நவாபை எப்படி ஆயக்கட்டுவது?"

"நவாபைப் பணத்தால் ஆயக் கட்டலாம். சண்டைக் காலத்தில் அவருக்குக் கொடுக்கப் பணம் ஏது, நம்மிடம்? ஆகையால், ஏதேனும் ஒரு பொய்யைச் சொல்லியாவது சரிக்கட்ட வேணும்." குவர்னர் மேலும், கீழுமாக கைகளைப் பின்னால் கட்டியபடி நடந்தார். புகை பிடித்தார். ரங்கப் பிள்ளை சொன்னார்.

"சென்னப்பட்டணத்தின் மேல் நாம் சண்டைக்குப் போவதே, நவாபுவின் சௌகர்யத்துக்காகத்தான் என்று சொல்வோமே...?"

"என்ன சௌக்யம் என்று சொல்லும் என்றால்?"

"பிரான்சுக்காரர்கள் என்றைக்கும் ஆற்காட்டு நவாபுக்கு அணுக்கம்தானே. ஆங்கிலேகாரர்கள் அப்படி இல்லையே. ஆகவே, சோழ மண்டலக்கரை, நம்மிடம் பாதி இருக்கிறது. மீதி அவர் களிடம்தானே இருக்கிறது. பாதி கடற்கரை, எதிரிகளாக எப்போது வேண்டுமானாலும் மாறுவார்களான ஆங்கிலேகாரர் வசம் இருப்பது ஆற்காட்டு நவாப்பின் பாதுகாப்புக்கு உகந்ததல்லவே. அதைத் தொட்டு, நவாப்பின் பாதுகாப்புக்காகவே இந்தப் படை யடுப்பு என்று சொல்லலாமே."

"நல்ல யோசனை ரங்கப்பா... இருந்தாலும், நவாப்பை, நாம் குறைத்து மதிப்பிடக் கூடாது. ஆங்கிலேகாரர்களிடம் நவாப்புக்குப் பாதுகாப்பு இல்லை என்றால், நம்மாலும் அவருக்குப் பாதுகாப்பு இல்லை என்றாகுமே. நாங்கள் இரண்டு பேருமே, பரதேசிகள்தானே. ஆங்கிலேகாரர்கள் மேலே சந்தேகப்படச் சொன்னால், அது நம் மேலே வந்து ஏகுமே. அதைத் தொட்டு நாம் வேறு ஒன்று பண்ணலாம்."

"சொல்லுங்கள், பெருமானே. அறிவே உருவான தாங்கள் சொல்வதே எப்போதும் சரியாக இருக்கும்."

"சென்னப்பட்டணத்தின் மேலே நாம் சண்டைக்கு எழுந்ததே, சென்னப்பட்டணத்தைப் பிடித்து நவாப்புக்கு அன்பளிப்பு செய்யத்தான் என்று சொன்னால்...."

ஆனந்தரங்கருக்குச் சற்றே தயக்கமாக இருந்தது.

"ரொம்பப் பெரிய அளவுக்குப் பொய் புகன்றதாக ஆகுமோ என்று அச்சமாக இருக்கிறது, பெருமானே."

"எப்படியும் சென்னப்பட்டணம் நமக்குத்தான். அதை நாம் விடுகிறதாக இல்லை. அப்படி இருக்கச்சே, நாம் எதை எப்படிச் சொன்னால் என்ன? எப்படியாகிலும் நவாப்பின் படையெடுப்பில் இருந்து தப்பிக்க வேண்டுமே. ஆகவே, இந்தப் பொய்யை நாம் சொல்லித்தானாக வேணும், ரங்கப்பா."

பிள்ளை சொன்னார்:

"பிரபு எல்லாம் அறிந்தவர். தாங்கள் அறியாதது யாதொன்றும் இல்லை. நன்மை, தீமை, பாவம், புண்ணியம் எல்லாம் தாங்கள் அறிவீர்கள். தாங்கள் செய்வது எப்போதும் சரியாகவே இருக்கும்."

நவாப்புக்குக் காகிதம் எழுதியாயிற்று.

"சென்னப்பட்டணத்தின் மேலே பிரெஞ்சியர் சண்டைக்குப் போன காரணம், நிலத்தாசையால் அன்று. மாறாக, ஆற்காட்டு நவாப்பியத்துக்குப் பிரெஞ்சியர்கள் மறக்க முடியாதபடிக்கு ஒரு ஞாபகச் சின்னம் பண்ண ஆசைப்படுகிறார்கள். சென்னப்பட்டணத்தைப் பிடித்து, அதை நவாபுக்கு அன்பளிப்புச் செய்ய, துரையவர்கள் விருப்பம் கொண்டிருக்கிறார்கள். ஆகவே, நவாபு அவர்கள் சமாதானம்கொண்டு புதுச்சேரிப் பட்டணத்தின் மேலே படையெடுக்காமல் இருக்கும்படிக்கு வேண்டுகிறேன்."

ஆதிவாரத்தன்றைக்குச் சென்னப்பட்டணத்தின் பேரிலே சண்டைக்குப் புறப்பட்டது பிரெஞ்சியரின் கப்பல் படை. துய்ப்ளெக்ஸ் துரை கடற்கரையில் நின்றுகொண்டிருந்தார். அவரை நெருங்கிப் பிள்ளை சொன்னார்:

"துரை அவர்கள், கடந்த மூன்று நாளாய்க் கொஞ்சம்கூட உறக்கம் கொள்ளாமல் இருக்கிறீர்கள். கண்கள் பெரிய குன்றிமணி போலச் சிவந்து கிடக்கிறது. மேகமே மறைத்த நிலா மாதிரி இருக்கிறது தங்கள் முகம். தாங்கள் சற்றே ஓய்வு கொள்ளுவது நல்லது."

"ரங்கப்பா, எனக்கு ஏது தூக்கம்? ஓய்வு? சென்னப்பட்டணத்தைக் கைப்பற்றி, ஆங்கிலேகாரர்களைச் சென்னப்பட்டணத்துக் கடற்கரையை விட்டே விரட்டாதவரைக்கும் பிரெஞ்சியனுக்கு ஏது ஓய்வு?"

வெள்ளைக்கார வஸ்தாதுகள், கர்நாடகச் சிப்பாய்கள், சட்டைக்காரச் சிப்பாய்கள், மாயே சிப்பாய்கள் எல்லாரும் சலங்கில் ஏறினார்கள். கும்பினிக்குச் சொந்தமான முப்பத்தாறு குதிரைகளும்

பிரபஞ்சன் ○ 291

சலங்கிலே ஏற்றப்பட்டன. கடந்த இரண்டு வருஷங்களாகச் சேகரித்த தட்டுமுட்டுச் சாமான்கள் சலங்கிலே ஏற்றப்பட்டன. ஒரு வஸ்துவும் சென்னப்பட்டணத்திலே வாங்க வேண்டாமல் படிக்கு, சமஸ்தமும் இங்கிருந்தே ஏற்றினார்கள். துடைப்பக்கட்டைகள் கூடச் சலங்கில் ஏற்றப்பட்டன. பிரெஞ்சுக் கப்பல் படையின் தலைவராகிய முசே லபோர்தொனே வந்து, துய்ப்ளெக்ஸ் துரையைக் கட்டி முத்தமிட்டுக் கொண்டு விடைபெற்றார். துரை சொன்னார்:

"முசே லபோர்தொனே! தங்கள் உருவில் நமது பிரான்சு தேசத்தின் கௌரவத்தையே பார்க்கிறேன். தங்கள் வெற்றி நம் மன்னருக்கு – அவர் நீடூழி வாழட்டும் – சோழ மண்டலக் கடற் கரையில் பிரக்யாதி கொண்டு வரும். தங்களுடன் என் மனசையே அனுப்புகிறேன். தங்களிடம் இருந்து வெற்றிச் செய்தியை ஒவ்வொரு கணமும் வெகு ஆவலுடன் எதிர்பார்த்துக் கொண்டிருப்பேன்." முசே லபோர்தொனே மீண்டும் ஒரு முறை கட்டித் தழுவிக்கொண்டு சலங்கில் ஏறினார். அவருக்கு அடுத்ததாக, சென்னப்பட்டணத்துக் கோட்டையைப் பிடித்துக் கொடி போட்டவுடனே குவர்னராகப் பதவி ஏற்றுக்கொள்ள நியமித்த முசே தெப்ரமேனி விடைபெற்றுக் கொண்டு, கட்டித் தழுவி முத்தமிட்டுக்கொண்டு புறப்பட்டார். அவருக்கு அடுத்தபடியாக முசே பரீதி, இரண்டாவது குவர்னராக நியமிக்கப்பட்டவர் கட்டித் தழுவிக்கொண்டு புறப்பட்டார்.

சலங்கு புறப்படுகிறபோது இருபத்தியோரு பீரங்கி போட் டார்கள். சென்னப்பட்டணத்துக் கோட்டையைக் குறி வைத்துக் கொண்டு கப்பல்கள் புறப்பட்டன.

பானுகிரஹியும், அவளுடைய போஷகராக இருந்த செட்டியாரும் பேசிக்கொண்டிருந்தார்கள். கட்டிலில் அவர் சாய்ந்து படுத் திருந்தார். அவர் கால்மாட்டில் அமர்ந்தபடி பானு, வெற்றிலைச் செல்லத்துக்குச் சுண்ணாம்பு தடவிச் சுருட்டிக் கொடுத்துக் கொண்டிருந்தாள்.

"தாங்கள் சென்ற பௌர்ணமிக்கு வந்து சென்றீர்கள். அப்புறம் இப்போதுதான் திரும்புகிறீர்கள். ஒரு மாமாங்கத்துக்கு அப்புறம்."

"வீட்டில் அனேக வேலை, பானு. பையனுக்குக் கடை போட்டுக் கொடுத்து ஒரு வழி பண்ணியாச்சுது. பெண்ணுக்கு வரன் தேட வேண்டியதாச்சு."

"வரன் குதிர்ந்ததா?"

"நிறைய பார்த்திருக்கிறது. ஒன்று இருந்தால் ஒன்று இல்லை. சாதகம் பொருந்தி வந்தால் பையனுக்குப் புத்தி மந்தம். புத்தி பிரகாசமாயிருந்தால், ஐவேஜி மெத்தச் சுமார்தான். இப்பிடித்தான் இருக்கிறது."

"நான் ஒன்று சொல்கிறேனே."

"ஒன்றென்ன, ஒன்பது சொல்லலாமே."

"நமது சீனிச் செட்டியார் தெரியுமில்லியா...."

"பார்த்திருக்கேன். நம் ரங்கப்பிள்ளை வீட்டில் ரொம்ப ஐவேஜி உள்ளவர் அல்லவா?"

"ரொம்ப. அவருக்கு இரண்டு பிள்ளைகள். ராம லட்சுமணர் போல. பெரியவனுக்குப் போன தை மாசத்தில் கல்யாணம் ஆச்சு. சின்னவனை நான் அறிவேன். ரொம்பப் பதவிசு. ஈஸ்வரன் கோயிலுக்கு அடிக்கடி வருவான். படிப்பும் படித்திருக்கிறான். நல்ல பிள்ளை. அவனைப் பாருங்களேன். சாதகம் கேட்டு வாங்குங்கள். அநேகமாக அது முடியும் என்று எனக்குத் தோன்றுகிறது."

"ஈஸ்வரக் கிருபை அப்படியிருந்தால் அப்படியேதானே முடிகிறது."

செட்டியார் சற்று நேரம் வெற்றிலையை மென்றபடி இருந்தார். பிறகு சொன்னார்:

"பெண்ணுக்குக் கல்யாணத்தை முடித்துவிட்டால் அப்புறம் குடும்பத்தை வைத்தீஸ்வரன் கோவிலுக்கு மாற்றிக்கொள்ள வேணும் என்று ஆச்சி சொல்கிறாள்."

"என்ன சொல்கிறீர்கள்" என்றாள் பதறியபடி பானு.

செட்டியார் மீண்டும் சொன்னார்.

"ஊரை விட்டுப் போகிறதாக உத்தேசமா?"

"ஆமாம். மாமனார் ஊருக்கே."

அவள் மௌனமாக இருந்தாள். செட்டியார் தொடர்ந்தார்:

"நீ விரும்பினால் உனக்குச் சீர்காழியிலோ, கும்பகோணத்திலோ ஜாகை பண்ணித் தருகிறேனே."

"நான் ஊரைவிட்டு வருகிறது சரிப்படுமா?"

"ஏன், உனக்கு இங்கென்ன இருக்கிறது? பிள்ளையா, குட்டியா? உறவா சுற்றமா?"

"அதுக்கில்லை..."

"பின்னே? யார் போஷிக்கிறார்களோ, அவர்களிடம் போக வேண்டியதுதானே உனது தர்மம்?"

"எனக்கு வேதபுரீஸ்வரர் கோவில் பணிவிடை கெட்டுவிடுமே."

"நீ செய்யவில்லையென்றால், இன்னொரு தாசி அதைச் செய்துவிட்டுப் போகிறாள்."

"அதுக்கில்லை, சுவாமி. இடமும் மற்றதும் பழகிப் போச்சு. சுவாமியும் கூடப் பழகிப் போய்விடுகிறது. நாளாக நாளாக குருக்கள், வீடு, கிணறு, கிணற்று ஜலம்கூடப் பழகப் பழக ஒரு வகையான பிடிப்பு ஏற்பட்டு விடுகிறதே."

"என்ன பேத்துகிறாய்? எல்லா இடத்திலும் சுவாமி இருக்கார். கோயில் இருக்கு. பூசையும் புனஸ்காரமும் இருக்கவே இருக்கிறது."

பானு அமைதியாக இருந்தாள்.

ஒரு பாட்டுப் பாடேன்" என்று செட்டியார் உத்தரவிட்டார்.

சட்டென்று நினைவுக்கு வந்த பாட்டைத் தொடங்கினாள் பானு.

"யாருக்கும் வழிபோக ஒரு பாதை – எந்த
ஊருக்கும் கொண்டு சேர்க்கும் ஒரு நாளை...
யாருக்கு எது வழி, எவர் சொல்லக் கூடும்? எந்த
ஆறுக்கு வழி சொல்லி கடல் போய்ச் சேரும்?
விதியென்று ஓர் துணை உன்னை அழைத்துப் போகும்–அது
வில்லங்கம் செய்தாலும் செய்யும் பெரும்பாலும்
ஊசி வழி நூல் போகும் உலக வழி இதுதான்
உனக்கும் ஒரு வழியுண்டு, வாழ்க்கை ஒரு தொடர்தான்..."

செட்டியார், மறுநாள் விடியலுக்கு முன் எழுந்து ஸ்நானம் செய்து புறப்பட்டார்.

"பானு... நல்லா யோசனை பண்ணிக்கொள். வழக்கம்போல நம் கணக்குப் பிள்ளை நெல்லும் பணமும் கொண்டு தருவார். ஆனால், ரொம்ப நாளைக்கு அது முடியாது. நீ மாயவரமோ, கும்பகோணமோ வந்துவிட்டால் நல்லது. அப்புறம் உன் சம்மதி."

செட்டியார் புறப்பட்டுப் போனார். மாடுகளின் சலங்கைகள் வெகுநேரம் வரை கேட்டுக்கொண்டிருந்தன. செட்டியார் என்கிற துணை இனித் தனக்கில்லை என்பதை உணர்ந்தாள் அவள். வெளியே கரிய நிற இருட்டு அவளைப் பயமுறுத்திற்று.

39

மதியம் பன்னிரண்டு அடித்து மூன்று மணிக்குக் குவர்னர் துரை துய்ப்ளெக்ஸ் அவர்கள், சவாரி போகிற கடற்கரைப் பக்கம் கிளம்பினார். அந்த நேரம், ஒரு சேவகன் ஓடிச் சென்று, சென்னப் பட்டணத்துக் கடுதாசியைக் குவர்னர் அண்டைக் கொடுத்தான்.

பிரித்துப் படித்த குவர்னருக்கு சந்தோஷம் மிதமாக இல்லை. நேற்றைய தினம், அட்சய ஆண்டு, புரட்டாசி மாதம் 9-ம் தேதி புதன்கிழமைக்குச் சரியாக 1746-ம் ஆண்டு செப்தேம்பர் மாதம் 21-ம் தேதி, சென்னப்பட்டணத்துக் கோட்டையைப் பிடித்து, கோட்டைக்கு மேலே வெள்ளைக் கொடி போட்டார்கள் என்று சந்தோஷக் கடிது (செய்தி) வந்திருந்தது, கடுதாசியில்.

"ஆரடா அங்கே, கோட்டையிலே பீரங்கி சுடச் சொல். அப்புறம், கோன்சேல்காரர்களையெல்லாம் வரச் சொல். ரங்கப் பனைக் கையோடே அழைத்து வாருங்கள்" என்று உடனடியாக உத்தாரம் கொடுத்து, தம் திருமாளிகைக்குத் திரும்பினார்.

சென்னப்பட்டணத்து வெற்றிச் செய்தி பரவியதும், மந்திரம் போட்டது போல, மாளிகையிலும், மாளிகையைச் சுற்றி இருந்த கோட்டைப் பிரதேசங்களிலும், சந்தோஷ மிகையால் பரங்கி தொட்டுக் குசினிக்காரன் வரை ஆடுவதும், பாடுவதும், கட்டி முத்தமிட்டுக் கொள்ளுகிறதும், வெற்றி நகைப்பு நகைக்கிறதுமாய் ஏகச் சந்தோஷமாச்சுது. பிள்ளை, குவர்னர் அண்டைக்குச் சென்று சலாமிட்டுக்கொண்டு நிற்கையில், குவர்னர் துரை அவர்கள் எழுந்து பிள்ளையின் அருகாக நின்றுகொண்டு சொன்னார்:

"ரங்கப்பா! இப்போதானே சந்தோஷக் கடிது வந்தது. சென்னப் பட்டணத்தை நாம் செயித்துப் போட்டோம். நம் வீரர்கள் அந்தக் காரியத்தை மிகுந்த பராக்ரமத்துடனே செய்து போட்டார்கள்."

"ஆஹா சுபசேதி சொன்னீர்கள். நமக்கு மகா சந்தோஷமாச்சுது. பெருமானே! இதில் எனக்கு லவலேசமும் ஆச்சர்யமோ, அடடே என்னும்படியாகவோ இல்லை. ஏனெனில், தைரியலட்சுமியும், தனலட்சுமியும், ஜெயலட்சுமியும் தங்களிடம் அடைக்கலப் பொருளாய் வந்து சேர்ந்து விட்டார்களே. அதைத் தொட்டு, இனி அய்யா தொட்ட காரியம் எல்லாம் செயம், செயம்தானே!"

"அது உள்ளது" என்று பிள்ளையின் கருத்தை ஒப்புக் கொண்டே குவர்னர், மேலும் தொடர்ந்தார்:

"கேள் ரங்கப்பா! முதலில் திருவல்லிக்கேணி தெளிசிங்கப் பெருமாள் கோவிலண்டைத் தோப்புத் திடலில் தண்டிறங்கிய நம் சனங்கள், அங்கே நம்முடைய வெள்ளைக் கொடியை நாட்டி, அதற்கப் புறம் சிந்தாதரிப் பேட்டையிலே கொடி போட்டார்கள். அதைப் பார்த்துச் சென்னப்பட்டணத்தார், ஏழு குண்டு போட்டார்கள். அக்குண்டுகள், நம் தண்டை எட்டவே இல்லையாம். சென்னப் பட்டணம் குவர்னதோர் மாசுக்குப் பைத்தியம் பிடிச்சுப் போச்சாம். சிரிப்பதும், தாவுவதும், குதிப்பதும், சொறிந்துகொள்வதுமாய் அந்தக் குவர்னர் ஆடத் தொடங்கினானாம். அது கண்டு அவமானப்பட்டுப்

போன கும்பெனி, விசாகப்பட்டணம் கப்பித்தானை (கேப்டன்) குவர்னதோர் இடத்துக்குப் போனார்களாம். ஊரைச் சுற்றிக் கொத்தளங்களிலே இருந்த பீரங்கிகளை ஆணி அடித்துச் செயழலிக்க வைத்து, கோட்டையை மட்டும் சுற்றிக்கொண்டு பத்திரப்படுத்திப் போட்டு, ஊர் கதவுகளைத் திறந்து போட்டார்களாம். பெத்து நாய்க்கன் சேர்த்து வைத்திருந்த ராணுவத்திலே சில பேர், சண்டைக்குப் போகிறோம் என்று சொல்லி அப்படியே ஓடிப் போய்விட்டார்களாம்."

குவர்னர் இந்தப்படியாக எகத்தாளியும், பரியாசமும் ஆகப் பேசிக்கொண்டிருந்தார். குவர்னர் மாசுக்குப் பைத்தியம் பிடித்து அவர் பண்ணினார் என்று தோன்றும்படியான அங்க சேஷ்டைகளை அவர் செய்து காட்டினார். அதைக் கண்டும் கேட்டும் மற்றும் உள்ள கோன்சேல்கார்கள் மிகுந்த சந்தோஷக் களிப்பில் ஆழ்ந்தனர்.

சற்று நேரத்தில் இன்னொரு அதீத சந்தோஷக் கடிதம் வந்து சேர்ந்தது. சீமையிலிருந்து பயணப்பட்ட ஏழு கப்பலும் – இந்த வருஷம் புறப்பட்டவை – மாயே வந்து சேர்ந்துவிட்டன என்றும், மாயேயை விட்டும் புறப்பட்டுப் புதுச்சேரிக்கு வந்து கொண்டிருப்ப தாகவும் சேதி வந்திருந்தது. சென்னப்பட்டணத்துச் சண்டைக்குத் தேவையான திரவியத்துக்கு ஏழு கப்பல் திரவியமும் மிகுந்த பிரயோசனமாய் இருக்கும் என்பதாலும், இனிமேல் கும்பினீர் வியாபாரத்துக்குள் விடுவதற்கும் திரவியம் உதவியாய் வந்தபடி யினாலே, குவர்னர் துரை இரட்டிப்புச் சந்தோஷத்திலே இருந்தார். பிள்ளை குவர்னரிடத்தில் நல்லதாய் நாலு வார்த்தை சொல்லத் தொடங்கினார்:

"பிரபுவே! உம் மனத்திலே என்ன கோரிக்கையை நினைத்துக் கொண்டிருக்கிறீரோ நடக்கும். உமக்கும் மகத்தான கீர்த்தியை அடைவீர். உம்முடய பேரை, ஈரோப்பா ராச்சியமெல்லாம் கொண் டாடுவார்கள். இந்திய ராச்சியத்திலும் அந்தக் கொண்டாட்டம் தொடரும். இது முன்னிலையாய், பிரான்ஸ் ராசா உமக்கு மன்னவன் பட்டமும் கொடுத்து, 'மரேஷால் தே பிரான்ஸ்' (பிரான்சின் மாபெரும் மனிதர்) என்கிறதாயும் உசத்தி உச்சியிலே வைப்பார். இப்போதே உம் கீர்த்தியை சனங்கள் பாட்டாய்ப் பாடவும் ஆடவும் செய்கிறார்கள்."

"என்னது. என் பிரக்யாதியைப் பாட்டாகப் பாடுகிறார்களா? ரங்கப்பா, உனக்கு சங்கீதம் தெரியும். நாட்டியங்களையும் ரசிப்பாய் என்று அறிவேன். என் மேல் மக்கள் பாடும் பாட்டைக் கொஞ்சம் பாடிக் காட்டேன்."

“ஐயோ, நானா? பெருமானே! மகா சமர்த்தர்களும் விற்பன்னர்களுமான பல வித்வான்கள் நான் பாடுவதால் அவமானத்துக்குள்ளாக்கலாமோ, சொல்வீர் பிரபுவே.”

“அப்படியானால் வேண்டாம். அந்தப் பாட்டின் அர்த்தம்தான் யாது என்பதையாவது சொல்லேன்.”

“அதற்கென்ன ஆட்சேபம். துரையே! பகைவர்களாகிய ஆங்கிலேகாரர்களுக்குக் கப்பல் வராமல் தடுத்து, பராக்ரமம் காட்டிய உம் தைரியம் அதிலே சொல்லப்பட்டிருக்கிறது. உம்முடைய பேர் சொன்னால், இங்கிலீசுக்கார் கொத்துக் குடலும் வெளியிலே விழப் பயப்படுகிறதும், மூன்று வருஷத்திலே கட்டுகிற கடற்கரைக் கோட்டைக் கொத்தளங்களை ஆறு மாசத்தில் கட்டுவித்த பராக்ரமத்தையும், பாதுஷா முதலாக பாரீசுப் பட்டணம் வரைக்கும், ஈரோப்பா ராச்சிய மட்டுக்கும் உமது புகழ் பரவி இருக்கிறதென்பதையும் அதிலே சொல்லியிருக்கிறது.”

அதி ஆச்சர்ய சந்தோஷத்தைத் தானே அடைந்த குவர்னர் துரையவர்கள் குதித்து கும்மாளம் இட்டபடி, வீட்டுக்குள்ளே ஓடிச் சென்று, தம் மதாமிடம், பாட்டு விஷயத்தைப் பறை சாற்றவே, அந்த அம்மாள், “பிரான் சுவா... உடனே அந்தப் பாட்டை நான் கேழ்க்க வேணுமே. உடன், ரங்கப்பனிடம் அந்தப் பாட்டுக்காரனை அழைத்து வரச் சொல்லு” என்று உத்தாரம் கொடுத்து விட்டாள். துரை, ஒரு சிறுவனைப் போல ஓடி வந்து, பிள்ளையிடம், “ரங்கப்பா உடனே அந்தப் பாட்டுக்காரனை அழைத்து வரச் சொல்” என்றார். தொடர்ந்து “அந்தப் பாட்டை எழுதியவன் யார்?” என்று வினவினார்.

“சுவாமி. அவன் பேரு கஸ்தூரி ரங்கையயன். அவன் ஒரு கவி. வடுகு மொழி வித்துவான். நம்மேல், ‘ஆனந்தரங்கச் சந்தமு’ என்கிற காவியத்தைப் பண்ணி வைத்திருக்கிறார். அதை அரங்கேற்ற நல்ல நாள் பார்க்க வேணும். அந்தக் கவியே தங்கள் மேல் பாடல் புனைந்தது. அப்புறம் அந்தப் பாடலை ராகம் அமைத்து இசைத்தவன் வெங்கட்ட நாராயணப்பய்யர் என்கிற வித்துவான்.”

“அந்த ரெண்டு பேரையும் சடுதியில் அழைச்சுக்கொண்டு வரப் பண்ணும். அம்மாள் வேறு காத்துக்கொண்டிருக்கிறாள்.”

பிள்ளை, மாளிகைக்கு வெளியே வந்து, தக்க ஆட்களைத் தேடி அனுப்புவித்தார். அதுக்குள், துரை பெண்சாதி ழானம்மாள் வெளியே நாலைந்து ஸ்திரீகளுக்கு ஆள் விட்டனுப்பி தன் புருஷன் பெருமையைக் கேட்க ஏற்பாடு செய்தாள். அந்த ஸ்திரீகளும் அலங்கிருதர்களாக வந்து சேர்ந்தார்கள்.

வரவேற்பறையில் விரிக்கப்பட்ட ரத்தினக் கம்பளத்தில் பாடகர் வெங்கட்ட நாராயணப்பய்யர் அமர்ந்து சுருதி மீட்டிப் பாடத்

தொடங்கினார். முதலில் வெளிப்பட்ட ராகம் வாசஸ்பதி என்பதைப் பிள்ளை உணர்ந்துகொண்டார். பாடகரின் ஆலாபனத்தை விழிகள் அகல அந்த வெள்ளைப் பொம்மனாட்டிகள், நாற்காலியில் அமர்ந்து அவதானித்துக் கொண்டிருந்தனர். மேடும் பள்ளமுமான பூமியில் ஏறி இறங்குவது போல, ராகம் ஏற்ற இறக்கங்களோடு சீராக வளர்ந்துகொண்டிருந்தது. பாடகர் பாட்டை எடுத்தார்.

"சொல்லப் போமோ? அடியவன்
சொல்லப் போமோ?

ஆயிரம் நாப்படைத்த
ஆதிசேஷனாலும் (சொல்லப்)

துரையவர்
நிறைபுகழ்... (சொல்லப்)

நறுமணம் தருமலர்
வாசனைபோல் எங்கும் வீசுகின்ற
பிரான்சுவா துய்ப்ளெக்ஸ் பெற்ற
பெரிய தரணி உயர் புகழ்தனைச் (சொல்லப்)

ஈரோப்ப ராஜ்யத்தில் சிவன்போற் கீர்த்தி
யாரப்பா பெற்றவர் சொல்வேன்? – வெற்று
வீராப்பால் பெரும்புகழ் பெறுபவர் மத்தியில்
ஓராப்பு அறைந்தவர் இவனல்லவா சொல்வேன்...
(சொல்லப்)

காய்ச்சிய பால்நிறம் கொண்ட சிங்காரன் – கோல்
ஓச்சிய மன்னருள் இவனொரு பெருந்தீரன் – மடவார்
பாய்ச்சிய கண்வலைக் கிழித்திடும் சுகுமாரன் – ஆங்கிலர்
ஆட்சியைக் கடல்விட்டு ஓட்டிய பெருவீரன்

புத்திமான் – என்றும்
சத்திமான் – கலை
வித்திமான் – மனச்
சுத்திமான்

அலையெற்றிடும் கடல் சுத்திடம் ஏழு கப்பலை வென்றோன்
தலை சுற்றியே தடுமாறிய ஆங்கிலேயரைக் கொன்றோன்
எண்ணிரண்டு வயசிலே இவன்மேலே பித்தாச்சு
கண்ணிரண்டை வையாதே கண்ணேறு போடாதே
மண்ணிரண்டு இவனுக்கு. முன்னை பூமி பிரான்சு
கண்ணிரண்டு கொண்டாற்போல் பின்னை பூமி புதுச்சேரி

கொடுப்பதில் கர்ணன் – வெற்றி
தொடுப்பதில் விசயன்

அடுப்பதில் கண்ணன் – தோள்
மடுப்பதில் தூரியன்

மல்லாந்து தின்னுகிற ஒல்லாந்து காரன்
நல்ல கப்பல் ரெண்டைப் பிடித்தான் – பிரெஞ்சியர்க்குத்
தொல்லை கொடுக்கவே நினைத்தான் – துரைகளோ

மல்லுக் கட்டியும் சொல்லுக் கட்டியும்
வல்ல கப்பல்களை மீட்டார்
சவாப்பு கேட்டார் – எதிரி
சலாமும் போட்டார்
கப்பலை மீட்டார் – அல்லாட்டித்
தூங்க மாட்டார்...”

பாடகர் இவ்விதமாக ராக மாலிகையில் பாடுகையில், அந்தப் பாடலின் உள் வயணத்தைச் சுற்றி இருந்தவர்களும் பிள்ளையும் குவர்னருக்கும், துரைசானிக்கும் மற்றும் சின்ன துரைகளுக்கும் விரிவாக எடுத்துரைத்தார்கள். அதைக் கேட்டுத் துரையும், அம்மாளும் சிரித்தும், களித்தும், புளகாங்கிதம் அடைந்தும் வெகு ரசமாகத்தானே அனுபவித்தார்கள். கையைத் தட்டுவதும், தலையை அசைப்பதும், சபாசு என்கிறதுமாக இருந்தார்கள். பாட்டை முடித்த பிறகு, அந்தப் பாடலில் சில திருத்தத்தைச் செய்தார் குவர்னர். பாடலாசிரியர் கஸ்தூரி ரங்கய்யனை அழைத்து, “ஓய்! நன்றாக எழுதியிருக்கிறீர். அதிலே சிறு திருத்தம். ஒல்லாந்துக்காரர் கைப் பற்றின கப்பலை நாம் மீட்க இல்லை. அதுக்குப் பதிலாக அவர்கள் நமக்கும் பணம் கொடுத்துப் போட்டார்கள். அதைத்தான் நாம் வாங்கினோம். அப்படிப் பாட்டை மாற்றும். அப்புறம் இன்னு மொரு சங்கதி. பொந்திசேரி என்கிற கப்பலை ஆங்கிலேகாரர் பிடிக்க எத்தனித்தபோது, நம் கப்பித்தான் குண்டு போட்டு பரனேத்து என்கிறவனை அடிச்சாரே அந்த விஷயத்தையும் கவியாய்ப் பண்ணும்.”

“சொல்படியே” என்று ஒப்புக்கொண்ட கவி கஸ்தூரி ரங்கய்யன், உடனே ஒரு கடுதாசியில் எழுதத் தொடங்கினார். எழுதி, அதைப் பாடகரிடம் தந்து, காபி ராகத்தில் இசை போட்டு பாட்டை அரங்கேற்றுவித்தார்.

“பொந்திசேரி கப்பல் அதன் நாமம் – அதைப்
போய்ப் பிடிக்க எண்ணி வெகு காலம் – ஆங்கிலேயர்
தொந்தரவு தந்திடவே
வந்து போட்டாரே
பீரங்கிக் குண்டு – அது
கண்டு கப்பித்தான் ஏவ

குண்டு எடுத்தாரே
தண்டு – ஆங்கில
மண்டு – அவன் பேரு
பரநேத்து – அவனைப்
பார்த்துச்
சுட்டாராம் கோபம் கொண்டு
பரநேத்து – உடல்
வேர்த்து – பயம்
சேர்த்து – போனார்
பரலோகம் – இடம்
பார்த்து.

பாட்டைக் கேட்டு துய்ப்ளெக்ஸ் துரை அவர்கள் கரக்கம்பரம், சிரக்கம்பரம் செய்து சந்தோஷப்பட்டார். அப்புறம் அந்தப் பாடகர்க்கும், பாடலாசிரியருக்கும் குவர்னர் துரை அவர்கள் சம்பாவனை செய்து அனுப்பிவித்தார்கள்.

மாலையானதும், குவர்னர் சின்ன துரைகளும் கோவிலுக்குச் சென்று வழிபாடுகள் நிகழ்த்தினார்கள். கோவிலை விட்டு வெளியே வந்த குவர்னர், தொப்பியை எடுத்து, ‘பிரான்ஸ் மாமன்னர் வாழ்க’ என்று முழங்கினார். மற்றையோர்களும், அவரைப் பின்பற்றி, “லீவீல் நூவா” என்று முழங்கினார்கள். அந்தக் கோஷமானது கோட்டையையே எடுத்துக்கொண்டு போகிறாற்போல அவ்வளவு சப்தமாய் இருந்தது. அதன் பிற்பாடு கோட்டையிலேயே இருபத்தியோரு பீரங்கி வேட்டுச் சுட்டார்கள். அதன் பேரிலே கப்பலிலே இருந்தும் இருபத்தியோரு பீரங்கி வேட்டு போட்டார்கள். அந்த மட்டிலே புறப்பட்ட துரையவர்கள் வளவுக்கு வந்து முசே லபோர்தொனே அவர்கள் பேரைச் சொல்லி அவரவர் சாராயம் குடித்துச் சந்தோஷம் கொண்டாடினார்கள். அந்த வேளையிலே பிள்ளையும் பட்டணத்திலே உண்டாக்கிய கும்பினி உத்தியோகஸ்தர், வெள்ளைக்காரர், தமிழ், செட்டிமார்கள், வர்த்தகர் முதலாகிய சமஸ்தான பேரும் வந்து ‘முபார்க்கு’ (முகமன்) பண்ணியும் பேட்டி பண்ணியும் கொள்கிறார்கள். அந்தச் சந்தடியில் கிடங்குப் பொறுப்பாளன் ராமச்சந்திரய்யனை அழைத்து பத்து பார் சர்க்கரைக்கு உத்தாரம் கொடுத்து பட்டணத்திலே சகலமான பேர் வீட்டுக்கும் சர்க்கரை வழங்கத் தக்கதாக உத்தாரம் கொடுத்தார்கள். அப்புறம், பிரபு, பிள்ளையிடம், “பட்டணத்தை அலங்கிருதம் பண்ணிவித்து, சகலமான பேர் வீட்டிலும் விளக்கு வைக்கச் சொல்லி விடு” என்றார்கள். பிள்ளையும் நயினாரை அழைத்து அந்தப்படிக்கு உத்தாரம் கொடுத்தார்கள்.

அதன் பின், "ரங்கப்பா... வா மெத்தைக்குப் போகலாம்" என்று சொல்லி, பிள்ளையுடன் மாடிக்குச் சென்றார், துய்ப்ளெக்ஸ். கடற்காற்று இருவர் சிகைகளையும் பிய்த்துக் கொண்டு போகிறாற் போல இருந்தது. துய்ப்ளெக்ஸ் பிரபு, பிள்ளையிடம் சொன்னார்:

"ரங்கப்பா, உனக்கு என்னமோ கேள். இந்த நல்ல வேளையிலே நல்ல மனதுடனே உத்தாரம் கொடுக்கிறோம்."

பிள்ளை மிகவும் யோசித்துவிட்டுச் சொன்னார்:

"பிரபு, என்மேல் தாங்கள் வைத்திருக்கும் பட்சத்துக்கு என்ன கைமாறு செய்யக் கிடக்கிறது? தாங்கள் கேட்டதால் என் விக்ஞாபகம் இதுதான். காவலிலே இருக்கிற சிறையன்கள், கடன்காரர்கள் எல்லோரையும், இந்தச் சந்தோஷ காலத்தில் விட்டுப் போடுங்கள்."

"செய்தாயிற்று. அப்புறம்?"

"சுவாமி. நம் பட்டணத்திலே புகையிலை, வெற்றிலை எப் போதும், காசுக்கு ஒன்பது வெற்றிலையும், பணத்துக்குப் பன்னிரண்டு பலம் புகையிலையும் விற்று வந்தது. அதை மாற்றி வாசுதேவ பண்டிதன் என்கிற சண்டாளன், குருத்துரோகி, அதுகளைக் குறைத்து, காசுக்கு ஐந்து வெற்றிலையும், பணத்துக்கு பத்துப் பலம் புகையிலையுமாய் விற்கிறான். இப்படிப் பாவம் பண்ணிப் போட்டான் என்று வெகுசனங்கள் அவனைத் திட்டுகிறதும், வைகிறதுமாக பட்டணத்திலே உண்டாகிய சிறுபிள்ளை சத்தியமாய் எப்போதும் வீதிக்கு வீதி, மூலைக்கு மூலை, ஏழை எளியவர்கள் முதலாகிய சனங்கள் எல்லாம் இந்தத் தர்ம பட்டணத்திலே இது மாத்திரம் ஒரு அநியாயம் நடக்கிறது என்று கூவிக்கொண்டு திரிகிற சப்தம் என் காதிலே விழுந்திருக்கிறபடியாலே, இந்தப் பட்டணத்துக்கு இந்த அபக்யாதி வரலாகாது. ஆகவே, வெற்றிலை புகையிலை எப்போதும் போல விற்க உத்தாரம் பண்ண வேணும்."

"அப்படியா? அந்தச் சண்டாளனைத் தோலை உரித்துப் பழையபடிக்கு விற்கப் பண்ணுகிறேன். அப்புறம் என்ன?"

"சுப்பையன், ரொம்ப நாளாக உத்தியோகம் இல்லாமல் கஷ்டப்படுகிறான் ஐயா. அவனுக்கு உத்தியோகம் கொடுக்க வேணும், ஐயா."

"அப்படியே. அவனை உடனே உத்தியோகம் பண்ணுவித்துக் காரைக்காலுக்கு அனுப்பு."

துரை யோசித்துவிட்டுச் சொன்னார்:

"ரங்கப்பா! உனக்கு என்று எதுவும் கேட்கவில்லையே... எதுவானாலும் கேள்."

பிரபஞ்சன் ○ 301

"பிரபு, தங்கள் அன்பும் அணுக்கமும் எனக்குப் போதும். எனக்குப் பகவான் சகலத்தையும் கொடுத்து, சௌக்கியமாக வைத்திருக்கிறார். மேலும் எனக்கு என்று எதுவும் வேண்டியதில்லை.."

துய்ப்ளெக்ஸ் துரை பிள்ளையைத் தழுவிக்கொண்டார்.

40

அணு முதல் அண்டம் ஈறாகக் காத்து ரட்சிக்கும் எம்பிரான், உலகத்தின் கண்ணே உலவா நிற்கிற நன்மை தின்மை, உயர்வு தாழ்வு, பெருமை சிறுமை, பாவம் புண்ணியம் அனைத்தையும் கண்காணித்துக் கொண்டு தானே மனிதச் சிற்றுயிர்களின் இகபர வாழ்க்கையை நிர்தாரணம் பண்ணுகின்ற கருணைக் கடலும், ஆபத் பாந்தவனும், அனாதை ரட்சகனும் ஆன எம்பெருமான் மலரடித் தாமரைகளை மனதிலே தொழுதுகொண்டு எமதருமைத் தம்பி, ராஜஸ்ரீ, வாக் சாதுர்ய, காரிய செய, பிரான்சு தேசத்துச் சென்னப் பட்டணத்து துபாஷும், சிரஞ்சீவியும், சனாதிரஞ்சகனுமான ஸ்ரீ திருவேங்கடம்பிள்ளை அறிவது. உம்முடைய க்ஷேம லாபம் ஒன்றே விசாரமாக, அதுவே வேண்டுதலையாக இருக்கிற சகோதரன் ஆனந்தரங்கப்பன் எழுதுவது.

தம்பி, உம்முடைய கடுதாசி கோபால சுவாமி மூலியமாகக் கிடைத்து ரொம்பவும் விசாரம் அடைந்தேன். சீதோஷ்ண ஸ்திதி காரணமாகவும், ஓயாத வேலை காரணமாகவும், உமக்குத் திரேகத்துக்கு வெகு பிரயாசை வந்து மூல நோயும் கண்டு, உஷ்ணம் மிகவும் ஏறிப் போய் மிகவும் பிரயானது பண்ணிக் கொண்டு இருக்கிறதாகச் சேதி அறிந்த மனதுக்கு மிகவும் கஸ்தியாயிற்று. தக்க மருந்துகள் உண்டு, பகவானை ஸ்தோத்தரித்துக் கொண்டும் உபாதையை நீர் நீக்கிக் கொள்வீராகவும் பிரார்த்தித்துக் கொண்டிருக்கிறேன். அது அங்ஙனம் இருக்க, இவ்விடத்திலே குவர்னர் துரை துய்ப்ளெக்ஸ் பெருமான் அவர்கள் நேத்து காலமே என்னை அழைத்து வெகு கோபம் பண்ணி, "ரங்கப்பா, உம்முடைய தம்பி திருவேங்கடத்தைப் புதுச்சேரிக்கு வரச் சொல்லிக் கடிதம் போடு. உடனே வரவழைத்துக் கொள். சென்னப்பட்டணத்துக்கு குவர்னதோராக நம்மால் நியமிக்கப்பட்டிருக்கும் முசே தெப்பிர மேனிக்கு விசுவாசமாய் நடக்கிறதில்லை. நான் சொல்லியனுப்பிய ஒடுதிப்படியும் நடவாமல் இருக்கிறான். தன் மனசுக்குச் சரிப்போனபடி நடக்கிறான். ஆனபடியினாலே அவன் அங்கே இருக்க கவையில்லை" என்றார். துரையின் கோபம் தணிந்த பிறகு விசாரிக்கலாம் என்றிருந்தேன். அப்புறமாய்த் துரையிடம்

சென்றபோது, நான் இருந்துகொண்டு, "தம்பி, தங்கள் ஓடுதி (உத்தரவு) தப்பி நடக்கிறது இல்லை. அங்கே இருக்கிற பேர் என்னத்தினாலே அப்படி எழுதினார்கள் என்று விளங்கவில்லை" என்றதுக்கு, சென்னப்பட்டணத்து குவர்னர் முசே தெப்பிரமேனி தமக்கு எழுதின கடுதாசியை எடுத்து துரை வாசித்தார். அதிலே கண்டிருந்தது. "ரங்கப் பிள்ளை தம்பி என்னுடனே ஒரு கபுறும் வந்து சொல்கிறதில்லை. அவனும் லபோர்தொனேயும் ஒன்றாய்ப் போனார்கள். எனக்கு ஒரு சேதியும் தெரிகிறதில்லை" என்று கண்டிருக்கிறது. அப்புறம் துரை, "இனிமேல் உம் தம்பி அங்கு இருக்க வேணாம். உடனே புறப்பட்டு வரச் சொல்லி எழுதி அனுப்பி விடு" என்றார். நான் யோசித்துக் கொண்டிருக்கச்சே முசே பரிதி, சென்னப்பட்டணத்திலே இருந்து திரும்பிக் கொண்டி ருந்தவரிடம் நான் போய் வெகு ஸ்தோத்ரம் பண்ணினேன். அவரும் சந்தோஷமாகத் தானே உத்தாரம் கொடுத்தார். அப்புறம் நான் இருந்துகொண்டு "காரைக்காலுக்குப் போய் தஞ்சாவூராரை அடித்துச் செயம் கண்டீர். இப்போதானால், சென்னப்பட்டணத்தை ஒரு நாளையிலேயே அடித்துக் கட்டியே போட்டீர். உம்முடைய திராணியும், தைரியமும், சௌகரியமும் இந்த லோகத்திலே உம்மைப் போலே ஒருத்தரும் இல்லை" என்று அநேக விதமாய் ஸ்தோத்திரம் செய்துவிட்டு, அப்புறம் உம்மைப் பற்றிச் சொன்னேன். அதற்கு அவர் இருந்துகொண்டு, "ரங்கப்பன் எங்கே போனாலும் செயமாகுது, பார்த்தாயா? ஆனால் உன் தம்பி மெத்தக் கெட்டிக்காரன். அங்கே போனவிடத்திலே நாங்கள் எந்தக் காரியம் சொன்னாலும், அந்தக் காரியங்கள் எல்லாம் கொண்டு வந்து கொடுத்தான். அதுகள் நம்முடைய ஊருக்குள்ளே வேணுமென்றாலும் பிரயாசையாய் இருக்கும். அப்படிக் கொடுத்த காரியங்கள் எல்லாம் பிற ஊரிலே கொண்டு வந்து கொடுத்தான். சாக்கிரதையாகவும் இருந்தான். அவனைப் போல கெட்டிக்காரன் ஒருத்தரும் இல்லை. உம்முடைய தம்பி மெத்தவும் திராணிக்காரன்" என்று சந்தோஷமாய்த்தானே சொன்னார். நான் இருந்து கொண்டு, "நீரானால் சந்தோஷமாகச் சொல்கிறீர். முசே தெப்பிரமேனி தம்பி பேரிலே குறைகளாகத் துரையவர்களுக்கு எழுதி அனுப்பி வைத்தார். துரையவர்கள் என்னை அழைத்து, உன் தம்பியை வந்துவிடச் சொல்" என்று சொல்கிறாரே என்று பதில் சொன்னேன்.

அதுக்கு முசே பரீதி சொன்ன சேதி, அது என்ன காரியம் நான் துரைக்குச் சொல்கிறேன். உன் தம்பியைப்போல திராணிக்காரன் ஒருத்தன் இருக்கிறானா? முசே லபோர்தொனே, ஒரு நாழிகைக்கு ஆயிரம் தடவை உன் தம்பியை அழைத்துப் பேசுவான். முசே துப்பிரமேனி உன் தம்பியை அழைத்துப் பேசுவதில்லை. லபோர் தொனேயிடம் பேசுகிறவன் தம்மிடம் பேசுவதில்லையே என்கிற

கோபத்தினாலே, துரைகளிடத்திலே அப்படிச் சொல்லியிருக்க வேணும். ஆனாலென்ன நான் துரைக்குச் சொல்கிறேன். முசே துப்பிரமேனிக்கும் எழுதி அனுப்புகிறேன். நீயும் உன் தம்பியும் லபோர்தொனேயிடம் போக வேண்டாம். துப்பிரமேனிக்குச் சகல கபுறும் சொல்லிக் கொண்டு, அவர்கிட்டே காத்திருக்கச் சொல்லி அவர் உத்தாரத்தின் பேரில் போய் பேசி வந்து அவர்கிட்டே நடந்த சேதியெல்லாம் அப்போதைக்கப்போது உடனே வந்து துப்பிர மேனிக்குச் சொல்லிக்கொண்டு இருக்கும்படியாக எழுதி அனுப்பு" என்றார் மிசே பரிதி.

ஆகையினால் தம்பி அறிவது: பரங்கிகள் ஒருத்தர்மேல் ஒருத்தர் பாய்ந்துகொண்டு கடித்துத் தின்று கொண்டிருக் கிறார்கள். முசே லபோர்தொனேவுக்குத் தாம் துய்ப்ளெக்சைக் காட்டிலும் அல்லது அவருக்கு ஒத்த அதிகாரி என்கிற கருத்து. சென்னப்பட்டணத்துக்கு அதிகாரியாயும் குவர்னராகவும் வந்திருக்கிற துப்பிரமேனி, தனக்குச் சமானன் அல்லன் என்கிற கருத்து. துப்பிரமேனிக்கோ லபோர்தொனே வெறும் கப்பல் தலைவனாங்காட்டியும் ஆட்சி அதிகாரத்தில் அவன் தனக்குக் கீழானவன் என்கிற கருத்து. இந்த மூன்று பேருக்கு மத்தியிலே நடந்துகொண்டிருக்கும் தலை, மார்பு, தொடைச் சண்டையிலே, தம்பி அவர்கள் எந்த வகையிலும் சிக்கிக்கொள்ளக்கூடாது என்பது எனது பிரார்த்தனை. சென்னப்பட்டணத்துக் குவர்னதோராக நியமனம் பெற்றிருப்பவர் முசே துப்பிரமேனி அவர்கள்தாம். அப்படியிருக்க, அவருக்குத் துபாஷாகப் போயிருக்கும் நீரும், அவருக்குச் சகாயமாகத்தான் இருக்க வேண்டுமேயல்லாமல், வேறு பிரகாரம் இருக்கக் கூடாது. எதிர்காலத்தில், துப்பிரமேனிக்கும் லபோர்தொனேவுக்கும் நடக்கிற சண்டையிலே, துப்பிரமேனி செயித்தால் உம்மை விசுவாசி என்று நிர்த்தாரணம் செய்வார். லபோர்தொனே செயித்தாலும், அதிகாரத்தில் இருப்போர்க்கு உண்மையானவன் என்று பாராட்டுதல் உம்மைச் சாரும். நம்மை ஒத்த சிறு தரத்து அதிகாரிகளுக்கு எப்போதும் சாக்கிரதை உணர்வு வேணும். நாம் யாருக்குச் சேவை செய்கிறோமோ, யார் நமக்குத் தாதாவோ அவருக்கு உண்மையாயும் விசுவாசியாகவும் இருப்பதே மேலான பண்பாகும். துரோகிகளே, துரோகிகளை விரும்பார். நாம், நேர்மையானவராக இருக்கும் பட்சம் எல்லோருமே நம்மை விரும்புவார்கள். இன்னுமொரு சூட்சுமத்தையும் சொல்கிறேன். அதிகாரத்தில் இருப்பவர்க்கு நெருங்கிச் சேவை செய்வது என்பது சுலபமான வழி. கொடுக்கப்பட்ட வேலையைச் செவ்வனே முடித்துப் போட்டு ராவிலே நிம்மதியாக உறங்கலாம். வேறு மாதிரி இருந்தாலோ, சதா சர்வ காலமும் குயுக்தியும், யோசனையும், பயமும், தற்காப்புமாகவே காலத்தைக் கழிக்கும்படியாக ஆகிவிடும்.

ஆனவைகளை நன்கு யோசித்து நடந்து கொள்ள வேணுமாய்க் கூறிக் கொள்கிறேன்.

ஆலிலை மேல் துயின்ற ஆண்டவர் உமக்கு சகல சந்தோஷங்களையும் பண்ணுவித்து, சகல தோஷங்களையும் நிவிருத்தி செய்வார் ஆகட்டும் என்று பிரார்த்தித்துக்கொண்டு, திரேகத்தை நன்கு கவனித்துக்கொண்டு சுபிட்சமாக இருக்க வேண்டும் என்று ஆசீர்வதித்துக்கொண்டு அமைகின்றன."

பிள்ளை இவ்வாறாக எழுதி, கையெழுத்திட்டு, கோபால சுவாமி வசம், கடுதாசியைக் கொடுத்தனுப்புவித்தார்.

பிள்ளை, மதிய உணவுக்குப் பிறகு தூங்கி எழுந்து முகம் கை கால் சுத்தி செய்து கூடத்தில் அமர்ந்திருக்கையில், நாகாபரணப் பண்டிதர் வந்து சேர்ந்தார். "வாரும் ஓய் பண்டிதரே... இந்த முறை வெகு நீண்ட பயணமாய்ப் போய்விட்டீர் போலும்" என்று சிநேகிதரை வரவேற்றார் பிள்ளை.

"நினைத்தால் வர முடிகிறதா? மகளும், மருமகளும் விடுகிற பாடாய் இல்லை. அப்புறம், இந்தப் பிரெஞ்சியர் சென்னப் பட்டணத்திலே செய்த கலாபம் கொஞ்சமா, நஞ்சமா? திருச்சிக் கோட்டையில் சந்தா சாயுபு இருந்தபோது தண்டெடுத்து வந்த மராத்தியர் செய்த அட்டூழியத்துக்குச் சற்றும் குறையாத விதத்தில் அன்றோ நடந்துகொண்டார்கள் நம் பிரெஞ்சுக்காரர்கள்."

"துர்ச் செய்கையும், நீசத்தனமும் செய்கிறதிலே மராத்தியன் என்ன, பிரெஞ்சியன் என்ன? எல்லாம் எரிகிற கொள்ளிகள்தான் பண்டிதரே. எதை எடுத்துத் தலை சொறிய? பிரெஞ்சியரின் கலாபத்தை நீர் பார்த்தீரோ?"

"நன்றாக இரண்டு கண்களால் பார்த்தேன், பிள்ளைவாள். முதலில் சிந்தாதரிப் பேட்டையிலும், திருவல்லிக்கேணி தெளிசிங்கப் பெருமாள் கோவில் தெருவிலும் தொடங்கியது கலாபம். வர்த்த கரின் பொருள் எல்லாம், நெல் என்ன, மணி என்ன, கம்பென்ன, கேழ்வரகென்ன, கடலை எண்ணெய் என்ன, எல்லாவற்றையும் அடித்துப் பிடித்து, மூட்டையைக் கிழிக்கிறதும், மணிகளைத் தெருவிலே சிந்துகிறதும், அத்தோடு பெருந்தனக்காரர்களிடம் போய், வராகனும், ரூபாய்களும் பிடுங்கி அவர்களை அடித்துப் போடுகிறதுமாக இருந்தார்கள் பிரெஞ்சியர். மயிலாப்பூர், பிரம்பூர் என்று சுற்றிலும் இருக்கிற ஊர்களில் எல்லாம் ஏகக் களேபரமாய் ஆச்சு. ஜனங்கள், குஞ்சு குளுவான்களுடன் கூட்டம் கூட்டமாகக் கையில் அகப்பட்ட தட்டு முட்டுச் சாமான்களுடனே அலைந்தும், ஊரை விட்டு வெளியேறி செங்கழுநீர்ப் பட்டுக்கும் வந்தவாசிக்கும்

ஆற்காட்டுக்கும் அலைந்ததென்ன? எங்கு பார்த்தாலும் சத்தம், குழப்பம் என்று மக்கள் உலை வைக்கக் கூடாமலும் தொண்டைக்கு நீர் ஊற்றவும் முடியாது தத்தளித்ததையும் எப்படி வார்த்தையால் வருணிக்கிறது? தப்பித்து ஓடிச் சென்ற மனுஷ்யர் பலர் அடை யாற்றங்கரையிலே தங்கி இருக்க, அங்கும் பிரெஞ்சியர் போய் அடாவடித்தனம் பண்ணி பெண்டுகளை வம்பு செய்கிறது, அவர் களின் கூந்தலை அறுக்கிறதுமாக, நகைகளைக் கொள்ளை அடிக் கிறதுமாக இருந்தார்கள். இங்கேயிருக்கிற முசே பராதி மட்டுக்கும், ஒரு லட்சம் ரூபாய்க்கும் மேலாகக் கொள்ளை அடித்ததாகச் சொல் கிறார்கள். அப்படியென்றால் லபோர்தொனே போன்ற பெரிய தரத்து அதிகாரிகள் எவ்வளவு கொள்ளை அடித்திருப்பார்கள் என்று கணக்கிட்டுக்கொள்ளும்."

"அது உள்ளது. லபோர்தொனே சென்னப்பட்டணத்தையே ஆங்கிலர்களுக்கு விற்றுவிட்ட மகா காதகனாச்சே."

"விற்றே விட்டானா?"

"ஆமாம். பல லட்ச்ம் ரூபாய்கள் தனக்கென்று வாங்கிக் கொண்டு, ஜெயித்த சென்னப்பட்டணத்தை திரும்பவும் அவர் களுக்கே பதினோறு லட்சம் வராகனுக்கு விற்றுப் போட்டான் அந்தத் துரோகி?"

"அவனைக் கேழ்ப்பார் இல்லையா?"

"தெய்வம்தான் கேட்க வேணும். கேட்டால், கடல் மேல் எது செய்துகொள்வதற்கும் பாரிசு ராஜாவண்டை இருக்கிற மாதிரி அனுமதி கொடுத்து இருப்பதாகச் சொல்லுகிறான். தன்மேல் அதிகாரம் செலுத்த துய்ப்ளெக்ஸ் துரைக்கும்கூட அதிகாரம் இல்லை என்கிறான். செயித்தது நான். அதை என்ன பண்ணுவது என்பது தன் பாடு என்கிறான்."

"குவர்னதோர் துய்ப்ளெக்ஸ் அதைத் தொட்டு என்ன உத்தேசம் பண்ணியிருக்கிறார்?"

"கோன்சேல் கூடி பிரான்சுக்கே இவனைப் பற்றிய புகார் போயிருப்பதாகச் சொல்கிறார்கள்."

"படைத் தலைவனாக இருந்துகொண்டு இப்பேர்க்கொத்த பழி பண்ணினால், இவனிடம் வேலை பார்க்கிற மத்த சிப்பாய்கள் என்ன பண்ண மாட்டார்கள்?"

"அது உள்ளது. அதைத் தொட்டுத்தான் லபோர்தொனே ஒரு சாதுரியம் பண்ணியிருக்கிறான். துய்ப்ளெக்ஸ் பிரபுவால் அனுப்பப் பட்ட படைகளைப் பட்டணத்துக்கு உள்ளேயே வரவொட் டாமல் செய்து, தமக்கு அடங்கின மாயே சிப்பாய்கள், மற்றும்

காப்ரிகளையும் கொண்டு நிர்வாகம் பண்ணிக் கொண்டிருக்கிறான். அத்தோடு, அவனுக்கு நம்பிக்கை இல்லாத சிப்பாய்கள் மற்றும் அதிகாரிகளிடம் இருந்த கத்தி, துப்பாக்கி போன்ற ஆயுதங்களைப் பறித்துப் போட்டான். தன்னைப் பார்க்க வருகிற பேர்கள், எந்த ஆயுதமுமின்றி வர வேணும் என்றும், தம்மிடம் யாராவது இப்படிச் செய்யலாமா என்று கேட்டால் அது உமது வேலையில்லை என்றும் உறைப்பாகப் பதில் சொல்கிறான்."

"குவர்னர், இதை எவ்வாறு இன்னமும் சகித்துக் கொண்டிருக் கிறார்?"

"என்ன பண்ணுகிறது? குவர்னருக்கு முசேப் பரிதியும் அவனிடம் இருக்கும் சிறு படைகளும், மட்டும் ஆதரவாக இருக் கிறார்கள். கப்பலும் கப்பல் படையும் லபோர்தொனே வசம். அதிகாரம் பிளவுபட்டால், என்ன பண்ணுகிறது?"

"அது உள்ளது."

பண்டிதருடன் சல்லாபித்து, அவரை அனுப்பிப் போட்டு ராப் பலகாரத்தை முடித்து, உலாவிக்கொண்டிருந்து விட்டு, பிள்ளை படுக்கைக்குச் செல்ல இரவு பதினோரு மணி ஆகியிருந்தது. பிள்ளை படுத்துச் சற்றே கண் அசந்திருக்கையில், குவர்னதோரிடம் இருந்து உடனே புறப்பட்டு வந்து சேரும்படிக்கு உத்தாரம் வந்தது. ஏதோ அவசரம் என்று உணர்ந்த பிள்ளையும், உடனே எழுந்து அங்கியை அணிந்துகொண்டு குவர்னர் மாளிகைக்கு விரைந்தார்.

குவர்னர், கோமிசேல்காரர்கள் சின்ன துரை மற்றுமுண்டான பேர்களுடனே இருந்தார். பிள்ளை சென்று சலாம் இட்டுக்கொண்டு நின்றதும், குவர்னர் பிள்ளையைப் பார்த்து, "ரங்கப்பா... லபோர் தொனே காரியம்தான் ரொம்ப விசாரமாக இருக்கிறது. நாம் சென்னப்பட்டணத்துக்குக் குவர்னராக நியமித்து அனுப்பின முசே தெப்ரேமேனியைத் தள்ளிப் போட்டு, முசே பரிதி, முசே துலோராம், முசே லத்தூஷ் முதலான பேர்களையெல்லாம் காவலில் வைத்துப் போட்டான். இவர்களை விருந்துக்கென்று அழைத்து வந்து இந்தக் காரியத்தைச் செய்து போட்டான்."

"இது என்ன ரொம்பவும் அடாவடித்தனமாக இருக்கிறதே" என்று குவர்னரின் மனதுக்கு இசைவாகப் பேசினார் பிள்ளை.

குவர்னர் பிள்ளையைத் தனி இடத்துக்கு அழைத்துச் சென்றார்.

"ரங்கப்பா, லபோர்தொனேவுக்குத் தனியாக என்ன கிடைத்திருக்கும்?"

"பட்டணத்தை விற்ற தொகை பதினோறு லட்சம் வராகன் அல்லாமல், அவருக்கு என்று லட்சம் வராகன் வரைக்கும் கிடைத்திருக்கும் என்று சொல்லுகிறார்கள்."

"என்ன பத்து லட்சமா? ஒருக்காலும் இருக்காது. நீ அதிகமாகச் சொல்லுகிறாய்."

குவர்னரின் முகத்தில் மிகுந்த பொறாமையும், வயிற்றெரிச்சலும் துலாம்பரமாகத் தெரிந்தது.

"சுவாமி என்னை மன்னிக்க வேணும். நான் கேள்விப் பட்டதைத்தான் சொன்னேன்."

"இல்லை ரங்கப்பா. மூன்று லட்சம் என்றுதான் எல்லோரும் சொல்லுகிறார்கள்."

"சுவாமி, முசே லபோர்தொனேவண்டைக்கு ஒரு சட்டைக் காரன் வேலை செய்கிறான், அல்லவோ. அவனிடம் ஐம்பதினா யிரம் வராகன் தேறும் என்கிறார்களே."

"அது மெய்தான். அந்தச் சட்டைக்காரனிடம் ஐம்பது தேறும் என்று தெரிந்ததுதான்."

"குசினி வேலை (சமையல்) செய்கிறவனிடமே ஐம்பது தேறி னால், எஜமானாய் இருக்கப்பட்டவர்க்கு எவ்வளவு தேறும். யோசித்துப் பாருங்கள்."

"மெய்தான் ரங்கப்பா. மெய்தான். ஈந்த்தில (இந்தியாவில்) வெள்ளைக்காரர் எவரும் இதுவரை பண்ணாத அளவுக்குப் பணம் பண்ணிவிட்டான் லபோர்தொனே."

குவர்னர் மீண்டும் தம் கோன்சேல்காரரிடம் வந்து சேர்ந்தார்.

காலநிலை மிகவும் கடுமையாக இருந்தது. யுத்த நிலை மட்டு மல்லாமல், பருவநிலையும் மோசமாகிக்கொண்டிருந்தது. சாதாரணக் காற்றாக ஆரம்பித்து பருவம் வர வர மழையும் காற்றுமாக முற்றிக்கொண்டிருந்தது. இதற்கிடையில் வேறு ஒரு முக்கிய நிகழ்ச்சி நடைபெற்றது.

கோட்டைக்கும், கொடிமரத்துக்கும் மற்றும் முக்கிய கோட்டைப் பகுதிகளுக்கும், லபோர்தொனே தம் பிரெஞ்சு சொல் தாக்களையே காவலாகப் போட்டிருந்தான். கொடி மரத்தண்டை தெத்தூஷ் என்பவன் பொறுப்பேற்றுக் காவல் காத்துக்கொண்டி ருந்தான். ஒரு இரவில், வழக்கமாகப் பாரா காத்துக்கொண்டிருந்த அவனிடத்துக்கு ஆங்கிலேய சிப்பாய் ஒருத்தன் வந்தான். தன் பெயர் பெர்னார்டு என்றான் அவன். "சொல், நான் உனக்கு என்ன செய்ய வேணும்."

"ஒரு முக்கியமான ரகசியத்தை நான் உனக்குச் சொல்ல வேண்டும். அதற்குப் பதிலாக நூறு வராகனும், ஒரு பாட்டில்

ஒயினும் நீ எனக்குத் தர வேணும்." தெத்தூஷ் அவனைத் தீர்க்க மாகப் பார்த்துவிட்டுப் பிறகு சொன்னான்.

"நீ சொல்லும் ரகசியத்தைப் பொறுத்துத்தான் இந்த வெகுமதி. பெரிய ரகசியமாக இருந்தால் எங்கள் தலைவர் முசே லபோர்தொனேயிடம் சொல்லி இன்னும்கூட அதிகமாக வாங்கித் தருகிறேன்."

பெர்னார்டு சொன்னார்:

"எங்கள் குவர்னர் மோர்சு பெருமான் அவர்களுக்கும் உங்கள் தலைவர் லபோர்தொனேவுக்கும் பேச்சு வார்த்தை நடந்துகொண்டி ருக்கிற போதே, எங்கள் குவர்னர் கும்பெனிப் பணமான இரண்டு லட்சம் வராகன்களைக் கொடிமரத்தின் கீழே புதைத்து வைத்து இருக்கிறார். ரெண்டு லட்சம் வராகன். எனக்கு நீங்கள் ஆயிரம் வராகன்கள்கூடக் கொடுக்கலாம்."

தெத்தூஷ் இந்தச் செய்தியை, லபோர்தொனேயிடம் கொண்டு சென்றான். கொடி மரத்தின் கீழே தோண்டப்பட்டது. ஒரு இரும்புப் பெட்டியில் பாதுகாப்பாகப் போட்டு அடைக்கப்பட்ட இரண்டு லட்சம் வராகன்கள் அகப்பட்டன. முசே லபோர்தொனே கடுமையான கோபம் கொண்டான். சென்னப்பட்டணத்துக் குவர்னர் மோர்சு துரையைப் பார்க்கக் கிளம்பினான்.

புயல் தொடங்கிற்று. சென்னப்பட்டணத்துக் கடலோரம் உண்டா யிருந்த மரங்கள் வேரோடும் சாய்ந்தன. தொடர்ந்து பெய்த மழையால் ஊரில் வெள்ளம் புகுந்தது. ஏரிகள், குளங்கள் உடைந்து வீடுகளுக்குள் தண்ணீர் புகுந்தது.

41

மாரிக்கு மனம் குளிர்ந்திருந்தது. மகளுக்குக் கல்யாணம் கூடி விட்டது. மகள் மரிக்கொழுந்து ரொம்பவும் அதிர்ஷ்டக்காரி என்று ஊர் கூடிப் பேசியது. பின்னே, கல்யாணம் என்றால் சும்மாவா? ஏழு ஜோடி செருப்பு தேயாமல், எந்தத் திக்கில் மாப்பிள்ளை தேடிப் போகிறது என்று ஜோசியக்காரன் சொல்லாமல், நாலு இடம் பார்த்துப் பேசி, சாதகம் ஒத்து வந்து, சம்பந்திகள் அது இது கேட்டுத் தகராறு பண்ணிக்கொள்ளாமல் கல்யாணம் முடிஞ்சு போனது விசேஷம்தானே?

மாரிக்குப் புருஷன் தறிக்காரன். முந்தின குவர்னர் தறிக்காரரை எல்லாம் தேசம் முழுமைக்கும் எங்கிருந்தெல்லாமும் அழைப்பிச்சுக்

கொண்டு வந்து, மனை கொடுத்து, வீடு கட்டிக் கொள்ள மரம், செங்கல் முதலானதுகள் கொடுத்து, வேலைக்கான உத்திரவுகளையும் வழங்கி, ஒரு தறிப் பேட்டையை உண்டாக்கினபோது, அப்போது இளம் பிராயத்தில் இருந்த மாரியின் புருஷன் மண்ணாங் கட்டியின் தகப்பன் குடும்பத்தோடு தறிப் பேட்டைக்கு வந்து சேர்ந்தார். வண்ணாரப் பேட்டையிலிருந்து தறிப் பேட்டைக்கு மாற்றிக்கொள்வது அப்படியொன்றும் கஷ்டமாக இருக்கவில்லை.

மாரிக்குக் கல்யாணத்துக்கு முன்னால் செய்து முடிக்க வேண்டிய கடமை ஒன்று இருந்தது. வீட்டுக்குள் ஒரு சின்னக் களஞ்சியம் இருந்தது காட்டு மரத்தால் ஆன களஞ்சியம். ஆள் ஒருத்தர் நிற்கிற அளவுக்கு உயரமானது. அதிலே முக்கால் திட்டத் துக்கு நெல்லை நிரப்பியாக வேண்டும். கல்யாணம் என்றால், சொந்த பந்தம் வந்து சேருமே. கல்யாணத்துக்குப் பந்து நாள்களுக்கு முன்பிருந்தே பந்து ஜனங்கள் வந்து கூடி விடுவார்களே. அவர் களுக்கெல்லாம் ஆக்கிப் போட வேண்டுமே. களஞ்சியத்தை நிரம்பு கிற காரியத்தை மாரி, பல மாசங்களுக்கு முன்னேயிருந்து ஆரம் பித்திருந்தாள். ஏழை பாழைகளுக்குக் களஞ்சியம் நிரப்புகிற காரியம் அவ்வளவு சுலபமான காரியமா என்ன? சிறுகச் சிறுகத்தான் அதை அவளும் அவள் புருஷனும் சேர்ந்து செய்தார்கள். வர்த்தகர் பச்சை மணி முதலியார் கப்பல் ஏற்ற நீலச் சாயத் துணி கேட்டிருந்தார். முன் பணமும் கொடுத்திருந்தார். இரவும் பகலுமாகத் தறிப் பேட்டையில் சப்தங்கள் எழ, நெசவாளர்கள் பணியில் ஈடுபட்டி ருந்தார்கள். கால் வீங்கி முதுமை தள்ளாமை காரணமாகத் திண் ணையில் முடங்கிக்கொண்டிருக்கும் மாரியின் மாமனார்க் கிழவரும் தறியண்டைக்கு வந்தும், பாவு மேடைக்கு வந்தும் ஏதோ சொல்லிக் கொண்டிருந்தார். ஏதோ அந்தக் காலத்துக் கதை. குவர்னதோர் திடுமெனத் தறி மேடைக்கு வந்து நின்ற கதை. இப்படித்தான் கப்பலுக்காக ரெண்டு கப்பல் சீலைகள் பண்ணும்படிக்கு உத்தர வாகி இருந்தது. அதைத் தொட்டு வேலை வெகு மும்முரமாக நடைபெற்றுக்கொண்டிருந்தது. கிழவர், தம் தறியில் மன்றாடிக் கொண்டிருந்தார். அங்கேயே சாப்பாடும் தண்ணீருமாக நாள்கள் சென்றன. நூல் சிப்பங்களை அவர் மனைவி வாங்கி வருவாள். மேல் வேலைகளை அவளே கவனித்துக்கொள்ளவும் செய்வாள். இப்படி யாகக் கிழவர் இருந்த சமயத்தில்தான், ஒரு நாள் சாயங்காலம், அவர் தறியில் இருந்து கொண்டு வேலை செய்துகொண்டிருக் கையில், மெல்ல தெருப் படலைத் திறந்துகொண்டு ஒருவர் வந்தார். இருட்டிலும், கண் பார்வை மழுங்கி இருந்த நிலையிலும், வந்தது யார் என்று அவரால் கண்டுகொள்ள முடியவில்லை. யாராவது ஆள்களாக இருக்கும் என்றெண்ணிக்கொண்டு அறுந்த இழையை முடிச்சிட்டுக்கொண்டிருந்தார். வந்தவர் ஏதும் பேசாமல்

இருப்பதைக் கண்டுகொண்டு, "அதாரு?" என்றார். அப்போது இன்னொருத்தர் படலைத் திறந்துகொண்டு உள்ளே வந்து, முன் வந்தவருக்குச் சலாம் பண்ணிக்கொண்டு நின்றார். கிழவர் விளக்கைத் தூக்கி வந்தவரின் முகம் பார்த்தார், ஒரு வெள்ளைக் காரர். கிழவருக்குப் பக்கென்றது. அதற்குள் இரண்டாவதாக வந்தவர், தமிழரைப் போன்று தோன்றியவர், கிழவர் காதண்டை வந்து, "குவர்னர் துரை வந்திருக்கிறார்" என்றார். வியர்த்துத்தான் போனது கிழவருக்கு. அவசரமாக எழுந்து நின்றார். கால் தரையில் ஊன்ற சற்றே சிரமமாக இருந்தது. முற்றிய கதிர்போல வளைந்து குவர்னரைக் கும்பிட்டார். குவர்னர் சொல்ல உடன் வந்தவர் மொழிபெயர்த்துச் சொன்னார்.

"வேலையெல்லாம் ஒழுங்காக நடைபெறுகிறதா?"

"ஆமாம் எசமானே."

"குறித்த காலத்துக்குள் சரக்குகள் தயாராகி விடுமா?"

"ஆமாம் எசமானே."

"வருகிற சூலை மாசக் கப்பலிலே சேர்ந்துவிடுகிற மாதிரி தயாராகி விடுமா?"

"சேர்த்துவிடலாம் எசமானே."

"குட்" குவர்னர் கிழவரின் தோளில் தட்டிக் கொடுத்து விட்டுச் சென்றார். கனவு மாதிரிதான் இருந்தது. குவர்னர் குடிசைக்குள் வந்ததும், அவரோடு பேசியதும், தோளில் தட்டியதும் சாதாரண விஷயமா என்ன? திபுதிபுவென்று பேட்டை சனங்கள் உள்ளே புகுந்து கிழவரைச் சுற்றிக் கொண்டார்கள். கிழவருக்கு அதுமுதல் கொண்டு ஒரு மவுசே ஏறி விட்டது...

கிழவர் அந்தக் கதையை ஆயிரத்தைத் தாண்டி அதுக்கும் மேலான தடவையாகச் சொல்லிக்கொண்டிருந்தார். இளைஞர் களுக்கு அது புதுமையாக இருந்தது. பெரியவர்களுக்கு அது கொடுமையாக இருந்தது. ஆனாலும், வேலை நேரத்தில், அதுக்குக் குந்தகம் வராதபடிக்கு அவர் பேசுவதை அவர்கள் விரும்பவே செய்தார்கள்.

மாரிக்கு நிறைய வேலை இருந்தது. இன்னும் கலியாணத்துக்கு நாலு நாள்களே பாக்கியிருந்தன. அதற்குள் அவள் பெண்ணுக்கும், மாப்பிள்ளைக்கும் கோடி எடுக்க வேண்டும். சின்னதாக ஒரு பொட்டு செய்யும்படிக்கு, பத்தரிடம் சொல்லியிருந்தாள். அதை வாங்கி வர வேண்டும். தென்னந்தோப்புக்காரரிடம் சொல்லி, ஓலை வாங்கி வந்து தட்டைப் பந்தலாய் வீட்டுக்கு முன்னும் பின்னும் போட வேண்டும். எவ்வளவு வேலைகள் பாக்கியிருந்தது? அப்புறம்

நெல்லைப் புழுக்கிக் காய வைக்க, ஆள்களை ஏற்பாடு செய்ய வேண்டும்.

கோடிக்காக, அருணாசல முதலி வீட்டுக்குத்தான் முதலில் சென்றாள் மாரி. முதலியார் பெட்டியடியில் இருந்துகொண்டு கணக்கெழுதிக் கொண்டிருந்தார்.

"மாரியா, கலியாணம் கூடிடுச்சாக்கும்."

"ஆமாம் பெரியவுகளே."

"என்ன வேணும்? வேணும்கிறதை எடுத்துக்கிட்டுப் போ... கப்பல் சரக்கு வேலை முடிஞ்சதும், கணக்கைத் தீர்த்துப் போடு."

"இந்த வாட்டி பாதியும், அடுத்த தைக்குப் பாதியும் தீர்த்துப் போடறேனே, ஐயாவே."

"செய்யி. வேற என்ன பண்ணறது. கால நெல சரியில்லையே... பிரெஞ்சுக்காரன், ஊரை வளைச்சுக்கப் போறதா, பராபரியா சேதி காதுலே விழுந்திச்சு... என்ன கலாபம் நடக்க இருக்கோ... எல்லாம் நல்லபடியா நடக்கணும், கடவுளே."

முதலியார் பல நிறங்களிலும், தினுசுகளிலும் துணிகளை எடுத்துப் போட்டார். பச்சை, மஞ்சள், சிவப்பு என்று பல வண்ணங்களிலும் துணிகள் அவள் முன் திரண்டன. எதை எடுத்துக்கொள்வது என்று திண்டாட்டமாயிற்று, அவளுக்கு.

"மரிக்கொழுந்து, நல்ல நாவற்பழ நிறத்துக்காரியல்லவோ? ஆனதினால், இந்தக் கிளிப் பச்சைப் பட்டை எடுத்துக்கொள். நிறக்க இருக்கும்."

"அப்பிடியானால் சரி, ஐயா."

"மரிக்கொழுந்து ரொம்ப சூட்டிகை. பதவிசாகக் குடும்பம் நடத்தக் கூடியவள். எப்படியோ ரொம்பவும் நடக்காமல், அலையாமல் உனக்கு மாப்பிள்ளை வாய்த்தானே."

"எல்லாம் உங்களை மாதிரிப் பெரியவங்க மனசுப்படிக்கு நடக்கிறது."

"மாப்பிள்ளை வீட்டார் எப்படிக்கு உன்னைக் கண்டு பிடிச்சார்கள்?"

"ஐயாவே, காஞ்சிபுரத்துக்கு எங்கள் அண்ணன் பெண் வயசுக்கு வந்த காரியத்துக்குப் போனேன் அல்லவா? அந்தச் சடங் குக்கு மாப்பிள்ளை அம்மாக்காரியும் வந்திருந்தாள்போல. நம்ம மரிக்கொழுந்தையே பார்த்துக்கிட்டு இருந்தா. மெல்ல என் பக்கத் துக்கு வந்து, பேரு, மத்த விபரங்களைக் கேட்டா. பொண்ணு, உக் காந்தது எப்போ, என்ன தேதி, என்ன மணிக்குன்னு கேட்டுக்கிட்டு

இருந்தா. நானும் சொல்லிக்கிட்டு இருந்தேன். அப்புறமா, எங்கள் அண்ணன் சொல்லிச்சி. சும்மாங்காட்டியும் பேசலை. பையனுக்கு ஜோடி போடலாம்னுதான் பேசிக்கட்டிருக்கான்னு. எனக்கும் யோசனைதான். அப்புறம் எங்க அண்ணன்காரனே, மாப்பிள்ளை பையனைக் காட்டிக் கொடுத்திச்சு. நல்ல உசரமான பையன். பார்த்த மாத்திரத்திலே நல்ல உழைப்பாளின்னு தோணிச்சி. காஞ்சி புரத்தில்தான் தறி போட்டிருக்கானாம். நல்ல விபரக்காரன்னு அண்ணன் சொல்லுச்சி. சரி. அவங்களா வரட்டும். பொண்ணைப் பெத்தவ அவளா போயி கல்யாணத்தைப் பேசிக்கிட்டு இருக்க முடியுமா? அப்புறம், மாப்பிள்ளை வீட்டு சனங்க வந்தாங்க. நல்ல நாளு, பேசி முடிச்சுக்கிடலாம்னு சொன்னாங்க. சரின்னேன். மாரிக்கொழுந்து அப்பாவுக்கு மட்டும் கொஞ்சம் கிலேசம்தான். தறிக்காரனுக்கு என்னத்துக்குப் பொண்ணைக் கொடுக்கிறதுன்னு. தறியிலே நாம மல்லாடிக்கிட்டு இருக்கிறது போறாதா. கால் வீங்கிச் சாவறது போதாதா. என்னத்துக்கு ஒத்தைக்கு ஒரு மவ. கறிவேப்பிலைக் கொத்து மாதிரிப் பொண்ணைக் கொண்டு போயி, காஞ்சிபுரத்தானுக்குக் கொடுக்கிறதுன்னு. நான்தான் ஒப்புத்துக் கிட்டேன். என்ன இருந்தாலும் உழைப்பாளி. தறியைப் பிடிச்சவன் தப்பைப் பிடிக்க மாட்டான். பொண்டாட்டிக்கு ரெண்டு வேளை கஞ்சி ஊத்துவான். சாதி ஜனங்களுக்குப் பயந்து சம்சாரம் பண்ணுவான். என்ன சொல்றீங்க.”

“அது உள்ளது” என்ற முதலியார் மேலும் சொன்னார்.

“ஜாக்கிரதை... ஊர் நிலவரம் நல்லா இல்லை. எந்த நேரத்திலும் பிரான்சுக்காரன் ஊருக்குள் புகுந்துவிடுவான் என்று பேசிக்கொள்கிறார்கள். ஏதாவது கஷ்டம் என்றால், பிள்ளையையும் பெண்ணையும் அழைத்துக்கொண்டு இங்கு வந்து சேர்.”

“நல்லது ஐயா” என்று விட்டுக் கிளம்பினாள் மாரி. பத்தர் வீட்டுக்கு வந்து சேர்ந்தாள். திருவல்லிக்கேணிக்கு ஒற்றையடிப் பாதையிலும், கழனி வெளி வரப்பிலுமாக நடந்து வர வேண்டி யிருந்தது. பார்க்கிற இடம்தோறும் குளங்களும் குட்டைகளுமாக, தாமரையும் அல்லியும் பாசியுமாக இருந்தது அந்தக் கடற்கரைக் கிராமம். ஊரைச் சுற்றி ஏழெட்டுத் தெருக்கள். கோவிலைச் சுற்றி அக்ரஹாரம். அந்தப் பகுதிக்கு அவள் போவதைத் தவிர்த்து, செட்டித் தெருவுக்கு வந்து சேர்ந்தாள்.

செட்டித் தெரு முடிவில் பத்தர் இருந்தார்.

“கும்பிடறேன் பத்தரே.”

“வா” என்பதாகத் தலையை மட்டும் அசைத்து வரவேற்றார் பத்தர். உப்பிய கன்னங்களுடன், ஊதுகுழலில் காற்றை ஊதிக்

கொண்டிருந்தார், ஓரமாய் அமர்ந்திருந்த ஒருவர், தட்தட்டென்று மெல்லிசாகப் பொன்னைத் தட்டிக் கொண்டிருந்தார். வேலையை முடித்துக்கொண்டு திரும்பிய பத்தர், "உன் வேலை ஆயிடுச்சு" என்றார். மேசையின் கவயத்தைத் திறந்து, பச்சைத் தாளில் சுற்றிய சின்னச் சதுரமாய், முருங்கைப் பொட்டு போன்ற தாலியை எடுத்து அவள் பக்கம் நீட்டினார். மாரி, அதைக் கையில் வாங்கிக் கண்ணில் ஒற்றிக்கொண்டாள். அப்புறம் அதை மடித்துப் பத்திரமாய் இடுப்பில் சொருகிக்கொண்டாள்.

"பத்திரம், பத்திரம்... ஊர் கெட்டுக் கிடக்கு. இந்தச் சமயத்திலே போய்க் கலியாணம் வச்சிருக்கியே...."

"என்ன செய்யறது பத்தரே. முதலியார் கூடச் சொன்னாங்க... வேளை வந்திடுச்சி கல்யாணம் கூடிடுச்சி. இந்த நேரமாப் பார்த்துச் சண்டை வரும்னு நாம் நினைக்கலியே... என்ன பண்றது?"

"கடவுள் விட்ட வழி. பத்திரமா ஊர் போய்ச் சேரு."

மீண்டும் கழனி வெளிகளின் வரப்பிலும், ஒற்றையடிப் பாதையிலுமாக நடந்து சிந்தாதரிப் பேட்டைக்கு வந்து சேர்ந்தாள் அவள். மாலை இருட்டிக்கொண்டு வந்தது. வீடு வந்ததும், கூடம் முழுக்கப் புழுக்கிய நெல்லின் மணம் சுகமாக வெளிப்பட்டது. மாரியின் புருஷன் தறியில் இருந்தான். மரிக்கொழுந்து அப்பனுக்கு உதவியாக எடுபிடி செய்துகொண்டு இருந்தாள். அம்மாவைக் கண்டதும் ஆசையுடன் எழுந்து அவள் முன் வந்து அமர்ந்தாள். துணிப் பொட்டலத்தை அவிழ்த்தாள். மங்கின காடா விளக்கு வெளிச்சத்தில், கிளிப் பச்சைப் பட்டு மினுங்கியது. மாப்பிள்ளைக்கு எடுத்த வேஷ்டிகளும், துண்டும், துண்டின் சரிகைக்கரையும் பளிச்சிட்டன.

"ஆத்தா... எப்படி இருக்கு?"

"நல்லாயிருக்குமா."

தறியில் இருந்தபடியே எட்டிப் பார்த்த மரிக்கொழுந்தின் தகப்பன், "பச்சையா? நல்லாத்தான் இருக்கு" என்றான். தோட்டத்துப் பக்கம் சென்று முகம் கழுவிக்கொண்டு மீண்டாள், மாரி.

"அம்மா, சாப்பிடறியா?"

"முதல்ல அப்பனுக்குப் போடு. பாவம் காலையிலே இருந்து எழுந்திருக்காமே ஆடிக்கிட்டு இருக்கு."

அவன் சாப்பிட்டான். அப்புறம் அம்மாவும் பெண்ணும் சாப்பிட்டார்கள். காற்று பலக்க அடித்து விளக்கு மடங்கி மடங்கி மீண்டது.

“மழை வரும்போல... எண்ணெய் இருக்கா விளக்கிலே.”

“கொஞ்சம் தாம் இருக்கு.”

“சீக்கிரம் விளக்கை அணைச்சுட்டுப் படுக்கச் சொல்லு உன் அப்பனை.”

“சரிம்மா.”

நல்ல உறக்கத்தில் இருந்த மாரி திடுக்கென்று விழித்துக் கொண்டாள். ஏதோ பெரும் சப்தம், ஆரவாரம் கேட்டது. பயம், பந்தாக அடிவயிற்றில் இருந்து கிளம்ப, பக்கத்தில் அமைதியாகத் தூங்கிக்கொண்டிருந்த மகளைப் பார்த்தாள். புருஷன் வழக்கமாக வெளியே படுத்துக் கிடப்பான். என்ன ஆனானோ? எழுந்து மெதுவாக நாதாங்கியை விலக்கிக் கொஞ்சம்போல் கதவைத் திறந்துகொண்டு வெளியே பார்த்தாள். ஆட்கள் இங்கும் அங்கும் அவல நிலை கொண்டு ஓடிக்கொண்டிருந்தது தெரிந்தது. களேபரம் தொடங்கிவிட்டிருந்தது. குதிரைகள் கனைப்பும், வார்த்தைகளும், குதிரைகள் மேல் அமர்ந்து கொண்டிருந்த சிப்பாய்களையும் பார்த்தபோது, அவளுக்குச் சிப்பாய்களும் பட்டாளக்காரர்களும் கொள்ளை அடிக்க வந்திருந்தது புரிந்தது. இறுக்கக் கதவைச் சாத்திக்கொண்டாள். நெஞ்சு துடித்தது. உரக்கக் கத்த வேண்டும் போல் இருந்தது. மனசு பதைபதைக்க, கதவைப் பலம் கொண்ட மட்டும் சாத்திக் கொண்டு நின்றிருந்தாள்.

கூரை மேல் ஏதோ கல் போலும் பலமான பொருள் வந்து விழுந்தது. கூரை ஆடி அசைந்து நின்றது. அப்புறம், கடுமையான குரலில் ஏதோ சப்தம் கேட்டது. யாரே கதவை இடிப்பதும் தள்ளுவதும் தெரிந்தது. ஒரு வேகத்தில் கதவையும் பெயர்த்துக் கொண்டு அவள் விழுந்தாள். தீவட்டியோடு இருவர் உள்ளே வெள்ளை வெளேரென்று நுழைந்தார்கள். விழித்துக்கொண்ட மரிக் கொழுந்தின் கூந்தலைப் பிடித்து இழுத்தான் ஒருவன். பெட்டியைக் காலால் உதைத்தான் ஒருவன். பெட்டி வாய் பிளந்துகொண்டது. எகிறிக் கொண்டு பச்சைத் தாளில் சுற்றின பொட்டு வெளியே வந்து விழுந்தது. ஒருவன் அதை எடுத்துப் பிரித்துப் பார்த்துப் பையில் போட்டுக்கொண்டான். ஒருவன் மரிக்கொழுந்துவைக் கதறக் கதறத் தூக்கிக்கொண்டு வெளியே சென்றான். எழ முயன்ற மாரியைக் கழுத்தில் கால் வைத்து அமுக்கித் தேய்த்தான் ஒருவன். அவள் விழிகள் செருகிக் கொண்டன. பின் தன் கையில் இருந்த தீப்பந்தத்தைக் கூரையில் காட்டி, அது தீப்பிடித்ததும் வெளியே வந்தான்.

நெருப்பு சுட்டபோதுதான் மாரிக்கு நினைவு மீண்டது. அவசரமாக நகர்ந்து வீட்டுக்கு வெளியே உயிரைக் கையில் பிடித்தபடி

நகர்ந்தாள். தெரு மயான அமைதியில் இருந்தது. எதிர் வீடு எரிந்துகொண்டிருந்தது. சற்று தூரத்தில் பெருங்கூச்சல் கேட்டது. என்ன என்னவோ நடக்கக் கூடும் என்பதாகப் பல சப்தங்கள். "மரிக்கொழுந்து, மரிக்கொழுந்து" என்று தேம்பியபடி வெளியே சிரமப்பட்டு வந்து நின்றாள். வாசலில் இருந்த பூவசர மரத்தில் சாய்ந்துகொண்டு அவள் வீடு பொசுங்கி விழுவதைப் பார்த்தாள்.

"ஐயோ... கடவுளே... இந்த அக்ரமத்தைக் கேட்க ஆள் இல்லையா?" என்று அலறிக்கொண்டு விழுந்தாள். திடுதிடுவென யாரோ கத்திக்கொண்டே ஓடி வந்தார்கள். "அம்மா" என்று கிடுகிடுக்கச் செய்கிற பெண் குரல் அவளுக்குக் கேட்டது. அது அவள் உதிரத்தில் இருந்து வெளிவந்த குழந்தையின் குரல்தான்.

"ஐயோ... மகளே. உன் கதி இப்படி ஆகணுமா?" என்றபடி சோர்ந்து விழுந்தாள்.

விடிந்ததும் களேபரம் ஓய்ந்தது. தறிப்பேட்டை சூன்யமாகக் கிடந்தது. எரிந்த வீடுகளில் இருந்து புகை மூட்டம், ரகசியம் போல் மெல்லப் பரவிக்கொண்டிருந்தது. செத்திருந்த ஆண்களையும், பெண்களையும் ஒன்றாய்ப் புதைக்க முடிவெடுக்கப்பட்டது. பெரும் பள்ளம் தோண்டப்பட்டது. மாரியையும் மரிக்கொழுந்தையும் மற்றும் உறவினர்களையும் அருகருகாக வைத்துப் புதைத்தார்கள். இருந்த மக்கள் முகத்தில் பீதி முழுசுமாக அகலவில்லை.

"பிரான்சுக்காரன் திரும்பவும் வருவானா?"

"வருவான். சிரங்கு பிடிச்சவன் கை சும்மா இருக்குமா? கொள்ளை அடிச்ச சிப்பாயும் சும்மா இருக்க மாட்டான்."

"ஐயோ கடவுளே."

"என்ன பண்ணறது?"

மிஞ்சி இருக்கிற தட்டுமுட்டுச் சாமான்களை எடுத்துக் கொண்டு, வேறு வழி நோக்கி ஜனங்கள் புறப்படத் தொடங்கினார்கள்.

"இந்தத் துணியை மூட்டை கட்டிக் கொடுங்களேன்" என்றாள் ஒருத்தி. அவள் புருஷன், கட்டுத் துணி தேடி சுற்றும் முற்றும் பார்த்தான். கரிந்து இருந்த மிச்சமான துணி ஒன்றைக் கண்டுபிடித்தான்.

அது, கிளிப்பச்சைப் பட்டு.

42

காற்று வெறி பிடித்தாற் போலச் சீறிப் புரண்டு வீசிக் கொண்டிருந்தது. இரவை அடித்து நொறுக்கி அப்புறப்படுத்தும் முயற்சி

போல் இருந்தது. சுமார் ஏழு எட்டு நாள்களாகவே, சென்னப் பட்டணம் புயலில் சிக்கித் தடுமாறிக்கொண்டிருந்தது. உலர்ந்த இடம் என்பது மண்ணில் இல்லை என்னும்படியாக எங்கு நோக்கினும், எதைத் தொடினும் ஈரமாகவும் சொதசொதப்புமாக இருந்தது. சென்னப்பட்டணம் பிரெஞ்சியரின் வசமாகிவிட்டது. இயற்கையும் அவர்களுக்கு அனுசரணை செய்வது போன்று பட்டணத்தைத் தாக்கிக்கொண்டிருந்தது.

கும்பினி எழுத்தர்களுக்கு என்று இருந்த அந்த விடுதியில், காற்றும் வெளிச்சமும் தயக்குமுடனேயே புகும் தன் அறையின் சாளரத்தைச் சற்றே நீக்கி உலகத்தை நோக்கினான், கிளைவ். புதிதாக, இங்கிலாந்தில் இருந்து, பளபளக்கும் பொன் கொழிக்கும் இந்தியாவில் அதிர்ஷ்டம் பண்ண வந்து சேர்ந்திருக்கிற இளைஞர்களின் குழுவில் அவனும் ஒருத்தன். இங்கிலாந்தில் இருந்து இந்தியா புறப்பட்ட அவன் பயணமே சோகம் பொருந்தியதாக இருந்தது. இடையில் புயலில் சிக்குண்டு அவன் கப்பல் பழுதுற்றது. ஆங்கிலேயர்க்கும், பிரெஞ்சியர்க்கும், ஆஸ்திரிய அதிகாரத்தின் பொருட்டு ஏற்பட்டிருந்த கடல் சண்டையில் சிக்கிக்கொள்ளாமல் இருக்கும் பொருட்டு நன்னம்பிக்கை முனையைச் சுற்றிக்கொண்டு, கப்பல் ஒரு முழு ஆண்டுக்குப் பிறகே சோழ மண்டலக் கரைக்கு வந்து சேர்ந்தது. கொண்டு வந்த பணம் எல்லாம் வழியிலேயே தீர்ந்து போகவும் கப்பல் கப்பித்தானிடம் கடன் வாங்கித் தன் சொந்தச் செலவுகளைக் கவனித்துக்கொண்டு, எரிகிற மனமும், பசித்த வயிறுமாகச் சோழமண்டலக் கரைக்கு வந்த இளைஞன் கிளைவுக்கு, இந்தியா ஏமாற்றம் தருகிற மயான பூமிபோல் காட்சி அளித்தது. விடாது சீராகப் பெய்துகொண்டே இருக்கும் பேய் மழையும், நெருப்புக்குள் வாசம் பண்ணுவது போன்ற எரிச்சலைத் தோற்றுவிக்கும் வெப்பமும், தூசும், அசுத்தமும், மிகப் பெரும் ஏமாற்றத்தையே தோற்றுவித்தன. அதிர்ஷ்டத்தைச் சோதித்துக் கொள்ள இந்தியாவுக்கு வந்த கிளைவ், தான் தோற்று விட்டதாகவே உணர்ந்தான். தனிமையும், சொந்த ஊர் நினைவும் சேர்ந்துகொள்ள ஒரு மன வியாதிக்காரனாகவே மாறிக் கொண்டிருந்தான்.

சாளரத்தின் வழியே மழைத் துளி சீறிப் பாய்ந்து அவன் முகத்தை நனைத்தது. படுக்கை நனைந்துவிடக் கூடாது என்கிற அச்சத்தில் சாளரத்தை மூடிக்கொண்டு, மரப் பெட்டியின் மீது வந்து அமர்ந்து கொண்டான். நாற்காலி கூட இல்லாத தன் அறையை வெறுப்புடன் பார்த்தான். எங்கோ துப்பாக்கி வெடிக்கும் ஓசை விட்டு விட்டுக் கேட்டுக்கொண்டிருந்தது. மழை நேரங்களில் பசி அடிக்கடி வரும் போலும். இன்னும் எழுத்தர் விடுதியின் சாப்பாட்டு அழைப்பு மணி கேட்ட பாடில்லை.

பிரபஞ்சன் ○ 317

“சாத்தானின் பூமி, நரகத்து வாழ்க்கை” என்று முணுமுணுத்துக் கொண்டான். இந்தியாவுக்குக் கிளைவ் வந்து சேர்ந்த இந்த இரண்டு வருஷ காலத்தில், அவன் தன் ஊருக்கு எழுதின கடிதத்தில் இந்தியாவை இப்படித்தான் குறிப்பிட்டான்.

‘சாத்தானின் பூமி, நரகத்து வாழ்க்கை.’

இரண்டு கைகளாலும் முகத்தைப் பொத்திக்கொண்டு காதுகளை மட்டும் உஷார் பண்ணிக்கொண்டு காத்திருந்தான். மணியோசையைத் தவற விட்டு விடக்கூடாதே. அப்போது அறைக் கதவு தட்டப்படும் ஓசை கேட்டது. “யார் அது, உள்ளே வரலாம்” என்றான் கிளைவ், எரிச்சல் தொனிக்க.

கதவைத் திறந்துகொண்டு கிளைவின் ஒரே சினேகிதனும், சக எழுத்தனுமான எட்மன்ட் மஸ்கிலின் உள்ளே வந்தான். சுவாதீனமாகக் கட்டிலில் அமர்ந்துகொண்டான்.

“கிளைவ், ராபர்ட் முகம் நமத்துப் போய் இருக்கிறதே, என்ன விஷயம்?”

“ப்ச்” அசுவாரஸ்யமும் சலிப்புமாகப் பதில் வெளிப்பட்டது கிளைவிடமிருந்து.

“திரும்பவும் சொந்த ஊர் ஞாபகம் வந்துவிட்டதாக்கும்.”

“இந்த ஊரும், இந்த மழையும், இந்த வெயிலும், இந்தப் புழுதியும் எனக்கு வெறுத்துவிட்டது மஸ்கிலின்.”

“கிளைவ் என்றைக்கு இந்த மண்ணில் காலடி வைத்தாயோ, அன்றையிலிருந்தே இப்படித்தான் சொல்லிக்கொண்டிருக்கிறாய். இதுக்காகவா இத்தனைக் கஷ்டங்களை ஏற்றுக்கொண்டு கப்பல் பயணம் பண்ணி இங்கு வந்து சேர்ந்திருக்கிறோம்? இந்தக் கஷ்டங்களை எல்லாம் வென்று மேலே வர முடியும் என்று நம்பிக்கை கொள்.”

கிளைவ், மஸ்கிலினின் முகத்தை ஏறிட்டு நோக்கினான். டாவின்சியின் சிற்பம் போல் இருந்தது மஸ்கிலினின் முகம். எதையும் அழித்து ஒழித்துவிட முடியும். எதையும் வெல்ல முடியும் என்கிற விதமாய்த் தீர்மானகரமான முகமும், தெளிவுமாக இருந்தான் அவன்.

“மஸ்கிலின், உன்னைப் பார்த்தால் எனக்குப் பொறாமையாக இருக்கிறது. உனக்குத் தன்னம்பிக்கை இருக்க நியாயம் உண்டு. உனக்குச் சம்பளம் அல்லாமல் ஊரிலிருந்தும் பணம் வருகிறது. எனக்கு அப்படியா? வருஷத்துக்கு அஞ்சு பவுன் சம்பளம். வருஷத் துக்குச் சுமார் ஐம்பது ரூபாய். இதை வைத்துக் கொண்டு என் செலவுகள் எல்லாவற்றையும் நான் சமாளித்துக் கொள்ள வேண்டும்.

இதில், கப்பல் கப்பித்தானுக்கு நான் கடன், வட்டி வேறு தர வேணும்."

"பணம் இருந்துவிட்டால் மட்டும் நம்பிக்கை வந்துவிடும் என்கிறாயா? நம் குவர்னர் மோர்சுக்கு இலலாத பணமா? அவர் சந்தோஷமாக இருக்கிறாரா?"

தலையைத் தம் கைகளால் தாங்கிப் புதைத்துக்கொண்டு கிளைவ் சொன்னான்:

"இந்த எழுத்து வேலை எனக்குப் பிடிக்கவில்லை, சினேகிதனே! என்னை அழுத்திக் கொல்லுகிறது, அது. அதை விட்டொழிக்க வேண்டும். எனக்குப் பிடித்தது போர்க்களம்தான். வாழ்வா மரணமா என்று, கேள்விக் குறிக்கு என் நாள்கள் கழிய வேண்டும். தூங்கி எழுந்ததும், உலகத்தில் கூடுதலாக இன்னும் ஒரு நாள் வாழ அனுமதிக்கப்பட்டிருக்கிறேனே அதுக்காக கர்த்தருக்கு நான் நன்றி செலுத்த வேண்டும். இரவு படுக்கைக்குப் போகுமுன், இன்னும் சாகாமல் இருக்கிறோமே என்ற சந்தோஷத்தில்தான் படுக்கைக்குப் போக வேண்டும். எனக்களிக்கப்பட்டிருக்கிற இந்த வேலை, ஒரு வேலையாகுமா? ஒரு மேசைக்கு முன்னால் அமர்ந்து, குனிந்து, காலமெல்லாம் கணக்கெழுதிக் கொண்டு, வெளுத்த சோகை பிடித்த உடம்போடும், கூன் விழுந்த உடம்போடும், நரைத்த தலையோடும் இங்கிலாந்துக்குக் கப்பல் ஏற நான் விரும்பவில்லை."

மஸ்கிலின் எழுந்து வந்து, கிளைவின் தோள்களை ஆதரவாகப் பற்றிக்கொண்டான்.

"வெள்ளம் தலைக்கு மேலே வந்திருக்கிறது. நீ ஏதோ, சுயபுராணம் பாடிக் கொண்டிருக்கிறாயா?"

"என்ன சொல்லுகிறாய்?"

"பிரான்சுக்காரர்கள், நம் கோட்டையைப் பிடித்து விட்டார்கள். இன்றோ, நாளையோ, இந்தக் கோட்டையில் இருக்கிற அத்தனை பேருமே போர்க் கைதிகளாகப் புதுச்சேரி கொண்டு செல்லப்படப் போகிறோம். அங்கிருந்து நாம் பாரிசுக்குப் போர்க் கைதிகளாகக் கொண்டு செல்லப்படுவோம். அல்லது, எங்காவது ஆப்பிரிக்கத் தீவுக்கு அடிமைகளாக விற்கவும் படுவோம். அல்லது யாராவது ஒரு பணக்காரன் நம்மை அடிமையாக வீட்டு வேலைக்குக் கொண்டு செல்லவும் படக் கூடும். ஆனதினால், முதலில் நம்மை நாம் காப்பாற்றிக் கொள்வோம். எழுந்திரு. உடனே புறப்படு. உம் எழு!"

நெருங்கிக்கொண்டிருக்கிற அபாயம், கிளைவுக்கு அப்போதுதான் புரிந்தது.

"என்ன, கைது செய்துவிடுவார்களா? கோட்டை விழுந்து இரண்டு நாள்களாகிறதே, இன்னும் ஏன் அதைச் செய்யவில்லை?"

"புயல் மழையில் பிரான்ஸ் படைத்தலைவன் லபோர் தொனே ஸ்தம்பித்து நிற்கிறான். எப்படியும் வானம், நாளைக்கு வெளிவாங்கிவிடும். அப்புறம் கைதுகள் தொடங்கும்."

திடுமென எழுந்திருக்கிற அபாயம், கிளைவின் மூளைக்கு உறைக்கவே, பிரமை பிடித்தவனாக அமர்ந்திருந்தான் கிளைவ்.

"உடனே புறப்படு... இல்லையென்றால் நண்பனே, நான் உன்னைப் பிரிய நேரும். இன்னும் நான்கைந்து நாள்களிலே நான் தேவனாம் பட்டணம் தாவீது கோட்டையில் இருப்பேன். நீர் பிரெஞ்சியரின் சிறையில் அடைபடுவாய். ஏதேனும் ஒரு அடிமைத் தொழுவத்தில் பன்றிகளுக்கு நடுவே எஞ்சிய உன் வாழ்நாளைக் கழிக்கப் போகிறாய். இன்னும் கால் மணி அவகாசம். அதற்குள் சாப்பாட்டுக்கான பொது மணி அழைப்பு வரும். சிப்பாய்கள் உணவுண்ண அமர்வார்கள். நாம் நம் கோட்டையைக் கடந்து தப்பிக்க அதுவே உகந்த நேரம்."

மஸ்கிலின் வெளியே சென்றான். உடம்பு சில்லிட்டு, பயப் பிராந்தியுடன் அமர்ந்திருந்தான் கிளைவ்.

சற்று நேரத்தில் ஆயத்தங்களுடன் திரும்பினான், மஸ்கிலின். ஒரு வயோதிகப் பைராகியைப் போல உருமாறி இருந்தான், அவன். கால் வரை நீண்ட அங்கியும், தலைக் குல்லாயும், உடம்பைப் போர்த்திய பச்சை சால்வையுமாக ஒரு இசுலாமியப் பெரியவரைப் போன்று காட்சி அளித்தான். கிளைவும் அவ்வண்ணமே, ஒரு இசுலாமியரைப் போலக் குல்லாயும் ஆடையும் அணிந்துகொண்டான்.

"பசிக்கிறதே" என்றான் கிளைவ்.

"பேசாமல் என்னோடு வா."

ஊசி வழி நூல் போவது போல, நண்பனைத் தொடர்ந்தான் கிளைவ். மஸ்கிலின் கொடுத்திருந்த ஒட்டுத் தாடி, முகத்தை வரவரக்கச் செய்யவே, சொறிந்துகொண்டே விரைவாக நடந்தான் அவன்.

இன்னும் மழை விடாமல் பெய்துகொண்டே இருந்தது. பகல் முழுக்கக் காய்ந்து கடும் வெயிலால் களைத்துப் போயிருந்தான் கிளைவ். வியர்வை ஊற்று நீராய்ப் பெருகி அவன் அணிந்திருந்த சட்டையை, அதைத் தாண்டிக் கோட்டையும் நனைத்திருந்தது. ஆகவே, உடைகளைக் களைந்துவிட்டு அறையிலேயே படுத்துக் கிடந்தான் அவன். கணந்தோறும் அவனுக்கு எல்லாரின் மேலும், எல்லாவற்றின் மேலும் எரிச்சல் பெருகிக்கொண்டே இருந்தது. இந்தியா வர நேர்ந்த தன் விதியைச் சபித்துக்கொண்டான். சென்னப்பட்டணத்து வேசிகள் அனைவரும் அவனுக்குச்

சலிப்புத் தரத் தொடங்கியிருந்தார்கள். இந்த வாழ்க்கைக்கு ஊடே கடன்காரர்கள் வேறு அவனை நெருக்கிக்கொண்டிருந்தார்கள். சாப்பிடும் இடத்தில் அத்தனை எழுத்தர்கள், அலுவலர்கள் மத்தியில் வைத்துக் கப்பல் கப்பித்தான் கடனைக் கேட்டு, இன்று பகலில் அவனை அவமானம் செய்திருந்தான்.

தூங்க முயன்றான். முடியவில்லை. இந்தத் துன்பத்தை, தொல்லையை மறக்க வேண்டும் என்று தோன்றவே, கடன் வாங்கி வைத்திருந்த ஒரு குப்பி சாராயத்தையும் எடுத்து ஒரு மூச்சில் குடித்து முடித்தான். போதை வந்தது. தள்ளாடிப் படுக்கையில் விழுந்தான். அதையும் மீறி மதியம் பட்ட அவமானம் மட்டுமே அவன் நினைவில் நிழலாடின. ஒரு முடிவுக்கு வந்தவனாக எழுந்தான். கண்ணாடியில் தன் முகம் பார்த்துக்கொண்டான். இருபது வயது இளைஞனின் முகம் முதியவனின முகம் போல, சுருங்கி, வறண்டு ஒளி இழந்து காணப்பட்டது. அவனையே அவன் வெறுத்துக்கொண்டான்.

அவன் தாயும் விரும்பாத முகம். பள்ளிப் பருவத்தின் போதும், நகர இளைஞர்கள் மாலைகளில் கூடி நின்று பொழுது போக்கும் சதுக்கங்களிலும், கிளைவ் பார்த்திருந்த அறிமுகம் செய்துகொண் டிருந்த காதரின், அன்னாசுசேல் போன்ற அழகிகள் இனி ஒரு போதும் அவனைத் திரும்பிப் பார்க்கப் போவதில்லை. வருஷத் துக்கு அஞ்சு பவுன் சம்பளத்தில் வாழ்கிற ஒரு எழுத்தன், மீண்டும் தாயகத்தைப் பார்க்கப் போவதில்லை. உணவு உண்டும், கடன் அடைத்தும் அவன் வாழ்தல் சாத்தியம் இல்லை. உணவே உண் ணாமல், அவன் கடனை அடைப்பதும் சாத்தியமில்லை. கடன் அடைபடவில்லையெனிலோ, அவன் கடன்காரச் சிறையில் தள்ளப்படுவான். கடன்காரன் என்கிற கறை ஏற்பட்டுப் போய் விட்டால், இந்த எழுத்தர் உத்தியோகம் கூட நிலைக்காது. உடன் அவன் உத்தியோகத்திலிருந்து விலக்கப்படுவான்.

“போதும்” என்று முணுமுணுத்துக்கொண்டான் கிளைவ்.

தன் மேசையின் இழுப்பறையைத் திறந்து கைத்துப்பாக்கியை எடுத்தான். கையில் அதைப் பிடித்தபடி, ஒரு கணம் தன் தாய்நாட்டை நினைத்துக்கொண்டான். தாய், தந்தை, பழகிய முகங்கள் என்று பலவும் அவன் நினைவில் வந்து சென்றன. கடைசியில் கடவுளை நினைத்துச் சிலுவைக் குறி அணிந்துகொண்டான். துப்பாக்கியை நெற்றிப் பொட்டில் வைத்து, கண்ணை மூடி, பலமனைத்தையும் ஒன்று சேர்த்து விசையை அழுத்தினான்.

துப்பாக்கி வெடிக்கவில்லை.

அரை மயக்கத்தில் இருந்த கிளைவ் மீண்டும், சுய உணர்வு பெற்றான். முயற்சியைக் கை விடக் கூடாது என்று தனக்குள்

நினைத்துக்கொண்டான். மீண்டும் துப்பாக்கியை நெற்றிப் பொட்டுக்குக் கொண்டு சென்றான். மீண்டும் விசையை அழுத்தினான். துப்பாக்கி வெடிக்கவில்லை.

சோர்ந்து போய்ப் படுக்கையில் விழுந்தான் கிளைவ். தன் மரணத்துக்கு இறைச் சம்மதம் கிடைக்கவில்லையே என்று வேதனை யுடன் மனம் புழுங்கினான். ஆனாலும் வாழ்வது என்பது கசப்புத் தரும் விஷயமாகவே அவனுக்கு இருந்தது. மீண்டும் முயற்சி செய்யலாம் என்று எழுந்து அமர்ந்தான். அதற்குள் யாரோ கதவைத் தட்டும் சப்தம் கேட்டது. திறந்தான். எதிரில் மஸ்கிலின் நின்றிருந்தான்.

"நண்பா, என்ன ஒரு மாதிரியாக இருக்கிறாய்?"

"மஸ்கிலின், இதோ இந்தத் துப்பாக்கியை எடுத்து ஜன்னல் வழி வானத்தை நோக்கிச் சுடு."

மஸ்கிலின், கிளைவை ஆச்சரியமுடன் நோக்கியபடி கிளைவ் சொன்னபடி செய்தான். தோட்டா சீறிப் பாய்ந்து மரக் கிளையை முறித்தது. சடசடவெனக் கிளை சாய்ந்து விழுந்தது. திகைத்துப் போனான் கிளைவ். அவனால் பேச முடியவில்லை. சில நேரம் கழித்து அவன் சொன்னான்.

"நான் உயிர் வாழ வேண்டும் போல் இருக்கிறது. ஏதோ பெரிய காரியத்தைச் செய்ய நான் வந்திருக்கிறேன்."

சென்னப்பட்டணத்தை விட்டுப் புறப்பட்ட அந்த இருவரும் நான்காம் நாள் மரக்காணம் வந்து சேர்ந்தார்கள். மகாபலிபுரம் வழியாக அவர்கள் பயணம் செய்தார்கள். ஆங்கிலேயர்களின் மற்றும் உள்நாட்டுத் தலைவர்களின் ஆளுகைக்கு உள்பட்ட பிரதேசத்தைக் கடப்பதில் அவர்களுக்குச் சங்கடம் தோன்ற வில்லை. மரக்காணத்துக்கப்பால் காலாப்பட்டு பிரெஞ்சியரின் கண்காணிப்பில் இருந்ததைத் தொட்டு அவர்கள் பயந்தும், நிதானமாகவும் இரவு கவிந்த மாலையிலும் வைகறையிலும் வேகமாகப் பயணம் செய்ய வேண்டியிருந்தது. கிளைவ் களைத்துப் போனான். உயிர் அச்சமும் வாழ்க்கை பயமும் அவனைத் துரத்திக் கொண்டிருந்தது. இப்போதும் நண்பன்தான் கிளைவுக்குத் தைரியம் சொல்ல வேண்டியிருந்தது.

"இன்னும் ரெண்டு நாள் பயணம்தான், கிளைவ். அதை நிறைவேற்றி விட்டால் நாம் நம் பூமிக்குச் சேர்ந்துவிடுவோம். தேவனாம் பட்டணக் கோட்டை நம்முடையது. எனக்குத் தோன்று கிறது, கூடலூர் தேவனாம் பட்டணத்தில் இருந்துதான் உன் வாழ்க்கை வெளிச்சம் காணப் போகிறது. நீ வேண்டுமானாலும் பார். அதனால் தைரியத்தை இழக்காதே. நட..."

அங்கி, அவர்கள் நடையைத் தடுக்கிச் சங்கடம் தந்தது.

"மஸ்கிலின், தேவனாம் பட்டணக் கோட்டையில் நமக்கு உரிய வரவேற்பு கிடைக்குமா?"

"கிடைக்காது. ஆனால், சென்னப்பட்டணக் கோட்டை பிரெஞ்சியரிடம் வீழ்ந்த பிறகு நம்மவர்களுக்கு அடைக்கலம் கொடுக்க வேண்டியவர்கள், அவர்கள்தானே. தவிரவும், அப்பால் நம்மவர்கள் நிறைய பேர் அங்குதான் போய்ச் சேர்ந்து இருக்கிறார்கள். நம்மை அவர்கள் வரவேற்பார்கள் என்றோ, உபசரிப்பார்கள் என்றோ எப்படி எதிர்பார்க்கிறாய்? அந்த அளவுக்கு நாம் நம் பக்கத்துக்கு ஆற்றிய பணிதான் என்ன? ஆகவே, இருக்கிற சூழ்நிலையை உற்றுப் பார்த்து, நமக்கான வேலையை எடுத்துப் போட்டுக்கொண்டு செய்வதுதான், நமக்கு நல்லது."

"எதுக்கும் அதிர்ஷ்டம் வேண்டும்" என்றான் கிளைவ்.

கடற்கரை உப்பங்காற்று அவர்கள் பயண அலுப்பை நீக்கி, அவர்களைச் சுறுசுறுப்பாக்கிற்று.

"சற்று அமர்ந்து சிரமபரிகாரம் பண்ணிக் கொள்ளலாமா?" கிளைவ் வார்த்தைகளில் கெஞ்சல் இருந்தது.

"உனக்காகச் சம்மதிக்கிறேன்."

அவர்கள் கடற்கரையில் அமர்ந்தார்கள். கிளைவ் நீட்டிப் படுத்துக்கொண்டான்.

"இந்தக் கஷ்டத்துக்கு எல்லாம் காரணம், இந்த மோர்சு என்கிற முட்டாள்."

"யார், நம் குவர்னரா?"

"ஆமாம். அந்தக் கோழை. இப்படிக் கோட்டையை விட்டுக் கொடுப்பான் என்று நான் எண்ணவில்லை. நானாக இருந்தால்...."

"இருந்தால்...."

"யுத்தக் களத்தில், பிரெஞ்சியரா, ஆங்கிலேயரா என்று தீர்மானித்திருப்பேன். இப்படிக் கோட்டைக்குள் குழி முயலைப் போல் முடங்கிக்கொண்டு லபோர்தொனேயிடம் பேரம் பேசிக் கொண்டிருக்க மாட்டேன்."

மஸ்கிலின், கிளைவின் முகத்தைப் பார்த்தபடி சொன்னான்.

"துப்பாக்கிக் குண்டு, எவரையும் துளைக்கும். எவர் உயிரையும் குடிக்கும், மறந்து விடாதே."

"அதைத்தான் நானும் சொல்கிறேன். மரணத்துக்கு ஏன் அஞ்ச வேண்டும். ஜெயித்தால் பேரும், புகழும், பணமும் கிடைக்கும். தோற்றால் பணம் தவிர மற்றவை கிடைக்கும்."

தீவிரமான சிந்தனையில் இருந்து மீண்டு கிளைவ் சொன்னான்:

"எனக்கு மட்டும் இந்தப் படைகளை வழிநடத்தும் வாய்ப்புக் கிடைக்கட்டும். பிரெஞ்சியரை மட்டுமல்ல, சோழமண்டலக் கரையை மட்டுமல்ல, கர்நாடகத்தையே வென்று காட்டுகிறேன், பார்..."

மஸ்கிலின் சிரித்தபடி சொன்னான்:

"இந்த நம்பிக்கைதான் வேணும். அது இருந்துவிட்டால் கிளைவ், இந்த இந்தியாவையே நீ ஜெயித்துக் காட்டலாம்."

கண்ணைத் திறந்துகொண்டு அவன் சொன்னான்:

"செய்வேன்... மஸ்கிலின். என் துப்பாக்கியிலிருந்து குண்டு என் நெற்றிப் பொட்டில் பாயாமைக்கு வேறு என்ன காரணம் இருக்க முடியும்?"

43

கூடலூர் தேவனாம்பட்டணத்தில் உள்ள தாவீது கோட்டையின் இங்கிலீஷ் படைத்தலைவனுக்கு முன்வந்து வணக்கம் செய்து நின்ற இளைஞனைப் பார்த்து, அந்தப் படைத்தலைவன் கேட்டான்:

"உன் பெயர் என்ன?"

"கிளைவ் ஐயா, ராபர்ட் கிளைவ் என்பார்கள்."

'என்ன சங்கதி?"

"நான் சென்னப்பட்டணத்தில் ஜார்ஜ் கோட்டையில் எழுத்தனாக உத்தியோகம் பண்ணிக்கொண்டிருப்பவன். பிரெஞ் சியர், கோட்டையைப் பிடித்துக்கொண்டவுடன், நானும் என் சிநேகிதனும் அங்கிருந்து தப்பித்துக்கொண்டு இங்கு நேற்று ராத்திரி வந்து சேர்ந்திருக்கிறோம்."

அசுவராஸ்யமாகத் தலையை அசைத்தான் அந்தப் படைத் தலைவன். பிறகு சொன்னான்:

"ஏற்கெனவே இங்கே ரொட்டிக்குத் தட்டுப்பாடு ஏற்பட்டு விட்டது. இதில் நீ வேறா?"

சிறுத்துப் போனான் கிளைவ். தொண்டை உலர்ந்து விட்டது அவனுக்கு. எச்சிலைக் கூட்டி விழுங்கிக்கொண்டு அவன் சொன்னான்:

"இங்கிலீஷ் துரைத்தனத்துக்கு நான் பாரமாக இருக்க மாட்டேன் ஐயா. என்னால் ஆனதை பிரித்தனுக்கு நான் செய்வேன்."

“என்ன செய்வாய்? நாளொன்றுக்கு நூறு பக்கம் கணக்கு எழுதுவாயா? கணக்கெழுத இங்கு என்ன இருக்கிறது? தோட்டா இல்லாத துப்பாக்கியும் உடைந்த பீரங்கியும் தவிர வேறு என்ன இருக்கிறது? எதற்குக் கணக்கு எழுதப் போகிறாய்?”

கிளைவ் அடிபட்டவனாக மௌனமாக நின்றான்.

“ஐயா, கணக்கெழுத மட்டும் நான் பிறக்கவில்லை என்று நம்புகிறேன்.”

“வேறு எதற்கு?”

“துப்பாக்கியும், பீரங்கியும் இயக்கிச் சண்டை செய்ய.”

அதிகாரி அவனைக் கேலி தோன்றப் பார்த்தான்.

“உனக்குச் சண்டையில் கலந்துகொண்ட அனுபவம் உண்டா? துப்பாக்கியைப் பிடிக்கும் முறை தெரியுமா உனக்கு?”

“இன்றுவரையில் தெரியாது. ஆனால் கற்றுக்கொள்வேன். இன்னும் ஏழு தினங்களில் துப்பாக்கி மற்றும் பீரங்கியை இயக்கக் கற்றுக்கொண்டு என் திறமையை உங்கள் முன் நிரூபணம் செய்வேன்.”

அதிகாரி இப்போது கிளைவைப் பாசம் தோன்றப் பார்த்தான்.

“கிளைவ், சென்னப்பட்டணத்துக் கோட்டையில் இருந்து அனேகம் பேர் இங்கு வந்திருக்கிறார்கள். அதில் வெகுபேர் சௌக் கியமாகச் சாப்பிட்டுத் தூங்கிக் காலம் கழிக்கிறார்கள். வீரர்களாக இருந்தால் எங்களுக்குக் கவலை இல்லை. எங்களுக்கு வீரர்கள் தேவை. ஆனால் எழுத்தர்கள் எங்களுக்குப் பாரமாக இருக்கிறார்கள். போர்க் காலங்களில் துப்பாக்கி பிடிப்பவனுக்கன்றோ ரொட்டியும், மற்றதுகளும்.”

“அது வாஸ்தவம். நான் எழுத்தன் வேலையில் திருப்திப்பட்டுக் கொள்கிறவன் இல்லை. நான் என் தந்தை நாட்டுக்குப் பெரிதாக ஏதேனும் செய்ய ஆசைப்படுகிறேன். பிரெஞ்சியருடன் நாம் தொடுக் கிற யுத்தத்தில் என் உயிரைப் பணயம் வைத்துப் போராடுவேன். அதுக்கான வாய்ப்பு சீக்கிரத்தில் உருவாகும் என்று நம்புகிறேன்.”

“சென்னப்பட்டணத்துச் சண்டை தேவனாம்பட்டணத்துக்குப் பரவும் என்று எதிர்பார்க்கிறாயா?”

“நிச்சயமாக.. ஆங்கிலேயர்களாகிய நம்மைச் சோழ மண்டலக் கரையை விட்டே விரட்டி அடிப்பது ஒன்றுதானே பிரெஞ்சியரின் ஒரே நோக்கமாக இருக்கிறது. ஆகவே, சென்னப் பட்டணத்துக் கோட்டையைப் பிடித்த கையோடு தேவனாம் பட்டணத்துக் கோட்டையைக் கைப்பற்றவும் அவர்கள் வரத்தான் போகிறார்கள்.

ஒரு யுத்தம் நடைபெறத்தான் போகிறது. ஐயா, அந்தச் சண்டையில் கட்டாயம் நான் பங்கேற்பேன். என் எழுதுகோலைத் தூக்கி எறிந்துவிட்டுத் துப்பாக்கியை ஏந்துவேன்."

அதிகாரி எழுந்துவந்து கிளைவைத் தழுவிக்கொண்டான்.

காலமேயே குவர்னர் துரை அழைப்பதாகக் கபுறு வந்தது. ரங்கப்பிள்ளை, பழையதைத் (பழைய சோறு) தயிரோடு சேர்த்து உண்டு, உத்தியோக பூர்வ அங்கியை அணிந்துகொண்டு குவர்னர் மாளிகைக்குச் சென்றார். குவர்னர் எழுதும் கபினேத்தில் அமர்ந்திருந்தார். கோடுபோட்ட முழுக்கால் சட்டை அணிந்து, சட்டை மாத்திரம் அணிந்தபடி இருந்தார். பிள்ளையைப் பார்த்ததும், "வா, ரங்கப்பா' என்றார். பிள்ளை, குனிந்து சலாம் பண்ணிக்கொண்டு நின்றார். குவர்னர் சொன்னார்:

"ரங்கப்பா, உன்னால் எனக்கொரு காரியம் ஆகவேணுமே."

"ஆக்ஞை பண்ணுகிறது. அடியேன் முடித்து வைப்பேன். துரைப்பெருமான் அவர்களின் ஊழியத்துக்காக வல்லவோ நான் சீவித்திருக்கிறது. துரையவர்கள் எண்ணுகிற எண்ணத்துக்குக் காரியார்த்தம் கொடுப்பதன்றோ என் கடன்?"

"நல்லது. ராசிய நிலைமையைத்தான் நீ அறிவாயே. நாம் சென்னப்பட்டணத்தைப் பிடித்துக்கொண்டதைத் தொட்டு, ஆற்காடு நவாப் அன்வருத்தீகான் நம்மேல் ரொம்பக் காய்ச்சலாத் தானே இருக்கிறார். அத்தோடு, இங்கிலீஷ்காரர்களும் அவரை அணுகித் தொந்தரை பண்ணி முடுக்கிவிட்டுக் கொண்டிருக் கிறார்கள். சென்னப்பட்டணத்தின் மேல் நாம் படை கொண்டு சென்றதுக்குக் காரணமே அதைப் பிடித்து ஆற்காட்டு நவாப்புக்கு அன்பளிப்பு பண்ணுவதற்குத்தானே என்று நாம் அவரிடம் பொய்களைச் சொல்லி நம்ப வைத்திருந்தோம். நவாப்பு இப்போது விழித்துக்கொண்டார். ஆகவே, தம் மகன் மாபூசுகானைச் சென்னைக் கோட்டையைக் கைப்பற்றும்படிக்கு அனுப்பி வைத் திருக்கிறார். மாபூசுகான் மைலாப்பூரைச் சுற்றிக்கொண்டான். சுற்றிக் கொண்டு ராசகாரியம் பண்ணுகிறான். அவன் குதிரைக்காரர்கள் அவன் வட்டாரங்களில் தண்டிறங்கிக் கொண்டு சென்னப் பட்டணத்துக்குள்ளே வெளியிலேயிருந்து ஒருத்தரும் போக ஒட்டாமலும், உள்ளிருந்து தட்டுமுட்டு கொண்டு செல்பவர்களை விடுகிறான் என்றும் கபுறு வந்திருக்கிறது. ரொம்பவும் தொந்தரை யாகக் காணுதென்று நம் கமாந்தான் முசே தெப்ரேமேனே எழுதி அனுப்பியிருக்கிறான். அதைத் தொட்டு நீ ஒரு காரியம் செய்ய வேணும்..."

“உத்தாரம் பண்ணுங்கள், துரையே. உம் உத்தாரப் படிக்கன்றோ எம் மேன்மைச் சீவிதம் கண்டிருக்கிறது.”

“மாபூசுகான் அண்டைக்கு நீ போய் சமாதானம் பேச வேணும்.” பிள்ளை, தலை குனிந்தபடி சற்றுநேரம் யோசித்தபடி இருந்தார். அப்புறம் சொன்னார்:

“துரை பெருமான் கேட்கிறதானால், கோபம் இல்லாமல் படிக்கு வாங்கிக்கொள்ளுகிறதானால் எனக்குத் தோன்றின ஒரு வார்த்தை சொல்லுகிறேன்.”

“சும்மா சொல், ரங்கப்பா.”

“சென்னப்பட்டணத்திலேயிருந்து நாம் வெகு திரவியம் எடுத்துக்கொண்டு போனதாய் நினைத்துக் கொண்டல்லே, இந்த மாபூசுகான் நமக்கும் ஏதாவது கன திரவியம் கிடைக்காதா என்றல்லவா இந்த ஏற்பாட்டை எடுத்து நடத்துகிறான். இப்படிப் பட்ட வேளையிலே என்னைப் போலொத்தவன் போனால் என்ன நடக்கும்? ரங்கப்பன் துரையவர்களுக்கு ரொம்பவும் ஆவசீகன் (வேண்டப்பட்டவன்) என்று சமஸ்தான ஜனங்களும் அறிந்திருக் கிறதும் அல்லாமல், புதுச்சேரிப் பட்டணத்துக்குள்ளே இருக்கிறதுக் குள்ளே மாற்றுயரிவன் என்றும் இவனைத் தவிர வேறே இல்லை என்றும் அவர்களுக்கெல்லாம் தோன்றி இருக்கிறபடியால், நான் போனவுடனே என்னை, அடைத்துப் போடுவார்கள். சென்னப் பட்டணத்துச் சம்மதி (விவகாரம்) தீர்த்துப்போட்டு அப்புறமாய் ஊர்ப்போய்ச் சேரும் என்று சொல்லிப்போட்டான் என்றால், துரைக்கல்லோ ரொம்ப வருத்தமாய்க் காணும். அப்போது அவன் சொன்னபடிக்கெல்லாம் கேட்க வேண்டியிருக்கும். இதல்லாமல் பின்னையும் ஒரு சாடை சொல்லுகிறேன். என்ன சாடையென்றால், தாங்கள் சென்னப் பட்டணத்தின் பேரிலே கலாபம் பண்ணவேணு மென்று நினைத்த மாத்திரத்திலே, தண்டு எடுத்த மாத்திரத்திலே, அவர்கள் பயந்துபோய் தயங்கி இருக்கவில்லையா? அவர்கள் இங்கிலீசு துரைத்தனத்தார் பலத்தையல்லவா, நமக்கு எதிராக நம்பி யிருந்தார்கள். இங்கிலீஷ்காரர்களை நாம் வெற்றிகொண்டுவிட்ட பிறகு, நம்மேல் அவருக்குள்ள அச்சம் அசாத்தியம் அல்லவோ. நாம் இன்னும் சாடை பண்ணினால் இன்னும் வேறே நடக்கும். பத்துப் பணம் வாங்கலாம் நம்மண்டை என்று யோசனை பண்ணுவார்கள். ஆகவே இரண்டு காரியத்திலே பார்த்தாலும் நான் மாபூசுகானிடம் போவது ரொம்பவும் இளப்பமாய்க் காணுது. ஆனாலும் துரையவர்கள் சித்தத்துக்கு என்ன தோன்றுகிறதோ அந்தப்படிக்கு நடந்துகொள்ளச் சித்தமாக இருக்கிறேன்.”

துரையவர்கள் பிருதியும் யோசித்துவிட்டுச் சொன்னார்:

“மெய்தான் ரங்கப்பா, உன்னை அனுப்புகிறது யுக்தமல்ல. நல்ல புத்திமானாக ஒரு பாப்பானைப் பார். பின்னையும் வேறு யாராகினும் ஒருத்தனைக் கெட்டிக்காரனாகப் பார். ஆற்காட்டு நவாப்புக்கும், மாபூசுகானுக்கும் எப்படிக் காகிதம் எழுதுவது, என்ன சங்கதிகளைக் கொண்டு எழுதுவது என்று சொல்லு ரங்கப்பா.”

“துரை அவர்களே! சென்னப்பட்டணத்தை இங்கிலீசு காரரிடமிருந்து பெற்று அதை ஆற்காட்டு நவாபு வசம் ஒப்பு விக்கவே நாம் சண்டைக்கு இறங்குகிறோம் என்று சொன்னோம். அந்தப்படிக்கு அப்போது கடிதமும் எழுதினோம். இப்போது இன்றைய ஸ்திதியில் அப்படிச் செய்ய முடியாது. நம் காகிதம் நேரிடையாகவும் இருக்கப்படாது. இருந்தால் கோபத்தைத் தூண்டிவிடும். சமத்காரமாக எழுதப்பட வேணும். இப்படி எழுதலாம். சென்னப்பட்டணத்தைக் கைப்பற்றி ஆற்காட்டு நவாபுக்குக் கொடுக்கத்தான் நினைத்திருந்தோம். ஆனால் இந்த முசே லபோர்தொனே தாம் பிடித்த பிரதேசத்தை இப்படி ஏலம் போடுவான் என்று நாமே எதிர்பார்க்கவில்லை. இதற்குள் நம் பக்கத்தில் எழுந்த மானகீனத்துக்கு நாம் அந்தப் பட்டணத்தை வைத்திருப்பது ஒன்றுதான் வழியாக உள்ளது என்றபடி பதில் எழுதுவோம். இது கொஞ்சம் ஆற்காட்டுக்காரர்களைத் தயக்கம் பண்ண வைக்கும். மற்றபடிக்குத் தங்கள் புத்திக்குப் பட்டதைச் செய்ய வேணும். தாங்கள் அறியாததா. தங்கள் புத்திக்கு முன்னால் என் அறிவெல்லாம் சூரியனுக்கு முன் கை விளக்கே போலும் அல்லவா?”

“நல்லது ரங்கப்பா. அந்தப்படிக்கே செய்வோம்” என்றார் குவர்னர். அன்று சாயங்காலமே குவர்னரின் பெண்சாதி ழான் துய்ப்பெளக்ஸ் பிள்ளையை அழைத்துக்கொண்டு வரும்படிக்கு ஆள் அனுப்பி வைத்தாள். பிள்ளையும் உடனே சென்று அம்மாளைப் பேட்டி பண்ணிக் கொண்டார். அப்போது குவர்னர் சம்சாரம் சொன்னது:

“ரங்கப்பா... நான் ஆற்காட்டு நவாப்பின் மகன் மாபூசு கானுக்குக் காகிதம் எழுதியிருக்கிறேன். வாசித்து உன் அபிப் பிராயத்தைச் சொல்ல வேணும்.”

“குவர்னர் துரையே அதிகாரபூர்வமாகக் காகிதம் எழுதி விட்டாரே, அம்மணி.”

“ஏன், குவர்னர் எழுதினால் நான் எழுதக்கூடாதா? முதலில் காகிதத்தைப் படித்துப் பார்.”

பிள்ளை அதை வாங்கிப் படித்துப் பார்த்தார். வெறும் மிரட்டலும், இங்கிதமற்ற வார்த்தைகளின் கதம்பமாகவும் அக்கா

காகிதம் இருந்தது. படித்து முடித்துக் காகிதத்தை அவள் கையில் சேர்த்தார்.

"எப்படி இருக்கு?"

"உம் இருக்கிறது... சில மரபுகளை நாம் அறிந்து அதை ராஜீய சமாச்சாரங்களில் கடைப்பிடிக்க வேண்டும் அம்மணி."

"என்ன சொல்லுகிறாய்?"

"ஆற்காட்டு நவாப்புகள் போன்ற துருக்கர்கள், பெண்கள் அரசாங்க விஷயங்களில் சம்பந்தப்படுவதை விரும்புவதில்லை. அதுவுமன்னியில் கேலியும் பேசுவார்கள். நமக்கு ரொம்ப இளக்க மாகப் போகும்."

"ஏன் அப்படி? மாபூசுகான் சென்ற முறை புதுச்சேரி வந்திருந்த போது, என்னைச் சகோதரி என்று விளித்துப் பேசினானே, பழகினானே..."

"அது வேறு சமாச்சாரம், சகோதரன் என்கிற ஹோதாவில் தாங்களும் காகிதம் எழுதுங்கள். பரிசுப் பொருள்களைக் கொடுத் தனுப்புங்கள். ஆனால் ராச்சிய விஷயமாய்க் காகிதம் எழுதாதீர்கள்."

மூான் துய்ப்ளெக்சின் வெடித்த வெள்ளரிப்பழம் போன்ற முகம் நாட்டு மாம்பழம் போலச் சிவந்தது.

"ரங்கப்பா.... உனக்கு நான் என்ன செய்தாலும் தப்பாகவே தோணும். நான் அரசாங்க விசயத்திலோ மற்ற விவகாரங்களிலோ எந்தச் சதுரப்பாடும் இல்லாதவள் என்பதாக நினைக்கிறாய். ஒன்று நீ புரிந்துகொள்ள வேணும். துய்ப்ளெக்ஸ் காட்டிலும், உன்னைக் காட்டிலும் எனக்கு ராஜ்ய விஷயங்கள் அதிகம் தெரியும். சென்னப் பட்டணத்துக் கோட்டையைக் கைப்பற்றிக் கொள்ளத் திட்டம் போட்டவளும், செயல்படுத்தியவளும் நான்தான். அப்படி யிருக்க நான் ஒன்றுமே அறியாதவள் என்பதாக நீ பேசுவது உன் ஆணவத்தையே வெளிப்படுத்துகிறது."

ரங்கப்பிள்ளை மனசுக்குள் துரை பெண்ஜாதி குறித்துச் சிரித்தபடி மாளிகையை விட்டு வெளியேறினார்.

அம்மாள், பிள்ளையை அனுப்பிவிட்டு ஆத்திரம் தீராமல் தன் வரவேற்பறையில் வந்து அமர்ந்தாள். பாழ் வீட்டைப் பாம்பு அடைவதுபோல அந்த நேரம் பார்த்து அன்னபூரண ஐயன் அங்கு வந்து சேர்ந்தான்.

"நமஸ்காரம் அம்மணி"

"அன்னபூரண ஐயர். என்ன சங்கதி?"

"அம்மாவின் ராசரீக மதியூகம் பற்றி உலகமெல்லாம் புகழ்ந்து கொண்டிருக்கிறது. அதைச் சொல்லத்தான் வந்திருக்கிறேன் அம்மணி."

"என்னவென்று புகழ்கிறது?"

"தாங்கள் ஆற்காட்டு மாபூசுகானுக்குக் காகிதம் எழுதின சதுரப்பாட்டை. துரை அவர்களுக்கே கூடத் தெரியாத அரசாங்க நுணுக்கங்கள் எல்லாம்கூட அம்மாவுக்குத் தெரிந்திருக்கிறது என்றும், அம்மாளின் சதுரப்பாடு காரணமாகத்தான் சென்னப் பட்டணத்துக் கோட்டையே பிரெஞ்சியருக்குக் கிடைத்திருக்கிறது எனவும், சாட்சாத் மகாலட்சுமியே நாராயணனுடன் சேர்ந்தாற் போல், தாங்கள் குவர்னர் துரையிடம் சேர்ந்திருக்கிறீர்கள் என்றும், ஊரெல்லாம் ஒரே பேச்சாய் இருக்கிறது. கர்ணனுக்குக் கவச குண்டலம் போலவும், அர்ச்சுனனிடத்து நாகபாணம் இருக்கிற வரைக்கும், அவர்களை வெல்ல முடியாது என்கிறது போல, அம்மாள் அரியாசனத்திலே இருக்கிற வரைக்கும், பிரான்சுப் பட்டணத்துக்கு எந்த அழிவும் நேராது என்று ஜனங்கள் பேசிக் கொள்கிறார்கள்."

"அப்படியா பேசிக்கொள்கிறார்கள்? அப்படியானால், ரங்கப்பன் மட்டும் ஏன் வேறு மாதிரிப் பேசுகிறான். நான் ராஜரீகத் துக்குள்ளே தலையிடக்கூடாது என்று சொல்கிறானே."

"அவன் கிடக்கிறான். அவனுக்கு என்ன ராஜாங்க சமாச்சாரம் தெரியும்? அதுவுமன்னியில், தங்களுடைய மகோன்னதமான புத்திப் பிரவேசத்தால், அவனுக்கும் குவர்னர் பெருமான் அவர்களுக்கும் இடையே இருக்கிறதான நெருக்கம் குறைந்துவிடும் என்கிற பயம். அதைத் தொட்டுத்தான், தங்கள் புத்தி விசாலத்தின் மேல் ரங்கப்பன் எப்போதும் குறை கண்ட வண்ணமாக இருக்கிறான்."

"அப்படித்தான் இருக்கும்."

"அம்மணி, தாங்கள் கருணை கூர்ந்து இந்த அடிமையின் சேவையை ஏற்று அங்கீகரிக்க வேணும்."

"என்ன சொல்கிறாய்."

"துபாஷ் பதவியில் அம்மாள் என்னை நியமித்துக் கொண்டீர் களானால், தங்களுக்கு எப்போதும் அருகில் இருந்து ராசரீக விஷயங்கள் செய்துகொண்டு கிடப்பேன்."

"அப்படித்தான் செய்யவேணும். ஆனால், குவர்னர், இந்த ரங்கப்பனின் சூழ்ச்சிக்குக் கட்டுப்பட்டுக் கிடக்கிறாரே."

"அது தங்களுக்கே பெரும் கேடு விளைவிக்கும் அம்மணி. எதுவானாலும், முசியே குவர்னரும், மதாம் குவர்னரும் அல்லவா

சேர்ந்து தீர்மானிக்க வேணும். அதை விடுத்து, இந்த ரங்கப்பன் என்னத்துக்கு, இமைக்கும் விழிக்கும் இடையே துரும்பாய்க் கிடக்கிறது?”

“சரியாகச் சொன்னாய். இவன் என்னத்துக்கு நடுவிலே வருகிறது?”

“அது மாத்திரம் அல்ல, அம்மணி! குவர்னர் துரை ரங்கப்பனை, ஆற்காட்டு மாபூசுகானைச் சந்தித்துச் சந்து பண்ணச் சொன்னார் அல்லவா, அதுக்கு ரங்கப்பன் சம்மதிக்கவில்லை என்பதைத் தாங்கள் அறிவீர்கள்தானே?”

“ஆம். குவர்னர் சொன்னார்.”

“பிரான்ஸ் தேசத்தின் மேலும், நம் குவர்னதோர் மேலும் கொஞ்சமேனும் விசுவாசம் இருந்தால் ரங்கப்பன் சந்து செய்ய ஒப்புக்கொண்டிருப்பான். அது இல்லாததனால் அன்றோ அவன் ஒப்புக் கொண்டானில்லை.”

“அது வாஸ்தவம்.”

“இப்படியாக்கொத்தவனுக்குத் துபாஷ் பதவி கொடுக்க, குவர்னதோர் என்னத்துக்கு ஆசைப்படுகிறார் என்று ஜனங்கள் பேசிக்கொள்கிறார்கள்.”

“பேசிக்கொள்ளத்தானே செய்வார்கள்.”

“குவர்னதோர் அந்தப் பதவி கொடுத்தாலும் எனக்கு அது கவலை இல்லை என்று ரங்கப்பன் சொல்கிறானே, என்ன இது மரியாதை கெட்டதனமாகவல்லவோ இருக்கிறது என்று ஜனங்கள் பேசிக்கொள்கிறார்கள்.”

“பேசிக்கொள்ளத்தானே செய்வார்கள். இது அலட்சிய சுபாவம்தானே?”

“இந்தப் போக்குக்கெல்லாம் காரணம், ரங்கப்பன் அபரிமிதமாகச் சம்பாதித்துவிட்டான் என்றும் ஜனங்கள் பேசிக் கொள்கிறார்கள்.”

“அவ்வளவு அதிகம் பணம் பண்ணிவிட்டானா?

“அம்மாவுக்குத் தெரியாததா? தமிழர்க்குள்ளே, ரங்கப்பனுடைய மாளிகை போல யாருடைய மாளிகை பெரியது? தமிழர்க்குள்ளே இத்தனைக் கப்பல்கள் வைத்துக்கொண்டு வியாபாரம் பண்ணிக் கொண்டிருப்பவர் யார்? இங்கிலீசுக்காரருக்குத் தரகு செய்ய ஒரு தானப்ப முதலி கிடைத்ததுபோல, பிரெஞ்சியருக்கு ஒரு ரங்கப் பிள்ளை கிடைத்தார் என்று சொலவடை வழங்கும் அளவுக்கு, தமிழர்க்குள்ளே பிரக்யாதி பெற்றிருப்பவர் யார்? ஆற்காடு துருக்கர் ராஜ்ஜியத்திலும், மதுரை மராத்தியார் ராஜ்ஜியத்திலும்,

தஞ்சை ராஜா பிரதாப சிங்கரிடத்திலும், புதுச்சேரி என்றால், குவர்னர் துரையும், அடுத்து ஆனந்தரங்கரும் என்று அல்லவா எட்டுக் கண்ணும் விட்டெறியும் படிக்கு இசை பெற வாழ்ந்து கொண்டிருப்பவரும், வேறு யார்? ரங்கப்பன் அல்லவோ? அதைத் தொட்டுத்தான் ரங்கப்பன் இந்த அளவு கெர்வம் கொண்டவனாக இருக்கிறான். அதைத் தாங்கள் தட்டி வைக்க வேணும்."

"அப்படியே செய்வோம்" என்றாள் மூான் துய்ப்பெளக்ஸ்.

44

பவித்ர மாணிக்கம் புதுச்சேரிப் பட்டணத்தில் கால் வைத்தபோது, அவள் மகன் மன்றாட்டு கைக்குழந்தை. பால் மறக்காத பாலகன். பவித்ர மாணிக்கம் கோயில் ஊழியத்தில் தன்னைப் பொருத்திக் கொண்டாள். தாயோடு இருந்துகொண்டு கோயில் தாழ்வாரத்தில் வளர்ந்துகொண்டு, பூசைக்குச் சாம்பிராணி போட்டும், பூசைப் பாத்திரங்களைப் புளி போட்டுப் பளபளவென்று துலக்கியும், பாதிரியார் சாமியின் பாதரட்சைகளையும், சப்பாத்துகளையும் (காலணிகள்) துடைத்து வெகு சுத்தப்படுத்திக் கொடுத்தும், இரவு நேரங்களில் சாமியார்களின் உடம்பு வலி தீரப் பிடித்து வைத்தும், சின்னஞ்சிறு சில்லுண்டி வேலைகள் செய்தும் வளர்ந்து, பலிபீடத்துக்கும் உயரமாக வளர்ந்து நின்றான். சாமியானவர் பூசைக்கு வரும்போதும், பூசை முடித்துப் போகும்போதும் காவல் சிப்பாய் மாதிரி மிடுக்கோடு அவருக்கு முன்னால் வேத புஸ்தகத்தை எடுத்துக்கொண்டு அவன் போகிறதையும் வருகிறதையும் பார்த்துப் பல பேரும் பவித்ர மாணிக்கத்திடம் வந்து, "என்னம்மா இப்படிப் பண்ணினையே! தோளுக்கு உசந்த பிள்ளைக்கு இன்னமும் கல்யாணம் பண்ணி வைக்காமல் இருக்கிறது ஒன்றும் அவ்வளவு அழகாக இல்லையே" என்கவும், பவித்ர மாணிக்கத்துக்கு ரொம்பவும் விசனமாகத்தானே ஆகிவிட்டது. அதைத் தொட்டு, மாணிக்கமானவள், கோவில் பெரியசாமியாரண்டைக்கு வந்து, ஸ்தோத்ரம் பண்ணிக்கொண்டு நின்றாள். பெரியசாமியின் அங்கி முனையைப் பிடித்துக் குனிந்து முத்தி பண்ணிக்கொள்ளவும் செய்தாள்.

"பவித்ர மாணிக்கம். என்ன வேண்டியது?"

"சாமியாருடைய அடிமையாகிய எனக்கு என்ன வேண்டியிருக்கிறது. எல்லாம் பரிபூரணமாகவன்றோ கிடைத்திருக்கிறது? கர்த்தருக்கும் சித்தமாகி, சாமிக்கும் சம்மதியானால் ஒரு ஆசை எனக்குள் இருக்கிறது."

"என்னது சொல்லேன்."

"அது வேறொன்றுமில்லை. நம் மன்றாட்டு தலைக் கொசந்த பிள்ளையாகிவிட்டானே, அதைத் தொட்டு அவனுக்கு ஒரு கல்யாணத்தைப் பண்ணிவச்சால் ஆகுமே என்று யோசனை பண்ணினேன்."

"பண்ணலாம். கர்த்தர் சம்மதியில் அது நடக்கும். விசாரம் வேண்டாம். இதுகாறும் அவன் சின்னப் பையன். நாம் தின்ற எச்சிலைத் தின்னு ஜீவித்துக்கொண்டிருந்தான். கலியாணம் பண்ணினாலோ பெரிய மனுஷன் ஆவான். ஆனதுபடியினாலே, ரோஷம், கோபம் ஆனதெல்லாம் வந்துவிடும். ஆகையினாலே, அவனுக்கு ஒரு வேலை வாங்கிப் போடுவோம். குவர்னர் துரை பெண் ஜாதி நல்ல கிறித்துவச்சி அல்லவோ. அவளிடம் சொல்லி வேலை வாங்கிப் போடுகிறேன். அப்புறமாகக் கலியாணத்தைப் பண்ணிப் போடுவோம். நீ அதற்குள்ளே, அவனுக்கும் உன் அந்தஸ்துக்கும் ஏற்ற பெண் ஒருத்தியைப் பார்."

"உத்தரவு சாமி."

பவித்ர மாணிக்கத்துக்கு மகா சந்தோஷமாச்சுது. சாமியார் சொன்னபடியே துரை பெண்ஜாதியுடன் பேசி, கும்பெனிச் சிப்பாய்களுக்குச் சப்பாத்துக்கு மெருகேற்றும் வேலை வாங்கிக் கொடுத்தார். மெருகேற்றுவதோடு, சிப்பாய்களின் சீருடைகளைத் துவைத்துக் காய வைத்துத் தருவதும், அவர்களது துப்பாக்கிகளை நன்கு துடைத்துத் தருவதும் அவர்கள் சாப்பிட்ட இடத்தைத் துடைத்துச் சுத்தம் பண்ணி வைப்பதும் அவன் வேலையாயிற்று.

குவர்னரண்டையில் உத்தியோகமாக இருக்கிற மாப்பிள்ளைக்கு வரன் அமைகிறதா கஷ்டம்? பவித்ர மாணிக்கம் புருஷர்களைச் சிலவகை உத்தியோகத்தில் தான் அடக்கி வைத்திருந்தாள். குவர்னரண்டையில் உத்தியோகம் பண்ணுகிறவர்கள். கப்பல் வணிகத்தில் இருக்கிற பிரபுக்கள். வியாபாரம் பண்ணிப் பிழைத்துக் கொண்டிருப்பவர்கள். குடித்தனக்காரர்களின் வீடுகளில், தொண்டு வேலைகளில் இருந்துகொண்டு பிழைப்பவர்கள்; திருடி, கொள்ளை அடித்துப் பிழைப்பவர்கள். இதுகளில் குவர்னர் சிப்பாய்களின் சப்பாத்துகளைத் துடைத்துப் பிழைத்தல் உன்னதமான ஜீவியம் அல்லவா? ஆதலினால், மன்றாட்டுக்குப் பெண் கொடுக்க நான், நீ என்று போட்டி போட்டுக்கொண்டு வரமாட்டார்களா என்று பவித்ர மாணிக்கம் எண்ணினாள். அவள் எண்ணம் பொய்த்துப் போகவில்லை. நிறையவே வரன்கள் வந்தன.

பவித்ர மாணிக்கத்தின் பையன், எதிர்காலத்தில் சிப்பாய் ஆகிவிடப் போகிறான் என்பது பெண்களைப் பெற்றவர்களின்

கணிப்பாக இருந்தது. சிப்பாய் உத்தியோகத்துக்கு அப்படியொன்றும் பெரிய சம்பளம் என்று இல்லை. ஆனால், பெரிய கித்தாப்பு இருந்தது. இனாமாகவே காய்கறி வந்துவிடும். தோப்புக்காரனை மிரட்டித் தேங்காய் கறக்கலாம். ஜீவனோபாயத்துக்கு என்னென்ன தேவையோ, அத்தனைகளையும் கால்காசு செலவு பண்ணிக் கொள்ளாமலே இலவசமாகப் பெறலாம். விபசாரம் கூட இலவச மாகப் பண்ணலாம். தேவையானது ஒரு பெரிய மீசை. ஆட்டுவால் போலும், குரங்கு வால் போலும் பொசு பொசுவென்று மீசை வளர்த்துக் கொள்ளுதல் மிக முக்கியம். அது முகத்துக்குக் கடுமையான தோற்றத்தைக் கொடுக்கும். அதுவே மக்களை நடுங்கச் செய்யப் போதுமானதாக இருந்தது. பட்டணத்தில் இருந்த பெரும்பான்மையான சோதாக்கள், பொறுக்கிகள் எல்லாம் சிப்பாய் வேலைக்கு மனுப்போட்டு அதைப் பெற்றும் வைத்திருந்தார்கள். ஆகவே சிப்பாயைக் கண்டு மக்கள் அஞ்சுவதும், குறிப்பாகப் பெண்கள் கிலி அடைவதும் மிக இயற்கையானதும், இயல்பானது மாக இருந்தது. ஆனால் அதே பெண்கள் சிப்பாய்களுக்குப் பெண்டாட்டி ஆவதைப் பெரிதும் விரும்பினார்கள். அதுக்குக் காரணம் என்னவெனில், சிப்பாய் பெண்டாட்டிக்குச் சபையில் மரியாதை இருந்தது. புருஷன் சம்பாத்தியத்தில் சௌக்யமாக இருக்க லபித்தது. புருஷன் சோர நாயகனாக இருப்பதும் சில பெண்களுக்கு எதேச்சை வாழ்க்கை நடத்த சௌகரியமாக இருந்தது. சிப்பாய் பெண்டாட்டியும், திருடன் பெண்டாட்டியும், விபசாரியும், ஆட்டக் காரியான தாசியும் ரொம்ப மேலான ஸ்திதியில் இருந்தார்கள். இந்த நால்வருக்குமே பிற பெண்களின் ஆடை ஆபரணங்கள் கிடைத்தன.

அதைத் தொட்டு மன்றாட்டு என்கிற வரனுக்கு, நிறைய பெண்களைப் பெற்றவர்கள் பெண் கொடுக்க முன்வந்தார்கள். அதில், கொஞ்சம் பூஸ்திதியும், காசும், கொஞ்சம் லட்சணமும் கொண்ட ஒரு குடும்பத்தைப் புள்ளி வைத்தாள் பவித்ர மாணிக்கம்.

அந்தி மந்தாரையின் பெண் ஜெபமாலை, ருதுவாகி ஆறு மாசம்தான் ஆகியிருந்தது. ருதுவாவதற்கு முன்பு கலியாணம் கட்டிக்கொண்டிருந்தால் இன்னும் மரியாதையாக இருந்திருக்கும். ஆனாலும் பரவாயில்லை.

பெண் பார்ப்பதற்கும் அப்படியொன்றும் மோசமில்லை. குந்தாணி மாதிரி வெகு லட்சணமாகவே இருக்கிறாள். பவித்ர மாணிக்கம் பெண்ணை ஈயென்று இளிக்கச் சொன்னாள். பற்கள் ஒழுங்காக இருந்தன. குளிக்கக் குளத்தங்கரைக்கு அழைத்துப் போனாள். திரேக வளர்ச்சி சரியாக இருந்தது. இத்தனைக்கும் பெண் வீட்டார் ஆட்சேபம் எதுவும் பண்ணினார் இல்லை. காரணம் என்னவெனிலோ, மாப்பிள்ளை, சிப்பாய்களின்

சப்பாத்துக்கு மெருகு பண்ணுகிறவன், எதிர்காலத்தில் சிப்பாய் பதவிக்கு உயர்பவன்.

பெரிய சாமியார், சோழ மண்டலக் கரையில் பல காலம் இருந்தவர். அதைத் தொட்டுச் சாதி ஆசாரம் ரொம்பவும் பார்ப்பவராக இருந்தார்.

"பவித்ர மாணிக்கமே, நீ என்ன சாதி?"

"சாமியே... நான் முதலியார் சாதியைச் சேர்ந்தவள்."

"அப்படியா... ரொம்பவும் சந்தோஷம். நான் ஏதோ தாழ்ந்த சாதியாய் இருப்பையோ என்று விசாரப்பட்டுக் கொண்டிருந்தேன்."

"இல்லை சுவாமி இல்லை. நான் முதலியார் சாதியாக்கும்."

"இந்த மன்றாட்டின் அப்பன் என்ன சாதியைச் சேர்ந்தவன்?"

"அதை நான் அறியேனே சாமி. ஜீவனோபாயத்தின் பொருட்டுப் பல பேருடன் உண்டு உறங்கும் ஸ்திதியில் அன்றோ அன்று நான் இருந்தேன். அதைத் தொட்டு? என்ன சாதியானுக்கு இந்த மன்றாட்டு பிறந்தான் என்பதை நான் அறியேன், சாமி."

"மன்றாட்டின் பதவிசு, அடக்கவொடுக்கம், நடை உடை பாவனை இதுகளையெல்லாம் கவனித்துப் பார்த்தால் அவனும் நம்மைப் போன்ற உசந்த சாதியானுக்குத்தான் பிறந்திருப்பான் என்றே எனக்குப் படுகிறது."

"தாங்கள் சொன்னால் அது சரியாகத்தான் இருக்கும்."

"அப்படியானால், மன்றாட்டு முதலி என்றே கோவிலில் ஓலை படிக்கிறேன்."

"கண்ணியம் பண்ணினீர்கள் சாமி."

"எனக்கு ஒரு வருத்தம் உளது. கர்த்தர் அதைக் கவனம் பண்ணவில்லை, இன்னும்."

"அது என்ன, சூரியனுக்கும் குளிர் இருக்குமா, சாமி?"

"இருக்கிறதே. இந்த சம்பாக் கோவிலில் ஒரு காலத்தில் அழகான சுவர் இருந்தது. ஒரு பக்கம் தாழ்ந்த சாதிக் கிறித்துவரும், மறுபக்கம் நம்மைப் போன்ற உசந்த சாதி ஞானிகளும் இருந்து பூசை கேட்டார்களாம். இப்போ, நான் வந்த காலத்திலோ, சைத்தான் அல்லவோ, இந்தக் கோவிலையே பீடித்துப் போட்டான். இரண்டும் கலந்து போனது. எனக்குப் பூசை பண்ணவே அலுத்துப் போயிற்று. அந்தக் காலத்திலோ துபாஷ் கனகராய முதலி என்கிற பெரிய மனுஷர் இருந்தார். அவர் அல்லவோ நல்ல கிறிஸ்துவர். இப்போ, இந்த ஆனந்தரங்கப்பன் என்கிற தமிழ் அஞ்ஞானி அல்ல

வோ துபாஷாக இருந்து கொண்டு துரைக்கு அணுக்கமாக இருந்து கொண்டு, காப்ரிகளின் கிருத்தியங்களைப் பண்ணிக்கொண்டு இருக்கிறான்?"

"சத்தியம், சாமி. தாங்கள் நம் துரையோட பெண்ஜாதியைப் பிடித்துக் காரியங்களை நடப்பிக்க வேண்டும்."

"அது உள்ளது. அந்தக் கழுதையும் இப்போது நடக்கிற சென்னப்பட்டணத்து சண்டையில் ஈடுபட்டுக் கொண்டிருக் கிறாளே. அத்தோடு அந்த அவிசாரி முண்டையோ, அன்னபூர்ண அய்யன் என்கிற பார்ப்பானுக்கு அல்லவோ பணத்தை வாங்கிக் கொண்டு உத்தியோகம் பண்ணி வைக்க முயன்று கொண்டிருக் கிறாள்."

"அது உள்ளது."

"ஆதலினால், எனக்கு மனசு மிகவும் விசாரமாகிவிட்டது. பவித்ர மாணிக்கம், எப்படியும் என் வாழ்நாளுக்குள், நம் பக்கத்திலே, நம் கோவிலுக்குப் பக்கத்திலேயே இருக்கும் வேதபுரீஸ்வரர் கோ யிலை இடித்துப் போட்டேன் என்றால், அதுவே கர்த்தர் எனக்குக் கொடுக்கும் மிகுந்த உபகாரமும், கண்ணியமுமாக இருக்கும்."

"தங்களைப் போன்ற பிரபையைப் பெற்றிருக்கும் சாமியார் களுடைய மன்றாட்டைக் கர்த்தர் கட்டாயம் காது கொடுத்து நிவர்த்தி பண்ணுவார். கவலைப்படாதேயும்."

"அதைத்தான் அல்லும் பகலும் சேசுவிடம் கோரிக்கையாக வைக்கிறேன். அவர் என் கோரிக்கையைக் கேட்கிறாரா பார்ப்போம்.'

"நிச்சயம் கேட்பார், சாமி."

"காப்பிரிகளையும், அவர்களது கோயில்களையும், அவர்களின் நாராசமான சிலைகளையும், அசங்கியமான வாத்ய ஓசைகளையும், அருவருப்பான சடங்குகளையும், ஒரு மின்னலை விட்டோ, புயலை விட்டோ, மழையை விட்டோ, கோபம் கொண்டு சூரியனை எரிய விட்டோ ஒரு நாளையிலே அழித்துப்போட உத்தாரம் கொடு சாமி என்று நாளெல்லாம் அழுது மன்றாடுகிறேன்."

"தங்களைப் போன்ற பரிசுத்தவான்களின் மன்றாட்டு கேளாது போகாது சாமி. கர்த்தர் காது வரைக்கும் நிச்சயம் போய்ச் சேரும். சபலப்படாதேயும். சஞ்சலம் ஒழியும்."

பவித்ர மாணிக்கம், முசே பராதியைப் பார்த்து அவன் காலில் விழுந்து, பின்வருமாறு பிரார்த்தித்தாள்:

"தாங்கள் புதுச்சேரிப் பட்டணத்தில் கீர்த்தி பெற்ற பட்டா ளத்துத் தலைவர். அந்த வகையில் குவர்னர் துரைக்குச் சமான மானவர். இந்தப் பட்டணத்தில் தாங்கள் மகத்தான கீர்த்தியும்,

பிரக்யாதியும் பெற்றிருக்கிறீர்கள். அப்படியாக்கொத்த நீர் இந்தப் பெருமைகளை எதன் மூலம் அடைந்தீர் என்றாலோ, மிகச் சுத்த மான கிறிஸ்துவராய் இருந்தபடியால் அடைந்தீர். கர்த்தர் உம் மேல் சந்தோஷப்பட்டு, அவருடைய தூய ஆவியை உம் மேல் அருள்கூர்ந்து படரவிட்டிருக்கிறார். அதைத் தொட்டு அன்றோ, நீர் மேல் உள்ள ஸ்திதியில் பரம சந்தோஷமாக அமர்ந்திருக்கிறீர். இந்தப் புதுச்சேரிப் பட்டணத்திலோ, துரை பெண்ஜாதியும், நீருமன்றோ நம் கிறிஸ்து ஜீவியத்துக்கு அசலான சாட்சியமாக இருக்கிறீர். அதைத்தொட்டு, கோயில் ஊதியத்திலேயே என் வாழ்நாள் அனைத்தையும் கழித்த எனக்கு, என் மகனோட கல்யாணத்துக்கு நீர் உம் மேலான வருகையைத் தந்து எம்மை மகிமைப்படுத்த வேணும். மன்றாட்டு என்கிறவனாகிய எம் மகனோ, எக்காலத்திலும் தங்கள் சப்பாத்துகளுக்கு நல்ல மெருகாக இருப்பானே கடவுளே...”

பவித்ர மாணிக்கத்தின் இரக்கமும் கண்ணீரும் நனைந்த வார்த்தைகள், பராதியின் மனசை நெகிழச் செய்யவே, அவன் ஒப்புக்கொண்டான். ஒப்புக்கொண்டது போலவே, நிகழ்ச்சிக்கு வருகை தரவும் செய்தான். அந்தச் சமயத்தைச் சாமியார் சரியாகப் பயன்படுத்திக் கொள்ளவும் முற்பட்டார்.

“முசே பராதி! நல்ல கிறிஸ்துவர் நீர் என்று உம் மேல் பிரகாச மான வார்த்தைப்பாடு உலகில் வந்திருக்கிறது. நமக்கும், கிறிஸ்து ஜீவிதத்தில் ஈடுபட்டிருக்கும் பலருக்கும் மிகுந்த சந்தோஷமாச்சுது. கர்த்தர் உம்மேலே மிகவும் பிரியப்பட்டு இரங்கியிருக்கிறார். நம்மைப் போன்றவர்கள், கிறிஸ்து ஊழியத்துக்கு உம்மைத்தான் நம்பி இருக்கிறோம்.”

“தங்கள் ஆசி, சாமி. நான் என்ன செய்யக்கூடும் என்பதைத் தாங்கள்தான் எனக்கு அறிவுறுத்த வேணும்.”

“முசே பராதி அவர்களே! இந்தப் புதுச்சேரிப் பட்டணத்தை ஆள்பவர் கிறிஸ்துவரான துய்ப்பெளக்ஸ். அவர் பெண்ஜாதி ஒரு கிறிஸ்துவச்சி, படைத்தலைவராக இருக்கிற நீரும் ஒரு பரம கிறிஸ்துவர். அரசாங்கத்தின் மிக முக்கியமான ஊதியத்தில் இருக்கிற அத்தனை பேருமே கிறிஸ்துவராக இருந்துகொண்டு, இங்கே ஒரு துபாஷாகத் தமிழன் ஒருத்தனை, ரங்கப்பிள்ளை என்கிற வைஷ்ண வனை எப்படி வளர்த்துவிட்டுக் கொண்டிருக்கலாம். இந்நேரம், நம் கிறிஸ்துவன் ஒருவன் அல்லவோ அந்தப் பதவியை எடுத்துக் கொண்டிருக்க வேணும். அதுவும் இல்லை. நம் சம்பாக் கோவி லுக்குப் பக்கத்திலேயே ஒரு காப்ரி கோயில் வேதபுரீஸ்வரன் கோயில் என்று. நாம் எப்படி அதைச் சகிக்கலாம்? நாம் எப்படி அதை அனுமதிக்கலாம்? உடனே அதை இடித்துப் போட வேணாமா?”

"நியாயந்தான். அந்தக் கோயில் எனக்கும், தொண்டைக்குள் சிக்கிய முள்ளாக உறுத்திக்கொண்டுதான் இருந்தது. அத்தோடு மதாம் துயப்ளெக்சுக்கும் அது பிடிக்கவில்லை என்பதை அறிவேன்."

"அதைத் தொட்டுத்தான் நானும் சொன்னேன். சென்ற சனவரி மாசம் பிரான்சில் இருந்து ஒரு பாதிரியார் வந்திருந்தார். அவர் என்ன சொன்னார் தெரியுமா? முசே பராதி என்கிற வீரன் இருக்கிற ஒரு பட்டணத்தில் ஒரு காப்ரி கோயில். அதுவும் நம்முடைய ஆலயத்துக்குப் பக்கத்திலேயே இருப்பதாவது. எனக்கு மிக அவமானமாக இருக்கிறதே. நம் தேச ராஜாவண்டை இதைத் தெரிவிக்க வேணும் என்று சொல்லிவிட்டுப் போனார்."

"ஓ! அந்த அளவுக்கு அது வளர்ந்துவிட்டதா சாமி?"

"அதுக்கும் மேலாக என்று புரிந்துகொள்ள வேணும்."

"நான் இதுக்கு ஏதாவது செய்கிறேன் சாமி."

"மதாம் துய்ப்ளெக்சு உம்மேல் நம்பிக்கையோடும், அன்போடும் இருக்கிறாள் என்பதைப் பட்டணம் அறியும். அதைத் தொட்டு நீர் அவள் காதுகளில் இந்த விஷயத்தைப் போட்டு வையும். சமயம் பார்த்திருந்து அந்த அஞ்ஞானிகளின் கோயிலை இடித்துப் போடும்."

"அதைச் செய்வோம், சாமி."

பூசை, கல்யாணம் அனைத்தும் முடிந்து பராதியை வந்து மணமக்கள் கண்டுகொண்டார்கள். பராதிக்கு சாமியே முன் நின்று ஆறு கசம் பட்டுத் துணியும், பட்டு சகலாத்தும், நூறு ஆற்காட்டுப் பொன்காசும் ஒரு தட்டத்தில் வைத்துக் கொடுத்தார். பராதி அதைச் சந்தோஷமாகத்தானே எடுத்துக் கொண்டான்.

பராதி அன்றைய சாயங்காலமே, மதாம் துய்ப்ளெக்சைச் சந்திக்க நேர்ந்தது. சம்பாஷணைக்கிடையில், தாம் கலியாணத்துக்குப் போன நிகழ்ச்சியையும், சாமியாரின் கோரிக்கையையும் சொல்லிக் கொண்டான். அதைக் கேட்டு மிகவும் யோசித்தபடி அமர்ந் திருந்தாள் மதாம் துய்ப்ளெக்ஸ்.

"உள்ளதுதான், பராதி. எனக்கும் ரொம்ப காலமாக நம் மார்க் கத்துக்கு ஏதாகிலும் செய்ய வேண்டுமென்று மனசில் நினைத்துக் கொண்டிருந்தேன். சாமியார் சொன்னபடி, வேதபூரிஸ்வரன் கோயிலை இடித்துப்போட்டு நம் சம்பாக் கோயிலை விஸ்தாரம் பண்ணிக்கொள்ளலாம் என்று தோன்றுகிறது."

"துரையுடன் இந்த விஷயத்தைக் கலந்து போடுங்கள்."

"கூடாது. அவர், இந்த ரங்கப்பனின் மயக்க மருந்துக்கு ஆட்பட்டுக் கொண்டு, அவனுடைய ஆளுகையின் கீழே தானே இருந்துகொண்டு இருக்கிறார். அதைத் தொட்டு எனக்கும் மிகவும் விசாரமாகவன்றோ இருக்கிறது. அவருக்கும் தெரிவிக்காமல், நீயும் நானுமே இந்தச் செய்கையைச் சாதிக்கலாம்."

"அம்மணி! துரை நாளை இதன் பொருட்டு என் மேல் கோபப் படக்கூடும் அம்மணி."

"நான் என்னத்துக்கு இருக்கிறேன். என்னை மீறி குவர்னர் உன்னை என்ன செய்ய முடியும்?"

"அது உள்ளது."

"துரையும் மனசுக்குள் சந்தோஷப்படவே செய்வார். ஏனெனில், அவரும் ஒரு கிறிஸ்தவரே அல்லவா?"

"அது உள்ளது" என்றான் பராதி.

45

சென்னப்பட்டணத்தை விட்டு செங்கல்பட்டுப் பாளையத்தை நோக்கி வரிசைக்கிரமமாக, சம்சாரிகளுக்குத் தொடர்ந்து வரும் துன்பத்தைப் போலப் பெட்டி வண்டிகள் வந்து கொண்டிருந்தன. வண்டித் தொடருக்கு முன்புறம், தடிகள், குச்சிகள் ஏந்தின சின்ன வயசுக்காரர்கள், காவலர்போலச் சென்றுகொண்டிருந்தனர். காலம் கெட்டுக் கிடக்கிறதே, எந்த நேரத்திலும் கள்வர்கள், வழிப்பறிக் காரர்கள் வந்து தாக்கலாமே. பெட்டி வண்டிகளில் வயசாளிகள், பெண்டுகள், குஞ்சு குளுவான்கள் முடங்கிக் கிடந்தார்கள். அவர் களுடன் ஆட்டுக்குட்டிகள், சிலசமயம் கோழிகள் இடத்தை அடைத்துக் கிடந்தன. இடைவெளி விட்டு, ஒழுங்கான தாளம் போல, ஆட்டுக் குட்டிகளின் கத்தலும் கோழிகளின் கூப்பாடும் கேட்டுக் கொண்டிருந்தன. வண்டிக்குள் அமர்ந்திருப்பவர்கள், முன்னால் நீண்டுகொண்டே போன பாதையைப் பார்த்துக் கொண் டிருந்தார்கள். மாலை மங்கிக்கொண்டிருந்தது. இந்தப் பாதை எங்கு போய்ச் சேரும் என்பதை அவர்கள் அறிவார்கள். புது இடத்தில் அவர்கள் வாழ்க்கை எப்படி இருக்கும் என்பதை அவர்கள் அறிவார்கள். ஆண்கள், பெண்டுகள் முகங்களில் அச்சத்தின் ரேகை அழுத்தமாகப் படர்ந்திருந்தது.

மகாபலிபுரத்தைக் கடந்து செல்கையில், ஊர்க்காரர்கள் போலச் சிலர் வந்து வழி மறித்தார்கள். 'ஆரது, ஆரது, எதுக்கு

மறிக்கிறார்கள்' என்பதாக அச்சம் வண்டிகளுக்குள் பரவி, பயணிகளில் மேஸ்திரி போலக் காட்சி தந்தவர் உசரமான தடியை ஏந்திக்கொண்டு மறிப்பார் முன் போய் நின்றார்.

"ஆரது, வண்டிகள் எல்லாம் எங்கே போகிறது?" என்றார், மறித்தவர்.

"நாங்க சென்னப்பட்டணத்துக்காரங்க, ஐயா. பட்டணத்தைப் புதுச்சேரிப் பிரான்சுக்காரங்க பிடிச்சுக்கிட்டாங்க அல்லவோ. அதைத்தொட்டு, ஆற்காடு நவாப்பு மவன் மாழசுகானு, தண்டு கொண்டாந்து அடையாறு, மைலாப்பூரு கிராமங்களைக் கொள்ளை அடிக்கிறான். பிரெஞ்சுக்கார பராதி என்கிற படைக்காரன் சிந்தாதிரிப்பேட்டை, நுங்கம்பாக்கம், கோடம்பாக்கம், எழும்பூரு, பூணமல்லி கிராமங்களைக் கொள்ளை அடிச்சிட்டிருக்கான். பெண்டுகளை நாசப்படுத்தறான். தட்டு முட்டுச் சாமான்களை உடைச்சுப் போடறான். குழந்தைகளைக்கூட கொல்லறானுங்க ரெண்டு பேரும். உசுரு பிழைக்க செங்கல்பட்டுப் பாளையத்துக்குப் போய்க்கிட்டு இருக்கோம்..."

"அடடே. உசுரு பிழைக்கவா? என்ன கஷ்ட காலம். மனுசங்க நிம்மதியா பொழைக்க முடியல்லையே..."

இன்னொரு இளந்தாரி வெட்டிக்கொண்டு சொன்னான்:

"நிம்மதியா? அது ஏது? பயிர் வச்சா, நாமதான் அறுவடை பண்ணுவோம்கிற உறுதி இல்லை. வெத்திலையை நடறது நாமன்னா, கிள்ளறது வேற ஒருத்தன். பொண்ணுங்களைச் சேதம் இல்லாம கட்டிக் கொடுப்போம்கிற நிச்சயம் இல்லை. என்னங்க பொழப்பு" என்று கசந்தபடி சொன்னான், அந்த இளையவன்.

"பொழுது போய் பொழுது விடிஞ்சா இந்தக் குட்டி ராசாக்க தொந்தரவு தாள முடியவில்லையே... பசியோ, பட்டினியோ இருந்ததைக் குடிச்சுட்டு நிம்மதியா இருந்தோம். இந்த இங்கிலீசு பரங்கிப் பசங்க வந்தானுக... ஒன்னு, இவன் எங்களை அடிச்சுப் பறிக்கிறான். இல்லை, தஞ்சாவூரு மராத்திக்காரங்க. இல்லை, ஆற்காட்டுத் துளுக்கனுங்க. இல்லை, திண்டிவனம், மதுராந்தகம், பாளையக்காரங்க... இல்லை, பிரெஞ்சுக்காரனுங்க. ஒருத்தன் மாத்தி ஒருத்தன் தொடர்ந்தாப்பலே அடிச்சுப் பறிச்சா என்ன பண்றது."

மறித்தவர்களில் ஒருத்தர் சொன்னார்:

"இங்க மட்டும் என்ன வாழறது, அண்ணே. இங்கேயும் அதே கதைதான். தடி எடுத்தவன் தண்டல்காரன். மனுசத்தனம் இல்லாதவன் மணியக்காரன்."

"முன்னெல்லாம் திருட்டுப் பயலுக, கயவாளிங்க, கொள்ளைக் காரப் பயலுக இவனுகளுக்கெல்லாந்தான் பயந்தோம். இப்போ,

ராஜாக்களுக்கும் சேர்ந்து பயப்பட வேண்டியிருக்கு. திருடனும் சிப்பாயும் ஒருத்தனாவே இருக்கான்."

"செங்கல்பட்டுப் பாளையத்துல குடியேறப் போறீங்களாக்கும்."

"ஆமாங்க. சம்சாரிங்களே.."

"வண்டியிலே புள்ளைக் குட்டிக, குஞ்சுக் குளுவானுக சாப்பிட்டாச்சுங்களா?"

"ஏதோ, நாங்க பெரியவங்க. பட்டினியைச் சமாளிச்சுக்கலாம். குழந்தைங்க முடியுங்களா. ஏதோ எங்களாலே முடிந்தது."

"என்ன பாவம் இது, வண்டியை சித்தே நிறுத்தச் சொல்லுங்க, பெரியவரே" என்றார், மறித்தவர்களில் ஒருவர். உடன் இருந்த ஆள்களில் சிலர், ஊருக்குள் சென்றார்கள். அடுத்த கொஞ்ச நேரத்தில், வாழைப் பழத் தார்கள், பனம்பழம், நுங்கு, அவித்த மொச்சை என்று பலப்பல தின்பண்டங்களும், குடம் குடமாகத் தண்ணீரும் வந்தன. வண்டி வண்டியாகச் சென்று இருப்பதைப் பகிர்ந்து குழந்தைகளிடம் கொடுத்தார்கள், ஊர்சனங்கள். தின்று, தண்ணீரைக் குடித்துக் குஞ்சு குளுவான்களும், பெரிசுகளும் தவக்கம், சோர்வு நீங்கி சுறுசுறுப்படைந்தனர்.

பயணிகளில் பெரியவராகத் தோன்றியவர், "ஊர் சனங்களுக்கு ரொம்பவும் வந்தனம். உசுரு பிழைக்கப் போகிற சனங்கள் என்ன கைமாறு செய்யப் போகிறோம்" என்றார், கைகளைக் கூப்பிக் கொண்டு.

"என்னத்துக்கு அந்தப் பேச்சு? நாங்க மனுசங்க தானேய்யா? ஒரு காக்கா செத்து விழுந்தா, ஊர்க் காக்கைங்க சேர்ந்து அடிச்சுகிட்டு அழுது. நாம்ப குறைஞ்சுட்டமா? என்ன குறைன்னா, கட்டிக்கொடுக்க எங்ககிட்டயும் எதுவும் இல்லை. நாங்களும் பஞ்சப்பட்ட சனங்கதான்..."

"அப்போ நாங்க வர்றோம்."

"நல்லபடியா போயிட்டு வாங்க... உங்களுக்கு நல்ல இடமா அமைஞ்சு நல்ல தண்ணி கிடைக்கும்படியா வேண்டிக்கிறோம்."

போகும் இடம் பற்றித் தெளிவு இல்லாமல் ஒரு பயணம் புறப்பட்டது.

சென்னப் பட்டணத்துப் பழைய குவர்னர் துரை மோர்சும், அவர் பெண்சாதியும், குழந்தைகளும், சின்ன குவர்னராக இருக்கப்பட்ட மிஸ்டர் மான்சனும், இன்னும் அஞ்சாறு இங்கிலீசுக்காரர்களும், இருநூறு சொல்தாதுகளும், நூறு சிப்பாய்களும் சென்னப்பட்டணத்

திலிருந்து புறப்பட்டுக் காலாப்பட்டுக்கு வந்து சேர்ந்தார்கள். அவர்களுடன் பிரெஞ்சுக்காரர்களான முசே பார்த்தோலோமி, தேபர்ரி, வில்லிபாகு, அப்புறம் தெலார்ஷ் ஆகியோர் துணைக்கு வந்தார்கள். காலாப்பட்டில், விருந்தாளிகளுக்குத் தீனி மேசை விரித்து, தீனிகளும் பான வகைகளும் பரிமாறப்பட்டன.

நடந்தும், பல்லக்கிலும், வண்டியிலும் வந்த இங்கிலீசுக்காரர்கள் காலாப்பட்டில் சிரமபரிகாரம் பண்ணிக்கொண்டு, அங்கிருந்து தம் வருகையைப் பிரெஞ்சுக் குவர்னருக்குச் சொல்லி அனுப்பினார்கள். குவர்னரும், சில மாயே சிப்பாய்கள் உள்ளிட்ட நூறு சொல் தாதுகளைக் காலாப்பட்டுக்குச் சில அதிகாரிகளோடும் அனுப்பி வைத்தார்.

அவர்கள் சென்று சென்னப்பட்டண முன்னாள் குவர்னர் குடும்பத்தாரை அழைத்துக்கொண்டு மீனாட்சி அம்மாள் சாவடி யண்டைக்கு வந்தபோது, பிரெஞ்சுக் குவர்னர் துய்ப்ளெக்சும், அவர் பெண்சாதி ழான் அம்மாளும் எதிர்கொண்டு சென்று, வரவேற்பில் கலந்துகொண்டனர். துய்ப்ளெக்ஸ், மோர்சைத் தழுவிக்கொண்டு தானே வரவேற்று அழைச்சுக்கொண்டு வந்தார். முத்தியால் பேட்டை வாசலில் தொடங்கி, தேவடியார்கள் ஆட்டம் தொடங் கியது. அவர்கள், விருந்தாளிகள் முன்னே ஆடிக்கொண்டு வருவார் ஆயினர். இருமருங்கும் மக்கள், எள் போட்டால் அது தரையில் சிந்திவிடாதபடிக்கு நெருக்கி அடித்துக்கொண்டு குவர்னர் குடும்பத் தாரை வேடிக்கை பார்த்துக்கொண்டிருந்தார்கள். மக்கள் குரலும், மத்தள முழக்கமும், சலங்கைச் சங்கீதமும், ஜால்ரா அதிர்வும், சிப்பாய்களின் கோஷமும், பெண்டுகள் பேச்சும், வாணவேடிக் கையும், பேரிளசு, துந்துபி, முழவு, டமாரம், கின்னரம் முதலான வாத்தியக் கருவிகளின் பேரோசையும் பவனியைப் பெருமைக் குள்ளாக்கின. சென்னப்பட்டண வாசலுக்குப் பவனி வந்ததும், இருபத்தியோரு பீரங்கிகள் முழங்கின.

பதவியில் இருக்கிற குவர்னருக்கு மட்டுமே இந்த மரியாதை தரப்படும். பதவியில் இல்லாத குவர்னருக்கு இந்த மரியாதை தரப்படுவதைக் கண்டு குவர்னர் துய்ப்ளெக்சின் பெருந் தன்மையை ஜனங்கள் ரொம்ப சந்தோஷமாகத் தானே மெச்சிக் கொண்டார்கள். குவர்னர் மாளிகைக்குள் இந்த விருந்தாளிகள் நுழைகிறபோதும், இருபத்தியொரு குண்டுகள் முழங்கின. அப்புறமாய், நடந்த களைப்பை நீக்கிக்கொள்ளும் பொருட்டு விருந்தாளிகள், திராட்சை மது அருந்த அமர்ந்தார்கள். குவர்னரும், மாஜி குவர்னரும் கிண்ணி மதுவை உயர்த்திப் பிடிக்கையில், துய்ப்ளெக்ஸ் துரை இருந்து கொண்டு, ‘பிரெஞ்சுப் பேரரசரின் புகழுக்கும் பெருமைக்கும் குடிப்பதாக ஓதினார்.

மிஸ்டர் மோர்சோ 'குவர்னர் துரையின் ஆரோக்யத்துக்காகவும், நீண்ட ஆயுளுக்காகவும், பிரக்யாதிக்காகவும் குடிப்பதாக'ச் சொன்னார். தொடக்கத்தில் மிக அமைதியாகவும், அழகாகவும் ஆரம்பித்த குடிச் சடங்கு, நேரம் செல்லச் செல்லவும் குப்பிகள் தீர்ந்து புதுக் குப்பிகள் உடைக்கப்படவும் பெரும் ஆரவாரமாகவும் எழுந்தது.

குவர்னர் துரை பெண்சாதிக்குக் குடித்தால், காதோரம் எப்படியோ ரத்தச் சிவப்பாகி விடும். அதுவுமல்லாமல் அவள் பெருஞ்சிரிப்பு சிரிக்கத் தொடங்கினாள். என்ன காரணத்துக்காக அவள் சிரிக்கத் தொடங்கினாள். மிஸஸ் மோர்சும் பெரும் போதையில் இருந்தாள். ழானின் சிரிப்பு அவளையும் தொற்றிக் கொண்டது. துய்ப்ளெக்ஸ் தன் பெண்சாதியைப் பார்த்து, “என்னத்துக்குச் சிரிக்கிறது?” என்றார். அதுக்கு ழான் இருந்து கொண்டு, “இந்தத் தமிழர்கள் உடம்பை ஊசியால் துளைத்துக் கொண்டு, ஒரு பொம்மையைத் தேரில் வைத்து இழுக்கிறார்களே, அது ஞாபகத்துக்கு வந்துவிட்டது” என்றாள் தொடர்ந்து சிரித்துக் கொண்டு. அதைக் கேட்டு மோர்சின் பெண்சாதியானவள், 'அண்மையில், ஒரு கோவிலில் ஒருவன் முக்கால் அம்மணமாக, தரையில் விழுந்து உருண்டதைச் சொல்லி நகைக்கத் தொடங்கினாள். உடன், அந்த விருந்தின் தன்மை மாறிப் போயிற்று.

“எவ்வளவு அறிவீனமான, காட்டுமிராண்டி சனங்கள்! இவர்களைத் திருத்தி, ஞானஸ்தர்களாக்கி, ஞான மார்க்கத்தில் கொண்டு சேர்க்கவே நான் பெரும்பாடு பட்டுக் கொண்டிருக்கிறேன்” என்றார் துய்ப்ளெக்ஸ். அப்படிச் சொல்வது ஒருவகை மேட்டிமையைக் குறிப்பதாக இருந்தது. அந்த மேட்டிமை குவர்னர் பிரானுக்கு ரொம்பவும் பொருந்துவதாக இருப்பதாக, விருந்தினர் ஒப்புக்கொண்டார்கள்.

“தாம் பெரிய காரியம்தான் செய்துகொண்டிருக்கிறீர். நிச்சயம், தேவ சபையில், தங்களுக்கும், தங்கள் மதாமுக்கும் நியாயத் தீர்ப்பு நாளில் கர்த்தர் சந்தோஷப்பட்டு வார்த்தை சொல்லுவார்” என்றார் மாஜி குவர்னர் மோர்சு.

சண்டையில் தோற்றுப் போனவரும், வென்றவரும் சந்தித்துக்கொள்கிற சங்கடமான சூழ்நிலையில் இருவருக்கும் மதம் ஒரு சௌகர்யமான இணைப்பாக இருந்து பங்காற்றியது. இரண்டு மணி நேரங்களுக்கும் மேலாக இந்த விருந்து நீடித்தது.

அதன் பின்னர், குவர்னர் பெண்சாதி ழான் துய்ப்ளெக்ஸ், சென்னப்பட்டணத்து மாஜி குவர்னர் தம்பதிகள் மற்றும் அதிகாரிகளை அவர்கள் தங்குமிடத்துக்கு அழைத்துச் சென்றாள்.

கோன்சிலார்கள் கூடிப் பேசுகிற மாளிகையே, அவர்கள் தங்குமிடமாக மாற்றி அமைக்கப்பட்டு, கட்டில், மேசை, மற்றும் சன்னல் திரைகள் எல்லாம் போடப்பட்டு மிக மிடுக்காக வைக்கப்பட்டிருந்தது.

மீண்டும் இரவு விருந்துக்கு அவர்கள் குவர்னரின் மாளிகையில் கூடினார்கள். மாடு, ஆடு, கோழி, காடை, கவுதாரி, கொக்கு, நண்டு, மீன், இறால் முதலான இறைச்சிகள் வறுத்தும், குழம்பிட்டும், மற்ற காய்கறிகளோடு இருந்தன. முட்டை அவியல், ஒரு சிறு வெள்ளி மலை போல் காட்சியளித்தது. அஃதில்லாமல், சீமைச் சாராயம், சிவப்புச் சாராயம், பட்டைச் சாராயம், திராட்சை ரசம் என்று விதவிதமான சாராய வகைகள். வாழை, மா, பலா, மாதுளை, காபூல் திராட்சை முதலான கனிவர்க்கங்கள், அனைத்தும் சித்தம் செய்யப்பட்டிருந்தன. குவர்னர்கள் புசித்துக்கொண்டும், குடித்துக் கொண்டும் பேசியவாறு இருந்தார்கள்.

“தங்கள் மேலான புனிதம் தருகிற வருகைக்காக புதுச்சேரி பிரான்ஸ் அரசு மிகவும் சந்தோஷப்படுகிறது” என்றார் குவர்னர் துரை துய்ப்ளெக்ஸ்.

“ஆகா, எமக்கன்றோ அதில் பெருமையும், கீர்த்தியும். நாமே தங்களைப் பேட்டி பண்ணிக்கொண்டு நமது நல்லெண்ணத்தைச் சொல்லிக்கொள்ள வேணும் என்று நினைத்திருந்தோம்...”

“இடையில் நிறையச் சங்கதி நாம் அறியாமலே நடந்து விட்டன” என்று துய்ப்ளெக்ஸ், மிகுந்த அர்த்தத்துடன் விஷயத்துக்கு வந்து சேர்ந்தார். மோர்சு பணிவாகச் சொல்லலுற்றார்:

“குவர்னரின் மனசு விளங்குகிறது. பிரான்ஸ்காரர்கள், சென்னப் பட்டணத்தைப் பிடித்தவுடனே, நாம் அவர்களின் வெற்றியை ஒப்புக் கொண்டோம். என்றாலும், உமது பிரதிநிதியாகவும் கப்பல் படைத் தலைவராகவும் இருக்கின்றவரும் ஆன, முசே லபோர்தொனேயுடன் உடன்படிக்கை பேச நாம் நிர்பந்திக்கப்பட்டோம் என்பதைத் தாங்கள் அறிந்திருக்கக்கூடும். அதன் பலனாய், நாம் சில ஷரத்து களைப் பேசிக்கொண்டோம். முசே லபோர்தொனேவுக்கும் தங்களுக்கும் அவ்வளவாக ஒத்துக் கொள்ளாது என்பதை நாங்கள் உள்ளபடி அறியத்தான் இல்லை. தாங்களும் எங்களுக்குத் தெரியப் படுத்தவும் இல்லை. ஆனபடியால், நம் பண விவகாரமும்கூட லபோர்தொனேவுக்கும் உடன்பாடு இல்லாத சமாச்சாரம் தெரிய வந்தது. அப்புறம்தான் தாங்கள் அறிவீர்களே!”

“எல்லாம் நான் அறிவேன். தங்கள் மேல் எவ்விதத் தவறும் இல்லை. தாங்கள் முறைப்படித்தான் நடந்துகொண்டீர்கள். பாருங்கள். எனக்கே துரோகம் செய்த லபோர்தொனேவுக்கு

இயற்கையே விரோதமாக அமைந்திருந்தது என்பதை அறிந்திருப் பீர்கள். கர்த்தர், புயலை அனுப்பி, அவனுடைய கப்பல்களை நாசம் செய்ததைத் தாங்கள் அறிவீர்கள்."

"நன்றாக அறிவேன். கெட்டுப் போகிறவரே கெட்டதைச் செய்வார்கள். எம்மைப் பொருத்தவரை, தங்கள் அதிகாரத்தையே முழுமையாக ஏற்றுக்கொண்டோம்."

"அது நல்லது. அதுதான் முறையும்கூட."

"தனிப்பட்ட முறையில், நான் தங்களுக்கு நன்றி செலுத்த வேணும். உத்தியோகத்தில் இல்லாத எனக்கு, பெரிய மரியாதை, அந்தஸ்து கொடுத்து, பீரங்கி முழக்கம் பண்ணி வரவேற்றமைக்கு ரொம்பவும் சந்தோஷம்."

"நமக்கு மனுஷாளைத் தெரியும்" என்றார், துய்ப்ளெக்ஸ்.

ராத்திரி ஒன்பது மணிக்கு மேல், ஆனந்தரங்கரைப் பார்க்க வேணும் என்று குவர்னர் அழைப்பதாகச் செய்தி வந்தது. பிள்ளை, அங்கியை அணிந்துகொண்டு குவர்னரைப் பேட்டி கொண்டார். அப்போது குவர்னர் சொன்னார்:

"ரங்கப்பா. ரொம்ப அவமானமாகப் போச்சு ரங்கப்பா! நமக்கு விருந்தாளியாக வந்திருக்கும் முசே மோர்சு தம்பதிகள் மற்றும் பெரிய உத்தியோகஸ்தர்கள் பலருடைய உடைமைகளையும், பெட்டி களில் உள்ள முத்துமாலை, ஆடைகள், துணிகள் முதலானதுகளை பட்டணத்தில் இருக்கும் திருடர்களும் மற்ற போக்கிரிகளும் திருடிக் கொண்டார்களாம். அதைவிடவும் கேவலம், அந்தப் பொருள்களை அபகரித்தவர்கள் பலரும் நம் பிரெஞ்சு சிப்பாய்களாம். சொல் தாதுகளில் சிலரும் அந்தக் கொள்ளைக் கூட்டத்தில் இருக்காங்க..."

"என்ன இது. வேலியே பயிரை மேயுதே. ரொம்பக் கேவலம் அல்லவோ பெருமானே."

"ரொம்பக் கேவலம்தான் இது. முசே மோர்சு, தம் உடைமை களைப் பிரெஞ்சு சிப்பாய்கள் களவாண்டு கொண்டார்கள் என்று பிராது அனுப்பினதும் எனக்கு ரொம்பக் கேவலமாகப் போச்சு. உடனே பாளையக்காரனை அனுப்பி விசாரிக்கச் செய்தேன். முத்தியால்பேட்டை வாசலுக்கும் சென்னைப்பட்டண வாசலுக்கும் இடையே இருக்கிற வீடுகளில் இந்தப் பொருள்கள் பதுக்கப்பட்டு இருக்கின்றன. நம் பாளையக்காரர் போய்க் கேட்டதுக்கு நம் சிப்பாய்கள், பொருள்களைக் கொடுக்க மறுத்ததும் அல்லாமல், அவனை அடிக்க வேறு வந்து விட்டார்களாம். எப்படி இருக்கு கதை?"

“வெட்கக் கேடுதான் பிரபுவே. முசே தெக்குசேன், கண்டிப்புக் கார அதிகாரி என்று பெயரெடுத்தவர். அவரோடு இருபது சிப்பாய்களையும் பாளையக்காரனையும் அனுப்புங்கள். முத்தியால் பேட்டையிலிருந்து சென்னபட்டணத்து வாசல் வரைக்கும் உள்ள வீடுகளில் புகுந்து சோதனை போடச் சொல்லுங்கள். மாட்டிக்கொண்ட திருடர்களைக் கை கால் விலங்கு போட்டுக் கிடங்கில் போடுங்கள்.”

“அப்படித்தான் செய்ய வேண்டும்.”

இரவு முழுக்க வேட்டை நடந்தது. மோர்சு மற்றும் விருந்தினர் பலரது உடைமைகள் கைப்பற்றப்பட்டன. எடுத்தவர்களில் சிலர் பொருள்களைக் கொண்டு வந்து தெருவில் போட்டிருந்தார்கள். மொத்தம் பன்னிரண்டு திருடர்கள் கைவிலங்கு இடப்பட்டு, கிடங்கில் போடப்பட்டார்கள். அந்தப் பன்னிரண்டு பேரும், சிப்பாய்கள்.

46

கிளைவ் மிகுந்த சந்தோஷத்தில் இருந்தான். அவன் எதிர் பார்த்தது மாதிரி, சண்டை வந்துகொண்டிருந்தது. எந்த நேரத்திலும் தேவனாம்பட்டணம் தாவீது கோட்டை பிரெஞ்சியரால் தாக்கப்படலாம். பிரான்சு தேசக் குவர்னர் துரை அவர்கள் மிகுந்த பெருமிதத்தில் இருந்தார். சென்னப்பட்டணத்துக் கோட்டையை அவர் ஜெயம் பண்ணிப் போட்டார். தமக்கு உரிமை பூண்டதாகிய சென்னப்பட்டணக் கோட்டையை துய்ப்ளெக்ஸ் எங்ஙனம் அபகரிக்கலாம் என்பதாகக் கோபம் கொண்டு சண்டைக்கு எழுந்த ஆற்காட்டு நவாபு அன்வருத்திகானின் மூத்த மகன் மாபூசுகானின் பெரும் படையை அடையாற்றின் கரையிலே வைத்து பிரான்சு தளபதி சில மணி நேரங்களில் அழித்துப் போட்டான்.

குவர்னர் துய்ப்ளெக்ஸுக்குப் பெருமிதம் இருக்காதா, பின்னே? இரண்டு செயல்களுக்குப் பின்னே மூன்றாவதை அடையும் பொருட்டு கூடலூர் தேவனாம்பட்டணத்திலே இருக்கப்பட்ட தாவீது கோட்டையைப் பிடிப்பதற்காக, ஆயிரத்து எழுநூறு சிப்பாய்களைக் கொண்ட ஒரு படையை கிழவன் தெபுரி என்கிற கப்பிதானின் தலைமையில் அனுப்பி வைத்திருக்கிற தகவல், தாவீது கோட்டையிலே இருந்த கிளைவுக்குத் தெரிந்தது. சண்டையில் கலந்துகொள்வது என்று முடிவெடுத்திருந்தான் கிளைவ். எழுத்தர்

உத்தியோகத்துக்கும் உடனே திருமுழுக்கு போட்டுவிடலாமே. அதற்காகவே குதிரை ஒன்றை அவன் சம்பாதித்துக்கொள்ள வேண்டியிருந்தது. எழுத்துக்காக எவன் குதிரை கொடுப்பான்? ஒரு யுத்தத்திலாவது செயம் பண்ணிக் காட்டினால் அன்றோ, சைன்யத்தில் குதிரை கொடுப்பார்கள். ஒரு குதிரை வியாபாரியிடத்தில் நல்ல குதிரைக்காகச் சொல்லி வைத்திருந்தான், கிளைவ். அன்று காலை, குதிரைக்கார மூப்பன் ஒரு குதிரையுடன் வந்து சேர்ந்தான்.

"பிரபுவே! இது சாமான்யப்பட்ட குதிரை என்று எண்ணாதீர்கள். இது இவுளியாக்கும். இவுளி என்கிறதான இந்தச் சாதிக் குதிரை, யுத்தத்திலே முகத்தில் கத்தி கொண்டு வெட்டினாலும் சண்டை செய்ய வல்லதாம். அத்தோடு குரங்கு, வேங்கை, யானை, நர, சரபம் மற்றும் முயல்கள் போலும் வெகு வேகமாகத்தானே ஓடும். இது புரவி சாதி, பிரபுவே. புரவி சாதி எனப்பட்ட குதிரை மலைமேல் கோட்டையையும், கோட்டை மதிலையும், அகழி, ஆறு முதலியனவற்றையும், தாண்டும் வலிமை உடையது. அத்துடன் இது மிசிரக் குதிரை. அப்படியென்றால் என்னவெனில் வெள்ளி, முத்து, பால், சந்திரன், சங்கு, வெண்பனி இந்த நிறமுள்ளது வெள்ளைக் குதிரை. மாதுளம்பூ, செம்பஞ்சுக் குழம்பு, இந்த நிறம் கொண்டது சிவப்புக் குதிரை. கோரோசனை நிறம் உள்ளது பொன்னிறக் குதிரை. இந்த நான்கு நிறமும் கலந்திருப்பது மிசிரக் குதிரை."

"அடே, குதிரையில் இத்தனை விதமும், விளக்கமும்கூட இருக்கிறதா?" கிளைவ் ஆச்சர்யப்பட்டான்.

"பிரபு! குதிரைகளைப் பற்றி ஒரு இலக்கணமே எங்கள் தேசத்தில் உண்டு. அச்வசாஸ்திரம் என்பது அதன் பெயர். எங்கள் சாஸ்திரப்படி குதிரைகள், சாம வேதத்தினை நாக்கிலும், பிரம்மா ஹோமம் செய்தபோது அவர் கண்ணிலும், அக்னியிலும், அவர் கைவழி ஒழுகின நீரிலும் இந்திரன் முதலான திக்குப் பாலகர் எண்மர் இடத்திலும், கடலிலே தோன்றின அமுதத்திடத்திலேயும், லட்சுமி சாபத்தால் பிரமன் கோட்டானாக, அந்தக் கோட்டான் இட்ட முட்டையில் இருந்தும் பிறந்ததாக வரலாறு."

"என்ன? கோட்டான் முட்டையிலிருந்து குதிரை வந்ததா? வெகு விசித்திரமான கதைகள். விசித்திரமான தேசம். விசித்திரமான ஜனங்கள்" என்று விட்டு ஜனங்களைப் பார்த்துப் பரிகசிப்பது போலச் சிரித்தான் கிளைவ். அந்தக் குதிரையைத் தடவிக்கொண்டு சொன்னன். கறுப்பு உடம்பும், வெள்ளை முகமும், சிவப்புக் கால்களையும், பிடரி மயிர் கூந்தல் போன்று அடர்ந்து செழித்து, அசப்பில் ஒரு யானையைப் போல் நிற்கும் குதிரையை வாஞ்சையுடன் பார்த்துக்கொண்டு அவன் சொன்னான்:

"உங்கள் கதை எப்படியோ போகட்டும். ஒரு சினேகிதனிடம் கடன் பெற்று இந்தக் குதிரையை வாங்குகிறேன். யுத்தமும் நடந்து,

அதில் நான் பங்கு கொண்டு, இந்தக் குதிரையும் வெகு உதவியும் புரிந்தது என்று வையும். நான் வெகு சீக்கிரத்தில் முன்னுக்கு வந்துவிடுவேன். என் அதிர்ஷ்டத்தைப் பரீட்சை பண்ணிப் பார்க்கப் போகிறேன்.”

“பிரபு... சர்வ நிச்சயம் ஜெயம். என் வார்த்தை ஒரு போதும் பொய்க்காது. கேளுங்கள். இந்தக் குதிரையின் அம்மாவும், அப்பா வும், யார் என்கிறீர்கள்? நவாபு அன்வருத்திகானுக்கு முன்னால் பட்டத்தில் இருந்தாரே தோஸ்து அலி, அவருடைய குதிரைதான் இதனுடைய அம்மா. அப்பா தஞ்சாவூர் ராசா பிரதாபசிம்மனின் வாகனம். அதுவும் போகட்டும். இதன் தாத்தாவும் பாட்டியும் யார் என்கிறீர்கள்? புதுச்சேரி துபாஷ் இருக்கிறாரே ஆனந்தரங்கப் பிள்ளை, அவரோட ஆப்த சிநேகிதராய் இருக்கப்பட்ட காரவேட்டு ராசா லாயத்திலே அரச வாகனமாய் இருந்தவன் இவன் தாத்தா. அது போலவே பாட்டியும் ஒரு சமஸ்தானத்துக்காரிதான். ஆகவே, ராஜவம்சத்துக் குதிரையைத்தான் நான் தங்களுக்குக் கொடுத்திருக் கிறது. ஏதோ சின்னசாதிக் குதிரையைத் தங்களுக்குக் கொடுத்திருக் கிறதாக நினைக்காதீர்கள்.”

“கத்தியின் கூர்மை சண்டையிலே தெரியும். குதிரையின் புத்தியும் சண்டையில்தான் தெரிய வேண்டும்.”

“சுவாமி, என் குதிரை வாய் திறந்து பேசாது. மற்றபடிக்கு அறிவாளியும், ஞானவானும் ஆன ஒரு மனுஷனுக்கு இது எந்த வகையிலும் குறைச்சல் இல்லாதது தெரியுமா? இது வந்த வேளை, நீர் அமோகமாகப் போறீர் பாரும். சலேர் பிலேர் என்று சப்தித்துக் கொண்டும் ஜாஜ்வல்யமாக ஜொலித்துக் கொண்டும் அமோகமாக இருக்கப் போறீர்.”

“ரொம்ப நல்லது. உமது வாக்கு பலிக்கட்டும்.”

குதிரையைப் பெற்றுக்கொண்டான், கிளைவ்.

கிழவன் தெபுரி, ஆயிரத்து எழுநூறு சிப்பாய்கள், சொலுதாதுகள், குதிரைகள் முதலானவர்களுடன் புறப்பட்டுக் கூடலூருக்கு வந்து சேர்ந்து, தேவனாம்பட்டணத்துக்கு அருகாமையில் கூடாரம் போட்டார். தனக்குக் கீழ்ப்பட்ட உத்தியோகஸ்தரில், சில பேர்களைத் தம் பக்கலில் இருத்திக் கொண்டு, கோட்டை மேல் எந்த வாட்டத்திலிருந்து அடுக்கலாம் என்பதாக யோசித்துக் கொண்டிருந்தார். இருள் பிரிய இன்னும் இரண்டு நாழிகை நேரம் இருக்கும். சிப்பாய்கள் இருந்து கொண்டு, “எமக்குப் பசி பிராணன் போகிறதே. இந்தப் பசியோடு துப்பாக்கி ஏந்துவதற்கும், பீரங்கி சுடுகிறதுக்கும் எப்படி ஆகும். நாங்கள் சமைக்க வேணுமே. உத்தாரம் கொடுங்கள்” என்று சிப்பாய்கள் கேட்டார்கள்.

“தின்பதற்கான பண்டங்களைத்தான் மாட்டுவண்டியில் வைத்துக்கொண்டுதான் இருக்கிறீர்களே! எடுத்து சமைத்துக் கொள்ளுங்கள். சீக்கிரத்துக்குப் போஜனம் முடித்துக்கொண்டு, கோட்டைக்கு மேல் விழுந்து பிடியுங்கள்” என்று உத்தாரம் சொன்னார், தெபுரி.

சிப்பாய்கள் குழுக் குழுவாகப் பிரிந்துகொண்டு, கூழ் காய்ச்சவும், ரொட்டியைச் சூடு பண்ணவும், இறைச்சியை வாட்டவும் தொடங்கினார்கள். இருள், ஜமக்காளம் விரித்தது மாதிரி இருக்க, இடையில் குபீரென்று எரியும் அடுப்புத் தீ நாக்குகள், அந்த ஜமக்காளத்தின் மேல் வரைந்த பூக்கள் மாதிரி ஜொலித்துக்கொண்டிருந்தன. குதிரைகள் கனைத்துக்கொண்டு, கால் மாற்றி ஓய்வு கொண்டிருந்தன. சிலர் நடந்து வந்த களைப்பால் படுத்துக் கண்ணயர்ந்தனர். சிலர் தம் கருவிகளை செப்பனிட்டுக் கொண்டிருந்தனர். சிலர், காவல் காத்திருக்கும்படி பணிக்கப்பட்டிருந்தாலும், காலை உறக்கத்தில் இருந்தனர்.

விசித்திர சப்தங்கள் அவர்களை அணுகின. முதலில் பிரெஞ்சுச் சிப்பாய்கள் அவைகளை அலட்சியப்படுத்தினர். பின்னர் பெரும் சப்தம் அவர்களை அணுகியதும்தான், ஏதோ ஆபத்து தங்களை அணுகியதை அவர்கள் உணர்ந்தார்கள். முழுக்க கவனம்கொண்டு அவர்கள் தம்மைச் சரிப்படுத்திக் கொள்ள முனைவதற்குள் அவர்களை ஆபத்து சுற்றி வளைத்துக் கொண்டது.

அடையாற்றுச் சண்டையில், பிரான்சு படை அதிகாரி பராதியிடம் தோற்ற மாபூசுகான், துரத்தப்பட்டுப் பின்வாங்கி வந்தவன், தேவனாம்பட்டணத்து ஆங்கிலேயர்களிடம் உதவி பெறலாம் என்று வந்தான். பிரெஞ்சு சிப்பாய்களைக் கண்டு, தம் உளவுப் படையின் மூலம் அவர்களின் இருப்பிடத்தை அறிந்து அவர்களைச் சுற்றிக்கொண்டுவிட்டிருந்தான். என்ன நடக்கிறது என்று எதிரிகள் அறியுமுன்னே, ஏற்கெனவே தோற்றுப்போன வெட்கத்தில் இருந்த நவாபுப் படைகள் பிரான்சுப் படைகளை வெட்டியும், சுட்டும் போடத் தொடங்கின. பெருங்கூச்சலும், குழப்பமும் எழுந்தன. பிரெஞ்சியர் படைகள் குழப்பமுற்றும், பயந்தும் அங்குமிங்கும் ஒழுங்கு குலைந்தும் ஓடத் துவங்கின. கருநாடகத்தில், பகிரங்கமாக உள்ளூர் ராசாவிடம் சண்டை போட்டு செயங்கொண்ட, அடையாற்றுப் போரில் கிடைத்த வெற்றி மிதப்பில் இருந்த பிரெஞ்சியர் படைகள் இருட்டில் பெருந்திகில் அடைந்து புதுச்சேரிப் பட்டணப் பாதையில் ஓடத் தொடங்கின. பிரெஞ்சுப் படைத் தலைவன் தெபுரி, எல்லாவற்றுக்கும் முன்பே ஓடத் தொடங்கினார். பயந்து பின்வாங்கி ஓடும் படையை நவாபின் படைகள் பின் தொடர்ந்து துரத்திக்கொண்டு ஓடின. ஒரு நாழிகைக்கும் மேலான நேரத்துக்குத்

துரத்திச் சென்ற நவாபுப்படை, புதுச்சேரிப் பட்டணத்துக்குள் புகுவதைத் தவிர்த்து, புதுச்சேரிப் பட்டணத்தின் நுழைவு வாயில் எனப்பட்ட அரியாங்குப்பத்தை அழித்துக் கொள்ளையிடத் தொடங்கியது. நவாபும், தம் படைகள் கொள்ளையடிப்பதை ரொம்ப சந்தோஷமாக அனுமதித்தான். கொள்ளையில் பொருள் சிக்கினால், சிப்பாய்கள் சம்பளத்துக்குத் தொந்தரை செய்ய மாட்டார்களே! அரியாங்குப்பத்தை அழித்து, அருகிலே உள்ள கிளிஞ்சல் குப்பத்தில் உள்ள திருக்காஞ்சிக் கோயிலை வந்து சேர்ந்தது படை.

உஷத் காலப் பூஜைக்காகக் கோவிலைக் கொத்துச் சாவியுடன் நெருங்கிக்கொண்டார் சிவஉமாக் குருக்கள், தம்மைச் சுற்றிக் கொண்டு சிப்பாய்கள் குதிரையில் இருப்பதைக்கண்டு நடுங்கிப் போனார் குருக்கள்.

"ஓய்! யார் நீர்?"

"திருக்காஞ்சி வராகநதீஸ்வரர் உபய நாச்சியார் கோயில் குருக்கள்."

"என்ன பண்ணப் போறீர்?"

"கோயிலைத் திறந்து பூஜை பண்ணப் போறேன்."

"சீக்கிரம் திறவும்."

குருக்களிடம் வந்து சேர்ந்த மாபூசுகான் நின்று, குருக்கள் கோயில் திட்டிவாசல் கதவினைச் சாவி போட்டுத் திறப்பதை வேடிக்கை பார்த்துக்கொண்டு இருந்தான். அவன் அருகில் குதிரையில் இருந்த சுவர்ண காளீஸ்வர ஐயன், மாபூசுகானிடம் சொன்னான் :

"சுவாமி பிரபுவே! கோயில்கள் தாம் எங்களின் பண்டாரம். அதாவது பொக்கிஷம். விலை மதிப்புள்ள ஆபரணங்கள், தங்க, வைர, வைடூரியங்கள் சேமித்து வைக்கும் இடம். இறைவனுக்கும், இறைவிக்கும் ஏராளமான பொன் நகைகள் இங்கே இருக்கும். பிரபுவுக்கும் பெரிய வேட்டை காத்திருக்கிறது."

மாபூசுகானின் முகம் சந்தோஷத்தால் மலர்ச்சி பெற்றது. அவன் பெருஞ்சிரிப்புடன் சொன்னான்:

"வக்கீல் சுவர்ண காளீஸ்வர ஐயன், நீர் சொன்னபடி பெரும் வேட்டை கிடைத்தால், பத்தில் ஒரு பங்கை உமக்கு நான் தருவேன்."

குருக்களைத் தொடர்ந்து குதிரைப்படை கோயிலுக்கு உள்ளே நுழைந்தது.

"ஓய் பிராமணன், எங்கே போகிறாய்?"

"கடவுளர்களை மஞ்சளமாட்டி அலங்கிருதம் பண்ணி படையல் பண்ணவேண்டுமே."

"அதை அப்புறம் பண்ணும். முதலில், இந்த விக்ரகங்களுக்கு அணிவிக்கும் மொத்த நகைகளும், பண்ட பாத்திரங்களும் இருக்கும் இடத்தைக் காட்டு."

"பிரபு..."

குருக்கள் தயக்கத்தைக் கண்ட ஒருவீரன், குதிரையில் இருந்தபடி தன் கத்தியை அவர் கழுத்தில் வைத்தான். அது சற்றே அவர் கழுத்தில் கீறி, கடும் எரிச்சலைத் தந்து, கொஞ்சமான ரத்தத்தை வழியவிட்டது. குருக்கள் நிலை குலைந்துபோனார். கடைப் பள்ளியை ஒட்டி, சுரங்கம் போன்ற நிலவறையைத் திறந்துவிட்டார். பெரிய ஆளுயரப் பெட்டி ஒன்று இருந்தது.

"பெட்டியைத் திறவும்."

திறந்தார். கண்ணைக் கூச வைக்கும் அந்தக் காலை வெளிச்சத்திலும்கூட, அந்த ஆபரணங்கள் ஒளியை உமிழ்ந்தன. சிப்பாய்களில் சிலர், அவைகளை அள்ளித் தம் தலையிலும் கழுத்திலும் தோளிலும் போட்டுக்கொண்டு கூத்தாடத் தொடங்கினார்கள்.

ஆனந்தரங்கர் அங்கியை அணிந்து, தலைப்பாகையைக் கவித்துக் கொண்டார். இடையில் குறுவாளைச் சொருகிக் கொண்டு, கையில் தங்கப்பூண் போட்ட தடியை எடுத்துக் கொண்டு, கால் செருப்பு மாட்டி, பல்லக்கில் ஆரோகணித்துக் கொண்டு, குவர்னர் மாளிகைக்கு வந்து சேர்ந்தார். சின்னதுரை, குவர்னர் எழுதும் கபினேத் அறை வாசலில் நின்றுகொண்டு சோகம் மீதூற நின்று கொண்டிருந்தான். பிள்ளை குவர்னர் அறைக்குள் நுழைந்து கொண்டு, துரைக்குச் சலாம் பண்ணிக் கொண்டு நின்றார்.

"ரங்கப்பா, வா. வா. உன்னைத்தான் நினைத்துக் கொண்டிருக்கிறேன். மாபூசுகான் என்ன பண்ணிக்கொண்டிருக்கிறான்."

"பிரபு... நவாப்பின் பெரிய பிள்ளை ரொம்பத்தான் அழும்பு பண்ணிக்கொண்டிருக்கிறார். திருக்காஞ்சிக் கோயிலை அவர்கள் ஆக்ரமித்துக் கொண்டுவிட்டார்கள். கோயில் வழிபாடு பூஜை நின்று நாளாகிறது. கோயிலுக்குக் காலடியிலேயே வராக நதி என்ற சங்கராபரணி செழித்து ஓடுவதாலும், பெரிய மைதான வெளி சௌகர்யமாக அருகில் இருப்பதாலும், நவாபு படை கோயிலையே பாசறையாக அமைத்துக்கொண்டு தங்கி விட்டார்கள். அத்தோடு,

கோயிலுக்கு எதிரே பெரிய சுவர் ஒன்றை எழுப்பிக்கொண்டு பாது காப்பையும், பண்ணிக் கொண்டார்கள். பிரபு, மற்றுமொரு சங்கதி."

"சொல்லு, ரங்கப்பா."

"கிளிஞ்சிகுப்பம், அபிஷேகபாக்கம், பூரணாங்குப்பம், திம்மநாய்க்கன் பாளையம் ஆகிய ஊர்களைக் கொள்ளை அடிச்சுப் போட்டு, வீடுகளிலே புகுந்து தட்டுமுட்டு புடவை சீலை கால்நடை ஆகியவைகளையும் கொள்ளை கொண்டார்கள்.

பெண்டுகளை இம்சை பண்ணி, ஆண்களைக் கை அறுத்தும், காது அறுத்தும், வெட்டியும் குத்தியும் ஏக அசம்பாவிதங்களையும், அட்டூழியங்களையும் பண்ணுவித்தார்கள். மாபூசுகான் குதிரைப் படையிலே நானூறு பேரும், துப்பாக்கிப் படையிலே ரெண்டா யிரம் பேரும், கத்திக் கேடயக்காரர் இருநூற்று அம்பது பேருமாக அவர்கள் இருக்கிறார்கள். அரியாங்குப்பத்திலே இருக்கிற நம் படை யினர், கொத்தளத்திலே இருக்கிற நாற்பத்தேழு பேரும் வெளிப்பட்டு அவர்களைச் சுட்டதுக்கு ஒரு குதிரை மாத்திரம் விழுந்தது. மற்றை யோர்கள் ஓடிப் போயினர். மேற்படி ஊர்கள் எல்லாம் எரிந்து சுடுகாடாய் ஆயிற்று. ரெட்டிகள் வீடுகளிலேயும், விவசாயிகள் வீடுகளிலேயும் புகுந்து, கிடைத்ததைச் சுருட்டிக்கொண்டு, தீ வைத்துப் போட்டார்கள்."

குவர்னர் தலையைக் குனிந்துகொண்டு விசனத்துடன் இருந்துவிட்டுச் சொன்னார்:

"இதுக்கு என்ன பண்ணுவது ரங்கப்பா?"

"அடுத்து மாபூசுகான், புதுச்சேரிப் பட்டணத்துள்தான் நுழைவான். நாம் தற்காப்பில் இருப்பது நல்லது. ஆனால்..."

"சொல்லு, எதனாலும்."

"நான் தங்கள் மேன்மையை விரும்புகிறவன். உண்மையைத் தான் பேசுகிறவன். அதைத் தொட்டு இதைச் சொல்லுகிறேன். பட்டணம் இப்போதுள்ள நிலையில், நம் சிப்பாய்கள் சென்னைப் பட்டணத்தைக் காபந்து பண்ணிக்கொண்டிருக்கிற நிலையில், மாபூசுகானுடன் சண்டை பண்ணி ஜெயம் காண முடியாது. ஆகவே சந்து பண்ணிக்கொள்ளுங்கள். அதுவே உத்தமம்."

"ஆனால் கப்பித்தான் பராதி என்னவோ சண்டை போட வேணும் என்கிறானே."

"சண்டையன் அப்படித்தான் பேசுவான். பிரபு! நம் நிலை நாம் அறிவோம். கூடலூர் தேவனாம்பட்டிணத் தோல்விக்கும் பின்னால், நாம் தலைகவிழ்ந்து போனோம். இன்னுமொரு தோல்வி, நம் தலைக்கு, மேலும் இறக்கத்தை உண்டுபண்ணும். மாற்றான்

வலிமையும், தம் வலிமையும் சீர்தூக்கிக் காரியம் பண்ண வேண்டும் என்று எங்கள் வள்ளுவர் சொல்வார். அப்புறம் தங்கள் இஷ்டம். நான் தங்கள் பாதம் பதிந்த தடத்தில் நடப்பவன்."

"ரங்கப்பா, நீ சொல்வதுதான் என்றைக்கும் சரியாக இருக்கும். நீ சொல்கிறபடிக்குச் சமாதானம் பண்ணிக்கொள்ளலாம். அதுக்கும் நீதான் வழி பண்ண வேணும். யாரை உன்கூட அனுப்பலாம்."

"பிரபு ஆக்ஞை. நான் கீழ்ப்படிகிறேன். என்னுடன் மதானந்த பண்டிதன் வரட்டும். துரைகளாய் இருக்கப்பட்ட பெருந்தலமே எம்மவர்க்கு முன் வகிக்கட்டும். துலுக்க விவகாரத்துக்கும் உதவிக்கும் நம்மோட மனுஷன் மகமதுகான் வரட்டும். பேட்டிக்கு என்ன கையுறை வழங்கலாம் என்று உத்தரவு பண்ணவேணும்."

"அதையும் நீயே தீர்மானம் பண்ணு, ரங்கப்பா."

"அப்படியானால், பிரபு சித்தப்படி. பாரீசில் இருந்து வந்த மதுச்சாடிகள் ஒரு நூறு, பட்டு சகலாத்து பத்து சிப்பம், தங்கம், வைரம், வைடூரியம், புஷ்பராகம், நிலம் என்று ஆபரணாதிகள் எல்லாம் சேர்த்து, ஒரு லட்ச ரூபாய்க்குக் குறைவில்லாமல் கொண்டு சென்றால் மாபூசுகானை வசியம் பண்ண ஏதேனும் பண்ணலாம்."

"உன்னிஷ்டப்படியே செய், ரங்கப்பா. நீதான் புதுச்சேரியையும், பிரான்சு தேசக் கவுரவத்தையும் காக்க வேணும்."

"பிரபு அவ்விதம் சொல்லலாமோ... அது என் கடமையன்றோ. நான் தங்கள் சமூகத்தின் அடிமையும், ஊழியனும் அன்றோ? இது என் பணியும் அல்லவோ. விழித்துக் கிடக்கும் ஒவ்வொரு கணமும் தங்கள் விசயத்துக்கும், புகழுக்கும் பிரக்யாதிக்கும் அல்லவோ நான் பிரார்த்தனை பண்ணுகிறது."

"மெத்த சந்தோஷம். உடனே எல்லாரையும் அழைத்துக் கொண்டு, பொருள்களைச் சேகரம் பண்ணிக்கொண்டு கிளம்பு."

"உத்தரவு."

47

"அடியேன், நமஸ்காரம், சௌகர்யம்தானே. அழைச்சு விட்ட தாகச் செய்தி வந்தது" என்றபடி ஆனந்தரங்கரின் முன்னால் வந்து நின்றார் சுங்கு சேஷாசலச் செட்டி. பிள்ளை அமர்ந்திருந்த ஊஞ்சலில் செட்டியாருக்கு இடம் செய்தார்.

"செட்டியாரே, வாரும். வந்து இரும்."

செட்டியார் பிள்ளையின் அருகில் வந்து அமர்ந்து கொண்டார். "தாகத்துக்கு ஏதாச்சும்" என்று பிள்ளை முடிப்பதற்குள், மங்கை யம்மாள் பானகம் நிரம்பிய பெரிய லோட்டா ஒன்றைக் கொண்டு வந்து, முக்காலியை நகர்த்தி, செட்டியார்முன் வைத்துவிட்டு நகர்ந்தாள்.

"அடடா, புருஷன் ஒன்று நினைக்கிறதும், அவர் நினைக் கிறதைப் பெண்ஜாதி செய்து முடிக்கிறதும் என்ன மனம் ஒன்றின சதிபதிகள் நீங்கள். ஸ்ரீநாராயணரும் லட்சுமியுமாக இருக்கிறீர்கள்" என்று சிலாகித்து சொன்னார் செட்டியார்.

"ஆனால், நான் இருப்பது என்னமோ ஊஞ்சலில்தான். ஆதிசேஷன் மேல் இல்லை. அதுதான் வித்தியாசம்."

இருவரும் நகைத்து அனுபவித்தார்கள்.

"பிள்ளைவாள் அவசரமாக அழைப்பித்தாரே."

"ஆமாம். அவசரம்தான். ஆற்காட்டு நவாப்பின் பெரிய மகன் மாபூசுகான், திருக்காஞ்சியை வளைத்துக்கொண்டு, அதன் மேல் விழுந்து அட்டூழியம், அக்குறும்பு பண்ணுகிறான். அதைத் தொட்டு, சந்து செய்விக்கப் போக வேணும். நிறைய நகைகள் தேவைப் படுகிறது. செட்டியார் விற்பனை பண்ண வேணும்."

செட்டியார் யோசனையில் இருந்துவிட்டுச் சொன்னார்:

"ஆபரணங்களா? எவ்வளவுக்கு வேண்டியிருக்கும்."

"சுமார் எழுபத்தையாயிரம் ரூபாய்க்கு வேண்டியிருக்கும். ஒரு லட்சம் ரூபாய்க்கு சீர்பண்ண வேண்டும் என்று துரை சொன்னார்கள். இருபத்தையாயிரத்துக்குப் பட்டும் துணியுமாகக் கொடுத்துப்போட்டு, மீதிக்குத் தங்கமும் வைரமுமாகக் கொடுத்தால் சிலாக்கியம் என்பது என் எண்ணம்."

"செய்தால் போச்சு. நகை, உடனடியாகக் கைவசம் இல்லை. என்றாலும், என் பெண் வயிற்றுப் பேர்த்திக்குச் சீர் பண்ண ஆபரணங்கள் பண்ணியிருக்கிறேன். அதை உங்களுக்குக் கொடுத்து விடுகிறேன். நம் வீட்டு விஷயமா முக்கியம்? நாட்டு நடப்பு அல்ல வோ முக்கியம். எப்போ கொடுத்து அனுப்பட்டும்?"

"இன்னிக்கு சாயரட்சைக்கு மாபூசுகானைக் காணப் புறப்பட இருக்கிறோம். நாள், நட்சத்திரம் பார்த்துக்கொண்டுதான் உட்கார்ந் திருந்தேன். சின்னத்துரை பெருத்தலமே வருகிறான். மதானந்த பண்டிதனையும் கூப்பிட்டு இருக்கிறேன்."

"பெரிய பொறுப்பை நிறைவேற்றப் போறீங்க பிள்ளைவாள்! மாபூசுகான், புதுச்சேரி பட்டணத்தை இடித்து நிரவிப் போடுவான்.

எங்களைப் போலொத்தவர்களின் உயிரும் உடைமையும் தங்கள் கைவசத்திலே இருக்கிறது."

"என் கையிலா? நீரும், நானும், சனங்களும் பகவான் கிருஷ்ணர் கையில் அல்லவா இருக்கிறோம். நான் செய்கிறது என்ன. பெருமாள் எல்லாம் பார்த்துப்பார். கவலையை விடும்."

சாயங்காலம், மணி நாலைப்போல, சந்து பண்ணும் குழு கிளம்பியது. ரங்கப்பிள்ளை ஒரு பல்லக்கிலும், பெருத்தலமே ஒரு பல்லக்கிலும், பண்டிதரும் மகமதுகானும் ஆளுக்கொரு குதிரையிலும், புறப்பட்டார்கள். மாயே சிப்பாய்கள் பத்துப்பேர் அவர்கள் காவலுக்கு உடன் வந்தார்கள். பின்னால் ஏவலர்கள் நால்வர், ஒரு மாட்டு வண்டியில் பரிசுப் பொருள்களை ஏற்றிக் கொண்டு பின் வந்தார்கள். வீரர் வெளிப்பகுதி, அதை ஒட்டின தென்னந்தோப்பு, தோட்டக்கால், மருங்கைப்பாக்கம், பூரணன் குப்பம் கடந்த கிளிஞ்சல்குப்பம் வந்து சேர்ந்தது தூதுக்குழு. திருக்காஞ்சி வராக்நதீஸ்வரர் கோயிலையே, ஒரு கோட்டை மாதிரி சுவர் வைத்துக் கட்டுவித்துக்கொண்டு தங்கியிருந்த மாபூசுகானின் இருப்பிடத்துக்கு வந்து சேர்ந்தார்கள். மாபூசுகானின் வக்கீல் சுவர்ணகாளீசுவரர் அய்யன், குழுவை வரவேற்றான்.

"புதுச்சேரிப் பட்டணக்காரர்கள் எந்தக் காரியம் தொட்டு இங்கு வந்திருக்கிறீர்கள் என அறிந்துகொள்ளலாமா?" என்றான் வக்கீல்.

"வக்கீல் அய்யனே! நாங்கள் கர்நாடக நவாப்பின் மூத்த குமாரரும், எங்கள் ஆப்த சினேகிதரும், எங்கள் மேல் மிகுந்த பிரியம் கொண்டிருப்பவரும், நாளைய நவாபும் ஆன மாபூசுகான் சாகேபு அவர்களைப் பேட்டி பண்ணிக்கொள்ள வந்திருக்கிறோம் என்று அவரிடம் சொல்லும்."

"அப்படியே சொல்லுகிறேன்" என்று வீட்டு உள்ளே சென்றான் வக்கீல் ஐயன். கொஞ்ச நேரத்தில் திரும்பி வந்தான்.

"நவாபு தங்களைச் சந்திக்க அருள் கூர்ந்து சம்மதம் தந்திருக் கிறார். வாருங்கள்" என்றபடி திட்டிவாசல் வழி உள்ளே சென்றார். முதலில் சின்னதுரை பெருத்தலமேயும், பிறகு பிள்ளையும், அப்புறம் பண்டிதரும் அவர் அடுத்து மகமதுகானும் உள்ளே நுழைந்தார்கள். சிப்பாய்கள் நெருங்கி இருந்தவர்கள், இவர்களுக்கு வழிவிட்டு அகன் றார்கள். பிரகாரம் ஒன்றில், மேலே பெரிய அகல வட்டக் குடையின்கீழ் நிழலாக, ஆசனம் போட்டுக் கொண்டு அமர்ந்திருந்தான் மாபூசுகான். அவன் பக்கத்தில் துப்பாக்கி வைத்துக்கொண்டு ஒருவன் நின்றான்.

மாபூசுகானுக்கு நால்வரும் சலாம் பண்ணியும் குனிந்து வணக்கம் பண்ணியும் நின்றார்கள். சிப்பாய்கள் நாலு ஆசனங்களைக்

கொண்டுவந்து அங்குப் போட்டார்கள். மாபூசுகான், அவர்களை உட்காரும்படி சைகை செய்தான். அவன் முகம் இறுகிப் போயும், நட்பின் ரேகை கொஞ்சமும் இல்லாத நிலையிலும் இருந்ததைக் கவனித்தார் பிள்ளை.

"நவாபு அவர்களுக்குத் தம் இனிமையான முகமனையும், சினேகத்தையும், வணக்கத்தையும் குவர்னர் துரை துய்ப்ளெக்ஸ் அவர்கள் சொல்லிக்கொள்ளச் சொன்னார்கள். அந்த நல்லெண்ணத்தைச் சொல்லிக்கொள்ளவே நாங்கள் சமூகத்துக்கு வந்திருக்கிறோம்" என்றார் பெருத்தலமே.

மாபூசுகான் அதுக்கு வெறுமே தலை அசைத்தான். பிள்ளை இருந்துகொண்டு, "ஆற்காட்டு நவாபுக்குக் குவர்னர் பெருமான் தம் நட்பை தெரிவித்துக்கொள்ளச் சொன்னதோடு, மதாம் துய்ப்ளெக்ஸ் அம்மையார் அவர்கள், அவர்களுடைய சகோதரருக்குத் தம் அன்பையும், விசுவாசத்தையும், தெரிவித்துக் கொள்ளச் சொன்னார்கள். குவர்னர் துரை தம் அன்பின் வெளிப்பாடாக, கொடுக்கச் சொன்ன அன்பளிப்புகளைத் தாங்கள் தயை பண்ணி ஏற்றுக்கொள்ள வேணும்." பிள்ளை திரும்பி ஏவலர்களைப் பார்த்தார். பத்துப் பேருக்கும் மேலான அவர்கள் ஒவ்வொருவராகப் பரிசுப் பொருள்களைக் கொண்டு வந்து மாபூசுகான் முன் வைத்தார்கள்.

அடுக்கடுக்காக, குழந்தைகள் வரிசையில் அணிவகுத்து நிற்பது போல, சீமைச் சாராயப் போத்தல்கள் அடுக்கப்பட்டன. மதுக் குப்பிகளைப் பார்த்ததும் மாபூசுகானின் புருவங்கள் உயர்ந்தன. முகத்தில் சந்தோஷக் கீற்றுகள் மின்னி மறைந்தன. போத்தல்களைத் தொடர்ந்து பட்டுத் துணிகள், கண்ணைப் பறிக்கும் புதுச்சேரி பாலாஜி வெள்ளைத் துணிகள், கெட்டிச்சாயம் நீலம் தோய்த்த, புதுச்சேரிக்கே புகழ் சேர்த்த நீலத் துணிகள், கப்பலில் வந்த ஆரஞ்சுப் பழக் கூடைகள் பலபத்து, வீராம்பட்டணத்தில் பிடித்துக் கொண்டு வந்திருந்த வெண்ணெய் மாதிரி அற்புதச் சுவை மிகுந்த மீன்கள் என்று வரிசைகள் கூடை கூடையாக அவன் முன் வைக்கப்பட்டது கண்டு அவன் சந்தோஷப்பட்டது அவன் முகத்துக்கு மீறியும் வெளிப்பட்டது. கடைசியாக, தங்க, வைரத்தால் ஆன நகைகள், கழுத்தணிகள், கழுத்து வடம், சங்கிலி, வளையல்கள் எனப் பெரிய தாம்பாலத் தட்டுகள் நிறைந்த கண்களைப் பறிக்கும் ஆபரணங்களை நவாபின் முன் வைத்தார்கள் ஏவலர்கள். நவாபு, அவற்றைப் பார்த்ததுதான் தாமதம். "ஹரே, ஆண்டவனே, என்ன அற்புதம். நமக்கு மிகுந்த சந்தோஷமாச்சுது. என்ன காந்தம் தருகிற ஆபரணங்கள், ரங்கப்பிள்ளை! நமக்கு மகா சந்தோஷமான பொருள்களோடு வந்திருக்கிறீர்கள். மெத்த ஆனந்தம்" என்றான் மாபூசுகான்.

நகைத் தட்டத்தைத் தம் அருகில் வைத்துக்கொண்டு, அவற்றை அள்ளுகிறதும், விரல்கள் வழியாக வழிய விடுகிறதும் ஆக இருந்தான். நவாபின் சுபாவம் திரும்பிவிட்டது பிள்ளைக்குத் தெரிந்து சந்தோஷமானார். நவாபு, சுமுக பாவத்துடன் பேசத் தொடங்கினார்.

"சின்னத்துரை பெருத்தலமே அவர்களே! குவர்னர்துய்ப்ளெக்ஸ் சௌக்யமாக இருக்கிறார் அல்லவா?"

"ஆகா. பரம சௌக்யமாக இருக்கிறார். கர்த்தர் அருளால் ஆனந்தமாகவும் இருக்கிறார்.

"மதாம் துய்ப்ளெக்ஸ் எப்படி இருக்கிறார்?"

பிள்ளை பதில் சொன்னார்:

"அவருக்கென்ன, அமோகமாக இருக்கிறார். ஸ்ரீமன் நாராயணனுடன் சேர்ந்த லட்சுமி போலும் எல்லையில்லா ஆனந்தத்தைத் தானே அனுபோகம் பண்ணிக்கொண்டு, சலேர்பிலேரென சப்தித்துக்கொண்டு ஜொலித்துக் கொண்டிருக்கிறார். அடிக்கொரு தரம், நம் சகோதரர் மாபூசுகான் சாகேப்பு அவர்கள் என்ன வண்ணம் இருக்கிறாரோ, அவரைப் பார்க்க மனசுக்குள் ஆசை மிக எழலாச்சுதே என்று சொல்லிக்கொண்டு, இந்த மதுவை அவர் தானே பிரியத்துடன் தம் சகோதரருக்கு அனுப்பிக்கொண்டிருக்கிறார். அதுகளை பட்சணம் பண்ணி, உயர்ந்த சரக்காகிய அதுகள் எப்படி இருக்கிறதென்கிற அபிப்பிராயத்தையும் அறிய மிகுந்த ஆவல் உள்ளவராக இருக்கிறார் அம்மை."

"அச்சா, அடே சிப்பாய். மதுவைத் திறந்து ஒரு குவளையில் ஊற்றிக்கொண்டு வா" என்று உத்தரவிட்டான் நவாபு. சிப்பாய் அங்ஙனமே செய்தான். குவளையில் இருந்த மதுவைப் பாதியை ஒரே மிடறில் குடித்தான், மாபூசுகான். சற்றே அதை அனுபவிப்பான் போல மௌனமாக இருந்தான். மது தொண்டை வழியாக உள் இறங்கி, சற்றே காரத்தோடும், மிதமான எரிச்சலோடும் தொண்டைக் குழாயில் இனிய உராய்வை ஏற்படுத்தும் சுகத்தை அனுபவித்துக் கொண்டிருந்தான். அப்புறம் சொன்னான்.

"சீமை மது என்றாலே, அது உன்னதமானதுதான். மயிலிறகால் வருடுவது மாதிரி போதை கொஞ்சம் கொஞ்சமாக, உயர்ந்து, பஞ்சு மெத்தையில் புதைவது மாதிரி கொஞ்சம் கொஞ்சமாக இறக்குகிற அனுபவமே அலாதிதான். நாட்டுச் சாராயமோ, அல்லது சிவப்புச் சாராயமோ, சவரக்கத்தி முகத்தில் இறங்கினால் ஏற்படும் எரிச்சலைப் போல, உடனே உயர்ந்து, உயர்ந்ததை அனுபவிக்கிற போதே, யாரோ மேலிருந்து பிடித்துத் தள்ளியது மாதிரி, போதை கீழிறங்கி விடுகிறது. தென்னங்கள்ளோ வெயில் காலத்துக்கு மிகவும்

உவப்பாக இருந்து, பனிக் காலத்தில் தொண்டையில் சளி வைக்கிறது. பனங்கள்ளோ சூரியோதயத்தில் உண்டால், சூரிய உஷ்ணம் போல் உயர்ந்து, நள்ளிரவுக் குளிர்ச்சி மாதிரி இறங்கிவிடுகிறது. சீமைச் சாராயத்தில் இருக்கிற லகு, மென்மை, காரல் அற்ற இங்கிதம், இந்த ஊரில் புளிக்க வைக்கப்பட்ட சாராயத்தில் ஏன் இல்லாமல் ஆகிறது. நம்மூர் சாராயம் எனிலோ, கெட்டி தட்டி, அமிதமாகப் புளித்து, அருசியாகவன்றோ இருக்கிறது?" என்றபடி குவளை முழுதும் விழுங்கி, திறந்து வைக்கப்பட்ட சின்ன ஜாடியையே கையில் எடுத்துக்கொண்டான்.

"குவர்னர் பெண்ஜாதி மூான் துய்ப்ளெக்சிடம், நமக்கு இந்த மது மிகவும் எல்லையில்லாத சந்தோஷத்தைக் கொடுத்தது என்று சொல்லும்."

ரங்கப்பிள்ளை எதிர்பார்த்த சௌஜன்யம், நவாபிடம் நிலவியதும், தம் பணியைத் தொடங்கினார்.

"நவாபு அவர்களே! சர்வ வல்லமை படைத்த கடவுள், தங்களைத் தரணி ஆளப் படைத்திருக்கிறார். ஆற்காடு தங்கள் தலைமைப்பீடம். தங்கள் ஆளுகை குமரி தொட்டு நிலைபெற்றிருக்கிறது. தஞ்சாவூர் ராசா பிரதாப சிம்மரும், திருச்சி ஆளுநரான மராத்தியரும் கூடத் தங்கள் பிரஜையை ஒத்துக் கொண்டிருக்கிறார்கள். இங்கிலீசுத் துரைத்தனத்தார்களுக்குத் தங்கள் சொப்பனத்திலும் தங்கள் மேல் மரியாதையும் பயமும் கொண்டிருக்கிறார்கள். எங்கள் பிரெஞ்சுக் காரர்களோ எனில், குவர்னர் பெருமான் துய்ப்ளெக்ஸ் அவர்களும், மதாம் அவர்களும் தங்கள் குடும்பத்தாரில் ஒருவர், தம் சகோதரர்களில் ஒருவர், தம் சுக துக்கங்களில் பங்குகொள்ளும் ஒருவர் என்றே தம்மைக் கருதிக்கொண்டும், கொண்டாடிக்கொண்டும் இருக்கிறார்கள். அப்படியாக்கொத்த நீர், யானை மான் மீது விழுந்தது போலவும், வலிமை பொருந்திய வஜ்ராயுதமானது மல்லிகைக் கொடி மேல் விடப்பட்டது போலவும், அண்ணன் தம்பிகளாகிய அர்ச்சுனரும் கர்ணனும் அறியாமையில் அடித்துக் கொண்டது போலவும் தாங்கள் எம் மீது விழுந்து அரியாங்குப்பத்தை அழித்துப் போடுகிறதும், பூரணன் குப்பத்தை எரித்துப் போடுகிறதும், ஏழைபாழைகளை அடிக்கிறதும், ரெட்டிமார், விவசாயிகள் வீடுகளிலே கொள்ளை போடுகிறதுமாக இருக்கிறீர். அதைத் தொட்டு, முறையிட்டுக்கொண்டு தங்கள் அருளுக்குப் பாத்தியதைப் படவே எங்கள் குவர்னர் பிரபு எங்களை இங்கே அனுப்பினது."

ஜாடியில் இருந்தே நேரடியாக மதுவை வாயில் ஊற்றி விழுங்கிக்கொண்டே மாபூசுகான் சொன்னான்:

"நமது சினேகிதம், உங்கள் குவர்னருக்குத் தேவைப்படும் பட்சத்தில், நமது மறுப்பையும் மீறி, சென்னப்பட்டணத்தை அடிச்சுப் பிடுச்சுப் போட்டது என்னத்துக்கு?"

"நவாபு அவர்கள் நியாயமானதைச் சொன்னீர். எங்கள் குவர்னர் பிரபு, சென்னப்பட்டணத்தின்மேல், இத்தனை சிரமம் மேற்கொண்டு, பொருளையும் காலத்தையும் பாழ் பண்ணிக் கொண்டு பிடிச்சுப் போட்டமைக்குத் தங்கள் மேல் உண்டான அன்பல்லவோ காரணம்? சென்னப்பட்டணத்தைப் பிடிச்சுப் போட்டு, அதைத் தங்களுக்குப் பிரீதிப்பொருளாக வழங்கி, அதற்கு மாற்றாகப் புதுச்சேரிப் பட்டணத்துக்கு அருகாமையிலே இருக்கப் பட்ட வில்லியனூரையும், வழுதாவூரையும் பெற்றுக் கொள்ள அன்றோ, அப்படிப் பண்ணினது?"

"அப்படியானால், சென்னப்பட்டணத்தைப் பிடிச்சுப் போட்டதும், நம் வசம் அதை ஒப்புவிக்காததும் ஏன்?"

"தாங்கள் கேட்பது மிக மிக நியாயம். சென்னப்பட்டணத்தைப் பிடிச்சுப் போட்ட எங்கள் பிரெஞ்சுக் கப்பல் படைத் தளபதி, குலத் துரோகி, அயோக்கிய சிகாமணி லபோர்தொனே என்கிறவன், அந்தப் பட்டணத்தை எம் குவர்னர் வசம் ஒப்புவிக்காமல், தன் மன இச்சைப்படி இங்கிலீசுக்காரருடன் சந்து பேசிப் பத்துப் பதினொரு லட்சத்துக்கு விற்றுப் போட்டமையால் அன்றோ, இந்தக் கால தாமதம் நேர்ந்தது. இல்லையெனில், இந்நேரம், சென்னப்பட்டணக் கோட்டையிலே, நவாபின் கொடி அல்லவோ பறந்துகொண்டிருக்கும்?"

"அப்படியா?" என்றபடி மாபூசுகான் தாடியைத் தடவியபடி சற்று யோசித்தான்.

"அங்ஙனமாயின், ரங்கப்பிள்ளை, அந்த குத்தா* பராதி என்னத் துக்கு அடையாற்றிலே என்னைச் சுற்றிக்கொண்டு தாக்கினான். எம் வீரர்கள் பலரைக் கொன்றது என்னத்துக்கு?"

பண்டிதர் சொன்னார்: "பிரபு அது என்னத்துக்கு என்றால், இங்கிலீசுக்காரர்கள் தம்மைச் சுற்றிக்கொண்டும், தமக்காகவும் சண்டைக்கு வந்தார்கள் அன்றோ, அவர்களை அடிக்க வந்தவன் தான் பராதி. அது பிள்ளையை அடிக்கிற தகப்பன் தடுக்க வந்த பெண்டாட்டியையும் ரெண்டு தட்டு தட்டுவதுபோல என்று வையும், அதுபற்றிக் கேள்விப்பட்ட எங்கள் குவர்னர் மிகுந்த வருத்தம் அடைந்தது வாஸ்தவம். நானே அதுக்குச் சாட்சியம். வேணுமென்றால், மகமதுகானையும் தாங்கள் விசாரணை பண்ணிக் கொள்ளலாம்."

''எல்லோரும் நரிகள்'' என்று சிரித்தபடி சொன்னான் மாபூசுகான். மகமதுகான் எழுந்துகொண்டு சொன்னான்:

"இல்லை ஆகா** தங்கள் க்ஹுலாம்*** சொல்வதைச் சற்று காது கொடுங்கள். பராதி, செய்தது அந்நியம் என்பதைக் குவர்னர் மிகவும் கஸ்தியோடு பலமுறை எம் முன்னால் சொன்னார்கள். முள்ளை எடுக்கச் சொன்னால், இந்தப் பாவி ரோஜாவைக் கிள்ளிவிட்டானே என்றும் சொன்னார்."

"அப்படியாகவா சங்கதி? சரி, இப்போ என்னைப் பேட்டி பண்ணிக்கொள்ள வந்திருக்கிற நோக்கம் என்ன?"

பிள்ளை சொன்னார்:

"புதுச்சேரி ராஜாங்கமும், குவர்னர் துரைகளும் மற்றும் சனங்களும் தங்கள் குடிபடைகள். தாங்களே எங்களுக்குச் சூரியன் போன்றவர்கள். சூரியன் இல்லாமல் இந்த உலகம் இயங்காது என்பதை யாரோ அறியார். அந்தச் சூரியன் சினம் பொங் உயிர்களை அழிப்பது போன்று, தாங்களே எம் மக்களை வதைக்கப் போமோ? அது அறமன்று. தாங்கள் மகராசர். தாங்கள் இருக்க வேண்டிய இடமோ, தங்கள் ஒப்பு உயர்வு அற்ற ஆற்காட்டு மகலே ஆகும். அந்த மகலை விட்டுப்போட்டு, இந்துக்களின் கோயிலில் சுவர் வைத்துக் கோட்டை பண்ணி ராசாங்கம் பண்ணுவது, தங்கள் தகுதிக்கு ஒவ்வுமா? ஒவ்வாது. ஆகவே, இந்தத் திருக்காஞ்சிக் கோ யிலை விட்டுத் தாங்கள் தங்கள் பூமி எழுந்தருள வேண்டும் என்று நாங்கள் பிரார்த்திக்கிறோம். ஊரை வருத்துகிற காரியத்தையும் விட்டுப் போட வேண்டும். தயையோடு எங்கள் குவர்னர் பெருமான் சொல்லச் சொன்னார்கள்."

மாபூசுகான் சிரித்துக்கொண்டு சொன்னான்:

---

*குத்தா – நாய்; ** ஆகா – எஜமான்;
*** க்ஹுலாம் – அடிமை

"இது நமக்கு ஒரு விளையாட்டு. அடையாற்றுச் சண்டைக்கு நாம் பழிக்குப் பழி வாங்கினால்தானே நமக்கும் மரியாதை. அது இருக்கட்டும். சென்னப்பட்டணத்து விவகாரத்துக்கு என்ன சமாதானம் கூறுகிறீர்?"

"பிரபு! சென்னை நேற்றும் இன்றும் நாளையும் தங்கள் உடமை. அது காலக்கிரமத்தில் தங்களுக்குக் கிடைக்கும். அதெதனால் என்றால், லபோர்தொனே செய்த மோசத்தால், இந்த விஷயம் பிரான்சு தேசத்து மன்னர் சமூகத்துக்குப் போய்ச் சேர்ந்துவிட்டது. ராஜா ரொம்பத்தானே கோபம் பண்ணி, விட்டேனா பார் இந்த வஞ்சகனை என்று சங்கநாதம் பண்ணி.

அவனை அழித்துப்போடவும், எம் குவர்னர் துரைக்குத் துணையாக இருக்கவும் என்று இரண்டாயிரம் பிரான்சு சொல்தாதுகளை – சிப்பாய்களை – ஏழெட்டுக் கப்பல்களில், துப்பாக்கி, பீரங்கிகள், வெடி மருந்து சகிதம் அனுப்பி வைத்திருக்கிறார்கள். அவர்களும் இரண்டொரு நாளில் கரை தட்டுவார்கள்."

போதையிலும் முகம் வெளுத்தது நவாப்புக்கு.

"என்ன இரண்டாயிரம் சிப்பாய்கள், பீரங்கிகள், வெடி மருந்துகள் சகிதமா?"

"பிரபு, ஆம். இந்த இங்கிலீசுக் கொட்டம் என்னும் வால் எங்களால் ஒட்ட நறுக்கப்படப் போகிறது. பாருங்கள்."

நவாபின் முகத்தில் தோன்றின சஞ்சலத்தை நுண்மையாக உணர்ந்தார் பிள்ளை.

மேலும் தொடர்ந்தார்:

"கருநாடகத்தில் இன்றைய தேதியில் பிரெஞ்சியர் படையை வெல்ல, ஸ்ரீ நாராயணரைத் தவிர வேறு யாராலும் முடியாது. நவாபு பெருமானே, அப்படியாக்கொத்த படையும் அதன் சக்தியும் நவாப்புக்கு அவர்களின் கை அசைப்பிலே உபயோகப்படக் காத்திருக்கிறது."

நவாப் ஒரு முடிவுக்கு வந்தவராகச் சொன்னார்:

"குவர்னர் துரையவர்களுக்கு வில்லியனூரும், வழுதாவூரும் தானே வேணும். அதைத் தருவதாகச் சொல்லும். பிரெஞ்சுக்காரர்களைத் தம் தோஸ்தாக நவாப் அங்கீகரித்துள்ளார் என்று சொல்லும். அவர் கொடுத்தனுப்பியிருந்த பரிசுப் பொருள்கள் நமக்கு மிகவும் உவப்பானது என்று அவருக்குச் சொல்லும். அப்புறமாக நாம் நாளை காலையே ஆற்காட்டுக்குத் திரும்ப உத்தேசம் செய்திருப்பதாகச் சொல்லும்."

"தங்கள் தகுதிக்கு உகந்த வார்த்தைகளையே சொன்னீர்" என்று மகிழ்ச்சியுடன் சொன்னார் பிள்ளை.

48

வெள்ளாளத் தெருவுக்குப் பக்கத்திலே இருக்கிற பெரிய பார்ப்பார் தெருவைச் சேர்ந்த சங்கரய்யன், வேதபுரீஸ்வரர் கோயில் வேத புரீஸ்வரனைக் கும்பிட்டுக்கொண்டு, பிரகாரத்தைப் பிரதட்சணம் பண்ணிக்கொண்டிருக்கிற சமயத்தே, ஒரு பெரிய கூஜாவானது

எங்கிருந்தோ பறந்து வந்து அவன் காதண்டை உராய்ந்து கொண்டே, தரையில் விழுந்து சிதறியது. திடுக்குற்று மிரண்டு போன சங்கரய்யன் மிரண்டு போய், பேயோ பிசாசோ அன்றி பூதமோ என்று அறியாது திகைத்து, ஐயோ செத்தேன் என்று அலறிக்கொண்டு, பயப்பிராந்தியால் ரோமாஞ்சனம் கண்டு விழி குத்திச் செருகிக்கொண்டு தரையில் விழுந்து மயக்கமுற்றான்.

சங்கரய்யனின் கூச்சலைக் கேட்டுக் கூட்டம் சேர்ந்தது. சேர்ந்தவர்கள் அனைவரும் தம் மூக்கைத் துண்டாலும், விரலினாலும் பொத்திக்கொண்டனர். அப்படியொரு துர்க்கந்தம் அந்த இடத்திலே எழலாச்சுது. அது என்னவெனில் யாரோ நரகலைக் கொண்டுவந்து அந்த இடத்திலே போட்டிருக்கிறார்கள். கூட்டத்தில் இருந்த ஒருவன் குருக்களிடம் சென்று விஷயத்தைச் சொல்லவும் அவர், 'சிவ சிவா' என்று காதைப் பொத்திக்கொண்டு, ஓடோடியும் சென்று மகாநாட்டாரிடம் சொன்னார்.

"என்ன அனாசாரம், இது? கோயிலிலே பிள்ளையார் சன்னதி இருக்கிற இடத்தண்டை ஒரு மண் கூஜாவிலே நரகல் வந்து விழுகிறது என்றால், என்ன அக்ரமம் இது?" என்று பிரலாபித்தார்கள், மகா நாட்டார்கள். மகாநாட்டாரும், தில்லை முதலியும், பெத்துச் செட்டியும், ஆறுமுகத்தா முதலியும், ஆண்ட நாயகப் பிள்ளையும் பத்துப் பேர் வந்து குவர்னரைப் பார்த்து நடந்த விவரத்தைச் சொன்னார்கள். குவர்னர் இருந்துகொண்டு முகத்தைச் சுளித்துக் கொண்டு, "இதென்ன அநாகரீக, காட்டுமிராண்டிப் பழக்கம். இதைச் செய்கிற நீசன் எவன் என்று தெரிந்துகொண்டு வாருங்கள்" என்று முசியே மேர், தெமெரேன், தானப்ப முதலி ஆகியோரைச் சித்தம் பண்ணினார். அத்துடன் அவர்களைப் பார்த்து, "முசே பராதியையும் அழைச்சுக்கொண்டு போய், அந்த அநியாயத்தைப் பண்ணினவன் எவன் என்று அறிந்துகொண்டு வாரும்" என்று கட்டளை இட்டுக்கொண்டார்.

முசே பராதியைத் தலையாகக் கொண்ட குழு வேதபுரீஸ்வரர் கோயிலண்டை அணுகியது. பாதணிகளை வாசலிலே அவர்கள் கழற்றி வைத்துவிட்டு, உள்ளே சென்றார்கள். உள்ளே, பிள்ளையார் கோயிலண்டை விழுந்து கிடந்து, நொறுங்கிப் போன கூஜாத் துண்டை எடுத்து முகர்ந்து பார்த்தார்கள். பார்க்கவே, அது நரகல்தான் என்ற முடிவுக்கு வந்தார்கள். அந்த இடத்திலே நின்று கொண்டு, எத்திக்கில் இருந்துகொண்டு அந்தக் கூஜா வந்த திக்கை அனுமானிக்கவே அது சம்பாக்கோவில் இருந்த திக்கில் இருந்து வந்து விழுந்ததை அவர்கள் அனுமானித்தார்கள்.

"ஆக, நரகலைப் போட்டது, சம்பாக் கோயில் பாதிரிகள் தாம் என்பதில் எந்த சம்சயமும் இல்லை" என்றான் முசே மேர்.

"எனக்கும் அதுபோல்தான் தோன்றுகிறது" என்று ஒப்புக் கொண்டான் பராதி.

"ஆகையினால், சம்பாக் கோயில் பாதிரியைப் பார்த்து, இதை விசாரித்துப்போட வேணும்" என்றான் முசே மேர்.

"பாதிரியை என்னத்துக்கு விசாரிக்கிறது. அப்படியாக்கொத்த பெரிய பதவியிலே இருந்துகொண்டு, இந்த அற்பக் காரியம் பண்ணுவாரா அவர்! அப்படிச் சந்தேகப்படுவதுவும் கூட தெய்வக் குத்தமாய் நேருமே. கர்த்தரைச் சந்தேகிக்கிறதும், கர்த்தரோட விசுவாசிகளைச் சந்தேகிக்கிறதும் ஒன்றுதானே" என்று தெய்வ பயத்தை உருவாக்க முயன்றான் தானப்ப முதலி. பாதிரியார் இடத்திலே அவனுக்குத் தேவையும் இருந்தது. அவரோட சகோதரர் பெத்ரோ கனகராய முதலியார் வேலை பார்த்த துபாஷ் பதவி தமக்குக் கிடைக்கப் பாதிரிகள் உதவி தேவைப்படுகிறதே."

"பெரிய பதவி என்ன? சின்னப் பதவி என்ன? சம்பாக் கோவிலில் இருந்துதான் இந்தத் துராக்கமான காரியம் நடந்திருக் கிறது என்று தெரிகிறச்சே விசாரணை பண்ணிப் போடுவது தானே முறை?"

பராதிக்கும், பாதிரியை விசாரிக்க வேணும் என்பது அதீதமாக இருந்தது. அவனும் நல்ல கிறிஸ்துவன் அல்லவோ? ஆகவே அவன் சொன்னான்:

"முசியே மேர். வேதபுரீஸ்வரர் கோயிலில் என்ன நடந்தது என்று விசாரணை செய்ய அல்லவோ நாம் வந்தது. அதைவிட்டு, சம்பாக் கோயிலுக்குப் போக வேண்டுவதென்ன, அப்படிப் போகச் சொல்லி குவர்னர் துரை உத்தாரம் கொடுக்கவும் இல்லையே."

"தீர விசாரணை செய்யச் சொல்லி துரை அவர்கள் எனக்கு உத்தாரம் கொடுத்துள்ளார்கள்."

"அப்படியானால் சரி" என்று பராதியும் தானப்ப முதலியும் அரைகுறையான மனதுடன் சம்மதித்தார்கள். அதைத்தொட்டு அவர்கள் சம்பாக் கோயிலை ஒட்டி பாதிரிகள் தங்கியிருக்கும் விடுதியின் கதவுக்கு அருகில் தொங்கிக்கொண்டு இருந்த அழைப்பு மணியின் கயிற்றை இழுத்து அசைத்து தம் வருகையைப் பாதிரிக்குத் தெரியப்படுத்தினார்கள். தலைமைப் பாதிரியாக இருந்த கடுதி கதவைத் திறந்துகொண்டு வெளிப்பட்டு, "வந்த காரியம் என்ன?" என்றான்.

"பக்கத்திலே இருக்கிற வேதபுரீஸ்வரர் கோயிலில், பிள்ளையார் கோயிலுக்கு அருகாமையில் விழத்தக்கதாக, நரகல் ஜாடியை யாரோ போட்டிருக்கிறார்கள். அது உடைந்து சிதறிப் பெரும்

துர்க்கந்தத்தை ஏற்படுத்தியுள்ளது. தமிழர்கள் மனம் அதனால் பெரும் வியாகூலத்துக்கு ஆளாகியுள்ளது. அந்தப் பாத்திரம் விழுந்திருக்கிற சாடையைப் பார்த்தால், உங்கள் கோயிலில் இருந்து விழுந்திருக்கிறது. ஈசுவரன் கோயிலிலே இருந்து, அது விழுந்து இருக்கிற சாடையைப் பார்த்தாலும், பாதிரிக் கோயிலில் இருந்துதான் போய் விழுந்திருக்க வேணும் என்று தெரிகிறது. அதுவுமல்லாமல், அந்தப் பக்கத்திலே சுவரின் கீழே கல்லெல்லாம் பிடுங்கியிருக்கிறதைப் பார்த்தால் அப்படித்தான் தோன்றுகிறது" என்று முசே மேர் பாதிரியைப் பார்த்துச் சொன்னான்.

பாதிரியார் கடுதியின் முகம் சுருங்கியது. அதுக்கு அவர் இருந்து கொண்டு சொன்னது என்னவெனில், "இந்தக் காரியத்தை நாங்கள் நடப்பிக்கவில்லை. இதைத் தமிழர்களே நடப்பித்துக்கொண்டு எம்மீது பழி போட்டு, அதை வியாஜ்ஜியமாகப் பண்ணி எம்மீது பிராது பண்ணி, அதைத் தொட்டு விழுந்து கிடக்கிற வேதபுரீஸ்வரர் கோவில் சுவரைக் கட்டிக்கொள்ள அனுமதி அளிப்பீர்கள் என்று தானே அவர்கள் அப்படிப் பண்ணிக்கொண்டார்கள்" என்பதாகப் பாதிரி கடுதி வெகு சாமர்த்தியமாகச் சொன்னார்.

பராதி, இந்தச் சமாதானமே போதும் என்கிறதாகக் கற்பிதம் பண்ணிக்கொண்டு, "பாதிரியார் சொல்வதை ஏற்றுக்கொண்டு நாம் போகலாமே" என்று அவசரம் காட்டினான்.

"சுவாமி, நீர் சொல்வது நம்பும்படியாக இல்லை. இப்பேர்க் கொத்த பெரிய மனுசராய் இருந்துகொண்டு இப்படி அற்பத்தனம் செய்வது தங்கள் தகுதிப்பாட்டுக்கு உகந்ததாக இல்லை. நீரே, ஈசுவரன் கோவிலில் கல்லையும் பெயர்த்துப் போட்டு, நீரே நரகலையும் அந்தக் கோயிலுக்கு உள்ளே போட்டு அழும்பு பண்ணுகிறீர். இது வெகுபேச்சுக்கு இடமாய் இருக்கும்" என்று முசே மேர், புறப்பட்டுக் குவர்னர் அண்டைக்கு வந்தான்.

சாயங்காலமாகி இருந்தது. குவர்னர் துரை அவர்கள் மாளிகைக்கு வெளியே தீனி மேசை போட்டுக்கொண்டு கபே குடித்துக்கொண்டி ருந்தார். முசே மேர், பராதி முதலான சனங்கள் அவருக்குச் சலாம் பண்ணிக்கொண்டு நின்றார்கள்.

"என்ன விசாரணை பண்ணினீர்?"

"பிரபு, நடந்த சங்கதி அத்தனையும் மெய்தான். இந்தக் காரியத்தைச் சம்பாக் கோயிலார்தான் நடத்தியிருக்கிறார்கள். அதுக்குச் சந்தேகம் இல்லை. அதுக்குத் தோதாக இருக்கும் பொருட்டு ஈசுவரன் கோயில் சுவரின் கல்லைக்கூடப் பெயர்த்து எடுத்திருக்கிறார்கள். விசாரணை செய்கிறபோது அந்தக் கடுதி

என்கிற பாதிரி வெகு திருக்கூஸ்தனமாகப் (தந்திரமாக) பழியைத் தமிழர்கள்* மேலேயே போடுகிறான். ரொம்பவும் தகிடு தத்தங்கள் செய்கிறவனாக இருப்பான் போலும் அந்தப் பாதிரி" என்று முசே மேர் தம் எண்ணங்களைச் சொன்னான்.

"அப்படியா? நீ சொல்கிறதை எழுதி கோன்சேல்காரரிடம் கொடுத்து வை. பிரான்சிலே இருக்கும் நம் மந்திரிகளுக்கும், இந்த விவகாரத்தை எழுதிப் போடுவோம்."

"அப்படியே செய்யலாம் துரை அவர்களே!"

"இந்தப் பாதிரிகள் செய்கிற அழும்பு இப்படி இருக்கிறதே. சும்மா இருக்கிற சனங்கள் மேலே கல்லைத் தூக்கிப் போட்டால், அப்புறம் அவர்கள் கல்லை எடுத்து அடிக்காமல் விடுவார்களா... விடார். இது தெரியாமல் போச்சுதே. இந்தப் பெரிய மனுஷருக்கு."

"இந்த அஞ்ஞானிகள் செய்கிற காரியமும் ஒன்றும் சகிக்கும் படியாக இல்லையே, துரைமகனாரே" என்றான் தானப்ப முதலி.

"அதுக்காக நரகலைப் போடுவது என்ன நியாயம்?"

"அது உள்ளது."

'நம் புதுச்சேரியின் மரியாதைக்குரிய முதல் குவர்னர் பிரான்சுலா மர்த்தேன் காலத்தில்தான் இம்மாதிரி கிருஸ்தவர் களுக்கும் தமிழர்களுக்கும் விவகாரம் ஏற்பட்டு, தமிழர்களும் ஊரை விட்டுப் போக எத்தனித்தும், அப்போது குவர்னர் தமிழர்களைச் சமாதானம் செய்வித்ததும், அதற்குப் பிறகும் பல காலம் இந்தப் பாதிரிகள் இப்படி இம்சை பண்ணுகிறதுமாக இருக்கிறது. இதை நம் காலத்திலும் பண்ணப் பார்க்கிறார்கள் இந்தச் சம்பாக் கோவிலார். நமக்கு ஆற்காட்டுக்காரர்களுடன் போடும் சண்டைக்கும், வியாபாரத்துக்குமே நேரம் காணாது இருக்கையில், இந்த அற்ப விவகாரங்களுக்கு நம் கவனிப்பு சாத்தியம் இல்லை. இருக்கட்டும், இதுக்கு ஒரு வழி பண்ணுவோம்."

பராதி இருந்துகொண்டு சொன்னான்:

"குவர்னர் துரைக்கு ஒரு விண்ணப்பம். வியாபாரம் பண்ணு வதற்கு மட்டிலும் நாம் இங்கு வரவில்லையே. நமது மதத்தைப் பரப்புவதும் இங்கே இருக்கிற அஞ்ஞானிகளைத் திருத்துவதும்கூட நம் நோக்கத்தில் ஒன்றுதானே."

(* அக்காலத்தில் (1747) தமிழர் என்கிற சொல், கிறிஸ்துவர் அல்லாத மேல் சாதி இந்துக்களைக் குறித்தது. இந்து என்ற சொல் புழக்கத்தில் இல்லை.)

"வியாபாரத்துக்குக் குந்தகம் வராத வகையில் மதம் பரப்பலாம். நமக்கு சனங்கள் தேவை. ஊரில் இருக்கிற சனங்கள் இருநூறு

முந்நூறு பேர்கள் கிறிஸ்தவர்கள். மீதம் உள்ளவர்கள் தமிழர்கள் அல்லவோ? அவர்கள் தானே சரக்கு சேகரித்துத் தருபவர்கள். நம் விற்பனைக்குத் துணி நெய்பவர்கள்? அதைத் தொட்டு நமக்கு, மனுசர் கள் வேண்டியிருக்கிறார்களே. அதையும் யோசனை பண்ணு."

"அது மெய்தான்" என்று ஒப்புக்கொண்டான் பராதி.

சம்பாக் கோவிலின் ஆளுகையின் கீழ் அரியாங்குப்பத்தில் ஒரு கிறித்துவக் கோயில் இருந்தது. அங்கே இருக்கிற டோலி ஒன்றில் காயம் பட்ட சொல்தாது ஒருவனைப் போட்டு அனுப்பினார்கள். காயக்காரனை இஸ்பவித்தாலிலே (மருத்துவமனை) போட்டு, அந்த டோலியைக் கொண்டு போய் அரும்பாத்த பிள்ளை வீட்டிலே கொண்டு போய் போட்டுவிட்டுக் கூலிக்காரர்கள் போய்விட்டார்கள். அந்த டோலி கோயிலுக்குச் சொந்தமானது என்பதற்கு அடை யாளமாக அதன் மேல் குருசுக்குறி ஒன்று போட்டிருப்பார்கள்.

இப்படி இருந்த நாளில், சம்பாக் கோயிலின் ஊழியனான பிரகாசம் என்கிறவன், அந்த வழியாகச் சென்றவன், அங்கே இருந்த டோலியைப் பார்த்து, "இதேது, இது நம்முடைய டோலியாக இருக்கிறது. இங்கு எதற்குக் கிடக்கிறது?" என்பதாக நினைத்துக் கொண்டு, பாதிரி கடுதியண்டைக்குச் சென்று, "சுவாமி, நம் டோலி அரும்பாத்த பிள்ளை வீட்டண்டை இருக்கிற நியாயம் என்ன?" என்று சொன்னான்.

"அது அவ்விடத்துக்கு எப்படிச் சென்றது?"

"அது அறியேன், சுவாமி. டோலியின் மேல் குருசு (சிலுவை) இருக்குது. அது நம்முடையது. மாத்திரம் அன்றி, அது அழுக்குப் படிந்தும், தூசு படிந்தும் மிகவும் கிலமாகக் கிடக்கிறது."

கடுதி மிகவும் யோசனை பண்ணினார். உடனே பெத்திசியோம் (பெட்டிஷன்) எழுத உட்கார்ந்தார். எழுதினார்.

'புதுச்சேரி குவர்னதோர் மதிப்பு வாய்ந்த திருவாளர் துய்ப்ளெக்ஸ் பெருமான் அவர்கள் அறிவது. எங்கள் ஆதிக்கத்துக்கு உட்பட்ட அரியாங்குப்பத்துக் கோயிலின் டோலி ஒன்று, சிலுவை அடையாளம் உள்ளது. அரும்பாத்த பிள்ளை வீட்டிலே கிடக்கிற தாகக் கபுறு வந்திருக்கிறது. அதன் மேலே, நரகலைப் பூசி இருக்கிறது. அதனால் மிகவும் துர்க்கந்தமாக இருக்கிறது. அதிலும் நாம் தொழுகின்ற, வணக்கத்துக்குரிய சிலுவையின் பேரிலேயே அப்படி அழும்புப் பண்ணி இருக்கிறது. துராக்குதமாகக் கோயிலுக்கு உள்ளே புகுகிறதும் அன்றி, டோலியைக் களவாடிக் கொண்டு சென்றதும் அன்றி, அதன் மேலே நரகலைக் கரைத்து ஊற்றுகிற மெத்த அநியாயம் இந்த ஊரிலேயே நடக்கிறது என்ன நியாயம்.

அதுவும் பரஞானமும், மோஸ்தரும், பீடிமையும் கொண்ட தங்கள் திரேக்த்தர் தனத்தில் (அதிகாரத்தில்) நடக்கிறது என்ன நியாயம். அப்பேர்க்கொத்த அழும்பு பண்ணுகிற தமிழர்களை – அவர்களுக்கு நரகக் குழி சித்திக்குமாக – தாங்கள் பிடித்துக் கிடங்கிலே போட்டு சிட்சிக்க வேண்டியது. அப்படிப் பண்ணினால் அன்றி, தமிழர் நாளை பின்னால் இப்படிக் காரியம் பண்ண மாட்டார்கள்' என்று எழுதிக் கையெழுத்திட்டு, அரக்கு முத்திரை பதித்து அதைப் பிரகாசம் என்கிறவன் கையிலே கொடுத்து, “அடேய், இதைக் கொண்டு போய், நான் கொடுத்ததாய் மாளிகைச் சிப்பாயிடம் கொடுத்து விட்டு வா” என்று அனுப்பித் தந்தார்.

துரை கையில் இந்தப் பெத்திசியோம் போய்ச் சேர்ந்தவுடன் துரை, “இதேது, இன்னும் ஒரு இடி நம் தலைக்கு வந்துற்றதே” என்று சொல்லியபடி கிறேப்பியர், புறோக்கிறதோர் என்கிற அதிகாரத்தை உடைய ஆண்களான முசே தேமசேன், முசே மேர், முசே மீரா ஆகியோரை ஸ்தலத்துக்குப் போய் விசாரியுங்கோள் என்று அனுப்பி வைத்தார். அவர்கள் போய் பாதிரி கடுத்தேவையும், அப்புறம் அரும்பாத்த பிள்ளையையும் அழைப்பித்துக் கொண்டு, அந்த டோலக்கையும் எடுத்து வரச் சொல்லி உத்தாரம் பண்ணினார்கள்.

பாதிரி கடுதே மற்றும் பரசுராமப் பிள்ளையும் வந்தார்கள்.

“அந்தக் கட்டில் பல்லக்குச் சேதி என்ன?” என்றார் துரை, பிள்ளையைப் பார்த்து.

“அந்த டோலக்கை நான் அறியேன். ஐயா? காயக்காரனை எடுத்து வந்து இசுபித்தாலிலே போட்டு, அந்த டோலக்கைக் கூலிக் காரப் பையன்கள் கொண்டுவந்து என் வீட்டு முன் போட்டுப் போயிருக்கிறார்கள். சம்பாக் கோயில் ஊழியக்காரன் பிரகாசம் என்கிறவன் என்னண்டை வந்து, ‘இதேது டோலி' என்கையில் ‘அது நானறியேன். வேணுமென்றால் கூலி தருகிறேன். அதை எடுத்துப் போ' என்று விட்டேன். அதுதான் நான் கண்டது.”

அதற்குத் துரை சொன்னது:

“அந்த டோலி, சம்பாக் கோவிலார் உடையது என்று தெரிந்த பின், உடனே அதை அவர்கள் வசம், சேர்ப்பியாதது என்ன?”

“பிரபுவே, எனக்கு ஆயிரம் அலுவல். இடுப்புத் துணி நழுவுவது தெரியாமல் நானிருக்கிறேன். நான் என்னத்தைக் கண்டேன். பிரகாசம் என்கிற பயல் வந்து சொன்ன பிறகால் அன்றோ அதை நான் அறிவேன். அதுக்கும் மேலே நான் ஒன்றும் அறியேன்.”

“முசே, தேமரேன்! நீர் அந்தக் கட்டிலைப் பரிசீலனை பண்ணினீரா?”

"ஆம், பிரபு."

"அதில் கல்லெறி பட்டுள்ளதா?"

"இல்லை. மேலானவரே."

"நரகலை தெளித்திருக்கிறதா?"

"அப்படி இல்லை, உயர்வானவரே."

"அலங்கோலம் பண்ணியிருக்கிறதா?"

"இல்லை, ஐயா."

"நீங்கள் தீர விசாரணை செய்தீர்களா?"

"ஆமாம் பிரபுவே."

"அந்தக் கட்டிலை ஒரு தச்சனைக் கொண்டு தீர்ப்பித்தீரா?"

"ஆம். தச்ச மேஸ்திரீயைக் கொண்டு பரீட்சை செய்தோம்."

"காயம் இல்லை, நரகல் இல்லை, அலங்கோலம் இல்லை என்று அவன் சொன்னானா?"

"ஆம், சொன்னான்."

"நல்லது. பாதிரி கடுதேவை அழையுங்கோள்."

பாதிரி கடுதே வந்து குவர்னர் முன் நின்றார்.

"நீர், உம் கட்டில் காயம் பட்டது என்று எழுதினீரா?"

"ஆம்."

"நரகல் தெளிக்கப்பட்டது என்றீரா?"

"ஆம்."

"அலங்கோலம் பண்ணினது என்று பெத்திசியோம் எழுதினீரா?"

"ஆமாம், எழுதினேன்."

"எங்கே, இந்த டோலியில் அது எல்லாவற்றையும் காட்டும்."

திகைத்துப் போனார், பாதிரி.

"இப்போது அது காய்ந்துவிட்டது."

"ஈசுவரன் கோயிலில் போட்ட நரகல் காயாமல் வாசம் வந்ததே, இப்போது இது மட்டும் காய்ந்தது எப்படி?"

"..."

"கல்லெறியும் கூடக் காயுமா, சொல்லும்?"

"காயாது..."

“உம்மைப் போல் ஒத்த பெரிய மனுஷன் இப்படிப் பொய் சொல்வாரா? நீங்கள் இல்லாத கலாபம் எல்லாம் பண்ணி பட்டணத்திலே இருக்கிற சனங்களைச் சேர ஒட்டாமல் செய்வது நன்றாக இருக்கிறதா? இப்படி அபத்தமான வார்த்தைகளை நீர் சொல்லலாமா? நீர் செய்கிற காரியத்தால் பட்டணத்திலே இருக்கிற மனுஷர், தமிழர் கலைந்து போகிறார்களே அல்லாமல், குடிகள் வந்து சேர மாட்டார்களே. ஆகவே உமது திருக்கூசு, திரிசமன் எல்லாவற்றையும் உமது மேலே இருக்கப்பட்ட சாமியாருக்கும், ராசாவுக்கும் எழுதப் போகிறேன். என்ன சொல்லுகிறீர்?”

சுவாமி பாதிரி சப்த நாடியும் ஒடுங்கி நின்றார்.

49

கூடலூர் தேவனாம்பட்டினக் கோட்டைக்குள் செய்தி மெல்ல மெல்லப் பரவிக்கொண்டிருந்தது, புகையைப் போல. விடிந்து கொண்டிருந்தது, மௌனமாக ஒரு காலை வேளை. கிளைவ் அப்போதுதான் கோட்டைக்குள் இருந்த மாதா கோவிலுக்குச் சென்று காலைப் பூசையை முடித்துக்கொண்டு மீண்டிருந்தான். சிப்பாய்களும், ராணுவக்காரர்களும் தளபதியின் குடியிருப்பை நோக்கிச் சென்றுகொண்டிருந்தார்கள். ஒரு சிப்பாயை அணுகி கிளைவ், ‘என்ன சேதி’ என்று கேட்டான்.

“பிரெஞ்சுக்காரர்கள் படையெடுத்துக்கொண்டு வருகிறார் களாம்.”

உடம்பு முழுக்க அதிவேகமாக ரத்தம் பாய்வது போல் உணர்ந்தான் கிளைவ். சென்னப் பட்டணத்தைப் பிடித்த வெற்றி மிதப்பில் கூடலூருக்கு வருகிறார்களாக்கும் என்று நினைத்துக் கொண்டான். அவன் மனம் வெகு விரைவாகக் கணக்கிட்டது. பிரெஞ்சுக்காரரை எதிர்த்து எந்தக் கணத்தில் அவன் கணக்கன் வேலையைத் துறந்து ஒரு படைவீரன் ஆவான். அவன் லட்சியமும் ஆர்வமும் அதுதானே? முன்னமேயே ஸ்டிரஞ்சர் லாரன்ஸ் தலைமையில் நடைபெற்ற போரில் கிளைவுக்கு நேரடியாகக் களத்துக்குச் செல்லும் வாய்ப்பு இல்லாமல் போயிற்று. இப்போது தரைப்படை தளபதியாக பாஸ்கவான் வந்திருக்கிறார். பாஸ்கவான் மூலமாக நிகழ இருக்கிற போரில் எப்படியும் கலந்துகொள்வது என்று முடிவெடுத்தான் கிளைவ். நேராகத் தளபதி பாஸ்கவான் இருந்த இடம் நோக்கிச் சென்றான். ஒரு கூட்டம் அவர் அலுவலகத்துக்கு முன் காத்திருந்தது. அவன் காத்திருக்கச் சம்மதிக்கவில்லை.

நேராக விடுவிடு என்று கதவைத் தட்டித் திறந்துகொண்டு உள்ளே சென்று பாஸ்கவான் முன்னால் நின்று ராணுவ முறைப்படி மரியாதை செய்து நின்றான். பாஸ்கவான் பீரங்கி துப்பாக்கிப் படையதிகாரிகளுடன் பேசிக்கொண்டிருந்தார். அவனை ஆச்சரியத் துடன் நிமிர்ந்து பார்த்த அவர், "யார் நீ?" என்றார்.

"ராபர்ட் கிளைவ். கும்பெனியின் கடைநிலை குமாஸ்தா."

"உனக்கு நான் செய்யக்கூடியது என்ன?"

"பிரெஞ்சுக்காரர்களுடன் நாம் செய்ய இருக்கிற சண்டையில் எனக்கு முன்னணியான இடம் வேண்டும் ஐயா!"

"ஏற்கெனவே படைப் பயிற்சி பெற்றிருக்கிறாயா?"

"இல்லை, ஐயா. நான் கற்றுக்கொள்வேன். நீரில் இருந்து கொண்டே நீச்சல் கற்றுக்கொள்வது மாதிரி, களத்தில் இருந்து கொண்டே சண்டையையும் கற்றுக்கொள்வேன்."

"பேஷ். இந்தத் துணிச்சல்தான் எனக்குப் பிடித்த குணம். எனக்குத் துணிச்சல்காரர்கள்தான் வேண்டும். ஆனால் சண்டையில் செத்துப் போய்விடவும் கூடுமே பையா."

"சாவது எனக்குப் பொருட்டில்லை ஐயா. நான் எழுது கோல் பிடிக்கப் பிறந்தவன் இல்லை. சண்டையில் துப்பாக்கி பிடிக்கப் பிறந்தவன். என் தாயகத்துக்கு என் மரணத்தால் ஒரு சிறிதளவு பயன் விளையும் என்றாலும் அதுவே எனக்குப் பெரிய சந்தோஷத்தைத் தரும். தயவுசெய்து என்னைப் படையில் சேர்த்துக் கொள்ளும்படி மன்றாடுகிறேன்."

"நல்லது. நம் நாலாவது படைப்பிரிவில் உன்னை நீ இணைத்துக்கொள்" என்று ஒரு காகிதத்தில் அதற்கான உத்தரவை எழுதி அவன் வசம் தந்தார். கிளைவ் நன்றி கொப்பளிக்கச் சொன்னான்:

"இந்த நன்றியை எந்நாளும் மறவேன் ஐயா" என்று நா தழுதழுக்கச் சொல்லிவிட்டு, வணக்கம் செலுத்திவிட்டு அறையை விட்டு வெளியே வந்தான். 'இங்கிலாந்து மன்னர் நீடூழி வாழ்க' என்று உரக்கக் கத்த வேண்டும் போல் இருந்தது அவனுக்கு. சிரமப்பட்டு அடக்கிக்கொண்டான். 'என்னை நல்வழிப்படுத்தும் ஆண்டவரே...' என்று கோவில் இருக்கும் திக்கை நோக்கி நமஸ்காரம் பண்ணிக்கொண்டான். ஓட்டமாக ஓடிப் படை அதிகாரி இம்மானுவேலுக்கு முன் நின்று இரைக்க இரைக்க பாஸ்கவான் தனக்குத் தந்த உத்தரவைத் தந்தான். அவன் ஓடிவந்து நின்ற கோலத்தைக் கண்ட படைத்தலைவரும் ஏதோ பெரிதான விஷயம் என்பதாக அஞ்சி நடுங்கி அச்சீட்டைக் கண்டு பயம் நீங்கித் தெளிந்தவராகச் சொன்னார்:

"சரி... பண்டகசாலைக்குப் போய் நான் சொன்னதாகச் சொல்லி, ராணுவ உடைகளை வாங்கி அணிந்துகொள். கத்தியைச் சவரத்துக்குக்கூட உபயோகிக்காத ஆள்களையெல்லாம் என் பிரிவுக்குத்தான் தள்ளி விடுகிறான். அந்த எலிமூஞ்சிக்கார பாஸ் கவான். இருக்கட்டும். சண்டையின்போது தெரியும் இம்மானு வேலின் பராக்கிரமும் போர்த் தந்திரமும்."

"தங்களைக் கீழ்மைப்படுத்திவிட மாட்டேன், படைத் தலைவர் ஐயா. எப்போதும் என் நினைவு தங்களிடம் இருக்கும் விதமாக, நான் நடந்துகொள்கிறேன். ஐயா" என்று பணிவுடன் பதில் அளித்தான் கிளைவ்.

"அதைச் செயலில் காட்டு" என்றான் படைத் தலைவன்.

கிடங்குக்குத் திரும்பி அங்கிருந்த கிழவன் ஒருத்தனிடம் இம்மானுவேலின் பெயரைச் சொல்லி, "சிப்பாய் ஆடை கொடு" என்றான் கிளைவ்.

"ஏதாவது நாடகம், கலை நிகழ்ச்சி நடத்தப் போகிறாயா?"

"ஏன்?"

"உனக்கெதுக்கு சிப்பாய் உடை? ஏதாவது நாடகத்தில் போட்டுக்கொண்டு வருவதற்காகவா என்று கேட்டேன்."

"நான் படைப்பிரிவில் சேர்ந்து சண்டையிடப் போகிறேன்."

"ஊரில் எந்தக் குட்டியையாவது காதலித்துத் தோற்றுப் போய் விட்டாயா? எதற்கு இந்தத் தற்கொலை முயற்சி?"

கிளைவ், அந்தக் கிழவனை முறைத்துப் பார்த்தான்.

"இன்னும் பத்து ஆண்டுகளில் இங்கிருக்கிற அத்தனை சிப்பாய் களுக்கும் உனக்கும் சேர்த்து நான்தான் அதிகாரியாக இருப்பேன், கிழவரே. அப்போது இதற்கு நீர் பதில் சொல்லியாக வேண்டும்."

"இன்னும் பத்து ஆண்டுகள் கழித்தா? அப்படியானால் என் கல்லறையைத் தோண்டித்தான் எனக்கு நீர் விலங்கு போடப் போகிறாய்."

கிழவன் அவனைக் கிடங்கின் உள் பகுதிக்கு அழைத்துச் சென்றான். ஒரு சிறு குன்றைப் போல, துணிகள் குவிந்து கிடந்தன. சட்டைகளும், கால்சட்டைகளுமாய். எல்லாம் அழுக்கும், ரத்தமும், கறையும் பட்ட, நாற்றம் மிகுந்த ஆடைகள். முகத்தைச் சுளித்து வெறுப்பைத் தணித்துக்கொண்டான் கிளைவ். இருப்பதிலேயே அதிகம் நாற்றம் இல்லாததாய், கறை குறைவாய் இருந்த இரு ஜோடித்துணியை எடுத்துக் கொண்டான்.

"நன்றி, பெரியவரே."

"துணிகளை விற்றுக் குடித்து விடாதே."

கால்களை உதைத்துக்கொண்டே வெளியேறினான் கிளைவ். இந்திய சுட்டெரிக்கும் வெயிலும் அவனுக்கு ரம்மியமாக இருந்தது. மனசுக்குள் பாட்டு எழுந்தது.

"ஏறுவேன் நானே
ஆல்ப்ஸ் மலை சிகரத்தில்
குன்றின் குவிமுனை உதட்டை
என் உதடுகளால் முத்தமிடுவேன்.
சூரியன்போல் உலகெங்கும்
எங்கள் அரசரின் கொடியை நாட்டுவேன்
இந்தப் பூமிப் பந்தினைச் சுழற்றியே
எங்கள் இங்கிலாந்தின் அளவுக்கேற்பவே
இருக்கச் செய்குவேன்..."

தன் இருப்பிடம் மீண்ட கிளைவ், குளியல் அறைக்குச் சென்று அந்த ஆடைகளைத் துவைத்தான். இந்திய வெயில், துணி உலர்த்துவதற்கே மிகவும் ஏற்றது என்று சொல்லியபடி அவைகளை உலர்த்தினான். வெகு சீக்கிரத்தில் உலர்ந்த அந்த ஆடைகளை உலர்த்திக்கொண்டு வெகு கம்பீரமாகத் தளபதி பாஸ்கவான் முன் போய் நின்று வெகு விறைப்பாகச் சலாம் பண்ணினான்.

"அடே... நீயா.. நல்லது, ரொம்ப நல்லது. சுறுசுறுப்பான பையனாக இருக்கிறாயே..." என்று வியந்தார் பாஸ்கவான்.

"மிக நன்றி, ஐயா."

"போய் உன் பிரிவில் பயிற்சி பண்ணிக்கொள். ஆயுதங்களை, அவைகளின் பயன்படும் முறையைக் கற்றுக்கொள். நீ போகலாம்."

"அப்படியே ஐயா."

மிக மிடுக்கோடு திரும்பினான், கிளைவ்.

பிரெஞ்சுப் படை மஞ்சக்குப்பத்திலும், ஆற்றங்கரையிலும் முகாம் இட்டிருந்தது. படையின் எண்ணிக்கை, பீரங்கிகளின் எண்ணிக்கை ஆகியவைகளைக் கணக்கெடுக்க, இரண்டு ஒற்றர்களை ஏவி இருந்தனர் பிரிட்டீஷ்காரர்கள். அந்தத் தகவல்படி, பிரெஞ் சுக்காரர்கள் வசம் நானூறு மாயே சிப்பாய்களும், ஐந்நூறு உள்ளூர் சிப்பாய்களும், பதின்மூன்று பீரங்கிகளும் இருப்பதாகத் தெரிந்தது. செய்தி கேட்டு மிகவும் சந்தோஷம் கொண்டார் பாஸ்கவான்.

"பிரெஞ்சுப் படை இந்த முறையும் தோற்றோடும் என்பது சர்வ நிச்சயம்" என்று ஆர்ப்பாட்டமாகச் சிரித்தார் பாஸ்கவான். அதை அடுத்துத் திட்டம் தீட்டப்பட்டது. ஆங்கிலப் படையில் நாகப்பட்டணத்து டச்சுப் படைக்காரர்களும் ஆங்கிலச் சிப்பாய்

களுமாக மொத்தம் மூவாயிரத்து எழுநூறு பேர்கள் இருந்தார்கள். மாலை மயங்கியதும் இருட்டில் பேய் மாதிரி புகுந்து, பிரெஞ்சியரைச் சுற்றி வளைத்துக்கொண்டு தாக்குவது என்று முடிவாயிற்று. அந்தப்படிக்கு மூன்று பிரிவாகப் பிரிக்கப்பட்டது. ஒன்று நேரடியாகப் பிரெஞ்சியரோடு மோதும் படை. மற்றது அவர்கள் இடப்புறமும், வலப்புறமும் மறைவாகத் தாக்கும் படை. பீரங்கிகள் பக்கவாட்டிலிருந்து தாக்குதல்களைத் தொடுக்க வேண்டும். இந்தப்படிக்கு அவர்கள் மேல் போய் விழுந்தால், தாக்குதல் ஆரம்பித்த அரை நாழிகைக்குள் ஆங்கிலேயர்களின் கொடி அரியாங்குப்பம் வரை நீளும் என்று திருப்தியுடன் முடிவெடுக்கப்பட்டது. அந்தப்படிக்கு விளக்கு வைத்த அரை நாழிகைக்குள் ஆங்கிலேயர்களின் படைதேவனாம் பட்டணக் கோட்டையாகிய செயிண்ட் ஜார்ஜ் கோட்டையைக் காட்டிலும் வலிவும், சிறப்பும் கொண்ட செயிண்ட் தாவீது கோட்டையைத் தனிமையில் விட்டு வெள்ளை மற்றும் நாட்டுச் சிப்பாய்களின் படை மஞ்சக் குப்பத்துக்கு முன்னாலே சற்று நின்று ஒரு பகுதி நேராயும், ஒரு பகுதி இடமாகவும், ஒன்று வலமாகவும் திருப்பப்பட்டு, சூலாயுதம் போலே வடிவமைக்கப்பட்டது. நேராகச் சென்று தாக்கும் பிரிவுக்கு அட்மிரல் பாஸ்கவானும், இடப்பிரிவுக்கு இம்மானுவேலும், வலப்பிரிவுக்கு முந்தின அட்மிரலான லாரன்சும் தலைவர்களாக இருந்தார்கள்.

நேர்ப்படை மஞ்சக்குப்பத்தைத் தொட்டு ஆற்றுப் படுகையில் நிதானமாக முன்னேறியது. பிரெஞ்சுப் படையினரின் கூடாரம் கண்ணுக்குப் புலப்பட்டவுடன் படை நின்றது. இடப்படையும், வலப்படையும் கூடாரங்களைச் சுற்றிக்கொள்ள போதிய அவகாசம் கொடுத்திட அப்புறம் பாஸ்கவான் 'தாக்குங்கள்' என்று உத்தரவு கொடுத்தவுடன், நேர்ப்படை வெறி முழக்கத்தோடு முன்னேறத் தொடங்கியது. இடத்துக்கும் வலத்துக்கும் அறிகுறியாகப் பந்தம் கொளுத்தி வானத்தில் எறியப்பட்டது. அவர்களும் கூடாரத்தைக் குறிவைத்துப் பாயலானார்கள்.

நேர்ப்படை, அடுத்த சில கணங்களில் ஒரு பெரிய ஏமாற்றத்தைச் சந்தித்தது. ஏனெனில் கூடாரத்தில் ஜன நடமாட்டம் என்பதே இல்லை. வெறிச்சோடிக் கிடந்த கூடாரங்கள் சிலவற்றையும் அணைக்கப்படாத அடுப்புகளுமாக வெட்ட வெளியில் இருந்தது அந்த இடம். இடப்படையும், வலப்படையும் எதிர் எதிரே நெருங்கி நின்று திகைத்தன. எதிரிகள் எங்கே?

பின்னால் இருந்து அந்த முப்பிரிவுப் படையையும் வளைத்துக் கொண்டு, பீரங்கி நெருப்பைப் பொழியலாயிற்று பிரெஞ்சுப்படை. தாங்கள் சுற்றி வளைக்கப்பட்டு விட்டோம் என்பதை உணர்வதற்கு முன் ஆங்கிலப்படை பெரிய அழிவைச் சந்தித்தது. எந்தப் பக்கமாக

எதிரிகள் நிற்கிறார்கள் என்பதைக்கூட அவர்களால் அறிந்து கொள்ள முடியவில்லை. ஆனால் ஒற்றைக் குதிரையுடன் கையில் கத்தியை மட்டும் வைத்துக் கொண்டு பிரெஞ்சுப் படையை நோக்கி முன்னேறினான் ஒருவன்.

"யாரவன்?" என்றார் பாஸ்கவான்.

'புதிதாகச் சேர்ந்தானே எழுத்தன் ராபர்ட் கிளைவ்."

"என்ன இப்படி உயிரை வெறுத்து முன்னேறுகிறான்?"

"ஏற்கெனவே தற்கொலை முயற்சியில் ஈடுபட்டவன் ஐயா, மிகுந்த தைரியசாலி." கிளைவ் பீரங்கியில் இருந்து எழும் நெருப்பையே குறிவைத்து முன்னேறினான். இருட்டில் எவர் முகமும் எவருக்கும் தெரியாத நிலை. வந்தவன் பீரங்கியைத் தனித்துச் சரமாரியாக வெட்டிக்கொண்டிருந்த மூவரை நெருங்கினான். மருந்து கெட்டிப்பதிலும், சுடுவதிலும் கவனமாக இருந்த அவர்கள், ஆபத்து நெருங்குவதை அறியத்தான் இல்லை. சில கணங்களில் மூவரில் ஒருத்தன் கை வெட்டப்பட்டு விழுந்தது. ஒருவன் அந்த இடத்திலேயே பிணமானான். ஒருத்தன் ஓடிப்போனான். சென்ற வேகத்திலேயே திரும்பிய கிளைவ், பெருத்த வெடியோசை தன்னைத் தாக்குவதை உணர்ந்தான். குதிரை கால் மடங்கி நிலத்தில் சரியவும், பத்தடி தூரத்துக்கு மேல் தூக்கி எறியப்பட்டு கிளைவ், ஒரு புதரில் சென்று விழுந்தான். அவன் நினைவு முழுமையும் குதிரையின் மேலேயே இருந்தது. குதிரை பத்தடி தூரத்தில் கால்கள் மடங்கி மடங்கித் துடிக்க உடம்பு அதிர உயிரை விட்டது. அதே சமயம் ஆங்கிலச் சிப்பாய்கள் சிலர் அவன் உதவிக்கு வருவது தெரிந்தது. கண் மயங்கி மயக்கமுற்றான் கிளைவ்..."

வரிசையாகப் படுக்க வைக்கப்பட்டிருந்த நோயாளிகளில் ஒருவனாகப் படுத்திருந்தான் கிளைவ். கொஞ்சம் கொஞ்சமாக நினைவு மீளக் கண்விழித்தான். இடது கை மார்மேல் மடக்கி வைக்கப்பட்டுக் கட்டப்பட்டிருந்தது. முட்புதரில் விழுந்த காயம், உடம்பெங்கும் வலியெடுத்தது. மருத்துவப் பிரிவைச் சேர்ந்த தாதி ஒருத்தி அவனுக்குச் சூடாகக் கடுங்காபி கொண்டு வந்து கொடுத்தாள்.

"மிஸ்டர் கிளைவ், பெரிதாகக் காயம் ஒன்றுமில்லை. விழுந்ததில் கையெலும்பில் ஒரு சின்ன விரிசல். முட்புதர் உடம்பைச் சிராய்த்திருக்கிறது மற்றபடி ஒன்றுமில்லை" என்றாள்.

அடுத்த ஒரு வாரத்துக்குள் கிளைவுக்குக் கடைநிலை படை அதிகாரி என்கிற பதவியும், வருஷத்துக்கு நூறு ரூபாய் சம்பளமும், பாஸ்கவானால் நிர்ணயம் செய்யப்பட்டது. மேன்மை தங்கிய

இங்கிலாந்து அரசு ஊழியத்தில் இருக்கும் பிரபுக்களும் அதை அங்கீகரித்து அருளினர்.

பாதிரி கடுதே மிகவும் அவமானத்தால் குன்றிப் போனார். குவர்னர் துரை அவரைப் பார்த்துக் கோபத்துடன் சொன்னார்: "பெரிய பதவியிலே இருந்துகொண்டு, இப்படிக்கொத்த அற்ப காரியம் பண்ணிக் கொண்டிருக்கிறீரே! இதைக் கோன்சேல் காரர்கள் மூலியமாக எழுதுவித்துப் பாரிசுப் பட்டணத்திலே இருக்கப்பட்ட மந்திரிமார்களுக்கும் நம் அரசர் பெருமானுக்கும் – அரசர் நீடூழி வாழ்க – தெரியப் போடுகிறேன். அப்போதுதான் என்ன மாதிரியான திருக்கூசுக்காரர்களும், திரிசமன்காரர்களும் பெரிய உத்தியோகத்துக்கு வந்து விடுகிறார்கள் என்பதை அவர் புரிந்துகொள்ளட்டும்.''

பாதிரி கடுதே அவமானத்தால் குன்றிப் போய் செய்வது அறியாது திகைத்துப் போய் இருந்துவிட்டுச் சொன்னார்:

"எனக்குப் பொய் சொல்ல வேணும் என்கிற நோக்கம் கிஞ் சித்தும் இல்லை குவர்னர் அவர்களே! தேவகிருபை உம்மேல் பொழியட்டும். என்னை நம்புவீர்களாக. ஊழியக்காரன் என்னிடம் வந்து சொன்னதை நான் தங்களுக்குச் சொன்னதல்லாமல் வேறு மனசுக்குள் கரவு இல்லை. என்னை நம்புவீராக" என்றார்.

அதற்குள்ளாகவே, மதாம் மூான் அங்குப் பிரவேசித்தாள். பாதிரியாரைக் கண்டதும், "ஸ்தோத்ரம் சாமி" என்று மண்டியிட்டு வணக்கம் சொல்லிக்கொண்டாள். மூானைக் கண்டதும் பாதிரியாருக்கு நம்பிக்கையும், தெம்பும் ஏற்படலாயிற்று. வணங்கிய மூானை, "தேவ கிருபையில் என்றும் சஞ்சரிப்பாய்" என்று வாழ்த்தி யருளினார்.

"என்ன பிராது? ஏதோ கேள்விப்பட்டேனே..." என்றாள் குவர்னர் அருகில் இருந்த ஆசனத்தில் இருந்துகொண்டு.

"அதுவா" என்றபடி குவர்னர் யோசனையில் ஆழ்ந்தார். அருகிலே இருந்த முசே மீரா, மூானுக்கு விஷயத்தை விளக்கினார்.

"பாதிரியார் கோவிலுக்குச் சொந்தமான குருசு அடையாளம் போட்ட டோலியின் மேலே சிலருடைய நம்பிக்கைக்குரிய ஊழியர் கள் யாரோ நரகல் பூசியும், டோலியைச் சிதைத்தும் வைத்திருப் பதாகச் சொன்ன தகவலின் பேரில் அவர் குவர்னர் பெருமானுக்குக் கடுதாசி பண்ணித் தெரிவித்துக்கொண்டார். குவர்னர் துரை தம்மை அழைத்து விசாரிக்கப் பண்ணியதில், அது மெய்யல்ல என்று தெரிய விளங்கிற்று. அதைத் தொட்டு குவர்னர் பெருமான் அவர்கள் விசாரிக்கிறார்கள். நடுவிலே யாரோ சில விஷமிகள்

செய்த காரியத்துக்கு மரியாதைக்குரிய பாதிரியார் அவர்கள் பதில் சொல்லும்படியாக நேரிட்டு விட்டது" என்று வழக்கின் தன்மையை அழகாக மாற்றிச் சொன்னார். அவரைப் போலவே கிறித்துவத்தின் மேலே மிகுந்த அன்பும், ஈடுபாடும் கொண்டவனான பராதி இருந்து கொண்டு சொன்னான்:

"மெய்தான். குருசு போட்ட டோலியில் அட்டூழியம் பண்ணி விட்டார்கள் என்று தெரிந்ததும் உண்மையான கிறித்துவருக்கு எந்த அளவு உள்ளம் பதைத்திருக்கும் என்று உண்மையான ஏசுவடி யாரான அம்மைக்குத் தெரிந்திருக்குமே. அதைத் தொட்டு பாதிரி சாமியார் அவர்கள் சற்று முந்திக் கொண்டு குவர்னருக்குக் கடுதாசி பண்ணிக்கொண்டார்கள். இதிலே அந்தப் பெரியவரின் நோக்கத் தைத்தான் பார்க்க வேண்டுமே அல்லாமல் செயலைப் பார்க்க வேண்டியதில்லை என்று நாங்கள் சொல்லிக்கொண்டிருந்தோம்."

ழான் இருந்துகொண்டு சொன்னாள்:

"இதிலே பாதிரியாருடைய குற்றம் எங்கே வந்தது? குருசு போட்ட டோலிக்கு, கோயில் சொத்துக்குப் பங்கம் வந்துவிடக் கூடாது என்கிற நல்ல எண்ணத்தில் அன்றோ அவர் கடுதாசி எழுதினது. அப்படித்தானே பிரான்சுவா இந்த விவகாரத்தை எடுத்துக்கொள்ள வேண்டியிருக்கிறது."

குவர்னர் துரை சற்று யோசனையில் இருந்துகொண்டு அப்புறம், "அப்படியும் எடுத்துக் கொள்ளலாம்தான்" என்றார்.

"அப்படித்தான் எடுத்துக்கொள்ள வேண்டும். வேறு மாதிரி யாக என்னத்துக்கு எடுத்துக்கொள்கிறது" என்றாள் ழான்.

"மன்னிக்கனும். நீங்கள் பேசிக் கொண்டிருங்கள். எனக்கு ஓய்வு தேவை" என்றபடி எழுந்து போனார் குவர்னர் துய்ப்ளெக்ஸ்.

ழான் பாதிரியைப் பார்த்துச் சொன்னாள்:

"குவர்னர், தங்கள் கௌரவத்துக்கு ஒவ்வாத விதமாக ஏதேனும் பேசி இருந்தாரேயானால், தயை செய்து அதை மனதிலே வையா திரும்."

"அதனால் என்ன? பரவாயில்லை" என்றார் பாதிரி.

"ரங்கப்பன் போன்ற அஞ்ஞானிகள் அவருக்குப் பக்கலிலே எந்நேரமும் இருந்துகொண்டு குவர்னருக்குத் துர்ப்புத்தி பண்ணிக் கொண்டிருக்கச்சே, நாம் என்ன செய்யறது?"

"அது உள்ளது."

"அதனால்தான் ரங்கப்பனை இப்போதெல்லாம் நான் சேர்த்துக்கொள்கிறது என்பது இல்லை."

“அதுவும் விசேஷத்துக்கு உரியது.”

“தாங்கள் ஒன்றத்துக்கும் கவலைப்படாதேயுங்கள். குவர்னர் என்ன சொன்னாலும் நான் இருக்கிறேன். பார்த்துக்கொள் கிறேன். இந்த ஞான வெளிச்சம் இல்லாத அஞ்ஞானக் காட்டு மிராண்டிகளை நம் பக்கம் திருப்புகிறது மெய்யான தேவகிருபை அல்லவோ? அதைத் தாங்கள் எப்போதும் பண்ணிக் கொண்டே இருக்கிறது.”

“தாங்கள் உண்மையான கிறிஸ்துவச்சி. பரலோகத்தில் உம்மைக் கர்த்தர் மிகவும் மெச்சிக் கொண்டாடுவார்” என்றார் பாதிரி சந்தோஷத்துடன்.

50

அப்துல் ஷா என்கிறவனுக்கும், லவி லேத்து என்கிற பிரெஞ் சுக்காரன் மகனுக்கும் ஒரு வியாச்சியம் ஏற்பட்டு, இரண்டு வருஷமுமாய் நீடித்துக்கொண்டு இருக்கிறது. அதைத் தீர்த்துப் போடச் சொல்லி வேலூர் கோட்டைத் தலைவன் மூர்த்தசா அலி, துய்ப்ளெக்ஸ் அவர்களைக் கேட்டுக்கொண்டதன் பேரில், வழக்கு ஆனந்தரங்கப் பிள்ளையிடம் அளிக்கப்பட்டது.

ரங்கப்பிள்ளை இருவரையும், தம் பாக்கு மண்டிக்கு வரச் செய்து, விசாரணை செய்யத் தொடங்கினார். முதலில் முசே லவி லேத்து இருந்துகொண்டு சொன்னான்:

“ரெண்டு வருஷத்துக்கு முந்தி, நான் ஆற்காட்டுக்கு நாற்பது பீப்பாய் சாராயம் எடுத்துப் போய் விற்றேன். விற்றது போக, மீதிச் சாராயத்தை அப்துல் ஷா எனப்பட்ட இந்தத் துருக்கனிடம் கொடுத்துப்போட்டு, அவைகளை விற்கச் சொல்லிப் போட்டு, புதுச்சேரிப் பட்டணம் திரும்பிவிட்டேன். திரும்பி வருகிறதுக்காக, அப்துல் ஷாவிடம் இருந்த குதிரையை இரவல் வாங்கிக்கொண்டு திரும்பினேன். ஊர் திரும்பின பிறகாலே, அக்குதிரையை மீண்டும் அவனுக்கு அனுப்பிவிட்டேன். குதிரை ஊர் வந்து சேர்ந்த இரண்டு நாளையிலே செத்துப் போயிற்று என்பதற்காக, இந்த அப்துல் ஷா என்கிறவன், குதிரைக்குச் சரி என்பதாக, சாராயம் விற்ற பணத்தைத் தர சம்மதி மறுக்கிறான். முசியே பிள்ளை, இந்த விவகாரத்தைத் தீர்த்துப் போட்டு எனக்குப் பணம் வாங்கிக் கொடுக்கிறது.”

பின்னாடி, அப்துல் ஷா என்கிறவன் கைகளைக் கட்டிக் கொண்டு சொன்னது:

"நான் தெய்வத்தை நம்புகிறவன், ஏழை. முசே சின்ன லவி லேத்து என்கிறவனாகிய இவன், ரெண்டு வருஷத்துக்கு முந்தி, ஆற்காட்டிலே இருந்த என்னண்டைக்கு வந்து, சில பீப்பாய்களில் சாராயம் மீந்து விட்டது, அதை விற்றுப் போட்டுக் கணக்குக் கொடு என்றான். நானும் சம்மதித்தேன். அப்புறமாக, ஊர் திரும்புகிறதுக்கு என் குதிரையைக் கேட்டான். விலையுயர்ந்த அருமையான, மிகவும் புத்திசாலித்தனமும் கொண்ட என் குதிரையை நான் எவருக்கும் இரவல் கொடுக்கிறதும் இல்லை. ஆனால், லவி லேத்துவின் ஏலாமையை மனசில் கருதிக்கொண்டு, உதவி செய்வது மனுஷக் கடமை என்பதாக நினைத்துக்கொண்டு, நானும் உதவி செய்தேன் ஐயனே. அது சாதாரணக் குதிரை இல்லை, கனதன வான்களே. அது அரபுக் குதிரையாக்கும், பெரியோங்களே. எருமை குளிக்கும் குளத்தில், வாய் வைத்துத் தாகம் தீர்த்துக்கொள்ளாத மனோரோசம் கொண்டது, பிரபுக்களே. கவனமாகக்கொள்ளும் புல்லும் போடாமல் போனால், பட்டினி கிடந்து தம் உயிரைப் போக்கிக் கொள்ளும் பவித்ர குணம் கொண்டது, அய்யாமார்களே. அப்படியாக்கொத்த குணம் கொண்ட குதிரையை இந்தப் பரங்கியன், கழுதையைப் போலக் கருதிக்கொண்டு இழுத்தும், அடித்தும், தொந்தரை பண்ணியும், மானாவஸ்தை கொடுத்த காரணத்தினாலே, அக்குதிரையானது, என்னிடம் மீண்ட இரண்டொரு நாளில் மரணத்தை நேர்ந்து கொண்டது, ஐயாமார்களே. அதைத் தொட்டு, குதிரைக்கும் எனக்கும் ஏற்பட்டுவிட்ட நஷ்ட ஈட்டுக்காக, முசே லவி லேத்தே எனக்குப் பணம் தரவேண்டியதாக இருக்கிறது, எசமான்களே."

பிள்ளை, லவி லேத்தை விசாரணை பண்ணலானார்.

"முசே லவி லேத்து, நீர் கொண்டுசென்ற சாராயத்தின் அளவு என்ன?"

"பெரியோரை, அது நாற்பது பீப்பாய் ஆகிறது."

"விற்றதுபோக, இந்த அப்துல் ஷாவிடம் எவ்வளவு அளவு சாராயம் கொடுத்தீர்?"

"எப்படியும் ஏழெட்டுப் பீப்பாய் குறையாது, ஐயா."

"அது என்ன வகைச் சாராயம்?"

"நாட்டுச் சாராயம். அல்லது பட்டைச் சாராயம்."

"அது எங்குக் காய்ச்சினது?"

"தங்கள் சாவடியில் காய்ச்சினது, பெருமானே."

"அப்படியானால், அது தரமான சரக்காகத்தான் இருக்கும்" என்று இடைமறித்துச் சொன்னார், கைலாச முதலி என்கிற பஞ்சாயத்துக்காரர்.

"அது உள்ளது" என்று ஒப்புக் கொண்ட பிள்ளை, தொடர்ந்து சொன்னார்:

"சீமைச் சாராயம், சாராய நெடிக்கு மேலே, ரோசா இதழ்களைத் தூவினது மாதிரி ஒரு வாசனையை உடையதாய் இருக்கிறது. பட்டைச் சாராயமோ, சாராய மணத்துக்கு மேலே பூண்டை வெட்டித் தூவினது மாதிரி, கடும் வாசனை உடையதாய் இருக்கிறது."

"ஏது, பிள்ளைவாள், ஒரு பரம்பரைக் குடிகாரரைப் போல விசேஷித்துப் பேசுகிறார்" என்று கிண்டல் செய்தார், மற்றொரு பஞ்சாயத்துக்காரரான பரதேசி முதலி.

"சாராய விசேஷம், குடித்தால்தான் தெரியுமோ? சிலவற்றுக்கு அனுபோகம் அவசியம் இல்லை. அனுமானமே போதும். சீமைச் சாராயம் குடித்தவனுக்குப் போதை, பெரியோர்களுக்குப் புகழும், செல்வமும் சேருகிறது போலக் கொஞ்சம் கொஞ்சமாக மேல் ஏறுகிறது. பட்டைச் சாராயத்தின் போதையோ, கள்வனிடம் செல்வம் வருகிறது போல, ஒரேயடியாகக் குவிகிறது. சில நாளை யிலே, கரைந்து போகிறது போல, போதையும் வடிந்து விடுகிறது."

"பேஷ், பேஷ், பிள்ளைவாள். ஒரு புராணம் பாடுமேன், சாராய புராணம்னு ஒன்று பாடும்."

"அதை என்னத்துக்குப் பாடுகிறது? அதைக் குடித்தவன் மேலன்றோ பாட வேண்டும். நம் மாம்பழக் கவிராயர் பாடிய பாடல் ஒன்று தெரியுமோ? ஞாபகத்திலே இருக்கிறதைச் சொல் கிறேன். தப்பு இருக்கும். அது என்னோடது.

"ஆடுவார்; பரத மாமுனிவெட்கித் தலைகுனியும் படிக்குப்
பாடுவார்; பண்ணும் பாவமும் பலப்பலவாய் கலந்துவர
ஓடுவார்; நிற்பார், நெடுஞ்சாண்கிடையாய்ப் படுத்து வணங்கியே
சாடுவார்; உத்திரம் தனையே, ஒரு பயனும் இலாமலே சென்று
நாடுவார்; நள்ளிரவாம் எனும்படிக்குக் காலையிலும் கண்துயின்றே
நீடுவார்; உதிர்ந்த மலர் எடுத்துப் பக்திப் பரவசமுடனே
சூடுவார்; மிக நல்ல தத்துவமதை ஊருக்கு உபதேசிப்பார், ஞானம்தனை
தேடுவார் போல திடுக்குற்று விழிகள் நிலைக்குத்தி நாக்குழற
பீடுவார்த்தைகள் புகல்வார்; சிவமேனி திருமேனி யெனும்படிக்கு
ஊடு உடம்பில் மண்பூசி நிற்பார்; உலகம் நகைக்க,

ஒன்றறியாமலே
மாடு வேறல்ல எனும்படி மனிதரை மாற்றி அமைக்கும்
பீடு நிறை மதுச் சாராயமே, உன் புகழ் மேலும் அரிதே...!''

என்று இப்படிப் போகும் அவர் எழுதிய பாட்டு. நல்ல ராகம் போட்டு, கவிராயர் பாடி இப்பாட்டைக் கேழ்க்க வேணும். ஒரு குடிகாரனையே கண்முன்பு கொண்டு வந்து காட்டி விடுவார்."

"பேஷ்" என்று பஞ்சாயத்தார் மிகுந்த உற்சாகத்துடன் தானே அதை வரவேற்று ஆனந்திக்க பிள்ளை தொடர்ந்தார்.

"சரிதான், லவி லேத்தே! அக்குதிரை இறந்து போனதற்கு நீர்தான் காரணம் என்று அப்துல் ஷா சொல்கிறானே, அதுக்கு என்ன உத்தாரம் சொல்கிறீர்?"

"பெரியவரே. அதுக்கு நான் என்ன செய்யக் கடவேன்? நான் அதுக்குக் கொள்ளும், புல்லும், மொச்சையும், பயறும் போட்டதைச் சொல்வேனா? சுத்த ஜலத்தைக் குடிக்கத் தந்ததைச் சொல்வேனா? அதன் பிராப்தம், காலன் குறித்த நாளும் அந்த வண்ணமாய் இருக் கையில் நான் என்ன பண்ணுவேன். செத்துப் போகிறது எங்கே இருந்தாலுமே செத்துத்தான் போகும். சித்திரபுத்திரன் கணக்கில் இடம் ஒரு விஷயமா?"

"அடே, பரங்கியன் எல்லாம் நம்மோட புராணத்தை, தத்து வத்தைச் சொல்லும்படி ஆச்சே" என்று பரதேசி முதலி சிலா கிக்கவே, பிள்ளை சொன்னார்:

"விவகாரம், வழக்கு என்று வந்தால், எதைச் சொல்லியாவது தப்பிக்க வேண்டுமே. அது கிடக்கட்டும். குதிரை எங்கும் சாகலாம் என்கிறது தாத்பர்யம். இருந்தாலும், அது நம்மிடம் இருந்து வந்த வுடனே செத்துப் போன காரணத்தினாலே, அதுக்கு நீரும் சவாப்பு சொல்லித்தான் தீர வேண்டியுள்ளது. அதைத் தொட்டு, குதிரையின் மதிப்பில், ஆளுக்குப் பாதி நேர்ந்துகொள்ள வேண்டியது. சரக்கு விற்கக் கொடுத்த சம்மதியில், நீ விற்று வந்த தொகை என்ன சொல்லும், அப்துல் ஷா என்கிறவனே."

"அது இருநூறு ரூபாய்க்கு இருக்கும் மேலானவரே."

"உன் வார்த்தை கடவுள் மேல் ஆணையாகத்தானா?"

"கடவுள் மேல் ஆணையாகத்தான், பெரியோர்களே."

"அப்படியானால் சரி. முசே லவி லேத்து, அவன் கடவுள் பெயரைச் சொல்கிறான் ஆன படியாலும், துருக்கன் கடவுள் பெயரால் பொய் சொல்ல மாட்டான் ஆகையினாலும், அவன் சொல்கிற பணம் இருநூறு என்பதை சபை ஒப்புக்கொள்கிறது. அதற்கு மேலும் குதிரைக்கு நஷ்ட ஈடும், சிரம நஷ்டமும் அவனுக்குத்

தர வேண்டியது பரங்கியின் கடமையும்கூட. அதுக்கு எழுபது ரூபாயைத் தள்ளிப் போட்டு, மீதம் அப்துல் ஷா என்கிறவன், லவி லேத்துக்கு நூற்று முப்பது ரூபாய் தர வேண்டியது. இதுதான் சபையின் தீர்ப்பு."

சபையார் தீர்ப்பை ஒப்புக்கொண்டார்கள்.

மதியம் உணவருந்தி, சற்றே சிரமபரிகாரம் பண்ணிக் கொள்ள என்று ஊஞ்சல் பலகையில் படுத்திருந்தார் பிள்ளை. அந்த நேரம், குவர்னரிடம் இருந்து இரண்டு சிப்பாய்கள் வந்து, குவர்னர், பிள்ளையை உடனே அழைப்பதாகத் தகவல் வந்தது. பிள்ளையும் எழுந்து உத்தியோக அங்கியை அணிந்துகொண்டு புறப்பட்டார். வெயில் காரணமாகத் துரையவர்கள், மெல்லிய கீழ்த்துணி மட்டும் அணிந்துகொண்டு படுக்கையில் இருந்தார். பிள்ளையைத் துய்ப்ளெக்ஸ் தம் படுக்கை அறைக்கே வரச் சொன்னதாகத் தகவல் வந்தது. பிள்ளை, படுக்கை அறைக்குச் சென்று துரை தலைமாட்டில் நின்றுகொண்டு சலாம் பண்ணினார்.

"வா, ரங்கப்பா. உன்னைத்தான் எதிர்பார்த்துக் கொண்டி ருந்தேன். கூடலூர் தேவனாம்பட்டிணத்துக் கோட்டையைப் பிடிக் கப்போன நமது சிப்பாய்கள் இப்படி அவமானத்தைப் பிடித்துக் கொண்டு விட்டார்களே. சென்னைக் கோட்டையைப் பிடித்தது நம் கௌரவத்துக்கு ஒரு நிலவு என்றால், அதை இழந்தது அந்த நிலவில் இருக்கும் ஒரு களங்கம் போல நிலைபெற்று விட்டதே. என்ன செய்யலாம்?"

"மகா பிரக்யாதி பெற்ற துரை அவர்கள் இந்தச் சிறு பின் வாங்கலுக்கு மனம் குன்றுவதாவது. பெரிய காரியங்களைச் சாதிக்கிறபோது, இதுபோன்ற சிறுசிறு சங்கடங்கள் வரத்தான் செய்யும். அதைக் குறித்துத் தாங்கள் கவலைப்படக் கூடாது. தவிரவும், தங்கள் ஜாதகத்தில் தற்போது நடப்பது சற்று ராகு தசை. அவன், அவனுடைய பார்வையைச் செலுத்தாமல் விடான். தலைக்கு வந்தது தலைப்பாகையுடன் போயிற்று என்று இருந்து விடுங்கள்."

"ஆனால் இந்த அபஜெயம், பாரீசுப் பட்டணத்தில் நம்மை மிகவும் தாழ்த்திவிடுமே, என்ன பண்ணுகிறது?"

"அது உள்ளது. அதையும் சமத்காரமாக, பிரான்சு தேசத்தார் குற்றம் என்பதாக மாற்றிப் போடலாமே!"

"அது எப்படி?"

"தாங்களோ, பிரான்சுக்கு மாதா மாதம் கடுதாசி எழுதி, இன்னும் கூடுதலாகப் போர்க் கப்பல்கள் அனுப்பி வைக்கச்

சொல்லிக்கொண்டு இருக்கிறீர்கள். பாரீசுத்துரைத்தனத்தார் அப்படிச் செய்யக் காணோம். மாறாக, ஆங்கிலேயக்காரர்களுக்கு எட்டு யுத்தக் கப்பல்கள் வந்தது நிசம்தானே. நாம் அதையே காரண மாகக் காட்டி, ஆங்கிலேயக்காரர்களின் யுத்தக் கப்பல் வந்ததன் காரணமாகத்தான் நாம் பின்வாங்கி விட்டோம். அல்லாவிடில், தேவனாம்பட்டிணக் கோட்டையை நாம் கைப்பற்றி விட்டிருக்கலாம் என்பதாகத் தாங்கள் பாரிசுப் பட்டணத்துக்கு எழுத வேண்டும். அவர்கள் அதற்கு மேலும் பேசுவதற்கு லாயக்கற்றவர்கள் ஆகிவிடுவார்களே!"

"பேஷ், சரியான யோசனை."

"பிரபு. அத்துடன் நாம் சும்மா இருந்துவிடக் கூடாது. ஒரு பக்கம் ஆற்காட்டு மாபூசுகான் நம்மை அழிக்கத் துடித்துக் கொண்டிருக்கிறான். மற்றொரு பக்கம் நிசாம் நமக்கு விரோதமாக இருக்கிறான். அதைத் தொட்டு நாம் செய்யத் தக்கது என்ன வெனில், ஒரு பக்கம் மாபூசுகானைச் சமாதானம் பேசி நம் பக்கம் வைத்துக்கொண்டிருப்பது. மறுபக்கம், ஆற்காட்டு நவாபுக்கு உரிமை கொண்டாடிக்கொண்டிருக்கும் சந்தா சாயுபுவை சதாரா சிறையிலிருந்து பணம் கொடுத்து மீட்பது. சந்தா சாயுபுவும் அவர் ஆள்களும் நம் படையும் சேர்ந்தால், ஆற்காடு நம் வசம் ஆகும். தக்காண நிசாமும் நம்மவராகப் போவார். ஆங்கிலேயக்காரர்களின் அடாவடித்தனத்தையும் அறவே ஒழித்துப் போடலாம். இது சாத்தியம் ஆயிற்று என்று வைத்துக்கொள்ளுங்கள். நர்மதா நதி தொடங்கி, தெற்கே குமரிமுனை வரைக்கும் பிரெஞ்சுக்காரர்களின் வெள்ளைக் கொடியே பறக்கும்."

"சந்தாசாயுபுவை மீட்கப் பல லட்ச ரூபாய்கள் வேண்டி யிருக்குமே."

"பாதகம் இல்லை, பிரபு. அது முதலாக இருக்கும். அது திரும்பவும் நமக்குப் பெரும் மூலதனமாகக் கொண்டு சேர்க்கும் என்பது திண்ணம். பிரபுவுக்கும் இது தெரியும். நாளைக்கே ஆற்காட்டு நவாபுக்குச் சந்தா சாயுபு தலைவராக, நவாபுவாகப் பட்டம் ஏற்றால் போட்ட பணத்துக்கும் அதிகமாகவே நிலமாகவே பெறலாமே. அதுவும் இனாமாக. அதுவும் அன்னியில் நவாபு நம்ம வராகவே இருக்கையில், மற்ற பாளையக் காரருக்கும், ஆங்கிலேயக் காரருக்கும்கூட நம்மைக் கண்டால் அச்சம் பிறக்கவே செய்யும். அத்தோடு பல லட்சம் ரூபாய் போட்டு சந்தா சாயுபுவை நாம் விடுதலை செய்திருக்கிறோம் என்கிற நன்றி உணர்வு காரணமாக, அவரும் நம்முடன் விசுவாசமாக இருப்பார். இது திண்ணம்."

"ரங்கப்பா! நீ சொல்வது அனைத்தும் மிகச் சிறப்பான யோசனைகள். எனக்கு ஏதேனும் புகழ் வந்தால், அதற்கு நீதான் காரணம். மற்ற எவரும் இல்லை."

"என் நினைவும் கனவும், பிரெஞ்சு அரசின் உயர்வும், துரை அவர்களின் சுபிட்சமும், பிரக்யாதியும் தவிர வேறென்ன? தாங்கள் மகா புத்திமான். பலவான். கீர்த்திமான். என்னைப் போன்ற நிர் அட்சர குட்சியுடன் அன்பு வைக்கிற பரோபகாரர். பிரெஞ்சுத் துரைகளிலேயே மகா சதுரப்பாடு உடையவர். தாங்கள் பக்கத்தில் இருப்பதைத் தவிர என் போன்ற ஏழைகளுக்குப் பெரிய வாய்ப்பு வேறு ஏது? ஆகவே, துரைப் பிரபு அதைப் பெரிதாகப் பாராட்ட வேண்டியது அவசியம் அற்றது."

"ரங்கப்பா, இந்த மாபூசுகானை நம்மோடு சினேகப்படுத்த ஆக வேண்டிய காரியத்தைப் பார்."

"ஆகா, நாளையே என் பணியைத் தொடங்கிவிடுகிறேன்."

மாலை, பிள்ளை முகம் கழுவிப் பலகாரம் பண்ணிக் கொண்டு, மிகவும் யோசனை பண்ணிக்கொண்டு ஊஞ்சலில் அமர்ந்திருக்கிற சமயத்தில், கவி கஸ்தூரி ரங்கய்யன் வந்து சேர்ந்தான்.

"வாரும், வாரும், கவிராயரே! எங்கே ரொம்ப நாளாகக் காணோம்."

"பயணம் பண்ணிக்கொண்டிருந்தேன் பிரபுவே. தங்கள் மேல் ஒரு காவ்யம் கவனம் பண்ணி இருக்கிறேன். தாங்கள் தயை பண்ணி அதைக் கேட்டு ரட்சிக்க வேணுமே."

"அதற்கென்ன செய்தால் போச்சு. காவியத்துக்கு என்ன பெயர் வைத்திருக்கிறது?"

"தங்கள் திருப்பெயர் இருக்கும்போது, வேறு ஒரு பெயர் வைப்பேனா? 'ஆனந்தரங்க சதமு' என்று வைத்திருக்கிறேன். எமக்கும், புதுச்சேரி மக்களுக்கும் சதம் தாங்கள் அல்லவா! தாங்கள் எங்களைப் போன்றோரின் முகம் பார்ப்பீர். நாங்களோ, தங்கள் அகம் பார்ப்போம்."

"நரஸ்துதி செய்வதில் தங்களை மிஞ்ச ஆளில்லை. ஆமாம், தங்களை விட்டு ஓடிப்போன தங்கள் பெண்சாதி எங்கே இருக் கிறாள்? எப்படி இருக்கிறாள்? ஏதேனும் தகவல் தெரியுமோ?"

"ஐயனே, கங்கை கடந்துசெல்லும் வழியெங்கும் மக்கள் கூட்டம் இட்டு வாழ்வர். கங்கையின் பயணம் கவனிக்கப்படுகிறது. மாறாக சாக்கடையின் பயணத்தை யார் கவனிப்பர், கவலையும் படுவர்?"

கவி கஸ்தூரி உடன் ஒரு கவிதையைக் கவனம் பண்ணித் தெலுங்கில் சொன்னார்:

சந்திரிகை நடை பார்க்கும் வானம் என்றும் நட
சுந்தரியின் கால் பார்க்கும், மத்தனந்தர் கண்கள் என்றும் ராச
தந்திரியின் நா பார்க்கும் மன்னன் சுற்றம் என்றும்
ராஜாங்கப்பர்
மந்திரியின் கை பார்த்து வாழ்வர் கவிராயர் கூட்டங்களே...!

கஸ்தூரியின் கவிதையைக் கேட்ட பிள்ளை சொன்னார்:

"ஓய், கஸ்தூரி ரங்கய்யரே, இதே பொருள் கொண்ட ஒரு தமிழ்க் கவியை ஒரு புலவர் என்னிடம் முன்னமே சொல்லியிருக்கிறார். அதைக் கேளும், தமிழ் பாஷையின் சுவையை அனுபவியும்.

'பானு கிரணம் பார்க்கும் பங்கேருகம்; நிலவு
தானும் பார்க்கும் சகோதரங்கள் – வானமரும்
மையைப் பார்க்கும் மயில்கள்; மாவிச யானந்த ரங்கன்
கையைப் பார்க்கும் புலவோர் கண்.

"எப்படி? இதை எழுதிச் சொன்னவர் சவ்வாதுப் புலவர் என்கிற கவி. பெயரில் மட்டுமல்ல, வார்த்தைக்கும் வாசம் இருக்கிறது, பார்த்தீரா?"

"உள்ளது, மிக அழகாகப் பாடியிருக்கிறார்!"

"வரும் பூர்ணிமாவில், நமது பிள்ளை முதலாண்டு நிறைவு வைத்திருக்கிறது. நீர் வந்து குழந்தையையும் வாழ்த்தி, உமது கவிதையையும் அரங்கேற்றும்படி பண்ணும், என்ன சொல்கிறீர்?"

"கரும்பு தின்னக் கூலியா? அப்படியே செய்தால் போச்சு!"

"ஆற்காட்டுப் பக்கம், மற்ற ஊர்களில் எல்லாம் என்ன பேச்சு பேசுகிறார்கள், கவிராயரே?"

"பிரபுவைப் பற்றி அறியாதாரும் இல்லை. தெரியாதாரும் இல்லை. புதுச்சேரியை ஆளுகின்ற துயப்ளெக்சு பிரபுவுக்கு நம் ஆனந்த அய்யனே விழியாகவும், கரமாகவும், விழிக்கு வெளிச்ச மாகவும், கரத்துக்குச் செய்கையாகவும் இருந்து வழி நடத்துகிறார் என்று பேசிக்கொள்கிறார்கள். பிரான்சு தேசத்திலே இருக்கிற ராசாக்கள்கூட பிள்ளைப் பெருமானை நன்கு அறிந்து மெச்சிப் புகழ்ந்து கொண்டாடிக் கொண்டிருக்கிறார்கள் என்றெல்லாம், தங்களைக் குறித்து வெகுவாகப் பேசி கொள்கிறார்கள் பூமானே..."

"நல்லது, வர இருக்கும் பூர்ணிமைக்கு, மறக்காமல் வந்து சேரும்."

"தங்கள் ஆக்ஞை."

கவிராயர் இரு மாதங்களுக்குத் தேவையான அரிசி, உப்பு, பருப்பு மற்றும் வராகன்களை வாங்கிக்கொண்டு விடை பெற்றார்.

51

ஆற்காட்டிலே இருந்த வக்கீல் சுப்பையன், அங்கிருந்து ஆனந்தரங்கப் பிள்ளைக்கு ஒரு லிகிதமும், குவர்னர் துரைக்கு ஒரு லிகிதமும் அனுப்பியிருந்தார். பிள்ளைக்கு வந்த கடிதத்திலே வக்கீல் சுப்பையன் எழுதியிருந்ததாவது:

'...சென்னப் பட்டணத்து அடையாற்றங் கரையிலே பிரெஞ்சிப் படைத் தளபதி முசியே பராதிக்கும், ஆற்காட்டு நவாப் அன்வருத்திகானின் மூத்த மகனும் இளைய மகனுமான மாபூசுகான் மற்றும் மகமதலிகானுக்கும் இடையே நடைபெற்ற சண்டையிலே தோற்றுப்போன ஆற்காட்டு நவாபு குமாரர்கள், தங்கள் தகப்பனான அன்வருத்திகானண்டைக்கு வந்து வெகு ரௌத்ரமுடனே சொன்னார்கள்.

"தலைப்பாகை கூட அகப்படாமல் அதையும் பறிகொடுத்து விட்டு வந்துவிட்டோம். அதைத் தொட்டு, இனி புதுச்சேரியை வாங்காமல் விடுகிறதில்லை" என்று மாபூசுகான் சொன்னான். அதுக்குக் கிழவனான அன்வருத்திகான் இருந்துகொண்டு சொன்னதாவது:

"புதுச்சேரியார் மெத்தப் பொல்லாதவர்கள். வெகு க்ஷாத்திர வந்தர்கள். அதிலே புருஷ ரத்தினமாக இருக்கிற ஆனந்தரங்கப் பிள்ளை என்கிறவன் கூடி இருக்கிறான். ஆகவே, அந்தப் புதுச்சேரிப் பட்டணத்தைச் சாதிக்கிறதுக்குப் பாதுஷாவாலேயும் கூடாது. அந்தப் பட்டணத்தைச் சாதிக்கிறதுக்கு எதற்கு வீணே ஆத்திரப் படுகிறது? அந்த ஆனந்தரங்கப் பிள்ளையோ இந்த ஆற்காட்டைச் சாதிக்க வேணும் என்று நினைத்தானேயானால் நாழிகை இரண்டிலே சாதிப்பான். அவன் புத்திக்கு இது சாத்தியம். அது நியாயம் அல்ல. தெய்வத்துக்கு ஒப்பாக இராது. அதைத் தொட்டே இன்னும் அவன் வெறுமனே இருக்கிறான். ஆனதினாலே நீங்கள் அந்த வழியிலே போகிறது சங்கதி அல்ல" என்று வேளைவிதத்திலே புத்தி சொல்லியும், அதுக்கு மாபூசுகான் இருந்துகொண்டு சொன்னது:

"எனக்கு வந்த அவமானத்தை நான் துடைத்தே தீர வேணும். தலைப்பாகையும் கூட விட்டு விட்டு ஓடிவந்த சின்ன காரியம் கழுவப்பட வேணும். ஒன்று என் பிராணன் போகிறது. அல்லாவிடில் புதுச்சேரி சாதிக்கிறது. இதுக்கு நீ தடை சொன்னால், இந்த க்ஷணம் கழுத்திலே புடவையைக் கிழித்துப் போட்டுக் கொண்டு பக்கிரியாகி, மக்காவுக்குப் போய்விடுகிறேன்" எனவும், அதுக்கு அந்தக் கிழத் தகப்பன் 'அப்புறம் உன் மனது' என்று

உத்தாரம் கொடுத்துவிட்டான். ஆகவே, மாபூசுகான் ஆற்காட்டி லேயே இருக்கிற சகல குதிரைகளையும் வெகுதனங்களையும் சேகரித்துக்கொண்டு பாளையக்காரரையும், அவர் படைகளையும் முஸ்தீபு பண்ணிக்கொண்டு, தேவனாம் பட்டணத்துக்கு மேற் புறமாய் மஞ்சக்குப்பத்துக்கு இப்பாலே வந்து பாளையம் போட்டு இருக்கிறான்...'

பிள்ளை தமக்கு வந்த கடுதாசியை எடுத்துக்கொண்டு துரையைப் பார்க்க வந்தார். துரை, அவருக்கு வந்திருந்த கடிதத்தை அதற்குள் படித்துவிட்டிருந்தார். ரங்கப் பிள்ளையைப் பார்த்ததும், "வா... ரங்கப்பா. உன்னைக் குறித்துத்தான் யோசித்துக்கொண் டிருந்தேன். என்ன திடுமென்று தலைப்பாகைக்கு இடி வந்திருக் கிறதே" என்றார் துரை.

"தலைப்பாகை யுத்தம்தான் இது" என்றார் பிள்ளை அமைதியாக.

"என்ன சொல்கிறாய்?"

"பிரபுக்குத் தெரியுமே. முன்னர் சென்னப் பட்டணத்திலே நடந்த சண்டையிலே, மாபூசுகான் தலைப்பாகையைப் பறி கொடுத்து ஓடினான் அல்லவோ? திரும்பவும் ஆங்கிலேயகாரர்களின் பேச்சை நம்பிக்கொண்டு இப்போ தண்டெடுத்து வந்திருக்கிறான்."

"பெரிய படைகொண்டு வந்திருக்கிறானாமே. மற்றபடிக்கு தோற்றுப் போன க்ஷாத்திரமும் அதிகம் இருக்குமே, போதாதென்று திருச்சிக்காரர்களும் அவனுக்குப் படை கொடுத்து அனுப்பி யிருக்கிறார்களாமே."

"ஆமாம். ஆறாயிரம் குதிரைகள், இருபதாயிரம் க்ஷுத்தோம் (காலாட்படை), பாளையக்காரர் சைனியத்திலே இருபதினாயிரம் பேர், அப்புறம் தேவனாம்பட்டணத்து இங்கலீஷுக்காரப் படை இரண்டாயிரம் பேரும், தமிழர் ஐயாயிரம் பேரும், நெருப்பு மயமாகத் துப்பாக்கி, பீரங்கி சகிதம் காத்துக் கொண்டிருக்கிறார்கள். ஆகையினாலே சற்று சிரமம்தான்."

"இதுக்கு என்ன பண்ணுகிறது ரங்கப்பா?"

"எனக்கு ஒரே ஒரு யுக்தம் மாத்திரம் தோன்றுகிறது. நானே தனியாகச் சென்று மாபூசுகானைச் சந்தித்துப் பேசி, தங்கள் ஆப்தராக்கித் திரும்புவது. அதைவிட்டால் புதுச்சேரியைப் பெரும் அழிவில் இருந்து காப்பாற்ற வேறு வழி இல்லை."

துய்ப்ளெக்ஸ் துரை திகைப்பும் அதிர்ச்சியும் அடைந்தது துலாம்பரமாகத் தெரிந்தது. அவர் எழுந்து பிள்ளையின் அருகே நின்றுகொண்டு சொன்னார்:

“ரங்கப்பா, என்ன சொல்கிறாய்? நீயே தனியாக மாபூசுகானைச் சென்று பார்ப்பதா? ரொம்பவும் தோற்றுப் போயும், மிகுந்த நஷ்டத்துக்கு ஆளாகியும் இருக்கிற துருக்கனை நம்பி நீ எப்படிப் போகலாம்? அதிலேயும் மாபூசுகான் நம் கையினாலே ரொம்பவும் அவமானப்படுத்தப்பட்டிருக்கிறான். அதிலும், நீதான் இவ்விடத் திலே இருந்துகொண்டு இத்தனை காரியமும் பண்ணுகிறாய் என்றும் அவனுக்குத் திரளாய்த் துக்கம் உன் பேரிலே இருக்கும். அப்படி இருக்கிறவிடத்திலே அவன் வெகுதண்டு படையுடனே இறங்கி யிருக்க, அதிலே நீ எப்படிப் போகிறது? நாங்களத்தனை பேரும் உன்னை எங்களுடைய கண்ணாக எண்ணி, எவன் வந்தாலும் அவனவனுக்குத் தக்கதாய்த் தந்திரம் பண்ணி நடத்துகிறதுக்கு நீ இருக்கிறாய் என்கிற பலத்திலேயிருக்கிறோம். உன்னை அவனண் டைக்கு நான் அனுப்பத்தக்கது இல்லை. அப்பிடி அவனுக்கிங்கே வருகிறதுக்குப் பயம் தோன்றியிருந்தால் அவன் இனத்திலே ஒரு பெரிய மனுஷரை இங்கே அனுப்பட்டும். நாமும் இங்கே இருந்து ஒரு ஆலோசனைக்காரனை அனுப்புவிக்கிறோம். அதன் பேரிலே அவர்கள் இங்கு வரட்டும்.”

“சுவாமி. பிரபுவாகிய தங்களுக்கு என் பேரிலே இப்படியாக் கொத்த பட்சம் வருகிறதுக்கு வேறு ஒரு காரணமும் இல்லை. சர்வ ஈசுவர தயாபரனாகிய இறைவன் தங்கள் மனசுக்குள்ளே இருந்துகொண்டு என் பேரில் தயை பண்ணும்படியாகச் சம்பவிக் கிறான். ஆனால் பிரபுவே, தாங்களே ஒரு காலை என்னை ஆற் காட்டு பேரிலே சந்து செய்யப் போ என்றபோது, அது உசித நேரம் இல்லை என்கிறதாக நான் மறுத்தேன். இப்போது உசித நேரம் வந்திருக்கிறதாக எனக்குத் தோன்றுகிறது. மாபூசுகான் இத்தனை ராச காரியமும் பண்ணினது இங்கிலீசுக்காரர் பேச்சைக் கேட்டுக் கொண்டுதானே. அதுவுமன்னியில், இத்தனை பேரைச் சாகக் கொடுத்து இன்னமும் கலாபம் பண்ணுகிறதில் லாபம் இல்லை என்கிறதாய், நம்முடன் சந்தியை முக்கியம் என்று ஆசித்துக் கொண்டிருப்பதாக எனக்குக் கபுறு கிடைத்த மட்டுக்கும் நான் போகிறதே நீதி. நான் போகாதே போனால், என்னைப் போல பயந்தவன் ஒருத்தரும் இல்லை. ஈசுவர ரட்சையும் தங்களைப் போன்ற மகானுபவரின் ஆசியும் எனக்கிருக்கையில் நாம் ஒருத்த ருக்கு அஞ்சுவதென்ன? அப்படியே என் உயிருக்கு ஹானி வந்தா லும் என்ன? இந்த உயிர் வெல்லமோ? என்றைக்கும் ஒரு நாள் போகிறது போகப் போகிறதுதானே. அது புதுச்சேரிப் பட்டணத்து வெகுசனங்கள் பிரயோசன காரியத்துக்குப் போகட்டுமே. சுவாமி யினுடைய கிருபா கடாக்ஷத்தினாலே கும்பினீர் காரியத்துக்கு என்னை நேமிக்கவும் இந்தக் கலாபம் இப்படி வந்ததுக்கு ராத்திரி பகல் அன்னம் பாரியாமாலும் உறங்காமலும் காரியப்பட்டு சர்வ

சாக்கிரதையுடனே இந்தப் பட்டணத்தைக் காபந்து பண்ணினேன். கோட்டைக்கு மூணு நாழிகை பயண தூர மட்டுக்கும் பெரிய அகழி பண்ணுவித்து லட்சம் குதிரைகள் வந்தாலும் எதிர்த்துக் கடக்க முடியாமல் நாம் பண்ணிப் போட்டு இருக்கிறதைக்கொண்டே ஆற்காட்டான் நம் சந்தை வேண்டுகிறான். இப்போது நாம் போவதே முறை. தடை சொல்லாது என்னை அனுமதியுங்கள்."

"அப்படியானால் போய் வா" என்று உத்தாரம் அளித்தார் துரை அவர்கள். குவர்னர் துரை, பிள்ளையைக் கட்டி அணைத்துக் கொண்டுதான் பிரியாவிடை கொடுத்தார்.

பிள்ளை தன் யானைமேல் ஏறிக்கொண்டு, வெறும் துணைக்காக நான்கு ஆட்களுடன் சந்து பேசப் புறப்பட்டார். பட்டணத்திலே இருக்கிற சகலமான பேர்களும் வெகு ஆதங்கப்பட்டு இந்தத் தைரியம் உதவாதய்யா என்று மலைப்புத் தோன்றச் சொன்னதற்கு அவர்களுக்குச் சமாதானத்தைச் சொல்லிப் புறப்பட்டார். பிள்ளை தனியாளாக வருகிறதைக் கேள்வியுற்ற மாபூசுகான் வெகு ஆச்சரியத்தை அடைந்து அங்கே தன்னைச் சூழ்ந்து அமர்ந்திருக்கிற பெரிய சமேதர்களையெல்லாம் பார்த்து, 'தைரியம் என்றால் ரங்கப் பிள்ளையுடையதே தைரியம்' என்றும், 'இந்தத் தைரியம் உலகத்திலே யாருக்கும் வராது' என்றும் வெகுவாகத் தோத்திரம் பண்ணிக் கொண்டிருந்தான்.

பிள்ளை அவன்முன் போய் நின்றுகொண்டு சலாம் பண்ணினார். ஆற்காட்டார் வழக்கப்படி, "எல்லாப் புகழும் இறைவனுக்கே சேரட்டும்" என்றும், "இறைவன் திருவருளாலே நவாபுக் குமாரர்கள் இருவரும் நீடிய புகழும், நிறைந்த ஆயுளோடும் வாழட்டும்" என்றும் வாழ்த்திக்கொண்டார். மேலான ஆசனத்திலே தானே அமர்ந்துகொண்டு ராச காரியம் பண்ணிக்கொண்டிருந்த மாபூசுகான், பிள்ளையைத் தம் முன் கண்ட மாத்திரத்தில், 'வாரும், வாரும். ஆனந்தரங்கப் பிள்ளையே' என்றபடி தம் ஆசனத்தை விட்டு எழுந்து வந்து பிள்ளையைக் கட்டி ஆலிங்கனம் பண்ணிக் கொண்டான். அப்புறமாக, "வாரும் நாம் தனியாக ஓரிடத்தில் தானே போய்ப் பேசுவோம்'' என்று அவர் கையைப் பிடித்து அழைத்துக்கொண்டு உடன் பிறந்தாரைப் போல, ஒரு கூடாரத்துக்கு அழைத்துக்கொண்டு போனான். சரி சமனாக இரண்டு ஆசனங்கள் போடப்பட்டிருந்தன. அங்கு அந்தக் கூடாரத்தில் தான் இருவரும் எதிர் எதிராக அமர்ந்துகொண்டார்கள். மாபூசுகான் தம் மனசில் உள்ளதைச் சொல்லத் தொடங்கினான்:

"பாரிசுத் துரைத்தனத்தின் மந்திரியாக இருக்கப்பட்ட பிள்ளைவாள்! சந்து பண்ணுகிறது என்பதுக்காக வந்திருக்கிற

உமது சன சேவை உண்மையிலேயே ரொம்ப உசத்தியானதுதான். நமக்குத் தருவதாகச் சொன்ன சென்னப் பட்டணத்தைத் தராது போயினமைக்காகத்தானே நமக்கு வருத்தமும் அகௌரவமும் ஏற்பட்டது. அதைத் தொட்டுத்தானே நாம் தண்டெடுத்துக் கொண்டு சண்டைக்குப் புறப்பட்டது. அப்படி இருந்தும் சென்னப் பட்டணத்திலே நமக்கு ஏற்பட்ட அழும்புக்கு அளவில்லை. எல்லாம் இந்த இங்கிலீசுக்காரர்களால் வந்த வினையல்லாமல் வேறு இல்லை. இங்கிலீசுக்காரர்கள் செய்த துர்ப்போதனையால் அன்றோ நாம் பிரெஞ்சியரைப் பகைத்துக்கொண்டது. நாம் இந்த இங்கிலீசுக்காரரை அழைப்பிச்சுக் கொண்டு பேசினோம். பிரெஞ்சுக் காரருடைய சவுரியப் பிரதாபமும் ஆனந்தரங்கப் பிள்ளை ஒருத்தன் அவர்கள் இடமாய்ச் சேர்ந்துகொண்டு அவன் நடந்துவிக்கிற தந்திர சாமர்த்தியமும் நமக்கு மைலாப்பூரிலேதானே நன்றாகத் தெரியும். அப்படியிருக்க உங்கள் பேச்சுகளையும் உங்களையும் நம்பி, நம்முடைய தகப்பன் சொன்ன புத்தியைத் தட்டிவிட்டு பிரெஞ்சுக்காரர்களுடன் நாம் தண்டெடுத்துக் கொண்டு சமருக்குப் போனோம். நீங்கள் வெகு அருகிலே, கீழ்ப்புறத்திலே இருக்கிறீர்கள் என்ற தைரியத்தில் தானே, நீங்கள் சண்டைக்கு நன்கு நிர்வாகம் பண்ணுவீர்கள் என்றுதானே குருடன் கிணற்றிலே விழுந்தாற்போல இங்கே வந்து பாளையம் இறங்கினோம். சென்னப் பட்டணத்தைப் போலொத்த பட்டணமும் அதற்குத் தக்கன சாமான்களும், கையிலே இருக்கிறதிலே இருந்தும் உங்கள் சாமர்த்தியம் போதாமை காரணமாகப் பிரெஞ்சுக்காரன் கொஞ்ச பலனோட வந்து ஒரு நாழிகையிலே சென்னைக் கேசவபுரக் கோட்டையைக் கட்டிக் கொண்டு போனான். அப்படிக்கொத்த இங்கிலீசுக்காரர் நீங்கள் எவனாவது திராசு பிடிக்கிறபோது, அதுக்கு நிறை கல் எடுத்துக் கொடுக்கத் தக்க பேரேயல்லாமல் நீங்கள் வேறே எதற்கும் பிரயோ சனப்பட மாட்டீர்கள். சண்டை நேரத்திலே தந்திர சாமர்த்தியம் அந்த ஆனந்தரங்கப் பிள்ளை ஒருத்தனுக்கேயல்லாமல் உங்களுக்கு உளதோ அவன் சாமர்த்தியம் என்றெல்லாம் நாம் பேசிப் போட் டோம். பிரெஞ்சுக்காரர்களுடைய கீர்த்தியும் அவர்கள் பவிஷும் அதுகளுக்குக் காரணமாயிருக்கிற நீரும் எல்லாம் நம்மால் புரிந்துகொள்ளப்பட்டது. அதைத் தொட்டு பிரான்சுக் குவர்னர் துரையவர்களுடனே நமக்குச் சந்து செய்விக்கப் பண்ணி, நமக்கும் பிரெஞ்சுக்காரர்க்கும் சினேகம் பண்ணுவிக்கிறது உமது கடமை யென்று எண்ணிக்கொள்ளும். நாமும் அதைத்தான் அபேட்சிக் கிறோம்.”

மாபூசுகான், இங்ஙனமாகப் பேசுகையில், அதை வெகு சிரத்தை யுடனே கேட்டுக்கொண்டிருந்து விட்டு, பிள்ளை சொன்னார்:

“மேதகையீரும், ராச வம்சத்தவரும் ஆன தாங்கள், என்பால் சிறியேனுக்குச் சம ஆசனமும், கௌரதையும் தந்து மகிமைப் படுத்தினது என் தகுதிகளை முன்னிறுத்தி அன்று, தங்களுடைய பெருமையையே, மற்றும் உதார குணத்தையுமே அது குறித்து நிற்கிறது. தங்களது மேலான பெருங்குணத்தால் வசீகரிக்கப்பட்ட அடியேனின் சில சொற்களைத் தாங்கள் காது கொடுத்துக் கேட்க வேணும். அஃது என்னவெனிலோ, எங்கள் குவர்னர் துரையாய் இருக்கப்பட்ட ஸ்ரீமான் துய்ப்ளெக்ஸ் பெருமான் அவர்கள், தங்கள் மேலே மிகுந்த மரியாதையும், கனமும் பண்ணிக்கொண்டு, அப்படி யாக்கொத்த சிறந்த மனுஷ்யரோடு சினேகம் பண்ணிக்கொள்ளாமல் வீண் காலம் கழிகிறதே என்பதை எல்லாம், ரொம்பவும் கஸ்தி கொண்டு, பெட்டியுள் இருக்கும் பாம்பென உயிர்த்துக்கொண்டும், தங்கள் தகப்பனார், தாங்கள், மற்றும் தங்கள் சகோதரர்கள் ஆகியோரின் கல்யாண, உதார, ரௌத்ர, ராச, பரிபாலன, சினேக, சுலப குணங்களை வருகிறவர்கள், போகிறவர்கள் மற்றும் தம் பெண் ஜாதி ஆகியோரிடம், மிகவும் சிலாகித்துத்தானே பேசிக்கொண்டிருக் கிறார்கள். என்ன இருந்தாலுமே, ஆற்காட்டார் குடும்பம் ராஜ வம்சம் அல்லவோ. நாம், வியாபாரிகள் மாத்திரம் அல்லவோ, என்றெல்லாம் தம்மை மிகவும் தாழ்த்திக்கொண்டும், தங்களை உயர்த்திக்கொண்டும், ஸ்திரீயைப் பிரிந்த புருஷன் போலும், மழையை எதிர்நோக்கும் பயிர் போலும், தாயை எதிர்நோக்கும் குழந்தை போலும், உழவனை எதிர்நோக்கும் நிலம் போலும், தங்கள் சினேகத்தை விசேஷித்துக் காத்துக் கிடக்கிறார்கள். ஆற்காட்டு அரச வம்சத்தில், சிங்கம் போல் ஜொலித்துக் கொண்டிருக்கும், குறிப்பாகத் தங்களது மேட்டிமை, அற்ப பணங்காசுக்கோ, பொன் பொருளுக்கோ, நகை நட்டுக்கோ, சொத்து பத்துக்கோ வேண்டி ஏற்பட்டதோ அன்று. மனங்கலந்த பாசத்துக்கு மட்டில் அன்றோ? அல்லாவிடில், தங்கள் ராச பரிபூரணத்துக்கு எதிராக எங்கள் ராச்சியம் எம்மாத்திரம்? தங்களுக்கு எம் போன்றோர் கொடுக்கத் தக்கது யாது, உள்ளார்ந்த சிநேகத்தைத் தவிர? தாங்களோ, பிரபு, அன்ன தாதா, எங்களிடம் என்ன எதிர்பார்க்கத்தான் முடியும்? ஆகவே, தாங்கள் எங்கள் புதுச்சேரிப் பட்டணத்துக்கு எழுந்தருளி, எங்கள் குவர்னர் பெருமான் கையால் தலைப்பாகை கட்டுவிக்கப் பண்ணி எங்கள் விருந்தாளியாக இருந்து எங்களுக்குக் கௌரவம் வரப் பண்ண வேணும்.”

“ஆகா, அதுக்கென்ன, செய்தால் போச்சு! எனக்கு மிகவும் சந்தோஷமாச்சுது. உன்னைப் போலொத்த புருஷன், பாதுஷா அண்டையிலே மந்திரியாக இருக்க வேணும். அல்லவென்றால், நிசாமண்டையிலேயாகினும் மந்திரியாய் இருக்க வேணும். பிரான்சுக்காரர் செய்த அதிருஷ்டம், அவர்களுக்கு நீ கிடைத்தாய்.

இப்போதும் நீ எந்தப்படி சொன்னாலும், அந்தப்படி நாங்கள் கேட்கிறோம். உன்னை நம்பியே நாம் புதுச்சேரிப் பட்டணத்துக்கு வருகிறோம்" என்று மாபூசுகான் சொல்லவே, "ஆஹா, பெருமான் ராசா என்னை நம்பி வாரும். சிந்தனை என்னயிருக்கிறது'' என்று அழைப்பை ஸ்திரப்படுத்தினார் பிள்ளை.

சினேகத்துக்கு அடையாளமாகவும், அன்புக்குப் பருண்மை யாகவும், மாபூசுகான், தன் கையிலே இருக்கிற கட்டாரியையும், கத்தியையும் ஆனந்தரங்கப் பிள்ளை கையிலே கொடுத்துச் சகல வெகுமானமும் பண்ணி, அவர் பிறகாலே புதுச்சேரிப் பயணம் ஆனான்.

"என்னது, மாபூசுகான், சினேகிதனாகி, நம்மைக் காண வருகின் றானா?" என்று அதி ஆச்சரியமுடன் சொன்னார், துய்ப்ளெக்ஸ்.

"வருகின்றார், இல்லை, பிரபு. வந்துவிட்டார். நம் தோட்டத்தில் நம் பரிவாரங்களோடு தங்கியிருக்கிறார். தங்களைப் பேட்டி பண்ணிக்கொள்ள நேரம் குறித்துவரச் சொன்னார்."

"தலைக்கு வந்தது..."

"தலைப்பாகை கட்டிக்கொண்டு போயிற்று" என்று முடித்தார் பிள்ளை.

"ரங்கப்பா! பெரிய காரியம் பண்ணிவிட்டாய்! புதுச்சேரியைப் பெரிய அழிவில் இருந்தும் காப்பாற்றிவிட்டாய். நமது கவுரவத் தையும் சந்தி போகாமல் பண்ணிவிட்டாய். நீ செய்திருக்கும் இந்தக் காரியமாகப்பட்டது பிரான்சு தேச ராசாவுக்கும், பிரான்சு தேச கவுரவத்துக்கும் ரொம்பவும் பிரீதியானது. இந்த ராசதானியில், உன்னைப் போலொத்த ஒரு தைரியசாலி புருஷன், ஒரு மகா மேதையான புருஷன், மந்திரிகளுக்கு இருக்கத் தக்கதாகிய நுண் அறிவு, வாக்கு சாதுர்யம், ராஜ விசுவாசம், எந்த விவகாரத்திலும், நம் தேசத்துக்கு சுபிட்சம் அவாவுதல், இன்னவற்றில் உனக்கு நிகர் நீயே. உனக்கு நானும், இந்தப் புதுச்சேரிப் பட்டணமும் மிகுந்த கடமைப்பட்டிருக்கிறது" என்றபடியே, குவர்னர் துரை துய்ப்ளெக்சு அவர்கள், ஆனந்தரங்கப் பிள்ளையைத் தழுவிக்கொண்டார்கள்.

தேவரடியார்கள் நடனம் ஆடிக்கொண்டு வரவும், வாத்தியக் காரர்கள் வாத்தியங்களை இசைத்துக்கொண்டு வரவும், பாதுஷா, குவர்னருக்கு அளித்த வெள்ளைப் பொன் வண்ணக்கொடி குதிரைமீது வரவும், ஆனை, ஒட்டை, குதிரை, காலாட்படை, சன்னதுகள் அணி வகுத்து வர புதுச்சேரிக் கோட்டைக்குள் புகுந்தார், மாபூசுகான். கோட்டை வாசலில், குவர்னர் துரை

நின்று காத்திருந்து மாபூசுகானைத் தழுவிக் கொண்டு வரவேற்றார். கோட்டையில் இருபத்தியொரு பீரங்கிக் குண்டுகள் முழங்கின. மாபூசுகான், குவர்னர் அருகே அமர்ந்தபோதும், எழுந்தபோதும், தீனிக்கு உட்கார்ந்தபோதும், மதுவருந்தின போதும் அவ்வண்ணமே நிகழ்ந்தது.

தீனி தின்றுகொண்டு மாபூசுகான் சொன்னான்:

"பிரெஞ்சுக் குவர்னர் துரையோடு நமக்குச் சினேகிதம் கிடைத்தது நமக்கு மிகவும் மகிழ்ச்சியாகவும், கவுரதையாகவும், கனம் பண்ணிக்கொள்ளத் தக்கதாகவும் உள்ளது."

"ஆகா. அது உங்கள் மனது. தாங்கள் மிகவும் பெரியவர், மாகாநுபாவர். தேசத்து ராஜா, தாங்கள் எம்மோடு, எங்கள் மேல் கருணையொன்றே காரணமாக, இறங்கி வந்து தயை பண்ணினதுதான், எங்களால் மறக்க வொண்ணாதது."

"நமது சினேகிதம் வளர்பிறை போலவும், மனுஷ தேகம் போலவும் நாளுக்கு நாள் வளர வேண்டியது."

"அதில் அட்டி என்ன? நம் சினேகிதம், புத்தி மாதிரியும், வார்த்தை மாதிரியும் நாளுக்கு நாள் பெருக வேண்டியது."

பிள்ளை, அவர்களுக்கு எதிரில் போய் நின்றுகொண்டு, சொன்னார்:

"ஆகா, தாங்கள் இருவரையும் ஒரு சேரப் பார்க்கிற பாக்கியம், என் கண்களுக்கு உண்டாச்சுதே! சூரிய சந்திரன் போலவும், கை விரல் போலவும் தாங்கள் நெருங்கி நிற்கிறது எனக்கு மகா சந்தோஷமாச்சுது."

மாபூசுகான் நகைத்துவிட்டுச் சொன்னான்:

"ஸ்ரீ ஆனந்தரங்கப் பிள்ளை தங்கள் சமஸ்தானத்திலே இருந்தபடியாலே, உங்களுக்கு இப்படிப் பளுவாய் வந்த காரியத்தை அவர் புத்தியினாலே இப்படி லகுவாய்ப் பண்ணினான். என்னைத் தங்களிடத்தே நேராக அழைத்துக்கொண்டு வந்து சமாதானம் பண்ணிப் போட்டான். இவனுடைய புத்திக்கு இந்த இடம் போதாது. நிசாம் கீழே மந்திரியாக இருக்க வேணும். அல்லது பாதுஷாவிடத்திலே மந்திரித்தனத்துக்கு யோக்கியனே அல்லாமல், மற்றபடி பின்னை ஒருவிதமாய்ச் சொல்லப்படாது. அறிவிலே அவன் மலைச் சிகரம். வாக்கு சாதுர்யத்திலே மகா மேதாவி. விதரணை தெரிந்து பழகுவதிலே மகா மதியூகி. சொந்த லாபம் சிந்திக்காது பணியாற்றுவதில் இவன் பரமயோகி."

துரை தலையசைத்துச் சொன்னார்:

“மெய்தான். இவன் மெத்தப் புத்திசாலி. மகா நிருவாகி, அவனுக்கு இவன் தகப்பன் மெத்தப் புத்திசாலி. அப்படியாக் கொத்த தகப்பனுக்கு மகன் இப்படி இருக்கிறது ஆச்சர்யம் இல்லை.”

பிள்ளை, தம் தந்தை பிரக்யாதி பெற்றதைக் குறித்துக் கண் கலங்கி நின்றார்.

52

நல்ல வட்ட நிலவுக்குக் கண்டம் மாதிரியும், நல்ல நீருக்கு நுரை போலவும், வளர் மரத்துக்குப் புல்லுருவி மாதிரியும், குவர்னர் துய்ப் ளெக்சு அவர்களுக்கு அவர் பெண்சாதி மூான் அம்மை வாய்த்திருக் கிறாளே என்று சனங்கள் மனம் சலித்துப் பேசும்படியாகி விட்டது, பிள்ளைக்கு மிகவும் வருத்தத்தைத் தந்தது.

சென்னைக் கேசவப் பட்டிணத்தில் இருந்து வந்து கொண்டிருந்த சேதி, அத்தகையதாய் இருந்தது. அன்று சென்னப் பட்டணத்திலே இருந்து வந்திருந்த நாகாபரணப் பண்டிதர் ரொம்பவும் விசனப்பட்டுக்கொண்டு சொன்னார்:

“பிள்ளைவாள்! உம் குவர்னர் துரை துய்ப்ளெக்சு அவர்கள் தம்முடைய பெண்சாதியை முன்னிட்டுக்கொண்டு, சென்னப் பட்ட ணத்திலே இருக்கிற வார்த்தகர்கள், பெரிய மனுஷர்கள் முதலானவர் களிடம் தம் ஆள்களை அனுப்பியும், மிரட்டியும், அதட்டியும் பணம் பறிக்கிறார் என்று பட்டணத்திலே பெரும் பேச்சாய் இருக்கிறது.”

பண்டிதர் பேச்சு, தம்மைக் குறித்துப் பேசப்பட்டது போலவே அவமானப்பட்டார் ரங்கப்பிள்ளை. ரொம்பவும் மனக் கஸ்தியோடு பிள்ளை சொன்னார்:

“சென்னப்பட்டணத்தைப் போலொத்த பட்டணம் கையிலே கிடைத்தும், அதைச் சரியாக நிருவகியாமலும், நிர்வாகம் பண்ணத் தக்கதாக ஒரு விவேகியைப் போடாமலும், அந்தப் பட்டணத்தை எப்போதும் போலே பந்தோபஸ்து போடத் தவறினார் நம் குவர்னர் பெருமான் என்கிற அபகீர்த்தி அவருக்குச் சேர்ந்திருக்கிறது. அத்தோடு, பட்டணத்தில் உள்ளவர்களும் பட்டணமும் எப்படி யாகிலும் போகுது. தம் பெண்சாதி தம்முடைய குவர்னதோர் செல்வாக்கையும் ஹோதாவையும் பிரயோகம் பண்ணி வர்த்தகர் அண்டையிலே பணம் தண்டிக் கொண்டிருக்கிற நீசத் தனத்தைக் கண்டிக்காததினால் ஏற்பட்டிருக்கிற அபகீர்த்தியும் அவரைச் சேர்ந் திருக்கிறது. ஒரு மனுஷனுக்கு இரண்டு விதத்திலே புத்தி செயல்பட

வேணும். ஒன்று, சுதாவாகத் தன் புத்தியைக்கொண்டு சீர்தூக்கி நல்லது கெட்டது அறியவேணும். தன் யோக்யதை, தன் எல்லை, தன் பெருமைகளை உள்ளபடியாக அறிந்துகொண்டு தவிர்க்கப்பட வேண்டிய காரியங்களைத் தவிர்த்துப் போடுதல், நம் குவர்னருக்கு ரெண்டுமே சரியில்லை என்கிறதுதான் வெளிப்பட்டுப் போச்சு...”

மதாம் மூான் துய்ப்ளெக்ஸ் அம்மையார் இடத்திலே, திருட்டுப் பசங்கள் என்று பெயர் எடுத்தவரும், பட்டணத்திலேயே பெரிய முடிச்சவிழ்க்கிகள் என்ற பெயர் எடுத்தவர்களும் ஆன, பாப்பனப் பிள்ளை என்கிறவனும், வெங்கிட்டராயன் என்கிறவனும் ஆன இரண்டு பேர் இருந்தார்கள். மூான் இப்படியாக்கொத்த ஆள்கள் நூறு பேரைத் தன் வசம் வைத்துக் கொண்டிருந்தாள். அந்த இரு வரையும் சென்னப் பட்டணத்திலே இருக்கிற பெரிய வர்த்தகர் அண்டைக்கு ஏவினாள்.

பவழக்காரத் தெருவிலே அங்கண்ணச் செட்டி என்கிற பெரிய வர்த்தகர் அண்டைக்கி, மேற்படி பார்ப்பனப் பிள்ளை என்கிற வனும், வெங்கிட்டராயனும், கடற்கரை உத்தியோகத்துக்கு வந்து அது எடுபடாமல் துபாசி உத்தியோகம் பண்ணுகிற மராட்டியன் ராமச்சந்திரய்யனும், தஞ்சாவூர் சுருட்டுப் பொறுக்கி என்று அறியப் பட்ட நல்லதம்பி என்கிறவனும் போய்ச் சேர்ந்தார்கள். நாலு நல்ல பாம்புகள் தம்மைச் சுற்றிக் கொண்டால் என்னும்படி திடுக்கிட்டு, அதிர்ச்சியுற்ற அங்கண்ணச் செட்டி ‘’ஏது நாலு பேர்களும் நம்மிடம் வந்தது” என்று நைச்சியமாய்க் கேட்க, அப்போது பாப்பனப் பிள்ளை சொல்லுவான்.

“செட்டியாரே, தாங்கள் மிக்க கௌரவஸ்தர், நாணயஸ்தர். பெரிய குடும்பி, கும்பினி பவழ வியாபாரத்தில் பெரிய ஐஸ்வர்யக்காரர். கும்பினித் தோரா துரைகளுடனே சம்பாஷித்துச் சரியாசனம் வகிக்கிறவர். அப்படியாக்கொத்த தங்களுக்கு இப்படி ஒரு நேரம் வந்துற்றதே.”

அது கேட்டு, அங்கண்ணச் செட்டி வியாகூலத்தால், அரை மூர்ச்சை அடைந்தவர் போல் மெய்விதிர்த்துச் சொல்லுவார்.

“அஃதென்ன? எறும்புக்கும், ஈக்கும் கூட ஒரு பழுது வராமல் படிக்கு வாழ்கின்றவனாகிய எனக்கு என்னத்துக்கு நேரம் வருவதென்ன? சற்று விவரமாய்க் கூறுங்கள்.”

“நீர் யோக்யர்தான். சிலாக்கியர்தான். இருந்துமென்ன? உம்மோடு தங்கி வாழ்கின்றவனான ஐயன் செட்டி என்கிற உன் மருமகன், இங்கிலீசுக்காரர்களின் உளவு மனுசன் என்று பிரான்சு குவர்னர் துரை துய்ப்ளெக்ஸ் பிரபு அவர்களுக்குச் சேதி போய்

இருக்கிறது. மேலாக உம் மருமகன் உளவு வேலை செய்ய, நீர் மறைவாக அவனுக்கு உதவுகிறீர் என்று குவர்னர் துரை உம்மீது ரொம்பவும் கோபமாக இருக்கிறார். உம்மைப் பிடித்துக் கிடங்கில் தள்ளக்கூடும் என்று பரவலாகப் பேசப்படுகிறதே, நீர் அறியீரோ? பிரான்சு குவர்னர் பிரபுவுக்குக் கீழே இங்கே உத்தியோகம் பண்ணிக்கொண்டிருக்கிற சென்னப் பட்டணக் குவர்னர் செவிடன் துய்வால் பிரபுவும் கூட உம்மைப் பிடித்துப் போடுகிறது என்று இருக்கிறார்கள்."

நேருக்கு நேராய்ப் புலியைக் கண்டாற்போல, செட்டியாருக்கு வியர்த்து, அச்சத்தால் முகம் வெளுத்து, நாடி தளர்ந்து, வாய் குழறப் பேசினார்.

"நான் ஒரு பாவமும் செய்கிறவன் அல்லன் என்று அந்தச் சிவபெருமானுக்கே வெளிச்சம். அரகரா, சிவசிவா என்று இருக்கிற வனாகிய எனக்கு இப்படி நேரம் வந்துவிட்டதே. ஐயன் செட்டி எனக்கு மருமானே என்று சோறு போட்டுக் கட்டத் துணி தருகிறது அல்லால், எனக்கு வேறு எதுவும் தெரியாதே. இப்படி வந்திருக்கிற பழிக்கு நான் என்ன செய்யட்டும்?"

சுருட்டுப் பொறுக்கி நல்லதம்பி இருந்துகொண்டு சொன்னான்:

"தங்கள் அதிர்ஷ்டம், புதுச்சேரிக் குவர்னர் துரையின் பெண் ஜாதி உருவில் வந்து தங்களைக் காக்கச் சித்தம் கொண்டுள்ளது. தாங்கள் பெரிய மனுசர். பிரக்யாதிவான். அப்படியாக்கொத்த ஒருவர்க்கு அபகீர்த்தி வர விடுவேனா என்று. அந்த அம்மாள் சாட்சாத் தெய்வம் போலே தங்களைக் காக்கிறதுக்கு இருக்கிறாள்."

"ஆகா, அந்த அம்மைக்கு நாம் என்ன கைமாறு பண்ணப் போகிறோம்."

"அதிகம் வேண்டாம். அந்த அம்மைக்குத் தங்கத்தாலும் வைரத்தாலும் ஆன கைவளை ஜோடி ஆறும், பரிசாகப் பத்தா யிரம் வராகனும் அளியுங்கள். மற்றபடிக்கு நாம் பேசி, சரிப்படுத்தி தங்களுக்கு நேர்ந்த வில்லங்கத்திலிருந்து தங்களைத் தப்புவிக்கச் செய்கிறோம்."

"பரிசுப் பணம் கொஞ்சம் அதிகம்தான்" ஆனாலும், அவமானத்துக்கு முன்னால், அது ஒன்றும் பெரிதல்லவே."

செட்டியார், வைரம் இழைத்த ஆறு ஜோடி வளையல்களையும், வராகன் பத்தாயிரத்தையும் தந்தார். சுருட்டுப் பொறுக்கி நல்லதம்பி அவற்றை எடுத்துக்கொண்டு, மூன் அம்மையிடம், நாலு ஜோடி வளையல்களையும், ஆறாயிரம் வராகன்களையும் கொடுத்து, "அவ்வளவுதான் தந்தார்" எனக் கூறி, இனாமும் பெற்றுக் கொண்டான்.

மச்சாவதார முதலி என்கிறவன், கும்பினியார் கப்பல்களுக்குச் சரக்கு பிடித்து ஏற்றியும், இறக்கியும், நாலு காசு பார்த்துக் கொண்டு வெகு சந்தோஷமுடனே இருந்தார். அவருக்குப் பீடை மூனம்மையாக வந்தாள்.

முதலி, கடற்கரையிலே இருந்துகொண்டு, கிடங்கில் இருந்து கொண்டு வந்து சேர்க்கும் துணிச் சிப்பங்களைப் பார்வையிட்டுக் கொண்டு இருந்தார். அந்நேரம் அவனிடத்திலே துபாஷ் ராமச் சந்திரய்யனும், வெங்கட்டராயனும் வந்து சேர்ந்தார்கள். ராகு காலம், இருவர் உருவத்திலே வந்தால் அன்ன திடுக்குற்றார் முதலி.

"என்ன முதலி, சுகமாக இருக்கிறீரா?" என்று வலை போடத் தொடங்கினான் அய்யன்.

"ஏதோ பகவான் அனுக்கிரகத்திலும், கும்பெனியார் தயவிலும் சீவித்துக் கிடக்கிறேன். உங்கள் அம்மா, குவர்னர் பெண்சாதி சௌக்யமாய் இருக்கிறாரா?"

"குவர்னர் பெண்சாதிக்கு என்ன குறைச்சல். உம்மைக் குறித்துத்தான் அம்மா கவலைப்பட்டார்."

"என்ன, என்னைக் குறித்துக் கவலைப்பட்டாரா? அதேது? என்னைக் குறித்துக் கவலைகொள்ள என்ன காரணம்?"

"முதலியாரே, நம்மைக் குறித்துக் கவலைப்படுவோர், யார்? நம் சுகத்தின் மேலே அக்கறை உள்ளவர்கள் தாமே கவலைப்படு வார்கள். வேண்டப்பட்டோருக்குத் துன்பம் வந்தால், அம்மாவால் கவலைப்படாமல் இருக்க முடியுமா?"

"அஃதென்ன, அப்படிச் சொல்லுகிறது? எனக்குத் துன்பம் வருகிறாற்போலே ஏதேனும் இருக்கிறதா? என் வயிறு கலங்கு கிறதே."

"பெரிதாய் ஒன்றும் இல்லை. காரைக்கால் சோமு முதலி என்கிறவனைத் தாம் அறியீரோ? அவன் அம்மாளைப் பார்த்து, கும்பனி சரக்கு சேர்த்துக் கொடுக்கிற, ஏற்றுகிற, இறக்குகிற ஏஜென்டு வேலையைத் தமக்குச் சாதகமாக்கிக் கொடுக்க வேணும் என்று பிரயாசைப்பட்டு அதுக்காகப் பன்னிரண்டாயிரம் வராகன் அம்மா வுக்குத் தருகிறதாகச் சொல்லியிருக்கிறான். அதுவுமன்னியில், கப்பல் போகிறது வருகிறது ஒவ்வொன்றுக்கும் சுமார் ஐம்பது வராகன் தரவும் சம்மதித்துள்ளான். அதுகுறித்து அம்மாள் யோசனை பண்ணிக்கொண்டிருக்கிறார். ஏது நடக்குமோ, யாம் அறியோம்."

முதலி தலையில் இடி விழுந்தாற் போல, திகைத்துத் தடுமாறி, நாக் குழற, 'இதேது' முதலுக்கே மோசம் வந்துற்றதே என்று துக்கித்து, நிலையெய்தி அப்புறமாய்ச் சொன்னார்:

“என்ன கஷ்டகாலம், வீட்டுக்குள் தீ புகுந்தாற் போலே ஆச்சுதே. திருடன் வந்தாலாவது முறம், விளக்குமாற்றை விட்டுப் போவான். தீ புகுந்தால் என்ன மிஞ்சும்? மனசு கல்மிஷம் இல்லாமல், கும்பனியார் சவரட்சணைக்கு நான் உழைச்சுக் கொண் டிருக்கிறது, அந்தப் பெருமானுக்கே தெரியும். நான் என்ன மேலும் சொல்லுகிறது? தாங்கள்தான் தயை பண்ணி ஒரு யோசனை சொல்லி, இந்தப் பெரும் அபாயத்தில் இருந்து என்னைக் கரை யேற்ற வேணும்.”

“அதை நம்மிடம் விடும், முதலியாரே! காரைக்கால் சோமு முதலி கொடுக்கிறதாகச் சொல்லுகிற தொகையை நீரே கொடுத்துவிடும். அப்புறம் அம்மா அதை வேறொருத்தருக்குக் கொடுத்துவிட மாட்டாரே.”

“அது உள்ளதுதான். ஆனால், சோமு முதலி கொடுக்கிறதாகச் சொல்லும் தொகையை என் போன்ற எளியனால் எவ்வாறு தர இயலும்? அதைத் தொட்டுத்தான் யோசிக்கிறேன்.”

“பன்னீராயிரம், தங்களைப் போலொத்தப் பிரபுகளுக்கு ஒரு தொகையா? எப்படியாவது புரட்டித்தானே தீரவேணும்? அதுவு மன்னியில், கெண்டையைப் போட்டுத்தானே விராலைப் பிடிக்க முடியும்? ஆயுசு பூராவும் இந்தச் சம்பத்தை நீர் காண வேணும் எனில், இதைச் செய்து தானே தீர வேண்டியிருக்கிறது.”

“அதுவும் உண்மைதான். எனக்கு அவகாசம் கொடுக்க வேணும். வரும் அமாவாசைக்குள்ளாகப் பணத்தைப் புரட்டிக் கொடுத்து விடுகிறேன்.”

“செய்யும். எவ்வளவு சீக்கிரத்தில் செய்ய முடியுமோ செய்யும். நமக்கு ஆப்தமாக இருக்கப்பட்ட முதலி நீர். அந்த சினேகிதத்துக் கல்லவோ, நாம் சொல்லுகிறது.”

அமாவாசைக்கு முன்தினமே, முதலியார் கேட்ட தொகையைக் கொடுத்தார். பன்னீராயிரத்தில், பத்தாயிரம் வராகன், மூான் அம்மைக்குப் போய்ச் சேர்ந்தது.

ஆனந்தரங்கர், நாகாபரணப் பண்டிதரிடம் சொன்னார், “குவர்னருக்கு வாய்த்த இந்த ஸ்திரீ ரத்தினம், என்ன பண்ணினாள் தெரியுமோ? தம் ஆள்களை விட்டு, சென்னையில் குருவப்பச் செட்டி, சிங்கண்ணச்செட்டி, ஶ்ரீதரச் செட்டி, வீராமுதலி, சுப்பைய முதலி, சுந்தர நாய்க்கன் முதலிய தனவந்தர்கள், வர்த்தகர்களிடம், அவர்களை மிரட்டிப் பணம் சம்பாதனை செய்துகொண்டிருக் கிறாள். சிலரிடம், அவர்கள் செய்யாத குற்றங்களைச் சுமத்தி அவர்களை அவமானப்படுத்திப் போடுவதாகச் சொல்லி பணம்

தண்டுகிறாள். சிலரிடம், அவர்களின் கும்பினி உத்தியோகத்தை மாற்றிவிடப் போவதாகச் சொல்லிப் பணம் வசூலிக்கிறாள். சிலரிடம் உத்தியோகத்தில் வைப்பதற்குப் பணம் வசூலிக்கிறாள். சிப்பாய் உத்தியோகத்திற்கு நூறு ரூபாய். சிப்பாய்களுக்கு தலைமையாக இருக்கிற நாயனார், அருமாத்த பிள்ளை ஆகிய உத்தியோகங்களுக்கு இருநூறு ரூபாய். கும்பினி எழுத்தராகப் பதவி பெற முந்நூறு. குவர்னர் பெண்சாதி என்கிற ஹோதாவைப் பயன்படுத்திக் கொண்டு, வர்த்தகர்களிடம் குறைந்த வட்டிக்குக் கடன் வாங்கி, கூடுதல் வட்டிக்குப் பணம் கடன் கொடுக்கிறாள்."

"ஆனால், பிள்ளைவாள், சென்னப்பட்டணத்து விவகாரங்கள் இவளுக்கு எப்படித் தெரிகிறது? அங்குள்ள வர்த்தகர்களின் ஸ்திதி இவளுக்கு எப்படித் தெரிகிறது..."

"முன்னாலே, மோர்சு என்கிறவன், சென்னப் பட்டணத்து எஜமானாக இருந்தான் அல்லவோ, அவனுடைய பெண்ஜாதியை இவள் கைக்குள் போட்டுக்கொண்டிருக்கிறாள். அவள் மூலியமாக, இவள் செய்திகளும், அரசாங்க விவகாரங்களையும் சம்பாதிக்கிறாள். அத்தோடு, இப்போது எஜமானாக இருக்கப்பட்ட செவிடன் துய்வாலையும் அவன் பெண்சாதியையும் கைக்குள்ளே போட்டுக் கொண்டுள்ளாள். செவிடன் துய்வால் இருக்கிறானே, அவனுக்கு எழுதிக் கொடுத்தால் அல்லாமல் தெரியாது. அதோடு மகராசன் பிள்ளையாய் இருந்தபடியினாலே, பணம் சம்பாதிக்கிறது வருத்தம் என்று தெரியாமல், கூடை கூடையாகக் கொட்டிக்கொள்ள வேணுமென்று நினைக்கிறான். இப்போ கையிலே காசு இல்லாதவனாக இருக்கிறபடியால், காசு கொடுக்கிறோம் என்று சொன்னால், எந்தக் காரியம் எப்படிச் செய்ய வேணுமோ அந்தக் காரியம் அப்படியே செய்கிறது. விவேகம் என்கிறது குடியிருந்த ஊரிலே குடியிருந்தவன் என்றாலும், அதை அறியாதவன். தொழில் மார்க்கம் அறியாதவன். அமல் பண்ணியும் அறியாதவன். இப்படி அவிவிசேசத்துக்கெல்லாம் இருப்பிடமாய் இருக்கிறவனை அந்த இடத்துக்கு வைத்ததும் அல்லாமல், அவன் பெண்டாட்டி இருக்கிறாளே அவள், வெறும் கல்லிலே நாருரிக்கிறவள். பச்சைப் பாம்புருட்டி. காசென்றால் பின் ஒன்றையும் யோசிக்காதவள். இப்படியெல்லாமாகச் சேர்ந்து, சென்னப்பட்டணத்து ஜனங்களைப் பாழ்படுத்திக்கொண்டிருப்பது போதாமல், நம் குவர்னர் துரையவர்களுக்கும் மிக்க அபகீர்த்தியைத் தேடிக் கொடுக்கிறார்கள். என்ன பண்ண? இது பிரபுவின் போதாமைக் காலம்."

"நடக்கிற விவகாரங்களை நீர் துய்ப்ளெக்சுப் பிரபுவுக்கு எடுத்துச் சொல்ல வேண்டாமோ?" என்றார், நாகாபரணப் பண்டிதர்.

"சொல்லுவோம். தக்கபடியான நேரம் வரட்டும்."

அந்த நேரம் வந்தது. வக்கீல் சுப்பையன் ரங்கப் பிள்ளைக்கும், குவர்னருக்கும் சேர்த்துக் கடிதம் எழுதியிருந்தான். அதில், சென்னப் பட்டண வர்த்தகர் பலரும், தனவந்தவர்கள் பலரும், பிரான்சு குவர்னர் துரை பேரிலும், அவருடைய பெண்சாதி பேரிலும் மிகுந்த விசனத்தோடும், அதிருப்தியோடும் இருக்கிறதாகச் செய்தி எழுதி வந்தது. 'குவர்னர் என்கிற தம் புருஷனின் ஹோதாவையும், கவுரதை யையும் பார்க்காத அந்த மனுஷி, தாம் ஒரு ஸ்திரீ என்கிறதையும், ஸ்திரீயாகிய மனுஷ ஜென்மத்துக்கு இருக்கத்தக்க மரியாதையை யும்கூட விலக்கிக் கொண்டது மிக்க இழிவான காரியம் எனச் சனங்கள் பேசிக் கொள்கிறார்கள்' என்று எழுதி வந்தது. அந்தத் தபால்களை எடுத்துக்கொண்டு குவர்னரைப் பேட்டி பண்ணிக் கொண்டார் பிள்ளை.

தமக்கு வந்த அந்த லிகிதங்களை எடுத்துக்கொண்டு குவர்னர் வசம் சேர்ப்பித்தார் பிள்ளை. குவர்னர் எல்லாவற்றையும் படித்துப் பார்த்தார். பிறகு மௌனமாகச் சிலபோது இருந்தார். அவர் முகம் வெட்கத்தாலும், அவமானத்தாலும் மேலும் கருகிச் சிவந்தது. பிள்ளையின் முகத்தைப் பார்ப்பதைத் தவிர்த்தார். பிறகு சொல்லிக் கொண்டார்:

"அப்புறம் சென்னப் பட்டணத்துச் சேதி வேறு ஏதாகிலும் இருக்கிறதா?"

"இல்லை பிரபு. இவை மட்டும்தான். இதுக்கு நாம் நடவடிக்கை எடுப்பது அவசியம் என்று எனக்குப் படுகிறது."

"என்ன பண்ண வேணும் என்று சொல்கிறாய்?"

"சென்னப்பட்டணத்திலே இருக்கிற வர்த்தகர், தனவந்தர்கள் அத்தனை பேருக்கும், தாங்கள் லிகிதம் எழுத வேண்டும். காசியம், கலைகள் அத்தனையும் இவ்விடத்துக்கு உத்தாரம் இல்லாதபடிக்கு நடத்த வேண்டாம். எது பண்ணினாலும், குவர்னருக்கு எழுதி அவர் பதில் கண்டே நடப்பிக்கிறது என்று எழுதி அனுப்பினால் அது சுகப்படும். அல்லாவிடில் தங்கள் கவுரதைக்கு ஆபத்து வந்து சேரும்."

பிரபு, மிகவும் யோசித்துக்கொண்டிருந்து விட்டு அப்புறமாகச் சொன்னார்:

"அப்படிச் செய்வது, நம் மதாமைக் காட்டிக் கொடுக்கிறாற் போல இருக்குமே."

"தாங்கள் மதாமிடம் இது குறித்துப் பேசி தக்க நடவடிக்கை எடுக்கவேணும்."

குவர்னர் யோசித்தபடியே இருந்தார். "அது மெத்தச் சிரமமாக இருக்குமே, ரங்கப்பா."

பிள்ளை மௌனமாய் நின்றிருந்தார்.

"மூான், நான் எதைச் செய்யக்கூடாது என்கிறேனோ, அதையே செய்கிற பழக்கம் உடையவள். அவளது சுபாவம் அப்படி. மீறிக் கடுமையாக நடந்துகொண்டு அவளை வருத்தப்பட வைக்கும் தைரியம் எனக்கும் கிடையாது. என்ன பண்ணுவேன்."

"ஆனால் பிரபு, சென்னப் பட்டணத்துச் சனங்கள் மிகவும் அவதிக்குள்ளாகி இருக்கிறார்களே."

துய்ப்ளெக்ஸ் பிரபு சற்று நேரம் விசனத்தோடு இருந்துவிட்டுச் சொன்னார்:

"ரங்கப்பா, நீயும் ஒரு குடும்பி. சம்சாரத்தோடும், மக்களோடும் வாழ்கிறாய். உன்னால் புரிந்துகொள்ள முடியும். நான் மூானைக் கைப்பிடிக்கும் போதே, எந்தக் காலத்திலும், எதை முன்னிட்டுக் கொண்டும், எந்தச் சந்தர்ப்பத்திலும் சிறு அளவு, விரல் நகக்கீறல் அளவுகூட வருத்தம் ஏற்படுத்துவதில்லை என்று சங்கல்பம் செய்து கொண்டுதானே அவளைக் கைப்பிடித்தேன். அது மாத்திரம் அன்று ரங்கப்பா! உனக்குத்தெரியுமே. மூான், வேன்சான் என்கிறவன் பெண்சாதியாக இருந்து அவனுக்குப் பதினொரு பிள்ளைகள் பெற்ற பிறகு எனக்கு மனைவியானவள் தானே. அந்தச் சமயத்தில் பெண்ணுக்கு இருக்கிற நிரம்பிய பயம் அவளுக்கும் இருந்தது. அதைப் போக்கயென்றே நான் இந்தப் பிரதிக்ஞையை ஏற்றுக் கொண்டேன். மூான், எப்போதும் எனக்கு நம்பிக்கையாகவும், என் கவுரதையை உயர்த்துகிற விதத்திலும் வாழ்ந்தாள் என்பதற்கில்லை. எனினும், நான் அவளைச் சகித்துக்கொண்டுதான் இருக்கிறேன். சகித்தல்தான், தாம்பத்யம் என்று நான் நம்புகிறேன். சகித்துக் கொண்டிருப்பதால்தானே, எங்கள் வாழ்க்கைச் சக்கரம் இப்படி ஓடிக்கொண்டிருக்கிறது. எல்லாத்துக்கும் காரணம், நான் அவளை நேசிக்கிறேன், ரங்கப்பா, நேசிக்கிறேன். அந்த அளவுக்கு அவள் எனக்குத் திருப்பிக் கொடுக்கிறாளா என்றால் இல்லைதான். இந்தத் தேசத்திலும், பிரான்சிலும்கூட என் கவுரதை கெட்டுக்கொண் டிருக்கிறதை நான் அறியவே செய்வேன். என்ன பண்ண? நான் கையால் ஆகாதவனாகிப் போனேன், ரங்கப்பா, கையால் ஆகாத வனாகிப் போனேன். நான் என்ன பண்ணட்டும்."

பிள்ளைக்கு இருள் விலகினாப்போல் இருந்தது. துய்ப்ளெக்ஸ் பிரபுவைப் புதுசாகப் பார்த்தார். அதுவரை காணாத துய்ப்ளெக்சின் முகத்தைக் கண்டார்.

பிள்ளைக்கும், பிரபுவை நினைக்க மிக வருத்தமாகவே இருந்தது.

53

துய்ப்ளெக்ஸ் பிரபுவுக்கு அடுத்தடுத்து இந்த வாரம் இரண்டு ஆனந்தக் கபுறுகள் வந்து சேர்ந்தன. முதலாவது, முசே லபோர்தொனேவைக் கைது பண்ணி மறு கப்பலில் அனுப்பி வைக்க வேணும் என்று பிரான்சு ராஜாவண்டையிலே இருக்கப்பட்ட மந்திரிமார், குவர்னருக்கு உத்தாரம் பண்ணியிருந்தார்கள். நேற்று முன்தினம் வந்துசேர்ந்து கரை பிடித்த கப்பலிலே அச்செய்தி வந்திருந்தது. கபுறு அறிந்ததும், உடனே ஆனந்தரங்கரை அழைத்துவரச் சொன்னார் குவர்னர்.

“ரங்கப்பா, வந்தாயா, வா. முசே லபோர்தொனேவாகப் பட்டவன், கப்பல் கொமான்தனாக இருந்துகொண்டு எனக்குக் கீழ்ப்படியாமலும், எனக்கு மிஸ்திரமான அதிகாரி என்று மனம் கொண்டுதானே, என் உத்தாரப்படிக்குச் சென்னப்பட்டணத்தைக் கைப்பற்றியும், அதை என்வசம் சேர்க்காமல், ஆங்கிலேக்காரர்களிடமே பனிரெண்டு லட்சத்துக்கு விற்றுப் போட்டான். அப்பேர்க் கொத்த துன்மார்க்கன் நமக்கும், நம் படைக்கும் வேண்டாம். ராஜா பார்த்து ஆக்கினைகள் பண்ண வேண்டியது என்று மன்னருக்கு – மன்னர் நீடூழி வாழ்க – எழுதியிருந்தோம் அல்லவா? மன்னரின் சபை சேர்ந்தமர்ந்து யோசித்து முடிவெடுத்து எழுதிவிட்டார்கள். லபோர்தொனே, தற்சமயம் சென்னப்பட்டணத்துப் பிராந்தியத்திலேதானே இருக்கிறான். அவனைக் கைது பண்ணி அழைச்சுக் கொண்டு போக மாஹே சிப்பாய்களுக்கு நான் உத்தாரம் தந்து விட்டேன். இன்னேரம், லபோர்தொனேவைக் கைது பண்ணியிருப்பார்கள்.”

“உப்புத் தின்றவன் தண்ணீர் குடிப்பான்” என்றார் ஆனந்தரங்கர். அப்புறம் அவரே தொடர்ந்து சொன்னார்:

“தங்கள் பக்கத்தில் கடவுள் அல்லவோ இருந்துகொண்டு அனைத்தையும் நடப்பிக்கிறார். பாருங்கள், பெருமானே, முசே லபோர்தொனே சென்னையைக் கைப்பற்றிக்கொண்டவுடன், குவர்னர் துரையாகிய தங்களிடம் அதனை ஒப்புவிக்காமல், தானே பெரியதனமாய் ஏலம் போட்டான் அல்லவோ, அப்போது என்ன நிகழ்ந்தது? கடவுள் சீறினார். அவருடைய சீற்றமாகப் பட்டது புயலாகவும், காற்றாகவும் அல்லவா வெளிப்பட்டுப் பேரழிவை ஏற்படுத்தி, அவருக்கும் அவருடைய கப்பலுக்கும் பெருநாசத்தை எற்படுத்தியது. அம்மட்டோ? சீரும் சிறப்புமாக அமோக ராஜாங்கம் நடத்திக்கொண்டிருந்தவன், இப்போ சிறைப்பட்டவனாக இழிந்துபோயெல்லவோ தம் ஜென்மபூமியை மிதிக்கப் போகிறான்.

'வினாச காலே விபரீத புத்தி' என்று பெரியோர்கள் சொன்னது எப்படிப் பொய்க்கும்? அதுவுமன்னியில், தாங்கள் சத்தியசந்தர். ஜென்மபூமியை அபிமானிப்பவர். பெரியோர்களை மதிக்கிற மகானுபாவர். எம்போன்ற ஏழைகள், எளியேங்கள் மேல் தயை, கருணை கொண்டு ரட்சிக்கிறவர். ஜன விரோதிகளையும், குருத் துரோகிகளையும் எம்பொருட்டு சிட்சிக்கிறவர். அப்படியாக்கொத்த தாம், தமக்கொரு துன்பம் ஒருத்தன் தருவதற்கு அந்தச் சாமி ஒருக்காலும் சம்மதியாதே."

"அது உள்ளது, ரங்கப்பா. அல்லாவிடில், லபோர்தொனேக்கு இவ்வளவு பெரிய கஸ்தி வரப்படுமா? எல்லாம் கர்த்தர் திருவருள்."

"பெருமானே, சிறைபிடிக்கப்பட்ட லபோர்தொனேவுக்கு இனி என்ன நடக்கும்?"

"பாரிசிலே நீதிபதி சமூகத்திலும், இந்தியா விவகார மந்திரியின் முன்னாலும் வியாச்சியம் நடக்கும். லபோர்தொனே, இந்த இடத்திலும், சென்னப்பட்டணத்திலும் எவ்வளவு பணம் பண்ணினானோ, அதுக்கு மும்மடங்கு நான்கு மடங்கு அபராதம் கட்டவும், கிடங்கில் அவனைப் போடுகின்ற சிறைத் தண்டனையும் கிடைக்கும். அத்துடன், அவனுடைய வீடு, வாசல், மனை மட்டு, சொத்து பத்து எல்லாவற்றையும் ஏலம் இடுவார்கள். ஒரு ஓட்டாண் டியாக்கித் தெருவில் விடுவார்கள்.

"ஐயோ பாவமே, என்னதான் முரண்பட்ட மனுஷர் ஆனாலும், இப்படியாக்கொத்த தீமை நேரக்கூடாது."

"அது உள்ளது."

சென்னப்பட்டணத்துக்கும் புதுச்சேரிக்கும் இடைப்பட்ட கடலில் கப்பலை நிறுத்தியிருந்த லபோர்தொனேயைக் கைது பண்ணிக் கொண்டு சென்றார்கள்.

அந்த வாரத்திலேயே, பாரீசுப் பட்டணத்திலேயிருந்து, குவர்னர் துய்ப்ளெக்ஸ் அவர்களுக்கு, அர்ச்–மிக்கேல் குதிரை வீரன் முத்திரைப் பதக்கம் வந்து சேர்ந்தது. பெரிய வீரர்களுக்கும், பிரபுக்களுக்கும், பெரிய செயற்கரிய சாதனை செய்தவர்களுக்கும் அளிக்கப்படும் உயர்ந்த விருது, குவர்னர் துய்ப்ளெக்சுக்குக் கிடைத்தது பெரிய அதிர்ஷ்டம் என்று எல்லோரும் கருதுகிறார்கள். இந்தப் பதக்கம் ஏற்கெனவே ஆனந்தரங்கப் பிள்ளையின் மாமன் மகனாகிய குருவப்பன் என்கிறவனுக்குக் கிடைத்திருந்த காரணத்தால், அதை இகழ்ந்திருந்தார் குவர்னர். இப்போது அத்தகைய பதக்கம் தமக்கு வந்ததும் அதைச் சந்தோஷமாக ஏற்றுக்கொண்டார் அவர். முத்திரைப் பதக்கம் வந்ததுமே, அதைக் கௌரவிக்கும் பொருட்டு,

402 ○ வானம் வசப்படும்

காலை எட்டு மணிக்கு இருபத்தியொரு பீரங்கி போட்டார்கள். முத்திரையை அணிந்துகொள்வதற்குச் சில சடங்குகள் இருந்தன. அந்த முத்திரையை ஏற்கெனவே தரித்திருக்கிற பேர் எவராயினும் இருந்தால், அவர் கையில் அதைக் கொடுத்து, புதிதாகப் பெறுகிற வர்கள் அதை வாங்கி அணிந்துகொள்ள வேண்டும்.

"என்ன பண்ணலாம், ரங்கப்பா?" என்று கேட்டார் குவர்னர்.

"தங்களுக்கு முன்னே இப்படியாக்கொத்த பதக்கம் வாங்கின பேர் எவரும் இல்லை. முசே துய்மா இருக்கிறார். அவரோ, பாரீசில் இருக்கிறார். ஆகவே, தாங்கள் அதைக் கழுத்தில் போட்டுக் கொள்ளுங்கள்."

குவர்னர், பிள்ளை சொன்ன கருத்தை ஏற்றுக்கொண்டார். குவர்னரும், குவர்னர் பெண் ஜாதியுமாகக் கோவிலுக்குப் போய் பூசை கேட்டார்கள். பூசை முடிந்த பின்பு, வழக்கப்படி குவர்னர் முழங்கால் இருக்க, பதக்கம் பெற்ற ஒருவர், தம் கத்தியை உருவி, அதனால், புதிதாகப் பதக்கம் பெறுபவர்கள் முதுகில் மூன்று தரம் அடிக்க வேண்டும். அதன்பேரில், முத்திரை தரித்தவர், புதுசானவர்க்கு அதை அணிவிக்க வேண்டும். அவர் இல்லாத தினால், துரை தாமே அதை அணிந்துகொண்டார். அந்தப் பதக்கத்தோடு, துரை புறப்பட்டார். துரை மாளிகை தொடங்கி, கோட்டை வாசல் மட்டுக்கும், மாயே சிப்பாய்களும், சொல்தாது களும் வரிசையாய் துப்பாக்கியும், கத்தியும் பிடித்தபடி எதிரும் எதிருமான இரண்டு வரிசையில் நின்றார்கள். துரையவர்கள், மரியாதையை ஏற்றுக்கொண்டார்கள். கோட்டை வாசலண்டை கப்பித்தான்மார்கள், ஈட்டி கழற்றி மரியாதை பண்ணி, கொடி வீசினார்கள். அப்பால், துரை கோட்டை வாசல் படியண்டைக்கு வந்தவுடன் இருபத்தியொரு பீரங்கி சுட்டார்கள். சிப்பாய்கள், அதிகாரிகள் அனைவரும் ஒரு குரலாக, "மன்னர் வாழ்க" என்று தம் மொழியில் குரல் எழுப்பினார்கள். குவர்னர் வீடு திரும்பினார். அவரை எதிர்பார்த்துக்கொண்டு, சந்தா சாயுபு குமாரன் ராஜா சாயுபு வரவேற்பு அறையில் இருந்தான். குவர்னரை வாழ்த்தி வணங்கிக் கொண்டு, கல்லிழைத்த தொராய் ஒன்றைக் கொண்டுவந்து அவரிடம் சேர்ப்பித்தான். பார்க்க மிக அழகாக இருந்த அந்த நகையைத் தன் தொப்பியில் அணிந்து கொண்டு, குவர்னர் சொன்னார்:

"ராஜா சாயுபு, உம் தந்தை சந்தா சாயுபு அவர்களைச் சதாரா சிறையில் இருந்து வெகு சீக்கிரம் விடுதலை செய்விக்க நாம் முயற்சி செய்துகொண்டு இருக்கிறோம். கவலைப் படாதேயும்" என்று உபசாரமாகச் சொன்னார்.

"அப்படியே ஆகட்டும். எல்லாம் தங்கள் அருள், குவர்னர் பெருமானே. நாமும், என் தந்தையும் மற்றும் என் குடும்பத்தாரும் தங்கள் மேன்மைக்காகவும், கௌரவத்துக்காகவும் எப்போதும் உழைக்கத் தயாராக இருக்கிறோம்'' என்று வணங்கியபடி சொன்னான் ராஜா சாயுபு. ராஜா சாயுபு பேசி முடிக்கு முன்பே, தானப்ப முதலி என்கிற வசார் முதலி, ஒரு காகிதப் பொட்டலத்தில் பதினைந்து மொகராக்களை வைத்துக்கொண்டு, 'முபார்க்கு' (மரியாதை) பண்ணி, பனைமரம் சாய்ந்தாற் போல அவர் காலடியில் விழுந்தான். குவர்னரின் இரு கால்களையும் கெட்டியாகப் பிடித்துக் கொண்டு, "பெருமானே! தங்களுக்கு இன்னும் மேன்மேலும் பெரிய பெரிய சன்னத்துக்களும் சௌரியப் பிரதாபங்களும் கிடைத்துக் கொண்டே இருக்கும், பாருங்கள். ஐயனே, அதைத்தொட்டு, எம் போன்ற ஏழையேங்களையும், கதியிலிகளையும் கடைத்தேற்றுங்கள்" என்று அழுதுகொண்டே சொன்னான். அதற்குத் துரையவர்கள், "நல்லது, எழுந்துரு, எழுந்துரு" என்று சொன்னார்கள். அவனைத் தொடர்ந்து, கும்பினீர் வர்த்தகர்கள், 11 மோகரிகளும், சலது வெங்கடாசல ரெட்டியார் 3–ம், சேஷாசலச் செட்டி 3–ம், புடவைக் கடைக்காரர் சேர்ந்து 5–ம், பவழக்காரர் 1–ம், சேடர், சேனியர் 1–ம், முத்தியாலுப் பேட்டையார் 1–ம், லிகர்கோனர் 1–ம், குயவர் மோகரி 1–ம், தச்சர், கருமார், பாஞ்சாலத்தார் 2–ம், சாராயக் கிடங்குக்காரர் 3–ம், குண்டூர் ரவணப்பச் செட்டி 5–ம், அரியாங்குப்பத்தார் 3–ம், கோமுட்டிகள் 1–ம், வெள்ளாளர் 3–ம், டங்காசாலையார் 9–ம், மளிகைக்காரர் 5–ம், நயினார் மோகரி 3–ம், குண்டு கிராமத்தார் மோகரி 3–ம், வாணியர் மோகரி 1–ம், உழவர் கரையார் 9–ம், சாணார் 3–ம், எழுத்துக்காரர் 1–ம், கெட்டினைக்காரர் 1–ம், வண்ணார் 5–ம், புகையிலைக் கிடங்குக்காரர் 5–ம், காசுக்கடைக்காரர் 4–ம், செட்டிகள் நாட்டாண்மைக்காரர் 1–ம், நிலக்காரர் மோகரி 2–மாகப் பகல் பனிரெண்டு மணிவரைக்கும் மரியாதைகள் நடந்தவண்ணம் இருந்தது.

பிள்ளைக்கு, குவர்னர் துரைக்கு நேர்ந்த சிறப்பைக் கொண்டாட வேணும் என்று நினைப்புத் தோன்றியது. சர்க்கரை மூட்டைகளைத் தருவித்து, அவைகளை ஊர் முழுக்க ஒரு வீடு குறைவுபடாமல் விநியோகம் செய்ய ஏற்பாடு செய்தார்கள். பாக்குக் கிடங்கிலே, தெருவிளக்கு வைத்து, தோரணம், வாழைகள் கட்டிச் சம்பிரமாகப் பண்டிகையைக் கொண்டாடினார் பிள்ளை. கணக்கர், சர்க்கரை விநியோகத்தை மேற்பார்வை பார்த்துக்கொண்டிருந்தார். அவரை அழைத்துப் பிள்ளை சொன்னார்:

"சர்க்கரை விநியோகம் பழுதில்லாமல் நடந்தது அல்லவா?"

“ஆமாம் ஐயா, ரொம்பச் சரியாக நடந்திருக்கிறது. நானே முன்னின்று சகலத்தையும் கண்காணித்துக் கொண்டிருக்கிறேன்.”

“ஒரு வீடாகிலும் விடுபட்டது என்று பிராது வந்துவிடக் கூடாது.”

“நிச்சயமாக வராது, ஐயனே.”

“சாக்கிரதையாக இரும். நம்மேல் பிராது பண்ணுவதற்கு என்றே ஒரு பெரும் கூட்டம் அலைந்துகொண்டிருக்கிறது.”

அப்புறம் பிள்ளை புறப்பட்டுத் துரையவர்களைப் பேட்டி பண்ணிக் கொள்கிறதுக்காக மாளிகைக்குச் சென்றார்கள். பிள்ளை எதிர்பார்த்தது மாதிரியே, மாளிகையில் அவருக்கு எதிராகப் புகார் ஒன்று எழுந்துகொண்டிருந்தது. கப்பிஸ் கோயில் பாதிரி ‘பேர் இப்பொலீத்’ குவர்னருக்கு முன்னால் அமர்ந்துகொண்டு, பேசிக் கொண்டிருந்தார். பிள்ளையைப் பார்த்து அவர் சொன்னார்:

“ரங்கப்பன், பெரிய வஞ்சனை பண்ணினான், துரை அவர்களே.”

“அது என்ன?”

“ரங்கப்பன், தங்களுக்கு முத்திரை கிடைத்தமைக்காகச் சர்க்கரை வழங்கினானாம். சர்க்கரை வழங்கியவன் பட்டணத்தில் உள்ள தமிழர் வீடு, வெள்ளைக்காரர் தெருக்களிலே சர்க்கரை வழங்கினவன், கிறிஸ்துவர் வீடுகளுக்கு மாத்திரம் சர்க்கரை வழங்காமல் அவர்களைத் தள்ளி வைத்துவிட்டான். இது என்ன நியாயம்? நீங்களே சொல்லுங்கள்.”

துரை அவர்கள், உதட்டைப் பிதுக்கினார். பாதிரியின் நோக்கத்தை அறிந்துகொண்டார். அப்புறம் சொன்னார்:

“அவன் உடைமையை ஜனங்களுக்குத் தருகிறான். அவனுக்குச் சம்மதியான பேருக்கு அவன் உடைமையைச் செலவு பண்ண அவனுக்கு உரிமை உண்டே! நாம் யார் தடுக்கிறதுக்கு? மேலும் அவனுக்குத் தமிழர், கிறிஸ்துவர், துருக்கர் என்கிற வித்தியாசமெல்லாம் நான் அறிந்து இல்லையே. எவரோ பொறாமை பிடித்த கீழ்சனம் சொல்லியதைப் பாதிரி நம்பிக் கொண்டு சொல்லுகிறது, அழகில்லையே.”

பாதிரிக்கு முகம் இறுகிப் போயிற்று. அங்கே அமர்ந்திருந்த முசே மத்தேயு குவர்னரைப் பார்த்துக்கொண்டு சொன்னார்:

“குவர்னர் அவர்களுக்கு ஒரு சங்கதி சொல்லவேணும். தெருத் தெருவாக, தலையை உடைக்கிறது மாதிரி மேளம் ஒருத்தன் போனான். பின்னால் மாட்டு வண்டியிலே சர்க்கரையை வைத்துக் கொண்டு அடித்துக்கொண்டு இரண்டு பேர் வீடு வீடாகச் சர்க்கரை

கொடுத்துக்கொண்டு போனார்கள். எங்கள் வீட்டு வெள்ளாட்டி (வேலைக்காரி) வேடிக்கை பார்ப்பதற்குச் சென்றாள். அவளுக்கு இரண்டு கை நிறைய சர்க்கரை வழங்கப்பட்டது. ஊரே தூக்கிக் கொண்டு போகிறது மாதிரி இருந்தது ரங்கப்பன் பண்ணின காரியம். அத்துடன் ஒரு சங்கதியும் உண்டு துரை பெருமானே. தங்களுக்கு நேர்ந்த இந்தக் கௌரவத்தை ஊர் முழுக்கக் கொண்டாடும் படியாக, ஊர் எல்லாம் வீட்டுக்கு வீடு விளக்கு வைத்துச் சிறப்புச் செய்யும்படிக்கு நயனார் மூலம் உத்தாரம் இட்டுள்ளான் ரங்கப்பன்."

"அப்படியா?" என்று கேட்டு, துரையும் மற்றையோர்களும் ரொம்பவும் சிரிப்பாயும், சந்தோஷமாயும் பேசிக்கொண்டு இருந்தார்கள். இதுதான் தக்க தருணம் என்று உணர்ந்த ரங்கப்பர், சொல்லலுற்றார்:

"பெருமானே, இந்தத் திவ்வியமான நன்னாளில் ஒரு விண்ணப்பம் உளது."

"சொல்லு, ரங்கப்பா."

"ஊரிலே வெற்றிலை கெட்ட கேடு, தாறுமாறாய் வியாபாரம் நடக்கிறது. வெற்றிலைக் கடைக்காரன் வாசுதேவ பண்டிதனை அழைத்து, காசுக்கு ஒன்பது வெற்றிலை விழுக்காடு விற்கும்படியாகத் தாங்கள் ஏற்பாடு பண்ண வேணும்."

"அதற்கென்ன செய்தால் போச்சு" என்று சொன்ன குவர்னர், பண்டிதனை அழைப்பிச்சுக் கொண்டுவர ஏற்பாடு செய்தார்.

'சனங்கள் இதுக்காக உம்மை ரொம்பவும் சிலாகித்து வாழ்த்தும் பெருமானே."

வாசுதேவப் பண்டிதர் வந்து சேர்ந்தார்.

"ஓய் பண்டிதரே, காசுக்கு எத்தனை வெற்றிலை விழுக்காடு விற்கிறீர்?"

"ஆறும், ஏழுமாய் நடக்கிறது, ஐயனே. வெற்றிலை வரத்து, மஞ்சக் குப்பத்திலே இருந்து வரவேண்டும் அல்லவோ? மஞ்சக் குப்பத்திலே ஆங்கிலேயர் இருந்துகொண்டு, நம் பட்டணத்துக்கு வருகிற வெற்றிலைகளை வரவொட்டாமல் தடுத்து நிறுத்திவிடுகிறார்கள். அதனால், சந்தர்ப்பத்துக்கு ஏற்றாற்போலே வியாபாரம் ஆகிறது. சனங்களுக்கும் விற்று, அதும் போகத் திருவிழா முதலானதுகள் வந்து சேர்ந்துவிட்டால் நாம் என்னத்தைச் செய்ய இருக்கிறது."

"எப்படியோ, பண்டிதரே, சனங்கள், வெற்றிலைக்கும் பஞ்சம் வந்துவிட்டதே. என்ன கலிகாலம் என்று வாய்ப்பேச்சு பேசக் கூடாது. அதைத் தொட்டு, நீர், இன்று முதலாகக் காசுக்கு ஒன்பது வெற்றிலை விழுக்காடு என்று வில்லும்."

"உத்தரவு எசமானே. ஆனால், வெற்றிலை வரத்து ரொம்பவும் தாமதப்பட்ட காலத்திலே என்ன பண்ணுகிறது, என்றுதான் யோசனையாய் இருக்கிறது."

"அதைப்பற்றிக் கவலைப்படாதீரும், அதற்கு ஆவன காரியங்களை நாம் பார்ப்போம்" என்று இடைமறித்துச் சொன்னார், ஆனந்தரங்கன் அவர்கள்.

"பண்டிதரே, நமது துபாஷ் ரங்கப்பன், அதுக்கான பொறுப்புக்களை ஏற்றுக்கொண்டான் என்கிறபோது உமக்கென்ன கவலை, போய் நாம் சொன்னபடிக்கு வில்லும்."

"அப்படியே. தங்கள் உத்தரவு பெருமானே."

பண்டிதர் வணங்கி வழிபட்டுக்கொண்டு சென்றார்.

பிள்ளை வீடு திரும்பி, தோட்டத்துக்குச் சென்று கை கால் விளக்கிக் கொண்டு சுவாமி அறைக்கு வந்து, வணங்கி, துளசியை எடுத்துக் கண்களில் ஒற்றிக்கொண்டு வாயில் இட்டுக்கொண்டு ஊஞ்சலில் வந்து அமர்ந்தார். மங்கைத் தாயாரம்மாள், தூண் ஓரமாக வந்து நின்றுகொண்டு சொன்னாள்:

"அவ்விடத்திலே ஒரு காரியம் கேழ்க்க வேணும்."

"சொல்லேன்."

"குழந்தைக்கு வயதாகிக் கொண்டு இருக்கிறதே."

மௌனமாகத் தலை அசைத்த பிள்ளை, "மங்கை, அதைப் பற்றித்தான் நானும் யோசித்துக்கொண்டிருக்கிறேன். சாதகங்களை நம் பண்டிதர் மூலம் தருவித்துக் கவனித்துக் கொண்டிருக்கிறேன்."

"நம் சொந்தத்தில் மருமகப் பிள்ளை லட்சுமணப் பிள்ளை இருக்கிறாரே."

"அப்படியா உன் விருப்பம்."

பிள்ளை சற்று நேரம் அமைதியாக இருந்தார்.

"சரி, உன் விருப்பப்படி ஆகட்டும், மங்கை. எனக்கென்ன, பாக்கு மண்டி, குவர்னர் மாளிகை என்று காலம் கழித்துக் கொண்டிருக்கிறேன். குடும்பத் தேரை, ஒண்டி மனுஷியாக நீ அல்லவோ இழுத்துக்கொண்டிருக்கிறாய். உன் எண்ணம்தான் சரியாக இருக்கும். அப்படியே செய்துவிடுவோம்."

"மாப்பிள்ளை வீட்டாரை வரச் சொல்ல அனுமதி உண்டா?"

"செய்யேன், மங்கை. உனக்கில்லாத பாத்யதையா? என்னைக் கேழ்க்க வேணுமா, என்ன? எல்லாவற்றையும் நீயே பண்ணு. பாத

பூஜை பண்ணிக்கொள்ள அப்பனைக் கூப்பிடுவார்கள். அப்போ நான் வந்து உன் பக்கத்தில் நிற்கிறேன்."

"போங்கள், கேலி பண்ணுகிறீர்கள்" என்றாள் மங்கை.

ரங்கப்பிள்ளை மகிழ்ச்சியுடன் சிரித்தார்.

54

பண்டிதர், காலமே, உறக்கம் தெளிந்து படுக்கையில் எழுந்து அமர்ந்தார். முழுசுமாக இன்னும் உறக்கம் விடை பெற்றுக் கொண் டிருக்கவில்லை. பழக்க தோஷத்தில், ராமா, கோவிந்தா, கிருஷ்ணா என்றபடி பூணலை உருவி விட்டுக்கொள்ள எத்தனிக்கையில், சுரீர் என்றது அவருக்கு. பூணல் அவர் உடம்பில் இல்லை. இருக்க முடியாது. நேற்றுதானே, அவரே பூணலை எடுத்துக் கங்கையில் விட்டது. கங்கை என்றால் அசல் கங்கை இல்லை. சங்கரன் குளத்தில் அவர் பூணலை விட்டதைத்தான் உயர்வு நவிற்சியாக அவராகவே நினைத்துக்கொண்டார்.

நேற்றுக் காலைதான், அவர் ஞானஸ்தராகி கிறிஸ்து விசுவாசி யாகவும் ஆனார். அதாவது, நேற்று காலை வரைக்கும் அவர் அஞ் ஞானியாகத்தான் இருந்தார். அஞ்ஞானியாக இருந்த அவரை, மெய்ஞ்ஞானியாக ஆக்கிய பெருமை, மதாம் மூான் துய்ப்ளெக்ஸ் அம்மையாரையே சேரும். மூான் அம்மையார், போர்க்காலத்தை உத்தேசித்து, தமக்கென்று ஒரு படை உருவாக்கிக்கொண்டிருக்கிறார் என்ற சேதி பரவியவுடனே, பண்டிதர், அம்மையாரைப் பேட்டி பண்ணிக்கொண்டார்.

"யாரையா...? நம்மிடம் வந்தது ஏதையா?" என்று மூான் அம்மை கேட்டாள்.

"மாது சிரோமணி. தாங்கள், தங்களுக்கு ஆப்தமாக இருக்கிறதாக ஒரு படையையும், அதிகாரிகளையும் அமைத்துக் கொண்டிருக்கிறதாகக் கபுறு சொன்னார்கள். தங்களுடைய முகாரவிந்தத்தைத் தரிசித்துத் தெண்டனிட்டுக்கொண்டு, தங்கள் எஜமானத்துவத்தின் கீழே பணிவிடை புரிய வந்தேன்."

"உமக்கு என்ன தெரியும்?"

"தமிழ் எழுத்து நன்கு வாசிப்பேன், சமஸ்கிருதமும் கொஞ்சம் போல வரும். இரண்டு சினேகிதர்களுக்குள் கலகம் பண்ணுவித்தலும், கலகத்தைச் சாந்தி பண்ணுவித்தலும் வரும். உடம்போடு ஒட்டின நிழல்போல இருந்து, ஒன்று பண்ணவரும். எதிரிகள் நாயடி பேயடி

அடித்தாலும் தெரிந்த உண்மைகளை ஒருக்காலும் புகலேன். அல்லும் பகலும் அனவரதமும் எஜமான விசுவாசியாய் இருந்து கொண்டு, தங்களுடைய க்ஷேமமே என் க்ஷேமம் என்றும், தங்களது சிரேயசே என் சிரேயசு என்றும், நான் ஜீவனம் பண்ணுவேன். தின்னும் வெற்றிலையும் உண்ணும் சோறும் தங்களது என்று புத்தியாலும், மனசாலும் வரித்துக் கொண்டு ஜீவனம் பண்ணிக்கொண்டிருப்பேன், அம்மையே."

"உம்மை உத்தியோகத்தில் வைத்துக்கொள்கிறதுக்கு, யாரையேனும் பிணை வைப்பீரோ?"

"நம் அண்ணாசாமி ஐயன் எனக்குப் பிணை இருப்பான், அம்மையே. எனக்கு, உம் ஆள்களுக்கு அதிகாரியாய் இருக்கப்பட்ட கௌரதையைத் தாரீரோ, மாட்டீரோ."

"தரலாம், எடுத்த எடுப்பில் எப்படி அதிகாரியாக வைக்கிறது? அதல்லாமல், நீர் கிறிஸ்துவராக இல்லையே? ஒரு அஞ்ஞானியைப் போய் உகந்த இடத்தில் வைக்கிறதாவது என்று சேசு சபைப் பாதிரிகள் என்னைக் கண்டிப்புப் பண்ணுவார்களே! ஒரு ரங்கப்பன் என்கிறவனைத் துவாஷாக வைத்துக் கொண்டிருப்பதற்காகவே, பாதிரியார் என்னைக் கண்டனம் பண்ணிக்கொண்டிருக்கிறாரே."

"நான் பிராமணனாக இருந்துகொண்டு என்ன சாதித்தேன். அம்மைக்கு இஷ்டமானால், நான் கிறிஸ்து மதத்துக்கு வந்து விடுகிறேனே."

"பேஷ். வெகு அழகு. அதுதான் சரி..." என்று மிகுந்த சந்தோஷமுடன் தானே ஒப்புக்கொண்டாள், மூான் அம்மை. ".... அப்படியென்றால், தலைமைப் பாதிரியாருடன் பேசி, சீக்கிரத் திலேயே ஒரு நாளைக் குறிக்கிறேன்" என்றும் அம்மை தொடர்ந்து சொன்னாள்.

"நானும் எங்கள் ஜோசியருடன் கலந்து நாள் நட்சத்திரம் பார்த்துக்கொண்டு அம்மாவிடம் சொல்கிறேனே."

அம்மாள், பண்டிதரைப் பார்த்துச் சிரித்துவிட்டுச் சொன்னாள்:

"சுத்த அஞ்ஞானியாகப் பேசுகிறாயே, கிறிஸ்து மார்க்கத்துக்கு வரப்போகிறாய். இன்னும் என்ன நாள் நட்சத்திரப் பஞ்சாங்கப் பேச்சு?"

"அடடே. உண்மைதான் அம்மா. எவ்வளவு மதியீனமாப் பேசுகிறேன், பாருங்கள். எல்லாம் தங்கள் மனது."

முப்பதை ஒட்டிய வயதுடைய பண்டிதருக்குப் பத்தொன்பது வயதில் ஒரு மனைவி இருந்தாள். செப்பு விக்ரகம் என்று பண்டிதர் மகிழ்ந்து கூறும் இரண்டு குழந்தைகள் இருந்தார்கள். பத்மாவதி

என்கிற மனைவி, "என்னது, என்ன அநாசாரம் பேசுகிறீர்கள். கிறிஸ்து மதத்தில் சேருகிறதாவது, பசு மாமிசம் தின்னுகிற பரதேசி களிடமா போயும் போயும் சேரப் போகிறீர்கள்? நினைக்கும்போதே எனக்குக் குமட்டிக் கொண்டு வருகிறதே. வேதவித்துன்னா எங்கள் தோப்பனார், அவரோட வயித்திலே பொறந்துட்டு, கிறிஸ்துவோட வாழ்கிறதாவது? இதோ நான் போறேன், எங்க அம்மா ஆத்துக்கு..." என்றபடி மூட்டை முடிச்சைக் கட்டத் தொடங்கினாள், பத்மாவதி.

"அடியே, பிரான்சுக்காரரளைப் பரதேசின்னு சொல்லாதே. அவாதான் ராசாவா இருந்து, இந்தப் பூமியைப் பரிபாலனம் பண்ணிண்டு இருக்காள். நான் என்னத்துக்கு மதம் மாறறேன்? எல்லாம் நம்ம குடும்பத்துக்காகத் தானே? எனக்கு ஒரு பெரிய உத்தியோகம் வாச்சுதானா, அது உனக்கும், குழந்தைகளுக்கும் நல்லதுதானே?"

பண்டிதர் பொருளம்சத்தை வலியுறுத்த, பெண்டாட்டி சாப்பாட்டைப் பற்றிப் பேசிக்கொண்டிருந்தாள்.

"உங்களோட பேசிண்டிருக்கிறதுக்காக நான் ஸ்நானம் பண்ணனும். உங்களுக்கு இப்படிப் புத்தி போக வேணுமா. எல்லாம் என் தலையெழுத்து."

பத்மாவதி, மூட்டை முடிச்சுகளைக் கட்டிக்கொண்டு, குழந்தைகளையும் அழைத்துக்கொண்டு ஊர் போய்ச் சேர்ந்தாள்.

பண்டிதர், சாப்பிட்டார்.

"போங்கோடி, போங்கோ. நான் உத்தியோகம் பண்ணி, சலார் பிலேர்னு ஜொலிச்சா, எல்லாரும் திரும்பி வருவேள். போங்கோ, எல்லாரும் ஒழிஞ்சு போங்கோ."

பண்டிதர் விஷயத்தை மிகவும் அமுக்கமாகத்தான் வைத்திருந்தார். திடுமென ஒரு நாள் ராத்திரிப் போதில் மாட்டு வண்டியை அழைத்து வந்து, வீட்டுப் பொருள்களை ஏற்ற வாரம்பித்தார். கிறிஸ்துவனாகிவிட்ட பின், எவ்வாறு அக்ரகாரத்தில் குடி இருப்பது? ஆள், அம்பு ஆரவாரத்தைக் கேட்டு, எதிர்வீட்டுக் கிழம், அண்ணாவையர் வந்துவிட்டார்.

"என்னடா, சேச்சு வீட்டை ஒழிச்சுடறையா? என்னத்துக்குத் திடும்னு இந்தக் காரியம் பண்ணறே?"

"அது மாமா, கவர்னர் துரை பெண்ஜாதி இருக்காளோல்லியோ, அவ, எனக்கு ஒரு பெரிய உத்தியோகம் போட்டுக் கொடுத்திருக்கா. கும்பெனி உத்தியோகம் பண்ணறவாள், கோட்டைக்குப் பக்கத்திலே குடியிருக்கணும்னு விதிச்சிருக்கே. அதைத் தொட்டு வீட்டை ஒழிச்சுப் போடறேன்."

“அவாள்ளாம் வெள்ளைக்காரா இல்லையோடா? நம்மடவாளை ஆசாரம் கெடாமல் வச்சிருப்பாளோ?”

“எல்லாம் வச்சிருப்பா. சந்தா சாயுபு கிட்டே இருக்கிற நூறு பேரும் பிராமணாள்தானே. துருக்க ராசாக்கள் கிட்டே உளவுக்கும், ராச காரியத்துக்கும் இருக்கிற பேர் எல்லாரும் பிராமணா தானே?”

“அதுவும் சரிதான். பிராமணாளாப் பொறந்துட்டு, காசுக்கு எவன் எவன் கிட்டயோ பணிவிடை பண்ணப் போறது, தலையெழுத்துதான், வேறென்ன? போகட்டும். சேச்சு, நம்ம ஆத்துல சீமாவும், குண்டுவும் சும்மா சோத்துக்குப் பாரமா திரிஞ்சுண்டிருக்கே. அவா ரெண்டு பேரையும் ஒரு உத்தியோகம் பார்த்து வச்சுக்குவேன்.”

“அம்மாள் அண்டை சொல்றேன்.”

“சொல்லு. அந்த முண்டைதான் பட்டணத்தை ஆண்டுண்டு இருக்காளாமே. துரைகூட அவள் காலண்டை கிடக்கிறானாமே.”

“உஸ்.... ராத்திரி பக்கம் பார்த்துப் பேசும், ஓய். எவனாவது கேட்டுண்டு போயி துரையண்டை வத்தி வச்சுட்டான்னா, அவ்வளவுதான். தலை போயிடும்.”

“அதுவும் சரிதான். நமக்கு என்னத்துக்குப் பொல்லாப்பு, பழுதை பாம்பாக மாறுகிற காலம்” என்று அடங்கிப் போனார் அண்ணாவையர்.

ஈஸ்வரன் கோயிலை அடுத்த சம்பாக் கோவிலில் வைத்துத்தான். சேஷு பண்டிதரை, மதாம் துய்ப்ளெக்ஸ் அம்மையார், ஞானவானாக்கினாள்.

“ஓய் பண்டிதரே, உம் முழுப்பெயர் என்ன?”

“அம்மா என் பெயர் ஆதிசேஷன். சேஷு பண்டிதர்னு சொல்வா.”

“அதுக்கு என்ன அர்த்தம்.”

“ஸ்ரீமன் நாராயணப் பெருமானுக்குப் படுக்கையாகவும், பக்தி பண்ணுகிறவராகவும் இருக்கப்பட்ட பாம்புக்குச் சேஷன் என்கிற பெயர். அதையே அடியேனுக்கும் வச்சிருக்கிறது.”

மூான் அம்மாளும் கோயிலிலே இருந்த சாமியார், மற்றுமுள்ள சிறு உத்தியோகஸ்தர் எல்லோரும் அவரைப் பார்த்து நகைத்தார்கள். அம்மாள் மிக அதிகமாகவே நகைத்துவிட்டுச் சொன்னது:

“ஐயோ, இந்த அஞ்ஞானிகளை நாம் எந்த விதம் திருத்தி, மோட்சப் பாதையில் கொண்டு சேர்க்கிறது? எனக்கு இரவும்

பகலும் இதுவேயன்றோ பெரும் கவலையாக இருக்கிறது? பாருங்கள், இந்த சனங்களை. பாம்பு, பன்றி, மரம், மாடு, நெருப்பு, கல், மண், மண்ணாங்கட்டி, செடி, கொடி, கத்தி இவற்றையெல்லாம் கடவுள்கள் என்றும், இதுக்கெல்லாம் தெய்வீக சக்தி இருக்கிற தென்றும், இதுகளை பூஜித்துக்கொண்டு திரிகிறதே, இந்தக் காட்டு மிராண்டிக் கூட்டம், இதுகளைத் திருத்துவதற்கென்றே அல்லவா, மேன்மை தங்கின மன்னர் பிரான் – மன்னர் பெருமான் நீடூழி வாழட்டும் – நம்மை எல்லாம் உத்தியோகம் கொடுத்து இங்கே அனுப்பி வைத்திருக்கிறார். வியாபாரம் பண்ணுகிறது நமது இரண்டாம் நோக்கம் தானே?"

"அது உள்ளது, மதாம் டூான். மதத்தை உத்தாரணம் பண்ண வந்திருக்கிற மனுஷி என்றல்லவா பாரீஸ் பட்டணத்து மந்திரி களும், பிரபுக்களும் பேசிக்கொண்டிருக்கிறார்கள். உம் தகுதிக்கு உட்பட்ட காரியங்களைத்தான் தாம் செய்து கொண்டிருக்கிறீர்" என்று சந்தர்ப்பத்துக்கு ஏற்ற வகையில் பதில் உரைத்தார், பெரிய பாதிரியார். தொடர்ந்து, பண்டிதரைப் பார்த்து, "ஓய் பண்டிதரே, இன்னும் பாம்பு பண்டிதன் என்கிற பெயரால்தான் அறியப்பட விரும்புகிறீரா?" என்றார்.

"சுவாமி. அது வெறும் பாம்பல்ல. பகவானுக்குப் படுக்கை யாகவும், ஆசனமாகவும், நடந்தால் குடையாகவும் இருக்கிற சேடன். அதுவுமன்னியில், சகல கலைகளையும் அறிந்த புத்திமான்" என்றார் பண்டிதர், பழக்க தோஷத்தில்.

கோயிலுக்குள்ளே இருந்த மனுஷர்கள் மீண்டும் ஆரவாரத் துடன் சிரித்தார்கள். அப்புறமாய், மதாம் பண்டிதரைப் பார்த்துச் சொன்னாள்:

"ஓய்... பண்டிதரே! அபத்தமாகவும் அறியாமையோடும் பேசாதீர். இந்த நிமிஷம் தொட்டு நீர் ஞானியாகி விட்டீர். பாம்பு கலை அறிந்தது என்றெல்லாம் இனியும் பேசிக் கொண்டிருக்காதீர். கேட்பவர் சிரிப்பார்கள். டூான் சொன்னதில் மிகுந்த நகைச்சுவை இருப்பதுபோல, அங்கிருந்தோர் அனைவரும் சிரித்தார்கள். அப்புறம், டூான் பாதிரியிடம், "என்ன பெயர் வைக்கலாம், இந்தப் பண்டிதனுக்கு" என்றாள்.

"தாங்களே ஒரு திருப்பெயரைச் சூட்டுங்கள். அது அவனுக்கு மிகுந்த கௌரதையாக இருக்கும்" என்றார் பாதிரியார்.

டூான் சற்று நேரம் யோசித்துவிட்டுச் சொன்னாள்:

"ஞானாதிக்கப் பண்டிதன் என்று பெயர் சூட்டுவோம்." அப்பெயரைக் கேட்டு அனைவரும் ஆகாகாரம் செய்தார்கள்.

"உம் புதுப்பெயர் எப்படி இருக்கிறது, பண்டிதரே?"

"கர்ணாமிருதமாய் இருக்கிறது."

பூணல் உடம்பில் இல்லாததும், அவரே அதைக் கங்கையில் தத்தம் செய்ததும், கொஞ்சம் கொஞ்சமாக அவருக்கு விளங்க ஆரம்பித்தன. இனி ராமா, கிருஷ்ணா, கோவிந்தா என்றெல்லாம் தாம் சொல்லக்கூடாது என்றும் அவருக்குப் புரிந்தது. ஏசுவே, கிறிஸ்துவே, பிதாவே, கர்த்தாவே, கன்னி மரியாளே, ஆரோக்யமாதாவே, மோட்சம் தந்தருளும் சாமியே என்றெல்லாம்தான் அவர் இனி சொல்ல வேணும். சொல்லிப் பார்த்துக் கொண்டார். கொஞ்சம் செயற்கையாகவும், வித்யாசமாயும் இருந்தது. எல்லாம் நாளடைவில் சரியாகிவிடும் என்று தம்மைச் சமாதானம் பண்ணிக்கொண்டார். வீட்டுப் படலைத் திறந்து கொண்டு ஜீவப்பிரகாசம் வெளியே வந்தார். பண்டிதர், பாயில் பத்மாசனம் இட்டு அமர்ந்திருந்த கோலத்தைக் கண்டதும், "என்ன, நல்லா உறங்கி எழுந்தீரோ?" என்று விசாரித்தார்.

"ரொம்ப நன்னா" என்று பதில் சொன்னார் பண்டிதர்.

"சந்தோஷம். போய்க் குளத்திலே பல் துலக்கி, ஸ்நானம் பண்ணிக்கொண்டு வாரும். பலகாரத்தைச் சாப்பிட்டுக் கொண்டு, அம்மாளைப் பார்க்கப் போகலாம்."

"சுவாமி, சந்தி, கிந்தி ஏதானும் பண்ண வேணாமோ?"

"இந்த மதத்திலே அதெல்லாம் ஏதுங்காணும்? எனக்கும் முதன்முதல்ல மதம் மாறினப்போ ரொம்பவும் குழப்பந்தான் இருந்துச்சு. நாமென்ன பரம்பரை ஆண்டியா? பஞ்சத்துக்கு ஆண்டிதானே? நம்மளை மாதிரியே கிறிஸ்து மார்க்கத்துக்குப் போன கிட்டாவையனைக் கேட்டதுக்கு, அதொன்றும் இந்த மதத்துல இல்லைன்னுட்டான். என்ன பண்றது? சாண் வயிற்றை வளர்க்கிறதுக்கு என்ன என்ன இழவையெல்லாமோ பண்ண வேண்டியதாச்சு, நீர் கிளம்பும். நேரம் பண்ணிண்டு இருக்காதீரும். நேரமானா, அந்த அவிசாரி முண்டை வள்ளுன்னு விழுந்து பிடுங்குவா" என்றார். அண்மையில் மதம் மாறின ஜீவப்பிரகாசம் என்கிற சிவப்பிரகாச ஐயர்.

"இதோ சிட்டிகையில் வந்துவிட்டேன்."

குளக்கரையில் சொல்லி வைத்தாற்போல, சம்பாக் கோயில் ஊழியனான குருசு பல் துலக்கிக்கொண்டு நின்றிருந்தான். மாடு, பன்றி முதலான மிருகங்களின் மாமிசத்தைச் சமைக்கிற குசினிக்காரன் மகனாகிய குருசுவுடன் அருகில் நின்றுகொண்டு,

பல் துலக்கி, வாய்க் கொப்பளித்து, குளிக்க அவர் மனம் சம்மதப் படவில்லை. ஆகவே, குளத்தின் மேற்குக் கரையோரமாக நகர்ந்தார்.

"பண்டிதரே. இப்படி என் அருகில் வாருமே. பேசிக் கொண்டே குளிக்கலாமே?" என்று அழைத்தான் குருசு.

"என்ன ஆணவம், இந்தக் கீழ்ச்சாதிப் பயலுக்கு" என்று மனசுக் குள் நினைத்துக்கொண்டார். மூான் அம்மாளுக்கு மிகவும் வேண்டப் பட்ட பாதிரியார் அண்டையிலே இருக்கப்பட்டவன். அந்தத் திமிரில் பேசுகிறான் என்று மனம் சஞ்சலப்பட்டுக் கொண்டு, "ஹி.... ஹி... இருக்கட்டும்..." என்றபடி மிகவும் சிரமப்பட்டு ஒரு சிரிப்பையும் உதிர்த்துக்கொண்டு, மேற்குப் புறமாக இருந்த வேப்பமரத்தில் ஒரு குச்சியை ஒடித்து வாயில் வைத்துக்கொண்டு, தோப்புத் துறவண்டைக்குள் சென்று மறைந்தார் பண்டிதர்.

குளித்து, வேஷ்டி துண்டை உலர்த்திக்கொண்டு வீடு வந்து சேர்ந்தார், பண்டிதர்.

"பண்டிதர் சாப்பிடலாமோ?" என்று கேட்டார் சிவப்பிரகாசம்.

"ஸ்நானம் முடிந்தது. பூஜை புனஸ்காரம் என்று ஏதேனும் பண்ண வேணாமோ?"

"வாரும். இந்த சொரூபத்தின் முன் மண்டி இட்டுக் கொள் வோம். சாமியார் எழுதித் தந்த வாசகத்தில் பிரார்த்தனை செய் வோம்."

கூடத்தில் இருந்த குருசு சொரூபத்தின் முன் இருவரும் மண்டியிட்டுக் கொண்டு ஸ்தோத்திரம் சொல்லத் தொடங்கினர்.

"வான மண்டலத்தில் இருக்கின்ற எங்கள் பிதாவே... உமது மேன்மை பொருந்தின திருநாமம் எங்களால் அர்ச்சித்துக் கொண் டாடப்படுவதாக!

உமது அரசாங்கமே இங்கு வருக.

உமது கியாதி இரு லோகங்களிலும் பெரும் ஜ்வலிப்புடன் பண்ணப்படுவதாக.

எங்கள் அன்றாட உண்ணும் தீனியை எங்கள் பொருட்டு இன்றைக்கும் அளிப்பீராக.

எங்களுக்குப் பிறர் செய்யும் கெடுதியை நாங்கள் மன்னிக்கிறது போல,

நாங்கள் செய்யும் பாவங்களைத் தாம் மன்னிப்பீரும் என்று மன்றாடிக் கேட்டுக்கொள்கிறோம்.

ஆமென்."

பிரார்த்தனையை முடித்துக்கொண்டு, இருவரும் தட்டுக்கு முன்வந்து அமர்ந்தார்கள்.

"என்ன, இலை இல்லையா?" என்றார் பண்டிதர்.

"இல்லை. தட்டில் பழகிக்கொள்வது மேல்."

"எச்சில் இல்லையோ, தட்டு?"

"எச்சில், கழுவினால் போச்சு. நூறு பேர் குளித்த குளத்தில் குளிக்கிறோம். தண்ணீர் குடிக்கிறோம். அதைக் காட்டிலும் இது மோசம் இல்லை."

"மாம்சம் ஏதும் இல்லையே?"

"ஓய் நானும் பிராமணன்தான் காணும்!"

"சரி, சரி. கோவிச்சுக்காதீரும். ஒரு பயத்தினால் கேட்டு விட்டேன்."

தோசையும் துவையலும் சாப்பிட்டார்கள்.

"நம் வம்சத்தார்கள், உறவுக்காரர்கள் எல்லாரும் நம்மை மிகவும் பரியாசம் பண்ணிப் பேசுகிறார்கள், ஓய். அதுதான் மனசுக்குச் சங்கடமாக உள்ளது. என்னவோ கேவலப்பட்டு விட்டாற்போல இருக்கிறது."

"நம் தேசத்தார்கள் அப்படித்தான் இருப்பார்கள். கொஞ்சம் பொறுத்துக்கொள்ளும். நீரும் ஒரு உத்தியோகத்தைப் பிடித்துக் கொண்டு நாலு காசு பண்ணிக்கொண்டீர் என்றால், அப்புறம் இதே உறவும், ஜனங்களும் சபையில் உமக்குத்தான் முதல் வெற்றிலை பாக்கு தருவார்கள். நாம் அறியாத ஜனங்களா?"

பண்டிதருக்குச் சிப்பாய்களின் தலைவராக நாயனார் உத்தி யோகத்தை மூான் அம்மாள் தந்தாள். மூான் அம்மைக்கு என்று அவள் சொந்தப் பொறுப்பில் இருந்த படை அது என்பதால், சம்பளம் குறைவாக இருந்தாலும், மரியாதை கணிசமாகவே இருந்தது. சம்பாக் கோவிலைச் சுற்றின, கிறிஸ்தவர்கள் மிகுதியும் இருந்த பகுதியில் பண்டிதருக்கு ஒரு வீட்டை மூான் அம்மாள் ஏற்பாடு செய்து தந்தாள். பண்டிதர் கையிலே அகடவிகடம் செய்த காசு புழங்கலாயிற்று. சிறிது நாளில், அவர் மனைவியின் தகப்பனார் கோவிந்தாச்சார் மருமகனைத் தேடி வந்து சமாதானம் பண்ணிப் போக வந்தார். தொடர்ந்து ஒரு வளர்பிறையில் பத்மாவதி தம் குழந்தைகளோடும் வந்து சேர்ந்தாள். தம் பிள்ளைகள் உத்தியோக விஷயமாக அண்ணாவையரும் அக்ரகாரத்தாரும் பண்டிதரைத் தினம் காண, பழம், வெற்றிலைகளோடு வரத் தொடங்கினார்கள்.

55

ஆனந்தரங்கப் பிள்ளையின் மகள், சௌபாக்கியவதி பாப்பாளுக்கும், சென்னப்பட்டணத்து ஸ்ரீமான் காலஞ்சென்ற வெங்குப் பிள்ளையின் பேரனும், முத்தையாப் பிள்ளையின் சுவிகாரப் புத்திரனும் ஆன சிரஞ்சீவி லட்சுமணப் பிள்ளைக்கும் ஆனி மாதம் மூன்றாம் ஆதிவாரத்தில் விவாக சுபமுகூர்த்தம் ஒரு சுப வேளையில் பெரியோர்களாலும், பந்துக்களாலும் நிச்சயிக்கப்பட்டது.

பாக்கு மண்டிக் கணக்கப்பிள்ளை, வரும் போகும் பாதசாரிகளுக்கும் வாடிக்கை சனங்களுக்கும், சர்க்கரை மூட்டைகளைப் பிரித்து வைத்துக்கொண்டு, சர்க்கரை விநியோகம் பண்ணிக் கொண்டு, பாப்பாள் கல்யாண சமாசாரத்தைச் சொல்லிக் கொண்டிருந்தார். பிள்ளை, கல்யாண ஓலை எழுதி கூடலூர், பரங்கிப் பேட்டை, செங்கல்பட்டு, வெங்கிடம்மாள்பேட்டை மற்றும் உண்டான ஊர்களிலே இருக்கிற பந்து சனங்களுக்கெல்லாம், ஆள்கள் வசம் கொடுத்து அனுப்பிக் கொண்டிருந்தார். இந்தக் காரியம் பண்ணுவதற்கென்றே முப்பது நாற்பது ஆள்கள் அவரிடம் பணி செய்துகொண்டிருந்தார்கள். தோட்டத்தில், நெல் புழுக்குவதும், புழுக்கிய நெல்லை, வீட்டுப் பின்புறத்திலே இருக்கிற களத்திலே காயப் போடுகிறதும், காய்ந்த நெல்லை இடிக்கிறதும், இடித்துப் புடைத்த அரிசியை மூட்டைகளில் சேமித்து வைக்கிறதும் ஆக, பெரும் களேபரம் மாளிகையின் பின்னால் எழுந்துகொண்டிருந்தது. புதுச்சேரியின் சுற்றுப்புறத்துக் கிராமங்களிலேயிருந்தெல்லாம், காய்கறிகள் வண்டிவண்டியாக வந்து குவிந்தவண்ணம் இருந்தன. பிள்ளையின் பந்து ஜனங்கள், மளிகையண்டைக்கு, வந்து குழுமத் தொடங்கினர். சிலருக்குத் திருவேங்கட பிள்ளைச் சாவடியிலே ஜாகை அமைத்து, சாப்பாடு ஏற்பாடு செய்தும், சிலருக்குப் பிள்ளைத் தோட்டத்தில் ஜாகை அமைத்தும் சாப்பாட்டு விருந்துக்கு ஏற்பாடு செய்தும், சிலரைத் தம் மாளிகையிலே வைத்துக்கொண்டும், சிலரைத் தம்பி திருவேங்கடத்தின் வெள்ளாடித் தெரு வீட்டிலே வைத்தும், கல்யாணச்சீர் பண்ணிக் கொண்டிருந்தார், பிள்ளை.

பிள்ளையின் அருகாலே எப்போதும் அவர் தம்பியும், கணக்கப் பிள்ளையும், சினேகிதர் நாகாபரணப் பண்டிதரும் இருந்துகொண்டு, பிள்ளைக்கு யோசனை சொல்லிக்கொண்டும், கார்வார் பண்ணிக்கொண்டும் இருந்தார்கள்.

"பண்டிதரே! கல்யாண விருந்துக்கு மோர், தயிர் வேணுமே, எப்படியும் குறைந்தது மூவாயிரம் பேராவது ஒரு வேளைக்குச் சாப்பிடுவார்களே. அத்தனை மோருக்கு, என்ன பண்ணுவது.

சேகரிச்சு வைத்தாலும் அதுகளைக் கெடாமல் எங்ஙனம் காப்பாற்றுகிறது?" என்று பிள்ளை கேட்க, அதற்குப் பண்டிதர் இருந்துகொண்டு சொன்னது:

"அது என்ன பெரிய விஷயம்? மோர், தயிரை... கரம் பண்ணி, அதுகளை பீப்பாய்களில் இட்டு, காற்றுப் புகாமல் மூடி அரக்கு வைத்து, குளம் குட்டைகளில் போட்டு வைத்தால், வாரக் கணக்கில் கெடாமல் இருக்குமே..."

"நல்லது. அந்தப் படிக்கே செய்தால் ஆச்சுது" என்று தம் கார்வாருக்கு உத்தாரம் கொடுத்தார், பிள்ளை. அப்புறம் பட்டறை போட்டுக்கொண்டு தங்க நகைகள் செய்து கொண்டிருக்கும் மாடியை நோக்கி நடந்தார். பொன்னைச் சிற்றுளி கொண்டு செதுக்குகிற ஓசை, மாடி முழுக்க வியாபித்துக் கொண்டிருந்தது. வைரம் பரிட்சகரும், அனுபோகஸ்தரும் ஆன பத்தர்களும் வருவதும், போவதுமாக இருந்தார்கள். அடுத்ததாக, நெசவாளர் பிரமுகர் வந்து பிள்ளையைச் சந்தித்தார். பாப்பாளுக்கும் மணமகன் லட்சுமணப் பிள்ளைக்கும் வேணும் என்கிற பட்டும் பவிசும் வெகு உக்ரமாகத் தயாராகிக் கொண்டிருக்கிறது என்கிற விசயத்தைச் சொன்னார்.

"முதலியாரே, மாளிகை முழுக்க, கால் வைக்க இடம் இல்லாதபடிக்கு, சமக்காளத்தால் போர்த்த வேண்டியது. உட்காருகிறவர்கள், படுக்கிறவர்கள் என்று எவருக்காயினும் ரொம்பச் சௌகர்யமாக இருக்க வேணும்."

"ஆகா, நம் குழந்தை பாப்பாள் கலியாணம் என்றால், அது நம்ம வீட்டு விசேஷம் அல்லவோ. ஒரு குறைவு வராமல் நான் பார்த்துக்கொள்கிறேன். தாம் கவலையை விடும்" என்றார் முதலியார்.

"விட்டேன்" என்றார் பிள்ளை. அப்புறமாய்ப் பந்தல்காரரை வரவழைத்தார்.

"ஓய். குவர்னர் மாளிகை, கோட்டை மதில் சுவர் தொட்டு, நம் இல்லம் வரைக்கும் பந்தல் போட வேணும். ஆயிரக்கணக்கான சனங்கள், பெரிய மனுஷர்கள், பெரிய தரத்து அதிகாரிகள் எல்லோரும் வந்து உள் பந்தலில் அமர்வார்கள். இடி இடித்தாலும், மழை பெய்தாலும், புயல் தாக்கினாலும், அசையாமல் நிற்க வேணும், பந்தல். ஏதேனும் பழுது வந்ததோ..."

"எசமான், அதைச் சொல்லணுமா. பாப்பாள் கலியாணம், எங்க வீட்டுக் கல்யாணம். பழுது வந்ததோ என்கிறீர்கள், அபச்சாரம். வந்தால், என் கழுத்தை வாங்கிப் போடுங்கள்."

ஊர் திருவிழாக் கோலம் பூண்டிருந்தது. அவரவர் வீட்டில், விருந்துகள் வந்து சேர்ந்தன. 'நம் பிள்ளை வீட்டுக் கல்யாணம். அதுவும் பிள்ளை வீட்டில் நடக்கிற முதல் கல்யாண நிகழ்ச்சி. நாம்

வருவது அவசியம், அல்லவா?' என்றபடி, கூடலூர் பட்டணத்திலே இருந்தும், சென்னபட்டிணத்திலே இருந்தும் மனுஷர்கள், தம் பந்து மித்ரர்களுடன் உறவு சனங்களுடன், சினேகிதர்களுடன் புதுச்சேரிக்கு வந்து சேர்ந்தார்கள்.

குவர்னர் சன்னிதானத்துக்கு அன்று பிற்பகல் போய்ச் சேர்ந்தார் பிள்ளை. தகவல் அறிந்து, மதாம் துய்ப்ளெக்ஸ்சும் அங்கு வந்து குவர்னருடன் அமர்ந்துகொண்டாள்.

“ரங்கப்பா, உன் வீட்டுக் கல்யாண சம்பிரமம், ஊரெல்லாம் ஒரே பேச்சாய் இருக்கிறதே. இந்தப் பட்டணம் தோன்றி, எந்தக் காலத்திலும் இத்தனை சம்பிரமம் யாரும் செய்ததில்லை என்று எல்லோரும் பேசுகிறார்கள். மெத்த வேடிக்கையாக இருக்கிறது. தினம் தினம் மாப்பிள்ளை பெண்ணையும் வைத்து ஊர்கோலம், மகா வேடிக்கை என்று நமக்கு கபுறு வந்துள்ளது. அப்புறம், பந்தலில், நாம் சென்னப்பட்டணத்தை வாங்கின சமாச்சாரம், மாபூசுகானை நாம் செயித்தது, மயிலாப்பூரிலே அவன் ஓடிப் போனது, தேவனாம் பட்டணத்திலே நாம் போட்ட சண்டை, தேவனாம்பட்டணத்திலே காப்பிரிகளாகிய நம் சிப்பாய்கள் கோட்டைக் கொத்தளத்தை வாங்கிப்போட்ட சமாச்சாரம், நாசர்சங்கு வெகுமானத்தை நான் போய் வாங்கி வந்தது முதலான பல விஷயங்களையும் எழுத்தாலும், ஓவியமாகவும் எழுதியிருக்கிறது என்று மெத்த பேர் வந்து சொன்னார்கள். வெள்ளைக்காரர், செனத்தோர் முதலான பலரும் மெத்த வேடிக்கையாய் இருக்கிறதென்றும் சொல்லுகிறார்கள்.

“எல்லாம் எம்பெருமான் துரையவர்களுடைய சம்பிரமத் தையல்லோ அந்தப் பந்தலில் எழுதி வைத்திருக்கிறது. நாம் ராச காரியக்காரர்கள். நம் காரியங்கள் எல்லாவற்றிலும், நம் ராச காரியம் எதிரொலிக்கப் பண்ண வேண்டியது நம் கடமையல்லவோ? அதைத் தொட்டுத்தான் உமது கீர்த்தியையும் செயத்தையும் பந்தலிலே எழுதி வைத்தேன். ஆங்கிலேயகாரர்கள், ஆற்காட்டு நவாப்பு உத்தியோகத் திலே இருக்கப் பட்டவர்களும், தில்லி பாதுஷா அண்டையிலே இருக்கப்பட்ட உத்தியோகஸ்தர்களும் நம் வீட்டுக் கல்யாணத்துக்கு வருவார்கள். அவர்கள் உமது பிரக்யாதியைத் தெரிந்துகொள்ளட்டும் என்பதுக்காக அவ்விதம் பண்ணினது.”

துய்ப்ளெக்சு நகைத்தார். அப்புறமாய்ச் சொன்னார்:

“ரங்கப்பா! உன் புத்திக்குச் சமானம் ஆனவர்கள் ஒருத்தரையும் நான் கண்டதும் இல்லை. கேட்டதும் இல்லை. உனக்கு என் பேரிலே இருக்கிற பக்தியும், விசுவாசமும் எனக்கு நன்றாகத் தெரியும். ஆனால், நீ பிரெஞ்சுக்காரருடைய கீர்த்தியை விளக்கி வைக்கத் தக்கதாய், எம் சுவாமி உன்னைச் சிரேயோவந்தனாக்கி, மெத்தவும்

மேம்பாடாக்கி வைப்பார். நீ, பிரெஞ்சுக்காரருடைய முஸ்தீபுகளுக் கெல்லாம் கீர்த்தி சம்பாதித்து வைக்கப் பண்ணினதுக்கு உன் பேர் சீமையிலே ராசாவின் இடத்திலேகூட பிரெஞ்சு ராச்சியம் எல்லாம் கொண்டாடுவார்கள்" என்று வெகு தயவாய்ச் சொன்னார். பிள்ளையின் கும்பெனிச் சேவைகளை நாலு நாழிகை நேரம் ஸ்தவுத்தியமாய்ச் சொன்னார்.

பிள்ளை மிகவும் நெகிழ்ந்து போனார்.

"சுவாமி, எசமானே. எனக்கு எது பற்றியும் கவலை இல்லை. நான் உம்முடைய அடிமை. என்னுடைய ஆண்டவனுக்கே அல்லாமல், பிறிதொரு மனிதருக்கு நான் அடிமை என்றால், அது தேவரீருக்குத்தான். எனக்குப் பிள்ளை பிறந்தால், அதுக்கு உம்முடைய பெயரை இடுகிறது அல்லால், மற்றபடி நீர் எனக்குச் செய்திருக்கும் உபகாரத்துக்கும், சகாயத்துக்கும் வேற உபகாரமாய்த் துதித்துக்கொள்ள மாட்டேன்."

பிள்ளை இப்படிச் சொல்லிக்கொண்டிருக்கச்சே, எட்டு பீரங்கிச் சத்தம் கேட்டது. பிள்ளை காது கொடுத்துக் கேட்டதுக்கு, துரை சிரித்துக்கொண்டு சொன்னார்:

"உன் மகள் கல்யாண பீரங்கிச் சப்தம்."

மதாம் துய்ப்ளெக்ஸ் குறுக்கிட்டுக்கொண்டு சொன்னாள்:

"கல்யாண விருந்து ஏக தடபுடல் போலிருக்கிறதே."

"ஆம் அம்மா. இன்றைக்குப் பரசுராமப் பிள்ளை விருந்து. நாளைக்கு சடையப்ப முதலியார் வீட்டு விருந்து."

'கல்யாண மட்டுக்கும் தினம் விருந்துதானா?"

"ஆம், அம்மா. தினே தினே யாராவது விருந்து வைப்பார்கள். கும்பினி வர்த்தகர்கள் ஒரு நாள், குண்டு கிராமத்தார் ஒரு நாள் என்று முறை வைத்துக்கொண்டு செய்வார்கள்."

"மாப்பிள்ளை பெண்ணை நம் வீட்டுக்கு ஒரு நாள் அழைச்சு வாயேன், ரங்கப்பா."

"ஆகட்டும் அம்மா. தங்கள் உத்தாரப்படிக்கே அழைச்சு வருகிறேன். பாப்பாளுக்கு உடம்புக்கு அவ்வளவாகச் சொஸ்தம் இல்லை. குணப்பட்டதும், கட்டாயம் அழைச்சுக்கொண்டு வருகிறேன். இன்னும் மூன்று, தினங்களுக்குள் உடம்பு குணப் பட்டுவிடும் என்று வைத்தியர் சொன்னார். வெள்ளைக்கார வைத்தியரும் சீக்கிரம் சொஸ்தம் ஆகும் என்றுதான் சொல்கிறார்கள்."

"அடடா, இந்த நேரத்தில் என்ன உடம்பு அவளுக்கு?"

“எல்லாம் தங்கள் அன்பு. திடுமென ஒரு நாள் மயக்கமுற்று விழுந்தாள், அம்மா. அப்புறமாக, நாளுக்கு நாள் உடல் இளைத்தும், உணவு பிடிக்காமலும், ஏதேனும் சாப்பிட்டால் வாந்தி பண்ணுவதும் ஆக இருந்தாள். முதலில் கை வைத்தியமாகப் பண்ணிக்கொண்டிருந்தது. வீட்டிலே இருக்கிற பெரியம்மா, விவரம் அறிந்த மனுஷி. அவள்தான் என்னமோ மருந்து பண்ணித் தந்துகொண்டிருந்தாள். நோய், கொஞ்சம் மட்டுப்பட்டது. அப்புறம், முறையாக வைத்தியம் பண்ணிக் கொண்டிருக்கிறது.”

“எல்லாம் சரியாகப் போகும். நான் கர்த்தரை வேண்டிக் கொள்கிறேன்.”

“எல்லாம் தங்கள் கருணையம்மா.”

குவர்னர் துரை இருந்துகொண்டு கேட்டார்.

“ரங்கப்பா, மாப்பிள்ளை பெண்ணைக் காண்பதற்கும், உங்கள் வீட்டு விருந்துக்கும் நாங்கள் எப்போது வரலாம்?”

“எசமான் அடிமையை உத்தாரம் கேட்பதாவது. எங்கள் குடிசை தங்களுடையது. தாங்கள் எப்போது வேண்டுமானாலும் என் குடிசைக்கு எழுந்தருளலாமே. ஆனாலும், வெள்ளியும், சனிக்கிழமையும் தாங்கள் மாமிசம் சாப்பிட மாட்டீர்கள் அல்லவா? ஆதலினால், ஞாயிற்றுக்கிழமை தாங்கள் அனுக்கிரகம் பண்ணலாமே.”

மூான் அம்மை இருந்துகொண்டு சொன்னாள்.

“பார்த்தாயா, பிரான்சுவா, ரங்கப்பன் பேசுவதை? இந்தப் புதுச்சேரிப் பட்டணத்திலேயே, ஏன் குவர்னரின் மாளிகையைக் காட்டிலும் பெரிதான வீட்டைக் கட்டி வைத்துக்கொண்டு, குடிசை என்கிறான், பார்.”

“அவன் அடக்கத்தின் உறைவிடம் அல்லவோ? அப்படித் தான் பேசுவான்.”

பிள்ளை வீடு திரும்பினார்.

வீடு முழுக்க விருந்தினர் கூட்டத்தால், அவர் மாளிகையே தனிச் சோபை பெற்று மிளிர்ந்ததைப் பிள்ளை அவதானித்தார். அது அவருக்குப் பெருத்த மகிழ்ச்சியைத் தந்தது. செங்கல்பட்டிலிருந்து மாமா வந்திருந்தார். பிள்ளையைக் கண்டதும், சேஷாத்திரி பிள்ளை, “மாப்பிள்ளை வாரும். இன்றும் மதிய உணவுகொள்ளவில்லையே. போய்ச் சாப்பிடும்” என்றவர், உள்பக்கம் திரும்பி, “மங்கை” என்றழைத்தார்.

"அப்பா... இதோ வந்தேன்" என்றபடி கூடத்துக்கு வந்தாள் மங்கை.

"இதோ மாப்பிள்ளை அவர்கள் வந்துவிட்டார்கள். அவருக்கு அன்னத்துக்கு ஏற்பாடு செய்."

"இதோ, அப்பா."

"மாமா, தாங்கள் சாப்பிட்டீர்களா?"

"ஆகா. அப்பவே ஆச்சு."

"உணவு சுவையாக இருந்ததோ, என்னவோ. பெருங்கூட்டமான படியாலும், திருமணக் காரியத்தில் யான் அலச்சல் பண்ணிக்கொண்டிருக்கிற காரணத்தாலேயும், தங்களைச் சரியானபடி கவனிக்க முடியவில்லை. தாங்கள் பெரிய மனசு பண்ணி க்ஷமிக்க வேணும்."

"நன்றாயிருக்கு, தாங்கள் சொல்றது. என் பெண் வீட்டில் எனக்கு விசேஷ மரியாதை என்ன? புதுச்சேரிப் பட்டணத்துத் துபாஷ் தாங்கள். என்மேல் இத்தனை கரிசல் கொண்டிருப்பதே எனக்கு மரியாதை. போய்ச் சாப்பிட்டுச் சற்றே சிரமபரிகாரம் பண்ணிக்கொண்டிருங்கள்."

"நல்லது. அப்படியே, மாமா."

பிள்ளை இரண்டாம் கட்டுக்கு வந்தார். "மங்கை... ஸ்நானம் பண்ணி வருகிறேன்" என்றார். "தண்ணீர் விளாவி வைச்சிருக்கு" என்றாள் அவள். பிள்ளை, ஸ்நானம் பண்ணிவிட்டுத் திரும்பினார். இலை போட்டுத் தயாராக இருந்தது. சாப்பிட்டார்.

"மங்கை."

"உத்தரவாகட்டும்."

"காலையிலே துரை பெருமான் என்ன சொன்னார், தெரியுமோ? நம் பாப்பாள் கல்யாணத்திலே, நம் வீட்டுக்கு வந்து, நம்மைப்போல இலை போட்டுச் சாப்பிடப் பிரியப்படுவதாகச் சொன்னார். துரையம்மாவும் அப்படியே சொன்னார்."

"என்னைக்கு வருகிறார்களாம்? கொஞ்சம் கூட்டு சேர்க் கட்டுமா?"

"வேணாம். போதும். வரும் ஆதிவாரத்துக்கு அவர்கள் வரக்கூடும்."

பிள்ளை, கை அலம்பிக்கொண்டு, ஊஞ்சலில் வந்து அமர்ந்தார். கொழுந்து வெற்றிலை, உடைத்த கொட்டைப் பாக்கு, கிராம்பு, ஏலக்காய், ஜாதிக்காய், சுண்ணாம்பு, வெள்ளரிக்காய் விதைகள்

முதலானதுகள் வைக்கப்பட்ட தட்டத்தைக் கொண்டுவந்து அவர் பக்கத்தில் வைத்தாள் மங்கை.

"மங்கை, பாப்பாள் சாப்பிட்டாச்சா?"

"ஆச்சு. கொஞ்சம் சாதமும், ரசமும் பிசைந்து கொடுத்தேன். சாப்பிட்டுப் படுத்தாள்."

"சூரணம் கொடுத்துக்கொண்டிருக்கிறாயா?"

"மாத்திரை, சூரணம், லேகியம், செந்தூரம் என்று மருத்துவர்கள் என்ன என்ன கொடுக்கச் சொன்னார்களோ, அதையெல்லாம் வேளை நேரத்துக்குக் கொடுத்துக் கொண்டுதான் இருக்கேன்."

"வைத்தியர் என்ன சொன்னார்?"

"கவலைப்படும்படிக்கு ஒன்றும் இல்லை. இன்னும் ரெண்டு நாளைக்குள் குணப்பட்டு விடுவாள் என்று சொன்னார்."

மௌனமாகச் சில கணங்கள் கழிந்தன. மங்கை கேட்டாள்:

"ஏனாம்? எனக்குப் பயமாய் இருக்கிறது."

"பயமா? எது பற்றி?"

"கல்யாணத்துக்கு வெகு ஜனம் வருமே. எல்லோரையும் திருப்திப்படுத்தி அவரவர்களையும் கவனிக்க நம்மால் ஆகுமா? ஏதேனும் மனவருத்தம் வந்துவிடக் கூடாது என்றுதான் பயம்."

பிள்ளை சிரித்துவிட்டுச் சொன்னார்:

"மங்கை, குழந்தைகளை ஆசீர்வதிக்க வருகிறார்கள். அதைச் செய்துவிட்டுப் போய்விடுவார்கள். அவர்கள் மரியாதையை எதிர் பார்த்துக்கொண்டு இருக்க மாட்டார்கள். குழந்தைகள் மேலோ, நம் மேலோ அன்பு செய்யாதவர்கள்தாம் கோபித்துக் கொண்டு போவார்கள். அவர்கள் அப்படிப் போவது பற்றிக் கவலை என்னத்துக்குப் படுகிறது?"

"அதுவும் சரிதான்" என்று ஒப்புக்கொண்டாள் மங்கை.

வழுதாவூர் வாசல்படியில் நிறுத்தப்பட்ட கூடு வண்டிகள் வரிசை முரண்டாண்டி சாவடி வரைக்கும் நீண்டது. கூடலூர் வாசல்படி முதல் நிறுத்தின பல்லக்கும், குதிரைகளும், வண்டிகளும் அரியாங் குப்பம் வரை நீண்டது. அப்படி ஒரு சனக் கூட்டம், பிள்ளை வீட்டுக் கல்யாணத்தை முன்னிட்டுக் கூடியது. எல்லோர் வீட்டுத் திண்ணைகளிலும், தோட்டங்களிலும் எவர் வேண்டுமானாலும் புழங்கலாம் என்கிற மாதிரி உரிமையுடன் ஜனங்கள் படுத்தும், குளித்தும் களித்தார்கள். பிள்ளை வீட்டுக் கல்யாணத்துக்கு வந்திருக்கிறோம் என்கிற வார்த்தை சொல்கிறவர்க்கு உடன்

பானகம், பனம் கல்கண்டு, சர்க்கரை, பழம், பாக்கு வெற்றிலை கிடைத்தது.

சுபயோக சுபதினத்தில் அதிகாலையில் பாப்பாள் கழுத்தில் லட்சுமணப் பிள்ளை தாலி கட்டினான். பிள்ளை கண்ணால் ஜலம் விட்டார். குழுமி இருந்த ஜனங்கள் போட்ட அட்சதையில் மணமக்கள் முழுகிப் போனார்கள் என்னும்படி இருந்தது. குவர்னர் துரையும், அம்மாளும் தம்பதி சமேதராக வந்திருந்து மணமக்களை வாழ்த்திக்கொண்டு பட்டு, வராகன் என்று பலவிதமான பரிசுப் பொருள்களை வாரி வழங்கினார்கள்.

குவர்னர் இருந்துகொண்டு, "கர்த்தருடைய அருளாலும், கன்னி மரியாளின் ஆசியாலும், மணமக்கள் ரொம்ப சௌக்யத்துடனே, பலவிதமான சௌபாக்கியத்துடன் பல்லாண்டு காலம் வாழ் வாராக!" என்று அவர்கள் மேல் சிலுவைக் குறி இட்டுக்கொண்டு வாழ்த்தியருளினார். மணமக்கள் குவர்னர் தம்பதிகள், தாத்தா பாட்டி, சித்தப்பா, சின்னம்மா மற்றும் பெரியோர்கள் பாதங்களில் வணங்கி ஆசி பெற்றார்கள்.

புறப்பட்டுப்போகையில், குவர்னர் பெருமான், பிள்ளையைத் தனியாக அழைப்பித்து, "ஊரிலே பண்டிகை கொண்டாடு கிறார்களோ எனும்படி இருக்கிறது, ரங்கப்பா. இப்படி ஒரு விசேஷத்தைப் பாரீசு பட்டணத்துப் பிரபுக்கள்கூட நடத்தினதில்லை. இது சத்தியம்" என்றார்.

"எல்லாம் தங்கள் அன்பு."

மதாம் அம்மை கேட்டாள்:

"ரங்கப்பா, இந்தக் கல்யாணத்துக்கு என்ன செலவு ஆச்சுது?"

"இன்னும் கணக்குப் பார்க்கவில்லை, அம்மா. கல்யாணச் செலவு, தங்க வைரச் செலவு, நான் கொடுக்கும் வரிசை எல்லாம் லட்சம் வராகனைத் தாண்டும், தாயே."

மதாம் மயங்கி விழாதது ஒரு அதிசயம்தான்.

திருமணம் முடிந்த ஏழாம் நாள் மாலை.

சுப காரியத்துக்கு வந்திருந்த பலரும் இன்னும் விடைபெற இல்லை. எல்லாம் நெருங்கின பந்துக்கள் ஆகையால், இருந்து போங்கள் என்று சொல்லியிருந்தார், பிள்ளை.

பெண்ணும் மாப்பிள்ளையும் மணமகன் வீட்டுக்குச் சென்றிருந் தார்கள். மங்கைத்தாய் பிள்ளையிடம் சொல்லிக் கொண்டு இருந்தாள்.

"குழந்தை மிகவும் பயந்துபோய் இருந்தாள்."

"என்னத்துக்குப் பயம்?"

"கலியாண தாத்பர்யம் இன்னும் தெரியாமையால் இருக்கும்."

"எல்லாம் காலம் கற்றுக் கொடுக்கும். நீ கூடத்தான் பனிரெண்டு வயசிலே என் கையைப் பிடித்தாய். எல்லாம் காலக் கிரமத்திலே நடக்கவில்லையா?"

அம்மா முகம் சிவந்துவிட்டது.

"போங்கள், எனக்கு வெட்கமாய் இருக்கு."

"அடே, இன்னும் நீ அழகாய்த்தான் இருக்கிறாய், மங்கை."

வெளியே சத்தம் எழுந்தது. ஒரு குதிரை கத்தும் சப்தம்.

"என்ன சப்தம் அது?" என்றார் பிள்ளை.

கணக்கர் வந்து, "செங்கல்பட்டிலிருந்து குதிரைக்காரன் வந்துள்ளான். தங்களிடம் சேதி சொல்ல வேணுமாம்" என்றார்.

பிள்ளை எழுந்து வெளியே வந்தார்.

செங்கல்பட்டுக்காரன் பிள்ளையைப் பார்த்ததும், "ஒரு அசுப சேதி" என்றான்.

"என்ன?"

'பாப்பாள் தவறிவிட்டாள்."

"என்ன?"

"காலையில் சன்னிகண்டு இறந்து போனாள்."

"ஐயோ பகவானே" என்றபடி மங்கை, நின்றவாக்கில் மரம் சாய்வது போல் சாய்ந்தாள்.

பிள்ளையின் காலின் கீழும் நிலம் நடுங்கிக்கொண்டிருந்தது. அப்படியே நின்றார். 'நாராயணா' என்றார். அவர் கண்களில் கண்ணீர் வழிந்தது.

56

மதாம் ழான் துய்ப்ளெக்ஸ், துய்ப்ளெக்ஸ் துரையைக் கல்யாணம் பண்ணிக்கொள்கிறதுக்கு முன்னாடி, முசே வேன்சான் என்பானுடைய பெண்ஜாதியாய் இருந்துகொண்டு, மேற்படி முதல் புருஷனுக்குப் பன்னிரெண்டு பிள்ளைகள் பெற்றாள். அதன் பிறகே, துய்ப்ளெக்ஸுக்கு ஒரு பிள்ளை பிறந்து, அதுவும் கர்த்தருடைய விருப்பத்தின்படி அவரிடமே சென்று சேர்ந்தது.

மதாம் மூனின் பன்னிரெண்டு பிள்ளைகளில் ரோசி எனப்பட்ட, அவ்வாறு அழைக்கப்பட்ட ஒருத்தி இருந்தாள். அம்மாவைக் கொண்டிருக்கிறாள் என்பதுக்காக அந்தப் பெண் பிள்ளை, அம்மாவின் பெயரையே கொண்டு அழைக்கப் பட்டாள். கலியாணத்துக்கு முந்தி அவள், மத்மசேய் ரோஸ் என்று விளிக்கப்பட்டாள். முசே போர்னவால் என்கிறவனுக்கு அவளைக் கல்யாணம் பண்ணிக் கொடுத்திருந்தது. புதுச்சேரி சின்ன துரைமார்களில் ஒருத்தராக இருந்து, பின்னால், சென்னப் பட்டணத்தைப் பிரான்சுக்காரர்கள் கைப்பற்றின பிற்பாடு, அந்தப் பட்டணத்தின் எஜமானாகப் பொறுப்பேற்றுக் கொண்டு, அந்தப் பட்டணத்துக்கு உத்தியோகம் பண்ணப் போனான். போகிறவன், தன் பெண்ஜாதியாகிய ரோசியையும் கூடவே தானே அழைத்துக்கொண்டு போனான்.

ரோசிக்கு அவள் அம்மாக்காரியாகிய மூான் இடத்திலே பெரிதான செல்லமும், அன்பும் இருந்தது. அதுக்கு முதல்காரணம் அந்தப் பெண்பிள்ளை தன்னைக் கொண்டிருக்கிறாள் என்பது. இரண்டாவது, அவள் சுலபமாக எல்லோரிடத்திலும் கலகலப்பாகப் பழகிக்கொண்டு, அத்தை, மாமன், சித்தப்பா, அன்பானவரே என்று முறை வைத்து அழைத்துக்கொண்டு, சலேர்பிலேர் என்று பழகிக்கொண்டிருந்தாள். குவர்னரின் மகள் என்கிற மேட்டிமை சிறிதும் இல்லாமல் குசினிக்காரன் முதல் கொண்டு, குதிரைக்குக் கொள்ளு வைக்கிறவன் வரை அவள் அனைத்து மனுஷரிடமும் பேதாபேதம் இல்லாமல்தானே பழகிக்கொண்டு இருக்கிற காரணத்தினாலே, அவளுக்கு எல்லோரிடத்திலும் மிகுந்த வாஞ்சை இருந்துகொண்டிருந்தது. அதைத் தொட்டு, மதாம் மூான் அம்மையாரும், கோழிக் குஞ்சைப் போல, ராசம்மாவைத் தன் வயிற்றிலே இருத்திக்கொண்டு தானே பட்சம் காட்டி வந்தாள். அதனால், ரோசி, வருஷத்தின் பெரும்பாலான காலங்களில், தம் அம்மாவுடன் தங்கிக்கொண்டு வெகு சல்லாபத்துடனே காலம் கழித்துக்கொண்டிருந்தாள்.

இது இப்படி இருக்கப்பட்ட நாளிலே, பதினாலு வயசுகூட நிறையாத அந்தப் பெண்பிள்ளையை முசே புசி என்கிறவன், காண நேர்ந்தது. கண்டுவிட்ட அந்த க்ஷணம் முதற்கொண்டு, அந்தப் பெண் பிள்ளையின் மேலே அவன் மையல் கொண்டுவிட்டான். எவ்வாறு ஆகிலும் அவளுடன் மைதுனம் பண்ணிவிடுவது என்று தீர வழி பண்ணிக்கொண்டான்.

குவர்னர் பெருமானுக்குப் பாரீசுப் பட்டணத்திலே இருந்து, குதிரை வீரர் பதக்கம் விசேஷமாக வந்ததை முன்னிட்டுக் கொண்டு, மதாம் மூான் அம்மை, வெள்ளையர்க்கு மட்டுமான விருந்தொன்று

வைத்தாள். அதிலே படைவீரனும், பெரிய படிப்பாளியும், கட்டடக் கலைஞனுமான புசி என்பவனுக்கும் அம்மை அழைப்பு விடுத்தாள். புசியும் யௌவனப் பருவத்தை இன்னும் கடந்தான் இல்லை.

மூான் அம்மை கொடுத்த மதுவிருந்தில், எல்லாம் திடுமென ஒளிபெற்றுப் பிரகாசிப்பது போல் அவனுக்குத் தோன்றியது. விளக்குகள் பல வண்ணங்களில் ஒளி சிந்தின. இருப்பதிலேயே சுத்தமானதும் உயர்தரமானதும், அண்மை மோஸ்தருமான ஆடை அணிந்திருந்தான். விருந்துக்கு வந்திருந்த வெள்ளைக்காரப் பெண் களின் பக்கம் அவன் பார்வை சுற்றிச் சுழன்றது. அப்போதுதான் அந்தப் பட்டாம்பூச்சியை அவன் காண நேர்ந்தது.

இசைக் குழுவினர் சற்று ஓய்ந்து, அடுத்த இசை வழங்கலுக் காகத் தங்கள் வாத்தியங்களைச் செப்பனிட்டுக்கொண்டிருந்த வேளையில், கிடைத்த சந்தர்ப்பத்தைப் பயன்படுத்திக்கொண்டு ரோசியை அணுகினான் புசி.

"உங்கள் பெயர் பட்டாம்பூச்சியா?" என்றான்.

ரோசியும் பலமாகச் சிரித்து, அவன் ரசிப்பை ஆமோதித்தாள். அவளுக்கும் சற்றே போதை கிளர்த்திக் கொண்டுதான் இருந்தது.

"இல்லை. என் பெயர் ரோசி. மதாம் ரோசி போர்னவால்."

"உங்களைத்தான், ஒன்று பட்டாம்பூச்சி என்றாவது அல்லது வானவில் என்றாவது அல்லது மது தரும் சுகம் என்றாவது அல்லது வாசனைத் திரவியங்களின் லட்சியம் என்றாவது அழைப்பதற்கு எனக்குத் தாங்கள் உத்தாரம் அளிக்க வேண்டும்" என்றபடி அவள் முன் மண்டியிட்டான். மேலுறை அணிந்த அவள் கையைப் பற்றி முத்தமிட்டான்.

ரோசிக்கு மனம் இளகிற்று. அது அவள் முகத்தில் வெளிப் பட்டது. இதைப் பயன்படுத்திக்கொண்டு, "பூங்கா நாற்காலியில் சென்று அமர்ந்து என்னோடு இரண்டு வார்த்தை பேச அனுக் கிரகம் பண்ணுவீர்களா?" என்று மன்றாடினான்.

ரோசியும் அதற்கு இணங்கி, அவனுடன் மாளிகையின் பூங்கா வுக்குள் சென்றாள். குளிர்ந்த இருக்கையில் அவர்கள் அமர்ந்து கொண்டார்கள். மாளிகை உள்ளிருந்து இசைக் குழுவினர் இசைக் கும் இசை மிக மெல்லியதாக அவர்களிடம் வந்து சேர்ந்துகொண்டி ருக்கிறது. மேலே நிலவு எரித்துக் கொண்டிருந்தது.

"நீங்கள் யார்? என்னிடம் அபிமானித்தது என்னத்துக்கு?" என்று வினவினாள் ரோசி.

"இரண்டாவது நிலவே, ஆழங்காண முடியா இரண்டு வைரச் சுரங்கங்கள் மாதிரி இரு விழிகளையும், நம் இனத்தாருக்கே

உரிய அழகான கூர்மையான நாசியையும், வெள்ளைச் சல்லாத் துணி மாதிரி பற்களையும், சிவந்த மலர்களைக் கவ்வின போல் இதழ்களையும், பிச்சுப்பலா மாதிரி இரு ஸ்தனங்களையும் கொண் டிருக்கிற, மரியாதைக்குரிய சீமாட்டியே, நான் ஒரு கட்டடக் கலைஞன். படையின் ஒரு பிரிவுக்கு அதிபதி. பாரீஸ் பட்டணத்திலே மிகுந்த சொத்துக்கு அதிபதி. இந்தியாவுக்கு எனது அதிர்ஷ்டத்தைப் பரீட்சை செய்து பார்க்க வந்திருக்கிறேன். இங்கிருந்து பாரீஸ் பட்டணத்துக்குத் திரும்பினால், ஒன்று குவர்னராகத் திரும்புவேன். இல்லாவிடில், தாய் நாட்டுக்கு மகத்தான சேவை செய்த பெரு வீரனாகத் திரும்புவேன் என்கிற நம்பிக்கையுடன் இருக்கிறேன். உங்களைப் போன்ற சீமாட்டியின் கடைக்கண் அருள் இருந்தால் இந்தப் புவியில் எதுதான் நடக்காது?"

புசி, தன் கழுத்தில் இருந்த விலை உயர்ந்த, தங்கமும் வைரமும் இழைத்துச் செய்த சங்கிலியை எடுத்து, அவள் காலடியில் குனிந்து, "இதை இந்த ஏழையின் மிகச் சிறிய அன்பளிப்பாக ஏற்றுக்கொண்டு என்னைக் கௌரவியுங்கள்" என்று மன்றாடும் குரலில் சொன்னான்.

ரோசி மேலும் நெகிழ்ந்து போனாள். அதை எடுத்துத் தன் கழுத்தில் அணிந்துகொண்டு, 'மெர்சி' என்றாள். "பொக்கோ மெர்சி" (மிக்க நன்றி) என்றாள் மீண்டும்.

"ஆகா. நான் எவ்வளவு பெரிய மூடன்."

"ஏன்?"

"இந்த ஆபரணத்தை உரிய இடத்தில் சேர்ப்பிக்கத் தெரியாமல், கழுதையின் கழுத்தில் நகை போட்டாற்போல, என் கழுத்தில் இத்தனை காலமும் இதைப் போட்டுக்கொண்டு திரிந்தேனே, என்ன வெட்கக்கேடு?"

"தாங்கள் ஒரு கனவான். தங்களைத் தாங்களே அத்தனை தூரம் தாழ்த்திக்கொள்ள வேண்டாம்" என்று பதில் உத்தாரம் உரைத்தாள், ரோசி.

"மதாம் போர்னவால்! தாங்கள் என்னைக் கனவான் என்றது சத்தியம்தானா?"

"முக்காலும் சத்தியம்."

"அங்ஙனமாகில் தங்கள் இதழ்களில் ஒரு முத்தம் இட்டுக் கொள்ள என்னை அனுமதிப்பீர்களா?"

ரோசி முதலில் கொஞ்சம் தயங்கினாள். அப்புறம் அனு மதித்தாள். அவர்கள் கட்டி முத்தம் இட்டுக்கொண்டார்கள்.

புசி அதற்குப் பிறகு, தினே தினே, ரோசிக்கு ஏதேனும் ஒரு பரிசைத் தன் பரிசாரகனான செட்ரியோவிடம் கொடுத்து அனுப்பத் தொடங்கினான். ஒரு நாள் கொண்டை ஊசி, பொன்னால் ஆனது; ஒரு நாள் கை வளை; ஒரு நாள் மோதிரம்; ஒரு நாள் ரோசி அணிந்து கொள்ள பாரீசுப் பட்டணத்து யுவதிகள் அணிந்துகொள்ளும் உள்ளாடை என்று பரிசுகள் நீண்டுகொண்டே சென்றன.

மதாம் மூரான், ரோசியிடம் கேட்டாள்:

"கண்ணே, நீ அந்த முசே புசியைக் காதலிக்கிறாயா? ஆமெனில் தைரியமாகச் சொல்லிப் போடு."

"அவர் என்னைத் தீவிரமாக விரும்புகிறார் அம்மா."

"உனக்குப் பிடித்திருந்தால் அதை ஏற்றுக்கொள். ஆனால் ஒன்று. இதைப் பரம ரகசியமாக வைத்துக் காப்பாற்ற வேணும். உன் புருஷனுக்கு இது தெரிந்துவிடக்கூடாது. அப்புறம், எக்காரணம் கொண்டும், புசியுடைய பிள்ளையை ஏற்றுக் கொள்ளாதே. எதிர்காலத்தில் அதுவே மிகுந்த சிக்கலுக்கு வழி வகுத்துவிடும்."

ரோசி தலை கவிழ்ந்து நாணத்துடன் அமர்ந்திருந்தாள். மூரான் தொடர்ந்து சொன்னாள்:

"எனக்கும், துய்ப்ளெக்ஸுக்கும் உன் அப்பா இருக்கிற போதே சினேகம் இருந்தது. எனினும், ஊருக்கு அது தெரிந்திருந்தாலும், உன் அப்பா அதை நம்பாமலே இருக்கும்படிக்கு அதை வெகு ரகசியமாக வைத்துக்கொண்டிருந்தேன். இந்த ஊரில், நாட்டு மருத்துவ வழக்கப்படி பல மருந்துகளைப் புசித்துக் கர்ப்பத்தைக் கலைத்துக்கொள்கிறார்கள். வேணுமென்றால் நீயும் பரீட்சை செய்து பார்த்துக்கொள்ளலாம், கண்ணே."

"போம்மா, எனக்கு வெட்கம் பிடுங்கித் தின்கிறதே."

"அஃதெப்படி? வைனும் பழசாய் இருக்க வேணும், போதையும் மெலிசாய் இருக்க வேணும் என்றால் எப்படி?"

அம்மாவும் பெண்ணும் சேர்ந்து சிரித்தார்கள்.

"ரோசி, என் உயிருக்குள் உயிரானவளே. என் மனத் தடாகத்தில் அலையாகவும், விழிக்கு வெளிச்சமாகவும், என் முயற்சிக்கு பெலமாகவும், என் சுவாசத்துக்குக் காற்றாகவும் இருக்கப்பட்டவளே. உன்னோடு சேர்ந்து, சல்லாபம் செய்து, மைதுனம் பண்ண என் மனம் மிகவும் அபேட்சிக்கிறது. இன்றே அது நடைபெற வேணும். அல்லாது போனால், நாளையோ, நாளை மறுநாளே என் பிராணனை நான் விட்டுவிடவேண்டிவரும். இதைக் கண்டவுடன் கணமும் தாமதிக்காமல், என் மாளிகைத் தோட்ட வீட்டுக்கு வந்து

சேர்வாயாக!" என்று ஒரு லிகிதம் எழுதி, அதை ரோசிக்கு அனுப்பி வைத்தான் புசி. கடிதத்தைப் படித்த ரோசி மிகவும் கலங்கிப் போனாள். அம்மாவைத் தேடிப் போனாள். மூான் அம்மை, குவர் னருடன் சவாரி போயிருந்தாள். அதை ஒரு உறையில் இட்டு, அம்மா திரும்பினதும் அவளிடம் கொடுக்கும்படி தாதியிடம் சொல்லிவிட்டு, ரோசி பல்லக்கில் ஏறி, புசியின் தோட்ட வீட்டுக்குச் சென்றாள்.

ரோசி சென்ற கொஞ்ச நேரத்துக்கு எல்லாம் முசே போர்னவால் வந்து சேர்ந்தான். அவனைத் தாதிதான் வரவேற்றாள்.

"மதாம் எங்கே?"

"குவர்னர் மதாம், குவர்னருடன் சவாரி போயிருக்கிறார்கள்."

"என் மதாம் எங்கே?"

"தெரியாது."

"வேலைக்கார நாயே, உண்மையைச் சொல்லு. இது என்ன குவர்னர் மாளிகையா? அல்லது வேசை விடுதியா? எனக்கோ, என் அம்மாவுக்கோ மதாம் ரோசி ஏதேனும் செய்தி சொல்லி வைத்து இருக்கிறாளா? இது என்ன தெரியுமா? வாள். உன் கழுத்தைப் பழம் வெட்டுவது போல இதைக் கொண்டு இந்தக் கணமும் சீவிப் போடுவேன்."

போர்னாவால் தம் கத்தியை உருவிக் காட்டினான். தாதி பயந்து போனாள்.

"குவர்னர் துரை... மதாமுக்குச் சின்னம்மா செய்தி வைத்துவிட்டுச் சென்றிருக்கிறார்கள்."

"அதை இப்படிக் கொடு."

அந்தச் செய்தி நறுக்கைக் கையில் வாங்கி, உறையைக் கிழித்துப் படித்தான். அதைத் திரும்பவும் தாதியிடமே கொடுத்தான். மீண்டும் என்னவோ நினைத்து, அதை வாங்கிக் கிழித்துப் போட்டான். வாளை எடுத்துக்கொண்டு, புசியின் தோட்ட வீட்டை நோக்கிப் புறப்பட்டான், போர்னவால்.

ரோசியைத் தன் தோட்ட வீட்டில் கண்டதும், ஓடோடிச் சென்று அவளைத் தழுவிக்கொண்டான், புசி. அவளை அறைக்குள் அழைத்துச் சென்றான். அவளைக் கட்டிலில் அமர வைத்தான். கதவை உள்புறம் சாத்திக்கொண்டான்.

நாலு நாழிகைகளுக்குப் பிறகு, அவர்கள் உடுத்திக்கொண்டு, கதவைத் திறந்துகொண்டு வெளியே வந்தார்கள். வெளியே போர்னவால் மிக அமைதியாகக் காத்திருந்தான். புசியும், ரோசியும்

திகைத்துப் போனார்கள். போர்னவால் மிக அமைதியாகச் சொன்னான்:

"முசியோ புசி, நான் மூன்று நாழிகைக்கு முன்னமே இங்கு வந்துவிட்டேன். உங்களைத் தொந்தரைப் படுத்துவது அநாகரீகம் என்பதால், காத்திருந்தேன். நல்லது. ரோசி யாருக்கு உரியவள் என்பதை நம் குல வழக்கப்படி வாளால் தீர்த்துக் கொள்வோமே... நான் இப்போதே அதுக்குத் தயார். ஆனாலும் நீர் களைத்துப் போயிருப்பீர். நாளைக்குச் சண்டை போடத் தயாரா?"

புசி சற்று யோசித்தான்.

"வேண்டாம். உங்களுக்கு என் நன்றி. உங்கள் பெருந்தன்மைக்குத் தலைவணங்குகிறேன். ரோசி யாருக்குச் சொந்தம் என்பதை, கத்தியால்தான் தீர்மானிக்க வேண்டுமா?"

"நம் குல தர்மம் அதுதானே. அல்லாவிடில் அது எனக்குப் பெரிய அவமானமாய் அன்றோ அமையும்?"

"நல்லது. நாளை வரை எதற்குத் தள்ளிப்போட வேண்டும். என்னால் இரவு உறங்க முடியாது. உண்ணவும் முடியாது. இப்போதே இதைத் தீர்த்துக்கொள்வோம். நாம் கொஞ்சம் வைன் அருந்திக் கொள்ளலாம்தானே."

ரோசி அறைக்குள் சென்று, இரண்டு கிண்ணங்களில் வைன் கொண்டு வந்தாள். இரு வீரர்களும் அதை அருந்தினார்கள்... பிறகு மைதானத்துக்குச் சென்று, கை குலுக்கிக் கொண்டு தங்கள் யுத்தத்தைத் தொடங்கினார்கள். சுமார் இரு நாழிகை நேரம் அவர்கள் யுத்தம் தொடர்ந்தது. முடிவில், போர்னவால் கையில் காயம் பட்டு வீழ்ந்தான். புசிக்குத் தொடையில் கத்தி பட்டு ரத்தம் கொட்டிற்று. அவனும் தடுமாறிக்கொண்டு வீழ்ந்தான்.

குவர்னர் துரை தீர்ப்பு வேறு மாதிரியாக இருந்தது. ரோசி, தன் கணவனுடன், தரங்கம்பாடிக்குச் சென்று வசிப்பது என்றும் புசி புதுச்சேரியை விட்டு எங்கும் அகலக்கூடாது என்றும் உத்தாரம் செய்தார்கள்.

போர்னவால், தன் பெண்ஜாதியை அழைத்துக்கொண்டு தரங்கம்பாடிக்குச் சென்றான். சென்ற நாள் தொட்டு, ரோசி ஒரு பருக்கை உணவும், ஒரு துண்டு ரொட்டியும் அருந்தாமல், ஒரு மிடறு தண்ணீரும் குடியாமல், பித்துப் பிடித்தாற்போல் இருந்து, சில நாள்களில் மரித்துப் போனாள்.

57

“அவிஷ்பாக்கத்து ரெட்டிகள் ஏன் நமக்கு நெல்லே அளப்பதில்லை. இதைச் சற்று கவனிக்க வேணும் ரங்கப்பா” என்றார் குவர்னர் அவர்கள்.

“பிரபு, நான் அதை விசாரித்துக்கொண்டுதான் இருக்கிறேன். அவிஷ்பாக்க்த்து பட்டாதாரர் வைரப்பிள்ளையை அழைச்சுப் போட்டு நான் கேட்டுப் பார்த்துவிட்டேன். கொழுப்புதான். மற்றைய காரணம் இல்லை. நண்டு கொழுத்தால், வளைக்குள் தங்காது என்று சொல்வார்கள். அதுமாதிரி, இந்த ரெட்டிகள், வெள்ளாமையால் மிகு பணமும் செல்வமும் சொத்தும் பத்தும் பண்ணிக்கொண்டு திரிகிறார்கள். துரைபெருமான் எனக்கு உத்தாரம் கொடுக்க வேணும். நான் ஒருநடை போய் விசாரணை பண்ணிப்போட்டு அப்புறமாய் பெருமான் தக்க சிட்சை அவர்களுக்குப் பண்ணி வைக்க வேணும்.”

“அப்படித்தானே பண்ணு ரங்கப்பா” என்றார் குவர்னர்.

பிள்ளை, மறுநாள் காலமே, தன் குதிரைமேல் ஏறிக் கொண்டு அவிஷ்பாக்கத்துக்குச் சென்றார். வைரப்பிள்ளை வீட்டிலே தங்கிக் கொண்டு, ரெட்டிமார்களுக்குத் தலையாரியை அனுப்பி அழைத்து வரச் செய்தார். “வருகிறோம் போ” என்று அனுப்பி வைத்துவிட்டு, எல்லோரும் சேர்ந்து பேசி வைத்துக்கொண்டு வந்தார்கள். வைசாக ரெட்டி, நாயன் ரெட்டி, சின்ன ரெட் டியாகிய அந்த மூன்று பேரும் வந்து ரங்கப்பிள்ளை முன்னால் நின்றுகொண்டு சலாம் பண்ணிக் கொண்டார்கள். அம்மூவர்க்கும் பிள்ளையின் முன்னே தடுக்கு போடப்பட்டது. அவர்கள் அமர்ந்தவுடன், பிள்ளை சொன்னார்:

“ரெட்டிமாரே! குவர்னர் பெருமான் உத்தாரத்தின் பேரில் நான் உங்கள் மூன்று பேரையும் கண்டு பேச வந்திருக்கிறேன்.”

“ஆகா. அவ்வண்ணமே குவர்னர் பெருமானுடைய உத்தாரம் என்ன சொல்லுங்கள்.”

“நம் புதுச்சேரி அரசாங்கத்துக்கும், சென்னப்பட்டணத் திலேயும், கூடலூரிலேயும் இருந்துகொண்டு நமக்கு எதிராய் இருக்கிற ஆங்கிலேயர்க்கும் சண்டை முஸ்தீபு நடந்துகொண்டு இருக்கிறதனாலேயும், அதைத் தொட்டு அரிசித் தட்டுப்பாடு நமக்கு ஏற்பட்டிருக்கிறது என்பதினாலேயும், காணி வைச்சுக் கொண்டு இருப்போர், காணி விளைச்சலில் மூன்றில் ஒரு பங்கு அரசாங்கத்துக்குக் கொடுக்கிறது என்றும், அந்த மூட்டைகளைக் கிடங்கிலே கொடுத்துப் போட்டு, அதற்குண்டான வராகன்களை

வாங்கிக்கொள்ள வேண்டும் என்றும், துரையவர்கள் தண்டோரா போட்டு அறிவிச்சதை ரெட்டிமார்கள் அறிவீர்கள்தானே."

"தண்டோரா சத்தம் காதில் விழுந்தது, கேட்டோம்."

"அப்படி இருக்கையில், நீங்கள் மூவரும், நெல் அளக்காமல் இருந்தது என்ன?"

"சட்டியில் இருந்தால் அன்றோ, அகப்பையில் வரும்" என்றான் ஒரு ரெட்டி.

"அஃதாவது விளைச்சல் இருந்தால் அன்றோ, நாம் படி அளக்க முடியும்."

"ஆம், ஐயா. பட்டணம் வாசம் பண்ணுகிற பிரபு நீர். வெள்ளாமை தேய்ந்து நாங்கள் படும் கஸ்தி உங்களுக்கு என்ன தெரியும்?"

"ஓய். வெள்ளாமை பற்றி நீர் என்னிடம் பேசாதீரும். நானும் ஒரு விவசாயிதான்ஙாணும்..."

"மானம் பேய்ந்தால் பெய்து கெடுக்கும். காய்ந்தால் காய்ந்து கெடுக்கும் என்கிற பேச்சு நீர் அறியாததா?"

"உழுதவன் கணக்குப் பார்த்தால் உழக்கும் மிஞ்சாது என்கிற சொலவடை தாங்கள் அறிந்ததுதானே."

"அது சரிங்ஙாணும். போன அறுவடைக்கு இன்னும் நெல் அளக்காமல் இருக்கிறீரே, அதுக்கு என்ன சொல்கிறீர்?"

"நெல் எங்கே அறுத்தோமாம், பக்கத்திலே இருந்து பார்த்தவர் போலப் பேசுகிறீரே. இது அடுக்குமோ? சாவி, புழுவெட்டு, பூச்சி பொட்டு, சவக்கல், நோய் நொடி இதுகளை அல்லவோ அறுத்தோம்?"

"துபாஷ் பிள்ளைவாள். வைத்துக்கொண்டு வஞ்சனை பண்ணுகிறது இல்லை. நீர் யாரை வேண்டுமானாலும் கேட்டுப் பாருமேன். எங்கள் காடுகழனியை விற்றுப் போட்டுப் பழைய படிக்கே, கோதாவரிக்கும், ராஜமுந்திரிக்கும் போய்விடப் போகிறோம்."

"கடவுள் சாட்சியாகச் சொல்லும். நீர் விளைச்சலைப் பதுக்கி வச்சிருக்கவில்லை என்று சொல்லும்."

"அதோ, எரிந்துகொண்டு போகிறானே, அந்தச் சூரியன் சாட்சியாக, கங்கா ஜலம் சாட்சியாக, யாங்கள் ஒன்றையும் மறைத்தது இல்லை."

"அடே குலத்துரோகி. மாபாதகா, பொய்யும் புளுகுமாக வாழ்கிறது அல்லாமல் தெய்வங்கள் மேல் சாட்சி வைக்கிறாயா? நெல் அம்பாரம் அம்பாரமாக, வாகூரிலே இருக்கிற உன் மகள்வீட்டுக் குதிரிலே நீ சேர்த்து வைக்கவில்லை?"

"எந்தப் பாவி உமக்கு இதைச் சொன்னான். உம் நாக்கு அழுகிப் போகும். என் மேல் எவன் அபாண்டம் பண்ணுகிறானோ, அவன் இடையிலே கட்டத் துணி இல்லாமல் அலையத்தான் போகிறான் பாரும்.."

"ரெட்டிமாரே! மயிலே மயிலே என்றால் இறகு போடுமா...? பிடித்துப் பறித்துக்கொண்டுதான் ஆக வேணும். உம்மைக் கையும் மெய்யுமாகப் பிடித்துத் தண்டித்தால்தான் நாயத்தை நீர் ஒப்புக்கொள்வீர்" என்று எச்சரித்தார் பிள்ளை.

"ஓய் பிள்ளை. ரொம்பத்தான் பேசாதீரும். எங்கள் நிலைமைகளை முன்னமேயே கவர்னரின் பெண்ஜாதியான மூான் அம்மாளிடம் நாங்கள் சொல்லிவிட்டோம். அந்த அம்மாள் நம் விவகாரத்தைக் கவனித்துக்கொள்வதாகச் சொல்லிவிட்டார். அப்படி இருக்கையில், நீர் என்னத்துக்குத் தோசைக் கல்லில் தண்ணீர் தெளித்தது போல் முசுமுசு என்று பேசிக் கொண்டி ருக்கிறீர். எதுவானாலும் அம்மாளிடம் போய்ப் பேசும்."

பிள்ளைக்குப் புரிந்தது. அவர்களின் தைரியம் எங்கிருந்து வந்திருக்கிறது என்பதை அவர் புரிந்துகொண்டார். ஆகவே தாம் ஒன்றும் பேசக்கூடாது என்று மனசிலே குறித்துக்கொண்டு, "எது எப்படியோ போகட்டும். நீங்கள் சொல்லியவற்றை அப்படியே எஜமானிடம் சொல்வது நம் கடமை. எஜமான் பார்த்து உங்களைத் தட்டியும் கொடுக்கட்டும், சிட்சையும் பண்ணிக் கொள்ளட்டும்" என்றுவிட்டுப் பிள்ளை திரும்பினார்.

பிள்ளை, குவர்னரிடம் சொல்லிக் கொண்டிருந்தார்:

"அந்த மாபாவிகள் நெல்லைப் பதுக்கி வைத்திருப்பது உண்மைதான் எஜமானே?"

"நீ எப்படி அதைக் கண்டுபிடித்தாய். நம் பெண்ஜாதி அது உண்மையற்றது என்று சொல்லிக்கொண்டிருந்தாளே..."

"அவிஷ்பாக்கத்தைச் சேர்ந்த ரெட்டி அல்லாத இன்னொரு வேளாண்காரனைப் பிடித்து விசாரித்தேன். ஒருத்தன் தன் மருமகன் அண்டையிலும், ஒருவன் சுரங்க வீட்டிலும், ஒருவன் தன் தாயாதி வீட்டிலும் பதுக்கி வைத்திருப்பதை அறிந்தேன். அங்கெல்லாம் சாவடிச் சிப்பாய்களை அழைத்துக்கொண்டு போய், சோதனை செய்து பார்த்ததில் அம்பாரம் அம்பாரமாக நெல் சேமித்து வைத்திருப்பதைக் காண முடிந்தது. அதிலே, கிடங்குக்குத் தர வேண்டிய மூன்றில் ஒரு பாகத்தை எடுத்துக் கொண்டு வராகனும் தரச் சொல்லிவிட்டேன்..."

"சரி. அந்த ரெட்டிகளை என்ன பண்ணுவது? இவர்களைப் பார்த்து மற்ற பேர்களும் நெல்லை ஒளித்து வைத்துவிட்டால், நாம் என்ன பண்ணுவது?"

'எல்லோருக்கும் ஒரு பாடம் வரத்தக்கதாக ரெட்டிகளுக்கு ஆளுக்குப் பன்னிரண்டு சாட்டையடி கொடுத்தால் நல்லதாக இருக்கும். நாம் தண்டோரா போடும்போதும், அப்படியாகத் தானே போட்டோம்."

"அதுவும் சரிதான். சின்னதுரையாக இருக்கப்பட்டவரிடம் சொல்லி, நீயே முன்னின்று தண்டனையைக் கொடுப்பதைக் கவனி."

"உத்தாரம், எஜமானே."

குவர்னர் துரை அவர்கள் நமக்கு ஆதரவாக இல்லாததைத் தொட்டு, மதாம் மூான் அம்மாள், நேராகச் சின்ன துரையிடம் சென்றாள். மதாம் குவர்னர் தம் மாளிகைக்கு வந்ததில், சின்ன துரைக்கு மெத்தவும் மகிழ்ச்சி ஏற்பட்டது.

"வரவேணும், வரவேணும். என் ஏழைக் குடிசைக்குப் பெரிய மரியாதை பண்ணிவிட்டீர்கள்" என்று வரவேற்றார் சின்ன துரை.

"அப்படிச் சொல்கிறது என்ன? நாம் எல்லாம் உடன் பிறந் தார்கள் அல்லவோ?" என்றபடி காணிக்கையாகக் கொண்டு வந்த ஆரஞ்சுப் பழக்கூடைகளைச் சின்ன துரைக்குச் சமர்ப்பித்தாள், மூான்.

"தங்களையொத்த பிரக்யாதியும், வீடும், கௌரதையும் கொண்ட சீமான், இந்தப் புதுச்சேரிப் பட்டணத்தில் இல்லை என்கிறதாகப் பேச்சு எழுந்துள்ளது. தங்களின் தயாபரச் சிந்தையை எல்லோரும் மெச்சிக்கொண்டிருக்கிறார்கள். அதைத் தொட்டு, உங்களைச் சந்திக்கவும், சம்பாஷிக்கவும் எனக்கு நேரம் இல்லையே தவிர, அல்லும் பகலும் அனவரதமும் நான் தங்களைக் குறித்து அல்லவோ சிந்தித்துக்கொண்டிருக்கிறது. குவர்னரிடம் கூட தங்களைக் குறித்து சிலாகித்துப் பேசிக் கொண்டிருந்தேன். நேற்றைக்கு அவர்கூட, அருமையான மனுஷனாயிற்றே அவர் என்று சொல்லி, எனக்கு அவரென்றால் தேன் என்றும் சொன்னாரே."

"எல்லாம் தங்கள் அன்பு. வேறு என்ன சொல்லக் கிடக்கிறது?"

அம்மைக்குக் காபியும், ரொட்டியும், முட்டை அடையும், பலகாரமாக வழங்கப்பட்டன. உண்டுகொண்டே, மூான் சொன்னாள்.

"எனக்குத் தாங்கள் ஒரு உதவி பண்ண வேணுமே."

"உதவி என்காதீர்கள். உத்தாரம் பண்ணுங்கள்."

"அவிஷ்பாக்கத்து ரெட்டிகள் நம் பையன்கள். அந்தப் பிள்ளைகள் என்னமோ, சின்ன தவறு செய்துவிட்டார்கள். இந்த ரங்கப்பன் இருக்கிறானே அஞ்ஞானி. எனக்கும் குவர்னருக்கும்

மத்தியிலே இருந்துகொண்டு கலகம் பண்ணிக் கொண்டிருக்கிறான். அந்த ஆள் குவர்னரிடம் துரும்பை உத்தரமாகச் சித்திரித்துக் காட்டி சிட்சை வாங்கிக் கொடுத்து விட்டான். அது தங்களிடம்தான் வந்திருக்கிறதாமே. தாங்கள், ஏதேனும் அந்தப் பையன்களிடம் அபராதம் வாங்கிக்கொண்டு, விட்டுவிடக் கோரியே தங்களிடம் வந்திருக்கிறேன். துரையிடம் தக்க சமயமாகப் பார்த்து ஆவன சொல்லி, இதை ஒழுங்கு பண்ணி விடுகிறேன். தங்களைக் குறித்தும் சற்று உசத்தியாகச் சொல்லி, பெரிய சம்பத்து வரப்பண்ணுகிறேன். ரெட்டிகளிடம் ஆளுக்கு இருநூறு வராகன் வாங்கித் தங்களுக்குத் தரச் சொல்லுகிறேன்."

"தாங்கள் இதுபற்றி இவ்வளவு சொன்ன பிறகு, நான் வேறு என்ன சொல்லக் கிடக்கிறது. ரெட்டிகளிடம் ஆளுக்கு இருநூற்று ஐம்பது வராகன்கள் வாங்கித் தந்தீரானால், இதை தங்களுக்குச் சாதகமாக முடிக்கிறேன்."

"அதனால் என்ன? எப்படியும் ரெட்டிகளைத் தண்டனையில் இருந்து தப்பிக்கப் பண்ண வேணும்."

மூான் அம்மையார் திரும்பி வந்து, தம் அணுக்கத் தொண்டனான அன்னபூரண ஐயனை அழைத்தாள். "சிறைக் கிடங்குக்குப் போய், கிடங்கிலே இருக்கிற ரெட்டிகளை நாம் சொல்வதாகச் சொல்லிப் பார்த்து, ஒவ்வொருத்தரிடம் இருந்தும் அவர் அவர்கள் பெண்ஜாதிக்கு லிகிதம் வாங்கிக்கொண்டு, அந்த லிகிதத்தை அந்தப் பொம்பளைகளிடம் கொடுத்து, பணம் பெற்றுக் கொள்ளடா. ரெட்டிகளிடம், அவன் அவனும் முந்நூறு வராகன் கொடுக்கும் படியாக எழுதி வாங்கிக்கொள். அந்தப் பணத்தில், எழுநூற்று ஐம்பதைச் சின்னதுரையிடம் கொடுத்துப் போடு... மீதி உள்ள நூற்றைம்பது வராகனை நமக்குக் கொடுத்துவிடு..."

"உத்தாரம் தாயே... அந்தப் பிரகாரம் செய்துவிடுகிறேன்."

அன்னபூரண ஐயன், கிடங்கிலே தானே சென்று ரெட்டி மார்களைச் சந்தித்து, அவர்கள் கையால் கைச்சாத்து வாங்கிக் கொண்டு, அவரவர் பெண்ஜாதிகளைச் சந்தித்துப் பணத்தை வாங்கிக்கொண்டுபோய், சின்ன துரையவர்களுடன் பேட்டி பண்ணிக்கொண்டு அவரிடம் எழுநூற்று ஐம்பதைத் தந்து மிகுதிப் பணத்தை அம்மாளிடம் சேர்த்தான்.

குவர்னர் பெருமான் காலமே, பிள்ளையையும், சின்னதுரை இருவரையும் தன் சமூகத்துக்கு அழைத்தார். அழைத்து, அவர்களிடம், "ரெட்டிமார்கள் சிட்சையை நிறைவேற்றிப் போட்டீர்களா?" என்றார்.

பிள்ளை இருந்துகொண்டு அவரிடம் "தங்கள் உத்தாரத்தை நான் அப்போதே சின்னதுரையிடம் சொல்லிப் போட்டேனே. அதை நிறைவேற்றுகிற பொறுப்பு இனி சின்னதுரையைச் சார்ந்தது தானே?"

"அது உள்ளது" என்றார் குவர்னர். அப்புறம், அவர் சின்ன துரையைப் பார்த்து, "சிட்சையை என்றைக்கு வைத்துக் கொண் டிருக்கிறீர்?" என்றார்.

"இன்று மதியம் ஐயாவே."

"என்னத்துக்குத் தாமதம் பண்ணுகிறீர்?"

"அஃதாவது, மூான் அம்மாள் அவர்கள், ரெட்டிகள் ரொம்ப மனக்கஸ்தி அடைகிறதாகவும், மன்னிப்பு அளித்து அவர்களை விடுதலை பண்ணிக்கொள்ளலாம் என்றும் கருத்து தெரிவித்தார்கள். அதைத் தொட்டுக் குவர்னர் பெருமான் என்ன நினைக்கிறார் என்பதைத் தெரிந்துகொள்ளும் பொருட்டே, நான் அப்படிப் பண்ணினது."

குவர்னர் சற்று நேரம் சிந்தனையில் ஆழ்ந்திருந்தார்.

"ரெட்டிகளுக்கு நாம் கொடுக்கிற சிட்சை எல்லோருக்கும் முன்மாதிரியாக இருக்க வேணும். அதனால், இன்று மதியமே ஊர்ச் சாவடியில் வைத்து ஆளுக்குப் பனிரெண்டு அடி அடியுங்கள்."

ரெட்டிமார்கள் மூன்று பேரையும், சாவடிக்கு முன்பு கொண்டு வந்து நிறுத்தினார்கள். சாவடி மணியம் இருந்து கொண்டு அவர்களைப் பார்த்துக் கேட்டார்.

"உம் பெயர்களைச் சொல்லும்."

அவர்கள் சொன்னார்கள்.

"நீர் அரசாங்கத்துக்குக் கொடுக்க வேண்டிய நெல்லைப் பதுக்கினீரா?"

"தரலாம் என்றுதான் இருந்தோம், ஐயாவே."

"என்றைக்கு? அடுத்த மகசூலுக்குத் தரலாம் என்று இருந்தீரா?"

"இல்லை ஐயாவே."

"உமக்கு அவ்வாறு செய்தால் என்ன சிட்சை கிடைக்கும் என்று தெரியுமா?"

"தெரியும், சாமி."

"இருந்தும் கல்நெஞ்சம் காரணமாகத்தானே அவ்வாறு செய்தீர்?"

"இல்லை ஐயாவே! ஏதோ என் போதாத வேளை. என் ஜாதகப்பலன், ராஜசத்ருவாக வேண்டியிருந்து விட்டது. எம்மைத் தங்கள் பிள்ளையைப் போல் எண்ணமிட்டு எம்மைக் காத்து ரட்சிக்க வேணும்."

"இந்தப் புத்தி அப்பவே அல்லவா இருக்க வேண்டும். உமது குலதெய்வத்தை நினைத்துக்கொள்ளுங்கோள்."

அவர்கள் அழுத கண்ணும் சிந்திய மூக்குமாக, விதிர் விதிர்த்துப் போய் நின்றார்கள்.

"யாரடா அவன், சாட்டைக்காரன்?"

"சாமி, இருக்கேன்."

"இந்த மாபாவிகள் ஒவ்வொருத்தனுக்கும் ஆளுக்குப் பன்னிரண்டு அடி கொடு."

சாட்டைக்காரன், சாட்டையை உதறி, சொடுக்கெடுத்து, ரெட்டிகளில் ஒவ்வொருத்தனாய் முன் அழைத்து, விளாசத் தொட ங்கினான். 'ஐயோ, அம்மா, செத்தேன்' என்பதான சத்தம் அங்கு எழுந்தது. ரெட்டிமார்களின் உறவுக்காரர்கள், அவர்களுடன் வந்த குஞ்சு குளுவான்கள் அழுது புரண்டு ஆர்ப்பரித்தார்கள்.

மூான் அம்மாளிடம் போய் நின்றான் அன்னபூரண ஐயன்.

"அம்மா, ரெட்டிகள் சிட்சை நடந்தே போய்விட்டது."

"அப்படியா? அவர்கள் விதி அப்படி இருந்தால், நாம் என்ன செய்ய? அதை விட்டுத் தள்ளு, இதுக்கெல்லாம் யார் காரணம் என்கிறாய்? அந்த மாபாவி ரங்கப்பன் இருந்து கொண்டல்லோ, இந்த அழிச்சாட்டியம் பண்ணுகிறான். எனக்கும் குவர்னருக்கும் நடுவாந்திரத்தில் இருந்துகொண்டு, சகல துர்க்கிரமங்கள் பண்ணு கிறவன் அவன்தானே."

"அது உள்ளது, அம்மா. அப்படியிருந்தும், துரை அவனை இன்னும் உத்தியோகத்தில் எதற்கு வைத்திருக்கிறார்?"

"என்ன, மதியீனம்தான்..."

அம்மாள் சற்று நேரம் யோசித்துக்கொண்டிருந்தாள். அப்புறம், அன்னபூரண ஐயனிடம் சொன்னாள்:

ஐயன்... உடனே, சின்னதுரையிடம் போ. ரெட்டிமார்களின் பெண்சாதிகள் மூன்று பேரும், அம்மாளிடம் வந்து அழுது புரள் கிறார்கள். ஆகவே அவர்கள் உமக்குக் கொடுத்த எழுநூற்று அம்பது வராகன்களையும், அம்மா கேட்டு வாங்கிக்கொண்டு வரச் சொன்ன தாகச் சொல். குவர்னரிடம் போவதாக இருப்பதாகவும் சொல். பணத்தை வாங்கிக்கொண்டு உடனே இவ்விடம் வந்து சேர்."

அன்னபூரண ஐயன், சின்னதுரையிடம் போன நேரத்தில், அங்கு ரங்கப்பிள்ளையும், சின்னதுரையும் இருந்துகொண்டு பேசிக் கொண்டிருந்தார்கள். ஐயன் தயங்கிக்கொண்டு, தனியே நின்றான். ரங்கப்பிள்ளை, "தான் அப்புறம் சென்று வரட்டுமா?" என்றார், சின்னதுரையிடம்.

"நீர் இரும்" என்றுவிட்டு, சின்னதுரை ஐயனைத் தனியாக அழைத்துச் சென்றார்.

"ஏதடா விஷயம்?"

ஐயன் தான் வந்த காரியத்தைச் சொன்னான். சின்னதுரை சினம் கொண்டார் போலும்.

"ரெட்டிகளின் பெண்சாதிகள் அழுகிறார்களா, குவர்னர் பெண்சாதி காசுக்கு அழுகிறாளா?"

"அது... ஐயா.. அம்மாதான் தங்களிடம்... நான்தான்..."

"சும்மா இரு. வாயை மூடிக்கொள். அநியாயக் காரியம் பண்ணுகிறவர் தமக்குள்தான் நியாயம் அதிகம் வேண்டியிருக்கிறது. அது உமது சீமாட்டியிடம் கிஞ்சித்தும் இல்லையே... என்ன நியாயத்தில் என்னிடம் பணத்தைத் திருப்பிக் கேட்கிறது?"

"நான் அறியேன். அம்மாள் சொன்னாள். நான் வந்தேன்."

சின்னதுரை தன் தடுப்பில் இருந்த வராகன் முடிச்சை எடுத்து, அவனிடம் நீட்டினார்.

"இதைக் கொண்டு அந்த அம்மாளிடம் கொடுத்துப் போடு."

"சரிதான் எஜமானே..."

ஐயன், அந்த இடத்தை விட்டு அகன்றான். துய்மா மாளிகையண்டைக்கு, அதன் அருகிலே இருக்கும் தோட்டத்தில் புகுந்தான். மரத்தடியில் அமர்ந்து, பையை அவிழ்த்துப் பணத்தை எண்ணினான். எழுநூற்று ஐம்பது வராகன் சரியாக இருந்தது. அதில் ஐம்பதை மட்டும் தனியாக எடுத்துத் தம் இடுப்புக்குள் சொருகிக்கொண்டான். மாளிகை அடைந்தான்.

"அம்மா... எழுநூறு மட்டும் கொடுத்தான்" என்றபடி முடிச்சைக் கொடுத்தான்.

"தொலையட்டும்... திருடன்" என்றபடி பணத்தை வாங்கிக் கொண்டாள் ழான்.

58

பிள்ளை, தம் வீட்டுத் தோட்டத்தில் உலவிக்கொண்டிருந்தார். குளியல் அறைக்கு அந்தப்புறமாக, வாழை விளைந்திருந்தது. உதிர்ந்த பழுப்பு மட்டைகளை வாரி எடுத்து வந்து, எருக்குழியில் போட்டுக் கொண்டிருந்தார்கள், வேலையாள்கள். இளங்குருத்துகள் இருக்க, பழுப்புகள் விடைபெறுவதுதான் இயற்கை. தோட்டத்தில் பல மரங்களும் பயிராகி இருந்தன. வெள்ளாளத்தெரு வரைக்கும் இரு சாரியிலும் மரங்கள். அதில் தென்னைகள் இருந்தன. தென்னங் கன்றுகளும் சில போட்டிருந்தார்கள். தென்னைக்குக் கீழே எப்போதும் குரும்பைகள், காலில் பட இருக்கும். குழந்தைகள் விளையாட மிகவும் உதவுபடியாகிற குரும்பைகள்.

பிள்ளையின் மனம் மிகுந்த விசாரமுற்றிருந்தது. பாப்பாள், கல்யாணக் கருக்கழியாத நேரத்திலேயே வாழை விருந்திலைகள் வாடிப் போவதற்கு முந்தியே உதிர்ந்து போனது, அவருக்கு மிகப் பெரும் இடியாகவே இருந்தது. மங்கைத் தாயாரம்மாள், எழுந்து நடமாடுவாளோ என்கிற சந்தேகாஸ்தனமான நிலைமையில் படுத்த படுக்கையாகிப் போனாள். சாப்பாடு, தம்பி திருவேங்கடம் பிள்ளை வீட்டிலிருந்து பிள்ளைக்கும் மங்கைக்கும் வந்துகொண்டிருந்தது. பிள்ளை ஏதோ ஒரு வகையில் மனசைத் தேற்றிக்கொண்டார். எல்லாம் இறைவனின் திருவிளையாடல். எதைக் கொடுப்பது என்று சுவாமிக்குத் தெரிவது மாதிரி, எதை எடுத்துக்கொள்வது என்பதும் சுவாமிக்குத் தெரியும்தானே? அதைத் தொட்டு விவேகியாக இருப்பவர்கள், மனசஞ்சலப் பட மாட்டார்கள். மனுசராகப் பிறப்பவர்கள், ஏதோ ஒரு காரியத்துக்குப் பிறக்கிறவர்கள், ஏதோ ஒரு காரியத்துக்காக மறைகிறவர்களாக இருக்கிறார்கள்.

மறுநாளே பிள்ளை உத்தியோக உடுப்போடு குவர்னர் துரை முன்னாலே போய் நின்றார். அப்போது துரைசானி அம்மாளும் அங்கே குவர்னர் உடனே இருந்தாள். அம்மாளுக்குக்கூட மனம் ரொம்பவும் தாபந்தப்பட்டு விட்டது. அவள் சொன்னாள்:

"ரங்கப்பா, உன் மகள் பாப்பாள் கல்யாணம் மாதிரி, இந்தப் பட்டணத்தில் இதுக்கு முன்னாடி ஒரு கல்யாணமும் நடை பெற்றதில்லை என்று சொல் பேச்சுக்கு இடமாகப் பண்ணிப் போட்டாய். ஆனால், கர்த்தர் வேறுவிதமாக அல்லவோ நினைத் திருந்தார். அதைத் தொட்டு மனசை அலட்டிக்கொள்ளாதே."

குவர்னர் இருந்துகொண்டு சொன்னார்:

"ரங்கப்பா, நீ மெத்தவும் விவேகி. உனக்கு நான் சொல்ல என்ன இருக்கிறது. ஜனனமும், மரணமும் மனிதன் கைகளில்

பிரபஞ்சன் ○ 439

இருப்பதில்லை. அந்தச் சூத்திரக்கயிறை ஆண்டவர் அல்லவோ இயக்கிக்கொண்டிருக்கிறார். நீ மனபாரம் ஒழித்துக் கொள்ளு.”

“பெருமானே. அப்படித்தான் நான் இருந்து கொண்டிருக் கிறேன். எனக்குப் பந்தம் பிடித்து, எனக்குத் தகனகிரியைகள் பண்ணுவிக்க வேண்டிய பிள்ளைகள் இப்படி அரும்பிலும் மொக்கிலும் மரிக்கிறபோது, கேவலம் மனுஷர் என்ன பண்ணட்டும்? பகவான் கொடுத்தான், பகவான் எடுத்துக் கொள்கிறான். எப்படி யும், கடன், கொடுத்து அழிய வேண்டியதுதானே முறை?”

“அது உள்ளது” என்று ஒப்புக்கொண்டார் துரை.

“ஆனால், ரங்கப்பா, உன் மருமகன் திரேகம் சரியில்லாமல், ரொம்ப மலாதாக* இருக்கிறதாகச் சொன்னார்களே, அவனுக்கு உடம்பு எப்படி இருக்கிறது?”

“துரை பெருமானே. அது வேறு மனசுக்கு ரொம்பவும் உபாதையாக இருக்கிறது. மகள் செத்து, மருமகனும் சௌக்யமின்றி இருக்கிறான் என்பது எனக்கு மிகவும் கஸ்தியாக இருக்கிறது, அய்யாவே.”

“உம் தம்பியைப் போலவே, உம் மருமகனும் ஸ்திரீரோகத்தால் கஸ்தி அடைந்திருக்கிறான் என்கிறார்களே, அது மெய்தானா?”

“ரோகம் என்பது மெய்தான். ஆனால், அது ஸ்திரீயைத் தொட்டு வந்தது என்று எங்ஙனம் சொல்வது. அது பெருமானைத் தொட்டு வருவது, ஐயாவே. மனுஷர்களைச் சும்மா அழைச்சுக் கொள்ள முடியாதே. ஏதேனும் நோய், நொடி, ஏழ்மை, வருத்தம், பசி, அவமானம் என்று சின்னது கொடுத்தல்லவோ அழைச்சுக் கொள்ள முடியும். அதுபோல இதுவும் ஒன்று.”

*மலாத் – நோய்

“ரங்கப்பன் மெத்த விவேகியாக இருக்கிறான்” என்றார் துரை.

துரையவர்களைப் பேட்டி பண்ணிக்கொள்ள, சின்ன துரைகளான முசியே தெப்ரேனும், முசியே தொத்தேலும், முசியே புரியேலும் வந்து, துரைகளுக்குச் சலாம் பண்ணிக்கொண்டு அவர் முன்னே அமர்ந்தார்கள். தேவனாம்பட்டணத்தின் மேல், படை கொண்டு... சண்டை பண்ணும் யோசனையில் அவர்கள்... யார் யார் தேவனாம்பட்டணத்துக்குப் போகிறது, யார் ஊரில் இருந்து கொண்டு புதுச்சேரி பட்டணத்தைக் காபந்து பண்ணுகிறது என்று பேச்சு எழுந்தது.

முசே தொத்தேல், துரையவர்களைப் பார்த்துச் சொன்னார்:

“ரங்கப்பிள்ளை பயணம் புறப்படுகிறதுக்கு முஸ்தீதாய் இருக்கிறார். பிஸ்தோலுக்கும் (பிஸ்டல்) மற்றதுகளுக்கெல்லாம்

லேஸ்து (லிஸ்ட்) தயார் பண்ணிக்கொண்டும் பண்ணுவித்துக் கொண்டும் தயாராக இருக்கிறார். துப்பாக்கி மாத்திரம் அவரிடம் இல்லை. நல்லதாய், துப்பாக்கி மாத்திரம் ரெண்டு அவர்கள் கேட்கிறார்."

"என்ன ரங்கப்பன் சண்டைக்குப் புறப்படுகிறாரா? அவர் வீட்டுத் துக்கம் தீர்ந்து ரெண்டு நாள் கூட ஆகவில்லையே?" என்று ஆச்சரியப்பட்டனர், மற்ற பேர்கள்.

"அது பற்றிக் கவலை இல்லை. அது நம் குடும்ப விவகாரம், இது ராஜீய சமாச்சாரம். ஆண்டாண்டு தோறும் அழுது புரண் டாலும் மாண்டார் வருவாரோ, அது பற்றி நமக்குக் கவலை யில்லை."

குவர்னர் துரை, தலையை அசைத்து சிலாகித்தபடியே சொன்னார்:

"ரங்கப்பன் அப்படித்தான். பிரான்சு தேசம் செய்த புண்ணியத்தால் அன்றோ, ரங்கப்பன் நம் அண்டையில் இருக்கிறது? ரங்கப்பன் யோசனை, காரியம், உண்ணுவது, உறங்குவது, ஜீவிக்கிறது எல்லாமும் நம் பொருட்டேயில்லாமல் தம் பொருட்டு அல்லவே. அது நமக்குத் தெரிந்த சமாச்சாரம் அல்லவா? அது போகட்டும், ரங்கப்பா. நீ என்னுடனே தேவனாம்பட்டணச் சண்டைக்கு என்னத் துக்கு வருகிறது? நாம் வெளியே போகிற மட்டுக்கு, இவ்விடத்துக் கவைக்கு (காரியத்துக்கு) அவர் இங்கே இருக்க வேணும்."

"நீங்கள் இருக்கிறவிடத்திலேயே நானுங்கூட இருக்கிறதேயல்லாமல், உங்களை விட்டுவிட்டு நான் இவ்விடத்திலே இருக்கிறதில்லை" என்றார் பிள்ளை.

முசே தொத்தேலும், முசே தெப்ரேனும் இருந்துகொண்டு சொன்னார்கள்:

"குவர்னர் பெருமான் இருக்கிற இடத்திலேதான் ரங்கப் பிள்ளையும் இருக்க வேணும். இது நியாயம். அது சரிதான்."

"நான் சொல்கிற சமாச்சாரமே வேறு. சின்ன துரையை இந்த இடத்திலே வைத்துவிட்டுப் போகிறோம். அவர் நல்லவர்தான். மெத்த சாது. அவருக்குப் பின்னையொன்றும் தெரியாது. ரங்கப் பிள்ளையைப் போன்று திறமைசாலியோ, வித்தாரம் கொண்ட வனோ அல்லன். ரங்கப்பன் என்னுடைய கையின் கீழ் இருந்து கொண்டு, எல்லாம் வாடிக்கைப்பட்டு, என்னுடைய புத்தியிலே தோன்றுகிறபடிக்கு, அதுக்கு முன்னமேயே எல்லாக் காரியமும் சேகரித்து நடத்தத் தக்கவன். இதல்லாமல் துலுக்கருடைய காகிதங்களுக்கு உத்தரவும் பிரதி உத்தரவும் தெரிந்து எழுதி, சமதா

யிருக்கிறதுக்கு வாடிக்கைப் பட்டவன். என்னுடைய புத்திக்குச் சமானமாக நடத்தத்தக்க யோக்கியதை உடையவன். யோக்கியன். என்னிடத்திலே ரொம்ப மருவி, வாடிக்கைப்பட்டவனான படி யினாலேயும்; அவனிங்கே தானேயிருந்து இவ்விடத்திய காரியம் கவையெல்லாம் சமாளித்துக்கொண்டிருக்க வேணும். ஆகை யினாலே, அவன் போகாது, இவ்விடத்திலேதானே இருக்கவேணும்."

மகாராஜஸ்ரீ குவர்னர் துரையவர்கள், தேவனாம்பட்டிணத்தின் பேரிலே சண்டைக்குப் புறப்பட்டுக் கொண்டிருந்தார். இந்தச் செய்தியைக் கேட்ட டங்காசாலையார் (பணம் அச்சடிக்கும் தொழிலாளர்கள்), சகல சாதிகளின் தலைவர்களான மகாநாட்டார், சுங்கு சேஷாசலச் செட்டியார் ஆகியோர் பிள்ளையின் பாக்குக் கிடங்கண்டை கூடி, மேளதாளத்துடனே குவர்னர் பெருமானைப் பேட்டி பண்ணிக்கொண்டு திரும்பினார்கள். எல்லோரும், அப்படியே சின்னதுரை வீட்டுக்குப் போய் மரியாதை பண்ணிக் கொண்டு, அப்புறம், பிள்ளை வீட்டுக்கு வந்து, தட்டுமுட்டுக்காரர், நாடகசாலையார், தாசிகள் அத்தனை பேரும் பிள்ளையைக் கண்டுகொண்டார்கள். அவர்கள் அனைவருக்கும் பாக்கு வெற்றிலை தந்து அனுப்பி வைத்துக்கொண்டு, பிள்ளை சாப்பிட்டுப் படுக்கப் போனார். ஆறு மணிக்கு பிள்ளை எழுந்தார். அப்போதுதான் அந்த சுபசேதி வந்தது. ரங்கப்பிள்ளை பெண்சாதி மங்காத்தா, வயிறு நொந்துபடுகிறார் என்று சேதி வந்தது. பிள்ளைக்கு அதைக் கொண்டாட நேரம் இருக்கவில்லை. தேவனாம்பட்டணச் சண்டை முஸ்தீபு அனைத்தையும் கண்காணித்துவிட்டு, அவ்வேலை முடிய ஏழு ஆயிற்று. அப்பால் ராமநாத முதலியும், குமரப்ப முதலி மகன் வெங்கடாசலமும் வந்து ஆண் குழந்தை பிறந்திருக்கிறது என்று சொன்னார்கள்.

ஆனந்தரங்கருக்குப் பிள்ளை பிறந்த சேதியை ஜனங்கள் தங்கள் வீட்டு விசேஷம் போல் கொண்டாடினார்கள். பட்டணமே பண்டிகை உருவம் கொண்டது. கும்பினீர் வர்த்தகர்கள் மேளதாளத்துடனே வந்து பிள்ளையைப் பேட்டி பண்ணிக் கொண்டு ஜனங்களுக்குச் சர்க்கரை வழங்கினார்கள். ஊரிலே இருக்கிற வர்த்தகர், பெரிய மனுஷர் அத்தனை பேரும் வந்து கண்டார்கள். பிள்ளை, நெல்லு விதை தானம் பண்ணி அம்பது வராகன் பணமும், அறுபது எழுபது ரூபாயும் தானம் பண்ணி பாக்கு வெற்றிலை சகலமானதுடன் பிராமணாள் முதல் தாசிகள் வரை கொடுத்தார்கள். பிள்ளையின் பேரிலே இருக்கப்பட்ட பரிபூரண கடாட்சம் ஆனபடியினாலே, அவரவர் வளவிலே புத்திர சந்தோஷம் உண்டானால், எப்படிச் சந்தோஷப் படுவார்களோ அப்படிச் சந்தோஷப்பட்டார்கள். இதல்லாமல், பட்டணத்திலே

இருக்கப்பட்ட துருக்கரும், சந்தா சாயுபு, படே சாயுபு, மிருகுலாம் உசேன் ஆகியோரின் வீட்டில் இருந்து புஷ்பம் அனுப்பியும் முபார்க்கும் சொல்லியனுப்பினார்கள்.

பிள்ளை, தன் குழந்தையின் ஜாதகத்தை எழுதத் தொடங்கினார்.

...ஜெனனி ஜென்ம சௌக்யானம், வர்த்தனி குலசம் பதாம், பதவீ பூர்வ புண்ணியானாம், லிக்யதே சௌம்பத்ரிகா. பெற்றோர் பிறந்தார் பிறவித்துயர் தீர, உற்றார் குலம் தழைக்க, உண்மையாக ஆராய்ந்தே ராமன் எழுதியபடியதனை எல்லோரும் காண வழுத்தினோம்.

ஸ்வஸ்த ஸ்ரீ சாயிவாகன சகாப்தம் ஆண்டு 1669 – கலியுகாப்த ஆண்டு 4848க்கு மேல் செல்லா நின்ற பிரபவ ஆண்டு மார்கழி மாதம் 27ம் தேதி ஆதிவாரம் பூர்வ பட்சம் சப்தமி 213/4, ரேவதி நட்சத்திரம் 50க்கு, சிவ நாம யோகம் 52718, வணிகரணம் 21 1/2 திதி, 24 1/2, உத்திராடம் கலி சூரியன் திருவோணம் 2ல் சுக்கிரன் 26 உத்திரட்டாதி 25–14க்கு மேல் ரேவதிக்குச் சுபதினத்தில், ஸ்ரீபிரம்பூர் தி. திருவேங்கட பிள்ளையவர்கள் குமாரன் ஆனந்தரங்கப் பிள்ளை அவர்களுக்கு ஸ்ரீமத் புண்ணிய குமாரர் செனனமானதற்குக் காலக்கிரக நிலை: இராத்திரி 2–31/4–க்கு மேல் கற்கடக லக்னத்தில், செல்லு 2–2½க்கு கடுசந்திரவோரை, விருச்சிகச் செவ்வாய், திரிகரணம் விருச்சிகச் செவ்வாய், நவாங்கிசம் தனுர் குரு, துவாதி சங்கிலும், குத்திரிங்காங்கிலும், 104, வேளை சென்ம லக்கினம் கற்கடக லக்கினத்திலே, ஆயில்யம் 4ம் காலில் மீனாமிசையில் கற்கடக லக்கினத்தில் கேது...

சுபமஸ்து. தீர்க்காயுஸ்ய மஸ்து.

நாலு பெண் குழந்தைகளுக்குப் பிறகு பிறந்த ஆண் குழந்தையின் ஜாதகத்தை வெகு சந்தோஷத்துடனே எழுதி முடித்துப் படுக்கைக்குப் போனார் பிள்ளை.

பிள்ளை, யானை மேல் ஆரோகணித்துக்கொண்டு தம் மகனைப் பார்க்க, செங்கழுநீர்ப்பட்டுக்கு வந்துகொண்டிருக்கிற செய்தி பாளையம் முழுதும் பரவியது. யானைக்காரரும் பிள்ளையின் மாமனாருமான சேஷாத்திரிப் பிள்ளை அவர்கள், தம் மருமகன் வருகிற சம்பிரதாயத்தைப் பார்த்துக் களிக்கவும், வரவேற்கவும் அவர் முன்னே வந்து நின்றார். மேள தாளம் முதலாவதாகவும், தாசி ஆட்டம் அதன் பின்னாலும், பத்து ஐம்பது குதிரைகள் அணிவகுப்பு அதன் பின்னாலும் ஒட்டைகள் அதன் பின்னாலும், காலாட்படை, குதிரைப்படை வீரர்கள் அதன் பிறகாலும், வெள்ளைச் சிப்பாய்களைக் கொண்ட ஒரு சிறு படையும், சிலம்பம் பயில்வோரும் பொய்க்கால் குதிரையும்,

மாடு சண்டையும் கிடாய் சண்டையுமாகப் பெரும் வேடிக்கை விநோதமாக ஊர்வலம், சேஷாத்திரி மாளிகையை வந்தடைந்தது.

மாமனார் கால் கழுவிக்கொள்ள செம்பில் தீர்த்தம் கொண்டு தர, பிள்ளை கால் கை சுத்தம் பண்ணிக்கொண்டு, மாளிகைக்குள் பிரவேசித்தார். பெரிய பிள்ளை தட்டில் சர்க்கரையும் பழமும் பொன் வராகன்களையும் எடுத்து வந்து பிள்ளையின் முன் நீட்டினார். பிள்ளை ஒரு சிட்டிகை சர்க்கரையை எடுத்து வாயில் போட்டுக்கொண்டு, தன் பணப்பையை எடுத்து தட்டின் மேல் வராகன்களைக் கொட்டினார்.

"இவைகளை ஏழை பாழைகளுக்குக் கொடுத்து விடுங்கள்" என்று சொன்ன பிள்ளை, அம்மாள் படுத்திருந்த அறைப்பக்கம் சென்றார். அறைக்கதவு சற்றே விரியத் திறந்து வைக்கப்பட்டது. அறைக்குள் இருந்த மாமியார் அம்மாள், மருமகனைக் கண்டதும் லஜ்ஜைப் பட்டுக்கொண்டு ஒளிந்துகொண்டார். அறை வாசலில் இருந்தபடியே குழந்தையை நோக்கினார்.

மங்கை, மகிழ்ச்சியுடனும் நாணத்துடனும் கணவரைக் கண்டும் காணாமலும் படுத்திருந்தாள். அவள் அருகில் ஒரு ரோஜாவுக்குக் கையும் காலும் முளைத்தாற்போல ஒரு குழந்தை உறங்கிக்கொண் டிருந்தது.

"மங்கை, சுகம்தானே?"

"ஆம். ஏன் இளைத்து விட்டீர்கள்?"

"அது கிடக்கட்டும். குழந்தை என்ன சொல்கிறான்?"

"அப்பா எங்கே என்று கேட்டான்."

"அப்புறம்?"

"என்னைக் குவர்னர் அண்டைக்கு அழைத்துப் போங்கள், என்றான்."

"அடே. குவர்னரிடம் என்னத்துக்கு?"

"அப்பாவுக்கு அப்புறம், துபாஷ் உத்தியோகம் யார் பார்ப்பார்களாம்?"

"அடே. அப்படியா?" என்றபடி பிள்ளை சிரித்தார்.

"குழந்தையின் சாதகம் எப்படி?"

"பலே ஜாதகம். பெரிய உத்தியோகஸ்தனாகவும், பெரிய வியாபாரியாகவும் இருப்பான்."

"உங்களைப் போலவே, கை விரல் இவனுக்கும் நீளம்."

பிள்ளை, மனம் பூரிக்க நின்றிருந்தார்.

"பின் கட்டு வீட்டைக் கவனமாகப் பூட்டிவிட்டுத் தானே, வந்தீர்கள்?"

"ஆமாம்."

"பணப்பெட்டி அறையைப் பூட்டியாயிற்றா?"

"ஆமாம்."

"தம்பி வீட்டிலிருந்து சாப்பாடு ஒழுங்காக வருகிறதல்லவா?"

"ஆம்."

"பின் ஏன் இப்படி இளைத்துக் கறுத்துப் போயிருக்கிறீர்கள்?"

"உன்னைப் பிரிந்த கவலை.,"

"போங்கள். பொய். குவர்னர் துரையைப் பிரிந்தால் கஷ்டப்படு வீர்கள். என்னைப் பிரிந்தா துக்கப்படுவீர்?"

அதற்குள், பிள்ளையின் இரண்டு பெண் மக்களும் வந்து அவரைச் சுற்றிக்கொண்டன.

"அப்பா, அப்பா... என்ன வாங்கி வந்தீர்கள்?"

"என்ன வேணும் கேளுங்கள்."

குழந்தைகளை அணைத்தபடி உள்ளே திரும்பினார், பிள்ளை. மாமனார் வந்து விண்ணப்பித்துக்கொண்டார்.

"ஊர் பெரிய மனுஷர்கள் பேட்டி பண்ணிக்கொள்ள வந்திருக் கிறார்கள். தாங்கள் சாப்பிட்டு சித்தே சிரமப்பரிகாரம் பண்ணிக் கொண்டு அப்புறமாய் அங்கு போகலாமே."

"இருக்கட்டும். முதலில் பெரியோர் தரிசனம் ஆவது நல்லது அல்லவா?"

பிள்ளை பேசி முடிக்கையில் மணி காலம் கடந்தது. அதன் பின் சாப்பிட்டார். அரை மணி சிரமப்பரிகாரம் பண்ணிக் கொண்டார். அப்புறம் புறப்பட்டார்.

"நாலு நாள் கூட இல்லாமல்..." என்று தாபந்தப்பட்டார் மாமனார்.

"அரசாங்க வேலை கெட்டுவிடும், வருகிறோம்"

"தங்கள் மனசு."

அவர் புறப்பட்டார்.

பிள்ளைக்கு ஆண் குழந்தை பிறந்து சரியாகப் பதினெட்டாம் நாள். பிரபவ ஆண்டு தை மாசம் 15ஆம் தேதி, வியாழக்கிழமை, முந்தியப்பிள்ளை குமாரனும், ரங்கப்பிள்ளையின் மருமகனும் காலஞ்சென்ற பாப்பாள் புருஷனும் ஆன லட்சுமணப் பிள்ளை காலமானான். இரண்டு மூன்று மாசமாய் உடம்பு சுகம் இல்லாமல் படுத்துக்கொண்டிருந்த படியினாலேயும் மேல் சுவாசம் வாங்கிக் கொண்டிருந்த படியினாலேயும், தாது விழுந்து ராத்திரி குண்டு

போடுகிற வேளைக்கு அவன் காலமாகிப் போனான்.

வைகுந்தப் பதவி அடைந்த அவனை மறுநாள் தகனம் பண்ணினார்கள். மறுநாள் பால் தெளித்து, தலைக்கட்டும் கட்டிக்கொண்டார்கள்.

அன்று குவர்னரைப் பேட்டி கண்டபோது பிள்ளை சொன்னார்:

"ஐயா, நேற்று ஒரு ஆண்பிள்ளை, உங்கள் பேர் வாங்கிக் கொள்ளவும். தங்களுக்கு அடிமை வேலை செய்யவும் பிறந்திருக்கிறான்."

குவர்னர் அதை ரசித்துச் சிரித்தார்.

59

கருநாடகத்து அரசியல் பற்றிச் சிந்திப்பதற்குத் தன் ஆலோசனை அறையில் ரங்கப்பிள்ளையைக் கூப்பிட்டிருந்தார் குவர்னர் துரையவர்கள்.

"ரங்கப்பா... கூடலூர் தேவனாம்பட்டணத்துக் கோட்டையை நாம் பிடித்த பாடில்லை. அங்கு நேர்ந்தது நமக்கு மாபெரும் தோல்விதான். அப்புறம் ஆற்காட்டுக்காரர்கள் நமக்கு விசேஷித்த மரியாதை மனத்தளவில் காட்டுகிறதில்லை. சந்தாசாயுபு பெண்சாதி, தோஸ்த் அலிகான் பெண்ஜாதி என்று எல்லாருடைய குடும்பத்தாரையும் நாமே வைத்து ரட்சித்துக் கொண்டிருக்கிறோம். திருச்சியோ, மராத்திக்காரர் வசமாகிக் கிடக்கிறது. இந்தப்பக்கம் ஆங்கிலேயகாரர்களின் பலம் அதிகரித்துக் கொண்டிருக்கிறது. ரங்கப்பா, எப்படியாகிலும், எது செய்தாகிலும் ஆங்கிலேயர்களை இந்தியாவை விட்டு வெளியேற்ற வேண்டியது அன்னியில் நர்மதை ஆறு தொடங்கி குமரி முனை வரை நம் செயக்கொடி பறக்கிற வரைக்கும் நமக்கு என்ன மரியாதை இருக்கிறது?" என்று குவர்னர் துரை தமது கருத்தைத் தெரிவித்துக்கொண்டார்.

சின்னதுரையும், இதைத் தொட்டு ஏதாகிலும் செய்தாக வேணும் என்று ஒப்புக்கொண்டார்.

பிள்ளை மிக ஆழ்ந்து யோசனை செய்துவிட்டுச் சொன்னார்:

"ஆனைக்குத் தம் பலம் தெரியாது என்பார்கள். நமக்கு நம் பலம் நன்றாகவே தெரியும். அத்துடன் நம் பலம் என்பது, பிறரால் மதிக்கப்படும்போதும், கௌரவிக்கப்படும்போதும்தானே. ஆற்காட்டு விவகாரத்திலே நாமே தலையிடுவது அதிகப் பிரசங்கித்

தனமாக, ஆற்காட்டுத் துருக்கராலே கருதப்படும். ஆற்காட்டுக்காரர் ஒருத்தரே தகராறைத் துவக்கி வைத்தால் அதுக்குப் பிறகு அதில் நாம் தலையிட்டு, நமக்குரிய பங்கை நாம் பெறுவதுதான் முறையாக இருக்கும் என்பதைப் பெருமான் துரையவர்கள் யோசித்திருப்பீர். நான் சொல்ல வேண்டும் என்று எதிர்பார்க்கிறீர் போலும்" என்று குழைவாகவும், மிக இங்கிதமாகவும் தம் கருத்தை எடுத்துச் சொன்னார் பிள்ளை.

"ஆற்காட்டுச் சுபாவுக்கு உண்மையான உரிமை கொண்டாடக் கூடியவர் சந்தா சாயுபு அவர்கள்தானே? தோஸ்து அலிகான் கால மான பின்னால், பட்டத்துக்கு வந்த எட்டு வயசுக் குழந்தையையும் அந்த ஜெனமே கொன்று போட்டுவிட்டதே. அதுக்கும் பிறகு, நியாயமான பட்டத்துக்கு வர யோக்யதை உடையவர் சந்தா சாயுபு அவர்கள்தாமே. நாம் அவர்களின் பக்கம் இருந்து, அந்த நியாயத்தைக் கொண்டு, நம் பலத்தை இந்த சுதேச மன்னர்கள் மூலம் நிறைவேற்றிக்கொள்ளலாமே..." என்று சின்னதுரையானவர் தம் கருத்தை எடுத்துரைத்தார்.

குவர்னர் துரை அக்கருத்தை ஏற்றுக்கொண்டார்.

"என்றாலும், சந்தாசாயுபு சதாரா சிறையிலே அல்லவோ இருந்துகொண்டிருக்கிறார். அங்கிருந்து தம் விடுதலைக்கு நம்மையல்லவோ வேண்டிக்கொண்டிருக்கிறார். அவரை விடுவிக்க நாம் பத்து லட்ச ரூபாய்க்கு மேல் அல்லவா பிணைத்தொகை கட்ட வேண்டியிருக்கும். அதைக் கொஞ்சம் யோசிக்க வேண்டும்" என்று தம் கருத்தைச் சொன்னார், துரையவர்கள்.

"பெருமானே, ஆற்றில் போட்டாலும் அளந்து போடவேணும் என்பார்கள். அதாவது எதைச் செய்தாலும் அதன் பிரதிபலன் பார்த்துச் செய்ய வேணும் என்பது தத்துவம். சந்தாசாயுபு போன்ற வீரர்களுக்குப் பத்து லட்சம் அதிகம் அன்று என்பதே என் கருத்தாகும். ஐயனே! அது அவசியம். நாற்று நட்டல்லவோ விளைச்சல் காணக்கூடும்? அதேபோல, இந்தப் பணத்தைச் செலவழித்தாகிலும் சந்தா சாயுபு அவர்களுக்கு நாம் விடுதலை செய்துவிடலாம். அந்த ஆற்காட்டு வேங்கை சும்மா இருக்குமா.. சீறிப் பாயும். அவருடன் நம் சிப்பாய்களும் வீரர்களும் இருக்கவே இருக்கிறார்கள். நிச்சயம் வெற்றி காணலாம். நம் கியாதி உலகம் முழுக்க பிரசித்தம் என்பது எனது தாழ்ந்த எண்ணம்."

துரையவர்கள் மிகுந்த யோசனையில் ஆழ்ந்தார்.

'ரங்கப்பா... நீ சொல்கிற யோசனை ஜெயமானால் எனக்கும், புதுச்சேரிக்கும் மிகவும் நல்லதாக அமையும்.

எங்கேனும் கோணலாகத் தவறுதலாக முடிந்தது என்று வையும். கும்பினியாருக்கும், பாரிசுப் பட்டணத்திலே இருக்கிற வெளிவிவகார மந்திரிக்கும், அப்புறம் ராசாவுக்கும் நான் பதில் சொல்லக் கடமைப்பட்ட குற்றவாளியாகி விடுவேன்."

"ஆகா, துரைத்தனத்தார் லாபம் வந்தால் சிலாகிப்பார்கள் என்பதும், நஷ்டம் வந்தக்கால் தூஷிப்பார்கள் என்பதும் நாம் அறிந்த ஒன்றுதானே? அதைத் தொட்டும் தாங்கள் ஒன்றும் சாமான்யப்பட்டது அல்லவே. உங்களை எதிர்ப்போர், சூரியனுக்கு முன்னால் பனியெனப் பிசுபிசுத்துப் போய்விடுவார்களே" என்றார் ரங்கப்பிள்ளை.

"சரி, ரங்கப்பா...! சந்தா சாயுபு வருகிற சேதி பலவாறாகப் பேசப்படுகிறதே. அது பற்றிய உண்மை நிலைதான் என்ன? அந்தச் செய்தி ஊர்சிதமாக இருக்குமா?" என்றார் குவர்னர் துரை.

"ஐயனே! சந்தா சாயுபு பற்றிப் பலவிதமான தகவல்கள், வதந்திகளாகத்தானே பிறக்கின்றன. இங்கே வந்தார், அங்கே வந்தார் என்று பேச்சு பிறக்கிறதே அல்லாமல் சாயுபு சிறையில் தானே இருக்கிறார். ஆனாலும், பெரும் சண்டைக்காரராகிய அந்த மனுஷர் சிறையிலே சும்மா இருந்துகொண்டிருப்பாரா? விடுதலைக்கு ஏதோ செய்துகொண்டுதான் இருக்கிறார்."

"சிறையில் இருந்துகொண்டு சந்தா சாயுபு போன்றவர்கள் சும்மா இருப்பார்களோ? சிங்கம் குகையில் நகத்துக்கு அமுக்கா எடுத்துக்கொண்டிருக்கும்."

"அதுதான். தங்களைப் போன்ற சிம்மாசனாதிகள் சும்மா இருப்பது சரியில்லையே. மராத்தி தேசத்து சாரு மகாராசாவுக்கு ரெண்டு பெண்சாதிகள். அவர்கள் ரெண்டு பேருடைய அமுலே அங்கே நடக்கிறதேயல்லாமல், வேறு யாருடைய அமுலும் அங்கே நடக்கிறதில்லை. ராசாவின் அமுலும் அங்கு நடக்கிறதில்லையாம். ஆனபடியினாலே, அந்தப் பெண்டுகள் வழியிலே, அவர்களைக் கண்டு பேசி, அதன் மூலம், சாரு மகாராசாவின் அன்பைப் பெற்று, அப்புறம் ஆற்காட்டையும் திருச்சிராப்பள்ளிக் கோட்டையையும் சரி பண்ணுவேன் என்று எழுதி வந்தது மெய்தான்."

"அதேது. இவன் பெண்டுகள் வழியிலே பேசிக்கொண்டு வருகிறான்?"

"அப்படித்தான் எனக்குக் கடிது வந்தது. நம் ஆள் அங்கு போய் வேகு பார்த்தவன் என்னிடம் வந்து சந்தா சாயுபு என்ன என்னவெல்லாம் திருக்கூசு (டிரிக்ஸ்) அங்கே செய்து கொண்டிருக் கிறார் என்பதை வெகு சவிஸ்தாரமாகத்தானே சொன்னான். அதைத் தங்களுக்குச் சொல்லத்தான் நினைத்தேன். பிரபுவுக்கு

இப்போதுதான் நேரம் கிடைத்த காரணத்தால், அதைச் சொல்லச் சித்தமாக இருக்கிறேன். ஐயா, சாரு மகாராசாவுக்கு இருக்கிற ஆதிபத்தியமும், அவருடைய புத்திக்கும், குதிரை ராணுவத்துக்கும், அவருடைய சீர்மை இருக்கிற நலத்துக்கும் அவர் கணக்காய், பெண்டுகள் பேச்சைக் கேளாமல் அவருடைய சுதாபுத்தியினாலே காருபாருகள் விசாரித்து நடத்தினாரேயானால், இந்த ராச்சிய மெல்லாம் அவருடைய விசுவாசமாகி ஒரு குடையின் கீழே ஆளுவாராக இருப்பார். அவர் ஜாதகம் அப்படி. அஷ்டமத்தில் சனி, அவர் பெண்டாட்டிகளின் உருவில் வந்துள்ளதே. அந்தப் பெண்டுகள் அவர் புத்தியை மயக்கி அவர் தலையைத் திருப்பிப் போடுகிறார்கள். அவ்விடத்துக் கவையெல்லாம், பெண்டுகள் ராச காரியத்து மேலே நடப்பிக்கிறபடியாலே, அவனவன் அவனுக்குச் சரிபோன போக்கிலே தமக்குச் சவுகரியமாய் நடப்பித்துக்கொள்ளு கிறதும், பெண்டுகளுக்கு நல்ல பேச்சு சொல்லி வணங்கி நடந்து கொள்ளுகிறதும், அவர்களுக்கு ஒன்றும் தெரியாதபடியினாலேயும், அவர்களுக்கு எப்படித் தோன்றுகிறதோ அந்தப்படிக்கு ராசாவுக்குச் சொல்லுகிறதும், ராசா அதுகளை ஒன்றும் விசாரியாமல் நடத்திப் போடுகிறதுமாய், அவ்விடத்துக் காரியங்கள் எல்லாம், கவையெல்லாம் கெட்டுப் போறதாய் சரிபோனப்படிக்கே நடக்குது. ஒரு வழியாய், ஒரு அமுலாய், ஒரு டீக்காய் நடவாமல் கெட்டுப்போய் அலங்கோலமாய் கிடக்கிறதாகவும் நமக்குக் கபுறு வந்திருக்கிறது. பிரபுவே, இந்தக் கலங்கல் குட்டையிலே சந்தாசாயுபு மீன் பிடித்துக்கொள்ள முயற்சி பண்ணிக்கொண்டிருக்கிறார்."

"அஃதெப்படி?"

"அஃதெப்படியெனில் சொல்லுகிறேன், ஐயா. மேற்படி சாரு மகாராசா அவர்களின் ரெண்டு பெண்சாதிகளில் மூத்தவளுக்கு பெரிய பாயி என்றும் சின்னவளுக்கு சின்ன பாயி என்றும் பெயர் வழங்குகிறதாம். மூத்த பாயியைச் சந்திக்க வருந்திக் கேட்டு, நம் சந்தா சாயுபு அவர்கள் ஒருநாள் பேட்டி பண்ணிக்கொண்டார். அப்போது, ராசாவுக்கு நீயே மிகவும் வேண்டப்பட்டவள். உன் வார்த்தையைத்தான் ராசா கேட்டு நடக்கிறார் என்று லோகப் பிரசித்தமாய் இருக்கிறது. அதைத் தொட்டு அம்மணி, பத்து லட்ச ரூபாய் மட்டுக்கும் அபராதம் வாங்கிக்கொண்டு என்னை விடுவித்துப் போடு என்று கேட்டுக்கொண்டாராம். அப்புறம் சின்ன ராணியைக் கண்டு, அவளை உசுப்பிவிட்டு, ராசாவிடம் அதிக நெருக்கமும், செல்வாக்கும் உள்ளவர் ஆர் என்பதில் இருவருக்கும் ஒரு போட்டியையும் புகைச்சலையும் ஏற்படுத்தி அதிலே, தனக்குச் சாதகம் ஏற்படுத்திக்கொண்டாராம். இதிலே, ரெண்டு பொம்பிளையும் ரகத்துக்கு அடித்துக்கொண்டு, அதுலே அங்கே பெரும் பூசலையும் சண்டையையும் கிளப்பிவிட்டு, ராசா தலையைத் திருப்பிப் போட்டு இருக்கிறார்களாம்."

“பேஷ், பேஷ். வெகு வேடிக்கையாய் இருக்கிறதே. அந்த சந்தா சாயுபுவை விடுவிக்க நாம் ஏற்பாடு செய்கிறோம். ஆன பணத்தைக் கொடுத்து விடுகிறதாகச் சொல்லு.”

“உத்தரவு எசமானே.”

“இன்றைக்கே உருது பாஷையிலே கடிதம் எழுதி அவனுக்கு அனுப்பு.”

“தங்கள் மனசு ஐயனே.”

ஆனந்தரங்கப் பிள்ளையின் முதல் ஆண் மகவுக்கு ஆண்டு பூர்த்தி வெகு விமரிசையாகத்தானே அவர் இல்லத்தில் வைத்து நடந்துகொண்டிருந்தது. நகரத்துப் பெரும் பிரமுகர்களாகிய சுங்கு சேஷாசலச் செட்டியார், சலச வெங்கடாசலச் செட்டியார் மற்றும் கும்பினிக்காரர்கள் சென்னையில் இருந்து இந்த விசேஷத்துக்காக வந்திருக்கிற கெம்புதாஸ் மற்றும் திரளான மக்கள் கூடி, அந்த விசேஷத்தை ஒட்டிய தாசி சதிர் ஆட்டத்தை வேடிக்கை பார்த்துக்கொண்டிருந்தனர்.

தாசி மோகனா அலங்கிருத பூஷிதையாக ஆடிக் கொண்டிருந்தாள்.

“தாமதம் ஏனடி – ராதை
வாமன அவதாரம் எடுத்தவன் வந்து அருள் புரியவே
தாமதம் ஏனடி?

மாமத மான இருளைக் குடித்தவன்
  மாந்துவர் போன்ற வாய் ருசி சுவைக்கவே
காத்திருக்கும் – விழி பூத்திருக்கும் இக்
  காரிகைதனைச் சேர.... (தாமதம்)

நாரணன் நம்பி நம்பினர்க் கருள் தருவோன்
  பூரணன் பெரிய பிரமனை கரு உயர்த்தோள்
காரணம் இன்றி நான் காணாமலே வருந்த (தாமதம்)

வான மழைபோல வாரித் தருபவன்
  ஆனந்த ரங்கன் வணங்கும் சாரங்கதாரன்
மீனமேஷம் பார்க்கும் சேதியென்ன
  வீணாய் காலம் தோஷம் செய்கிறதென்ன... (தாமதம்)

விண்ணிலா ஒக்கும், முகவிலாசம் கொண்டோன்
  அண்ணாசாமி என்ற அழகுக் கோமான்
ஆனந்த ரங்கரின் அருந்தவப் புதல்வோன்
  ஏனிந்த நேரம் நீர் வரவில்லை எனக் கேட்க (தாமதம்)

தயவு இலையோ – என்மேல்
அருள் இலையோ... இன்னும்
மனம் வரவிலையோ – அருள்
குணம் தரவிலையோ...

என்றபடி கையேந்தி பாவம் பிடித்தாள் தாசி. மடியில் இருந்த குழந்தை அண்ணாசாமி, தாசி தானம் கேட்கிறாள் என்று நினைத்து, வள்ளல் கெம்புதாஸ் தனக்களித்த வைரம் பதித்த மாலையை அப்படியே எடுத்து அவள் கையில் கொடுத்தது, அண்ணாசாமிக் குழந்தை.

மாம்பழக் கவிராயர், ராம கவிராயர் முதல் ஏராளமான புலவர் சூழ்ந்த பலரும், அக்குழந்தை வள்ளலின் செயல் திறன் கண்டு திகைத்துப் பார்த்திருந்தனர்.

60

துய்ப்ளெக்ஸ் துரையவர்கள், தேவனாம்பட்டணத்தின் மேல், சண்டைக்கு எழுந்து போன பின்னால், மதாம் துய்ப்ளெக்சின் ஆள்கள் தம் வேலைகளை ஆரம்பித்தார்கள்.

ராமுச் செட்டி, காலைப் பலகாரம் முடித்துக்கொண்டு, கோமுட்டித் தெருவிலே இருந்த தம் வீட்டுத் திண்ணையிலே வந்து அமர்ந்தார். காலை எட்டுக்கு முந்தைய நேரம். நெற்றி, மார்பு, தோள்கள் எனப் பல இடங்களிலும் சாஸ்த்ரோக்தமாக திருமண் காப்பு அணிந்திருந்தார். வட்டிக்குப் பணம் கொடுத்துப் பெறுபவர் ஆகையினாலே, மிகவும் சௌக்யவந்தராகத் தம் வீடு, பெண்டு, பிள்ளை என்று வாழ்ந்துகொண்டிருந்தார். தோட்டத்துக் கிணற்றுக்குச் சரியாக நான்கடி தூரத்தில் பள்ளம் தோண்டி, தம் பொன், தங்கம், வைரம் முதலான வெகுமதிப் பொருள்களைப் புதைத்து, அதன்மேல் கொட்டகை எழுப்பி, அங்கேயே தன் வாசஸ்தலத்தை அமைத்துக்கொண்டு பரம சௌக்யமாக வாழ்ந்துகொண்டிருந்தார். ஊரில் சண்டை சச்சரவு என்று எல்லாம் தாறுமாறாய் இருக்கிறதுக்காக அவ்வப்போது அதுக்காக என்ன பண்ணுகிறது என்று மனம் சலித்துக் கொள்பவர். பலகாரம் சற்றே அதிகப்படி ஆகையால், செரியாத உணர்வோடு வயிற்றைத் தடவிக் கொடுத்த செட்டியார், வீட்டுக்குள் பார்த்து, “அடியே! கொஞ்சம் இஞ்சி ரசம் போட்டுக் கொண்டா” என்று குரல் கொடுத்துத் திரும்பினார். அப்போது திபுதிபுவென்று ஆறு பேர், அவரை ஒரு மனுஷர் என்றும் மதியாமல், நேராக வீட்டுக்குள் நுழைந்தனர். நிகழ்ந்த நிஜத்தை நம்ப அவருக்குச் சில நிமிஷங்கள் பிடித்தன.

‘அந்நியர்கள், நம் வீட்டுக்குள், நம்மையும் கேழ்க்காமல் நுழைகிறார்களே. இதேது அநியாயமாய் இருக்கிறதே’ என்று திண்ணையை விட்டுக் குதித்தவர் வழிகிற தம் இடுப்பு வேஷ்டியை இறுகிச் சொருகிக்கொண்டு, உள்ளே ஓடினார். உள்ளே சென்ற ஆறு பேரில் இரண்டு பேர், கூடத்தில் சாய்த்து நிறுத்தியிருந்த பாயை எடுத்து உதறி, அதைக் கூடத்தில் விரித்தனர். மற்றையோர் அதில் அமர்ந்தனர். ஒருவன், வீட்டில் இருந்த பெரிய வெற்றிலைத் தட்டத்தை எடுத்து வந்து மத்தியில் வைத்துக்கொண்டான். பாக்கு வெற்றிலை போடத்தொடங்கினார்கள்.

“நீங்கள் எல்லாம் யார்? என் வீட்டிலே என்னைக் கலக்காமலும், மதியாமலும் சட்டமாகவே உள்ளே வந்து குந்திக் கொண்டு வெற்றிலை மெல்லுகிறீர்களே, நீங்கள் ஆர்?” என்று கேட்டார் செட்டியார்.

“ஓய். நாங்கள் எல்லாம் மதாம் ழூான் அம்மாளின் ஆள்கள்.” தலையில் இடி விழுந்தாற்போலத் திகைத்துத் தடுமாறிய மனிதர், “தங்களுக்கு நான் செய்யக் கடவது என்ன?” என்றார், ஹீனஸ் வரத்தில்.

இஞ்சி ரசம் போட்டு எடுத்து வந்த செட்டியார் வீட்டு அம்மாள், கூடத்தில் அமர்ந்திருந்த புது மனுஷர்களைப் பார்த்து, மிரண்டு, இஞ்சி ரசத்தைத் தம் புருஷனிடம் நீட்டினாள்.

“உள்ளே போடி சவமே...” என்று தன் பெண்டாட்டியை வைது உள்ளே விரட்டிய செட்டியாரிடம் ஆள்களில் தலைவன் போல் இருந்த தாட்டியானவன் சொன்னான்.

“ஓய், செட்டி! நீரும் உம் பெண்சாதியும் என்று இரண்டு பேர் தானே இம்மாம் பெரிய வீட்டில் இருக்கிறீர்கள். என்னத்துக்கு இவ்வளவு பெரிய மாளிகை உம் இரண்டு பேருக்கு? நீரும் உமது பெண்சாதியும் பின்கட்டில் வசியுங்கள். நாங்கள் முன்கட்டில் இருந்துகொள்கிறோம்.”

“இதேது, துராக்கிருதமாய் இருக்கிறதே, எவ்வளவு பெரிய அளவில் வசிப்பது என்பது நாங்கள் அல்லவோ முடிவு பண்ண வேண்டியது?”

“அது உன் காலத்தில். இப்போதெல்லாம் அதை நாங்கள்தான் தீர்மானிப்போம். புரிந்து கொண்டீரா?”

“நான் குவர்னர் பெருமானிடம் சொல்லி முறையிடுகிறேன்.”

“போம், போய்ச் சொல்லிக் கொள்ளும். நம் குவர்னர் பெருமான் எங்கள் மதாம் முந்தானைக்குள் அடக்கம், ஐயா. என்னமோ பெரிசாகப் பேசுகிறீரே.”

“என்னதாம் பண்ணப் போகிறீர்கள்?” என்று கிலியுடனே கேட்டார் செட்டியார்.

“எதுவும் பண்ணுவோம். நாம் சொன்னபடி பின்கட்டுக்குப் போம். முன்கட்டை எமக்கு ஒழித்துப் போட்டுவிடும்.”

“ஆமாம். என்ன நினைத்துக்கொண்டு, இந்த அட்டூழியம் பண்ணுகிறீர்கள். நான் சாவடிச் சிப்பாய்களையும், நயினாரையும் இதோ அழைச்சுக்கொண்டு வருகிறேன்'' என்றபடி ஆணியில் மாட்டியிருந்த தலைப்பாகையையும் எடுக்கப் போனார் செட்டியார்.

அந்தத் தலைவன் போன்ற தடியன் இருந்துகொண்டு சொன்னான்:

“அதைச் செய்யும். அத்தோடு சாவடி மணியம் முத்தைய பிள்ளை அவர்களையும் அழைச்சுக்கொண்டு வாரும். அவர்கள் முன்னாலேயே எம் காரியங்களை நாங்கள் பார்க்கிறோம். ஓய்! செட்டி! இப்படி நாங்கள் உம்மிடம் மட்டும் பண்ணுகிறவர்கள் அல்லவே. ஊரில் இருக்கிற பெரிய தனக்காரர் எல்லாரிடமும் இதைத்தானே செய்கிறோம். எங்களை ஏன் சாவடி மணியமோ, பிறரோ கைது பண்ணவில்லை? ஏனென்றால் அவர்கள் இப்போது மதாம் மூான் அம்மைக்கு அடக்கம் ஐயா. என்ன பேச்சு உம்மோடு, எமக்குக் கொடுக்க வேண்டியதைக் கொடுத்துப் போடும். நாங்கள் போய் விடுகிறோம்.”

“என்ன கொடுக்க வேண்டும்?”

“ஆயிரம் வராகன் கொடுத்துப் போடும். அதற்கு மேல் வேண்டாம். நீரும் சம்சாரியாக இருக்கிறீர். நாங்களும் பாவத்தைச் சுமக்க வேண்டாம்.”

“ஆயிரமா? அடக் கடவுளே! அது மிகவும் அதிகம் அல்லவோ!”

“உமது ஆஸ்தி பாஸ்திக்கு அது ஒன்றும் அதிகம் இல்லை. தோட்டத்தில் புதைத்து வைத்திருக்கிறீரே, தோண்டி நாங்களே எடுத்துக்கொள்ளலாமா?”

செட்டியாரின் சப்த நாடியும் அடங்கிப் போயிற்று.

“இருங்கள். நீங்கள் கேட்டதையே கொடுத்துவிடுகிறேன்.” செட்டி தோட்டத்துப் பக்கம் சென்று ஆயிரம் வராகன் கிழியோடு திரும்பினார். தலைவன் அதைப் பெற்றுக்கொண்டான்.

‘புத்தியோடு பிழைச்சுக்கொள்ளும்’ என்று செட்டிக்குப் புத்திமதி வேறு சொல்லிச் சென்றான்.

செட்டியார், நடந்தது கனவா, நனவா என்பதை நம்ப முடியாமல் மரமென்று நின்றபடி அவர்கள் செல்வதையே பார்த்துக் கொண்டிருந்தார்.

இருசப்பனின் நிலம், செழித்து, கதிர்கள் முற்றித் தலை கவிழ்ந்து பெரியோரின் அடக்கத்தை நினைவுபடுத்திக்கொண்டிருந்தது. கிளிகள் மைனாக்கள் போன்றவை ஆண்டைகளைப் போல, விதைக்காமல் நோகாமல் பயிர்களை மேய்ந்துகொண்டிருந்தன. இருசப்பன் பரண் மேல் இருந்துகொண்டு கிளி விரட்டிக் கொண்டி ருந்தான். இப்போதெல்லாம், காட்டுப் பன்றிகள், பக்கத்து வில்லிய நல்லூர்க் காடுகளில் இருந்து வந்து பயிரை நாசப்படுத்திவிடு கின்றன. கண்ணை இடுக்கிக்கொண்டு தூரத்தில் எங்காவது அந்தக் கறுப்புப் பிசாசுகள் தென்படுகின்றனவா என்று பார்த்துக்கொண்டி ருந்தான் அவன்.

வாராமல் வந்த அதிர்ஷ்டம் இது. சென்ற வருஷம் பெய்து கெட்டது. அதற்கு முந்தைய வருஷம் காய்ந்து கெட்டது. இந்த வருஷம்தான், பெய்தும், காய்ந்தும், சமன் ஏற்பட்டு நன்கு விளைந் திருக்கிறது. மாரியம்மாளுக்கும், முனியாண்டிக்கும், ஏன் பெரிய கறுப்புக்கும்கூட அவன் நேர்ந்துகொண்டிருந்தான். எல்லாம் நல்ல படியாயிற்று. நாளைக்கு விடிந்தால் அறுவடை என்று நிர்மாணித் திருந்தான். அறுவடை முடிந்ததும் அவன் ஆற்ற வேண்டிய கடமைகள் நிறைய இருந்தன. முதலில் ரோமி செட்டியிடம் அவன் கை சார்ந்தாக வாங்கி இருந்த பணத்தைத் தந்தாக வேண்டும். இல்லையென்றால், கழுத்துக்குக் கத்தி வந்து சேரும். அது மாத்திரம் அல்ல. அவன் நாணயத்துக்குப் பழுது வந்து சேரும்.

வீட்டையும் ஒழுங்குபடுத்த வேண்டும். சுற்றுச்சுவர் கீலகமாகி விட்டிருந்தது. அதை ஒழுங்கு பண்ண வேண்டியிருந்தது. இல்லை யென்றால் வரும் ஐப்பசி அடைமழைக்கு உட்கார்ந்து போகும்.

இருசப்பன் இப்படி எண்ணமிட்டுக் கொண்டிருக்கையில் ஆறு பேர் களத்துமேட்டில் தோன்றினார்கள். அவர்களுக்குப் பின்னால் ஆண்கள் பலர் அரிவாள்களோடு நிற்பது தெரிந்தது.

பொழுது புலர்ந்துகொண்டிருந்தது. வந்திருந்த ஆள்களை இருசப்பனால் இப்போது நன்கு அவதானிக்க முடிந்தது. அவன் பரணை விட்டிறங்கி, வந்திருந்த ஆள்களை நோக்கிச் சென்றான்.

"கும்பிடு, ஐயா. ஸ்தோத்திரம். எசமான் யார்?"

"நாங்கள் எல்லாம் குவர்னர் எசமான் பெண்சாதியாய் இருக்கப்பட்ட மதாம் ழூான் அம்மையார் ஆள்கள்."

இருசப்பன், அப்டியே அவர்களின் கால்களில் விழுந்தான். அழும் குரலில் சொல்லத் தொடங்கினான்.

"எசமான்களே. நான் ஒரு பாவமும் செய்தறியாத அப்பிராணியா யிற்றே. என்னிடத்திலே வந்திருக்கிறீர்களே. நான் உங்களுக்கு என்ன பண்ணட்டும்? தயவு பண்ணிச் சொல்லுங்கோள்."

"அடேய், உன்னிடத்தில் நாங்கள் என்ன சொல்லுகிறது" என்றவர்கள், தம் ஆள்களிடம் திரும்பி, "உம். பயிரை அறுங்களடா. கட்டு களம் காணும் போலிருக்கிறதே. நமக்கு அதிகம் தேவையில்லை. ஐம்பது மூட்டைகள் மட்டும் அறுத்து, தூற்றி, கட்டி வையுங்கோள்."

வீட்டுக்குள் நாய் நுழைவது போல, ஆள்கள் திபுதிபுவென்று கழனியில் இறங்கினார்கள். ஆனை வாயில் அகப்பட்ட கரும்பு போல, களம் திமிலோகப்பட்டது.

"எசமான்களே, என் வயிற்றில் அடிக்கிறீர்களே. ஏழைப்பட்ட சென்மம் நான், எசமான்களே" என்றபடி இருசப்பன், அறுவடைக்குச் சென்ற ஆள்களைத் தடுக்கப் போனான். தலைவன் போல் இருந்தவன், தன் கைத்தடியால் விசை கொண்ட மட்டுக்கும் ஓங்கி, அவன் கழுத்தில் அடித்தான். தலைசுற்றி வயலுக்குள், பயிர் ஒடியும்படியாக விழுந்தான், இருசப்பன்.

அம்பது மூட்டைகள் சேகரம் பண்ணிக்கொண்டு, அம்பதுக்கும் மேலான மூட்டைகள் அளவுக்குச் சேதாரம் பண்ணிக்கொண்டு களத்தை விட்டு நீங்கியது மூான் அம்மையின் அடியாள் கூட்டம்.

ஊரே பீதி கண்டு விட்டது.

நேற்று மாலை ராமண்ண முதலி மருமகள், விளக்குச் சுடர் போட வேதபுரீஸ்வரன் கோயிலுக்கு வந்திருந்தாளாம். விளக்குப் போட்டு முடித்துவிட்டு வீடு திரும்புகையில் இருட்டிவிட்டது. நெஞ்சம் அடித்துக்கொள்ள, சென்னப்பட்டணத்து வாசல் வழி வந்திருக்கிறாள். அங்கே நின்றுகொண்டிருந்த படைவீரன்போல் இருந்த ஒருத்தன், அவள் கையைப் பற்றி இழுத்திருக்கிறான்.

அந்தப் பெண்ணைப் பெண்டாளத்தான் அந்த நீசன் அப்படிச் செய்தானாம். அலறிய அப்பெண், கையிலிருந்த வெள்ளி எண்ணெய்க் கிண்ணியையும், தீபாராதனைத் தட்டத்தையும் கீழே போட்டுவிட்டு, தப்பித்தோம் பிழைத்தோம் என்று வீதி வழியே ஓடி வந்தாளாம். மனுஷர் பல பேர், தெருவிலே போவோர், வருவோர் இருந்தும் அப்பெண்ணைக் காக்க முடியவில்லை என்று அப்பெண் அழுது புலம்பினாள்.

மகாகாளி, சாமுண்டி, ரத்தக் காட்டேரி, புருஷனைத் தின்னுகிறவன், முண்டை, தட்டுவாணிச் சிறுக்கி போன்று பல பெயர்களாலும் அறியப்பட்ட ராங்கிக்காரியிடம் என்னத்துக்கு மோதுவது என்கிற காரணத்தாலேயேயும், மோதினால், தம்மை ஊரைவிட்டே வெளியேற்றிவிடுவாள் என்கிற காரணத்தினாலேயும், யாரும் அந்த அபலைப் பெண்ணுக்கு உதவ முன்வரவில்லை என்கிற உண்மை பின்னால் தெரிந்தது.

நேற்று இரவு நடந்தது வேறுவகையான சங்கதியாகும். அரசாங்கத்தின் சிறைக் கூடத்தை நோக்கித் திபுதிபுவென்று ஒரு கூட்டம் சென்றது. கிடங்கிலே அப்போது சுமார் இருபது பேர்கள் தண்டனையை எதிர்நோக்கிக் காத்துக் கொண்டிருந்தார்கள். உள்ளே சென்ற ஆள்கள், சாவடி மணியம் அழகப்பிள்ளை எதிரில் வந்து நின்றது.

"யாரது, எதுக்கு இவ்விடம் வந்து நிற்கிறது?" என்றார் மணியம்.

"சாவடியிலே இருக்கப்பட்ட ஆள்களுடன் பேசி அவர்களை விடுதலை பண்ணுவிக்க வந்திருக்கிறோம்."

"குவர்னர் சொன்னால் அல்லவோ விடுவிக்கிறது."

"துரை சொன்னால் என்ன? துரை பெண்சாதி சொன்னால் என்ன? விடுவிப்பீரா, மாட்டீரா?"

மணியம் யோசிக்கலானார். அவருக்குக் குழந்தைகள் இருந்தன. கல்யாண வயசில் வேறு பெண்கள் இருந்தார்கள். மூான் அம்மை சொல்லி, குற்றவாளிகளை விடுவிக்காமல் போனால் அதனால் அனர்த்தம் வரும். துரைக்கு இஷ்டம் இல்லை. எனினும், நேரடியாக ஏன் இதைச் செய்தது என்று அவர் சொல்லப்போவது இல்லை. ஆகவே, வந்தவர்கள் உத்தரவுப்படி நடப்பது என்று முடிவெடுத்தார், மணியம்.

"சரி, செய்யுங்கோள். அம்மா சொன்னார் என்பதுக்கு என்ன ஆதாரம்?"

"இது பாருமேன்."

அம்மாளின் முத்திரை மோதிரத்தை அவர்கள் தரித்திருந் தார்கள்.

தலைவனாகக் காண்பவன், முதல் குற்றம் பண்ணினவனை வரவழைத்தான்.

"உனது பெயர் என்ன?"

"சம்புச்செட்டி, சாமி"

"என்ன பண்ணினாய்?"

"நெல் திருடினதாகப் பிராது."

"அப்படியானால் நூறு கசையடியும் காதறுப்பும் தண்டனை. அல்லது இருநூறு வராகன் கொண்டு வந்து கொடுக்க ஏற்பாடு செய்."

"சாமி, புண்ணியவான்களே. என் வீடு வாசல் ஜாடாவாக விற்றாவது, அந்தப் பணத்தைக் கொடுத்து விடுகிறேன்."

“சரி.”

சிறைக்கிடங்குக்குள்ளே எல்லாம் சேர்த்து சுமார் ஆறாயிரம் வராகன்கள், அந்த மூான் அம்மை கூட்டத்துக்குக் கிடைத்தது.

வேதபுரீஸ்வரர் கோயில், முன்மண்டபத்தில் மாநாட்டார் கூடி யிருந்தார்கள்.

“இதேது.. ஊருக்கு இப்படி ஒரு சோதனை. பெண்கள் கற்பு காக்க முடியாமல், அப்புறம் எப்படி வாழுகிறது” என்றார் மகா நாட்டாரில் ஒருவர்.

“சுகஜீவனம் செய்கிறவரின் வீடுகளுக்கு வருகிறதும், இருக்கிற பணத்தை அடித்துப் பிடுங்குகிறதும், என்ன அநாசாரம்? இந்த ஊரில் குடித்தனமே பண்ண முடியாதுபோல...”

“ஆகவே, நிலைமையை ஆனந்தரங்கப் பிள்ளையிடம் பிராது பண்ணிக்கொள்வோம். அவர் பார்த்துக் குவர்னரிடம் சொல்லி ஏதாவது நல்லது பண்ணட்டும். இல்லாவிடில் கடவுள் விட்ட வழியென்று வேறு ஊரைப் பார்க்கப் போவோம்.”

செட்டி, கோமுட்டி, பிள்ளை, முதலி, மீனவர்கள் என்று எல்லா சாதியாரும் பிள்ளையைப் பார்க்கப் புறப்பட்டார்கள்.

“அய்யா, பிள்ளை வீட்டில் அவர் ஆண் குழந்தை வருஷாப்தி நடக்கிறதே, இப்போ போவது சரிப்படுமா?”

“பிள்ளைக்கு ஊர் வேலைதான் முதல் வேலை. தாராளமாய்ப் போவோம்.”

மகாநாட்டார், பிள்ளையின் வீட்டுக்குப் புறப்பட்டார்கள்.

61

நயினார், தன் சிப்பாய்களுடன், ஊர்க்காவலுக்குக் கிளம்பியிருந்தார். சென்னப்பட்டணத்து வாயிற்படியிலிருந்து ராத்திரி ஒன்பது மணிக்கு இந்த ஊர்க்காவல் புறப்படும். முத்தியாலுபேட்டை வாசற் கதவு வரைக்கும் ஒரு நடை. அப்புறம், அங்கிருந்து புறப்பட்டு வெள்ளைக்காரர் குடியிருப்பைச் சுற்றிக்கொண்டு கூடலூர் வாசற்படிக்கு ஊர்க்காவல் வந்து சேரும். கூடலூர் வாசலிலிருந்து வேதபுரீஸ்வரர் கோயிலைச் சுற்றிக்கொண்டு வருகையில் மணி இரண்டைத் தொடும். நயினாரும் சிப்பாய்களும் வேதபுரீஸ்வரர் கோயிலின் முன் நின்றுகொண்டு இருக்கையில்தான், நாலுபேர் கொண்ட அந்தக் குழுவைப் பார்க்க நேர்ந்தது.

"அதாரது" என்று மிடுக்கோடு கேட்டார் நயினார்.

"எங்களை விசாரிக்க நீர் யாரு?" என்றான், அந்த நால்வரில் தலைவர் போல் தோன்றின ஒருத்தன்.

"என்னை யார் என்று கேட்கிறதா? இருட்டில் கண் பிசகா அல்லது மப்பா? நான் நயினார். சிப்பாய்களுக்கு அதிகாரி. ஊர்க் காவலுக்கு இப்படி நிற்கிறோம். இப்போ சொல். நீ யார்?" என்று குரலில் அதிகபட்சக் கடுமை தொனிக்கச் சொன்னார் நயினார்.

"குவர்னர் பெண்சாதி மதாம் ழான் அம்மையாரின் படையைச் சேர்ந்தவர்கள், நாங்கள். நான் விப்ர நாராயணப் பண்டிதன். என்னை விசுவாச ஞானாதிக்கப் பண்டிதர் என்றும் சொல்வார்கள். நான்தான் மதாம் ழான் அம்மையாரின் நயினார். நானும் உம்மைப் போலவே ஒரு அதிகாரி என்பதை மறவாதீரும்" என்று எகத்தாள மாகவே பதில் சொன்னார் பண்டிதர்.

"இதேது... ஆச்சர்யமாய் இருக்கிறதே. ஒரு ராச்சியத்தில் இரண்டு நயினார்களா?"

"ஏன் இருக்கக் கூடாது. குவர்னர் பெருமான் வைத்திருக்கிற படைக்கு நீர் நயினார் என்றால், மதாம் ழான் அம்மையின் படைக்கு நான் நயினார். நான் பிரத்தியட்சமாய் இருக்கையில் என்ன சந்தேகம் உமக்கு வந்து விடுகிறது?" நயினார் ரெண்டு எட்டு எடுத்து வைத்துப் பண்டிதரின் அருகில் வந்தார்.

"நீர் நயினார் என்கிறதுக்கு என்ன சாட்சி வச்சிருக்கிறீர் என்பதை முதலில் காட்டும். அப்புறம் நம் சாட்சியத்தை நாம் காண்பிக்கிறோம்."

நயினாரின் சிப்பாய்களில் ஒருத்தன் முன் வந்தான்.

"ஓய்... நாங்கள் சிப்பாய்கள். எங்களைப் பார்த்த பிறவும் உமக்குச் சந்தேகம் வருகிறதா? எங்களுடைய உடைகளைப் பாரும். எம்மை அறியாதவர் இந்தப் புதுச்சேரியில் இருக்க முடியாதே. எங்களையே என்றால், எங்கள் நயினாரை எப்படி உம்மால் அறியாமல் இருக்க முடியும். ஏதேது உமது பேச்சு முதலுக்கே மோசமாகவன்றோ இருக்கிறது."

"ஓய் நிறுத்தும். முதலுக்கும் மோசம் இல்லை. முடிவுக்கும் மோசம் இல்லை. எங்கள் நயினாரை உமக்குத் தெரியாது என்றாற் போல உமது நயினாரையும் எமக்குத் தெரியாது என்று சொல்ல வந்தோம். உமது நயினாரை நாங்கள் அறிந்து வைத்துக்கொள்ள வேண்டியது நியதி என்றால், எமது நயினாரையும் நீர் அறிந்து வைத்துக்கொள்வது அன்றோ நியதி ஆகும்" என்று பண்டிதர் கும்பலைச் சேர்ந்த ஒருத்தன் சொன்னான்.

நயினார் அவனைக் கையமர்த்திக்கொண்டு சொன்னார்:

“நயினார்கள் பேசிக்கொண்டிருக்கையில் சிப்பாய்கள் பேச வேணாம்.” அதன் பிறகு, பண்டிதர் அருகில் வந்து, நயினார் சொன்னார்:

‘ஓய் பண்டிதரே, நீரும் நயினார் என்று சொல்கிறீர். அது உண்மையென்றால் தட்சணமே சாவடி மணியம் பிள்ளையிடம் வாரும். அவரிடம் வந்து உம்மை எண்பித்துக் கொண்டு அப்புறம் போகலாம். குவர்னர் பெருமான் உத்தாரம் இட்டுக் கொண்டுள்ளபடி, ராத்திரி நேரத்தில் சுற்றுகின்ற எவரையும், கைப்பிடியாகப் பிடிக்கவோ, அவர்களைக் கைதி செய்யவோ, அல்லது கிடங்கில் அடைக்கவோ நமக்கு முழு அதிகாரம் வாய்த்திருக்கிறது. அதைத் தொட்டுத்தான் உம்மை நான் விசாரிக்கிறது. மதாம் அம்மை, உம்மை நயினாராக உத்தாரம் பண்ணி இருக்கிறார் என்றால் நமக்கு அதில் ஆட்சேபனை என்ன? குவர்னர் சம்சாரத்துக்கு இல்லாத அதிகாரமா? ஆகையினாலே நம் வேலைக்குப் பழுது வந்துவிடக்கூடாது என்பதுக்காக நீர் ஒரு நடை, என்னுடனே வந்து சாவடி மணியத்தைப் பார்த்துப் பேசிப் போட்டீர் என்றால் என் மனது சமாதானம் அடைந்துவிடும். வாரும், ஒரு நடை வாரும்.”

பணிவோடும் அதே சமயம் உத்தியோக விதரணை தொனிக்கவும், நயினார், பண்டிதரைச் சாவடி மணியத்திடம் அழைத்தார்.

“உமக்கு நம் மேல் இன்னும் நம்பிக்கை வரவில்லை போலும். ஆகவே வருகிறேன். வாரும்” என்று பண்டிதர் தம் ஆள்களுடன் நயினாரைத் தொடர்ந்து சென்றார். எல்லோரும் சாவடிக்கு வந்து சேர்ந்தார்கள். சாவடிக்குக் காவல் இருந்த சிப்பாய், “ஆராது” என்று குரல் கொடுத்தான்.

“நான்தானடா நயினார். மணியத்தைப் பார்க்க வேண்டி யுள்ளது. அவரை நான் வந்திருக்கிறதாகச் சொல்லி அழைச்சிட்டு வாரும்.”

“உத்தரவு எசமானே.”

சிப்பாய் சென்று மணியத்தை அழைச்சுக்கொண்டு வந்தான். அவர் உறக்கக் கலக்கம் தீராமல் அவர்களிடம் வந்து சேர்ந்தார்.

“அதாரது?”

‘‘அடியேன் நயினார் ராமசுந்தரம். இன்னைக்கு ஒரு வேலைக்குச் சென்ற இடத்திலே இந்தப் பண்டிதரையும் அவர் ஆட்களையும் கண்டேன். பண்டிதர் தாம் ஒரு நயினார் என்றும், தன்னை மூான் அம்மையார்தாம் உத்தியோகத்திலே நியமனம்

செய்தார் என்றும் சொல்கிறான். மெய்யும் பொய்யும் தாங்கள் அறிந்து எனக்கு உத்தாரம் சொல்ல வேண்டியது."

"அப்படியா" என்று ஆச்சரியம் கொண்டவராக "ஒரு ஊருக்கு ரெண்டு நயினாரா? எனக்கு இது விளங்கவில்லையே" என்று சந்தேகம் தோன்றப் பண்டிதரைப் பார்த்தார்.

"ஓய்... மணியம், நீரும் சந்தேகப்படுகிறீர் போலும். வேணுமென்றால் என்கூடவே இப்பவே வாரும். அம்மையார் படுத்து உறங்கிக்கொண்டு இருப்பார். எழுப்பி, இந்த விவகாரத்தை இப்பொழுதே முடித்துப் போடுவோமே."

"சரி, அதுக்கு வேளை, காலம் வேணாமா? இந்த நட்டு நிசி ராத்திரியில் யாராவது துரைசாணி அம்மாளைப் போய் எழுப்பு வார்களா? அது கிடக்கட்டும். நீர் எத்தனை நாளாய் இந்த உத்தி யோகத்தில் இருக்கிறீர்? எனக்குத் தெரியாதே."

"உமக்குத் தெரிந்தால் என்ன? தெரியாமல் போமாயின் எமக்கென்ன? எனக்குச் சம்பளம் கொடுப்பவர் அந்த அம்மாள். அன்ன தாதா. அவருக்குத் தெரியவேணுமேயல்லாமல், வேறு எவருக்கும் இது தெரியவேண்டியது என்ன?"

"அதுவும் சரிதான். நயினார்களுக்கு மேலே இருக்கப்பட்டவன் நான். எனக்குத் தெரியாமல் இருந்ததே என்று கேட்டேன்."

"எனக்கு மேம்பட்டவர், மதாம் அம்மையே தவிர வேறு யாரும் இல்லை."

மணியம் சற்று யோசித்தார். விஷயம் பெரிய இடத்தது. ஆகையால் தாம் இதில் தலையிட்டுக்கொண்டு மூக்கை உடைத்துக் கொள்வது விவேகம் ஆகாது என்கிற முடிவுக்கு வந்தார்.

"இருக்கட்டும். இந்த ராத்திரியில் என்ன பண்ணுகிறீர்."

"எம் வேலையை நாம் பார்க்கிறோம்."

"ஆகா. ஆனந்தமாகப் பாரும். போய் வாரும்."

பண்டிதர் கூட்டம் அங்கிருந்து நகர்ந்தது. மணியம் அமைதி யாகத் தம் இருக்கைக்குத் திரும்பி, அமர்ந்தார். நயினாரைத் தம் முன் அமர வைத்துக்கொண்டார்.

"துரைக்கு எமன், அவள் பெண்டாட்டி உருவிலே வந்திருக் கிறது நயினார். அவருக்கு ஏதேனும் இடும்பு வரும் என்றால், அது அந்த முண்டை உருவில்தான் வரப்போகிறது. நம் போன்ற உத்தியோகஸ்தர்களால் ஒன்றும் ஆகப்போகிறது இல்லை. இந்தக் கடப்பை மென்று சகித்துக்கொள்ளத்தான் வேணும்."

"ஊரிலே பெரிய சுயம்பு நடக்கிறது பிள்ளைவாள்."

"தெரிகிறதே. வேலியே பயிரையும் மேய்கிறது. ஆனால் இதில் நாம் செய்கிறதுக்கு ஏதும் இருக்கிறதாய் ஒன்றும் இல்லையே. அரசாங்க உத்தியோகம். மாசம் பிறந்தால் சம்பளம் கிடைக்கிறது. மாட்டை மேய்த்தோம், கம்பைப் போட்டோம், கஞ்சியைக் குடித்தோம் என்று இருந்துவிட்டுப் போவோம். நமக்கென்ன வந்தது. குவர்னர் ஒன்று சொல்வான். இந்த முண்டை ஒன்று சொல்வாள். அதைச் செய்துவிட்டுப் போகிறது. மாசா மாசம் படி அளக்கிறவன், கழுதை கூரைமேல் ஏறி விட்டை போட்டது என்று சொன்னால், அடடா, சாதாரண விட்டையா, பொன் விட்டையல்லவா போட்டது என்று சொல்லிவிட்டுப் போவோம். நமக்கென்ன நஷ்டம் வந்தது. என்ன சொல்கிறீர்."

"உள்ளது. தாங்கள் சொல்கிறபடி செய்துவிட்டால் போச்சு."

"எதுக்கும் ஆனந்தரங்கப் பிள்ளையிடம் ஒரு வார்த்தை சொல்லிப்போடும். அவர்தான் நமக்கு ஏதேனும் ஒன்று என்றால் உதவி புரியத் தக்கார்."

"எல்லாம் தங்கள் மனது."

பண்டிதர் குழாம், பானுக்கிரஹியின் வீட்டுக் கதவைத் தட்டியது. 'ஆரது இந்த நேரத்தில்' என்கிற யோசனையோடு, கதவைத் திறக்காமல் சன்னலைத் திறந்து வெளியே நோக்கினாள் பானு.

பண்டிதரும் ஆள்களும் நிற்பது தெரிந்தது.

"ஆராது?"

"நாங்கள் மதாம் ழான் அம்மையார் படைப்பிரிவைச் சேர்ந்தவர்கள்."

"நான் என்ன உங்களுக்குச் செய்ய வேணும்?"

"அம்மாள் தண்டம் வசூலிக்கச் சொன்னார்."

'பண்டிதரே, மணி என்ன ஆகிறது?"

"நேரம் மூன்றாம் ஜாமம்."

"இந்த நேரம்தானா தண்டம் வசூலிக்க வருகிறது."

"எந்த நேரம் வரச் சொல்கிறாய்?"

"தண்டம் என்னத்துக்குத் தருகிறதாம்?"

"என்ன, ஏது என்கிறதெல்லாம் அம்மாவிடம் கேட்டுக்கோ."

"அம்மா வந்து என்னிடம் கேட்கவில்லையே."

"ஆட்டக்காரியிடம் கேள் என்று அம்மா சொன்னார்கள்."

"தர முடியாது என்று சொல்லும்."

"என்ன? என்ன வார்த்தை பேசுகிறது?"

"சரிதாம் போம். நாளை காலை ஆனந்தரங்கப் பிள்ளையிடம் தரவேண்டியதைத் தந்துவிடுகிறேன். அவரிடம் பெற்றுக்கொள்ளும்."

"என்னத்துக்கு அவர் பெயரை இழுக்கிறது?"

"அவர்தானே குவர்னருக்கு அடுத்த மாதிரி இருக்கிற துபாஷ்."

"சரி சரி. அம்மாவிடம் சொல்கிறேன்."

"அம்மாவிடம், மூன்றாம் ஜாமத்துக்குப் போய்ச் சொல்லாதீரும்."

பண்டிதர் கூட்டம் அவமானப்பட்டுச் சென்றது.

ஆனந்தரங்கப் பிள்ளையின் பிள்ளை அண்ணாசாமி என்கிற முத்து விஜயானந்த ரங்கனின் முதல் ஆண்டு நிறைவு விழா மிகச் சிறப்பாக நடைபெற்றுக்கொண்டிருந்தது. பிள்ளையின் சினேகிதரும், பிரபுவுமான ஜம்புதாஸ் தந்திருந்த விலையுயர்ந்த தங்கத் தட்டில் வைத்துக் கொடுத்த வைரம் இழைத்த சங்கிலியை, 'அருள் தாராயோ' என்று கை ஏந்தி, பாவம் பிடித்து ஆடிய தாசிக்குக் குழந்தை தானமாகக் கொடுத்த அவ்வுதாரக் காட்சியைக் கண்டு மெய்சிலிர்த்துப் போன கவிராயர் 'நடை கற்கும் முன்னே கொடை கற்றானே' என்று பாடியதும் மற்ற கவிகள் பாடலைப் பூர்த்தி செய்யுமுகத்தான் யோசிக்கத் தொடங்கினார்கள்.

நமசிவாயப் புலவர், படிக்காசுப் புலவர், ஜவ்வாது புலவர், மதுரக் கவிராயர், தியாகராஜ தேசிகர் முதலான பெரும் புலவர்கள் அனைவரும் கூடி இருந்த மாபெரும் வித்வத் சபையாக அது இருந்தது. மதுரக் கவிராயர் பாடலைப் பூர்த்தி செய்து பாடலைப் பாடினார்:

"கார்க்கு அரன் ஆநந்தரங்க விஜய
கற்பகத் தருவில் முளைத்தெழுந்த கன்றாம் என்றே
பார்க்கவந்த ஜம்பு தாசெடுத்துக் கையால்
பட்சமுடன் முத்தாடிப் பரிவாய் ஈந்த
சீர்க் கனகம் தனை வாங்கிப் பண்கள் பாடும்
தேன் அனையாட்கீந்து மிகு திறமே பூண்ட
நாற்கவிஞர் புகழண்ணா சாமி யென்போன்
நடைகற்கு முன்னமே கொடை கற்றானே."

"பேஷ், பேஷ், பலே, பலே' என்று புலவர்களே புகழ்ந்து மதுரக் கவிராயரின் பாடலை மெச்சினார்கள். பிள்ளையும் மிகவும் மகிழ்ச்சியடைந்து, ஒரு பொன்தட்டு கொள்ளும் அளவுக்குத் தங்க முகராக்கள் வைத்து, புலவரிடம் நீட்டினார். மதுரக் கவிராயர் அதைப் பெற்றுக்கொண்டு ஒரு பாடலைச் சொன்னார்:

“உலங்கொண்ட மணிப்புயனே! பிரம்பூர்
ஆனந்த ரங்கா! உன்பால் செல்ல
வலங்கொண்டு கருடனையாம் இடம் கண்டோம்
எழில நரையா வலத்தே கண்டோம்
பொலங்கொண்மட மணிமாட மீமிசையில்
புயல் தலமும் புதுவை என்னும்
தலம் கண்டோம் நினது நகை முகம் கண்டோம்
இனிவேண்டும் தனம் கண்டோமே...”

கூட்டம் கரக் கம்பமும் சிரக் கம்பமும் செய்து கொண்டாடிக் கொண்டிருந்த அந்த வேலையில்தாம், மகாநாட்டார் எல்லாரும் கும்பலாக மாளிகைக்குள் நுழைந்தார்கள்.

“வரவேணும்... வரவேணும்” என்று அவர்களை வரவழைத்து, எல்லோரையும் அமர வைத்து எல்லோருக்கும் பழம், வெற்றிலை தந்தார். சர்க்கரையும் தரப்பட்டது. எல்லோருடைய தரத்துக்கு ஏற்ப ஆடை அளிக்கப்பட்டது. பட்டுச் சகலாத்தும், பரிசுகளும் சம்பாவனைகளும் அருளியவுடன், எல்லோரும் ஆனந்தப் பரசவத் தாராகி அமர்ந்திருந்தார்கள். அப்போது பிள்ளை மிகப் பணிவோடு வார்த்தை சொன்னார்:

“மகாநாட்டார் எல்லோரும் கூடி இங்கு வந்து என்னைக் கௌரவித்தமை எனக்குப் பெரும் திருப்தி அளிக்கிறது என்றால் ஏதாவது கூடும் எனில், தயவுசெய்து உத்தாரம் செய்ய வேணும்.”

“பிள்ளைவாள், மகாவிஷ்ணு பிரம்மதேவரை மடியில் வைத் திருப்பதுபோல, பிள்ளையைக் கொண்டு இருக்கிறீர். இந்த ஆனந்த மான சமயத்தில் அரசாங்க விஷயம் பேசப்படாது என்று யோசிக் கிறோம்.”

“தாம் அப்படிச் சொல்லலாமோ? நமக்கு அரசாங்க சோலி அன்னியில் வேறு என்ன வாழ்க்கை இருக்க முடியும்? சொல்லும்.”

“மதாம் மூான் அம்மாள் ஆட்கள் அட்டகாசம் சகிக்க முடியாமல் போய்க்கொண்டுள்ளதைத் தாங்கள் அறிவீர். என்று அது முடிவுக்கு வரும் என்று தவிக்கிறோம். கொள்ளைக்காரர் களைப் போல வீட்டுக்குள் புகுகிறதும், பணம் தண்டிப்பதும், ஆட்களை மிரட்டுவதும் கண்டிப்பதும், நின்றவர் போனவர் எல் லோரையும் கொண்டுபோய்க் கிடங்கில் போடுவதும் புதுச்சேரிப் பட்டணத்துக்கு இப்படி ஒரு அழும்பு வந்திருக்கிறதே என்று மிகவும் மனசுக்கு வருத்தமாயும் ஆதங்கமாயும் இருக்கிற காரணத்தால் தங்களிடம் பிராது சொல்லிக்கொள்ள வந்திருக்கிறோம். தாங்கள் துரையண்டையிடம் இந்த அங்கு துப்பை எடுத்துச் சொல்லி சனங்களைக் காக்க வேண்டியது உமது கடமை.”

பிள்ளை முகம் சுருங்கியது. அவர் மனம் சங்கடப்படுவது தெரிந்தது.

“தெரியும். எனக்கும் இந்தக் கபுறு வந்தது. சனங்கள் மெத்தவும் கஸ்தியிலும், துன்பத்திலும் இருப்பது தெரிகிறது. நல்ல நேரம் வரட்டும். துரையவர்களிடம் இது பற்றி எடுத்துச் சொல்லி, இதுக்கு முடிவு கட்டுவோம்.”

“தயவு செய்ய வேணும். தமிழர்களுக்கு உம்மை விட்டால் வேறு நாதி யார் இருக்கிறார்கள்?”

“செய்வோம். நான் இருக்கிறேன். கவலைப்படாதேயுங்கள். தயவு பண்ணி இருந்து, விருந்து போஜனம் பண்ணி என்னைக் கவுரவிக்க வேணும்.”

“அப்படியே செய்கிறது” என்றார்கள் மகாநாட்டார்.

62

காலத்தாலே பழையதைச் சாப்பிட்டுவிட்டு, உத்தியோக அங்கியை அணிந்துகொண்டு கோட்டைக்குப் போனார், ரங்கப்பிள்ளை. கோட்டையில், ஸ்ரீமான் துய்ப்ளெக்ஸ் பிரபு அவர்கள், எழுதும் கபினேத்தில், சின்னதுரைகளுடனேயும், இன்னும் இருக்கிற வெள்ளைக்காரர்களோடும் உட்கார்ந்து இருந்தார். எல்லோரும் கபே குடித்துக்கொண்டும், கடின பதார்த்தம் எதையோ புசித்துக் கொண்டும், யோசனைகளோடும் பேச்சுக்களோடும் இருந்தார்கள்.

பிள்ளை, அவர்கள் அருகாகப் போய், ஆசாரம் பண்ணிக் கொண்டு நின்றார்.

“வா ரங்கப்பா” என்றார் பிரபு. அப்புறம் கோப்பையில் இருந்து ஒரு வாய் சாப்பிட்டு, “ரங்கப்பா, தமிழ் சாஸ்திரம் பார்த்துச் சொன்னவர்கள், ஒக்தோபர் மாதம் (அக்டோபர் மாதம்) ஒன்னாந் தேதிக்குள், நம் கடலிலே நின்றுகொண்டும், எல்லையிலே இருந்து கொண்டும் நம்மோடு சண்டை பண்ணிக் கொண்டும் இருக்கிற இங்கிலீஷ்காரர்கள் போய்விடுவார்கள் என்று சொன்னதாகச் சொன்னாயே, அது என்ன ஆச்சுது? இங்கிலீஷ்காரன் இன்னும் போகாமல் அழிச்சாட்டியம் பண்ணிக்கொண்டிருக்கிறானே? ஏதேது, அக்குறும்பாய் இருக்கிறதே” என்று விசனத்தோடுதானே சொன்னார்.

முசியே துக்கேலும், பிரியேல் என்கிறவனும் இருந்து கொண்டு, பிரபுவைப் பார்த்துக்கொண்டு, “முசியே குவர்னர், இந்த ரங்கப் பிள்ளை எம்மிடத்திலே, புரட்டாசி முடியறதுக்குள் உங்கள் எதிரிகள்

போய்விடுவார்கள் என்று சொன்னதை நம்பி, நாங்கள் ஆறு பேரிடத்திலே பந்தயம் கட்டிவிட்டோம். புரட்டாசி முடிந்தால், நல்ல மழை பெய்யும் என்று வேறு சொன்னானே இன்னும் ஏதும் நடக்கவில்லையே. பார்ப்பான்கள் பணத்தைப் பிடுங்கிக்கொண்டு போகிறதுக்காக அப்படிப்பட்ட பொய்யைச் சொன்னார்கள் போலுமோ?" என்றார்கள்.

ரங்கப்பிள்ளை இருந்துகொண்டு சொன்னார்:

"பிரபுவானவர்களே! இன்றளவுக்கு ஒக்தோபர் மாதம் 12ந்தேதி ஆகிறது. நாளைக்கு ஐப்பசி பிறக்கப் போகிறது. இன்னும் 13 நாளையிலே நீங்கள் பார்க்கப்போகிறீர்கள். கேழ்க்கப் போகிறீர்கள். இங்கிலீஷ்காரர்கள் போகிறார்கள் என்கிற தித்திப்புச் சேதியைக் கேழ்க்கப் போகிறீர்கள். மழையும் நல்ல மழை பெய்யப் போகிறது. நீங்கள் போட்ட பந்தயத்தில் ஜெயிக்கப் போகிறீர்கள். நேற்று ராத்திரி, மணல் கொழிச்சாப் போலே இருந்துகொண்டு, காற்றிலே கவிச்சை வாடை வீசிற்றே அது கவனித்தீர்களோ, இல்லையோ, அது மழைக்கு அறிகுறியாகத்தானே இருக்கிறது."

துரை "மெய்தான்" என்று ஒத்துக்கொண்டு சொன்னார்:

"நேற்றைக்கு அப்படித்தான் இருந்தது. அந்தப்படியிருந்தது மல்லாமல், பின்னும் திரளாய் மின்னுகிறது. வாடைக் காற்றும் சற்று அசைவாய் வந்தது. இதனல்லாமல், நெடுநாளாய் காய்கிற படியாலும் மழையும் பிடிக்கும். காற்றும் தொடரும்."

"ஒரு பெரிய காத்தடித்து, அதனாலே இங்கிலீஷ்காரன் அழிஞ்சு, அதனாலே அவனுக்குப் பெரிய சேதம் உண்டாச்சுதென்று கேழ்க்கப் போகிறீர், பாரும்."

"அது சரி. ரங்கப்பா ஒக்தோபர் மாதம் முதலாம் தேதி, அவர்கள் போவார்கள் என்று சொல்கிறாய். இப்போ மார்கழி 13 தேதிக்குள் போய்விடுவார்கள் என்றும் சொல்கிறாய். எந்தத் தேதியில் போவார்கள் என்று சொல்லேன்."

"அவர்கள் போறார்கள் என்கிற சேதி கேட்டு நீங்கள் சந்தோஷப்படப் போகிறீர்கள். நாளை முதற்கொண்டு பனிரெண்டு நாளைக்குள்ளே புதுச்சேரியை விட்டு நிச்சயம் போய் விடுவார்கள். நாளை முதற்கொண்டு சண்டையும் விஸ்தாரமாய் நடக்காது. நாளைக்கு நாள், சண்டை தானே மாட்டாய் வரும். அவன் சாமான் செட்டுகள், தட்டு முட்டுகள் ஏத்தி அனுப்புகிற மட்டும் கொஞ் சனஞ்சம் நானும் இருக்கிறேன் என்று குண்டு போட்டுக்கொண்டு அஞ்சாறு நாட்கள் கிடந்து அல்லாடுவான். அப்புறம் தானே ஓடிப் போவான். அரியாங்குப்பத்திலிருந்தும் அவன் ஓடப் போகிறான் பாருங்கள். ஐப்பசி மாதம் 13 தேதிக்கு மேல் இங்கிலீஷ்காரர்கள்

இரார் என்று கெட்டியாய் நம்புங்கள். நான் இப்போ சொல்கிறேனா என்ன? என் சுவாமி, போன மாசமே இந்தத் தேதியிலே சாடா வாய்ப் போகப்போகிறேன் என்று சொன்னேனே. நான் சொல்லு கிறது பொய்க்கவில்லை என்று தேவரீரே சொல்லப் போகிறீர்கள் பாரும்."

அப்படித்தான் நடந்தது. ஒக்தோபர் மாதம் 13ஆம் தேதி, பிள்ளை குவர்னர் துரையைச் சந்திக்கப் போன இடத்தில், குவர்னர் சந்தோஷத்துடன் சொன்னார்:

"மெய்தான் ரங்கப்பா. நீ சொன்னது மெய்யாப் போச்சே!"

பிள்ளை அதுக்குச் சலாம் பண்ணிக்கொண்டு சொன்னார்:

"பிரபுவே. நேத்து ராத்திரி கூடலூர் வாசல் கோட்டை வழியாக இங்கு வந்த மூன்று இங்கிலீஷ்காரர்கள் சொன்ன கபுறு தங்களுக்குத் தெரிந்திருக்குமே! அங்கே, இங்கிலீஷ்காரர்களிடத்திலே, வெகு ஜனங்கள் காய்ச்சலினாலேயும், இவ்விடத்திலேயிருந்து புறப் படுகிற குண்டுகளாலேயும் வெகு பேர் சேதப்பட்டுப் போனார்கள் என்றும், வெகு பேர் வியாதியஸ்தர்களையும், காயக்காரர்களையும், தேவனாம்பட்டணத்துக்கு டோலியின் பேரிலே அனுப்பின வண்ணமாய் இருக்கிறார்கள் என்றும் அதில் இராப்பகல் வாங்காமல் தண்ணீர் இருக்கிறபடியாலே, கைகள், கால்கள் வீக்கம் கொடுத்துச் சாகிறார்கள் என்றும், தலையை எடுத்துப் பார்க்க முடியாதபடிக்குப் பீரங்கிக் குண்டு நம்மால் வெடிக்கப்படுகிறது என்றும், அங்கத்தைய தளபதி மேஸ்தர் பாஸ்கவானும் தன் கையினாலே ஆன மட்டுக்கும் பார்த்தான். ஜனங்கள் சாவதிருலே இனிமேல் நிர்வாகம் இல்லையென்றும், பீரங்கிகள் சாமான் செட்டுக்கள் எல்லாவற்றையும் வண்டிக்குள் ஏற்றிக்கொள்கிறார்கள் என்றும் அந்தச் சிப்பாய்கள் சொல்கிறார்கள், சுவாமி. இன்று இருபது நாழிகை வரையோட சனி அடங்கிப் போகிறது. ஆகையால் அதனாலே கலாம் சாடை தீர்ந்து காணுகிறது. சாரமும், அனுகூலமாகி இருக்கிறது. ஆனால், புதன் இருபத்து நாலரை நாழி, இருபத்து ஐஞ்சு நாழியிலே புதன் சத்ருவானபடியினாலே, சத்ருவான பூர்வார்த்தம் பனிரெண்டு நாளையிலே இங்கிலீஷ் காரர்கள் அடிக்கப்படப் போகிறார்கள். பூர்வார்த்தத்திலே என்ன நடக்கிறது, உத்திரார்த்தத்திலே என்ன நடக்கிறது என்பதையும் அறிய வேணும். எதானாலும் சாஸ்திரம் பிரபுவுக்கே செயம் செயம் என்று சொல்கிறது."

பிரபு பரம சந்தோஷமாகத்தானே இருந்துகொண்டு புகை குடித்துக்கொண்டும், கபே அருந்திக்கொண்டும் அமராவதிப் பட்டணத்தை செயித்துப் போட்ட இந்திரன் மாதிரி இருந்தார்.

அந்த நேரம் பார்த்து, மதனாந்த பண்டிதரும் அன்னபூரண ஐயனும் அங்கே வந்தார்கள். அவர்கள் கும்பிட்டு, பிரபுவைப் பார்த்து "பிரபு நம் கடலிலே நங்கூரம் பாய்ச்சிக்கொண்டு நின்றிருந்த இங்கிலீஷ் காரனும் தண்டெடுத்து ஓடிப் போனான். தங்கள் பராக்கிரமத்தை என்னென்று சொல்வது? ஜனங்கள் புராணம் மாதிரியும் இதிகாசம் மாதிரியும் தங்கள் பிரபாவத்தை அல்லவோ பேசுகிறார்கள்.

துரை மிகுந்த களி கூர்ந்து, ஆனந்தமாக அமர்ந்திருந்தார்.

"ரங்கப்பா, உடனே ஒரு கச்சேரிக்கு ஏற்பாடு பண்ணிப் போடு. தேவடியாள் ஆட்டம் ஏற்பாடு பண்ணு. முன்னே பிரெஞ்சு நாடகம் பத்தே பண்ணி ஏற்பாடு பண்ணினாயே. அதை இப்போது சித்தம் பண்ணு. அந்த நாடகத்தை முன்னே பாதியிலே நிறுத்தி வைத்திருக்கிறதே. அதை இப்போது ஏற்பாடு பண்ணு. குறையும் பூர்த்தி பண்ணிப்போடு. முன்னாள் யாரைக் கொண்டு பாட வைத்தாயோ, அவரைக்கொண்டே இப்போதும் பாட வை. தேவடியாள்களுக்கும், வேஷமாகப் போட ஆகும் செலவையும் பரசுராம பிள்ளையிடம் வேணுமான பணம் கேட்டு வாங்கிக் கொள். ஆலசியம் பண்ணாதே. சீக்கிரம் முஸ்தீபு பண்ணு."

"என் சுவாமி சொல்கிறபோது ஆலசியம் பண்ணுவேனோ? சீக்கிரமே முஸ்தீபு பண்ணி வைக்கிறேன்" என்றார் பிள்ளை.

ஆகையினாலே பிரபு, கருநாடக அரசியல் நிலைமை, குரங்குக்குப் பேய் பிடித்து, பேய் பிடித்த குரங்கு கள்ளைக் குடித்த மாதிரி, ஒரு கட்டுக்குள் அடங்காமல் ரொம்பவும் அமிதப்பட்டுக் கிடக்கிறது. யானைக் காலில் மிதிபட்டுக் கிடக்கிற பலாப்பழம் போலவும் கிடக்கின்ற இதைச் சீர்படுத்தும் வல்லமையும் தெகிரியமும் வாக் சாலகமும் தங்களுக்கல்லாமல் வேறு மனுஷராகப் பிறந்தவர்க்கு ஏது? தக்காணத்துக்கு அதிகாரியாக இருக்கப்பட்ட நிஜாம் உல் முலக் கெத்துப்போய், அவருடைய இரண்டாவது மகனும் ஏற்கெனவே அப்பனோட ராச சிம்மாசனத்துக்குப் போட்டியிட்டவருமான நசீர் ஜங்கு பட்டத்துக்கு வந்திருக்கிறார். நசீர் ஜங்கு பட்டத்துக்கு வந்தது, அசப் ஷாவான நிசாமின் மகள் வயிற்றுப் பிள்ளையுமான முசஃபேர் ஜங்குக்குப் பிடிக்கவில்லை. அது எதைத் தொட்டு என்றால், செத்துப்போன நிசாம் ஏற்கனவே ஒரு முறை தனக்குப் பிறகு தன் பேரன் பட்டத்துக்கு வருவான் என்று சொல்லிப் போட்டதுதான். இப்படி ஐதராபாத்து நிசாம் அரசியல் இருக்கிறது. மராட்டிய அரசியலோ, தேவடியாளுக்குக் கல்யாணம் நடக்கிற மாதிரி வெகு அலங்கோலமாக இருக்கிறது. அஃது என்னவெனில், மராட்டிய சாரு மகாராஜாவுக்கு ரெண்டு பொண்டாட்டிகள் இருக்கிறதைத் தாங்கள் அறிவீர்கள்தானே? மூத்தவள் சக்குவார்பாய், சின்னவள்

சகுணபாய். இதல்லாமல் அவருக்கு வைப்பாட்டிமார் மொத்தம் நான்கு பேர்கள் ஐயா. அதிலே வீருபாய் என்கிறவள்தான் அரண் மனை நிர்வாகத்தைக் கவனித்துக்கொண்டிருக்கிறாள். இந்த மூணு சக்களத்திக்குள் நிதம் சண்டை போட்டுக்கொண்டு சாருவின் மரணத்தைக் கைதட்டிக் கூப்பிட்டுக் கொண்டிருக்கிறார்கள் பொம்மனாட்டிகள். இதிலே சின்னப் பொண்டாட்டியாகிய சகுண பாய் மேல் ராசாவுக்கு பிரேமை சாஸ்தி. அது என்னையோவெனில் பொதுவாக ரெண்டாம் பொண்டாட்டி அல்லது வைப்பாட்டி மேல்தான் ஆண்கழுதைகள் பிரியமாய் இருக்கும் என்பது லோகப் பிரசித்தம்தானே? இப்போது சாரு மகராசா பெரு உடம்பு மலாதாக (நோயாக) இருக்கிறார். நம் சந்தா சாயுபு என்று எதிரிகளால் சொல்லப்பட்டு, இழிவாகப் பேசப்படுகிற உசேன் தோஸ்து கான், சின்னப் பொண்டாட்டியைப் பிடித்துத் தம் விடுதலைக்கு முஸ்தீபு பண்ணிக் கொண்டிருக்கிறார்.”

“அது என்ன, சந்தா சாயுபு, ரங்கப்பா?” என்று கேட்டார் துய்ப்ளெக்ஸ் பிரபு அவர்கள்.

துய்ப்ளெக்ஸ் பிரபு, தன் படுக்கையறையில், தம் கட்டிலிலே சாய்ந்துகொண்டு, புகை குடித்துக் கொண்டிருந்தார். அருகிலே துய்ப்ளெக்ஸ் பெண்சாதி ழான் அம்மாள் அமர்ந்துகொண்டு, பூத்தையல் வேலை செய்துகொண்டிருந்தாள். எதிரில் ஒரு நாற்காலியில், சின்னதுரை அமர்ந்துகொண்டிருந்தார். பிள்ளை, இஷ்டப்படி பேசிக்கொண்டிருந்தார். சாயங்காலம், தயங்கித் தயங்கி இருட்டாகிக்கொண்டிருக்கிறது.

“பிரபு, சந்தா என்றால் வேலைக்காரன், ஊழியன் என்று பொருள். ஆற்காடு நவாபுக்கு ஊழியர் போல இவர் இருந்ததைத் தொட்டு, அவர் அரண்மனைக்குள் இருந்துகொண்டு, அவர் சாப் பாட்டைத் தின்றுகொண்டிருந்தது காரணமாகவும், அவருக்கு அந்தப் பெயர் நிலைத்துப் போய்விட்டது, சுவாமி.”

“சொல்லு ரங்கப்பா.”

“இது நமக்கு உகந்த நேரம், பிரபுவே. நிசாமின் வாரிசுகளில் நாம் நிஜாமின் பேரன் முசஃபேர் ஜங்கை ஆதரித்து அவரை நிசாம் ஆக்குவோம். அதுக்குச் சண்டைக்காரனாகவே பிறந்து வாழ்ந்து கொண்டிருக்கிற சுத்த சண்டைக்காரனாகிய சந்தா சாயுபுவைப் பயன்படுத்திக்கொள்வோம். பிரெஞ்சுக்காரர்கள், சந்தா சாயுபு, முசஃபேர் ஜங்கு என்கிற முக்கூட்டு அணி அமைத்துக்கொள்வோம். நிசாம் நசீர் ஜங்கையும், ஆற்காட்டு நவாபு அன்வருத்தீனையும், நாம் செயித்துப் போடுவோம். அங்ஙனம் செயித்து, நிசாமாக முசஃபேர் ஜங்குவைக் கொண்டு வருவோம். அதனால் ஆற்காட்டு நவாபாக சந்தா சாயுபு நியமிக்கப்படுகிறார். இதனால் நமக்குக் கிடைக்கும்

அனுகூலம் என்ன என்று கேளுங்கோள். சந்தா சாயுபும் நிசாமும் நமக்கு நிறைய பூமியும், சன்னதும், பணமும் கொடுப்பார்கள். அதுவுமன்னியில், நம் பிரெஞ்சுக்காரருடைய செல்வாக்கு நர்மதா ஆற்றிலிருந்து, குமரிவரைக்கும் கொடி கட்டிக்கொண்டு பறக்கும். இங்கிலீஷ்காரர்கள், நைந்து கிழிந்த துணி மாதிரிப் பங்கப்பட்டுப் போய்விடுவார்கள்."

பிரபுவின் முகம் பிரகாசமடைந்துவிட்டது.

"நல்லது ரங்கப்பா, நீ எப்போதும் என் சுபிட்சத்தையும், க்யாதி பிரதாபம் இதுகளை மனசுக்குள் வைச்சுக்கொண்டு அல்லவோ காரியம் பண்ணுகிறது. உன்னையொத்த அரசியல் தெரிஞ்சவர், இங்கே யார் இருக்கிறார்கள். தஞ்சாவூர் அரசியல், திருச்சி மராட்டியார் அரசியல், நிசாமின் துருக்க அரசியல் எல்லாம் அறிஞ்சுகொண்டு காரியம் பண்ணுகிறவன், சமர்த்தன் நீ ஒருவன் அன்றோ? நீ எதைச் செய்தாலும், அது சரியாகவும் நியாயமாகவும் அல்லவோ இருக்கும்? அதைத் தொட்டு அல்லோ, உனக்கு தில்லி வரைக்கும், ஏன், பிரெஞ்சு தேசத்து அரசர் மட்டுக்கும் செல்வாக்கு இருக்கிறது."

"சுவாமி. என் சுவாமி. அதன் காரணம் என்னவென்று நான் சொல்லட்டுமா?"

"சொல்லு ரங்கப்பா."

"நிலவைச் சேர்ந்திருக்கிற நட்சத்திரம் போலவும், பூவைச் சேர்ந்திருக்கும் நார் மாதிரியும், நல்ல புருஷனைச் சேர்ந்திருக்கும் பெண்சாதி போலவும், நல்ல அரசனை அடுத்திருக்கும் வீரன் மாதிரியும், ஆற்றங்கரையை அடுத்திருக்கும் நல்ல புஷ்பவனம் மாதிரியும், புலவனைச் சார்ந்திருக்கும் நல்ல சுவடி மாதிரியும், யோக்யனை அடுத்த செல்வம் மரியாதைப்படுகிற மாதிரியும், நான் எசமானாகிய தங்களை அடுத்து ஜீவிக்கிற சாதாரணன் அன்றோ? அதனால், சௌக்கியமாக இருக்கிறேன். நான் தங்கள் அடிமையன்றோ? கர்ப்பக மரத்தின் கீழ் நின்றுகொண்டு இருக்கிறேன். அதனால் நான் நினைக்கிற அனைத்தும் எனக்குக் கிடைக்கிறது, என் சுவாமி."

"ரங்கப்பா, நாம் இப்போ என்ன செய்கிறது. அதைச் சொல்லு."

"சந்தா சாயுபு, நமக்கு வாரம் தப்பினாலும் லிகிதம், கடுதாசு எழுதுவது தப்புவதில்லை. தன் விடுதலைக்கு உதவி புரியச் சொல்லித் திரும்பத் திரும்ப, மன்றாடிக்கொண்டிருக்கிறார். ஏழரை லட்சம் ரூபாய் கொடுத்து அவரைத் தப்புவிக்கலாம் என்கிற ஷரத்து இருக்கிறது. தாங்கள் அதைக் கொடுத்து அவர் விடுதலை அடைய உதவி புரிய வேண்டும். அந்தத் தொகைக்கு, சந்தா

சாயுபுவின் பெண்சாதி, இங்கு மசூதி அருகில் தங்கியிருக்கிறாளோ, அந்த அம்மாளிடம் நகைகளைக் கேட்டு வாங்கிக்கொண்டு, அதுகளை அடமானம் பண்ணிக்கொண்டு பணத்தைக் கொடுத்து அனுப்பலாம். அனுப்பி சந்தா சாயுபுவையும், அவரோடு சதாரா கோட்டைக்குள் சிறைபட்டிருக்கும் அவர் மகன் மீது சாயுபுவையும் விடுதலை பண்ணுங்கோள்.”

நகை என்றதும் மதாம் மூான் அம்மையாரின் முகம் மலர்ந்தது.

“பிரான்சுவா, உடனே நகைகளை அடமானம் பெற்றுக் கொண்டு, பணத்தைக் கொடுத்துப் போடு, அன்பே” என்றாள் மூான்.

“அந்தப்படியே செய்கிறது” என்றார் துய்ப்ளெக்ஸ்.

சந்தா சாயுபுவின் பெண்சாதியும், அவள் தோழியும் குவர்னர் மாளிகைக்கு நகை, நட்டுகளுடன் வருவதாகச் செய்தி வந்தது. சாயங்காலம், இருட்டிய பிறகு வருவதாகவும் பல்லக்கு அனுப்பி வைக்கும்படியும் குவர்னருக்குத் தகவல் வந்தது. அதைத் தொட்டு, மாளிகையின் விருந்தினர் அறையில் ஒரு திரை தொங்கவிடப்பட்டது. துருக்கப் பெண்கள், அந்நிய ஆடவர் முன்னால் வரப்படாது அல்லவோ.

குறித்த நேரத்தில் சந்தா சாயுபு அவர்களின் பேகம் அத்தர் என்று அழைக்கப்படும் அம்மாள் ராசாத்தி தம் தோழியுடனே அங்குச் சேர்ந்தாள். திரைக்கு அந்தப் பக்கமாக இருந்துகொண்டு இந்தப் பக்கம் இருக்கிற துய்ப்ளெக்சு வந்தனம் பண்ணிக் கொண்டார்.

“சலாம் குவர்னர் பெருமானே.”

“சலாம் மதாம் சந்தா சாயுபு அவர்களே. சௌகர்யமாக ஆசனத்தில் அமருங்கோள்.”

அவர்கள் அமர்ந்தார்கள்.

“சௌக்யமாக இருக்கிறீர்கள் அல்லவோ?”

“தங்கள் கருணை எங்கள் மேல் அளவுக்கு அதிகமாக இருக்கிறபோது, எமக்கு அசௌகரியம் எங்ஙனம் வரும். எம் பிரார்த்தனையில் தங்கள் ஷேமம் கோருவதும் இடம் பெற்றுக் கொண்டிருக்கிறது.”

“கருணையாவது ஒன்றாவது. என் மனுஷக் கடமை அல்லவோ அது.”

“விளைந்த கதிர் தலை வணங்குவதுபோல, தாங்கள் பிரபு, அடக்கமாகப் பேசுகிறீர்கள். கருணைதான் அது. என் சொந்த

மனுஷர் உறவு சனங்கள், எங்களைக் கைவிட்டு விட்டார்களே! தாங்கள் அல்லவோ, தங்களுக்கு முன்பிருந்த துய்மா துரை அவர்களும் அல்லவோ எனக்கு ஆதரவு தந்தீர்கள்."

"தாங்கள் நிறைந்த நன்றி உணர்வோடு பேசுகிறீர்கள்."

"ஐயா, எம் கணவர் விடுதலைக்குத் தாங்கள் உதவ வேண்டும். ஏழரை லட்சம் கொடுத்து உதவவேண்டும். இதோ என் நகைப்பெட்டி, தங்களிடம் இது இருக்கட்டும்."

தோழி, தன் கையிலிருந்த பெட்டியைத் திரையைச் சற்றே தூக்கி, அதன் வழியாக உள்ளே தள்ளினாள். கவர்னர் அதைத் திறந்து பார்த்தார். வைரம், தங்கம் என்று குப்பையாக நகைகள் இருந்தன, அந்தப் பெட்டியில். குவர்னரின் கண்கள் விரிந்தன. கர்நாடகத்துச் செல்வம் அதில் குவிந்திருந்தது. அவர் அதை மூடி வைத்தார்.

"பணத்தை நாளைக்கே தயார் பண்ணி, தக்கோர் மூலம் கொடுத்து அனுப்புவோம்."

"மிகுந்த வந்தனம், பெருமானே. எல்லாம் தங்கள் மனசு."

"கிடக்கட்டும், பெரிசில்லை."

"ஒரு விண்ணப்பம்."

"ஆகட்டும்."

"பணம் கொண்டு போகிறவர்களுடன், என் மகன் ராசா சாயுபும் போகத் தாங்கள் அனுமதிக்க வேண்டும்."

"அதுக்கென்ன, பேஷாகப் போகட்டும்."

"மற்றும் ஒரு விண்ணப்பம்."

"நன்றாக ஆகட்டும்."

"தாங்கள் எங்கள் ஏழைக் குடிசைக்குப் பெரிய மனசு பண்ணிக் கொண்டு ஒருபோது வந்திருந்து, இந்த ஏழையைக் கௌரவிக்க வேணும்."

"ஆகா, அதுக்கென்ன செய்தால் போச்சு. என் மதாம் மூானுடன் ஒருபோது தங்கள் கிருஹத்துக்கு வருகிறோம்."

"பாக்யம்."

63

"பிரபு.... சந்தா சாயுபு அவர்கள், சாரு மகாராஜாவிடத்தில் ஏழரை லட்ச ரூபாய் கொடுத்து விடுதலை பெற்றுவிட்டார்.

ஐயா... அவரிடத்திலேயிருந்த மீதம் பணத்தைக் கொண்டு, படை சேர்த்துக் கொண்டிருக்கிறார். சுவாமியின் கிருபையால், இந்த மாதம் பௌர்ணமிக்குப் பிறகு, பிரபுவை அவர் சந்திக்கக்கூடும். அவர் வருகிற தகவல் அறிந்து, நிசாமின் பேரரும் தங்களைக் காண வந்துகொண்டிருக்கிறான்."

குவர்னர் தம் மாளிகையின் மேல் மாடியில், காற்று வாக்காகக் கட்டிலைப் போட்டுக்கொண்டு அமர்ந்திருந்தார். அப்போதுதான் கபே குடித்து முடித்திருந்தார். அப்புறமாகப் புகை குடித்துக் கொண்டே பிள்ளை சொல்வதைக் கேட்டுக் கொண்டிருந்தார்.

"ரங்கப்பா... மூர்க்கனும் பெரிய சண்டைக்காரனுமாகிய சந்தா சாயுபுக்கு நாம் பத்து லட்ச ரூபாய் வரைக்கும் கொடுத்திருக்கிறோம். அவரோட பெண்சாதி நகைகளை வைத்துக் கொண்டுதான் கொடுத் திருக்கிறோம் என்றாலும், நமக்கு எந்தளவுக்கு அவர் உபகாரராக இருப்பார் என்பது என் யோசனை."

துய்ப்ளெக்ஸ் நம்பிக்கை குலைகிற தொனியில் பேசினார். ஆகவே பிள்ளை, அவருக்கு உற்சாகம் ஊட்டுகிற பணியைச் செய்ய வேண்டியவர் ஆனார்.

"பிரபு, ஐயம் அடைய வேண்டிய அவசியம் இல்லை. எல்லாம் ஜயத்துக்கே ஆகும். சந்தா சாயுபு கூண்டில் இருந்து தப்பித்து வெளியே வருகிற புலி. அகோரப் பசியும், ஆக்ரோஷமும் கொண்ட மிருகமாகவே அது இருக்கும். எதிர்ப்பட்டது, யானை என்றாலும் அது வீழ்த்தாமல் போகாது."

"ரங்கப்பன், யானை என்று குறிப்பிடுகிறது யாரை?"

"இப்போது, ஆற்காட்டு நவாப்பு அந்தஸ்தில் இருக்கிற அன்வருத்தீனையே அடியேன், யானை என்று குறிப்பிட்டேன்."

"அன்வருத்தீன், ஆற்காட்டு நவாப்பாக இருக்கிறவர். ஆள், அம்பு, சேனை, பலம் எல்லாமும் இருக்கப்பட்டவர். அப்படியிருந்தும், அவ்வளவு சுரத்தும் படை பலமும் இல்லாத சாயுபு எங்ஙனம் வெல்லுவார் என்கிறாய், ரங்கப்பா!"

"சுவாமி, குருஷேத்திரப் போரில், கௌரவர்களுக்கு இல்லாத படை பலமோ, ஆள், அம்போ, சைனியமோ பாண்டவர்களுக்கு இருந்ததா? இல்லையே. இருந்தும், பாண்டவர்கள் தானே கடைசி யாகப் போரில் ஜெயித்தது, அந்தப்படிக்குத்தான் இதுவும்."

துய்ப்ளெக்ஸ், ரங்கப்பிள்ளை தந்த விளக்கத்தை வெகுவாக ரசித்தார். அப்புறமாய்ச் சொன்னார்:

"ஆனால், பாண்டவர்கள் பக்கம், நியாயம் என்பது இருந்ததே. சந்தா சாயுபுவுக்கு அது இல்லைதானே? ஆற்காட்டு நவாபு அந்தஸ் துக்குச் சந்தா சாயுபு எந்த வகையிலே அதிகாரி ஆகிறார்?"

"தோஸ்து அலி ஆற்காட்டு நவாபுமாக இருந்தார். அவரையும் கொன்று போட்டார்கள். அடுத்துப் பட்டத்துக்கு வாரிசாக இருந்த சின்னஞ்சிறுவன் ஒருவனையும், அவனுக்குப் பத்து வயதுகூட நிறையாப் பருவத்தில், அவனையும் கொன்று போட்டார்கள், பாவிகள். இப்படியாக அந்த வம்சத்தில், மகனாக இல்லையென்றாலும், மருமகனாக வருகிறவர் சந்தா சாயுபு அல்லவோ. அதைத் தொட்டு, சந்தா சாயுபு அவர்கள் ஆற்காட்டுச் சிம்மாசனத்துக்கு ஆசைப்படுகிறார்."

"அப்படியானால் சரி. ஆனால், நிசாம் விவகாரம் அப்படி யில்லையே. செத்துப்போன நிசாம் உல்-முல்க்குக்கு நாசர் ஜங் என்கிற மகன் இருக்கிறார். அவருக்குத்தானே பட்டம் போய்ச் சேர வேண்டும். மகனை விட்டுவிட்டு, பேரனாகிய முசாஃபர்ஜங், நிசாம் ஆக எப்படி ஆசைப்படலாம். அது என்ன வகையில் நியாயம்? அவர், தம் ஆதரவைக் கேட்டுக்கொண்டு இங்கு வந்தால் நாம் என்ன வகையில் உத்தாரம் சொல்வோம்."

ரங்கப் பிள்ளை சற்று நேரம் மௌனமாக இருந்துவிட்டுச் சொன்னார்: "சுவாமி நிசாம் உல்முல்க் போன வருஷம் மே மாதம் 21ஆம் தேதி காலம் பண்ணிப் போட்டார். அவர் உயிரோடு இருந்த வரையில் அரச காரியங்கள் அத்தனையும் கவனித்துக் கொண்டிருந்தது முசாஃபர் ஜங்தானே தவிர, நாசர் அல்லவே. அது தவிரவும், நாசர், நிசாமின் பக்கத்திலேயே இல்லை. சிறு பிராயத்திலேயே, நிசாமை எதிர்த்துக் கலகம் பண்ணினதாலே, அப்பனை எதிர்த்துச் சண்டைக்கு வருகிற பிள்ளையை அப்பன் எப்படி அனுசரிக்க முடியும்? அதனாலே, இந்த நாசர் என்கிற பிள்ளையை அப்பனான நிசாம் அவர்கள், சற்றுத் தள்ளி இருக்கிற பிரதேசத்துக்கு ஆளுநராக அனுப்பிவிட்டார். ஆகவே, பிள்ளைக்கு, நிசாம் பதவியில் எவ்வித பாத்தியதையோ, பங்கோ இல்லை என்பது முசாஃபரின் கட்சி. அதைத் தொட்டு முசாஃபர் நம்முடைய ஆதரவு தேடி வருகிறார்."

"எப்படியோ, ரங்கப்பா... நாம் இந்தப் பிரதேச ராஜாக்களுக்கு உதவியும், பங்கும் அளிக்கப்போய், நமக்கோ, நம் தேசத்து ராஜாவுக்கோ எந்த மானஹீனமும் ஏற்படக்கூடாது."

"ஐயனே, அது என் கவலையன்றோ. இந்தக் கூட்டில், அதிக மாக லாபம் அடையப் போவது நாம்தான். அதுக்குத் தக நான் பார்த்துக்கொள்கிறேன்."

"செய்" என்று உத்தாரம் அளித்தார், துரை.

படைத் தலைவர் முசே பராதிக்கு அழைப்பு அனுப்பியிருந்தாள் ழான் அம்மை. அவளுக்கு நிறைய சந்தேகங்களும், குழப்பங்களும்

ஏற்பட்டிருந்தன. இரவு முழுவதும் உறங்காமல் இருந்த கவலை, உறக்கம், அவள் முகத்தில் விட்டுப் போய் இருந்தது. பராதி வந்து, அம்மைக்கு நமஸ்காரம் செலுத்திவிட்டு, அவள் காட்டிய ஆசனத்தில் அமர்ந்தான்.

“மதாம் அழைப்பித்ததாகச் செய்தி வந்ததே.”

“ஆமாம் முசே பராதி. ஊரில் என்ன நடந்து கொண்டிருக்கு? ராத்திரி முழுக்கக் குவர்னரும், ரங்கப்பனும் கூடிக்கூடிப் பேசிக் கொண்டிருக்கிறார்களே, அது எதுக்கு? எனக்குக் குவர்னர் ஒரு தகவலும் சொல்லவில்லை. அது என்ன விஷயம்?”

“மதாம், அது வேறு ஒன்றுமில்லை. சந்தா சாயுபு, சதாராக் கோட்டைச் சிறையில் இருந்து விடுதலை அடைந்திருக்கிறார் அல்லவா? அவருக்கு, ஆற்காட்டு நவாபாக ஆசை. ஐதராபாத்தில் நிசாமாக முசாஃபர் ஜங்குக்கு ஆசை. இவர்கள் இருவரும், நம்முடைய துணையை நாடுகிறார்கள். இவர்களுக்கு உதவ நாமும் தயாராக இருக்கிறோம் என்று துய்ப்ளெக்ஸ் பிரபுவும் உத்தாரம் கொடுத்திருக்கிறார்.”

ழான் அம்மை மிகுந்த யோசனையில் இருந்தாள். பிறகு சொன்னாள்:

“சரி, பராதி, இதில் நமக்கு என்ன லாபம்?”

“ஆற்காட்டு நவாபாக சந்தா சாயுபு அமரும் பட்சத்தில், நிசாமாக முசாஃபர் ஜங் நியமனம் ஆகும் பட்சத்தில், நர்மதா நதியில் இருந்து தெற்கே கன்னியாகுமரி வரைக்கும் நம் வெற்றிக் கொடியே பறக்கிறதாக இருக்கும், அம்மா. அத்தோடு, இங்கிலீஷ் காரர்களுக்கு அது பலத்த அடியாகவும் இருக்கும்.”

“இருக்கட்டும், நமக்கு அதில் என்ன கிடைக்கும்?”

“நமக்கென்றால்...”

“எனக்கும் உங்களுக்கும்.”

பராதி சிந்தனையில் ஆழ்ந்தான்.

“நம் காரியத்துக்குத் தக்க பலன் வேண்டும்தானே பராதி?”

“அது உள்ளது.”

“அதுக்கு என்ன செய்யலாம் என்று யோசித்தீர்களா?”

“நாம் மேலுக்கு வருவோம் என்று மட்டுமே நினைத்தேன்.”

“நாம் என்றால்...?”

“பிரெஞ்சு அரசாங்கம்.''

“அதனால் நமக்குச் சொந்த முறையில் என்ன லாபம்?”

“சிந்திக்க வேண்டியதுதான்.”

சற்று நேரம் அமைதியில் கடந்தது.

"சந்தா சாயுபுவிடம், நாம் சில கோரிக்கைகளை வைப்போம்."

"மதாம், விளக்குங்கள்."

"நாம் உதவி செய்து, சந்தா சாயுபு நவாப் ஆனால், நமக்கு, அரசாங்கத்துக்குப் பல உதவிகள் அவர் புரிவார். நமக்குத் தனியாகச் சில கிராமங்களையும், ஊர்களையும் பணமாகக் கொஞ்சமும் பெற்றுக்கொள்வோம்."

"சரி, மதாம். ஆனால் சாயுபுவிடம் இதை யார் பேசுவது?"

"ஏன், நான் பேசுகிறேன்."

"ரொம்ப நல்லது. தாங்கள்தான் சரியான நபர்."

"பராதி, வியர்வைத்துளி ஒவ்வொன்றுக்கும் தக்க பரிசைப் பெறாமல் இருப்பது நம் பெருந்தன்மையைக் குறிப்பதாக இருக்காது. அது நமக்கு அறியாமையைக் குறிப்பதாக இருக்கும்."

"அதுவும் சரிதான்."

சந்தா சாயுபுவும், சிறையில் அவருடன் இருந்த அவர் மகன் அமீது சாயுபுவும் புதுச்சேரிக்கு, குவர்னரின் விருந்தினராக வந்து சேர்ந்தார்கள். சந்தா சாயுபு, அவருடைய பெண்சாதி தங்கியிருந்த வீட்டிலேயே தங்கியிருந்தார். மறுநாள் மாலை மதாம் தூான் அம்மை யாரைப் பேட்டி பண்ணிக்கொள்ள வந்து சேர்ந்தார்.

மதாம், சாயுபுவை வரவேற்று உபசரித்து அமரச் சொல்லி விட்டுத் தொடங்கினாள்.

"சாயுபு அவர்களின் பயணம் சௌகர்யமாக அமைந்ததா?"

"ஆகா. ஆனால் மதாம், போர் வீரனுக்குச் சௌகர்யமும், அசௌகர்யமும் ஒன்றாகத்தான் இருக்கும்."

"அது உள்ளது."

"எட்டாண்டுக் காலம், என் பிரதேசத்தையும், நண்பர்களையும், குடும்பத்தையும் பிரிந்து சதாராக் கோட்டையிலே கிடந்தேன். என்னை விடுதலை செய்தமைக்கு என் நன்றியைச் சொல்லிக் கொள்கிறேன்.

"அதைச் சொல்லவும் வேணுமோ. எம் மனுஷக் கடமை யைத்தானே செய்தோம்."

"எனக்குப் பெரும் உதவியைச் செய்திருக்கிறீர்கள்."

"அடுத்து என்ன பண்ணுவதாக உத்தேசம்?"

"நியாயமாக எனக்குச் சேரவேண்டிய ஆற்காட்டு நவாபு பதவி யைப் பற்றிக்கொள்வது மட்டுமே என் முன் இருக்கிற ஒரே வேலை."

"அதுக்கு உபாயம்..."

"நிசாம் பதவிக்கு முசாஃபர் முயல்கிறார். அவருக்குத் துணை செய்வது என் கடமை. அதுக்குப் பிரதியுபகாரமாக, ஆற்காட்டு நவாபு பதவியை, அவர் எமக்குத் தருவார்."

"அப்படியென்றால், கர்நாடகத்துக்குத் தாங்களே அதிபர் ஆவீர்கள். ஆகும்பட்சத்தில், எனக்கும், எம் போன்றவர்க்கும் ஏராள மான பரிசுகளை அள்ளித் தருவீர்கள்."

சரசமும் சல்லாபமும் தோன்றச் சிரித்தாள் மூான்.

"மதாம் அப்படிப் பிரித்துப் பேசுவது எனக்கு மனசிலே சந்தை உண்டு பண்ணுகிறது. நான் ஆற்காட்டு நவாபாக ஆனால், இந்தக் கருநாடகம் மரியாதைக்குரிய குவர்னர் துய்ப்ளெக்ஸ் அவர்களுக்கும் அவருடைய பெண்சாதியாக இருக்கப்பட்ட தங்களுக்கும்தானே. நான் கொடுத்துத் தாங்கள் பெறுகிறதாவது? தாங்கள் கொடுத்து, நான் பெற்றுக் கொள்வேன்."

மூான், மனப்பூர்வமாகச் சிரித்தாள். அவளுக்குச் சந்தா சாயுபு சொன்னது மிகுந்த மகிழ்ச்சியை உண்டு பண்ணியது.

"புதுச்சேரியை ஒட்டிய சில கிராமங்களில் சில குத்தகைக் காரர்கள் இருந்துகொண்டு எப்போதும் துன்பம் பண்ணிக் கொண் டிருக்கிறார்கள். அதை நவாபு கவனிக்க வேணும்."

"அம்மா... குத்தகைக்காரங்களுக்கு அந்தக் கிராமங்கள் இருக் கிறதால் தானே தங்களுக்குச் சங்கடம். அவைகளைத் தங்களுக்கு இனாமாக நான் கொடுத்துவிடுகிறேன்."

"ரொம்ப நல்லது."

"அத்துடன், தங்கள் கைச் செலவுக்கு என்றே ஒரு லட்சம் ரூபாய்களை நான் கொடுப்பதாக இருக்கிறேன். நான் ஆற்காடு நவாபு ஆக, தாங்கள் சித்தம் கனிந்து தேவையான உதவிகளைச் செய்ய வேணும்."

"அதுக்கென்ன, செய்தால் போச்சு. தங்களை ஆற்காட்டு நவாப் நாற்காலியில் உட்கார வைப்பது ஒன்றுதான் எனக்கும், குவர்னருக்கும் இன்றைக்கு இருக்கிற ஒரே கவலை..."

"ரொம்ப நன்றி, அம்மா. அல்லாஹ் தங்களுக்கு நீண்ட ஆயுளையும், நிறைந்த சந்தோஷத்தையும் தருவார்."

பௌர்ணமிக்கு முன்னாலேயே, முகாஃபர் ஜங்கும், சந்தா சாயுபும், துய்ப்ளெக்ஸ் அவர்களும் சந்தித்துத் திட்டம் வகுக்கிற நல்ல வாய்ப்பு ஏற்பட்டுவிட்டது.

"எல்லாம் வல்ல இறைவனின் நல்லருளாசியாலே நம் திட்டங்கள் அனைத்தும் வெற்றி பெறுமாக..." என்றபடி சந்தாசாயுபு தம் பேச்சைத் தொடங்கினார்:

"மரியாதைக்குரிய நிசாம் முசாஃபர் ஜங் அவர்களுக்கு என் மனப்பூர்வமான சகல உதவிகளையும், என் உயிரையும் கொடுத்து உதவிடத் தயாராக இருக்கிறேன். என்னிடம் இப்போது இருக்கிற சுமார் ஐம்பதினாயிரம் சிப்பாய்களை அதன் பொருட்டு நான் பயன்படுத்தச் சித்தமாக இருக்கிறேன். அத்துடன், குவர்னர் துய்ப்ளெக்ஸ் அவர்களிடம் இருக்கிற ஒழுங்கும், போர்ச் சீர் அமைப்பும் கொண்ட படை நமக்குத் துணை செய்யும். அத்தோடு, நிசாம் முசாஃபர் ஜங்கிடம் இருக்கிற ஏராளமான, கடல் மாதிரி இருக்கின்ற சிப்பாய்கள் இருக்கவே இருக்கிறார்கள். ஆகவே, நம் வெற்றி உறுதி."

குவர்னர் துய்ப்ளெக்ஸ் இருந்துகொண்டு சொன்னார்:

"நம் படைகளையும், நம் துணையையும் நாம் வழங்கத் தயார். அதுகளுக்கு, உங்களில் யார் பொறுப்பேற்றுக் கொள்ளப் போவது?"

"நான் ஏற்கிறேன்" என்றார் சந்தா சாயுபு.

"என் படைகளுக்கும் தலைமைப் பொறுப்பேற்று சந்தா சாயுபு செயல்படட்டும்" என்றார் முசாஃபர் ஜங்.

சந்தா சாயுபு தம் திட்டத்தைச் சொன்னார்:

"நாம் மூவர் ஓர் அணியாக இருக்கிறோம். நமக்கு எதிராக, நிசாம் பதவியில் இருக்கிற நாசர் ஜங்கும், ஆற்காட்டு நவாபாக இருக்கிற அன்வரும், மற்றும் அவர்களின் உதவிக்கு வரப் போகிற இங்கிலீஷ்காரரும், இவர்களோடுதான் நாம் சண்டை பண்ணப் போகிறோம். இந்தச் சண்டையிலே, நாம் வெற்றி பெற்றால், நிசாமாக முசாஃபர் அதிகாரம் ஏற்றுக்கொள்வார். கர்நாடக நவாபாக நான் பதவி ஏற்பேன். இதுக்கு உதவி செய்தமைக்கும் ஒத்தாசை பண்ணியமைக்கும் குவர்னர் அவர்களுக்கும் மதாம் அவர்களுக்கும், அவர்களுடைய படைத் தலைவர்களுக்கும் ஏராளமான அன்பளிப்புகளை நாம் தர வேண்டியது. குவர்னர் துய்ப்ளெக்ஸ் அவர்களின் பூமியாக, கர்நாடகத்தை நான் பாவித்துக்கொண்டு ஆட்சி நடத்துவேன்."

"அல்லாவின் கருணையால் அனைத்தும் நடக்கும்" என்றார் முசாஃபர்.

ஆனந்தரங்கர் தம் பாக்கு மண்டிக்கு வந்து தம் கணக்குப் பிள்ளையை அழைத்தார். பிள்ளை வந்து நின்றார். ஆனந்தரங்கர் கேட்டார்:

“கணக்கரே, இப்போ தம் வசம் உள்ள பாக்கு மூட்டைகள் விவரம் சொல்லும்.”

“பெரிய பாக்கு, கொட்டைப் பாக்கு முப்பது மூட்டைகள், ஓலைப்பாக்கு இருபது, இலை நாலு.”

“நல்லது. இன்னும் எந்த அளவுக்கு மூட்டைகளைச் சேகரம் பண்ண முடியுமோ, அதைப் பண்ணிக்கொள்ளுங்கள்.” “சுவாமி, சண்டை வருகிறதோ?”

“ஆமாம். நம் படையும் துருக்கர் படையும் சண்டைக்கு இறங்கி இருக்கின்றன. சனங்களுக்கு எந்தத் தட்டுப்பாடும் வராமல் பார்த்துக்கொள்ளுங்கோள்.”

“சரி.”

“வீட்டு நிலவரம் கண்காணியுங்கள். களஞ்சியத்தில் ஆறு மாசத்துக்குத் தேவையான நெல்லையும், இதர தானியங்களையும் சேகரம் பண்ணி வையுங்கோள்.”

“சரி, எஜமானே.”

“நாளைக்கு, பஞ்சமோ, இதர உற்பாதமோ வந்தால் சனங் களுக்குப் பசியைப் போக்கும் கடமையில் நாம்தான் இருக்கிறோம்.”

“அப்படியே செய்வோம். ஒரு உத்தாரம் வேணும்.”

“என்ன அது?”

“குவர்னர் பெண்சாதி பூரான் அம்மை நெல் மூட்டை கேட்டு அனுப்பினார்கள்.”

“எத்தனை மூட்டை?”

“ஐம்பது.”

“பணம் கொடுத்தால் கொடும். அல்லது சீட்டெழுதிக் கொடுத்தால் கொடும்.”

“ஆட்கள் ரொம்பவே அதிகாரம் பண்ணினார்கள்.”

“அவர்களின் அதிகாரம் அவர்களின் நாக்கு நுனி மட்டும் தான். நம்மை என்ன பண்ணும்?”

“உத்தரவு எசமானே.”

64

சந்தா சாயுபுவும், அவர் பெண் சாதி அத்தர் அம்மாளும், தனி அறையில் அமர்ந்திருந்தார்கள். மீராப் பள்ளிவாசலை அடுத்த கிருக

மாக அவர்களது மாளிகை அமைந்திருந்தது. அதிலே, மேல்மாடியிலே அத்தர் தன் சயன அறையாக ஒன்றைக் கொண்டிருந்தாள்.

சன்னல் திரைகளை விலக்கிக்கொண்டு, காற்று, கல்யாணம் செய்துகொண்ட மாப்பிள்ளை தம் மனைவியின் கிருகத்துக்கு முதல் முறையாக நுழைவதைப் போலத் தயங்கித் தயங்கி நுழைந்துகொண்டிருந்தது. அறையின் நடுவே, மேலே தொங்கிக் கொண்டிருந்த சர விளக்கு மிக அழகாக, பெண்கள் நெற்றிக்கு இட்டுக்கொள்ளும் குங்குமம் போல, நின்று எரியும் தீபத்தோடு எரிந்துகொண்டிருந்தது. சந்தா சாயுபு தன் மனைவியின் முகத்தைத் தீர்க்கத்துடன் பார்த்துக் கொண்டு சொன்னார்:

"அத்தர்... எட்டாண்டுகளுக்குப் பிறகு, உன் முகத்தைப் பார்க்கிற வாய்ப்பை, வரத்தை அல்லா எனக்களித்து இருக்கிறார். அந்த ஆண்டவர்க்கு என் நன்றியைத் தெரிவித்துக் கொள்கிறேன்."

அத்தர் மெதுவாக முனகினாள்:

"எட்டு ஆண்டுகள். இந்தக் கணத்துக்குத்தான் நான் வாழ்ந்து கொண்டிருந்தேன்." எட்டு ஆண்டுகள், அவர்கள் பிரிந்து இருந்த மனச்சுமை, பேர் உருவம் எடுத்து அவர்களை மௌனத்தில் ஆழ்த்தியது. அத்தர் தொடர்ந்தாள்:

"இத்தனை ஆண்டுகள் என்னைப் பிரிந்து இருந்துவிட்ட போதும், புதுச்சேரிக்கு வந்த நவாபு, அரசாங்க விவகாரமாகத் துய்ப்ளெக்ஸ் துரை அவர்களைப் பார்த்துப் பேசி விட்டன்றோ நம் மாளிகை திரும்பினீர்."

சந்தா சாயுபு சிரித்தார்.

"உசேன் அடிப்படையில் ஒரு சண்டைக்காரன். போர் வீரன். அப்புறம்தான் அத்தரின் புருஷன். அத்தர், ஆற்காட்டு நவாபு பீடத்திலே உட்கார்ந்துகொண்டிருக்கிற அன்வருத்திகானைக் கொன்று, இன்னும் மூன்றே மாதங்களில் நான் ஆற் காட்டு நவாப் ஆகிவிடுவேன். நீ ஆற்காட்டு அரசி ஆகப் போகிறாய். உன் பிள்ளைகள் ஆற்காட்டு சுபாவை ஆளப் போகிறார்கள். அல்லா கருணை வைத்தால் எல்லாம் நடக்கும்."

சந்தாசாயுபுவின் கண்கள், ஜன்னலைத் தாண்டி வெளியில் நிலை குத்தி நின்றன.

"குவர்னர் பிரபு துய்ப்ளெக்ஸ் அவர்களும், நிசாமின் பேரர் முசாஃபர் ஜங் அவர்களும் எனக்குப் பக்கபலமாக இருக்கிறார்கள். நம் திட்டம் நிறைவேறும் நாள் அதிக தூரத்தில் இல்லை, அத்தர்."

இதைச் சொல்கிறபோது, சந்தா சாயுபுவின் கண்கள் ஜொலித்தன. அத்தர் அவரைச் சமன்படுத்தும் முயற்சியில் இறங்கினாள்.

“நவாப்... சிறைவாசம் கடுமையாக இருந்ததா? மிகவும் கறுத்தும் இளைத்தும் போய்விட்டீர்களே.”

சந்தா சாயுபு சிரித்தார்.

“சிறை வாசம் எவருக்கும் திருப்தி தரவல்லது அல்லவே, உன்னையும் பிள்ளைகளையும் பிரிந்திருக்கிற துன்பமும், என் லட்சியம் பூர்த்தி ஆகாமலேயே, சிறைக்குள்ளேயே நான் செத்துப் போய் விடுவேனோ என்கிற அச்சமும் என்னை உருக்குலைத்தது உண்மைதான். ஆனால், மராட்டியர்கள் என்னைக் கௌரவமாகவே நடத்தினார்கள். அவர்களும் சிவாஜியின் வீரப் பரம்பரையினர் அல்லவா? என்னை அகௌரதையாக அவர்கள் நடத்தியிருந்தால், நான் தற்கொலை செய்துகொண்டு செத்துப் போயிருப்பேனே?”

அத்தர் தன் கையால் அவர் வாயைப் பொத்தினாள்.

“அராமான வார்த்தைகளைச் சொல்லாதீர்கள். ஆகுமான வார்த்தைகளையே நீங்கள் என்னுடன் பேச வேண்டும். நாங்கள் உங்களை அண்டி ஜீவிக்கிறவர்கள் அல்லவோ?”

“நல்லது. இனி ஆகுமான வார்த்தைகளை மட்டுமே பேசுவேன்.”

“நவாபுக்கு ஒரு வார்த்தை.”

“எனக்கு என்ன பீடிகை. சும்மா சொல்லு.”

“தாங்கள் இங்கு இல்லாத வேளையில் எனக்குத் தங்கவும், ஆதரவும் அளித்து என்னையும் என் பிள்ளைகளையும் போஷித்த குவர்னர் துரைக்கும் துரைசானிக்கும் தாங்கள் போதுமான நிலங்கள் அளித்து அவர்களை நன்றி தெரிவிக்க வேணும்.”

“அது எனக்குத் தெரியுமே. எங்குமே போக்கிடம் இலாது நாம் தவித்தபோது துணை செய்தவர்கள், அடைக்கலம் கொடுத்தவர்கள் புதுச்சேரிக்காரர்களாயிற்றே. அதுக்கு ஈடாக எதைத் தர முடியும்? எனினும் ஏதோ நம்மால் ஆனதைத் தருவோம்.”

“குறிப்பாக மதாம் துய்ப்ளெக்ஸ் நிறைய எதிர்பார்ப்பார் போலிருக்கிறதே.”

“இருக்கட்டும். அந்த அம்மாளைத்தான் உலகம் அறியுமே.”

குவர்னர் துரையின் மாளிகையில் துரை அவர்கள் எழுதும் கபினேத்தில் அவரும் அவர் பெண்சாதி மதாம் துய்ப்ளெக்சும் பிரெஞ்சுப் படையின் அதிகாரிகளில் முக்கியஸ்தரான முசே பராதி, காரைக்காலில் இருந்து புதுச்சேரிப் பட்டணத்துக்கு மாற்றம் ஆகி வந்திருக்கிற பாதிரி கோர்து ஆகியோர் குழுமி இருந்தார்கள்.

பாதிரி கோர்து பேசத் தொடங்கினார்:

“முசே குவர்னரும் மதாம் குவர்னரும் எங்களுக்கும் கிறிஸ்து மார்க்கத்துக்கும் இது ஆகும் காலமானபடியினாலேயே, இங்கே துரைத்தனம் பண்ண வந்திருக்கிறீர்கள். உங்கள் காலத்தில் நடப்பிக் கிறதை அலுப்பில்லாமல் தாங்கள் நடப்பிக்க வேணும். வேதபுரீஸ் வரன் கோயிலை இடித்துப் போட்டால், நம்மவர்கள் வெகு சந் தோஷப்படுவார்கள். அஞ்ஞானவான்களும் காட்டு மிராண்டிகளு மான தமிழர்களுக்கு நாமல்லவோ ஞானம் தர வேண்டிய ஞாயத்தில் இருப்பவர்கள். அக்கோயிலை உடனே இடித்துப்போட, உடனே குவர்னர் பெருமான் உத்தாரம் தரவேண்டியது.”

முசே குவர்னர் இருந்துகொண்டு சொன்னார்:

“அந்தக் கோயிலை இடிக்கிறதுக்கு, முன்னே இருந்த பாதிரிகள் சுமார் அம்பது வருஷமாகவே முயற்சி பண்ணிக் கொண்டு வருகிறார்கள். ஏனோ தள்ளிப் போட்டுக் கொண்டிருக்கிறது. நான்கூட ரங்கப்பனிடம் சொன்னேன். ரங்கப்பா, உனக்கு வேறு நல்லதான ஸ்தலம் கொடுக்கிறேன். செல்லுமான செலவையும் நாமே கொடுத்துவிடுகிறோம் என்று சொன்னதுக்கு, மேற்படி கோயில் மூலவர் சுயம்புலிங்கம். அதைப் பெயர்த்து வேறு இடத்திலே கட்டிக்கொள்ள முடியாது என்று மகாநாட்டார் சொல்லிப் போட்டதாக, ரங்கப்பன் சொல்கிறான்.”

மதாம் துய்ப்ளெக்ஸ் இப்போது சீறிக்கொண்டு சொன்னாள்:

“ரங்கப்பனை விடுங்கள். அவன்தான் தமிழகத்துக்குத் தலைவ னோ, அவன் பேச்சை யார் மதிப்பார்கள்? நாம் நம் மதஸ்தரான பாதிரியார் கோர்து அவர்களின் வார்த்தைகளையே பிரமாணமாக எடுத்துக்கொள்ள வேணும்.”

பாதிரி கோர்து இந்த இடத்தில் குறிப்பிட்டச் சில கருத்துகளைச் சொன்னார்:

“குவர்னர் துரை அவர்கள் நம்முடைய சுக துக்கங்களையும் கொஞ்சம் பெரிய மனசு பண்ணிக் கடாட்சிக்க வேணும். அது என்னவெனில், பாதிரிமார்களுக்கும் பிரெஞ்சு தேசத்து அதிகாரி களுக்கும் பெரிய தரத்து மனுஷர்களுக்கும் வீடுகள், இருப்பிடங்கள் ஆகியவை கட்டிக்கொள்ள இடம் தேவைப்படுகிறது. ஊருக்கு வடக்காக இந்த வேதபுரீஸ்வரர் கோயில் இருந்துகொண்டு, ஊர் வளர்வதற்கு முடியாமல் தடுத்துக்கொண்டிருக்கிறது. அதைக் கவனிக்க வேணும். அப்புறம், வேதபுரீஸ்வரர் கோயிலைத் தொட்டே நம்முடைய தேவாலயமும் பாதிரி இருக்கையும் இருக்கிறதினாலே, என்னேரமும் சத்தமும், சச்சரவும், மேள தாள நாராச சத்தமும், ஏதேதோ சாமி உருவங்களையெல்லாம் தேரில் ஏற்றிக்கொண்டு, இந்த அஞ்ஞானிக் காபிரிகள் அதம் பண்ணுகிறதுமாக இருக்கிற காரணத்தால், கோயிலை நாம் இடித்து அப்புறப்படுத்துவது நல்லது என்று நம் மனசுக்குத்தானே படுகிறது.”

பாதிரியார் அப்படிச் சொன்னதும் குவர்னர் இருந்து கொண்டு சொன்னார்:

"அது அவ்வளவு சுலபமல்ல பாதிரியார் அவர்களே. இங்கே இருக்கிற வர்த்தகர்களின் பகைமையை நாம் எதிர்கொள்ள வேண்டியிருக்கும். அத்தோடு தமிழர்கள் முரண்டு பண்ணுவார்கள்."

பராதி குறுக்கிட்டுக்கொண்டு சொன்னான்:

"முசே குவர்னர், எனக்குச் சில சொல்ல அனுமதிக்க வேணும். வர்த்தகர்கள் பொல்லாப்பு வரும் என்று சொன்னீர்கள். வந்து என்ன ஆகும்? இப்போ கடலிலும் நிலத்திலும் இங்கிலீசுக்காரர்கள் நம்மைச் சுற்றி வளைத்துக்கொண்டு இருக்கிறார்கள். ஆகையால், நாம் நம் புதுச்சேரிக்குள்ளே அன்னிய மனுஷாள் வருகிறதும் இல்லை, போகிறதும் இல்லை என்று திட்டம் பண்ணி வைத்திருக் கிறோம். ஆகவே வர்த்தகர்கள் யாரும் இங்கே இருந்து வெளியே போய்விட முடியாது. அப்புறம் தமிழர்கள் பகைமையைப் பற்றியும் குறிப்பிட்டீர்கள். தமிழர்கள் சிறிது காரியம் நடத்துவார்கள் என்று யோசிக்க வேணாம். தஞ்சாவூர் ராசரீகத்தின் கீழே, காரைக்காலில் நான் ஒரு கோயிலை இடித்தேன். தரை மட்டுக்கும் இடித்தேன். தமிழர்கள் அதிகம் உள்ள அந்தப் பிரதேசத்தில் எந்த அசம்பா விதமும் ஏற்பட்டுவிடவில்லையே. தமிழர்கள் அப்படியொன்றும் ஒன்றுபட்ட சாதி அல்லவே. அவனை இவன் கவிழ்ப்பதும் இவனை அவன் கவிழ்ப்பதும் தொழிலாகக் கொண்ட சாதிதானே? இங்கே அன்னபூரண ஐயன் என்கிற ஒருத்தன் இருக்கிறான். அவன் மதாம் துய்ப்ளெக்ஸ் அம்மாளிடம் வந்து, எனக்கு துபாஷ் உத்தியோகம் கொடுங்கள், நான் அந்தக் கோயிலை இடித்துக் காட்டுகிறேன் என்கிறான். அதுவுமன்னியில் கிறிஸ்துவராகிய தரகு தானப்ப முதலியாரும் தம்முடைய சாதி சனங்களுடனே நமக்கு ஆதரவாக இருந்துகொண்டிருக்கிறார். இதற்கும் மேலே ஒல்லாந்துக்காரர்கள் நாகப்பட்டணத்திலே வைத்து, அங்கிருந்த சிவன் கோயிலை இடித்துப் போட்டார்கள். தமிழர்கள் என்ன பண்ணிப் போட்டார்கள். காரைக்காலிலே, கோவிலிலே இருந்த விக்கிரகத்தைக்கூட இடித்து அகற்றிப் போட்டு, கோட்டை கட்டிக்கொண்டோமே. அதுக்கு என்ன சம்பதி இந்தத் தமிழர்கள் பண்ணிப் போட்டார்கள்! தமிழகத்துக்குள்ளே ஒருத்தருக்கு ஒருத்தர் உளவாக இருக்கிறார்கள். யாரை எப்படிக் கடிச்சாலும், அது பற்றிப் பேசுவார் இல்லை."

மதாம் துய்ப்ளெக்ஸ் சொன்னாள்:

"தமிழர்களின் மகாநாட்டார் பத்து பேர்களில் நாலு தினுசாக இருக்கிறார்கள். அவர்கள் ஒற்றுமைப்பட்ட சாதியார் இல்லை. தைரியமாக நிர்வாகம் பேசுவதற்கு உன்னிடம் இதற்கு முன்னதாகப்

பத்து பேர் மகா நாட்டார் வந்தார்களே, அதிலே ஆறுமுகத்தா முதலியும், லக்குமணனும் அப்பிறப்பிலே கோயில்கட்டிக்கொள் கிறோம். இப்போதிருக்கிற கோயிலை இடித்துப் போடுகிறோம், சமஸ்தான பேருக்கும் நாங்கள் சம்மதி பண்ணுவிக்கிறோம் என்று சொன்னார்கள் அல்லவோ. ஆகவே மகாநாட்டார் பத்துப் பேர்களில் இரண்டு பேர் ஏற்கனவே நமக்கு அடிமைப்பட்டு விட்டார்களே. மீதி இருக்கிற எட்டுப் பேர்களில், நாலு பேரைக் கலைப்பது அப்படி ஒன்றும் கஷ்டமான விஷயமாக இருக்காது."

"அந்த எட்டுப் பேர்களிலும் பெத்துச் செட்டி கேலிக்கிற வனுடனே பாதிப் பங்குக்கு நிற்கிறவன்" என்றான் பராதி.

"இன்னொரு மல்லா நாய்க்கன் என்கிறவன், காதவழியிலே பனைமரம் விழுந்தால், எனக்கொரு தத்து என்று சொல்கிற பேர்வழி."

"இருந்தாலும் தமிழர்களில் மகாநாட்டாரைக் கூட்டிப் பேசிப் போட்டுக் காரியம் பண்ணினால் சவை என்று தோணுது."

மதாமும் பாதிரியும் பராதியும் ஒரு குரலில் சொன்னார்கள்:

"பேசாமல் செய்தால் தமிழர்களிடையே பயம் இருக்கும். பேசிச் செய்கிறதிலேயே அவர்களுக்குப் பயம் வெளுத்துப் போகும். அப்படிச் செய்யாதீங்கோள்."

குவர்னர் துய்ப்ளெக்ஸ் மௌனமாக அமர்ந்திருந்தார்.

பாதிரியார் தன் கடைசி அஸ்திரத்தை எய்யத் தயாரானார்.

"குவர்னர் அவர்களுக்கு ஒரு முக்கியமான விஷயத்தை இப்போது ஞாபகப்படுத்த விரும்புகிறேன். முசே வெனுவார் குவர்னராக இருந்த காலத்திலே, மேன்மை தங்கிய மன்னரிடமிருந்து – மன்னர் நீடூழி வாழட்டும் – ஒரு தாக்கீது வந்ததைத் தாங்கள் அறிந்திருக்கக் கூடும். அஃதென்னவென்றால், நம் பிரெஞ்சுக் காரர்கள் கட்டிடம் கட்டுவதற்கும், மதம் வளர்ப்பதற்கும் தடையாக இருக்கிற அந்த வேதபுரீஸ்வரர் கோயிலை இடித்துப் போட வேணும் என்கிற உத்தரவு வந்திருக்கிறது. வெனுவார் என்கிற நல்ல மனுஷர் ஏனோ அந்த உத்தரவை நாளது வரைக்கும் நிறைவேற்றவில்லை. வெனுவாருக்குப் பிறகு வந்த துய்மாவும் கூட அந்த உத்தரவை நிறைவேற்றாமல்தான் தன் காலத்தைக் கழித்தும் போட்டார். மன்னர் உத்தரவு அப்படியே நிறைவேற்றப்படாமலே கிடக்கிறது. அதைத் தாங்களும் அலட்சியப்படுத்துகிறீர்கள் என்றால், அது மிகவும் மோசமான முன் உதாரணமாக அமையக்கூடும். தாங்கள் அதை நிறைவேற்றிக் காட்டினீர்கள் என்றால், மேன்மை தங்கிய மன்னர் தங்களை மிகவும் மெச்சிக்கொள்வார். அத்துடன்,

கிறிஸ்து மதத்தை உத்தாரணம் பண்ண வந்த மகாத்மாக்கள் என்கிற பிரக்யாதியும், புண்ணியமும் தங்களுக்குக் கிடைக்கும்."

குவர்னர் துரை மிகவும் குழப்பம் அடைந்து நெற்றியைத் தடவி விட்டுக்கொண்டு யோசித்துக்கொண்டிருந்தார். இன்னும் ஒரு தீர்மானத்துக்கு அவரால் வரமுடியவில்லை. மதாம் துய்ப்ளெக்ஸ் தம் பங்குக்கு அவரை மேலும் கரைக்க ஆரம்பித்தாள்.

"பிரான்சுவா... இது பார். இதிலே இத்தனை யோசிக்கிறதுக்கு என்ன இருக்கிறது. இது போன்ற முக்கியமான வேலைகளை, தமிழர்களிடத்தில் ஒப்படைக்கிறது, ஞாயமான சமாச்சாரம் இல்லை. அதோடு, ஏற்கெனவே உனக்கு மரியாதைக்குப் பங்கமும் ஏற்பட்டிருக்கிறது. போன வருஷம், சாவடி முத்தியப்பப் பிள்ளையை நீ அழைச்சு, கோவிலை இடித்துப் போடு என்று உத்தாரம் கொடுத்தாப்போல், அவன் என்ன சொன்னான். முதலிலே இது என்றால் ஆகாது என்றான். அப்புறம் என் ஆக்ஞையை மீறுவாய் ஆகில் உன்னைத் தூக்கில் போடுவேன், காதுகளை அறுத்து, ஊரை விட்டுத் துரத்துவேன் என்று சொன்னீர் அல்லவோ, அப்புறம் என்ன ஆயிற்று, அந்த அயோக்கியன் அதுக்கு என்ன விடை சொன்னான். இருக்கிற பௌர்ணமித் திருவிழாவுக்கு, திரிப்பாதிரிப் புலியூரிலிருந்து ஒரு பெரிய மகான் வருகிறார். அவரைக் கொண்டு மகாநாட்டார் தமிழர்களிடம் பேசி, அவர்களைச் சம்மதிக்கச் செய்து, அப்புறமாய் இடித்துப் போடுகிறேன் என்று பொய்யைச் சொல்லி, முதலிலே தம் பெண்களைத் திருப்பாதிரிப் புலியூருக்கு அனுப்பி வைத்துவிட்டு, அப்புறம் தானும் தப்பித்து ஓடிப் போய்விட்டான், அல்லவோ. அது மாதிரி மீண்டும் ஒருமுறை ஏற்பட்டுவிடக்கூடாது. ஆகவே, நிருவாகம் அறிந்த நம்முடைய பராதியை இந்த வேலைக்குத் தாங்கள் பயன்படுத்திக்கொள்ள வேணும்."

"செய்யலாம்" என்று பிடி கொடுக்காமல் சொன்னார் துய்ப்ளெக்ஸ். தொடர்ந்து சொன்னார்:

"கோயில் இடிக்கிறதில் எனக்கு எந்த வேறு யோசனையும் இல்லை. ஆனால் இந்தச் சமயத்தில் அதைச் செய்ய வேணுமா என்று யோசிக்கிறேன்."

மதாம் துய்ப்ளெக்ஸ் குவர்னரைப் பணிந்து சொன்னாள்:

"பிரான்சுவா.. இதிலே, பின்னையும் பின்னையும் யோசிக்கிறதே ஒன்றும் இல்லை. நான் சொல்லுகிறபடி செய்யி. அல்லும் பகலும் அனவரதமும் உன் க்ஷேமமும் உன் லாபமும் உன் கீர்த்தியும் உன் சுக சௌக்யமும் மட்டுமே என் ஜீவிதமும் என்று வாழ்ந்து கொண்டிருக்கிற நான் உனக்கு மாறுபாடாக எதுவும் செய்வேனா? நான் சொல்கிறபடி செய்வாயா, துய்ப்ளெக்ஸ்?"

“சொல், மூான். எனக்கு உன்னைத் தெரியாதா, நான் என்ன செய்ய வேண்டும்?”

“இன்னிக்கு ராத்திரியே இருநூறு சொல்தாதுகளையும், நூறு சிப்பாய்களையும் சம்பாக் கோவிலுக்குள்ளே கொண்டுபோய் நிறுத்திப் போடத் திட்டம் செய். பராதியை அதுக்குக் கப்பித் தனமாக ஏற்பாடு பண்ணு. கோவில் சமாச்சாரம் எதுவானாலும், அதன் நிமித்தம் சம்பந்தப்படுவது பராதியே என்றும் எது வொன்றும் மதாம் துய்ப்ளெக்சைக் கேட்டுத் திட்டம் பண்ணத் தக்கதாக உத்தாரம் போடு. ஒரு பீரங்கி மேடையையும் சம்பாக் கோவிலுக்குள்ளே ஏற்பாடு பண்ணி வைத்துக்கொள். சம்பாக் கோவிலுக்குக் கூப்பிடு தூரத்திலேயே வேதபுரீஸ்வரர் கோயிலும் இருப்பதால், தமிழர்களில் யாரேனும் துடுக்குத்தனம் பண்ணினால், அவர்களைச் சுடுவதற்குத் தயாராக பீரங்கியும் துப்பாக்கியும் இருக்க வேணும். மற்றபடிக்குக் கோயிலை இடிக்கிறதுக்குத் தேவையான கொத்தனார்களையும் சித்தாள்களையும் நான் திட்டம் பண்ணிக் கொள்கிறேன். என்ன சரியா? யாரேனும் கேழ்ப்பார்களேயானால், இங்கிலீஷ்க்காரர் கடலிலே இருந்துகொண்டு பீரங்கிக் குண்டுகளைப் பொழிந்து கொண்டிருக்கச்சே அவனுக்கு லகுவாகக் கோபுரமும் இருப்பது ஆபத்துதானே. இங்கிலீஷ்காரன் இடிக்கிறதைக் காட்டி லும் நாம் அதை இடித்துப்போட்டு வேறு இடத்திலே கட்டிக் கொடுப்பது உசிதம் அல்லவோ என்று சொல்லப் போடும். என்ன சரியா?”

“சரி, அப்படியே செய்து போடு” என்றார் துய்ப்ளெக்ஸ்.

சம்பாக் கோயில் இருட்டுக்குள் ஆழ்ந்திருந்தது. ஊர் உறங்கிக் கொண்டிருக்கும் நேரம். அந்த நேரம், எந்தச் சலனமும், சப்தமும், ஆரவாரமும் இல்லாமல், முந்நூறு சிப்பாய்கள் அணி வகுத்து நடந்து வந்து சம்பாக் கோவிலுக்குள்ளே புகுந்தார்கள். பின்னாலே பீரங்கிகளும் உள்ளே ஏற்றப்பட்டன. துப்பாக்கிகள், குண்டுகள், எறி குண்டுகள் முதலான சகல தளவாடங்களும் தயார் செய்யப்பட்டன.

விடிய இன்னும் இரண்டு நாழிகைகளே இருந்தன. விடிந்ததும் தனக்கு நேரப் போகும் விபத்தை அறியாமலேயே கோயில் கோபுரம் அண்ணாந்து ஆகாயத்தைத் தொட்டுக் கொண்டிருந்தது.

இருள் ஊரைச் சூழ்ந்திருக்க, குவர்னர் துரை துய்ப்ளெக்ஸ் தன் பல்லக்கில் வந்து கோவிலில் இறங்கினார்.

65

விடியல், மிகவும் தாமதம் ஆகும் போல் இருந்தது.

நீதியும், நியாயமும் அறியாதார் மனம் போல உலகம் கறுத்துக் கிடந்தது. வானத்தில் ஒற்றை நட்சத்திரம்கூட இல்லாமல், இருண்டு கிடந்தது. உயர்ந்து இருக்கும் வேதபுரீஸ்வரர் கோயில் கோபுரம் இருளோடு இருளாய்க் கலந்து, கரைந்து போய் இருந்தது. கோயிலின் கர்ப்பக் கிருகத்தில் இருக்கும் வேதபுரீஸ்வரர் திருமேனி மட்டும் விடிவிளக்கின் ஒளியில், நிழலாகத் தெரிந்தது. கடல் அலையெறிவதும், அதன் ஆர்ப்பரிப்பும் அவ்வப்போது கேட்டுக் கொண்டிருந்தது. இருளில், இரண்டு பல்லக்குகள், கோயிலின் எதிரே வந்து நின்றன. பல்லக்குகளில் இருந்து, குவர்னர் துய்ப்ளெக்ஸ் அவர்களும், அவர் பெண்ஜாதி மதாம் துய்ப்ளெக்ஸ் அவர்களும் இறங்கித் தரையில் நின்றார்கள். அவர்களை ஒட்டியபடி, முசே பராதி வந்து சலாம் பண்ணிக்கொண்டு நின்றான்.

குவர்னர் பராதியிடம் கேட்டார்:

"அனைத்தும் ஆயத்தமாக இருக்கிறது, அல்லவா?"

"இருக்கிறது, முசே குவர்னர் அவர்களே."

"முசே பராதி, எத்தனை ஆட்களைச் சித்தம் பண்ணி இருக்கிறீர்கள்?"

"மதாம், குவர்னர், நேற்றே சம்பாக் கோயிலுக்குள்ளே, நமக்கு இஞ்ஜினீராக இருக்கப்பட்ட முசே ஏழர்போல்டு அவர்களும், நமது பாதிரி கொர்து அவர்களுடன் வந்து தங்கிக் கொண்டார்கள். அது வல்லாமல், கொலுத்துக்காரர்கள் இருநூறு பேர்கள், கூலிக்காரர்கள் இருநூறு பேர்கள், மண்வெட்டி, குந்தாளி, சுவர் இடிக்கிறதுக்கும், நிரவிப் போடுவதற்கும் போதுமான சாமான்கள் கொண்டு வந்து தயாராக வைக்கப்பட்டுள்ளது."

"கோயிலை இடிக்கிறபோது, சனங்கள் யாரேனும் குழுமிக் கொண்டு அக்குறும்பு பண்ணுவார்களே, முசே பராதி?"

"மதாம், தமிழர்கள் அத்தனை தூரத்துக்குத் தயாராகிற சாதியில்லையே. அவர்கள் வெகு அமரிக்கையானவர்கள். இருந்தாலும், இருநூறு சொல்தாதுக்களும், அறுபது, எழுபது குதிரைக்காரச் சிப்பாய்களும், இருநூறு சிப்பாய்களும் ஏற்கெனவே சம்பாக் கோயிலிலே ஆயுததாரிகளாகத் தயார் நிலையில் இருக்கிறார்கள். ஒரு வேட்டுச் சப்தம் எழுந்தால் போதுமே, இந்த சனங்கள் காக்காய்க் கூட்டம் மாதிரிச் சிதறிப் போய்விடுவார்களே!"

மதாம் துய்ப்ளெக்ஸ், சற்று யோசித்துவிட்டுச் சொன்னாள்: "எதுக்கும் கோயிலைச் சுற்றி, நான்கு தெருக்களிலும், யாரும் சனம் கூட்டம் கூடினாலும், பெரிய பாப்பாரத் தெரு, வெள்ளாளத் தெரு, சென்னப் பட்டணத் தெரு, வழுதாவூர் வாசற்படித் தெரு, கூடலூர் வாசற்படித் தெரு எந்தப் பகுதியிலும் சனம் வராமல் காபந்து போடுங்கள். அவர்கள் வந்தாலும் அடித்துப் போடுங்கள். சூரிய அஸ்தமனம் ஆவதற்குள், கோயிலை இடித்து நிரவிப் போடும்."

"உத்தரவு, மதாம்."

"சரி. தொடங்கட்டும் வேலை. விடிகிறபோது, சனங்கள் பாதிக் கோவிலைப் பார்க்கக் கூடாது."

பராதி உத்தாரத்தின் பேரில் கொலுத்துக்காரர்களும், கூலிக் காரர்களும் வேதபுரீஸ்வரர் கோயில் தென்னண்டை மதிலையும், மடப்பள்ளியையும் இடிக்கத் தொடங்கினார்கள்.

உறக்கம் பிடிக்கவில்லை, ஆனந்தரங்கருக்கு. மாடியில் உலவுவதும், நின்று கிழக்கு நோக்கிப் பார்வையைத் திருப்பிக் கோபுரத்தைப் பார்ப்பதுமாக இருந்தார். தன் காலத்தில், இப்படி ஒரு அபகீர்த்தியான காரியம் நடக்கலாச்சுதே என்கிற மிதமிஞ்சின சோகத்தில் அவர் இருந்தார். இதே போன்ற ஒரு தர்மசங்கடம், முந்தியப் பிள்ளைக்கு வந்ததை அவர் நினைவுக்குக் கொண்டு வந்தார்.

ருத்ரோத்காரி வருஷம் சித்திரை மாதத்தில் ஒரு தரம், துய்ப் ளெக்ஸ் துரை, பாளையக்கார உத்தியோகத்திலே இருக்கப்பட்ட முத்தியாப் பிள்ளையை அழைத்து, கோயிலை உடனே இடித்துப் போடும் என்று உத்தாரம் செய்ததும், அதுக்கு முத்தியாப் பிள்ளை இருந்து கொண்டு, அதுக்கு நான் சம்மதியேன் என்று சொல்ல, உன்னைத் தூக்கில் போடுவேன், காதறுப்பேன், கட்டி வைத்துச் சவுக்கால் அடிப்பேன் என்று சொல்ல, முத்தியாப் பிள்ளை சுதாகரித்துக்கொண்டு, இவனை இப்படி ஏய்க்கக்கூடாது என்று மனசுக்குள்ளே இருத்திக் கொண்டு, திருப்பாதிரிப் புலியூரிலே திருவிழாவானபடியாலே, ஒரு பிராமணப் பெரியவர் எழுந்தருளி இருக்கிறார். அவரைத் திருவிழா பார்க்கப்போகும் சாக்காய்ப் போய்ப் பார்த்து, அவரை அழைத்துக்கொண்டு வந்து அவரைக் கொண்டு இந்த மனை நாட்டாருக்கும், சகல சாதிப் பெரியவர் களுக்கும் சொல்ல வைத்தால், அவர்கள் சம்மதிப்பார்கள். அப்புற மாய், இந்தக் கோயில் லிங்கத்தைப் பேர்த்துக் கட்டிக்கொள்ளத் தக்கதாகப் பண்ணிவிடுகிறேன் என்று குவர்னரிடம் சொல்ல, அந்த மதியீனரும் அதை ஒப்புக்கொள்ள, நேரே பிள்ளையிடம் வந்து நின்றார் முத்தியாப் பிள்ளை. 'தலைக்கு வந்தது தலைப் பாகையோடு போயிற்று' என்றார் முத்தியாப் பிள்ளை. 'என்னது'

என்றார் பிள்ளை. 'கோயிலை இடிப்பதான அடாத செய்கையை என் வசம் ஒப்புவித்தால், நான் அதைச் செய்வேனோ? இந்தக் கோயில் நிமித்தமாக, பிரான்சுவா மர்த்தேன் காலத்திலே, என் தகப்பனார் போராடி, மிக்க கீர்த்தி பெற்றதை நான் போக் கடிப்பேனோ? மாட்டேனே. மாட்டேன், மாட்டேன். பிள்ளை வாள்! மர்த்தேன் காலத்திலே, இந்த சேசு சபை பாதிரிமார்களும், கப்புசேன் பாதிரிமார்களும் சேர்ந்துகொண்டு, இருக்கிற இந்துக்கள் கோவில்களை இடித்துப்போட வேணுமென்றும், நடுத்தெருவில் கோவில் விக்கிரகங்களை எடுத்துப்போட்டு உடைக்க வேண்டும் என்றும் எத்தனம் செய்கையிலே, என் தகப்பனார் இருந்துகொண்டு, சனங்களைத் திரட்டி, சாமி காரியம் செய்யக்கூட ஸ்வாதந்தர்யம் இல்லாத ஊரிலே என்னத்துக்காக வாழ்கிறது என்று ஊரை விட்டுப் புறப்பட்டு, சனங்கள் சமேதராக, கோட்டை வாசற்படிக்கு வருகிறபோது, மர்த்தேனே கோட்டை வாசற்படிக்கு வந்து, மிகுந்த பிரயாசைப்பட்டு, என் தகப்பனார் முதலான நாட்டார்களோடு பேசி, ஒப்பந்தம் பண்ணிக்கொள்ளவில்லையா? அதைத் தொட்டு என் தகப்பனாருக்கு, சனங்கள் மத்தியில் எப்பேர்க்கொத்த கீர்த்தி கிடைச்சுது என்பது தாங்கள் அறிந்ததுதானே? இது நிமித்தியம் என்ன இக்கட்டு வந்தாலும் வரட்டுமே. சரீரமே அனித்தியமா இருக்கும்போது, மற்றது என்ன நித்தியம்? நித்தியமாய் இருப்பது கீர்த்தி மாத்திரமே அல்லாமல் வேறு என்ன?' என்றவர், ஐஸ்வர்யம், பாளையக்கார உத்தியோகம் எல்லாவற்றையும் விட்டுப்போட்டு, கரை வழியே போனார். துலுக்கர் மனுஷர் தொந்தரவு இருக்கும் என்பதால், சலங்கை கொண்டு தம்முடைய தட்டுமுட்டுச் சாமான்களும் எல்லாவற்றையும் ஏற்றிக்கொண்டு, தம் வீட்டுப் பெண்டுகளைத் தக்க பாதுகாப்பாகத் திருப்பாதிரிப்புலியூர் சேர்த்து, அங்கிருந்து வேங்கடம்மாள் பேட்டை போய்ச் சேர்ந்து சௌக்யமாக இருக்கிறார் அல்லவோ? முத்தியாப் பிள்ளை மாதிரித் தாமும் இங்கிருந்து ஓடிப்போய் இருக்கலாமே. அதை விட்டுப்போட்டு, கோவில் இடிக்கிற வேளையிலே, நாம் இங்கிருக்க வேண்டியதாகி விட்டதே என்றெல்லாம் வியாகூலப்பட்டுக்கொண்டு, இரவை உறங்காமல் கழித்தார்.

அப்போது, அவர் மாளிகையை யாரோ வந்து இடிக்கிற சப்தம் கேட்டது. கீழே சில பேர் குரலும் கேட்டது. பிள்ளை, தோளிலே துண்டைப் போட்டுக்கொண்டு கீழே வந்தார்.

வெளியே திண்ணையில், சில பிராமணர்களும், கோயில் ஸ்தானிகர்களும், சில ஆண்டிகளும் நின்றிருந்தார்கள்.

---

* ரங்கப்பிள்ளை, துலுக்கர்தமை, தமிழருக்கு வேறாகப் பிரித்துப் பேசியும் எழுதியும் இருக்கிறார். அந்தக் காலத்துக் கருத்து அது.

கோயில் பூசை செய்யும் பிராமணர் இருந்துகொண்டு சொன்னார்:

"பிள்ளைவாள்! இந்தப் பரங்கியர் செய்கிற அக்குறும்பைப் பார்த்தீரா? ஊருக்கு வந்திருக்கிற அழும்பைக் கேட்டீரா? கோயிலை இடித்துக்கொண்டிருக்கிறான் ஓய்!"

ஆண்டிகளும் மற்றவர்களும் தலைக்குத் தலை பேசத் தொடங்கினார்கள்.

"கோவில் தென்னண்டை மதிலும், வடவண்டை மதிலும் விழுந்துவிட்டது, பிள்ளை."

"காலையில் பூசைக்கு வந்தேனா? ஓய் பிராமணா, எங்கே போகிறாய் என்று ஒருத்தன் கேட்டதுக்கு, கோவிலுக்குப் பூசை பண்ணப் போகிறேன் என்று நான் சொன்னதுக்கு, அதுக்கு அவர்கள் ராட்சசர்கள் போலச் சிரித்து, பூசையும் வேணாம், ஒரு புடலங்காயும் வேணாம், உமக்கு பூசை விழுகிறதுக்குள்ளாக ஓடிப்போய்விடும் என்றார்கள். பிள்ளைவாள்... ஐயோ, கோயில் இடியுண்டால் நான் எப்படிப் பிழைப்பேன்.''

"பிள்ளைவாள். எல்லாம் அந்த அவிசாரி முண்டை இருக்கிறாள் அல்லவா, துய்ப்ளெக்ஸ் பெண்சாதி, அவளால் வந்த வினை."

"இந்தத் தடியன், துயப்ளெக்ஸ் இருக்கிறானே, இவன் மட்டும், அவளுக்கு எள்ளும் குறைந்தவன் அல்லவே. இந்தப் பெண் பேச்சு கேழ்க்கிற மூடம் பண்ணினது அல்லவோ, இந்த அனாசாரம் எல்லாம். அவன் குவர்னராக இங்க வந்த காலம் முதலாக, இக்கேடு வரும் என்று அல்லவா, ஜனங்கள் அத்தனை பேரும் எண்ணிக் கொண்டிருந்தார்கள். அது வந்துவிட்டது."

"நமக்கெல்லாம் ஜீவனுக்கு ஜீவனாக இருக்கிற கோவிலை இடிக்கிறார்களே, என்ன பண்ண?"

"பிள்ளைவாள், தாங்களுக்கன்றோ இந்தப் பிணை உள்ளது. தாங்கள் அன்றோ, தமிழர் தலைவர்."

"ஒருவர் என்கிற துர்புத்தி உள்ள குவர்னர் புதுச்சேரியில் ஆட்சி பண்ணுகையில், தங்கள் மாமன் நைநியப்பபிள்ளை, அவனை எதிர்த்து உயிரையும் கொடுத்தார் அல்லவோ?"

"இந்த சேசு சபைச் சாமியார்களின் கொழுப்பைப் பாரேன். அவர்களின் சாமிகளுக்கு மட்டும்தான் கோயில் இருக்க வேணுமாம். என்ன அழிச்சாட்டியம் இது?"

"சேசு சபைச் சாமியார்கள் நம்மைப்போல, உடுத்திக் கொண்டும், கடுமையான அனுஷ்டானங்களைப் பண்ணிக்

கொண்டும் இருக்கிறார்களேயல்லாமல், கொஞ்சம்கூட நம் மேல் மரியாதையோ, நம் சுவாமிகள் மேல் கௌரதையோ அவர்களுக்கு இல்லையே, இது என்ன மோசம்?''

"பிள்ளைவாள் இது மாதிரியான ஓர் அவமானம், பிரான்சுவா மர்த்தேன் காலத்திலும், அப்புறம் துய்விலியே குவர்னராக வந்த காலத்திலும் நமக்கு ஏற்பட்டபோது, நாம் என்ன செய்தோம்? இந்த வெள்ளைக்காரர்களுக்கு உழைக்கக்கூடாது என்று முடிவு பண்ணிக்கொண்டு, எல்லோரும் ஊரைவிட்டு வெளியேறினோமா இல்லையா? தறிக்காரனாக இருக்கப்பட்டவன், எங்கே போனாலும் காலாட்டிக் கொண்டு சாப்பிடலாமே. இருக்கவே இருக்கு பக்கத்திலே குறிஞ்சிப்பாடி அல்லது காஞ்சிபுரம். அங்கெல்லாம் எங்கள் சனங்கள் சௌக்கியமாகத் தொழில் பண்ணிக்கொண்டு ஆனந்தமாக இருக்கிறார்கள். ஸ்வதந்தர்யமாகச் சுவாமிக்குப் பூசை போட்டுக்கொண்டும் விழா பண்ணிக்கொண்டும் சௌக்யமாக இருக்கிறார்கள். இந்தப் பிரெஞ்சுக்கார நாய்ப் பயல்கள் நம் சாமிகளை அவமானப்படுத்துகிறார்களே. அதிலும்..."

கூட்டம் கொஞ்சம் கொஞ்சமாக அதிகமாகிக் கொண்டிருந்தது. அதற்குள் ஒருத்தர் ஓடிவந்து, "பிள்ளைவாள்... வட வண்டை கவரும், மடப்பள்ளியும் சுற்றுப் பிரகாரமும் இடிக்கப் பட்டாயிற்று. அடுத்தது நம் சுவாமிகளின் சிலைகள்தாம்." என்றான்.

இரத்தம் தலைக்கு ஏறியவன் போல், ஒருவன் சொன்னான்:

"பிள்ளை, நாங்கள் எல்லோரும் ஒன்றாய்ச் சேர்ந்துபோய், இடிக்கிறவர்கள் மேலே விழுகிறோம். ஒன்று நாங்கள் மடிகிறோம். அல்லது அவர்களை மடிவிக்கிறோம். ஒரு நல்ல காரியத்துக்காகச் செத்தோம் என்கிற கியாதி எங்களுக்குக் கிடைக்கும்."

"அப்படித்தான் செய்ய வேணும். பின் என்ன? இந்த ஊருக்கு வந்த பிறகு, எம்மிடம் துணி வாங்கி, சரக்கு வாங்கிக் கப்பலில் ஏற்றுகிற வியாபாரிகள், சின்ன தரகர்கள் எல்லாம் வாழ்ந்தார்கள். நாங்கள் அப்படியே தானே இருக்கிறோம். இந்தப் பாட்டை நாங்கள் வேற எங்கு பட்டாலும், பிழைத்துப் போவோம். அவமானப்பட்டுக் கொண்டு, குண்டித் துணியில்லாம, உண்டிக்கு வாழ்வது ஒரு வாழ் வாகுமா? நாங்கள் சாகிறோம். தமிழர்களின் தலைவராக இருக்கிறீர். எமக்கு என்ன உத்தாரம் பண்ணுகிறீர்?"

பிள்ளை எல்லோரையும் சமாதானம் பண்ணினார்.

"அந்த முண்டையையும், அவிசாரி முண்டையின் வாய்ச் சொல் கேட்டு நீதி பரிபாலனம் பண்ணுகிற அவள் புருஷனும் செய்த பாவத்துக்குப் படுவார்கள். பார்த்துக்கொண்டே இரும்! நாம் செய்யத் தக்கது என்னவென்று யோசிக்க வேண்டிய நேரம்

இது. பத்துப் பேர் மகா நாட்டார் கூடிப் பேசுகிறதுக்கும் இப்போ நேரம் இல்லை. மனுஷரும் இல்லை. இது அல்லாமல் இது கலக வேளை. ஆங்கிலேயர், புதுச்சேரிப் பட்டணத்தைச் சாட்டிக் கொண்டிருக்கிறார்கள். இது சமயம் பார்த்து, கோவிலை இடித்துத் தள்ள நாளது வரைக்கும் சமயம் பார்த்துக்கொண்டு இருக்கிறபடியால், இதுதான் தக்க நேரம் என்று கோயிலை இடித்துத் தள்ளும்போது, இப்போ வேறே அவமானம் இல்லை. வேதபுரீஸ்வரர் கோவிலிலே இருக்கப்பட்ட விக்ரகங்கள், மற்றும் உண்டானதை எடுத்துக் கொண்டு போய், காளத்தீஸ்வரன் கோயிலில் கொண்டு போய் சேருங்கள்."

"பிள்ளைவாள், தமிழர்களின் தலைவராக இருந்து கொண்டு, இம்மாதிரி தாங்கள் பேசுகிறது என்ன? தாங்கள் துய்ப்ளெக்ஸ் என்கிற மகா சண்டாளனுடன் பேசுகிறதுக்கு என்ன?"

"இது பேசுகிறதுக்கு நேரமே அல்லவே. நம்மைக் கலந்து கொள்ளாமலும், என்னைப் பார்ப்பதையே தவிர்த்துக் கொண்டு, இந்தத் துரை இந்தப்படி காரியம் பண்ணுகிறபோது, நாம் என்ன செய்ய இருக்கிறது? இப்படிப் பேசிக்கொண்டிருக்கிற நேரத்துக்கு, உடனே நீங்கள் போய், உச்ச விக்ரகத்தையும், மற்ற விக்ரகங்களையும், வாகனங்களையும் கொண்டு போய், காளத்தீஸ்வரன் கோயிலிலே சேர்த்துக்கொள்ளுங்கள்."

"பிள்ளைவாள், நீர் வைஷ்ணவர். அதைத் தொட்டு அல்லவோ, ஈஸ்வரன் கோவில் இடிக்கப்படுவது பற்றி அலட்டிக் கொள்ளாமல் இருந்துகொண்டிருக்கிறீர்."

"அது என்ன பேச்சு? எனக்குக் கிருஷ்ணனும் ஒன்றுதான், சிவபெருமானும் ஒன்றுதான்."

"சும்மா நிறுத்தும் ஐயா. தமிழர் தலைவர் என்று விருதை வைத்துக்கொண்டு, இப்படி எங்களை மோசம் பண்ணுகிறீரே? நீர், பெரிய வியாபாரியாகவும், தரகராகவும், கப்பல் சொந்தக்காரராகவும் இருந்துகொண்டு, குவர்னருக்கு அடுத்த ஸ்தானத்தை அநுபவித்துக் கொண்டிருக்கிறீர். அந்த ஸ்தானம் பறிபோகக் கூடாது என்று விரும்புகிறீர். அதைத் தக்கவைத்துக் கொள்ள விரும்புகிறீர். அதைத் தொட்டுத்தான், கோவில் இடிப்பு பற்றி அலட்சியம் பண்ணுகிறீர்."

இந்த வார்த்தை பிள்ளையைச் சுட்டுவிட்டது போலும். அவர், தலை கவிழ்ந்துகொண்டு நின்றிருந்தார்.

குவர்னர் துரை, தம் படையில் இருக்கப்பட்ட இன்னொரு வீரனை அழைப்பிச்சுச் சொன்னார்:

"ஈசுவரன் கோயில் முழுக்கவும் இடிக்கப்பட்டு விட்டது. இதே சமயமாக, முசே கொடுதி வீட்டுக்கு அடுத்து இருக்கப்பட்ட மசூதியையும் இடிச்சுப் போடு" என்று உத்தாரம் தந்தார் துய்ப்ளெக்ஸ்.

படை சென்றது. மசூதியின் ஒரு அல்லது இரண்டு செங்கல் விழுந்தது. துலுக்கர் படைத் தலைவனும், மயோக்காரனுமான அப்துல்ரகுமானுக்கு உடனே செய்தி போயிற்று. அவன், நேராக மசூதிக்குப் போனான். இடித்துக்கொண்டிருக்கும் வீரர்களைப் பார்த்துச் சொன்னான்:

"மசூதியை இடிக்கிறதைச் சற்று நிறுத்தும். எவனாவது இடித்தான் என்றால், அவன் கை துண்டு படும். நான் குவர்னரைப் பார்க்கப் போகிறேன். வரும்வரை சும்மா இருக்க வேண்டியது, சாக்கிரதை."

வீரர்கள், திகைத்தும் அஞ்சியும் நின்றிருந்தார்கள்.

அப்துல் ரகுமான், நேரே குவர்னரிடம் சென்றான். சலாம் பண்ணிக்கொண்டு நின்றான்.

துய்ப்ளெக்ஸ் அவனை யோசனையோடு பார்த்து, "என்ன சங்கதி?" என்றார்.

"மசூதியை இடிக்கச் சொன்னீராமே."

"ஆமாம்."

"அதை நிறுத்தச் சொல்ல வேணும்."

"குவர்னர் உத்தரவு அது."

"குவர்னர் அவர்களே, உடனே மசூதியை இடிப்பதை நிறுத்தப் பண்ணுங்கள். இல்லாவிட்டால், என் படையிலே இருக்கிற அத்தனை துலுக்க வீரர்களும், இடிப்பவர் மேல் போய் விழுவோம். எங்களிடத்திலே இருக்கிற கடைசித் துலுக்கன் உயிரோடு இருக்கும் வரைக்கும், மசூதியின் ஒரு செங்கல் விழுவதையும் நாங்கள் பொறுத்துக்கொள்ள மாட்டோம்."

அப்துல் ரகுமானுடைய உறுதியும் நெஞ்சுரமும், குவர்னர் துரையையே அச்சமூட்டியது.

"சரி... உடனே மசூதியை இடிப்பதை நிறுத்தச் சொல். என் உத்தரவை நான் திரும்ப வாங்கிக்கொண்டதாகப் படைத்தலை வரிடம் போய்ச் சொல்..."

அப்துல்ரகுமான், தலைநிமிர்ந்து திரும்பினான்.

66

பிள்ளை, பழையது சாப்பிட்டுப் போட்டு, காலை ஏழு மணி வேளைக்கு, துரையவர்கள் வீட்டுக்கு அண்டையிலே இருக்கிற பாக்கு மண்டியிலே அமர்ந்திருந்தார். அச்சமயம், தில்லையப்ப

முதலி, பவழக்கார உத்திர பெத்துச்செட்டி, அம்மையப்பன், பிச்சாண்டி, நாகப்பட்டணம் தெய்வநாயகச் செட்டி, கொலுத் துக்கார வெங்கடாசலம் தம்பி, லச்சிகான், குட்டியாபிள்ளை, சின்ன முதலி, கைக்கோள அனந்தநாயக முதலி பிள்ளையும் இரண்டு பேர், பிள்ளையிடம் வந்து, நமஸ்காரம் பண்ணிக் கொண்டு, அவர் எதிரிலே அமர்ந்துகொண்டார்கள்.

“நாட்டாமைக்காரர்கள் எல்லோருமே வந்திருக்கிறீர்கள். என்ன சங்கதி சொல்லுங்கள்” என்றார் பிள்ளை.

“என்ன தெரியாதது மாதிரி கேட்கிறீர்கள்? நம்முடைய கோயில் இடிபட்டுக்கொண்டிருக்கிறது. சாவகாசமாய், அமர்ந்திருக்கிறீரே பிள்ளைவாள்'' என்றார் ஒரு நாட்டார். அவர் வெள்ளாள அரியபத்தரிசி நாட்டார் மகன் முத்துக் குமரப்ப முதலி.

“என்ன பண்ணலாம் சொல்லுங்கோள்” என்றார் பிள்ளை.

‘‘தாங்கள் குவர்னர் துரையவர்களைக் கண்டு, இந்த அநியாயத்தைத் தடுத்து நிறுத்த ஆவன செய்யவேணும்.

அவ்வாறு குவர்னர் துரையவர்கள், சரியான மறு உத்தாரம் பண்ணாது போனால், அப்புறம் இந்த ஊரில் எங்களுக்கு என்ன இருக்கிறது. நாங்கள், குடும்பம், பெண்ஜாதி, பிள்ளைக்குட்டி, குஞ்சு குழந்தைகளோடு வெளியூர் போய்விடுகிறோம். அல்லது, இடி யுண்டுகொண்டிருக்கிற கோயிலிலே போய் விழுந்து மரிக்கிறோம். தாங்கள் உத்தாரம் என்ன என்பதைக் கேட்டுக் கொண்டு போவ தற்கே வந்திருக்கிறோம்” என்றார் சடையப்ப முதலி சகலபாடி.

வந்திருந்த சனங்களின் மனசுக்குள் நிகழும் சங்கடத்தைப் பிள்ளை உணர்ந்தார்.

“உங்கள் மனக்கஸ்தி எனக்குப் புரிகிறது. ஆனால் கோயில் இழப்பு பற்றி நான் என்ன செய்யக் கிடக்கிறது? எனக்கும் மனசு சமாதானமாக இருக்கவில்லைதான்.”

“நாட்டார்களிலே எல்லோரும் ஒரே குரலாய் எதிர்க்கிறபோது, குவர்னர் துரை எப்படிக் கோயிலை இடிக்கிறது?” என்றார் ஒருவர்.

“ஒரு குரலாய் எங்கே சொன்னோம். ஆறுமுகத்தா முதலியும், வேங்கடாசலம் தம்பி லச்சிகானும் குவர்னர் இடத்திலே போய், அன்னபூரண ஐயருக்குத் துபாசித்தனம் கொடுக்கிறது என்று முடிவு பண்ணினால், கோயிலை இடித்து, வேறு ஒரு இடத்திலே கோயிலை வச்சுக் கொள்கிறதுக்கு நாட்டார் சம்மதிப்பை நாம் வாங்கிக் கொள்கிறோம் என்று சொன்னார்களே. அதுவுமன்னியில், பாதிரி சாமிகளைப் பார்த்து, அன்னபூரண ஐயர், தனக்குத் துபாசித்தனம் கொடுக்கிறதாக இருந்தால், கோயிலை இடித்துப் போடுகிறதுக்கு நான் காரியம் பண்ணுகிறேன் என்று சொன்னார் அன்றோ?

தனக்கும் முத்தியப்ப முதலிக்கும் உத்தியோகம் பண்ணி வைத்தால், கோயிலை இடிக்கிறதுக்குத் தன்னால் ஆன காரியம் பண்ணுகிறேன், சனங்களைச் சம்மதிக்கப் பண்ணுகிறேன் என்று சொன்னார் அன்றோ? அப்படி இருக்கையில், தமிழர்களுக்குள்ளே, ரெண்டு விதமான அபிப்பிராயம் இருக்கிறது என்று குவர்னர் துரைக்கும் பாதிரிக்கும் தோணப் பண்ணினது, உங்கள் மனுசர்கள்தானே. இப்போது சாகிறேன், வேகிறேன் என்று சொல்வது என்ன நியாயம்? அத்தோடு, ஊர் களேபரப்பட்டிருக்கிற இந்த வேளையிலே, தமிழ்ச் சனங்கள் எல்லோரும் இங்கிலீஷ்காரருக்குப் பயந்துகொண்டு, ஊரை விட்டு வெளியேறி இருக்கிற இந்த நேரத்திலே, நாம் என்ன செய்யக் கிடக்கிறது? யோசித்துப் பார்க்க வேணும்."

"நாங்கள் என்னதான் செய்யக்கிடக்கிறது என்று சொல்லும்."

"கோயில் போனால் போகட்டும். உடனே, மூலவர், பிள்ளையார் முதலான விக்கிரகங்களையாவது காப்பாற்றப் பாருங்கள்."

நாட்டார்கள், மிகுந்த மனக் கஸ்தியோடு சென்றார்கள்.

காலம், மூட்டம் போட்டுக் கொண்டிருந்தது. மழை பெய்யக் கூடுமோ என்று நினைக்கும் அளவுக்கு வானம் மூடிக் கொண்டி ருந்தது.

பிள்ளை, தம் பாக்கு மண்டியிலே இருந்துகொண்டு, உலவிக் கொண்டு, இந்தப் பட்டணத்துக்கு நேர்ந்திருக்கிற துன்பத்தைப் பற்றி யோசித்துக்கொண்டிருந்தார்.

'ஒரு பக்கம், இங்கிலீஷ்காரர்கள் ஊரைச் சுற்றிக்கொண்டு இருக்கிற சமயத்தில், ஊரிலேயுள்ள பெரிய மனுஷர்கள் மற்றும் சாமான்யத் தமிழர்கள் ஊரைவிட்டு ஓடிப் போயிருக்கிற சமயத்தில், அவர்கள் திரும்பவும் இந்த ஊருக்கு வருவார்களா என்கிற யோசனையும் இல்லாமல், குவர்னராக இருக்கப்பட்ட மனுஷர், மற்றவர்களுடைய மனசை முறித்துப் போடுகிறார். இந்த ஆபத்தான வேளையிலே, சகல ஜனங்களும் சந்தோஷமாய் இருந்து, சீவனை அவர்கள் காரியத்திலே உத்தரிக்கிற விதத்திலே, மனுஷர் மனசிலே உற்சாகம் பண்ணி, முதுகைத் தட்டிக் கொடுத்துக் காரியம் கொள்ளுகிறதை விட்டுப்போட்டு, பெண்டாட்டி பேச்சைக் கேட்டுக்கொண்டு, பட்டணத்திலே இருக்கப்பட்ட நாங்கள், இவன் ஆட்சி போய், இங்கிலீஷ்காரருக்கு இந்த ராஜ்ஜியம் போயி, இவாள் போய்விடக்கூடாதா என்கிற நினைப்பைத் தோற்றுவித்துவிட்டார் குவர்னர். குவர்னர் பெண்சாதி என்கிற ராட்சசி, பட்டணத்திலே இருக்கிற சனங்கள் வெகுபேரை விலங்கு போட்டும், மண் சுமக்கச் சொல்லிப் போட்டும், பட்டணத்தை நியாயம் இல்லாமல் கிறிஸ்துவ மயப்படுத்தியும், காலாவதியாகிப் போன கடன் சீட்டுகளைத் தாம்

வாங்கிப்போட்டு, அந்தப் பணத்தைத் தாம் வசூலித்துக் கொண்டும், பணம் தராதவர்களைக் கிடங்கில் போட்டும், அட்டூழியம் பண்ணிக் கொண்டிருக்கிறாளே. அதுவுமன்னியில், தம் சேவகர்களை விட்டு ஊரிலே கொள்ளையடிக்கவும் செய்கிறாள். போதாமைக்கு, இப்போ கோயிலையும் இடித்துப் போட்டாள். இப்படிப் பட்டணத்தை ஒடுங்கப் பண்ணுவது துரைக்கு அழகா? என்ன போதாத காலம். துரையவர்கள் பெண்சாதி பண்ணிய காரியங்களாலே, பட்டணத்துக்கு இப்படிப்பட்ட அழும்பைக் கொண்டுவந்து விட்டாரே. எப்போ பெண்சாதி, புருஷனைக் கையால் ஆகாத வனாக்கி, தான் அதிகாரம் பண்ணத் தலைப்பட்டாளோ, அப்போ, அந்தப் பட்டணத்துக்கு அழிவல்லவா? இதுவெல்லாம், கோன்சேல் காரர்களும், அதிகாரிகளும் முடிவு பண்ணவேண்டிய காரியமா? அல்லது, துரை பெண்டாட்டி காரியமா? இந்த முண்டைக்கு அதிகாரம் யார் கொடுத்தார்கள்? கோன்சேல்காரர்களில் எவனும், உன் பெண்சாதி பண்ணுகிற காரியம் இப்படி இப்படியென்று குவர்னரின் முகத்தைப் பார்த்துச் சொல்வதாக இல்லையே. சண்டை பண்ணுவதற்குக்கூட, துரையைக் கேளாமல் துரையின் பெண்சாதியைக் கேட்டு, சண்டைக்குப் போகிறார்களே, இது என்ன கலிகாலம்? இது என்ன துரைத்தனம்?”

பிள்ளை இப்படியாகப் பலப்பல விதமாக நினைத்துக் கொண்டு, மனம் சஞ்சலப்பட்டுக்கொண்டிருந்தார்.

காலை, ஒன்பதைத் தொட்டுக்கொண்டிருந்தது. கோயிலின் சுற்று மதில்கள் அனைத்தும் உடைக்கப்பட்டுவிட்டன. உள்ளே பிரகாரத் தூண்களை இடித்துக்கொண்டிருந்தார்கள், காபிரிகள்.

அந்த நேரம், நிதானமாகப் பல்லக்கிலே வந்து இறங்கினாள், மூான் துய்ப்ளெக்ஸ் அம்மை. தலைமைப் பாதிரியான கேர்து, எதிர்வந்து அவளை அழைத்துக்கொண்டு கோவிலுக்கு உள்ளே போனார்.

“சுவாமி... நல்ல காரியம் பண்ணிவிட்டீர்கள். காபிரிகளின் கோயிலைச் சுவடில்லாமல் இடித்துப் போட்டுவிட்டீர்களே...”

“எல்லாம் கிறிஸ்து மதத்தை உத்தாரணம் பண்ண வந்திருக்கிற உன்னால் அல்லவா இந்த நல்ல காரியம் நிகழ்ந்திருக்கிறது. அம்பது வருஷமாகப் பல பாதிரிகளும் குவர்னர்களும் செய்ய ஆசைப்பட்டு முடியாமல் போன காரியத்தை நீயல்லவோ செய்து முடித்திருக் கிறாய்” என்றார் பாதிரி கேர்து.

வெளியே பெரும் சப்தம் கேட்டது. மக்கள் அலறும் ஓசை கேட்டது.

“அது என்ன சப்தம்?” என்று கேட்டாள் ழான்.

“அம்மணி, அது, மகாநாட்டார் மனுஷர்கள். கோயிலின் பூசைப் பொருட்களையும் சிலைகளையும் எடுத்துக்கொண்டு போக வருகிறவர்களை நம் சிப்பாய்கள் அடித்து விரட்டும் சப்தம்.”

“அப்படியா, நன்றாக இந்தத் தமிழ்ச் சனங்களை அடிக்கச் சொல்லும்.”

பாதிரி கேர்து ஒரு அலவங்கை எடுத்துக்கொண்டு வந்து லிங்கத்தை உடைத்துப்போட அதை ஓங்கிப் பிளந்தார். அப்புறம் அந்த லிங்கத்தைத் தம் செருப்புக் காலால் எட்டி உதைத்தார். மகாலிங்கம் இப்படிப் பின்னப்படுத்தப்படுவதை மிக சந்தோஷ மாகத் தானே ழான் அம்மை கண்டுகளித்தாள். பின்னர் காபிரி களையும், வெள்ளைக்காரர்களையும் அழைத்துக் கோவில்களில் இருந்த விஷ்ணு சிலைகளையும், மற்றும் உண்டான சிலை களையும் உடைத்து போடச் சொன்னாள்.

ழான் அந்தச் சிப்பாய்களைப் பார்த்துச் சொன்னாள்:

“உங்களுக்கு எப்படி எப்படிச் சம்மதியோ, எதுகளை உடைத்துப்போட வேணுமோ அதுகளையெல்லாம் தாராளமாக உடைத்துக்கொள்ளுங்கோள்.”

வெள்ளைக்காரச் சிப்பாய்களும், காபிரிகளும் மிக உற்சாக மாகக் கோயில் சிலைகளையும் மற்ற சிலைகளையும் உடைக்கத் தொடங்கினார்கள்.

பிள்ளை, கோட்டையை ஒட்டின தெரு வழியாக வீடு திரும்பிக் கொண்டிருந்தார். அப்போது கோட்டை வாசலையொட்டி முசே புரோ, முசே ழொலியன் என்கிற இரண்டு பேரும் பிள்ளையை மறித்துக்கொண்டு பேசத் தொடங்கினார்கள்.

“என்ன பிள்ளை, நீர் இருந்துகொண்டு, இங்கிலீஷ்காரன் அதோ ஓடிப்போனான். இதோ ஓடிப் போனான் என்று துரைக்குத் தப்பிதமாகப் பலவிதமான கபுறுகளைச் சொல்லிக் கொண்டிருக் கிறாய். இங்கிலீஷ்காரன் இப்போ கோட்டையைச் சுற்றிக்கொண்டு போம்களைப் (பாம்) போட்டுக்கொண்டிருக்கிறான். இதுக்கு என்ன சொல்கிறீர். உமது பொய்யான யோசனையால் அன்றோ, துரைக்கும் புதுச்சேரிப் பட்டணத்துக்கும் இவ்விதமான அழும்பு வந்து சேர்ந்திருக்கிறது” என்றார் முசே புரோ.

கும்பினி கோன்சேல்காரர்களாகிய அவர்களைப் புறக்கணிக்க முடியாத நிலையில் பிள்ளை சொல்லத் தொடங்கினார்:

“துரைக்குத் தப்பும் தவறுமாகத் தகவல் சேதி தருவது நான் அல்லவே! அதைச் செய்கிறது குவர்னர் பெண்சாதி அல்லவோ!

நான் கபுறு சொல்வதை நிறுத்தி எட்டு மாதங்கள் ஆனது தங்களுக்குத் தெரியாதோ? தெருவில் போகிறவனையும் வருகிற வனையும் வைத்துக்கொண்டு அவர்கள் சொல்லுகிற கபுறைத் துரைக்குச் சொல்ல, அதனால் அன்றோ பட்டணத்துக்கு இந்த மாதிரி அழும்பு வந்திருக்கிறது" என்று காரமாகப் பதில் இறுத்தார், பிள்ளை.

இன்னொரு கோன்சேல்காரர், பிள்ளையின் வார்த்தையை ஒப்புக்கொண்டார். தொடர்ந்து, "பிள்ளை, ஊரில் இத்தனை அழும்புகளும் அந்தக் குவர்னரின் பெண்சாதியால் வருகிறது என்பதை நீர் அறிந்திருக்கிறீர். இருந்தும் அந்தச் சங்கதியை நீர் இன்னமும் ஏன் துரையிடம் சொல்லவில்லை?"

"துரையிடம் என்ன சொல்ல வேண்டும் என்கிறீர்?"

"அவன் பெண்சாதி செய்கிற அத்தனை காரியங்களும் அயோக்கியத்தனமானது என்று நீர் சொல்ல வேணும்."

"அதை நீரே ஏன் போய் அவரிடம் சொல்லப்படாது?" இந்த இரண்டு பேரும் ஒரு கணம் திகைத்துப் போய் இருந்தார்கள்.

"ஏன் யோசிக்கிறீர்... ஐயா?"

"இல்லை. அதுக்கில்லை. குவர்னர் எதையாவது தப்பாக எம்மைப்பற்றி எண்ணிக்கொள்ளப் போகிறார் என்றுதாம்."

"அதுபோல எம்மைப் பற்றியும் நினைத்துக்கொள்ளலாம் தானே?"

"அது உள்ளது."

"நீர் அவரைப் போலவே உயர்தரத்து அதிகாரிகள். அவருக்குச் சமமாய் அமர்ந்துகொண்டு கோன்சேல் பண்ணுகிறவர்கள். உங்களுக்கே தயக்கமாக இருக்கும்போது நான் எப்படிச் சொல்வது?"

"துரை உம்மேல் ரொம்ப மரியாதை கொண்டிருக்கிறாரே பிள்ளை."

"இருக்கலாம். அந்த அன்பைக் கெடுத்துக்கொள்ள வேணுமோ? அதுவுமன்னியில், மதாம் செய்கிற கிருத்திமங்களைக் குவர்னர் அறியாமல் இருக்கிறார் என்று நீர் உண்மையில் நம்புகிறீரா?"

"அதுவும் யோசிக்க வேண்டிய விஷயம்தான்."

"அதுதான், யோசிக்க வேண்டியது. கோவிலை இடித்தால் ஊர் சனங்கள் அத்தனை பேரும் வருத்தம், சினம், அதிருப்தி கொள் வார்கள் என்று அவர் நினைத்திருக்க மாட்டாரா? அது துரைக்குத் தெரியாதா? தெரிந்தும் பின்னைக்கு அதை ஏன் செய்கிறார்?"

"அது உள்ளது."

"ஆகவே தூங்குபவரை எழுப்பலாம். அங்ஙனம் நடிப்போரை எப்படி எழுப்புவது?"

"அது உள்ளது" என்று ஒப்புக்கொண்டனர், அந்த வெள்ளைச் சிப்பாய்கள்.

பகலிலேயும், இரவிலேயும் ஜனங்கள் வீட்டை விட்டு வெளியே வருவதும், உலவுவதும் சுத்தமாக நின்றுபோய் விட்டது. பிராமணத் தெரு, வெள்ளாளத் தெரு, வாணிபத் தெரு மற்றும் வழுதாவூர் வாசல் முதலான இடங்களில் எல்லாம் தீக்குடுக்கையும் குண்டு களும் போம்களும் (பாம்) வந்து விழுந்தன. பிள்ளையின் வீட்டில் மேலும் ஒரு குண்டு வந்து விழுந்து எரிந்தது. வழுதாவூர் வாசலைக் காத்துக்கொண்டிருக்கும் சிப்பாய் ஒருத்தனுக்குத் தலை துண்டாகப் போயிற்று என்று சொன்னார்கள். ஒரு சாமான்யனின் கை, தோள்பட்டையோடு சேர்ந்து போயிற்று.

சன நடமாட்டம் அற்று, தெரு வெறிச்சோடிக் கிடந்தது. இருந்தும், பிள்ளையும் முசே கொரனேத்தும் சனங்களுக்கு அரிசி வழங்கப்படும் இடத்திலேயே அமர்ந்திருந்தார்கள். அப்போது முசே பெத்ரோன் என்கிற குவர்னருக்குக் கணக்கு எழுதுகிறவன் ஒருத்தன் பிள்ளையிடம் வந்து நின்றான்.

"என்ன ஓய் பிள்ளை... என்ன அழும்பு பண்ணுகிறீர்?" என்றான் முசியே பெத்ரான்.

"என்ன சொல்லுகிறீர்?" என்றார் பிள்ளை.

"என் வீட்டுக்கு நீர் அனுப்பினது பெரிய அரிசி ஐயா... அதை எந்த நாய் தின்கிறது?"

"நீர் அரிசி வாங்கின சமாச்சாரம் எமக்குத் தெரியாது. கடைப் பிள்ளைகள் அதைச் செய்திருப்பார்கள். வேண்டுமென்றால் வாங்கின அரிசியைக் கொடுத்து அனுப்பும். சிறு அரிசியாக அனுப்பி வைக்கிறேன்."

"அதை அப்பொழுதே அல்லவா செய்திருக்க வேணும்?"

"எனக்குத் தெரியாது."

"பொய் சொல்லாதீரும். குவர்னர் துரையிடம் அந்தஸ்தும், உறவும் இருக்கிறது என்பதால், நீர் செய்கிற அக்கிரமத்துக்கு அளவே இல்லையா? நான் குவர்னரிடமும், குவர்னர் பெண்சாதிக்கும் பணி செய்கிறேன் என்பதை மறவாதீரும்."

முசே கொர்னேத் இப்போது வந்தவனிடம் சொன்னார்:

"ஓய்! இந்த அரிசி கிடைக்காத வேளையில், உமக்கு அங்கேயும் இங்கேயும் அலைந்து திரிந்து, சனங்களிடம் அளந்து கொண்டு உமக்கு அரிசி போட்டால் விவகாரம் பேசுகிறீயே, என்ன

நியாயம்? அதோடு வேலைக்காரன் உம் பெயரைச் சொல்லியும் கேழ்க்கவில்லையே. ஏதோ அவனுக்கு வேணுமாங்கட்டியும் என்று கொடுத்து அனுப்பினோம். ரொம்பத்தான் பேசுகிறீரே. அரிசி விவகாரம் எல்லாம் என்னைச் சேர்ந்தது. பிள்ளை, எனக்கு உதவ வந்திருக்கிறார். இப்போ என்ன சொல்லுகிறீர். உம்மிடம் எனக்கு என்ன பேச்சு. இனி உம்மிடம் பேசப் போகிறதாய் இல்லை. நான், துரையிடம் சாயரட்சைக்கு வருவேன்.''

பெத்ரோன் கொஞ்சம் கீழே வந்தான்.

"சரி, அதை விடும். பெரிய அரிசியாக இருக்கிறதே என்று கேட்டேன். இதை என்னத்துக்குத் துரையிடம் சொல்லுகிறது?''

"இல்லை, துரையிடம் இருக்கப்பட்ட உத்தியோகஸ்தர்கள் என்ன மாதிரி இந்த யுத்த காலத்தில் நடந்துகொள்கிறார்கள் என்று அவருக்குத் தெரியவேணுமே?''

"என்ன, முசே கொர்னேத்... நீர் நம்ம ஜாதியாக இருந்து எனக்கு விரோதமாய்ப் பேசுகிறீரே?''

"நான் தருமத்துக்குப் பேசுகிறேன். ஒரு பாவமும் அறியாத பிள்ளையை நீ எங்ஙனம் அவ்வாறு பேசலாம்?''

"ஏதோ கோபத்தில் பேசினேன். என்ன இருந்தாலும் தம்மைப் போன்ற பிரெஞ்சுக்காரனுக்குத் தனியாகச் சலுகை இருக்கத்தானே வேணும்...?''

''யுத்த காலத்தில் என்ன சலுகை? தவிரவும் திங்கிற சோற்றுக்கும் வயிற்றுக்கும் என்ன ஐயா பேதம் இருக்கிறது... எல்லோருக்கும் தானே பசிக்கும்?''

"அப்படியென்றால் நாமும் இந்த அஞ்ஞானியும் ஒன்று என்றா சொல்லுகிறீர்?''

"ஞானி யார் அஞ்ஞானி யார் என்கிற ஆராய்ச்சியை உமது கோயிலிலே வைத்துக்கொள்ளும். இங்கு வேண்டாமே. அரிசிக் கடையில் ஞானத்துக்கு என்ன வேலை?''

முசியே பெத்ரோன் சற்று மனம் புண்பட்டவனாய் நின்றான்.

"நீரே இப்படிப் பேசுகிறீரே?''

"நான் அப்படித்தான் பேசுவேன் எந்த இடத்திலும். ஏன் உமது மதாம் துய்ப்ளெக்ஸ் இடத்திலும் இப்படித்தான் பேசுவேன்.''

''சரி. நான் வருகிறேன்'' என்றபடி நகர்ந்தான் முசியே பெத்ரோன்.

பிள்ளை சொன்னார்:

"இன்றைய தினம் நல்ல முகம் காணவில்லை. காலையிலேயே இருந்து எல்லாம் விரோதமாகவே இருந்து கொண்டிருக்கிறது.

காலையிலே நடந்த சங்கதிகள் எல்லாம் நியாயம் ஒன்றாய் இருக்க, மாறு ஒன்றாய் தோன்றுகிறது. நல்லவர்கள் என்று நினைக்கிறவர்கள் எல்லாம் விருதாவாய் வேறுமாதிரிப் பேசுகிறார்கள். இனி வீட்டுக்குப் போய்விடுவது தான் உசிதம்" என்றபடி விடைபெற்றுக்கொண்டு வீடு போய்ச் சேர்ந்தார். வீட்டிலே தேத்தண்ணீர் குடித்துவிட்டு ஓய்வாக இருந்துகொண்டிருந்தார்.

தெருவும், பல வீடுகளும் போம்களால் எரிந்து கொண்டிருந்தன.

67

அன்றைக்குக் குவர்னர் துய்ப்ளெக்ஸ் துரை ரொம்பக் கோபம் பண்ணினார். பிள்ளை அவரை, எழுதும் கபினேத்தில் வைத்துச் சந்தித்தபோது, "என்ன ரங்கப்பா, என்ன இப்படிப் பண்ணிப்போட்டாய்? இங்கிலீஷ்காரர் ஓடிப்போன பிறகு, இன்றைக்கு மூன்று நாள் நாலு நாள் ஆகிப்போச்சே. இன்னும் விழுப்புரத்திலேயிருந்து நெல் வந்து சேரவில்லையே. பட்டணத்து ஜனங்கள் சாப்பாட்டுக்கு நான் என்ன பண்ணுவேன்?" என்றார் குவர்னர், ரொம்ப விசனத்தோடு.

"சுவாமி, பிரபு. நெல்லுக்கு ஓலைபோய் ரெண்டு நாள் ஆச்சுது. இங்கிலீஷ்காரன் பட்டணத்தைச் சுற்றிக்கொண்டு இரண்டரை மாசமாக அழும்பு பண்ணினான் அல்லவோ? அதனால் அன்றோ, நெல்வரத்து இல்லாமல் போச்சுது. இனிமேல், நெல் வரத்து சரிப்பட்டு விடும் எசமானே."

பிள்ளை, சமாதானம் பண்ணிக்கொண்டு இருக்கச்சே, முசியே கொர்னேத் வந்து சேர்ந்தான். துய்ப்ளெக்சின் கோபம் இன்னும் தணிந்தபாடில்லை. "இந்தச் சண்டை வந்ததே தமிழரைத் தொட்டும், துலுக்கரைத் தொட்டும். ஒரு ஒத்தாசை, உதவி ஏதாகிலும் அரசாங்கத்துக்கு வந்ததா? பட்டத்தைக் காக்கிற சோல்ஜர்கள், சிப்பாய்கள், கூலிக்காரர்கள் முதலியோருக்கு நெல் வேணும் என்று கேட்டால் இந்தச் சண்டைக் காலத்திலே நீங்கள் முன்வந்து அல்லவோ, எங்கள் வீட்டில் நெல் இருக்கிறது, கூலிக்காரர்களுக்கும், சொல்தாதுகளுக்கும் நெல் எடுத்துக் கொள்ளுங்கள் என்று சொல்லாமல், அழிச்சாட்டியும் பண்ணினீர்களே! இது அடுக்குமா? இங்கிலீஷ்காரன் வந்துவிடுவான் என்று மெய்யாய் நினைத்து, நெல்லைக் குதிரிலே போட்டீர்கள். ஒரு இடத்திலே இருந்த நெல்லை இன்னொரு இடத்திலே ஒளித்து வைத்தீர்கள். அப்பால் புதையல் போட்டீர்கள். அந்தரங்கத்திலே குறைத்து விற்றீர்கள். வாணியர்களுடைய

மாடுகளை, சோல்ஜர்களுக்கு சோடு தைத்துக் கொள்கிறதுக்காகப் பிடித்து வந்தால் ஊர் திரண்டு, இந்தப் பாவம் அடுக்குமா என்று லபோலபோ என்று கத்துகிறீர்கள். இங்கிலீஷ்காரர்கள் புதுச்சேரியை வாங்கிக் கொண்டால், அப்புறம் அவர்களோடு கொடுக்கல், வாங்கல் விவகாரம் வச்சுக்கொள்ளலாம் என்கிற கெட்ட நினைப்பிலே இருந்துகொண்டீர்கள். எனக்குத் தெரியுமே. தமிழர் பொல்லாதவர்கள் ஆயிற்றே. கெடுநினைப்பும், பொல்லாத்தனமும் உடையவர்கள் அல்லவோ தமிழர்கள்" என்று பலவிதமாகவும் தமிழரைச் சிறுத்துப் பேசத் தலைப்பட்டார், குவர்னர் துய்ப்ளெக்ஸ்.

முசியே கொர்னேத் என்கிற இரண்டும் கெட்ட பாவி, அங்கிருந்துகொண்டு சொன்னான்:

"ஸ்ரீ குவர்னர்தோர் அவர்கள் சொன்னதெல்லாம் மெய்தான். தமிழர்கள் பொல்லாதவர்கள்தான். சண்டை சமயத்திலே என்ன நல்ல மனசைக் காண்பித்தார்கள். எல்லாம் வேஷம். ரொம்ப ரொம்பக் கெட்டவர்கள்." அனைத்தையும் அமைதியாகக் கேட்டுக் கொண்டிருந்த பிள்ளை, சொன்னார்:

"நான் சில வார்த்தைகள் சொல்ல வேணும். பிரபுக்கள் கோபப்படாமல் இருந்தால் சொல்லுகிறேன்."

"சும்மா சொல்லும்."

"குவர்னர் பெருமான் அவர்கள், அவருக்குத் தமிழர் ஒத்தாசை இல்லை. துலுக்கர்* ஒத்தாசை இல்லை என்கிறார். வெள்ளைக்காரர் ஒத்தாசையும் அவருக்கு இல்லை. அதெதினாலே என்றால், சகல லோகத்தையும் எல்லாம் ரட்சிக்கப்பட்ட சுவாமியினுடைய ஒத்தாசை அவருக்கு இருக்கிறபோது, மற்றவாள் ஒத்தாசை என்னத்துக்கு? அவருடைய உதவி, ஒத்தாசைக்குமற்ற சமஸ்த சனங்களும் அவரை அண்டியிருக்கும்போது, அவருக்கு ஒருத்தருடைய ஒத்தாசை என்ன சுவை இருக்கிறது, முசியே கொர்னேத்! இந்தப் பட்டணத்து சமஸ்த மான சனங்கள், இனிமேல் ஆற்காட்டு மட்டுக்கும் இருக்கப்பட்ட ஜனங்கள்கூட இவருடைய உதவிக்கும் ஒத்தாசைக்கும் காத்துக் கொண்டிருக்கும்போது, அவர்களுக்கு உதவி பண்ணும் பொருட்டு, நம் குவர்னரைப் பிறப்பித்து இருக்கையில், அவர் ஒருத்தருடைய ஒத்தாசையைக் கோருகிறார் என்று சொல்லுவது நியாயம் அன்று. இது மட்டுமல்லாமல், எந்த வெள்ளைக்காரனும் என்ன இந்தச் சமயத்தில் உதவி செய்தான். வெள்ளைக்காரர் தெருவிலே மட்டும் 250, 300 கரிசை நெல் இருக்குமே. யார் கொடுத்தார். தமிழர்கள் ஒளித்து வைத்தும்கூட அது ஒரு மரக்கால் வீதம் இந்தச் சமயத்திலே

---

* கமிஸ் – சட்டையைக் குறிக்கும் பிரெஞ்சு வார்த்தையின் மரூஉ.
** மெதாய் – மெடல்

நெல் அளந்தார்களே. ஒரு நியாயத்துக்குத் தமிழரும் துலுக்கரும் அளந்தாற் போல வெள்ளைக்காரர் அளந்தார்களா? தமிழர்களைச் சொல்லப்போமோ? இந்த முற்றுகைக் காலத்திலே, பட்டணத்திலே இருக்கிற சனங்கள் வெளியேறி விட்டாலும், தினம் ஒன்றுக்கு 5 கரிசை நெல் வேணும். இரண்டு மாச முற்றுகைக்குக் குறைந்தது 300 கரிசை நெல்லுக்குத் தமிழர் கொடுத்த நெல்தான் பயன் பட்டதே அல்லாமல் பின்னை யார் கொடுத்தார்? இதுவுமல்லாமல் கும்பினீயருக்குத் துரையவர்கள் கேட்டுக் கொண்டதை அடுத்து, 24 கரிசை நெல் அளந்தது தமிழர்கள் அல்லாமல் வேறு யார்? மற்றும் தாங்கள் குடியிருக்கிற வீட்டிலே மற்ற கீழ்ச்சாதிச் சனங்கள் குடியிருக்க வந்து விட்டதனால், தமிழர்கள் வீடு வீடாய் ஒதுங்கித் திரிகிறதல்லாமல், வேறு யார் துன்பப்பட்டார்கள்? தென்னை மரம் மற்றுமுண்டான மரங்கள் முதலானதுகளைத் தமிழர் வீட்டிலே வெட்டினது அல்லாமல் எந்த வெள்ளைக்காரர் வீட்டிலே நீங்கள் வெட்டினீர்கள்? சட்டைக்காரர், சொல்தாதுகள் வீட்டிலே எந்த மரமாவது வெட்டுப்பட்டதா? தமிழர்கள் தாங்கள் குடியிருக்கிற வீட்டையும் விட்டுக்கொடுத்து வெளியேறி விட்டார்களே. அப்படி விட்டுக்கொடுக்க, வெள்ளைக்காரர்கள் யாரேனும் சகிப்பார்களா? தமிழர்களைப் போல உதவி செய்கிறதிலேயும் இன்னொரு ஜாதி இருக்க முடியுமா? கண்டிப்பாய் வெள்ளைக்காரர்கள் அதுக்கு ஈடாக மாட்டார்கள்" என்றார் பிள்ளை.

துரைக்கு வெள்ளைக்காரர்களைச் சொன்னதில் ரோஷம் பொங்கிற்று போலும். அவர் சொன்னார்:

"வெள்ளைக்காரர்கள் கேட்டால் கொடுப்பார்கள்."

அதுக்கு பிள்ளை மேலும் இருந்துகொண்டு சொன்னது:

"தாங்கள் பொதுவாகத்தானே நெல் கேட்டீர்கள். எல்லோரும் கொடுங்கோள் என்றீர்கள். நாங்கள் கொடுத்தோம். வெள்ளைக் காரர் கொடுக்கவில்லை. வெள்ளைக்காரர்களுக்கென்று தாங்கள் தனியாகச் சொல்லியிருந்தீர்களா?"

துரைக்குச் சுருக்கென்றது போலும். பேசாமல் இருந்து விட்டார். சற்றுநேரம் பொறுத்துத் துரை கேட்டார்:

"ஆமாம் ரங்கப்பா! வேதபுரீஸ்வரர் கோயில் பூமியிலே ஏதோ தட்டுமுட்டுச் சாமான்கள் அகப்பட்டது என்கிறார்களே, அது என்ன சங்கதி?"

"சுவாமி, அது சொல்லத்தான் நான் இப்போது வந்தது வெண்கல நகைகள், பித்தளைச் சொம்பு, தட்டு முட்டு என்று நூறு வராகன்களுக்குத் தேறும். அதைச் சம்பாக் கோயில் பாதிரிகள் தமக்கு வேணும் என்று கேட்கிறார்கள். அந்தப் பொருள்களோ

வேதபுரீஸ்வரர் கோயிலுக்குச் சொந்தமானது. அதை யாரிடம் கொடுப்பது? குவர்னர் உத்தாரம் சொல்ல வேணும்."

குவர்னர் சற்று நேரம் யோசித்துக்கொண்டிருந்து விட்டு, அப்புறமாகச் சொன்னார்:

"அந்தப் பொருள்களை நம் வீட்டிலே சேர்த்துவிடும்."

"உத்தரவு."

இப்படியாகக் கோயில் சொத்துகள் குவர்னரிடம் போய்ச் சேர்ந்தன.

நர்மதை ஆற்றின் கீழ்ப்பக்கம். தக்கன் ஆற்றுக்குச் சமீபம். பரந்து, விரிந்து கிடந்த சமவெளியில் கூடாரம் அடித்துத் தங்கியிருந்தார் சந்தாசாயுபு. சொந்த சொத்து மற்றும் குவர்னர் துய்ப்ளெக்ஸ் அவர்கள் கொடுத்திருந்த பெரும் செல்வத்தைக் கொண்டும், சிறுகச் சிறுக ஐயாயிரத்துக்கும் அதிகமான போர் வீரர்களைச் சேர்த்து விட்டிருந்தார். சந்தா சாயுபு வீரர்கள், ஒரு பக்கம் ஓய்வு எடுத்துக் கொண்டும் இருந்தார்கள். தீவட்டி வெளிச்சத்தில் சிலர் தாயம் ஆடிக்கொண்டிருந்தார்கள். உணவும் தேத்தண்ணீரும் ஒரு பக்கம் கொதித்துக்கொண்டிருந்தன.

நர்மதையிலிருந்து கருநாடகத்துக்குப் பிரவேசிக்கும் சந்தா சாயுபுவின் எண்ணம் தாமதப்பட்டுக்கொண்டிருந்தது. பதே சாயுபுக்கு உடல்நலம் கெட்டிருந்தது. அதுவுமன்னியில் கடும் மழை வேறு அவரைக் குறுக்கிட்டுக்கொண்டிருந்தது. அனைத்துக்கும் மேலாக முசாஃபர் ஜங்கின் வருகையை அவர் எதிர்பார்த்துக் கொண்டிருந்தார். முசாஃபர் ஜங்கின் பேட்டியின் போது, எதிர் காலத் திட்டம் சிலதை முடிவு பண்ண வேண்டியிருந்தது. முசாஃபர் ஜங்கின் வருகையைக் குறித்து விவரம் அறிந்துகொண்டு வருவதற் காகத் தூதுவர்களை அனுப்பியிருந்தார் சந்தா சாயுபு. அந்தத் தூதுவர்களின் வருகைக்காக அவர் காத்துக் கொண்டிருந்தார்.

சந்தா சாயுபு தான் இருந்த கூடாரத்துக்கு வெளியே உலவிக் கொண்டிருந்தார். பனிக்காற்று பேய் பிடித்துக் கொண்டதுபோல உரப்பாய் வீசிக்கொண்டிருந்தது. அவர் காத்திருந்த தருணம் நெருங்கிக்கொண்டிருந்தது என்கிற உற்சாகமே அவரை இயக்கிக் கொண்டிருந்தது. அவர் லட்சியம் கைகூடிக் கொண்டு வரப் போகிறது. எட்டாண்டுகள் எந்த லட்சியத்துக்காகச் சதாரா சிறைச் சாலையில் தன் வாழ்க்கையைக் கழித்தாரோ, அந்த லட்சியம் நிறை வேறப் போகிறது. கூடிய விரைவிலேயே அவர் ஆற்காட்டு நவாப் ஆகிவிடுவார். நவாபாக இன்று அந்த நாற்காலியில் அமர்ந்திருக்கும் நவாப் அன்வருத்தீனை ஆற்காட்டை விட்டு அப்புறப்படுத்தி விட்டால், வெற்றிக்கனி என்பது சந்தா சாயுபுக்குப் பழுத்துவிட்டது

மட்டுமல்ல; அவருடைய சாப்பாட்டுத் தட்டில் வந்து விழுந்து விட்டது என்றே கொள்ளலாம்.

நசீர் ஜங்கு ஹைதராபாத்து நிசாமாக அங்கே இருந்து கொண்டு அழிச்சாட்டியம் பண்ணிக்கொண்டிருந்தான். அவனைப் பதவியில் இருந்து இறக்கி, அதிலே தாம் அமர முசாஃபர் ஜங்கு முயன்று கொண்டிருந்தார். ஆற்காட்டிலே, அன்வருத்தீன் நவாபு நாற்காலியிலே அமர்ந்துகொண்டு இந்தப்பக்கம் அழிச்சாட்டியம் பண்ணுகிறார். அவரை இறக்கி விட்டு சந்தா சாயுபு அதிலே அமர்ந்து கொள்ள வேணும். இந்தப் பக்கம் முசாஃபர் ஜங்கு, படையோடு வந்து கொண்டிருக்கிறார். சந்தா சாயுபுவும் படையோடு காத்துக் கொண்டிருக்கிறார். இரண்டு படையும் இணைந்து, ஏக காலத்தில் இரண்டு காரியங்களைக் கவனிக்க வேண்டியிருந்தது. நிஜாமுக்கும் நவாபுக்கும் எதிராக அவர்கள் போர் செய்ய வேண்டியிருந்தது.

முசாஃபர் ஜங்கிடம் தூதாகச் சென்றவர்கள் திரும்பி இருந் தார்கள். அதிலே ஒருத்தன் வந்து சொன்னான் :

"நவாபுக்கு ஒரு நல்ல சேதி. முசாஃபர் ஜங்கு அவர்கள் தம் படையோடு நர்மதை ஆற்றங்கரைக்கு இம்மாத இறுதிக்குள் வந்து சேர்கிறார்."

சந்தா சாயுபுவின் மனம் சந்தோஷம் அடைந்தது. நிம்மதியும் கொண்டது.

ஆற்காட்டு நவாப் அன்வருத்தீன் கானுக்குத் தம் பதவி நாற்காலியின் மேலே சுற்றுகிற கத்தியின் நிழலைப் புரிந்து கொள்ள முடிந்தது. சந்தா சாயுபு சதாராக் கோட்டையை விட்டு விடுதலை அடைந்துவிட்டார் என்றதுமே, அவர் தமக்கு ஏற்பட இருக்கிற பதவி ஆபத்தைப் புரிந்துகொண்டார். பல நாள்களாக இந்த ஆபத்தைக் கடப்பது பற்றி யோசித்துக்கொண்டிருந்தார். அவர் முன் இருந்த பிரச்சனைகளை அவர் துல்லியமாக எடைபோடத் தொடங்கினார். நவாபு அன்வருத்தீன்கான், தமது அணுக்கமாக இருந்த பட்டாபி ஐயனைப் பக்கத்திலே வைத்துக் கொண்டு, மிகவும் கவனமாகத் திட்டம் இடலானார்.

"வந்திருக்கிற ஆபத்துக்கு என்ன செய்யலாம், ஐயனே?" என்றார் நவாபு.

"படைகளுக்குப் போர் உணர்வு மங்கி மறைந்தேவிட்டது. நவாபு உடனே படை வீரர்களுக்கு உற்சாகம் ஊட்டி, அவர்களை எழுச்சியூட்ட வேண்டியது."

நவாபு யோசித்துவிட்டுச் சொன்னார்:

"அதுக்கு முதல்படியாக என்ன பண்ண வேண்டியது?"

“முதல்படியாகப் படை வீரர்களுக்குச் சம்பள பாக்கியைத் தீர்த்துப் போடும். அப்புறம் முன்பணமாகக் கொஞ்சம் பணம் கொடுத்து அவர்களைச் சந்தோஷப்படுத்தும்.”

“ஆகட்டும். அதைச் செய்வோம். அடுத்தபடியாக என்ன பண்ணலாம்?”

“தங்கள் நவாபுத்தனத்தை நீர் உடன் மெய்ப்பிக்க வேணும்.”

“அது எப்படி?”

“இருக்கும் படையைத் துருப்பிடிக்கச் செய்வதில் என்ன லாபம்? அதைத் தொட்டு ஆற்காட்டிலிருந்து புறப்பட்டு திருச்சி வரைக்கும் ஒரு படையெடுப்பை நிகழ்த்தும். ஆற்காடு தொடங்கி கருநாடகத்தின் பகுதிகள் அனைத்தும் உமது அதிகாரத்தின் கீழ்தானே இருக்கிறது. முதலில் அதை உறுதிப்படுத்திக் கொள்ளும். அடங்கிய அதிகாரிகளிடம் கப்பம் வசூலித்துக் கொள்ளும். அடங்காதவரை நேருக்கு நேராக அழித்துப் போடும். இப்படிப் போர்க் களத்திலேயே உமது படையினரை நீர் நிறுத்துவீரேயானால், சந்தா சாயுபு படையையும் ஏன், முசாஃபர் ஜங் படையைக்கூட நீர் சமாளித்துக்கொள்வீர்.”

“ஆனால் ஐயனே, சந்தா சாயுபு என் பதவிக்குக் குறி வைத்துக் கொண்டு இயங்குகிறான். அவரை எதிர்க்கலாம். அதிலே நியாயம் இருக்கிறது. ஆனால் முசாஃபர் ஜங். எனக்கு மேலே இருக்கப்பட்ட நிசாம் அல்லவோ? நசீர் ஜங், இப்போது பதவியில் இருக்கிறார். நாளைக்கு அவருக்குப் பிறகு முசாஃபர் பதவிக்கு வரவும் கூடும். இவர்களை நான் எவ்வாறு எதிர்க்கக் கூடும்?”

“அதுக்கும் ஒரு உபாயம் இருக்கிறது.”

“சொல்லும்.”

“நசீர் ஜங்கும், முசாஃபர் ஜங்கும் ஒரு குடும்பத்தின் கிளைகள். நசீர் காலம் பண்ணிப்போன நிசாமின் மகன். முசாஃபரோ மகள் வயிற்றுப் பேரன். இருவரும் ஒரு இடத்துக்குக் குறி வைக்கிறார்கள். ஆனால் முசாஃபர் அதை ஆட்சேபித்துக்கொண்டு படை திரட்டிக் கொண்டு திரிகிறான். ஆனதினால், நீர் யார் பக்கமும் உறுதியாக நிற்க வேண்டியதில்லை. யார் எப்போது வெற்றி பெறுவார்கள் என்று யாரும் சொல்ல முடியாது. ஆகவே, நீர் பாம்புக்கும் மீனுக்கும் பட்சமாக இருப்பது போலவே இருக்க வேண்டியது.”

“அதுதான் எனது கருத்தும்.”

“ஆகவே நீர் இருவருக்கும் பணம் தந்து, பரிசு தந்து, நல்ல வார்த்தையாக எழுதி, நல்ல குளுமையான சூழலில் வைத்துக் கொள்ள வேண்டியது.”

"அந்தக் காரியத்தை உடனே தொடங்க வேணும். முதலில் நசீர் ஜங்குக்கு லிகிதம் எழுதும். அப்புறம் முசாஃபர் ஜங்குக்கும் எழுதும். நமக்கு எதிரி சந்தா சாயுபுவேயன்றி வேறு யாரும் அல்லர்."

"அது உள்ளது."

"ஐயனே! சந்தா சாயுபுவை எப்படி எதிர்கொள்வது?"

"அவர் சிறைக் கிடங்கிலே எட்டாண்டுகள் இருந்தவர். அவருக்கும் வயது ஆகிவிட்டது. அவரும் கிழவராகிவிட்டார். தவிரவும், அவரிடம் போதுமான பணமும் கிடையாது.

படைகளும் கொஞ்சமாகவே இருக்கிறது அவரிடம். படைகளுக்குச் சம்பளம் கொடுக்க முடியாமல் கொள்ளையடித்துக் கொள்ள உத்திரவிடுகிற நபர் அவர். அவர் எப்படி உமக்குச் சரியாக முடியும். அவர் உம்மை எதிர்ப்படுவார்."

"எங்கே?"

"திருச்சி, மதுரைவரை நீர் படையெடுப்பு நிகழ்த்தி நடக்கிற போதோ, திரும்புகிறபோதோ உம்மை அவர் எதிர்ப்படுவார். தவிரவும் நர்மதை ஆற்றங்கரையில் இருக்கும் அவர், தமிழகத்துள் நுழைய பல நாள்கள் ஆகும். களைத்துப் போய் வருகிற அவரால் உம்மோடு எப்படிச் சண்டை போட முடியும்?"

நவாபுக்கு, ஐயன் சொன்னது மிகவும் சந்தோஷத்தைத் தந்தது.

நவாபு உலவிக்கொண்டே யோசித்துக்கொண்டிருந்தார்.

"சந்தா சாயுபுக்குப் பிரெஞ்சுக்காரர் துணையாக இருக்கிறார்களே."

"இருக்கட்டுமே. அது நல்லதுதானே. உமக்கு ஆங்கிலேயர் துணை செய்ய வருவார்களே. நீர் ஆங்கிலேயரைப் பயன் படுத்திக்கொள்ளும்."

"ஐயனே, இந்த இரண்டு வெள்ளைக்காரர்களில் யார் மிகவும் நம்பகமானவர்கள் என்பதைச் சொல்லும்."

"எரிகிற கொள்ளிகளில் எந்தக் கொள்ளி நல்ல கொள்ளி? அதுபோலத்தான் இதுவும்."

"என்ன இப்படிச் சொல்கிறீர்?"

"அது அப்படித்தான். இரண்டு பேருமே நமக்குக் கொள்ளிகள் தாம். இங்கிலீஷ்காரர் இடத்தில் கிளைவு என்கிறவன் வந்திருக்கிறான். பிரெஞ்சுக்காரர்களுக்கு துய்ப்ளெக்ஸ் இருக்கிறான். இருவரின் குணநலன்களைச் சொல்லுகிறேன் கேளும்" என்றார் பட்டாபி ஐயன்.

68

ஆற்காட்டு நவாப் அன்வருத்தீன் கான், தன் லங்காவோடு (ராணுவத்தோடு) திருச்சியை நோக்கிப் புறப்பட்டார். ஆற்காடு தொடங்கி, குமரி வரைக்கும் ஆன தமிழ்ப்பிரதேசத்தில் திருச்சி மட்டுமே, அவருடைய ஆதிக்கத்துக்கு உட்படாததாகவும், மராத்தியர்களின் ஆட்சிக்குட்பட்டு இருந்ததும் அவரைச் சங்கடப்படுத்தும் சமாச்சாரமாக இருந்தன. ஆற்காட்டில் இருந்து திருச்சி செல்லும் திசையெல்லாம் அவருக்கு ஜெயமே விளைந்து கொண்டிருந்தது. அவரை வாலிகொண்டபுரத்திலே அவர் மகன் முகமது அலிகான் எதிர்கொண்டு வந்து இணைந்து கொண்டான். வாலிகொண்ட புரத்திலே உசேன் சாயுபு, எதிர்கொண்டு வந்து ரூபாய் இரண்டாயிரம் நசீர் (திறை) வைத்து, அவரைப் பணிந்துகொண்டார். பிறகு இரண்டாயிரம் கொடுப்பதாகச் சந்து பண்ணிக்கொண்டார். உடையார்பாளையம் ஜமீந்தார், நாற்பதாயிரம் வராகன் தருவதாகத் தீர்த்துக்கொண்டு உடன் நசீராக இருபதாயிரம் கொடுத்துவிடுவது என்றும் மற்றது இன்னும் மூன்று மாதங்களில் தருவது என்றும் தீர்மானம் ஆயிற்று. செல்ல கனகராயபிள்ளை என்கிற நிலச்சுவான்தாரரும், குத்தகைதாரரும் இருநூறு வராகன் நசீர் வைத்து, முன்னூறு வராகனுக்கு விருந்தும் வைத்தார்.

விருந்தின்போது, ஊர் பெரிய தனக்காரர்களும், இன்னும் உண்டான பெரிய மனுஷர்களும் நவாபைப் பேட்டி பண்ணிக் கொள்ள வந்தார்கள். பெரிய தரத்து அதிகாரிகளில் ஒருவரான காதர் குலாம் இருந்துகொண்டு, "நவாப் சாகேப்.. புதுச்சேரியிலே பெரிய வெற்றித் திருவிழா கொண்டாடியது, நவாபு அறிந்திருப்பாரே. மாசக் கணக்கிலே இங்கிலீசுக்காரர்கள், புதுச்சேரியைச் சுற்றி வளைத்துக்கொண்டு, தண்ணீரிலும், தரையிலும் பெரிய ரவுசு பண்ணியும்கூடப் புதுச்சேரியை ஜெயம் பண்ண முடியாமல் போச்சுதே" என்றார்.

"நவாபு அவர்கள் அப்போதே, பிரெஞ்சுக்காரர்களின் வெற்றித் திறனைப் பற்றிப் பேசினார்களே..." என்று நவாபின் முன் யோசனையை மெச்சிக்கொண்டார் இன்னுமொரு அதிகாரி.

நவாபு அதை அங்கீகரித்துப் பெரும் சிரிப்பு சிரித்தார். பிறகு சொன்னார்: "நாம் முன்னதாகவே சொல்லவில்லையா? பிரெஞ்சுக்காரர்கள் பெலத்து இருக்கிறார்கள். இங்கிலீசுக்காரர்கள் நாமத்துகளா (திறமைக்குறைவாக) இருக்கிறார்கள் என்று சொன்னேன் அல்லவா?"

"அது உள்ளது... அது உள்ளது..." என்று எல்லோரும் ஆமோதித்தார்கள். பிரெஞ்சுக்காரர்களை ஆமோதித்தவர்கள்

எல்லாம், முற்றுகைக்கு முன்னாலே ஆங்கிலேயர்களை ஆதரித்த வர்கள் என்பது நவாபுக்கு ஏனோ மறந்து போய்விட்டது. மீண்டும் நவாபு இருந்துகொண்டு சொன்னார்:

"நமக்கு ஆற்காட்டை விட்டுப் புறப்படுகிறச்சே ரொம்பத் தயக்கமாகத்தான் இருந்தது. எதற்கும் இருக்கட்டும் என்று பெரிய பட்டாளத்தைக் கூட்டி வந்தேன். ஆனால், வருகிற வழியிலே, நம்மை யாருமே எதிர்க்கவில்லையே. எல்லோருமே நம்மை மரியாதை பண்ணிக்கொள்கிறதும், கண்டுகொள்கிறதும், நசீர் வைக்கிறதும் ஆக இருக்கிறார்களே. கர்நாடகத்தில் சண்டை போடுகிறவர்களே இல்லாமல் அன்றோ இருக்கிறார்கள். தமிழர்களிலே ரொம்பவும் சண்டை பண்ணக்கூடியவர்கள், அவர்கள் எல்லாம் நம் மேலாதிக் கத்தை ஏற்றுக்கொள்கிறது, நமக்கு மிகுந்த ஆச்சரியம் தருகிறது" என்றபடி தம் வெற்றியைச் சிலாகித்துக் கொண்டார்.

தமிழரும், ஒரு சிறு ஆட்சி அதிகாரியும் ஆன பொன்னம்பல முதலி இருந்துகொண்டு, "அதேது? தங்களைப் போன்ற பெரும் மன்னர் பெருமானை எதிர்க்கும் துணிவும் ஆற்றலும் எம்ம னோர்க்கு ஏது? வாரணத்தைப் பூனை எதிர்ப்பது போலன்றோ அது" என்றார்.

"முதலி வெகு சமர்த்தாகச் சொன்னார். தங்களைத் தமிழர்கள் எதிர்ப்பதாவது? பிரெஞ்சுக்காரரும், ஆங்கிலேயரும்கூட தங்களை எதிர்த்துக்கொள்ள மிகவும் தயங்குகிறார்கள். வெகு அச்சப்படு கிறார்கள் எனில், இந்தத் தமிழர்கள் எங்கே? தங்கள் சேனை பலம் என்ன? தங்கள் வீரம் என்ன? அது உலகுக்கே தெரிந்த சங்கதிகள் அன்றோ?" என்றார் கும்பினியர்களுக்குச் சரக்கு முகவராக இருக்கிற செட்டியார்.

நவாபு, இவர்களின் பேச்சை வெகுவாக ரசித்துச் சிரித்தார்.

"என்னை இந்த நவாபு பதவிக்கு நியமனம் செய்திருக்கிற நிசாம வர்களே இன்றைய தேதிக்கு எங்களைப் பகைக்க முடியாதென்றால், இந்தத் தமிழர்கள் எனக்கு எம்மாத்திரம்?"

"அது உள்ளது" என்று அதிகாரிகள் அவருக்கு இசைவாகப் பேசினார்கள்.

"இறைவன் நம் பக்கம் இருக்கிறார். அல்லாவிடில் ஆற்காட்டில் நம் இருக்கை சங்கடத்துக்குள்ளான போது நிசாம் ஆசப்ஜா கால மாவாரோ? அவருக்குப் பிறகு நாசர் ஜங்கு நிஜாம் ஆகியிருக்கிறார். காலம் பண்ணிப்போன நிஜாமின் மகள் வயிற்றுப் பேரன், முசாஃபர் ஜங்கு, நசீர் ஜங்கின் ஆட்சி எடுக்கையை மறுதலிக்கிறார் அன்றோ? இது நமக்குச் சாதகமான விஷயங்கள் அல்லவோ? நாம் ரெண்டு பேரையும் லட்சியம் பண்ணப் போவதில்லை. நாம் சுயேச்சை நவாபாக இருக்கிறோம். என்றென்றைக்குமாக..."

அன்வருத்தீனின் அதிகாரி, இந்தத் தருணத்தைப் பயன்படுத்திக் கொள்ள எண்ணம் கொண்டார் போலும். அவர் சொன்னார்:

“சுல்தான்... முசாஃபர் ஜங், எப்படியும் நிஜாமியைப் பிடித்து விட வேணும் என்கிறதுக்காக, புதுச்சேரியிலே இருக்கப்பட்ட துய்ப்ளெக்சு துரையின் சகாயத்தைக் கோரியிருக்கிறார். அக் கோரலானது, துய்ப்ளெக்சின் அந்தஸ்தை மிகவும் உயர்த்தி விட்டிருக்கிறது. நிசாமாக முசாஃபர் ஜங் ஆளுநர் என்றாலோ அது துய்ப்ளெக்சே கர்நாடகத்துக்கு அதிபதி என்றாற்போல ஆகிவிடும். கர்நாடகத்தை மேலிருந்து நிசாமும், நிசாமுக்குக் கீழே ஆற்காட்டு நவாபும் ஆகிய இரண்டு பேரும்தானே மேலாண்மை செலுத்திக் கொண்டிருக்கிறார்கள். தக்காணத்தின் நிசாமாக முசாஃபர் ஜங்கும், ஆற்காட்டு நவாபாக துய்ப்ளெக்சு விரும்புகிற சந்தா சாயுபு அவர்களும் ஆகிவிட்டார்கள் என்றாலோ, நிலைமை மிகவும் விபரீத மாகிப் போகும். பிரெஞ்சுக்காரர்களுக்கு நர்மதா நதியில் இருந்து கன்னியாகுமரி மட்டுக்கும் செல்வாக்கு அதிகரித்து, அவர்களே ஆட்சியாளர்கள் என்றாகிவிடும்” என்று எதார்த்தத்தைச் சொல்லிக் கொண்டே வந்த அந்த அதிகாரி, அவருடைய எதிரில், நவாபின் அணுக்கச் சினேகிதரும் படையின் மிக முக்கியப் பொறுப்பில் இருப்பவருமான மீர்சாகேப்பின் கண் ஜாடையை ஒரு கணத்தில் புரிந்து கொண்டார். தம் கழுத்துக்குக் கத்தியைத் தானே தேர்ந் தெடுத்துக் கையில் எடுத்து நவாபுக்குக் கொடுத்துக்கொண்டிருக் கிறோம் என்கிற சுயபுத்தி மேலிட தாம் சொல்லிக்கொண்டு வந்த பேச்சை மாற்றி முடித்தார்:

“பிரெஞ்சுக்காரர்கள் என்ன கற்பனைக் கோட்டையைக் கட்டினாலும், எந்த நிஜாம் அரியாசனத்தில் அமர்ந்தாலும் தங்கள் ஸ்திதியை யாராலும் மாற்ற முடியாதே. ஆற்காட்டு நவாபாகத் தாங்களும் தங்கள் வமிசத்தாரும் மட்டுமே இருக்க முடியுமே தவிர மற்றொருவர் தங்கள் இடத்தில் இருப்பது எப்படி? அது இறைவனின் விருப்பத்துக்கும் விரோதமாக அல்லவா முடியும்?”

துய்ப்ளெக்சின் யோசனைகள் குறித்துச் சொல்லிக் கொண்டு வந்தபோது கண் சிவந்த நவாபு கடைசிப் பகுதிப் பேச்சைக் கேட்டதும் முகம் மலர்ந்தார். “சபாஷ்... உள்ளதைச் சொன்னாய்...” என்றபடி தன் கையிலிருந்த மோதிரத்தைக் கழற்றி அவர் முன் போட்டார். அதிகாரி, குனிந்து அந்த மோதிரத்தை எடுத்துக் கொண்டார்.

குவர்னர் மாளிகையில், குவர்னரும் சின்னதுரை முதலான பெரும்தரத்து அதிகாரிகளும் ஆனந்தரங்கப் பிள்ளையும் கூடி இருந்தார்கள். துரை அவர்கள் இருந்துகொண்டு கேட்டார்:

“ரங்கப்பா, நவாப் அன்வருத்தீனின் திருச்சிப் படையெடுப்பு என்ன ஸ்திதியில் இருக்கிறது? அதுபற்றி ஏதேனும் தகவல் வந்ததா?”

“பிரபு, அது பற்றி நம் உளவு ஆட்கள் நவாபைத் தொடர்ந்து சென்று உளறவறிந்து செய்தியை அனுப்பிக்கொண்டேயிருக்க ஏற்பாடு செய்திருக்கிறேன். அவர்கள் செய்தி அனுப்பியிருக்கிற லயனத்தைச் சொல்லுகிறேன், கேளும். நவாபு அவர்கள் தஞ்சையைத் தாக்கும் பொருட்டுச் சந்தியகை எனப்பட்ட ஊரிலேயும், திருக்காட்டுப்பள்ளி என்கிற ஊரிலேயிருந்தும் முகாம் இட்டுக் கொண்டு வேளை பார்த்துக்கொண்டிருப்பதாக நமக்குத் தகவல் வந்திருக்கிறது.”

“தஞ்சாவூர் வீழ்ந்து போய்விடுமா?”

“அப்படிச் சொல்வதற்கு இல்லை ஐயனே! தஞ்சாவூர் ராசா பிரதாப சிங்கர், லேசுப்பட்ட ஆள் அல்ல. ஆனானப்பட்ட காட்டு ராசாவையே செயித்தவர் என்றால் பார்த்துக் கொள்ளுங்களேன். நவாபுவின் நோக்கம், நாட்டை, ஊரை செயிப்பது அல்லவே. ஆங்காங்கே தங்கி, சண்டை போடுவதாகப் பாவனை செய்துகொண்டு கிடைத்தவரைக்கும் பணம் தண்டுவது அல்லவா, அவர் நோக்கம். இடையிடையே, நிசாம் அவர்கள்கூடத் தம்மை ஒன்றும் ஜெயம் பண்ணிக்கொள்ள முடியாது என்று பெருமைப்பட்டுக் கொண்டும் இருப்பதாகத் தகவல் வந்திருக்கிறது.”

சின்னதுரை இருந்துகொண்டு சொன்னார்:

“துரை அவர்களே! முசாஃபர் ஜங்கை நாம் ஆதரித்து நிற்கிறோம் என்பதை நவாபு அறிந்தால், அதன் எதிர் விளைவு எப்படி இருக்கும்?”

துய்ப்ளெக்ஸ் யோசித்துவிட்டுச் சொன்னார்:

“அவர் அதைக் கட்டாயம் அறிவார். அவர் மறைமுகமாக வாவது, முசாஃபர் ஜங்கை ஆதரிப்பார். கடைசியிலே இருக்கப் பட்ட நசீர் ஜங்கை அவர் பகைத்துக்கொள்ளவும் மாட்டார். அதே சமயம், அந்தரங்கத்தில் முசாஃபர் ஜங்கை ஆதரிக்கவும் செய்வார்.”

சபை நகைத்தது.

துரை இருந்துகொண்டு ரங்கப்பிள்ளையைப் பார்த்துக் கேட்டார்:

“ரங்கப்பா, துருக்கர் ராஜாங்கம் பற்றி நன்றாக அறிந்தவன் நீ! இப்போ நவாபுவை நாம் எவ்வாறு சமாளிக்கலாம்? நாம் நசீர் ஜங்கின் பக்கம் இல்லை. அது நசீர் ஜங்குக்கு எப்படி இருக்கும்? அவர் என்ன காரியம் பண்ணுவார் என்று நினைக்கிறாய்?”

ரங்கப்பிள்ளை முகவாயைத் தடவிக்கொண்டு சிந்தனையில் ஆழ்ந்திருந்தார். அப்புறம் சொன்னார்:

“ஐயனே! நசீர் ஜங்கை நாம் ஆதரியாது முசாஃபர் ஜங்கை ஆதரித்தாலும் நவாபு அன்வருத்தீனை ஆதரியாது, அந்த இடத்துக்குச் சந்தா சாயுபுவை ஆதரித்தாலும் அதை வெளிப்படுத்திக் கொள்வது உசிதம் அல்ல. நாம் அந்தரங்கத்தில் அவர்களை ஆதரிக்க வேணும். பகிரங்கத்தில் ஆட்சிக் கட்டிலில் இருப்பவரை மட்டுமே ஆதரிக்க வேணும்...”

சின்னதுரைகள், அவர் சொன்னதை மிகவும் ஆதரித்தார்கள்.

“அதனால்தானே, உன்னைக் கேட்டது ரங்கப்பா. உனக்குத் துருக்கச் சமாச்சாரம் அனைத்தும் அத்துப்படி அல்லவோ. தகுந்த யோசனை ஒன்றை எனக்குச் சொல்.”

அதற்குள் அங்கிருந்த கனவான்களுக்குக் கபே பரிமாறப் பட்டது. குவர்னரும் சின்னதுரைகளும் ரங்கப்பரும் கபே குடித்தார்கள். கபே குடித்தானதும் ரங்கப்பிள்ளை தம் யோசனையைச் சொன்னார்:

“எசமான்... நம் உடனடி அதிகாரி ஆற்காட்டு நவாப்பாக இருக்கிறார். அவருக்கும் மேலான அதிகாரியாக ஆற்காட்டு நிசாம் இருக்கிறார். தில்லியிலே இருக்கப்பட்ட அரசருக்கும் நமக்கும் என்ன ஆச்சுது? அது ஒன்றும் இல்லை. நாம் கவலைப்பட வேண்டுவது நிசாமைப் பற்றித்தான். அதைத் தொட்டு அவருக்குச் சினேகமாக நாம் இருக்கிறோம் என்பதை அவருக்கு நாம் அறியச் செய்து கொள்ளுவோம். அதேசமயம் இந்த ஆற்காட்டு நவாபு, நம் பட்சம் இல்லை என்பதையும் அவருக்குச் சொல்லிக்கொள்வோம்.”

“ஆமாம்... நாளைக்கு நாம் சந்தா சாயுபு பக்கம் பட்சம் வைத்தது தப்பு என்று நசீர் ஜங்கு சொல்லக்கூடாது” என்றார் சின்னதுரை.

“ஞாயம்தான்” என்று ஒப்புக்கொண்டார் துய்ப்ளெக்ஸ். பிறகு கேட்டார்:

“அதுக்கு நாம் என்ன பண்ணலாம், சொல்... ரங்கப்பா” என்றார் குவர்னர்.

“பெருமானே... நாம் நசீர் ஜங்குக்குக் கடிதாசி எழுதுவோம்... அக்கடிதாசியிலே, நாம் நசீர் ஜங்கின் ஆதிபத்தியத்தை ஒப்புக் கொண்டதுபோலத் தொனியை ஏற்படுத்துவோம். அதிலே, இந்த ஆற்காட்டு நவாப்பு அன்வருத்தீன் இங்கிலீசுக்காரர் பக்கம் சாய்ந்து கிடக்கிறார், அது நல்லதுக்கு இல்லை என்றும் நமக்கு எதிராக மிகவும் நடந்துகொள்கிறார் என்றும் பிராது செய்து கொள்ளுவோம்.”

“இப்படி எழுதினால் என்ன லாபம்?”

“நாளைக்கு அவர் எதிராக நாம் நடந்துகொள்ளும்போது, நம் பக்கம் நியாயம் இருக்கும்.”

"அதேசமயம் நிசாம் நம் மேல் கோபம் அடையாமல் படிக்கும் இருக்கும்."

"ரொம்ப நல்ல தந்திரம் ரங்கப்பா. அதன்படி பார்சி எழுத்தில், அவருக்கு ஒரு தபால் எழுதி ஆள் விவரம் கொடுத்து அனுப்பு. அப்புறம் அந்தரங்கத்திலே நாம் என்ன செய்யலாம். சொல்லு..."

ரங்கப்பிள்ளை சொன்னார்:

"தஞ்சாவூரை முடித்துக்கொண்டு, அடுத்தபடியாக நவாபுக்குச் செஞ்சி பக்கம் வர வேணுமென்று ஆசையாம். செஞ்சிப்பக்கம் அவர் தண்டு எடுத்துக்கொண்டு வரச்சே அவரை நம் சந்தா சாயுபு வழி மறித்துக்கொண்டு தாக்குவார். அந்தச் சமயத்தில் அவருக்குத் துணையாக நாம் படை அனுப்புவோம்."

சின்னதுரை இருந்துகொண்டு சொன்னார்:

"குவர்னர் அவர்களே! இந்தத் தந்திரத்தில் நாம் தோற்றுப் போவோம் என்றால், நாம் மிகவும் பங்கப்பட்டுப் போவோம். அதுமட்டும் அல்லாமல் பிரான்ஸ் அரசருக்கும் – அரசர் நீடூழி வாழட்டும் – பதில் சொல்லும்படியாக இருக்கும். அத்துடன் வர்த்தக ரீதியாக நிறைய நஷ்டம் ஏற்பட வாய்ப்பு இருக்கிறது..."

"அதுவும் மெய்தானே ரங்கப்பா... நம் தந்திரத்தில் எங்காவது குளறுபடி ஏற்பட்டு விடாதே."

நிச்சயம் ஏற்படாது எசமானே. ஜெயதேவதை உங்கள் பக்கம்தான் நிற்கிறாள். எந்தப் பங்கமும் தங்களுக்கு ஏற்பட நான் அனுமதிப்பேனோ? கியாதி வந்தால் அது தங்களுக்கு என்றும் அபக்யாதி வந்தால் அது எனக்கு என்றும் என்றல்லவா நான் வாழ்ந்துகொண்டிருக்கிறேன். தங்களுக்குச் சின்னஞ்சிறு தாழ்வு வந்தாலும், அது ஏழு பிறவிக்கும் காராம்பசுவைக் கொன்ற பாவம் அல்லவா எனக்கு வந்துசேரும். கங்கைக் கரையில் பசுவைக் கொன்றவனின் பாவம் என்னை வந்து சேரட்டும்."

துரையவர்கள் சிரித்தார். சபை சிரிப்பில் ஆழ்ந்தது. பிறகு துரை கேட்டார்:

"சந்தா சாயுபு இப்போது எங்கே இருக்கிறார்?"

"சுவாமி, பெத்நகர் அரசருக்கும் சித்திரக்கல் ஆளுநருக்கும் இடையே ஏற்பட்டிருக்கிற சண்டையிலே சித்திரக்கல் சார் பாகவும் முசாஃபர் ஜங் சார்பாகவும் கலந்துகொண்டு சண்டை போட்டுக்கொண்டிருக்கிறார்."

"சண்டையிலே அவர் ஜெயம் காண்பாரா?"

"அவருக்குச் சுக்கிரதசை எசமானே. எல்லா கிரகங்களும், நட்சத்திரங்களும், திசா புத்திகளும் சரியாக இயங்கிக் கொண்டி

ருக்கின்றன. ஆகையினால் நிச்சயம் அவர் வெற்றி பெறுவார், ஐயனே."

"உமது சோசியம் பலிக்கும் அல்லவா?"

"ஒருமுறை தோற்கும்."

"அது எப்போ?"

"சூரியன் மேற்கில் உதிக்கிறபோது."

சபை சிரித்துக்கொண்டு, 'சபாஷ், அபாரம்' என்றது.

69

கவி கஸ்தூரி ரங்கய்யனை அழைச்சுவிட்டிருக்கிறார் ஆனந்த ரங்கப்பிள்ளை. கவியும், தட்டாமல் நாலு தினங்களில்தானே வந்து சேர்ந்தார். பிள்ளை, காலமே பழையதைச் சாப்பிட்டுப் போட்டு, பாக்கு மண்டியில் வந்து அமர்ந்து இருந்தார். அந்த நேரம் பார்த்துக் கவி வந்து சேர்ந்தார்.

"நமஸ்காரம், பிள்ளைவாள். வரச் சொன்னீர்களாமே" என்றபடி, பிள்ளைக்கு முன்பாக அமர்ந்துகொண்டார், கவி.

"வாரும். பிரயாணம் எல்லாம் சௌகர்யமாக இருந்தது அல்லவா?"

"பேஷாக இருந்தது."

"ஸ்நானம் பண்ணி, சாப்பிட்டு வாருமே."

"எல்லாம் ஆச்சு. காலமே, நேராகத் தங்கள் மாளிகைக்குத் தான் போனேன். ஸ்நானம் செய்துகொண்டு, சாப்பாட்டையும் முடித்துக்கொண்டுதான் இங்கு ஓடி வந்தேன். உமது சம்சாரம் சாப்பாடு பண்ணி வைக்காமல் அனுப்பிவிடுவார்களா, என்ன? ஸ்ரீராமனுக்கு வாய்த்த சீதை மாதிரியல்லவா, அவர்!"

"ரொம்ப நல்லது" என்றபடி, சந்தோஷப்பட்டுக் கொண்டார், அவர். பின்னர் தொடர்ந்தார்:

"கவிஞரே, உம்மை ஒரு முக்கியமான சமாச்சாரமாகத்தான் இங்கு வரவழைச்சேன். என்னவென்றால், நமது புதுச்சேரிப் பட்டணத்தை இங்கிலீஷ்காரர்கள், பல மாதங்களாகச் சுற்றிக் கொண்டிருந்துவிட்டு, போன வாரம்தான் அகன்றார்கள். பட்டணத்துக்கு நேர்ந்த பெரிய அபாயம் அகன்றது. அதைக் கொண்டாடத் தீர்மானித்திருக்கிறோம். அதைத் தொட்டு, குவர்னர் பெருமான் துய்ப்ளெக்ஸ் துரையைப் பாராட்டிக் கௌரவிக்கிற

மாதிரி, நீர் ஒரு பாட்டு எழுதித் தரவேணும். நல்ல பாட்டாக நீர் போட வேணும். அதைத் தாசிகளை வைத்து, ஆடுவிக்க வேணும்."

"அவ்வளவுதானே? அது ஆச்சு என்று மனசுக்குள் போட்டுக் கொள்ளுங்கள். இன்றே என் வேலையைத் தொடங்கி விடுகிறேன்."

"செய்யும்."

அப்புறம், லோகாபிரமமாக அவர்கள் பேசத் தொடங்கினார்கள்.

"என்ன பிள்ளைவாள். நீங்கள் துபாஷா இருக்கிற காலத்திலே கோயில் இடிபட்டது என்று ஆச்சுதே."

"என்ன பண்ண? நம் வாழ்க்கையில் நேர்ந்த ஒரு மறுதான் அது."

"கவலைப்படாதீரும். நிலவுக்கு வந்த களங்கம் என்று நினைத்துக் கொள்ளும். அதனால், அது வெறுக்கப்படுவது இல்லையே."

"அது உள்ளது. குவர்னர் பெருமானைப் பற்றி, திருச்சிராப் பள்ளிப் பக்கம் என்ன பேசுகிறார்கள்?"

"அதுதானே? இங்கு துய்ப்ளெக்ஸ் பெருமான் ஆட்சியா நடக்கிறது. அவர் பெண்சாதி ஆட்சி அல்லவா நடக்கிறது என்று ஜனங்கள் பேசிக்கொள்கிறார்கள்."

"அது நிஜம்தானே. அதுதானே நடந்துகொண்டிருக்கிறது. மகாபுத்திமானும், மகாகீர்த்திமானும் ஆன இந்தப் பிரபுவுக்கு இப்படி ஒரு பெண்சாதி வாய்த்தாளே, அதுதான் துயரம்."

"அவருடைய சாதகம் அப்படி இருக்கையில் யார் என்ன பண்ணுவது."

கவி, அன்றே கவி புனையத் தொடங்கிவிட்டார். பிள்ளை, கவிராயருக்கு என்று தம் வீட்டு மேல்மாடியை ஒழிச்சுக் கொடுத்திருந்தார். கவி, அங்கு இருந்துகொண்டு பாடல்களைப் புனைந்து கொண்டிருந்தார். நான்கு தினங்களில் எழுதி முடித்ததைப் பிள்ளையின் முன் அரங்கேற்றவும் செய்தார். பிள்ளை கேட்டார்:

"குவர்னர் பெருமானைப் பாராட்டிப் பேசிய இடத்தை மட்டும் சொல்லும்."

காகிதங்களைப் புரட்டி ஒரு இடத்தை எடுத்து வாசித்தார், கவி.

"அதோ போகிறான், பாரடி – சிவந்த
ஆகாயச் சூரியன் போகிறாற் போல
அவனே எந்தன் ஆளடி...

(அதோ போகிறான் பாரடி)

செம்பருத்திப் பூக்களை வம்பாய் அரைத்து
சீமைப் பசும்பாலைக் கொஞ்சமாய்ச் சேர்த்து,
தட்டிச் செய்த தட்டடை மாதிரி – என்
கட்டித் தங்கம் மேனி வண்ணம் பாரடி

(அதோ போகிறான் பாரடி)

வெள்ளைச் சுண்ணாம்பு போலவே கமிசும்*
வெற்றிலைச் சாந்தம்போல் சிவப்புச் சராயும்,
ஆட்டுத் தலை போலே கனத்த சப்பாத்தும்,
மேட்டிமையோடே கொலைத் துப்பாக்கியுடனே

(அதோ போகிறான் பாரடி)

பாரீசுப் பட்டணம் பார்க்கெலாம் திலகம்
சீரிசைத் துய்ப்ளெக்சு திருமகன் உதயம்
சீராமன் மனைவிளக்கு சீதை போல் ஜெனனம்
மூனம்மாள் அவள் நாமம் சிலாக்கிய சொரூபம்

(அதோ போகிறான் பாரடி)

வங்கத் திருநகர் கல்கத்தா
சங்கடம் தருகிறார் மராத்தா
ஆற்காட்டு நவாப்பு
சொல்கிறாராம் சவாப்பு
அசகாய ஈரோட்டி
சால்ஜாவாய் சண்டை போட்டு
செண்டை, பிருதா, மெதாய்** போட்டு

(அதோ போகிறான் பாரடி)

முட்டைக் கண்கள் நெருப்பு பறக்கவே
முழுநீள நாக்கு வெளியே தொங்கவே
வெகுகோபமாகவே – ஆங்காரமாகவே
எதிரிகளான ஆங்கிலேயப் புழு பூச்சிகளை
வெட்டியும், குட்டியும், தட்டியும் – வெகு
பராக்ரமத் தோடே – ரௌத்ர பித்ரு

(அதோ போகிறான் பாரடி)

ஏழு கிணறு தண்ணீர் குடிக்கும்
சென்னப் பட்டணம்.
எடுத்ததுக் கெல்லாம் காசு கேட்கும்
குபேரபட்டணம்,
எடுப்பாய் இருக்கும் சாந்தோமு,

அடையாற்றுப் பாலம்,
சைவக்கார மயிலாப்பூரு
நாமக்கார அல்லிக்கேணி
செங்குந்தர் வாசம் பண்ணும்
சின்னதரிப் பேட்டை
விண்ணுக்கு நிகரான வண்ணாரப்பேட்டை,
ஒரு வெற்றி தவறாத திருவொற்றியூரு,
பிரம்பூரு, அயனாவரம்,
சின்னமலைக் கோட்டை,
அத்தனையும் செயித்த வீரன்,
புஜபல பராக்ரம சூரன்,
தென்று தமிழ் பேசுகிற தீரன்,
தமிழர் வெள்ளையர்க்கு உபகாரன்

(அதோ போகிறான் பாரடி...)
பாடலைக் கேட்டுக்கொண்டிருந்துவிட்டு பிள்ளை
சொன்னார்:

"சபாஷ்... ரொம்ப நல்லாவே இருக்கு... கவிராயரே... ஆனால், துய்ப்ளெக்சு பெருமான் சிறப்புகளிலே, கப்பல் சண்டை ரொம்ப முக்கியமானது அல்லவா? அதைப்பற்றி ஏதாவது எழுத வேணுமே..."

"எழுதியிருக்கிறேனே... இதைக் கேளுங்கள் பிள்ளைவாள்..." என்றபடி அந்தப் பகுதியைப் படிக்கத் தொடங்கினார் கவி.

"அப்பப்பா கப்பல் சண்டை
அகில வினோத அழகு சண்டை – கொடும்
ஆங்கிலேயருடனே
அருமைப் பிரெஞ்சியர் போட்டார்களே... (அப்பப்பா...)
வங்கக் கடல் மீது – பிரெஞ்சியர்
கப்பல்கள் மேல் இருந்தபோது – இங்கிலீஷான்
வந்தான் பார் ரொம்பத் தோது –
செய்தானே வெட்டிப் பேச்சு வாது
அப்பப்பா கப்பல் சண்டை
அய்யோ உடைஞ்சது பாரு மண்டை.
கப்பல் தளத்து மேலே துய்ப்ளெக்சு – கலி
காலனை போல் நின்றான் தமாசு – அடே
தொப்பை இங்கிலீசு – வாரான் கடாசு
தொப்புப் தொப்பென்று விழராராம் சவாசு
எடுத்தாரையா துப்பாக்கி –
எமகாதகன் துய்ப்ளெக்சு

சுட்டாரைய்யா ஒரு வட்டம்
துடைப்பக்கட்டை துப்பாக்கி
எலந்தப்பழம் விழுந்தாற்போல
இங்கிலீசுக்காரன் விழுந்தானாம்...
களாம்பழம் விழுந்தாற்போல – திருப்பாப்
புலியூரான் விழுந்தானாம்.
பனம்பழம் விழுந்தாற்போல
பாவி மக்கள் விழுந்தாராம்...
பீமசேனன் துய்ப்ளெக்சு
எடுத்தாராம் பீரங்கி.
போட்டாராம் நூறு குண்டு
பொலபொலன்னு பத்து குண்டு.
இடப்பக்கம் ஏழு குண்டு
இம்மென்னும் முன்னாலே
இருநூறு குண்டு போட்டார்.
இங்கிலீசுக்காரனெல்லாம்
இடுப்பொடிந்து விழுந்தானாம்.
எமனான கப்பல் எல்லாம்
இரண்டிரண்டாய்ப் போச்சுதாம்...

“இது போதும் ஓய்... அப்புறம் என்ன பண்ணப்போகிறீர்?”

“எனக்கு நாலு தேவடியாள்களை அனுப்பி வைக்கவும்.”

“ஓய்! என்ன புது வேலை தருகிறீர்.”

கவி, பெரிதாகச் சிரித்துவிட்டுச் சொன்னார்:

“பிள்ளைவாள், பாட்டைச் சொல்லிக் கொடுத்து, ராகம் பண்ணி, தாளம் பண்ணி, ஆடப்பண்ண வேணுமே.. அதுக்குச் சொன்னேன்.”

“நாளைக்கு வருவார்கள். நன்கு பாடம் பண்ணி வையும். ஆட்டமும், பாட்டும் பிரமாதமாக இருக்க வேணும். அப்புறம், உமது பாட்டுகளை ஒரு கடுதாசியில் எழுதிக் கொடும்.”

“என்னத்துக்கு ஐயா.”

“அதைப் பிரெஞ்சு எழுத்தில் நான் எழுதிக்கொள்ள வேணும். பிரபு கேட்பார். கேட்டால், கொடுக்க வேணுமே.”

கவி, அந்தப் படியாக எழுதிக் கொடுத்தார்.

துய்ப்ளெக்ஸ் பிரபுவுக்குப் பாராட்டு தெரிவிக்கிற விழா நிகழ்ச்சிகள் தொடங்கின. துய்ப்ளெக்ஸ், நவாபு உடையில் இருந்தார். பெரிய திண்டில் அவரை அமர வைத்தார்கள். சின்னதுரை முதலானவர்கள் அவரைக் குனிந்து வணங்கிக் கொண்டார்கள்.

துரை, மாளிகையை விட்டுக் கூடாரத்துக்கு வந்தபோதும், திண்டில் அமர்கிறபோதும் பதினெட்டுக் குண்டுகள் முழங்கின. மூானம்மாள் பிரபுவின் பக்கத்தில் அமர்ந்துகொண்டு, இதுகளை அனுபவித்துக்கொண்டிருந்தாள்.

பிள்ளை, இருந்துகொண்டு, "சுவாமி, அரக்காதிகளை அழித்து, அயோத்திக்குத் திரும்பி வந்து அரியாசனத்திலே அமர்ந்திருக்கிற ஸ்ரீராமனைப் போலவே தாங்கள் காட்சி தருகிறீர்கள்" என்றார்.

"அரக்கர்கள், ஆங்கிலேயர் என்று சொல்கிறாயா, ரங்கப்பா."

"அதிலே என்ன சந்தேகம் பிரபு?"

குவர்னர் அந்தப் பொருத்தத்தை எண்ணிச் சிரித்தார்.

தேவடியாள்கள், அவருக்கு முன்னே வந்து ஆடத் தொடங்கினார்கள். மத்தளம், வீணை, குழல் முதலான கருவிகள் முழங்க, வெகு விமரிசையாக நிகழ்ச்சி நடைபெற்றது.

"ரங்கப்பா, அந்தப் பாடலைப் பிரெஞ்சில் எழுதி எனக்குச் சொல்லு."

பிள்ளையும், தான் எழுதி வைத்திருந்த பாடலை அவருக்குச் சொன்னார். குவர்னரும், மூான் அம்மாளும், வெகுவாக அதைக் கேட்டு மிகவும் ரசித்துச் சிரித்தார்கள். தாசிகள் ஆட்டம் முடிந்த பிறகு, நகரத்து நாட்டாண்மைக்காரர்கள், பெரிய தனக்காரர்கள், அதிகாரிகள், வர்த்தகர்கள் எல்லோரும் கூடிக்கொண்டு வந்து, துய்ப்ளெக்சுக்கு நாசர் (அன்பளிப்பு அல்லது கப்பப் பணம்) வைத்தார்கள்.

அப்புறம்; சாராய விருந்து தொடங்கலாயிற்று. எல்லோரும் அவரவர்க்கு விருப்பமான பானங்களைக் குப்பியில் ஊற்றிக் கொண்டு, குடித்து மிகச் சல்லாபமாகப் பேசத் தொடங்கினார்கள். மது விருந்து தொடங்கினபோது, கோட்டையிலே குண்டுகள் முழக்கினார்கள். இறைச்சிகளைக் கடிக்கிறதும், பண்டங்களைத் தின்கிறதும், கொசுறு தீனிகளைத் தின்கிறதும், கட்டி அணைத்துக்கொண்டு சல்லாபிக்கிறதும் ஆக, எல்லோரும் வெகு சந்தோஷமாகத்தானே இருந்தார்கள். அதன்பிறகு, ஆண்களும் பெண்களும் ஒருவரையொருவர் கட்டிப் பிடித்துக் கொண்டும், முத்தம் இட்டுக்கொண்டும், இசைக் குழுவினர் வாசிக்கும் இசைக்கேற்ப ஆடத் தொடங்கினார்கள். ஆட்டமும், பாட்டும் நள்ளிரவையும் தாண்டிச் சென்றன.

அத்தனையும் முடிந்த பிறகு, குவர்னருக்குத் தம் இதயபூர்வமான வாழ்த்துக்களைச் சொல்லிவிட்டுத் திரும்பினார், பிள்ளை.

குவர்னரும், பிள்ளையும், குவர்னர் மாளிகையின் மேல் மெத்தை மேலே நின்றிருந்தார்கள். துரை கடலைப் பார்த்த

வண்ணம் நின்றிருந்தார். துரை, பெரிய யோசனையில் இருந்ததைக் கண்டு, பிள்ளை கேட்டார்:

“தேவரீர் என்ன யோசிக்கிறீர். எனக்கு, இந்த அடிமைக்குச் சொல்வீரோ, மாட்டீரோ?”

“ரங்கப்பா... இங்கிலீசுக்காரர் பயம், தற்போதைக்கு அகன்றது. ஆனாலும், எதிர்காலத்தில், அது மீண்டும் வரும். ஆகவே, அவர்களை இந்தக் கர்நாடகத்திலிருந்தே விரட்டி விடுவதுதான், நமது பாதுகாப்புக்கும், நிரந்தரத்துக்கும் உகந்த ஒரு வழியாக இருக்கும் என்று நம்புகிறேன். அதைத்தான் யோசித்துக்கொண்டிருக்கிறேன்.”

“பிரபு, அது குறித்து லவலேசமும் தாங்கள் கவலைப்படுதலும், விகாரப்படுதலும் தகாது. இங்கிலீசுக்காரர்கள், நடக்க இருக்கிற யுத்தத்திலே ஒழிக்கப்பட்டுவிடுவார்கள் என்று பரிபூரணமாக நான் நம்புகிறேன். மலைகளைப் போன்ற சந்தா சாயுபுவும், முசாஃபர் ஜங்கும், தாங்களும் ஒன்று சேர்ந்த பிறகு, தங்களையொத்தத் தீரர்களை, எந்த இங்கிலீசுப் படைதான் என்ன செய்ய முடியும்?”

“முடியாதுதான். நடக்க இருக்கிற யுத்தத்திலே நாம் ஜெயிக்க வேணும். இல்லாவிடில், எனக்குப் பெரிய அழும்பு வந்து சேரும்.”

“ஐயனே, எனக்குப் புரிகிறது.”

“ஆற்காட்டு நவாபும், நசீர் ஜங்கும் ஒழிந்து போனால், எங்கள் பிரெஞ்சுக் கொடி, நர்மதா ஆற்றிலிருந்து குமரி முனை வரைக்கும் பறக்கும். எங்கள் மன்னர்க்குப் பெரிய கீர்த்தியும், இந்தியாவையும், கர்நாடகத்தையும் ஜெயித்தவர் என்கிற கியாதியும் வந்து சேரும்.”

“எஜமானே, அந்தக் கியாதி தங்களுக்கு நிச்சயம் வந்து சேரத்தான் போகிறது என்பதைத் திண்ணமாய் உணருங்கள். தாங்கள் நவாபுக்கும் மேலே, நிசாமுக்கும் மேலே, பெரிய ராஜாவாகக் கருதப்படுவீர்கள். அதிலே தங்களுக்கு எந்த ஐயமும் வேண்டாம்.”

குவர்னர் மிகுந்த நம்பிக்கையோடு கடலைப் பார்த்தார். பின்னர் நிலத்தையும் பார்த்தார்.

பிரெஞ்சுத் தேசத்தின் கொடி, கொஞ்சம் கொஞ்சமாக வளர்ந்து, விரிந்து, கர்நாடக மண்ணையே மூடுவதாக அவருக்கு ஒரு பிரமை தோன்றியது. அப்பிரமை தந்த ஆனந்தக்களிமயக்கில் ஆழ்ந்தார் குவர்னர் துய்ப்ளெக்ஸ்.

●